AF518942

ഗ്രീൻ ബുക്സ്

**അവിഘ്നമസ്തു**

മാടമ്പ് കുഞ്ഞുകുട്ടൻ

തലപ്പിള്ളി താലൂക്ക് കിരാലൂർ വില്ലേജിൽ
മാടമ്പ് മനയ്ക്കൽ ശങ്കരൻ നമ്പൂതിരി മകൻ
ശങ്കരൻ എന്ന കുഞ്ഞുകുട്ടൻ.
നോവലിസ്റ്റ്, തിരക്കഥാകൃത്ത്, അഭിനേതാവ്.

*മരാരാശ്രീ, ആര്യാവർത്തം, സാവിത്രിദേ-* ( ഒരുവിലാപം),
*എന്റെ തോന്ന്യാസങ്ങൾ, പുതിയ പഞ്ചതന്ത്രം,*
*ചക്കരക്കുട്ടിപ്പാറു, അമൃതസ്യപുത്ര, ഗുരുഭാവം,*
*അ...ആ... ആന ആനക്കഥകൾ, വാസുദേവ കിണി,*
*പൂർണമിദം* തുടങ്ങിയ കൃതികൾ
ഗ്രീൻ ബുക്സ് പ്രസിദ്ധീകരിച്ചു.
സഞ്ജയൻ പുരസ്കാരം ലഭിച്ചു.

നോവൽ

# അവിഘ്നമസ്തു

മാടമ്പ് കുഞ്ഞുകുട്ടൻ

ഗ്രീൻ ബുക്സ്

green books private limited
gb building, civil lane road, ayyanthole,
thrissur- 680 003, kerala
ph: +91 487-2381066, 2381039
website: www.greenbooksindia.com
e-mail: info@greenbooksindia.com

(malayalam)
avignamasthu
(novel)
by
matampu kunjukuttan

first published 1994
first green books edition july 2007
reprinted april 2016


cover design : rajesh chalode

branches:
thrissur 0487-2422515
palakkad 0491-2546162
kannur 0497-2763038
Thiruvananthapuram 9846670899

isbn : 81-8423-082-6



GBPL/182/2007/X001

## മുഖക്കുറി

സാമൂഹ്യമാറ്റങ്ങളെ ത്വരിതപ്പെടുത്തുവാൻ ഒരു കാലത്ത് കെ. ദാമോദരൻ പാട്ടബാക്കി എഴുതി. മറ്റൊരു കാലഘട്ടത്തിൽ അതേ സാമൂഹ്യമാറ്റങ്ങളുടെ ചുവടുവച്ച് മാടമ്പ് കുഞ്ഞുകുട്ടൻ അവിഘ്നമസ്തു എഴുതി. അമ്പതുകളിൽ കേരളം സാക്ഷ്യം വഹിച്ച ഭൂപരിഷ്കരണ നിയമം കേരളീയ ജീവിതത്തിന്റെ ഒരു രാഷ്ട്രീയ ഇതിഹാസമായിരുന്നു. എന്നാൽ ആ നിയമം സാമൂഹികജീവിതത്തിൽ ഉളവാക്കിയ മറ്റു വൈരുദ്ധ്യങ്ങളെ കാണാതിരുന്നുകൂടാ. ഒന്ന്, കൃഷിഭൂമി ഒരിക്കലും മണ്ണിൽ പണിയെടുക്കുന്ന യഥാർത്ഥ കൃഷിക്കാരന്റേതായി മാറിയില്ല. രണ്ട്, ഭൂമി നഷ്ടപ്പെട്ട ജന്മികളിൽ ഒട്ടേറെപ്പേർ കൊടും ദാരിദ്ര്യത്തിന്റെ ഇരകളായി മാറി. ഇവ രണ്ടും നമ്മുടെ സാഹിത്യത്തിന്റെ പ്രമേയങ്ങളായി മാറിയിട്ടുണ്ട്. ജാതവേദൻ നമ്പൂതിരിപ്പാട് എന്ന കൗഷീതക ബ്രാഹ്മണന്റെ ഇല്ലത്തെ പട്ടിണി വിഴുങ്ങിയ കഥയാണ് മാടമ്പ് അവിഘ്നമസ്തുവിലൂടെ പറയുന്നത്. ഭൂമി മുഴുവൻ കുടിയാന്മാർക്ക് കൈമാറിയതിനാൽ ഒരു മണി നെല്ലു പോലും അളക്കാനില്ലാതെ പൂണൂലിൽ തെരുപ്പിടിച്ചിരുന്ന് അവർ വിശന്നു വലഞ്ഞു. വിശപ്പ് എല്ലാവരെയും നിത്യദുരിതത്തിലേക്കു തള്ളിവിട്ടു. സ്ത്രീകളും കുട്ടികളുമടങ്ങുന്ന ഒരു വലിയ കുടുംബം. അധ്വാനിക്കാത്ത പാരമ്പര്യവും ദുരഭിമാനവുമെല്ലാം ഒരുമിച്ച് നാലുകെട്ടിൽ കരഞ്ഞു തീർത്തു. ദാരിദ്ര്യത്തിന്റെ അനന്തരഫലങ്ങൾ ഭീകരമായിരുന്നു. അവരിൽനിന്നും രക്തസാക്ഷികളുണ്ടായി. വേശ്യകളുണ്ടായി - അവരുടെ ആത്മകഥകൾ പുറത്തു വന്നില്ല. പുതിയ ആഖ്യാനശൈലികളും യാഥാർത്ഥ്യങ്ങളും കൂട്ടിക്കലർത്തി അതിശക്തമായ രീതിയിൽ മാടമ്പ് നമ്മെ മനുഷ്യമഹാസങ്കടങ്ങളിലേക്ക് കൂട്ടിക്കൊണ്ടുപോകുന്നു. ദാരിദ്ര്യം മനുഷ്യന്റെ ഉയർച്ചതാഴ്ചകളെ നിർണയിക്കുന്നു വെന്നുതന്നെയാണ് ഈ കൃതി നമ്മോടു പറയുന്നത്.

കൃഷ്ണദാസ്
*മാനേജിങ് എഡിറ്റർ*

അച്ഛന്

# ഒന്ന്

ശുകപുരം ഗ്രാമക്കാരനും തിരുന്നാവായ ഓത്തനുമായ കൗഷീതക ബ്രാഹ്മണനാണ് ബ്രഹ്മശ്രീ ജാതവേദൻ നമ്പൂതിരിപ്പാട്. കിട്ടിയ വിവരങ്ങൾ വച്ചു നോക്കുമ്പോൾ മുന്നൂറിലധികം കൊല്ലങ്ങൾക്കു മുമ്പാണ് ശ്രീ ജാതവേദൻ നമ്പൂതിരിപ്പാടിന്റെ ഇല്ലക്കാർ ഞങ്ങളുടെ ഗ്രാമത്തിൽ സ്ഥിരതാമസമാക്കിയത്. നല്ലേടം എന്ന ഇല്ലം ആൺസന്തതികളില്ലാതെ അന്യംവന്ന കാലത്ത് ശുകപുരത്തു ചോന്നേടം എന്ന ഒരില്ലത്തെ അപ്ഫൻ നമ്പൂതിരി നല്ലേടത്തു വേട്ടു താമസമാക്കി. ദത്ത് ഉണ്ടായില്ല എന്ന് രേഖകളിൽനിന്നു മനസ്സിലാക്കാം.

ഞങ്ങളുടെ ഗ്രാമക്ഷേത്രത്തിലെ പഴയ ആധാരങ്ങൾ (അവ ഓലയിൽ എഴുത്താണികൊണ്ട് എഴുതിയവയാണ്) പരിശോധിച്ചാണ് ഇത്രയും വിവരങ്ങൾ ശേഖരിച്ചത്. ആ രേഖകളിൽ ചോന്നേടം എന്ന നല്ലേടത്തു മനയ്ക്കൽ മലയാള ബ്രാഹ്മണൻ എന്നു കാണുന്നു. കാലാന്തരത്തിൽ ശുകപുരത്തു സന്തതിയറ്റു. ചോന്നേടം എന്ന ഇല്ലപ്പേര് ഏറെക്കുറെ മറന്നു. നല്ലേടം പെരുത്തുവന്നു. ഇപ്പോൾ പറയുന്ന ഈ കഥ നടക്കുമ്പോൾ നല്ലേടത്തുമനയ്ക്കൽ ഒരൊറ്റ താവഴി മാത്രമായി. ബ്രഹ്മശ്രീ ജാതവേദൻ നമ്പൂതിരിപ്പാടിന്റെ താവഴി മാത്രം. ജാതവേദൻ നമ്പൂതിരിപ്പാട് മൂസാമ്പൂരിയായിരുന്നില്ല. ജ്യേഷ്ഠന്മാർ രണ്ടാളുണ്ടായിരുന്നു. ഇരുവരും നേരത്തെ മരണമടഞ്ഞു. അതു തൊണ്ണൂറ്റാറിലെ വസൂരിക്കാലത്തായിരുന്നു. ഞങ്ങളുടെ ഗ്രാമത്തിൽ ഏതാണ്ട് എല്ലാ വീട്ടിലും അന്നു വസൂരി പടർന്നുപിടിച്ചു. (തൊണ്ണൂറ്റാറിലെ വസൂരി പഴയ കൊച്ചിരാജ്യത്ത്, പ്രത്യേകിച്ചും തലപ്പിള്ളി താലൂക്കിൽ പ്രസിദ്ധമാകുന്നു. മഹാമാരിതന്നെ. തൊണ്ണൂറ്റാറ് എന്നു പറഞ്ഞാൽ കൊല്ലവർഷം 1096 എന്നർത്ഥമാകുന്നു – വ്യാഖ്യാതാ.) ഒന്നും രണ്ടും പേർ പരക്കെ മരിച്ചു. അപൂർവം കുടുംബങ്ങൾ കുറ്റിയറ്റു. നല്ലേടത്തും മൂത്ത ആൺസന്തതികൾ രണ്ടും വഴിക്കുവഴി മരിച്ചപ്പോൾ അച്ഛൻനമ്പൂതിരി പതിനാറു തികയാത്ത, മൂന്നാമൻ ഇച്ചാതയെക്കൊണ്ടു വേപ്പിച്ചു. അങ്ങനെ ഇച്ചാതപ്ഫൻ എന്നു വിളിച്ചുവന്ന ജാതവേദൻ നമ്പൂതിരിപ്പാട് ഗൃഹസ്ഥനായി. എന്നിട്ടും ഇന്നും, സമപ്രായക്കാരായ മറ്റു നമ്പൂതിരിമാർ അദ്ദേഹത്തെ ഇച്ചാതപ്പൻ എന്നുതന്നെ വിളിച്ചുവരുന്നു. ചാതത്തമ്പുരാൻ എന്നും അദ്ദേഹത്തിന് ഒരു വിളിപ്പേരുണ്ട്. ഈ ഇച്ചാതപ്പന്റെ രണ്ടു ജ്യേഷ്ഠസഹോദരന്മാരുടെയും വേളി പണ്ടേ കഴിഞ്ഞിരുന്നു. വിധവകളായ അവരുടെ ആത്തേന്മാർ ഇന്നും എൺപതു കഴിഞ്ഞു നല്ലേടത്തു മനയ്ക്കൽ കഴിയുന്നു.

കെട്ടുകഥകളുണ്ടാക്കിപ്പറയുന്ന ഒരാള് എന്ന നിലയ്ക്ക് ഇതെഴുതുന്ന ആളോട് ശ്രീ ജാതവേദൻ നമ്പൂതിരിപ്പാടു തന്നെയാണ് സ്വകഥ പറഞ്ഞു തന്നത്.

ഡോ, താനൊരു എഴുത്തുകാരനല്ലെ. ഒരൂട്ടം കല്പിച്ചുകൂട്ടി എഴുതീണ്ടാക്കല്ലേ തന്റെ പണി. ന്നാൽ എനി അതു വേണ്ട. താൻ സത്യം എഴുതാ. ഞാൻ പറയാം.

പലവുരു നമ്പൂതിരിപ്പാട് പറഞ്ഞു. എഴുതാം എന്ന് ഈ എഴുത്തുകാരൻ വാക്കും കൊടുത്തു. സത്യം പറഞ്ഞാൽ അദ്ദേഹത്തിന് അതൊന്ന് എഴുതിക്കാണുവാൻ വലിയ താല്പര്യവുമുണ്ടായിരുന്നു (കഷ്ടം! ഇതൊക്കെ കുഞ്ഞുക്കുട്ടനു മാത്രമറിയാവുന്ന സ്വകാര്യങ്ങളത്രെ. ഇങ്ങനെ അത്യന്തം രഹസ്യമായവ ഒരു കഥയിൽ എഴുതിപ്പിടിപ്പിക്കുന്നതു നന്നല്ല എന്ന് അദ്ദേഹത്തെ ഓർമ്മിപ്പിക്കട്ടെ – വ്യാഖ്യാതാ.)

ഞാൻ ചത്തട്ടെ താൻ എഴുതൂ എന്നുണ്ടോ?

ഇച്ചാതപ്ഫൻ ചോദിച്ചു.

ഒരു മനുഷ്യന്റെ കഥ സത്യസന്ധമായി പറയാൻ എളുപ്പമല്ല. അങ്ങനെ പറയുമ്പോൾ അതൊരു കുടുംബകഥയാവും. അപ്പോൾ അത് ആ ഗ്രാമത്തിന്റെകൂടി കഥയാവും. ചിലപ്പോൾ ആ രാജ്യത്തിന്റെ കഥയായി മാറും. ഒരു രാജ്യത്തിന്റെ കഥ പറയുന്നത് അത്ര എളുപ്പമാണെന്നു തോന്നുന്നുണ്ടോ?

അതുകൊണ്ട് അന്ന് എഴുതിയില്ല. ഇന്നും, എഴുതാനിരിക്കുമ്പോൾ വീണ്ടും വിഷമിക്കുന്നു. ബ്രഹ്മശ്രീ ജാതവേദൻ നമ്പൂതിരിപ്പാടു മരിച്ചു. ആത്തേമ്മാര് അതിനും മുമ്പ് സ്വയം പരലോകത്തെത്തി. പക്ഷേ, മഹന്റെ മക്കൾ മഹളേര്, അവരെ വേട്ട നമ്പൂരാർ, ചാർച്ചക്കാര്, ബന്ധുക്കൾ, നാട്ടുകാർ – എത്രയോ പേർ ജീവിച്ചിരിക്കുന്നു. സത്യത്തിന്റെ മുഖംമൂടി മാറ്റുമ്പോൾ എന്തെന്തു വൈകൃതങ്ങളാണു കണ്ടെത്തുക!

ഇതിനൊക്കെ പുറമേ ഈ ചരിത്രമെഴുതുന്ന ഇവനും ഇതിലെ കഥാപാത്രമാകുന്നു. ഒരേ സമയം കഥാപാത്രവും കഥാകാരനും ഇടയ്ക്കൊരു വ്യാഖ്യാതാവിന്റെ വേഷവും. നിസ്സംഗനായി കേവലസാക്ഷിയായി ഈ ചരിത്രം മുഴുവനും പറയണം. ഇതൊക്കെയാണ് എഴുത്തു നീണ്ടുപോകുവാൻ കാരണം. എന്നാൽ, ഇനിയും നീട്ടുവാൻ വയ്യ. ഈ കഥ പറഞ്ഞല്ലാതെ സ്വസ്ഥതയുണ്ടാവില്ലെന്നു തോന്നിത്തുടങ്ങി. അതിനാൽ പരിശ്രമിക്കട്ടെ.

മൂന്നു വഴിക്കാണ് ഈ ചരിത്രനിർമിതിക്കാവശ്യമായ വസ്തുതകൾ ലഭിച്ചത്. 1. ബ്രഹ്മശ്രീ ജാതവേദൻ നമ്പൂതിരിപ്പാട് പറഞ്ഞറിഞ്ഞവ. 2. ഞങ്ങളുടെ ഗ്രാമ ക്ഷേത്രത്തിലെ പഴയ ഓലകൾ വായിച്ചറിഞ്ഞ ചരിത്രം. 3. ഈ കഥാകൃത്തുകൂടി ഉൾപ്പെടുന്ന സംഭവങ്ങൾ. ഇവ മാത്രം. ഭാവനയുടെ കണികപോലും ഇതിലില്ല. അതിന്റെ ആവശ്യവുമില്ല. കാരണം ഇതൊരു കെട്ടുകഥയല്ല. ചരിത്രമാകുന്നു. ചരിത്രമെഴുതുവാൻ കവിഭാവനയുടെ ആവശ്യമില്ല. അറിഞ്ഞ സംഭവങ്ങൾ, തികച്ചും സത്യസന്ധമെന്നു മനസ്സിലാക്കിയവ, സന്ദർഭത്തിനു പറഞ്ഞുപറഞ്ഞു പോവുക. അത്രമാത്രം.

ഒന്നുരണ്ടു കാര്യങ്ങൾകൂടി വേണമെന്നുണ്ടായിരുന്നു, കഥാനായകന്റെ ഒരു ഫോട്ടോ. നിർഭാഗ്യവശാൽ സാധനം കിട്ടിയില്ല. എങ്കിലും ഓർമ്മയിൽ നിന്നു പകർത്താം. ചിത്രംവര ശീലിക്കാത്ത വിഷമം ഇപ്പോഴാണറിയുന്നത്. ഛായ പറഞ്ഞു കൊടുത്തു വരപ്പിക്കുവാൻ വിഷമം. സാധിക്കുമെങ്കിൽ

കരുണാകരൻ വരച്ചുതരും. എത്ര പറഞ്ഞുകൊടുത്താലും വിഷമമുണ്ട്. പിന്നെ, ഒരസ്ഥിക്കഷണം നോക്കി ആ വ്യക്തിയുടെ ഛായ എഴുതുന്ന സമ്പ്രദായമുണ്ടല്ലോ ഒരു മഹാവിദ്യ. അതിൽ പ്രാഗത്ഭ്യം നേടിയവരുണ്ട്. അവരോടു പറയാം. ആ വഴി ശ്രമിക്കാം. പക്ഷേ, അതൊന്നുമുണ്ടായില്ല. എന്നാലും ഒടുക്കം ഒരു ചെറുവിവരണത്തോടു കൂടിയ ചിത്രം ഈ കഥാ കൃത്തുതന്നെ വരച്ചുവയ്ക്കാം എന്നു തീരുമാനിക്കുന്നു. ഈ ചരിത്ര പുസ്തകം എഴുതിക്കഴിഞ്ഞ് അനുബന്ധമായി അതു കൊടുക്കാം. അനു ബന്ധത്തിലാണു വേണ്ടതെങ്കിലും ഇപ്പോൾത്തന്നെ പറഞ്ഞു വെക്കട്ടെ, ശ്രീ നമ്പൂതിരിപ്പാട് ഇന്ത്യൻ പ്രസിഡന്റിനെഴുതിയ (അയയ്ക്കാൻ സാധിച്ചില്ല, എഴുതി സൂക്ഷിച്ചു) ഒരപേക്ഷയുണ്ട്. അതും അനുബന്ധം-2 എന്ന വിഭാഗ ത്തിൽ കൊടുക്കാം.

ഇങ്ങനെ, ആകാവുന്ന സത്യസന്ധത പാലിച്ചുകൊണ്ടാണ് ഈ ചരിത്രകഥ എഴുതുന്നത് എന്ന് ഇവിടെ എഴുതിച്ചേർക്കേണ്ടതുണ്ട്. കാരണം, ഇതൊരു കഥകൂടിയാണ്. എല്ലാ ചരിത്രവും കഥയാണ്. മനുഷ്യകഥ. പൊളിറ്റിക്കൽ ഹിസ്റ്ററി ആയാലും കൾച്ചറൽ ഹിസ്റ്ററി ആയാലും മനുഷ്യകഥ തന്നെ. പക്ഷേ, അവ സംഭവങ്ങളായി തീർന്നിരിക്കുന്നു. അങ്ങനെ ഈ കഥയും ഒരു സംഭവമാകുന്നു; ആദ്യന്തം ഒരു കഥാച്ഛായ ഉണ്ടെങ്കിലും. അതിനാൽ വാസ്തവം വ്യക്തമാക്കുവാനായി മുൻകൂട്ടി തെളിവുകൾ നിരത്തിവെക്കുന്നു എന്നുമാത്രം.

കഥാരംഭത്തിൽ നല്ലേടത്തുമനയ്ക്കൽ മൊത്തം പതിനേഴംഗങ്ങളുണ്ടാ യിരുന്നു. ബ്രഹ്മശ്രീ ഇച്ചാതനമ്പൂതിരിയുടെ രണ്ടു ജ്യേഷ്ഠന്മാരുടെ വിധവ കൾ. ഇച്ചാതമ്പൂരിയും അന്തർജനവും. മഹൻ അക്കിരാമനും അകത്ത്നും. (അക്കിരാമൻ എന്നാണു സംസ്കാരസിദ്ധമായ പേര് എങ്കിലും ഉണ്ണി എന്നാണു വിളിച്ചു വരുന്നത്. അഭിവാദ്യത്തിനു മാത്രം യഥാർത്ഥ നാമം ചൊല്ലുന്നു.) മഹന്റെ മക്കളായി മൂന്നു കിടാങ്ങൾ ഇങ്ങനെ ഒമ്പതും. പെൺ മക്കളായ മൂന്നുപേരും അവരുടെ അഞ്ച് ഉണ്ണികളുംകൂടി മൊത്തം പതിനേ ഴെണ്ണം അന്നു നല്ലേടത്ത് ഉണ്ടായിരുന്നു. ഇച്ചാതമ്പൂരിയുടെ മഹളേരായ തേതി, ഗൗരി, ആര്യ എന്നീ മൂവരേയും വിധിയാംവണ്ണം പെൺകൊട കഴിച്ചുകൊടുത്തതാണ്. എന്നിട്ടും ആ മൂന്നു മഹളേരും തേതിയുടെ മൂന്നുണ്ണികളും ഗൗരി, ആര്യ എന്നിവരുടെ ഓരോ ഉണ്ണികളും തട്ടിത്തിരിഞ്ഞ് ഇല്ലത്തുതന്നെ വന്നെത്തുകയാണുണ്ടായത്.

ഭാഗ്യം! ഗൗരീം ആര്യേം ഓരോന്നേ പെറ്റുള്ളു.

ഇച്ചാതമ്പൂരി ഒരിക്കൽ അങ്ങനെ ആശ്വസിച്ചു.

നല്ലേടം ഇടത്തരം ജന്മിയായിരുന്നു. ഭൂമി മുഴുവൻ പാട്ടത്തിനു കൊടു ത്തിരുന്നു. പൊന്തകെട്ടിയ മൂന്നേക്കറു വരുന്ന ഇല്ലപ്പറമ്പൊഴികെ ഒരുതരി മണ്ണെങ്കിലും കൈവശമില്ല. ജന്മം വഹ നോക്കിയാൽ, ഞങ്ങളുടെ ഗ്രാമം ഏറെയും നല്ലേടത്തു മന വഹ പുരാതനജന്മം എന്നു കാണാം. ഭൂപരി ഷ്കരണനിയമം വരുംമുമ്പ് പലവുരു അടുത്തുള്ളവർ ഉപദേശിച്ചിട്ടും ഒരുമുറി പറമ്പോ പത്തുപറയ്ക്കു നിലമോ കൈവശമാക്കുവാൻ ഇച്ചാതപ്പൻ തയ്യാ റായില്ല.

തനിക്കു പ്രാന്തുണ്ടോ? അങ്ങനെ ഒരു കാലം വര്വോ? ശിവ ശിവ! ശുദ്ധ വങ്കത്തം. ആ ഏലങ്കുളത്തിന്റെ മനോരാജ്യം. ഒരൊറ്റമണി നെല്ലും പാട്ടം കൊടുക്കണ്ടാ എന്നുവരേ! ഭോഷ്ക് പറയാച്ചാലുംണ്ടേ ഒരതിര്.

ശക്തിശക്തിയായി അദ്ദേഹം വാദിക്കാറുണ്ട്. ദേശക്കാരനായ മറ്റൊരു നമ്പൂരി കൃഷി കൊണ്ടുനടക്കുന്നതു കണ്ടു പുച്ഛിക്കുകകൂടിയുണ്ടായി.

കണ്ടില്ലെ അയാളുടെ ഓരോരോ ഏർപ്പാട്. കീഴ്ജാത്യാ തോന്നും!

പക്ഷേ, ഭൂപരിഷ്ക്കാരം വന്നു. ഒരൊറ്റമണി നെല്ലും പാട്ടം കിട്ടാത്ത അവസ്ഥ അവിടുന്നനുഭവിക്കുകയും ചെയ്തു. എന്നല്ല, ഒടുവിൽ ചാക്കു സഞ്ചി തൂക്കി റേഷൻ ഷാപ്പിന്റെ മുമ്പിൽ കാത്തുനിക്കേണ്ട ഗതികേടും വന്നു.

ശര്യാ. ഓങ്ങല്ലൂരെ യോഗം കഴിഞ്ഞപ്പൊ നിരീക്കണ്ടതാർന്നു.

ഒരു പശ്ചാത്താപത്തോടെ ജാതവേദൻ നമ്പൂതിരിപ്പാട് ഇടയ്ക്കിടെ സ്വയം പറഞ്ഞു.

സമ്പത്സമൃദ്ധിയുടെ ഒത്ത മുകളിൽനിന്ന് ശുദ്ധ ദാരിദ്ര്യത്തിന്റെ ഒത്ത നടുവിൽ ഇരിക്കക്കുത്താലെ വീണപ്പോൾ ആദ്യം അദ്ദേഹത്തിന് ഒന്നും മനസ്സിലായില്ല. സ്ഥലകാലഭ്രമം.

ങേ! ങേ!

ഉം. ഉം.

ഇങ്ങനെ ചില അപശബ്ദങ്ങൾ.

പിന്നെപ്പിന്നെ ശുണ്ഠി.

ഉണ്ണീ, ആ വർക്ക്യോട് നെല്ലളക്കാൻ പറയാ. എന്താ കഥ! കഴിഞ്ഞാണ്ട ത്തെന്നെ ബാക്ക്യാ.

നി പ്പൊ പാട്ടം അളക്കേണ്ടാവില്ല.

ണ്ടാവില്ലേ? ന്താ ഉണ്ണി പറേണേ! പാട്ടം അളക്കേണ്ടാവില്യാന്നോ? കേസു കൊടുത്തു പിരിക്കുംന്ന് പറഞ്ഞേക്ക്.

എനി എന്തു കേസാ. പാട്ടോം മിച്ചവാരോം ഗവൺമെന്റ് നിറുത്തലാക്കി.

ങേ! ങേ!

അച്ഛൻ ദൊന്നും അറീണില്യേ. കൈവശക്കാരൻ ആരാച്ചാ അയാളട്യാ ഇപ്പൊ ഭൂമി. മര്യാദപ്പാട്ടത്തിന്റെ പകുതീടെ പന്ത്രണ്ടെരട്ടി കെട്ടിവച്ചാ ജന്മോം കിട്ടും.

ങേ! ജന്മം കിട്ട്വേ? എങ്ങനാ അത്. അന്യന്റെ ജന്മം ങ്കട് സ്വന്താവ്?

ഇല്യല്ല. അച്ഛൻ ഇങ്ങനെ ഇരുന്നോളൂ. ഉച്ചയ്ക്കു വെക്കാൻ അരീല്യാന്ന് പറേമ്പഴേ മനസ്സിലാവൂ.

അക്കിരാമൻ നമ്പൂതിരിപ്പാട് വിശദീകരിക്കാനാഞ്ഞു നസ്യം പറഞ്ഞു.

അതു സത്യമായി. അതല്ല, അതിലപ്പുറവും അദ്ദേഹത്തിനു മനസ്സിലായി. ഉച്ചയ്ക്കു വെക്കാനരിയില്ല; വൈകുന്നേരം പട്ടിണി, പിറ്റേന്നു ശുദ്ധവാസം – അങ്ങനെ രണ്ടും മൂന്നും ദിവസങ്ങൾ തൊട്ടുതൊട്ടു വന്നു.

ഉണ്ണീ, ഒന്നന്വേഷിക്കാ. ആ വക്കീലാപ്പീസില് ഒന്നു പോവാ. ലാൻഡ് ട്രൈബ്യൂണിലെ ചെക്കു വല്ലതും.

ചെക്കു വല്ലതും.

വക്കീൽഫീസായി.

വണ്ടിക്കൂലിയായി.

ബാക്കി ഇത്തിരി നക്കാപ്പിച്ചയായി.

ഉണ്ണീ!

ഉം

ഉണ്ണീ!

ജാതവേദൻ നമ്പൂതിരിപ്പാട് ദിവസം നൂറു വട്ടം മഹനെ വിളിച്ചു. ലാൻഡ് ട്രൈബ്യൂണലാപ്പീസില് ചെക്കു വല്ലതും ഉണ്ടോ എന്നന്വേഷിച്ചു. സ്വൈരംകെട്ട മഹൻ ഒരു വെറും മൂളലിൽ പ്രതിഷേധം ഒതുക്കി.

ഇത്രയ്ക്കു നിരീച്ചില്ല.

അനുബന്ധം 3 വേണ്ടിവരുമോ അതിലുമധികം വേണ്ടിവരുമോ എന്നായി ഇതെഴുതുന്ന ആളുടെ ശങ്ക. കഥാനായകന്റെ ഫോട്ടോ കിട്ടാനില്ലാത്തതിനാൽ ഒരു ചിത്രം അടിക്കുറിപ്പോടുകൂടി. കഥാനായകൻ ഇന്ത്യൻ പ്രസിഡന്റിനെഴുതിയ അപേക്ഷ. ഈ രണ്ടിനും പുറമേ പാട്ടമിച്ചവാരങ്ങൾ നിന്നപ്പോൾ സ്വന്തം ഇല്ലത്തു തിരിച്ചെത്തിയ ഒരു മഹളുടെ നമ്പൂതിരി അയച്ച ഒരെഴുത്തുമുണ്ട്. അതിൽ പറഞ്ഞിട്ടുണ്ടത്രെ. (ഒറിജിനൽ ഇതെഴുതുമ്പോൾ കണ്ടുകിട്ടിയിട്ടില്ല. ഉള്ളടക്കം അറിയാം എന്നുമാത്രം.) സ്ത്രീധനം വഹയിലേക്കു കിട്ടിയത് 120 പാട്ടത്തിന്റെ (മിച്ച വാരം) ഭൂമിയാകയാൽ നിയമവശാൽ പാട്ടംകിട്ടാതെ വന്നതുകൊണ്ട് ഫലത്തിൽ സ്ത്രീധനം ലഭിക്കാത്ത മട്ടായി എന്നും അങ്ങനെ വിവാഹം സ്വമേധയാ അസാധുവായി എന്നും തൻനിമിത്തം ഗൗരി എന്ന തന്റെ ഭാര്യയായിരുന്ന സ്ത്രീയെ സ്വന്തം ഇല്ലത്തേക്കു കുഴിക്കൂറ് ചമയമടക്കം (ഒരുണ്ണിയുണ്ടായതിന് ആ യുക്തിവാദി ഭർത്താവുപയോഗിച്ച പദമാണത്-വ്യാഖ്യാതാ.) തിരിച്ചയയ്ക്കുന്നു എന്നും.

ഈശ്വരാ!

ഇത്രയ്ക്കു നിരീച്ചില്ല!

ഇങ്ങനെ ഒരെഴുത്തെഴുതി സ്വപത്നിയെ തിരസ്കരിച്ച ആ മഹാബുദ്ധി ജീവിയുടെ കൈയക്ഷരത്തിലുള്ള പ്രസ്തുത രേഖ കളഞ്ഞുപോയതിൽ ദുഃഖമുണ്ട്. എനിയും കണ്ടെത്തിയാൽ അനുബന്ധത്തിൽ ചേർക്കാം.

ഇങ്ങനെ പൂർവകഥകൾ കഴിച്ചാൽ ഈ ചരിത്രകഥ നടക്കുന്നത് കൊല്ല വർഷം 1150-ാംമാണ്ടോടടുത്താണ്. അമ്പതിനുശേഷം എന്നുതന്നെ കൂട്ടിക്കോളൂ.

## രണ്ട്

**ഈ** പടിഞ്ഞാറ്റിമാളിക കൊടുത്താലോന്നു നീരീക്ക്യേ.

ഉണ്ണി ആരോടെന്നില്ലാതെ പറഞ്ഞു.

ജാതവേദൻ നമ്പൂതിരിപ്പാട് പുറത്തളത്തിൽ ഇരുന്നു. പത്തായപ്പുര നിന്നിരുന്ന സ്ഥാനം കണ്ടു. കാട്ടുപൊന്ത, കമ്യൂണിസ്റ്റുപച്ച. എന്താവോ അഥ്. വെള്ളത്തില് ആഫ്രിക്കൻപായല്, കരയിൽ കമ്യൂണിസ്റ്റുപച്ച. രണ്ടും അസുരം. വർദ്ധിക്കണേനു കണക്കില്ല. നശിപ്പിക്കാൻ വയ്യ. പെരത്തറയിന്മേൽ മത്ത കുത്തീടാന്ന് പറയാറ്ണ്ട്. പത്തായപ്പുരയിൽ കമ്യൂണിസ്റ്റുപച്ച (ഐമുപച്ച എന്നു പാഠാന്തരം - വ്യാഖ്യാതാ.) നിറഞ്ഞു. ആരുംണ്ടാക്കീതല്ല. സൃഷ്ടി മറന്നു. സംഹാരം മാത്രം. പെര പൊളിച്ചു. ഒരു പച്ചമുളകെങ്കിലും കുഴിച്ചിട്ടില്ല. എന്നിട്ടും ഐമുപച്ച നിറഞ്ഞു.

എന്തായാലും ഒക്കെ കേടായി. പുതുക്കിപ്പണിയാച്ചാ എത്രാവാന്ന് ഒരു രൂപോംല്യ. ന്നാ, അതങ്കടു കൊടുത്താലൊ നിരീക്ക്യേ.

ഉണ്ണി പറേന്നതും കാര്യാണ്. പന്ത്രണ്ടാമെടത്തിൽ വ്യാഴം കാരണക്കല്ല് പൊളിക്കുംന്നാ പറയാ; പടിപ്പെരേം.

ആദ്യം പടിപ്പുര. പത്തായപ്പുരേം ആയി. ഇപ്പൊ നാലുകെട്ട്. കൊളപ്പുര.

ആ കൊളപ്പെരേം കൊടുക്കോന്നു ചോദിച്ചു.

എനി,

നാലുകെട്ട്.

എന്ന് പണിതാന്നറിയില്ല. ആദ്യം വയ്ക്കോലായിരുന്നു. അന്ന് ഓട് തൊട ങ്ങീട്ടില്ല. പിന്നെ മാറോടു വന്നു. മുതുമുത്തശ്ശനായിട്ട് അപ്പൊത്തന്നെ കൂരോട് മേഞ്ഞു. മുത്തശ്ശന്റെ കാലത്ത് മംഗലാപുരം ഓട്ടുകമ്പനിയുണ്ടായി. അദ്ദേഹം കൂരോടു മാറ്റി. ഓടു മേഞ്ഞു. പിന്നെ പടിഞ്ഞാറ്റിമാളിക പണിതു. ഒരു കേടൂല്യ. എനി ഒരു കേടൂല്യാണ്ടെ വരുന്ന പത്തു തലമുറയ്ക്ക് കഴ്യാം. പക്ഷേ, കഴിക്കാൻ! ഒന്നും കഴിക്കാതെ കഴിയില്ലല്ലോ. ഒന്നും രണ്ടും വയറല്ല. പതിനേഴു വയറു നിറയണം. നിറഞ്ഞില്ലെങ്കിലും പതിനേഴു നറുക്കില യെങ്കിലും-ഇല്ലെങ്കിൽ—

ഇല്ലെങ്കിൽ പതിനേഴു പത്താവും!

ഈശ്വരാ!

ന്നാ ഭാഗ്യായി!

ഭാഗ്യം!

ചത്താ ഭാഗ്യം. ന്ന്ട്ടും ആരും പട്ടിണി കെടന്ന് ചത്തില്യ. വിക്കാവുന്ന തൊക്കെ വിറ്റുതൊലച്ചു.

തോന്ന്യാസം.

അതൈതെ, അച്ഛന്റെ തോന്ന്യാസാന്നു മാത്രം.

മഹൻ പിറുപിറുത്തു.

പന്തീരായിരത്തിലധികം പാട്ടം.

ഒരൊറ്റ മഹൻ.

ദാ അടുത്തുള്ളോരെങ്കിലും കൃഷീം കാര്യോം തൊടങ്ങുമ്പൊ ആലോ ചിച്ചാ മത്യാർന്നു.

മതി!

പക്ഷേ, ഉണ്ണീ ഞാൻ ത്ര നിരീച്ചില്യ.

ഒന്നു കണ്ണടച്ചു.

അപ്പോഴേക്കും കാലം കടന്നുപോയി. നല്ലേടത്തു ജാതവേദൻ നമ്പൂതിരി പരമ്പരയായി ലഭിച്ച സുഖനിദ്രയിൽ ഇത്തിരി മയങ്ങി. ഞെട്ടിയുണർന്ന പ്പോഴേക്കും ഒക്കെ കഴിഞ്ഞു.

വെളിച്ചെണ്ണേല്യ.

വെളക്കുവെക്കാൻല്യ.

കൂട്ടാൻ വെക്കാൻ ഒന്നൂല്യ.

ഉപ്പേരി പതിവേയില്യ.

ഉപ്പിലിട്ടതു മറന്നു.

ഇല്യ.

ഇല്യ.

ഇല്യ.

ഉണ്ട്. ഇല്ലായ്മയുണ്ട്.

കുട്ടാ, ഒന്നും ഇല്യാന്നു പറേരുത്. ഗൃഹദേവതമാരുണ്ടാവും. അവര് മനുഷ്യാലയത്തിന്റെ പാദുകം കാത്തുനിക്കാണ്. എപ്പോഴും ആരെന്തു

പറഞ്ഞാലും അതനുഗ്രഹിച്ചനുവദിക്കും. ഇല്യ, ഇല്യാന്നു പറഞ്ഞാൽ ഇല്യാന്റ്യാവും. ഇണ്ട്, ഇണ്ട്ന്ന് പറഞ്ഞാൽ ഇണ്ടാവും.

ഒന്നും ഇല്യാന്ന് പറേണംന്ന് മോഹംല്യ.

ഇണ്ട്ന്ന് പറയാൻ മോഹംണ്ടേന്നും.

ഇപ്പൊ ഇല്ലായ്മണ്ട്ന്ന് പറയാം.

ഇല്യായ്മയും ഇല്യാന്ന് ആചാര്യന്മാര് പറഞ്ഞു.

ന സത് ആസീദ്.

ന അസത് ആസീദ്.

സത്ത് ഉണ്ടായിരുന്നില്ല.

അസത്തും ഉണ്ടായിരുന്നില്ല.

ഇല്ലായ്മയും ഉണ്ടായിരുന്നില്ല.

ഇപ്പോൾ ഇല്ലായ്മ മാത്രം ഉണ്ട്.

ഒരക്ഷരം പഠിച്ചില്ല.

എന്നിട്ടും,

വേദാന്തം.

നിറഞ്ഞ പട്ടിണിയാവും കാരണം.

ഒന്നൂല്യങ്കിൽ വേദാന്തം. അങ്ങനാവും ഇക്കണ്ട തത്ത്വചിന്തയൊക്കെ ഉണ്ടായത്. മനുഷ്യന്റെ ചിന്തയ്ക്കു കാരണം വയറാകുന്നു. ഈ പ്രപഞ്ചം മുഴുവൻ അതിന്റെ വയറിനുവേണ്ടി ചലിക്കുന്നു. സൂര്യചന്ദ്രന്മാരും അതിന്റെ അന്നത്തിനു വേണ്ടി ചലിക്കുന്നു. സദാ. അരക്ഷണം നിൽക്കാതെ. അന്ന മാണാത്മാവ്. അന്നമില്ലെങ്കിൽ ജഡം.

ഉണ്ണീ!

നമ്മടെ അമ്പലത്തില് ശാന്തിക്ക്പ്പൊ ഒരുമ്പ്രാനല്ലെ. അതൊഴിവാക്കീട്ട് അത് തരാക്ക്യാലോന്ന് നിരീക്ക്യേ.

കൂട്ടൂരാൺമയാണ്. ന്നാലും നല്ലേടത്തിനാച്ചാൽ എല്ലാരും സമ്മതിക്കും.

എങ്ങനെ കഴിഞ്ഞേർന്നതാ.

ഇപ്പൊ–

എങ്ങന്യാ കഴിയാന്നറീല്യ. കഴീണു. അത്രേന്നെ.

ഉദിച്ചാ അസ്തമിക്കാതിരിക്കില്യലൊ. അതന്നെ ഭാഗ്യം.

പട്ടിണീടെ നാളും അസ്തമിക്കും.

ചിലപ്പൊ, ത്തിരി നീണ്ട സന്ധ്യയാവും. എന്നാലും ഏതു സന്ധ്യയും അസ്തമിക്കും. രാവുവരും. തീരും. പ്രഭാതമാവും. അതേവരെ.

ഒന്നും ഓർക്കാതിരിക്ക്യാ ഭേദം.

ഒന്നും ചെയ്യാനില്യ.

അറീല്യ.

പഠിച്ചില്ല.

ഓത്തുപഠിച്ചാലും മത്യാർന്നു.

ഓത്തന്മാർക്കും ഇപ്പൊ ത്തിരീശ കാശ്ണ്ട്. തീരെ നസ്യം ഇല്യ. ശാന്തി ക്കാരനെ പുച്ഛംല്യ. കുടുമകണ്ടാൽ ദ്രോഹിക്കില്ല. ഓത്ത് ചൊല്യാൽ തരം താത്തില്യ.

ഒക്കെ സായിപ്പിനു കാണിക്കണം ന്ന് മാത്രം. നിത്യവൃത്തീംകൂടി സായി പ്പിനു വിറ്റാൽ ഒശത്തിയായി.

സോമയാഗം.

സന്ധ്യാവന്ദനം.
പ്രാണാഹുതി.
ന്ന്ട്ടും ഊറ്റം!
മൂത്രവിസർജ്ജനം ചെയ്താൽ–
ഏഴു ശൗചം.
മണ്ണുകൂട്ടി വീണ്ടും ഏഴ്, കൈയ് കഴുകി മണ്ണുകൂട്ടി വീണ്ടും ഏഴ്.
ഏഴേഴ് നാല്പത്തിയൊമ്പത്.
പ്രാണായ സ്വാഹ
അപാനായ സ്വാഹ
വ്യാനായ സ്വാഹ
ഉദാനായ സ്വാഹ
സമാനായ സ്വാഹ
കണ്ടോളൂ.
ഫോട്ടോ പിടിച്ചോളൂ.
സിനിമ.
റേഡിയോ.
ടെലിവിഷൻ.
അഗ്നിമീളേ പുരോഹിതം.
Good!
നന്നായി.
ഓത്തും ഇംഗ്ലീഷായാ അധികം നന്നായി.
അതും പഠിച്ചില്ല.
ആവശ്യംല്യ.
ഓത്തൂല്യ.
ഇംഗ്ലീഷൂല്യ.

ഓത്തു ചൊല്ലിക്കുമ്പൊ കുറേശ ഹേമംണ്ടാവും. ഉണ്ണികൾ രണ്ടാള് ചെമാർത്തം കഴിഞ്ഞു കടന്നിരിക്കേം കഴിഞ്ഞു. കേമന്മാരുടെ കൂട്ടത്തിൽ പെട്ടു. പതിനെട്ടു തെകയുംമുമ്പ് വേളീം കഴിപ്പിച്ചു. ഒന്നിനുപിന്നിലൊന്നായി രണ്ടാളും കഴിഞ്ഞു.

ഓത്തും വേണ്ട. സംസ്കൃതോം വേണ്ട. ആയുസ്സുണ്ടായാ മതി.

ജാതവേദൻ നമ്പൂതിരിപ്പാടിന്റെ അച്ഛനു മറ്റൊരു മോഹോംല്യാണ്ടായി.

ആയുസ്സുണ്ടായാ മതി.

ആയുസ്സുണ്ടായതാ കഷ്ടം. രണ്ടേട്ടന്മാരടേം ആത്തേന്മാരോള് ഇപ്പഴുംണ്ട്. വയസ്സായി. എൺപതു കഴിഞ്ഞു. ഈ ദാരിദ്ര്യോം ചെറ്റത്തോം അനുഭവിക്കാൻ മാത്രം ജീവിക്ക്ണൂ. ഞാനും. എനിക്കും എഴുപത്തഞ്ചായി. എന്റെ ആത്തേന്മാരും. ചാക്ക് ആർക്കൂല്യ!

ജാതേവദൻ നമ്പൂതിരിപ്പാട് സദാ ആവലാതി പറഞ്ഞു.

അച്ഛൻ ആയുസ്സുണ്ടായാ മതീന്ന് പ്രാർത്ഥിച്ചു.

മകൻ ചാവാത്തതെന്തേന്ന് പിരാകി.

ഒക്കെ ഒന്നുതന്നെ!

ഒന്നും രണ്ടും സന്തതികൾ യൗവനാരംഭത്തിൽ മരണമടഞ്ഞപ്പോൾ അച്ഛൻ ദുഃഖിച്ചു.

അവരുടെ ആത്തേന്മാരു രണ്ടും എൺപതായിട്ടും ചാവാതെ നിത്യദാരിദ്ര്യമനുഭവിക്കുമ്പോൾ മകനും ദുഃഖിച്ചു.

ദുഃഖംതന്നെ!

രണ്ടും ദുഃഖം.

മരിച്ചാലും ദുഃഖം. മരിച്ചില്ലെങ്കിലും ദുഃഖം. എങ്ങനെയായാലും ജന്മം ദുഃഖകാരണമാകുന്നു. ജന്മകാരണമറിഞ്ഞാൽ ദുഃഖവും സുഖമാകുന്നു.

ഇത്തിരി സമയത്തിന്റെ കഥ. കാലസ്വഭാവം. അഥവാ മനുഷ്യസ്വഭാവം. പ്രകൃതി. ജനിമൃതികളിലൂടെയുള്ള അമൃതത്വയാത്ര. അതിന്റെ തീരാത്ത പരീക്ഷണങ്ങൾ. അവയുടെ നോവ്!

ദുഃഖം ഹേതുവാകുന്നു. അപ്പോൾ ഈശ്വരചിന്ത വരുന്നു. വേദാന്തചിന്ത തുടരുന്നു. ഒപ്പം ദുഃഖഹേതുവെന്തെന്നു വെളിവാകുന്നു. എന്നാൽ, ദുഃഖഹേതു ദാരിദ്ര്യമാകുമ്പോൾ കാര്യം മാറുന്നു. കാരണത്തിനനുസരിച്ചു കാര്യം മാറുന്നു. ദാരിദ്ര്യമല്ല. പട്ടിണി. മുഴുത്ത പട്ടിണി. അപ്പോൾ ചെറ്റത്തം തുടങ്ങുന്നു. പട്ടിണിയാൽ ചേട്ടാഭഗവതി സന്തുഷ്ടയാവുന്നു. അശ്രീകരങ്ങൾ തോന്നുന്നു. ചെറ്റത്തം കാട്ടുന്നു.

വയറ്റിപ്പെഴപ്പ്.

വയറെന്ന അവയവത്തിന്റെ ദുശ്ശീലം.

വിശപ്പിന്റെ ഊക്ക്!

ഈശ്വരാ!

ഈ കീജാതിക്ക് വല്ല വൃത്തീം വെടുപ്പുണ്ടോ? കുറ്റല്ല അയിത്തം വേണംന്ന് വെച്ചത്.

ഇപ്പൊ തന്നെ കണ്ടാലും കുളിക്കണം.

മൊളി പൊന്തി. മുക്കിമുക്കി നിറംമങ്ങിയ മുണ്ട് വെളുപ്പിക്കാനാവാതെ മുഷിഞ്ഞു. ചോന്നു. പട്ടിണികിടന്നു മെലിഞ്ഞു. വയറുന്തി. സദാ ആർത്തി പൂണ്ട് ഉമിനീരിറക്കി.

അസൂയ കൂടിക്കൂടിവന്നു. പരദൂഷണം.

പട്ടിണി.

ദാരിദ്ര്യംതന്നെ.

സ്നേഹം വറ്റിവരണ്ടു.

എന്താ ഒരു കണക്കൂല്യേ? എത്രാ അവറ്റയ്ക്ക് വളമ്പണേ.

പൗത്രർ, പുത്രപുത്രീസന്താനം. അവരുടെ കിണ്ണം നിറഞ്ഞുകണ്ടപ്പോൾ ദേഷ്യം തോന്നി.

എന്താ അച്ഛന്.

എന്താ. കാണാൻല്യേ. ഒക്കെ ആർത്തിപിടിച്ചു വാരിവലിച്ചു തിന്നും. വയറ്റീല്യ. ന്ന്ട്ട് ഓരോരോ സൂക്കേടും. തിന്നുമ്പൊ മനസ്സിരുത്തണം. കുട്ട്യോൾക്കറീല്യാച്ചാ വല്യോർക്കറീണം. ഒരു കൈയും കണക്കൂല്യാന്റെ. എന്താ ദിനൊക്കെ അർത്ഥം? വളമ്പണോർക്കൂല്യ ഉണ്ണണോർക്കൂല്യ ഒരന്തം. പിന്നെങ്ങനാ നേര്യാവാ. അശ്രീകരങ്ങള്. ആയായീ.

ജാതവേദൻ നമ്പൂരി പ്രസംഗം നിറുത്താതായി. ഒരു കാര്യം ചെയ്യാ. അച്ഛന്റെ ഒപ്പം കുട്ട്യോളെ ഇരുത്തണ്ട. അതാ ഭേദം.

ഉണ്ണി പോംവഴിക്കായി തപ്പിത്തിരഞ്ഞു.

എവട്യാ ഉണ്ണീ. വിളിക്കാ. എല്ലാവരേം വിളിക്ക്യാ. ഒറ്റക്ക്ങ്ങനെ ഉണ്ണാൻ ഒരു സുഖോംല്യ.

ഇപ്പൊ ഒറ്റക്കേ വയ്ക്കൂ.

ഒന്നും ആരടേം കുറ്റല്ല.

കാലം.

കാലത്തിനൊരു കുറ്റോ. ശിവശിവ! കാലാതീതകാലം മുഴുവൻ, ഇക്കാല മത്രയും കടുകിടെ തെറ്റാതെ നിത്യനിരന്തരാവർത്തനമായ കാലത്തിനെന്തു കുറ്റം. തീയിനു ചൂടും മഞ്ഞിനു തണുപ്പും അന്നുമിന്നും ഒപ്പം. രാപ്പകലുകൾ വന്നുപോകുന്നു. ഉദയാസ്തമയങ്ങൾ തെറ്റുന്നില്ല. എന്നിട്ടും കാലത്തിനെ പഴിക്കുന്നു.

പിന്നാരെ പഴിക്കാൻ?

സ്വയം.

വയ്യ!

ആത്മനിന്ദയോളം വലിയ പാപമില്ല. സ്വയം കുറ്റംചാർത്താൻ തുടങ്ങി യാൽ പിന്നെ കുത്തിയിരുന്നു കരയാനേ പറ്റൂ.

അതു വയ്യ.

അഥവാ എന്തു കുറ്റം. ദാരിദ്ര്യം പല ചിന്തകൾ നൽകുന്നു.

സമസ്തം അസൂയയിൽ ചെന്നെത്തി നിൽക്കുന്നു. പട്ടിണി പാപമല്ല. അതിൽ നിന്നുണ്ടാകുന്ന ചെറ്റത്തമാണു പാപം. കുട്ടികൾ ഉണ്ണുന്നതുതന്നെ കാണാൻ വയ്യ!

ചത്താമതി!

ന്നാൽപിന്നെ ഈ ദുരിതം കാണണ്ടലോ.

ആർക്കറിയാം.

പരലോകങ്ങളിൽ.

ഇല്ല്യ.

ചത്താ ദഹിപ്പിക്കും. ചിതകൂട്ടി കത്തിക്കും. പിന്നെ, ത്തിരി ചാരംമാത്രം. പരലോകത്തേക്കെത്താൻ വയറുണ്ടാവില്ല.

ഭാഗ്യം!

മഹാഭാഗ്യം!

വയറില്ലെങ്കിൽ പട്ടിണീല്ല.

## മൂന്ന്

**ഞാ**നും ഊരാണ്മക്കാരിൽ ഒരാളാണ്. എനിക്കുണ്ടവകാശം. നിങ്ങളു മാത്രം ഒരു കാര്യങ്കട് തീരുമാനിക്കാച്ചാ എന്താതിന്റെർത്ഥം? കൈയൂക്ക്ണ്ട്ച്ച്ട്ട് എന്തും കാട്ടാംന്നൊ! ഇപ്പൊ എന്നെ ശാന്തീന്ന് ഒഴിവാക്കണം. അല്ലേ? എനി ഊരാണ്മസ്ഥാനോം കളേണം. ദ്നൊക്കെ എന്താ വേണ്ടേന്ന്ണ്ട്. അഹമ്മതി! ഓരോരുത്തര്ടെ ഓരോരോ ദേ.

ദേവസ്വം പത്തായപ്പുരയിൽ നല്ലേടം ജാതവേദൻനമ്പൂതിരി ശുണ്ഠി കടിച്ച് കീഴുമേലും തെന്മടലും നടന്നു. വാശിപിടിച്ച് ജനലഴികൾ തൊട്ടു. തട്ടിന്റെ തുലാങ്ങൾ തട്ടി ശബ്ദമുണ്ടാക്കി.

നമ്പൂരി ഇങ്ങനെ ക്ഷോഭിച്ചിട്ട് കാര്യംല്യ. നാട്ടാരടെ പരാതി.

ഒരൂരാണ്മക്കാരൻ നാവനക്കി.

പരാതി! ആർക്കാ പരാതി? എന്താ പരാതി? ഒരു പരാതീം ഇല്യ. പരാതി നിങ്ങക്കാ. എനിക്ക് ഒരു സഹായാവൂലോ. അതിന്റെ അസൂയ. ഞാനെ ങ്ങനേങ്കിലും ത്തിരിയൊന്ന് രക്ഷപ്പെടൂലോ. ഇപ്പൊ ഇത്തിരി കാലക്കേടോണ്ട് കിഴിഞ്ഞു. അപ്പൊ നിങ്ങടെ അടീം കാലും പിടിക്കാറായി. താന്നൂന്ന് കണ്ടപ്പൊ തൊടങ്ങി നിങ്ങടെ ഊറ്റം. ഒരു മുപ്പതുകൊല്ലം മുമ്പാ വേണ്ടീർന്നു. ആരാ ന്നോട് പരാതി പറയാൻ?

ആരൂല്യ. സദസ്സ് സമ്മതിച്ചു.

പക്ഷേ, അന്ന് നല്ലേടം ഇങ്ങനെ ചെറ്റത്തം കാട്ടൂല്യ.

ചെറ്റത്തം! എന്താ ഹേ ചെറ്റത്തം. ങ്ഹാ...ങാ....ങും....

ജാതവേദൻ നമ്പൂതിരി വാക്കു തപ്പി. കണ്ണു തുറിച്ചു. ചുണ്ടു വിറച്ചു. അക്ഷരം ഒളിച്ചു.

വഴിപാട്കാര് ആക്ഷേപം ബോധിപ്പിച്ചാൽ അവരു പറേണതും കാര്യല്ലേ. നന്നെ മോഹിച്ച് ഒരു വഴിപാടു കഴിക്ക്യാ. അപ്പൊ വഴിപാടൂല്യ, ശകാരംണ്ടേന്നും ന്ന്ച്ചാലോ? പായസം വയ്ക്കാൻ കൊണ്ടന്നാ നാളികേരോം ശർക്കരേം പകുതീലധികം ഇടുക്കും. വിളക്കു വയ്ക്കാൻ കൊണ്ടുവന്ന എണ്ണ മുഴ്വോൻ. ഞാൻ പറഞ്ഞില്ലേ. ഇതൊക്കെ കേപ്പിക്കാൻ നന്നോ. ഇച്ചാതപ്പൻ തന്നെ ഒന്നു നിരീച്ചു നോക്കൂ.

പ്രായം ചെന്ന ഒരു നമ്പൂരി ദുഃഖിച്ചു.

നല്ലേടത്തിന്റെ അച്ഛൻ ഇത്തിരിനാൾ ശാന്തിചെയ്തു. ഒരു വഴിപാട് മാതിരി. അന്നും ശാന്തിക്കാര്ണ്ട്. ന്ന്ട്ടും രണ്ടുനേരം അദ്ദേഹം ശാന്തി ചെയ്തു. അന്ന് അമ്പലത്തിൽ വാകപ്പൊടി സൂക്ഷിക്കും. ന്ന്ട്ട് വെടുപ്പായി കൈയും കാലും കഴുകിയേ ഇല്ലത്തേക്കു മടങ്ങൂ. പൂജക്കിടയ്ക്ക്, വിളക്കിലെ തിരി നീട്ടുമ്പോൾ അറിയാതെങ്ങാനും ത്തിരി എണ്ണ കൈയിൽ പറ്റിയാലോ. അത് ദേവസ്വം അപഹരണമാവില്ലേ. ഈശ്വരന്മാരുടെ മൊതല് തരാക്കലാ വില്ലെ. അതിന്റെ പാപം. വയ്യ. അതും പോരാഞ്ഞ് ഇടയ്ക്കിടെ ദീപസ്തംഭം തെളീച്ചു. അന്നങ്ങനായിരുന്നു. ഇപ്പൊ.... അച്ഛന്റെ ശാന്തി ഓർമേല്യേ.

അച്ഛന്റെ ശാന്തീം അടീരീടെ ശാന്തീം ഓർമേണ്ട്. അടീരി മറ്റേ ഊരാള നാണ്. നല്ലേടത്തിനോട് ഇത്തിരി വെച്ചരശ്. നല്ലേടം ശാന്തി ചെയ്തു പോയാൽ പുണ്യാഹം ചെയ്തു ശുദ്ധിയാക്കി വീണ്ടും ശാന്തി ചെയ്യും. അന്നേ അച്ഛമ്പൂരിയെ അടീരി ക്കിഷ്ടല്ല. ശുദ്ധാശുദ്ധങ്ങളുടെ നിഷ്കർഷ. പാപ പുണ്യങ്ങളുടെ ഭയം. സ്വകർമ നിഷ്ഠ.

അതൊക്കെ.

അതോ സമ്പത്തിന്റെ ഊക്കോ. പണത്തിന്റെ പ്രതാപം. അടീരീടെ ഇല്ല ക്കാരോ നമ്പൂരിപ്പാടിന്റെ ഇല്ലക്കാരോ മീതേന്ന് ഒരച്ചു നോക്കന്നെ. സ്പർദ്ധ. പോര്. പന്തീരായിരം പാട്ടോം മലവാരോം കൈവശം കൃഷീം ഒക്കെ തെകഞ്ഞ കാലത്തിന്റെ ധാർഷ്ട്യം.

ഏതു ധാർഷ്ട്യോം പ്രകൃതി സഹിക്കില്ല. മഹാലക്ഷ്മിയുടെ കട ക്കണ്ണേറ്. നിമിഷനേരത്തെ മഹാമായ. മോഹാന്ധനാക്കി തീരാദുഃഖിത നാക്കുന്ന വിശ്വ വശീകരണക്രിയ. അതറിയാതെ അഹംഭാവം നിമിത്തം ഉദ്ധതനായാൽ സാക്ഷാൽ വിഷ്ണുവൊഴിച്ച് അന്യമൂർത്തിമാരെക്കൂടി കടാക്ഷിക്കാത്ത ശ്രീഭഗവതി തന്നിലനുരക്തയാണെന്നു ധരിക്കുന്ന മൂഢത്വം. നിമിഷാർദ്ധത്തിന്റെ തേജോപ്രസരം.

കണ്ണു മഞ്ഞളിക്കും.

ന്താ ഇച്ചാതപ്പൻ നിരീക്കണേ?

ഞാനെന്താ നിരീക്ക്യാ. നിങ്ങളെ നിരീക്കാൻ. നിങ്ങക്കിപ്പൊ എന്നെ ഒഴിവാക്കണം. അല്ലേ? അതല്ലേ ആവശ്യം. അതിന് ഒരൂട്ടം കാരണങ്ങളും.

ജാതവേദൻ നമ്പൂതിരി തണുത്തു. സ്വപൂർവകഥ രക്തസമ്മർദം കുറച്ചു.

നമ്പൂരീ, ഞങ്ങക്കാർക്കും നമ്പൂര്യോട് വിദ്വേഷംല്യ. ണ്ടാവണ്ട കാരണോംല്യ. ന്നല്ല, സ്നേഹംണ്ടേനും. ന്നട്ടല്ലെ, ആ എമ്പ്രാന്തിര്യേ ഒരാവശ്യോംല്യാണ്ടെ ഒഴിവാക്ക്യേ?

എന്തിനാ, നമ്പൂരിക്ക് ഒരു വരുമാനാവൂലോ. ത്തിരി ചീത്ത കാലാണ്. ന്നാൽ ഒരു സഹായാവൂലോ നിരീച്ചു. പ്പൊ കുറ്റം ഞങ്ങൾക്കും അല്ലേ. നന്നായി!

കുറ്റപ്പെടുത്താ നിരീക്കണ്ട. ആരാ ഈ പരാതിക്കാര്. വല്ല ഊരും പേരുണ്ടോ. രേഖേണ്ടോ. ഞാൻ നാളികേരമുറി തരാക്കി. വെളക്കെണ്ണ ഇല്ലത്തേക്കു കടത്തി, അരീം അരിക്കാടീം കൊണ്ടോണൂ, ഇതൊക്കെല്ലേ പരാതി. ഇതൊക്കെ നെങ്ങള് ണ്ടാക്കണ പരാതികളാ. യ്ക്ക് നിശ്ശംണ്ട്. ഞാൻ നന്നാവണ കാണ വയ്യ. ഞാൻ നന്നായാ നെങ്ങടെ മുഷ്ക് നടക്കില്ല. എന്റെ നല്ല കാലത്തൊട്ട് നടന്നിട്ടൂല്യ. ഞാനൊന്ന് നിരീച്ച നടത്തീണ്ട്. അതൊക്കെ നെങ്ങക്കും അറ്യാം. ഇപ്പൊത്തിരി ക്ഷീണിച്ചു. അപ്പോ തൊടങ്ങി മേക്കട്ടു കേറ്റം. ശിവ ശിവ!

ഇച്ചാതപ്പൻ കിതച്ചു. രക്തസമ്മർദ്ദം വീണ്ടും വർദ്ധിച്ചു.

വെറുതെ ഓരോന്നു പറഞ്ഞു പറഞ്ഞ് അധികാക്കണ്ട. പറഞ്ഞു പറഞ്ഞോറാ. അളന്നളന്ന് കൊറ്യാ, ന്നല്ലെ. അങ്ങനെ പറഞ്ഞുപറഞ്ഞ് ഏറ്റണ്ട, നമ്മള് തമ്മിത്തല്ലണത് ഏതായാലും നന്നല്ല. ഞാനൊരു കാര്യം പറയാം. ഇച്ചാതപ്പന് സമ്മതാച്ചാ കേക്കാ.

യ്ക്ക് സമ്മതല്ല.

ഇച്ചാതപ്പൻ ഉറപ്പിച്ചു. മദ്ധ്യസ്ഥതയ്ക്കൊരുങ്ങിയ വൃദ്ധൻ ജാള്യതയോടെ സദസ്സു നോക്കി തുടർന്നു.

ഇച്ചാതക്ക് സമ്മതല്ലാന്നു പറയാൻ ഞാനെന്താ പറേണത്ന്നറ്യേണ്ടേ!

വേണ്ട. യ്ക്കറ്യേണ്ട. കേക്കാന്റേന്നെ യ്ക്കതറീം ചെയ്യാം; വേണംച്ചാൽ നിങ്ങളൊക്കെ പഴേ അടീരീടെ സെറ്റല്ലേ. എന്താ പറയാന്ന് യ്ക്കറിയാം. നീ എന്തു പറഞ്ഞാലും യ്ക്ക് സമ്മതല്ലേനും. ഞാൻ ഇബ്ട്ത്തെ ശാന്തിക്കാരൻ മാത്രമല്ല. അതു ധരിക്കണം. ഞാനും ഊരാണ്മക്കാരനാ. യ്ക്കൂണ്ട് ഒരൂട്ടം അധികാരം. അത് കാട്ടിത്തരേം ചെയ്യാം.

ജാതവേദൻ നമ്പൂതിരി കണ്ണു തുറിച്ചു. ശബ്ദം ഇടറി.

അതൊക്കെക്കണ്ടു. ദേവസ്വംപറമ്പിലെ ആ ആല് മുറിച്ചില്ല്യേ. ഇപ്പൊ, നടയ്ക്കലെ പ്ലാവിന്റെ അനുഭവം എടുക്ക്ണില്ല്യേ. ദൊന്നും അറീണില്ല്യാ നിരീക്കണ്ട. കാണാഞ്ഞിട്ടൂല്ല. സാരംല്യാ, സാരംല്യാന്ന് നിരീയ്ക്ക്യാ. കീഴ്ക്കടെ നടന്നത് മറക്കരുതലൊ. നമ്പൂരീടെ ഇല്ലക്കാരായിട്ട് ശ്ശി മേന്മ ഈ ദേവസ്വത്തിനുണ്ടായിട്ടുണ്ട്. അതും മറക്കരുതലൊ.

അതോർമേണ്ട്. ല്യേ.

ജാതവേദൻ നമ്പൂതിരി ചുണ്ടുകോട്ടി.

എനി, ന്റെല്ലക്കാര് പണ്ടും ഇങ്ങനേന്ന്യാന്ന് പറേല്യലോ. ശ്ശി ഭേദം!

ശ്ശി മാറ്റൊന്നൂല്യ.

ഒരു ചെറുപ്പക്കാരൻ ഒന്നു മൂച്ചുകൂട്ടി.

മിണ്ടാണ്ടിരിക്കൂ.

വൃദ്ധൻ ഇടപെട്ടു.

വെറുതെ ഇച്ചാതപ്പനെ ഹാലിളക്കണോ. ഒരൂട്ടം കാലദോഷംകൊണ്ടുള്ള ക്ഷീണാന്ന് കണ്ടറീണം. അതാ ഭംഗി. ന്ന്ട്ട് ഇച്ചാതപ്പൻ ഞാൻ പറേണത് കേക്കോ.

ന്താ കേക്കാന്റിരിക്കാൻ. ന്റെ ചെവി പൊട്ടീട്ടൊന്നൂല്യ.

ഇച്ചാതപ്പന് ഇന്നെന്താ. എന്തു പറഞ്ഞാലും ഇഷ്ടാവില്യ. ന്നാലും പറയാണ്ടെ പറ്റില്യല്ലോ. അതോണ്ട് പറയാന്നു കൂട്ട്യാ മതി. ഒന്നൂല്യങ്കി നമ്മള് ഏതാണ്ട് സമപ്രായക്കാരും ആണലൊ. അതോണ്ടാ ഞാൻതന്നെ വന്നെ. കുട്ട്യോളാവുമ്പോ തന്റെ മുൻശുണ്ഠിക്ക് മിണ്ടാതിരുന്നൂന്ന് വരില്യ. യ്ക്ക് അറിയാലോ.

ന്താച്ചാ പറയാ.

അലോഹ്യം തോന്നര്ത്. നമ്പൂരീന്നെ എനീം ശാന്തി തൊടർന്നോളൂ. പക്ഷേ, ഒരു കാര്യം. വഴിപാടുകാരെ മുഷിപ്പിക്കരുത്!

ന്ന്ച്ചാലോ. അവരടെ മുമ്പില് പഞ്ചപുച്ഛം അടക്കി നിക്കണോ?

ഒന്നും വേണ്ട. അവരുടെ മൊതല് മോഷ്ടിക്കരുത്ന്ന്.

ചെറുപ്പക്കാരന്റെ ക്ഷമയറ്റു.

മോട്ടിക്കേ! താനാവും മോട്ടിക്കണേ!

ഒരൂട്ടം...ണ്ടേ. ദാ. ദാ... ങ്ഹാ!

ജാതവേദൻ നമ്പൂതിരി നിന്ന നില്പിൽ പൂക്കുറ്റി കത്തി.

ത്ര ശുണ്ഠീടുക്കൊന്നും വേണ്ട. പ്പൊ അമ്പലത്ത്ന്നല്ലേ വരണേ. ആ സഞ്ചി ഒന്നു നോക്കട്ടെ.

സഞ്ച്യോ! ഹെന്റ്യോ! ഹതു ഥൊട്ടാ ഖാര്യം മാറും... ങ് ങ് ഹാഹാ...ങാ...

ജാതവേദൻ നമ്പൂതിരിക്കു ശ്വാസം മുട്ടി. ചുമര് ചാരി താഴത്തിരുന്നു.

തോന്ന്യാസം പറയാണ്ടെ മിണ്ടാതിരിക്കാൻ പറഞ്ഞില്ലെ തന്നോട്. ഈ ചെറുപ്പക്കാരെ കൊണ്ടന്നാ തോറ്റു. ഒന്നൂല്യ ഇച്ചാതപ്പൻ. അയാൾക്കന്തം ല്യാന്റെ...

ഒന്നൂല്ല. നാലാളടെ മുമ്പില് എന്നെ അപമാനിക്കാൻ പറഞ്ഞതല്ലേ? യ്ക്ക് നിശ്ശംണ്ട്. നിങ്ങക്കെന്നെ അപമാനിക്കണം. അതിന് കളൊരുക്കീതാണ്. ഹല്ലേ? ത്ര വേണ്ടീർന്നില്ല! ഞാനും ഒരൂരാണ്മക്കാരനാ. ഇപ്പൊ നിങ്ങടെ ത്ര കഴിവില്ലാച്ചാലും ഞാനും ഒരു നല്ല തറവാട്ടില്ന്ന്യാ ജനിച്ചേ. ഇപ്പോ.... ഇപ്പോ...

നമ്പൂരീടെ കണ്ണീറനായി. സദസ്സ് സ്തംഭിച്ചു. ആരും ഇത്രയ്ക്കു നിരീച്ചില്ല.

ഇച്ചാതപ്പന് അസ്ഖിതാവണംച്ച് പറഞ്ഞതല്ല. അയാളടെ അന്തല്യായ. ഡോ താൻ പൊക്കോളാ. ഇത് ഞങ്ങള് സംസാരിച്ചോളാം.

ആവശ്യത്തിലധികം പറഞ്ഞുപോയ കുറ്റബോധത്താൽ ചെറുപ്പക്കാരനും നീറിപ്പുകഞ്ഞു. കണ്ണു കലങ്ങി. ഒരു ആശ്വാസമെന്നോണം സർവസമ്മതനായ കൂട്ടൂരാ ണ്മക്കാരനെ നോക്കി.

സാരംല്യ. ഒക്കെ അങ്കടും ഇങ്കടും മറക്കാ – വൃദ്ധൻ ആശ്വസിപ്പിച്ചു.

ഞാനാ മറക്കാ. യ്ക്കും വയസ്സായി. ഒന്നൂല്യങ്കി അതെങ്കിലും നിരീക്കണ്ടെ. ന്തായാലും നാളെത്തൊട്ട് ഞാൻ ശാന്തിക്കു വരണില്യ. യ്ക്ക് ഊരാണ്മസ്ഥാനോം വേണ്ട. ന്നാ നിങ്ങക്ക് തൃപ്ത്യാവൂലോ. എനീപ്പൊ എന്താ

എന്നെ ദ്രോഹിക്കാൻ വഴീന്നാവും വിചാരം. ഒന്ന് നിരീച്ചോളൂണ്ടു. ഇന്ന് യ്ക്കാണ് ചീത്തക്കാലം. ഈ കാലം നിങ്ങക്കും വരില്യാന്നില്ല. ദാരിദ്ര്യം ഒരാൾക്കേ വരാവൂന്ന്ണ്ടോ. യ്ക്ക് തോന്ന്മ്പോ, ദാ, യാളടെ വല്യമ്മ ഇല്ലത്ത് തേവാരത്തിന് നിക്കാ. ശമ്പളത്തിന്. അറിയോ. ഇപ്പൊയാള്—

അന്ന് നമ്പൂരീടെ ഇല്ലക്കാര് ആ അമ്മേ നസ്യം പറഞ്ഞു പറഞ്ഞ് ശ്ശി കരേപ്പിച്ചിട്ടൂണ്ട്.

ചെറുപ്പക്കാരൻ വീണ്ടുമുണർന്നു.

പഴെ കാര്യങ്ങള് ഓരോന്ന് നുള്ളിപ്പറക്കി എനീം ശണ്ഠേണ്ടാക്കണോ. കഴിഞ്ഞതു കഴിഞ്ഞു. നി പ്പോ എന്താച്ചാ ഞാൻ പറയാം. ഇച്ചാതപ്പൻ ശാന്തിക്കു വരണ്ട. മഹൻ വന്നോട്ടെ. ന്നാ ശ്ശി മാറ്റംണ്ട്.

ഉം ന്താ മാറ്റം? എന്നെ ശകാരിച്ച് മത്യായി. നി മഹനേം ശകാരിക്കാം ച്ച്ട്ടാ അല്ലേ? ഞങ്ങള് രണ്ടാളും വര്ണില്യാച്ചാലോ. നിങ്ങള് ഊരാണ്മക്കാർക്ക് എല്ലാർക്കും തോന്നീത് പറയാം. കേക്കാൻ ഒരാളും. അല്ലേ? ഇപ്പോത്തന്നെ ഇയാളെന്തൊക്ക്യാ പറഞ്ഞേ. കള്ളൻന്ന്വരെ പറഞ്ഞില്ലേ? വയസ്സ് എഴുപ ത്തഞ്ചായി. ഇതേവരെ ഇങ്ങനെ ഒന്നു കേക്കേണ്ടി വന്നില്ല. ഇപ്പൊ, ദും. ഇനി എന്റെ മഹനും കേട്ടോട്ടെ, അല്ലെ? ശകാരം കേക്കാനും പണീട്ക്കാനും ഞങ്ങള്. ദ് നി പറ്റില്യ.

ജാതവേദൻ നമ്പൂതിരി മടിക്കുത്തിൽ തപ്പിനോക്കി. ഉണ്ട്. ഇരിക്ക്ണ്ണ്ട്. ഒരുറുപ്പിക കൊടുത്തു മേടിച്ച ടിക്കറ്റ്. പീഠത്തിന്മേവച്ചു പൂജിച്ചു. ഒന്നാം സമ്മാനം അഞ്ചു ലക്ഷം ക.യാണ്. ആ കാക്കാലത്തി കൈയ് നോക്കി പറഞ്ഞിട്ടുണ്ട്. കിട്ടാണ്ടിരിക്കില്ല. കിട്ട്യാൽ അപ്പൊ കാണാം ഇബരുടെ ഊറ്റം? ഒക്കെ നാലരക്കാശിന്റെ തള്ളിച്ചയല്ലെ, ഈശ്വരാ ഇതെങ്കിലും കിട്ടണേ.

നമ്പൂരി ആലോചിച്ചു പറഞ്ഞാമതി. ആലോചിക്കാൻ ഒന്നൂല്യ. ന്താ ആലോചിക്കണെ. നിങ്ങടെ നസ്യം എനീം വേണന്നോ. എനീം ചീത്തത്തം കേക്കണോന്നോ. എന്താ ആലോചിക്കണേ. അനവധി ആലോചിച്ചിട്ടാ ഇതിനു പുറപ്പെട്ടേ. എന്താചെയ്കാ. വയസ്സ് എഴുപത്തിയഞ്ചായി. പട്ടിണി കെടന്ന് ശീലിച്ചിട്ടൂല്യ. പണി ഒന്നും അറിയൂല്യ. ആകെ വെശം ള്ളത് പൂജ്യാ. ന്നാ അതായിലോന്ന് നിരീച്ചു. നിപ്പോ ഒന്നും ആലോചിക്ക്യാൻല്യ.

വാശിപിടിക്കെണ്ട. പ്പൊ എന്തായാലും പൊക്കോളൂ. നേരം ശ്ശി ആയീലോ. ശാന്തി കഴിഞ്ഞ് നേരെ ങ്കട് പോരല്ലേ? കാപ്പീന്നേ കഴിഞ്ഞ്ണ്ടാവില്യ.

കഴിഞ്ഞേക്ക്ണൂ.

ആരോടാ പറയാ. കാപ്പീം പലഹാരോം കഴിഞ്ഞിട്ട് രണ്ടു മൂന്നു കൊല്ലായി. വല്ലപ്പഴും ഒരു വെള്ളംണ്ടാവും. ഒരു വാട്ട വെള്ളം.

ജാതവേദൻ നമ്പൂതിരി വഴിവരമ്പത്തിറങ്ങി.

സഞ്ചിക്ക് നല്ല ഭാരംണ്ട്. ഒരുമുറി തേങ്ങേം, ത്തിരി അരീം. അതിനി ത്രയ്ക്കു ഭാരോ? സാധനത്തിന്റെ ഭാരാവില്യ. അരുതാത്തത് ചെയ്യണേന്റെ ഭാരാവും. ഇരുനാഴി അരീണ്ടായാ എന്താ ആവാ. പതിനേഴു വയറാണ്. കഞ്ഞി എത്ര നീട്ടിയാലും - ഏട്ടന്മാരുടെ ആത്തേമ്മാര് - അവർക്ക് മനസ്സി ലാവില്ല.

ന്നെന്താ കഞ്ഞിക്ക്. ഒരിക്കലാ. ന്നാലും ഈ ഉച്ചയ്ക്കന്നെ. അതും ഒരു വറ്റൂല്യാണ്ടെ.

എന്താ പറയാ.

യ്ക്ക് ഒന്നും തിരീണില്യാന്റെ തേവരേ. അരി കഴിഞ്ഞാ നമ്പൂരാരോട് പറേണ്ടേ കുത്തിച്ചുകൊണ്ടരാൻ. പെണ്ണുങ്ങളാച്ചാ അതൂല്യ.

ശിവ ശിവ!

ന്റെ പെരുംതൃക്കോവിലപ്പാ!

ഉണ്ണീ, അച്ഛനോടു പറഞ്ഞില്ലെ. അരി കഴിഞ്ഞൂന്ന്. തേതിക്കൊന്ന് പറയാൻ ന്നില്യെ.

യ്ക്ക് വയ്യാന്റ്യാ. ഉണ്ണീ. ത്തിരി ചോറു തരാൻ പറയൂ. ഒരു നേരായാലും മതി. ത്തിരി മോരുകൂട്ടി ഉണ്ണാൻ.

ഹമ്മേ!

ഞാനെന്താ ചെയ്യാ – ഉണ്ണീ.

തേതീ ഒന്നു പറയൂ.

ഈശ്വരാ!

നൂറുപറ അരിവെച്ച സദ്യായിരുന്നു. നാലു ദിവസത്തെ. അച്ഛന്റെ നിർബന്ധം. കൊണ്ടുവന്നു വേക്കേ. അന്ന് അകത്തക്ക് പതിനഞ്ചു തികഞ്ഞിട്ടില്ല. കഴുത്തും കൈയും നിറച്ചു പണ്ടം.

പച്ച ഞരമ്പു പിടഞ്ഞ് നീരുകെട്ടി വിളർത്ത മുഖം തൂങ്ങി, പളങ്ക്വയറ് മിന്നി, കഷ്ടിച്ച് ഒരൊറ്റത്താലി ചരടിൽ കുടുക്കി.

ഒക്കെ അച്ഛന്റെ തോന്ന്യാസാ—

ആവേരിക്കും. ഇപ്പൊ തോന്ന്ണ്ട്, ഒരു രണ്ടു മുറി പറമ്പെങ്കിലും കൈവശം തരാക്കിയിരുന്നെങ്കിൽ, പടിക്കല് പത്തു പറക്കണ്ടമെങ്കിലും.

ഉണ്ണീ അച്ഛനേ ങ്ങനെ പറ്യേ?

അമ്മയ്ക്കെന്താ. ഞാൻ പറേന്നത് ശര്യല്ലേ.

അല്ല. ഉണ്ണീ! നിങ്ങളൊക്കെ പട്ടിണീടണംച്ച്ട്ട് അച്ഛൻ ഇതൊന്നും നശിപ്പിച്ചതല്ല.

ഇപ്പൊ ശാന്തിയെങ്കി ശാന്തിയെങ്കിലും ചെയ്യ്ണ്ണ്ടലൊ. ഉണ്ണീ, ഉണ്ണിക്കൊന്നു സഹായത്തിനു ചെല്ലരുതേ?

യ്ക്ക് വയ്യ! ശാന്ത്യേ!

തറ്റുടുത്ത്, വെള്ളം കോരി, ചന്ദനം അരച്ച്.

യ്ക്ക് വയ്യ! വയ്ക്കും ച്ചാലും ചെയ്യില്ല.

അനുഭവിക്കാള്ളത് അനുഭവിക്കണ്ടെ. ആ പ്ലാവിലെ ചക്ക്യോ ഉണ്ണീ?

ഞാനതു വിറ്റു. യ്ക്ക്ണ്ടാവില്ലെ പണത്തിനാവശ്യം.

ണ്ടാവും.

പക്ഷേ, ഓരോ ചക്ക ഓരോ നേരം തിന്നാലും കൊറെ വെശപ്പടക്കാം. അത്മ്മേ പത്തുമുപ്പതു ചക്കേണ്ടാർന്നതാ.

പടിപ്പുര വിറ്റു.

പത്തായപ്പുര വിറ്റു.

കൊളപ്പുര പൊളിച്ചു.

എനി—

പറമ്പില്ള്ളതൊക്കെ വിറ്റ് നശിപ്പിച്ചാ—

അച്ഛൻ തന്നേല്ലേ ഇക്കണ്ട മൊതലൊക്കെ നശിപ്പിച്ചേ. ഞാൻ ത്രല്ലേ കളഞ്ഞുള്ളൂ.

ഒന്നും പറേണ്ട. പറഞ്ഞാൽ ഉണ്ണീടെ ശകാരം കേക്കണം. ആത്മാവ് മുറ്യേണ വാക്കേ പറയൂ. നെലത്തു വെക്കാന്റെ നോക്കി വളർത്തി. അതിന്റെ ഫലാവേരിക്കും. പറഞ്ഞതൊക്കെ ചെയ്തു.

പാട്ടു പഠിക്കണം. യ്ക്ക് അതിലാ വാസന. സ്കൂളിൽ തോറ്റപ്പൊ പറഞ്ഞു.

ഓ. ന്നാ വാസനാച്ചാ അത് പഠിക്കാ. അതാണലൊ വേണ്ടേ.

മൂന്നാല് കൊല്ലം തൃപ്പൂണിത്തുറേം തിരോന്തരത്തും തെണ്ടിത്തിരിഞ്ഞു.

ഉണ്ണ്യീ, ദൊക്കെക്കൂടി എത്താണ്ടായി.

ഒക്കെ അച്ഛൻതന്ന്യാ കാരണം. അന്ന് ഞാനെത്ര പറഞ്ഞു മദ്രാസിൽ പോണംന്ന്. അന്ന് പിശുക്കി. അന്ന് പോയേർന്നൂച്ചാ ഇപ്പൊ ഞാനാവും ഏറ്റവും വല്യേ പിന്നണി.

വെയിലിന്റെ ഊക്ക്!

ജാതവേദൻ നമ്പൂതിരി തോർത്ത് തല മൂടിയിട്ടു.

വയ്യ. ഈ വരമ്പത്ത് ഇത്തിരി ഇരുന്നാലൊ.

അതും വയ്യ.

വേഗം ത്തിരി കഞ്ഞിവെള്ളം കഴിക്കാം. ഇല്ലത്തും ഇത്തിരി അരീ ണ്ടാവും. ന്നാ ഉച്ചയ്ക്കലത്തെ അങ്ങനെ കഴീം. വേഗം നടക്കന്നെ. അകത്ത് ഒന്നുകൂടി പറഞ്ഞുനോക്കണം. ഏട്ടന്റെ ആത്തേമ്മാരുടെ ആ ചിറ്റൊന്ന് ഊരിത്തരാൻ.

അർതാത്തതാണ്.

അവര്ക്ക് ഒന്നും കൊടുക്കാൻല്യ. രണ്ടു നേരം വയറ് നെറ്യാൻ തന്നേല്യ. ആകെ ബാക്കി കാതിലെ ചിറ്റുമാത്രം. അതും മേടിച്ചാൽ—

ഈശ്വരാ!

കൊല്ലാക്കൊല്ലം രണ്ടു ശീല മേടിച്ചു കൊടുക്കാൻതന്നെ കഴ്യാണ്ടായി.

ഓരോരോ വിധി.

ഞാൻ ന്നാ പറയാ. ഏടത്തിമാരോട് എന്താ പറയാ. ന്റെ ചിറ്റ് ഊരിത്തരാം.

ഒഴിഞ്ഞ കാത്. ഒടുക്കം ഒരു രുദ്രാക്ഷം ചരടിന്മേൽ കെട്ടി ഞാത്തി. എനി ഒന്നൂല്യ.

യ്ക്കും മോഹംണ്ടായിട്ടല്ല. ഒട്ടൂല്യ മോഹം. പക്ഷേ, എന്താ ചെയ്യാ. പട്ടിണിക്കിട്ട് കൊല്ലാൻ പറ്റ്വോ. അവനാനും വേണ്ടേ ഓരോ നേരെങ്കിലും എന്തെങ്കിലും.

ദാ, ആരാ അബടെ ഈ സഞ്ച്യങ്കട് മേടിക്ക്യാ.

ഇച്ചാതപ്പൻ ഇല്ലത്തെ പുറത്തളത്തിലേക്കു കയറി.

ന്നെന്താ കോള്. നല്ല കനംണ്ടലോ.

പൊറത്തളപ്പടിയിൽ മഹൻ ഉണ്ണിനമ്പൂതിരി ബീഡിപ്പുക ഊതിവിട്ടു. ചുണ്ടു കോട്ടി പുച്ഛിച്ചു.

എനി തന്റെ നസ്യേം കേക്കണോ. യ്ക്ക് ഒട്ടും മോഹംണ്ടായിട്ടല്ല. തനി ക്കാച്ചാ പത്തുനാൽപ്പതു വയസ്സായില്ലേ. ഒരു നേരത്തെ ശാപ്പാടിന് തന്നേ ക്കൊണ്ടെന്തെങ്കിലും തരാൻ പറ്റ്വോ. ദൊന്നും എനിക്കു മാത്രായിട്ടല്ല. ഇബടെ പത്ത് പതിനേഴ് വയറെങ്ങന്യാ കഴീണേന്നറിയോ. നാട്ടാരടെ ശകാരം കേക്കണം. ന്ന്ട്ട് ബടെ വന്നാ തന്റെ നസ്യേം.

ഈശ്വരാ!

നമ്പൂതിരിപ്പാട് തളർന്നിരുന്നു.

ഉണ്ണ്യീ!

പുറത്തളവാതിൽക്കൽ അമ്മ രംഗം മയപ്പെടുത്തുവാനെത്തി നോക്കി.

അമ്മേ, എവട്യാ അത്?

ദാ.

ന്താത്! ജാതവേദൻ നമ്പൂതിരിക്ക് ഒന്നും മനസ്സിലായില്ല. അകത്തുള്ളാൾ നീട്ടിയ പൊതി വാങ്ങി മഹൻ പോകുന്നതുമാത്രം കണ്ടു. എന്താ ഉണ്ണീ അത്?

അതറിയാണ്ടെ അച്ഛൻ വെഷമിക്കണ്ട. ദ് രണ്ട് ചിറ്റാ. വല്യമ്മമാരടെ.

ഹമ്മേ! അതും.

നല്ലെടത്ത് ജാതവേദൻ നമ്പൂതിരിപ്പാട് പുറത്തളത്തിൽ മലർന്നു കിടന്നു. പ്രാണൻ പിടഞ്ഞു. പുറത്തുപോകാൻ പഴുതന്വേഷിച്ചു രോമകൂപങ്ങളിൽ മുട്ടി. നട്ടം തിരിഞ്ഞു.

## നാല്

സന്ധ്യയുടെ മൂട്ടിൽ കുട്ടികൾ കളിച്ചു.

നല്ലേടത്തു മുറ്റത്ത് കനംതൂങ്ങുന്ന ഇരുട്ടിൽ അവർ ഇരുണ്ടു.

അക്കിരാമൻ എന്ന ഉണ്ണിയുടെ മൂന്നു കുട്ടികൾ. ഇല്ലത്തെ മുത്തച്ഛന്റെ പേരിട്ട ജാതവേദൻ എന്ന കുട്ടൻ.

അമ്മാത്തെ മുത്തച്ഛന്റെ പേരായ ശങ്കരനാരായണൻ എന്നു നാമകരണം ചെയ്ത അപ്പു.

ഇല്ലത്തെ മുത്തശ്ശി തേതിയുടെ പേരിട്ട് സുഷമ എന്നു വിളിക്കുന്ന കുട്ടി.

പിന്നെ മഹളേരുടെ അഞ്ചുണ്ണികൾ.

മൂത്ത മഹൾ തേതിയുടെ വാസുദേവൻ എന്ന വാസു.

രണ്ടാമൻ ജാതവേദൻ(അയാളുടെ അമ്മാത്തെ മുത്തശ്ശന്റെ പേര താണല്ലോ) എന്നു പേരിട്ടു വിളിക്കുന്ന അനിയൻ.

അച്ഛന്റെ പേരായ അഷ്ടമൂർത്തി എന്നു നാമകരണം ചെയ്യപ്പെട്ട കുഞ്ഞ നിയൻ.

അങ്ങനെ മൂന്നുണ്ണികൾ.

രണ്ടാമത്തെ മഹളായ ഗൗരിയുടെ ഭവദാസൻ എന്ന കുഞ്ചു.

മൂന്നാമത്തെ മഹളായ ആര്യയുടെ കുഞ്ഞുണ്ണി എന്നു വിളിച്ചുവരുന്ന കൃഷ്ണൻ.

ഇങ്ങനെ രണ്ടും മൂന്നും മഹളേർക്കുകൂടി രണ്ടുണ്ണികൾ.

മഹൻ ഉണ്ണിയുടെ മൂന്നു കുട്ടികൾ; രണ്ടുണ്ണിയും ഒരു പെണ്ണും, മഹളേ രുടെ അഞ്ചുണ്ണികളും, ആകെ എട്ട്.

ഈശ്വരാ!

എട്ടുണ്ടെങ്കിലും പെണ്ണൊന്നേയുള്ളു. ഇരിക്കണെ പറമ്പ് വിറ്റെങ്കിലും അതിനെ ആർക്കെങ്കിലും പിടിച്ചുകൊടുത്താ മതി. മറ്റോറ്റ തെണ്ടേ, തീണ്ടി ത്തിന്നേ എന്തായാലും ഒന്നൂല്യ. ഒന്നൂല്യങ്കിലും ആണാണല്ലോ – നന്നാ വാനും അതുമതി.

നന്നാവാൻ അതും വേണ്ട.

നന്നാവാൻ ഒരു മറ്യാ. കുരിപ്പുപൊങ്ങാൻ ഒരു പന്യാ.

അത്രേ വേണ്ടൂ.

നന്നാവണംന്ന് ഈശ്വരൻ നിശ്ചയിച്ചത് നന്നാവും.

ഇതും നന്നാവും.

ഏഴ് ഉണ്ണീണ്ട്.

ഏതു ചെട്ടീടെ ഹോട്ടലില് നിന്നാലും അവനാണ്ടേടം കഴിഞ്ഞ് എന്തെങ്കിലും മിച്ചണ്ടാവും. ഏഴം മനസ്സുവച്ചാ കുടുമ്മം നേര്യാവും.

ഈശ്വരാ, വലയ്ക്കരുതേ!

ഏഴം ഉണ്ണ്യേപ്പോലാവാം. കൈയി കിട്ടണത് കിട്ടണത് കൊണ്ടോയി തൊലച്ച് തോന്നീതു കാട്ടാനാ ഭാവംച്ചാൽ–

അനുഭവിക്കാള്ളോരടെ യോഗം!

ആരാവടെ. മ്മറത്ത് ഒരു വെളക്കെങ്കിലും–

പറയാനോങ്ങി കഷ്ടിച്ചു പറഞ്ഞൂന്നേയുള്ളു. ഒടുക്കത്തെ വാക്ക് ജാത വേദൻ നമ്പൂതിരി വിഴുങ്ങി. പറയാൻ പുറപ്പെട്ട് 'ആരാ അവടെ മ്മറത്ത്' എന്നു തുടങ്ങുമ്പോഴേക്കും ബുദ്ധി പ്രവർത്തിച്ചു. അകത്തു പറഞ്ഞിട്ടെന്താ കാര്യം. എണ്ണേണ്ടാവില്യ. മണ്ണെണ്ണേം ണ്ടാവില്യ. വെറുതെ വിളിച്ചുപറഞ്ഞി ട്ടെന്താ കാര്യം. ഒന്നും ആദ്യം നിരീക്കില്യ. പഴേ പ്രകൃത്യന്നെ. വെളിച്ചത്തിനു വേണ്ടത് അവിടെല്യാന്നറിയാം. ന്നാലും പറഞ്ഞു. പറഞ്ഞപ്പഴയ്ക്കും പറേണ്ടീർന്നില്ലാന്നറിഞ്ഞു. ഒരുപക്ഷേ, ആ ഗ്ലാസ്സുവിളക്കിലിത്തിരി എണ്ണേ ണ്ടാവും. അത്ട്ത്താൽ നാളെ രാവിലെ അമ്പലത്തില് എത്തേണ്ടാവില്യ. ഒന്നാമതു കൃഷ്ണപക്ഷം. മൂക്കിന്റെ പാലം പോലത്തെ വരമ്പ്. അതും മുഴ്വോൻ ഇടിഞ്ഞു പൊളിഞ്ഞേക്ക്ണൂ. ഒരു മാർഗോംല്യ. അങ്ക്ട്കടന്നു പെടണ്ടെ. കാല്വെച്ചാ വെച്ചോർത്തിരിക്കില്ല. രാവിലെ അസാദ്ധ്യ മഞ്ഞും. കാല്മ്മ്ലൊക്കെ ഉരുണ്ടുകേറും. പച്ചവെള്ളത്തില് കുളിക്കരുത്ന്ന് വൈദ്യര് വല്ലാണ്ടെ കൊണ്ടുപിടിച്ചേക്ക്ണു. എന്താ ചെയ്യാ. ഈ ശാന്തി വേണ്ടായ്ക്കാം. വേണ്ടാച്ചാ ഊണും വേണ്ടാക്കാം.

മഹൻല്യെ.

വൈദ്യരമ്പേഷിച്ചു.

ണ്ട്; ണ്ട്...ഇല്യാച്ചാ ആ ദുഃഖേ ള്ളൂ.

ഇപ്പൊ—

ആര്യാവോ ഇത്ര വേദനിപ്പിച്ചേ—

ആരേങ്കിലും നന്നെ നോവിച്ച്ണ്ടാവും. തീർച്ച. അതിന്റെ ഫലമാണ്. ഈശ്വരമ്മാര് കണ്ണടയ്ക്കാറില്ല. പക്ഷഭേദോംല്യ. കൃകൃത്യം. ചെയ്തേനു ചെയ്തേനു പാകം. മുടിനാരിഴ മാറില്ല.

എനി ഇബറ്റ നേര്യാവണം.

ജാതവേദൻ നമ്പൂതിരി ഇരുട്ടിലേക്കു മിഴിച്ചിരുന്നു.

ദാ.

ങേ! എവ്ട്ന്നെപ്പൊ ഈ വെളക്ക് തരായേ!

ജാതവേദൻ നമ്പൂതിരിപ്പാടിന്റെ ആത്തേമ്മാര് ഒരു ചിരട്ടയിൽ മെഴുകു തിരി കുത്തിനിർത്തി ഇറയത്തേക്കു വന്നു.

ആ ഉണ്ണി ന്നാള് കൊണ്ടുവന്നിട്ടതാ. ഞാനതു സൂക്ഷിച്ചു വച്ചു.

താനെന്തെങ്കിലും പറഞ്ഞാൽ അതു സാധിക്കാതെ ആത്തേമ്മാർക്കു വയ്യ. അറിയാതെ വെളക്കില്ലേന്നു ചോദിച്ചു. എവടെന്നെങ്കിലും വെളക്കെത്തിച്ചേ അതിനു തൃപ്തിയാവൂ.

കുട്ട്യോള്ങ്ങനെ ഇരുട്ടത്ത്.

അവടെ നിന്നോട്ടെ.

കളിക്കാച്ചാ കളിച്ചോട്ടെ. വേണങ്കി ഇത്തിരി നാമോം ജപിച്ചോട്ടെ. എന്തിനാ അവരെ മിറ്റെത്ത്ന്ന് വിളിച്ചുകേറ്റണേ. കേറ്റ്യാൽ ഒന്നൂല്യ

കൊടുക്കാൻ. നേരാവുമ്പൊ കിണ്ണം നെരത്ത്യാ വിളിച്ചിരുത്താം. ഒരൊറ്റ തേക്ക്.

ഇന്ന് മത്യാവോളം ണ്ടൊ മുശ്ശ്യമ്മേ.

പെരുംതൃക്കോവിലപ്പാ!

അമ്മൂന്.

മുശ്ശ്യമ്മ എന്തിനാ കരേണേ. യ്ക്ക് മത്യായെക്ക്ണൂ. ഞാൻ വെറുതെ ചോയ്ച്ചതാ—

തേവരേ!

അതിനുംകൂടി മനസ്സിലായേക്ക്ണൂ. വയസ്സഞ്ചാവണേള്ളൂ.

ന്നാലും നല്ല തന്റേടം ണ്ട്.

അത് നേര്യായിട്ട് വേണം.

ഉണ്ണ്യോള്.

ഒക്കെ യോഗം!

മൂത്തേന് എട്ടായി. രണ്ടാമത്തത് ആറു കഴിഞ്ഞു. ഒക്കെ ഒന്നൊന്നര വയസ്സിന്റെ മാറ്റേള്ളൂ.

പക്ഷേ,

ഉണ്ണ്യോൾക്ക് ഈ തന്റേടം ഇല്ല്യ. ഇപ്പഴും വാശിപിടിക്കും. ഏത്തൊലിപ്പിച്ച്... എന്താ ചെയ്യാ.

കഷ്ടിച്ചു കഴിച്ചൂട്ടാറായിച്ചാ ഒന്നിനെ പിടിച്ച് പൂണൂല് ഇടീച്ചാ അമ്പലത്തില് സഹായായേനേ.

അടുത്ത കൊല്ലാവാം.

എല്ലാവരടേം ഒരുമിച്ച്. ഒരൊറ്റ മുഹൂർത്തത്തിലന്നെ. ന്നാപ്പിന്നെ സൊല്ലേല്യലോ.

എന്നായാലും കൊറച്ചു ചെലവുണ്ട്. ഒപ്പം നടന്നാ നടന്നു. ഒരാളുടെ ക്രിയയ്ക്കു വേണ്ടോരേ വിളിക്കാം....അഞ്ചാളേം ഒരുമിച്ച് ഓനിക്കാൻ ആളു വേണ്ടേ. ഉണ്ണി കൂട്ടാക്കേരിക്കും.

താനും ഉണ്ണീം ആയാ രണ്ടായി. പിന്നെ ആരാ. മഹള്ളേരെ വേട്ടോർ വര്വോ. ആവോ....സ്വന്തം ഉണ്ണ്യോളുടെ ഓന്യല്ലൊ? വരാന്റെ പറ്റ്വോ? സ്വന്തം....! അങ്ങനെ വിചാരംണ്ട്ച്ചാ ഇങ്ങനെ വര്വോ.

ദാ, ആ മെഴുതിരിയങ്കട് നീക്കിവച്ചേക്കൂ. പൊഹ.

ഒന്ന്വല്ല. മുഖം കാണണ്ടലോ. ജാതവേദൻ നമ്പൂതിരി മെല്ലെ കണ്ണടച്ചു. ഇപ്പൊ ആരടേം മൊഖം കാണണ്ട. പ്രത്യേകിച്ചും ഇല്ലത്തുള്ളോരടെ. അവരടെ. ദാരിദ്ര്യ ശുഷ്കമായ മുഖം മനംപുരട്ടലുണ്ടാക്കുന്നു. കോണക്കുന്നമ്മാരായ അഞ്ചെട്ടെണ്ണം.

പൊന്നേലസ്സും കിങ്ങിണീം കെട്ടി. പൊന്നിൻതള.

ഒന്നും വേണ്ട.

സാമാന്യംപോലെ ഓരോ കോണെങ്കിലും ണ്ടായാ മത്യാർന്നു.

നായാടിപ്പിള്ളേരുടെ മാതിര്യാ ഇപ്പൊ. കണ്ടാ അറീല്യ. മനയ്ക്കലെ കുട്ട്യാന്ന് പറഞ്ഞറീക്കണം.

ശര്യാവും!

ബ്രാഹ്മണ്യോം നായാടിത്തോം ഒക്കെ സമ്പത്തിനെ ആശ്രയിച്ചാ ഇരിക്കണെ. ഇപ്പോ ദാ, ഇബടത്തെ ഈ കുട്ട്യോളെ ആ ലക്ഷംവീടിന്റെ മുമ്പില് കൊണ്ടാക്ക്യാ തിരിച്ചറീല്യ. ചെലപ്പൊ ഇബരാവും അവർണര്.

അറീല്യ!

ന്നാളാ വറീത് ശകാരിച്ചു.

അടേ്യൻ അറിഞ്ഞില്ല. മനയ്ക്കലെ തമ്പ്രാക്കമ്മാരാന്ന്. ആ വെട്ടൊഴീല് കനാല് വെള്ളം ചപ്ളിക്കൂട്ടാർന്നു. അപ്പൊ ഒന്നു ശാസിച്ചു.

ചോദിച്ചപ്പൊ പറഞ്ഞു.

ഒരബദ്ധം പറ്റ്യെ മാതിരി. നല്ലേടത്തുമനയ്ക്കലെ പേരക്കിടാങ്ങളെ ഒരു നസ്രാണി ശകാരിക്ക്യേ!

ശകാരിച്ചു.

അറീല്യ.

മുമ്പൊക്ക്യാച്ചാ അറീം. വേഷംകൊണ്ട്. ആഭരണംകൊണ്ട്. സുഭിക്ഷത യുടെ സവർണതകൊണ്ട്.

ഇപ്പോഴ്.

വേഷംകൊണ്ട്, നഗ്നത മറച്ച മുഷിക്കീറകൊണ്ട്, ദാരിദ്ര്യത്തിന്റെ അവർണത കൊണ്ട്.

ചെറുമക്കുട്ട്യാ നിരീച്ചു.

ന്നാലും ഭേദാർന്നു.

എനി,

തെണ്ടിക്കുട്ട്യാ നിരീക്കും.

ന്ന്ട്ടൂല്യ ഉണ്ണിക്കൊരു ഭേദം.

ആ നാല് ചിറ്റും കൂട്ട്യാ ചുരുങ്ങീത് ആയിരത്തഞ്ഞൂറ് റുപ്യ കിട്ടും.

ഈശ്വരാ!

പതിനഞ്ചു മാസത്തെ ശാന്തിരിത്തി. ഒന്നൊന്നര കൊല്ലം തൊണ്ട നന യ്ക്കാം.

ഒന്നൊന്നര മാസംകൊണ്ട് അയാളത് തർപ്പണം വയ്ക്കും.

ഒരു പട്ടുകോണെങ്കിലും ഇബറ്റ്യക്ക് മേടിച്ചു കൊടുത്താൽ.

ഭാര്യക്ക് ഒരു മുണ്ടെങ്കിലും—

അമ്മേയ്ക്ക്—

പെങ്ങമ്മാർക്ക്—

ഒന്നൂല്യ.

ആ കനാൽപാലത്തിമ്മേ—

ഈശ്വരാ.

നി എന്തൊക്കെ കാണേണ്ടിവര്വോ ആവോ!

വിളിച്ചോ?

ആത്തേമ്മാര് ഇറയത്തേക്കു തല നീട്ടി.

അവരവിടെത്തന്നെ ഇരിക്ക്യാവും. നാലിറയത്ത്. കട്ടിളകടന്ന്. അവിടെ ത്തന്നെ. എന്തെങ്കിലും ആവശ്യംണ്ടോച്ച്ട്ട്. ഒന്നൂല്യങ്കിലും ഇപ്പൊ എട യ്ക്കിടെ വിളിക്കും ന്നറിയാം. ഒരു പരിഭ്രമം. എപ്പഴും വിളിക്കും. എന്തിനാ ചോയ്ച്ചാൽ, ഒന്നിനുല്ല. വെറുതെ. ചെലപ്പൊ അന്ധാളിച്ചിരിക്കും.

ങേ ങെ! ഞാൻ വിളിച്ചോ. നല്ല ഓർമേല്യ.

പരിഭ്രമം. ആകെ വീഴാറായ നേരത്ത് ആകെയുള്ള ഒരൊറ്റ തുണ. അര നൂറ്റാണ്ടിലധികം നീണ്ട ഇണ. ഭാര്യയല്ല. അമ്മയാണ്. തന്നേക്കാൾ വയ്യാ തായി. കൂനിക്കൂടാൻ തുടങ്ങി. കൈയും കാലും വിറച്ച്, വേച്ച്. ന്നാലും, ഇപ്പഴും

വളമ്പാൻ വരും. കുനിഞ്ഞുനിന്നു വളമ്പ്മ്പൊഴയ്ക്കും വയ്യാന്റാവും. ചുമര് താങ്ങി തെല്ലിട നിക്കും.

ഇപ്പൊ ശ്ശി വളമ്പാനൊന്നൂല്യ. ന്നാലും.

നാഴി കഞ്ഞിവെള്ളായാലും—

വാട്ടെലസ്സദ്യയുടെ സംതൃപ്തി.

ഈശ്വരാ!

അത് മരിക്കുംമുമ്പു മരിക്കണേ!

ഇല്ലെങ്കിൽ—

പിന്നാരാ. ഉണ്ണി. അയാളും ആത്തേമ്മാരും മഹളേരും ഈ പൊട്ട ക്കുട്ട്യോളും—

വയ്യ.

നിരീക്കന്നെ വയ്യ.

അതിനു മുമ്പെ—

പക്ഷേ—

വേണ്ട.

അപ്പൊ അതിന്റെ കഥ എന്താവും?

വേണ്ട!

ആരും മുമ്പു മരിക്കണ്ട.

രണ്ടാളും ഒപ്പം മരിക്കണേ!

അതു മാത്രേള്ളു പ്രാർത്ഥന.

താൻ മരിച്ചാൽ—

പട്ടിണ്യേന്നാവും.

ഉണ്ണി കൊണ്ട്ന്നട്ട് അരി വെക്കേണ്ടാവില്യ. അപ്പൊ—

ന്തെ പറഞ്ഞേ.

ങേ. അതോ. ന്തായാലും ഒക്കെ കഴിഞ്ഞു. നീ ള്ളത് നശിക്കും മുമ്പു ഭാഗം വെയ്ക്കണോ നിരീക്ക്യേ.

ങേ! ഭാഗോ?

ന്താ ചെയ്യാ. മോഹംണ്ടായിട്ടല്ല. പടിപ്പെര കഴിഞ്ഞു. പത്തായപ്പെര കഴിഞ്ഞു; കൊളപ്പെരേം. ഇപ്പൊ ആത്തേമ്മാരോളടെ ചിറ്റും തരാക്കാൻ തൊടങ്ങി.

നി ള്ളതെങ്കിലും നശിക്കും മുമ്പ് -

ഥേവരേ!

നന്നെ അസ്ഖിതേണ്ട്. ഒന്നേള്ളു. അതായിട്ട് ഭാഗം വെയ്ക്കണംന്ന് വന്നാൽ ന്നാ തിരിച്ച് വെയ്ക്കാംച്ചാൽ അതിന്ള്ളതൊന്നൂല്യേനും.

നാലിറയം തേങ്ങി. ഇരുട്ടിൽ ആ തേങ്ങലുരുകുന്ന ചുടുനിശ്വാസമുയർന്നു.

ഒക്കെ വിധ്യന്നെ!

ഒന്വല്ല.

താന്തോന്നിത്തരം.

ഇബടെ ഉണ്ണാൻല്യ. അപ്പഴാ അയാളടെ പത്രാസ്. പാട്ടും പദോം. ഒരു നേരത്തെ അരി മേടിച്ചൂച്ചാ അത്ണ്ട്. ഇക്കണ്ടതൊക്കെ വിറ്റ് വെളുപ്പിച്ചില്ലേ. നി....നി.... വെട്ടോഴീല് കെടന്ന് ചാവാൻ വയ്യാന്ന്ണ്ട്. അതോണ്ട് നിരീക്ക്യേ.

ന്നാലും—

അമ്മയുടെ മനസ്സാണ്. മനസ്സല്ല വയറാണ്. പത്തു മാസം ചുമന്ന വയറാണ്. പൊക്കിൾക്കൊടി ബന്ധിച്ച് ആത്മാവ് ചുരത്തി വളർത്തിയതാണ്. ആ വയറേന്തി. അകത്തെവിടെയോ വാത്സല്യം കുഞ്ഞിക്കാലിളക്കി.

ന്നാലും—

നിയ്ക്കൂണ്ട് അസ്ഖിത. എന്താ ചെയ്യാ. ഈ മിറ്റത്ത് കണ്ടില്ലേ. ഏഴെട്ടെണ്ണം അകത്തും ആറേഴെണ്ണം. ദിന്റൊക്കെ കൈയും പിടിച്ച് ഞാൻ വഴീലെറങ്ങണോ—

നാരായണ നാരായണ.

നാലിറയത്തെവിടെയോ നാമജപം അരിച്ചു. ഏട്ടമ്മാരടെ ആത്തേമ്മാരാവും. എൺപതായി. വേട്ട നമ്പൂരീടെ ഛായെന്നെ ഓർമേണ്ടാവില്യ. കണ്ട് കൊതി തീരും മുമ്പെ മരിച്ചു. അന്ന് തെരണ്ട്തീണ്ടാരി തൊടങ്ങീട്ടന്നേല്യ. അതിനു മുമ്പു വിധവയായി. അച്ഛൻ മടീലിരുത്ത്യാണ് പിണ്ഡം വെപ്പിച്ചേന്ന് കേട്ട്ണ്ട്—

ന്ന്ട്ട്?

മറ്റൊന്നും സാധിച്ചില്യ. വിധ്യാണെന്നു സമാധാനിക്കാം. ഇപ്പൊ ഉണ്ണാനും ല്യാണ്ടായി.

എനി—

വെട്ടോഴീ കെടക്കേം വേണ്ടേരോ!

ഈശ്വരാ!

ആ അടീരീടെ ഇല്ലത്ത് ഇന്നു പെറന്നാളാ. ശ്ശി സ്വായി പോയിട്ട്. ഒന്ന് പോയാലൊ നിരീക്ക്യേ. പത്തിനാടീം കെടപ്പാണലോ. ഒന്നു കാണേം ചെയ്യാലോ.

ഉണ്ണാൻ മോഹിച്ചിട്ടാന്ന് പറഞ്ഞില്ല.

തൊണയ്ക്ക് കുട്ട്യോളെ കൂട്ട്യാലോ.

ആരെ.

എല്ലാർക്കും ഇഷ്ടാണ് വല്യേ മുശ്ശ്യമ്മയ്ക്ക് തൊണയ്ക്കു പോവാൻ.

ന്നാ മത്യാവോളം ഉണ്ണാം.

പത്തിനാടി നല്ല ക്ഷാണ്. കണ്ടാൽ നന്നെ സന്തോഷം. പറേം ചെയ്യും.

ഞാൻ ആളയയ്ക്കണംച്ച്ട്ട് ഇരിക്ക്യാർന്നു. ശ്ശ്യാള് കൂടുമ്പൊ ഒന്നു കാണാൻ മോഹം. എവടാ കുട്ട്യോള്. ദാ; പഴം മേടിച്ചോളൂട്ട്വോ. കൈയ് കാണിക്കൂ.

അഞ്ചും പത്തും കൊടുക്കും. അതും ഇല്ലത്തെത്തുംമുമ്പ് ഉണ്ണി തട്ടിപ്പറിക്കും.

ഇന്ന് അടീരീടെ ഇല്ലത്ത് പോയീർന്നു; ഇല്യേ. ഇബടെ വാ, കാണട്ടെ. എന്താ, കിട്ട്യേ?

ദ് ഞാൻ തരില്യ.

ഥരില്ല്യേ. ഥല്ലി ചന്തീമ്മെ തോലെടുക്കും ഞാൻ. കാണിയ്ക്ക്.

മഹാദേവ!

ഇങ്ങനെ വന്നൂലൊ.

ങേ?

ഒന്നൂല്യ. ആ കുട്ട്യോളെ വിളിച്ചോളൂ. ഈ മെഴുതിരീം കെട്ടു. എന്താച്ചാ ള്ളത് കഴിച്ച് കെടക്കാലൊ. ഒറക്കം ല്യ. ന്നാലും കെടക്കാലോ. കുട്ട്യോളാച്ചാ ക്ഷീണിച്ചാ ഒറങ്ങേരിക്കും.

ജാതവേദൻ നമ്പൂതിരിപ്പാട് ഇരുട്ടിൽ തപ്പിത്തടഞ്ഞു.

# അഞ്ച്

**പെ**രുമനം ഗ്രാമക്കാരനായ കൃഷ്ണയജുർവേദിയും ഏടും ആടുമുള്ള* വിശ്വാമിത്രഗോത്രജനുമായ, തലപ്പിള്ളിത്താലൂക്ക് കിരാലൂരു വില്ലേജ് ദേശത്തു പൊറക്കുടിഞ്ഞത്ത് മഠത്തിൽ എളമണ്ണ എന്നും ഇല്ലപ്പേരുള്ള മാടമ്പ് മനക്കൽ ശങ്കരൻ നമ്പൂതിരി മകൻ ശങ്കരൻ എന്ന കുഞ്ഞുകുട്ടൻ മുപ്പത്തിമുക്കോടി ദേവകളും സാക്ഷിയായി മൂന്നു ലോകവും കേൾക്കെ സത്യമായി പറയുന്നത് എന്തെന്നാൽ—

എനിക്കു സന്ധ്യകളില്ലായിരുന്നു.

പ്രഭാതവുമില്ലായിരുന്നു.

സന്ധ്യകൾ മദ്യത്തിൽ മുങ്ങി മരിച്ചു.

ഉഷസ്സ് അവയിൽനിന്നു പുനർജ്ജനിച്ചുമില്ല.

അങ്ങനെ—

മദ്ധ്യാഹ്നസൂര്യതാപത്തിൽ ഞാൻ ജീവിച്ചു. എന്റെ നാളുകൾ നാളുകളല്ലായിരുന്നു.

അവ സമയമായിരുന്നു.

വെറും സമയം.

ഒരുപക്ഷേ.

നിശ്ചലമായ, ഭൂതഭവിഷ്യത്തുകളില്ലാത്ത കാലം.

സ്വയം ബന്ധിതനായ കുഞ്ഞുകുട്ടൻ രാവിന്റെ കനത്ത കൂരിരുട്ടിൽ ഓരിക്കുന്നിൽ കിടന്നു മോങ്ങി. ഓരിക്കുന്ന് വിജനമായി. ഓരോരോ പ്രാരബ്ധവാസനകളാൽ കുന്നിന്റെ മൊട്ടക്കഷണ്ടിയിലേക്കാകർഷിക്കപ്പെട്ട കർമബദ്ധരൊക്കെ ഓരോരുത്തരായി അവിടം വിട്ടിറങ്ങി. പകൽ പ്രവൃത്തികളിൽ നിന്നു മോചിച്ച് ഇത്തിരി വ്യാജമദ്യം ചെലുത്തി തെല്ലു സുഖം സങ്കല്പിച്ചെത്തിയവർ മുമ്പേ പോയി. കുന്നിറങ്ങുംമുമ്പിറങ്ങുന്ന ലഹരി ഭയന്ന് അവർ വേഗം നടന്നു. സമുദായത്തെ വെട്ടിച്ചു നിഷിദ്ധരസം മോഹിച്ചെത്തിയവരും കുന്നുവിട്ടിറങ്ങി. ഒളിസേവ കൊതിച്ചെത്തിയവരും കട്ടുതിന്നാൻ വന്നവരും കഷണ്ടിയിറങ്ങി സ്വസ്വകർതൃങ്ങളിലൊളിച്ചു. അങ്ങനെ വിജനമായ കുന്നിൽ കുഞ്ഞുകുട്ടൻ എത്തി. നിറുകവട്ടത്തിന്റെ ഇത്തിരി കഷണ്ടിയിൽ കരിമ്പാറക്കൂട്ടത്തിൽ സ്വയം ബന്ധിതനായി.

—ഈ കഥയെങ്കിലും സത്യമായി പറയാൻ ഇവനു ശക്തി ലഭിക്കട്ടെ. ഈ കഥയിൽ കഥാപാത്രമായി മറ്റു കഥാപാത്രങ്ങളുടെ കൂട്ടായി ഈ മഹാകഥയുടെ സാക്ഷിയായിത്തീർന്ന ഇവന് ഇപ്പോഴും തുടർന്ന് എപ്പോഴും സത്യസന്ധമായ കഥാകഥനത്തിനു ശക്തിയുണ്ടാവട്ടെ. സവിതാവിന്റെ സഹസ്രകിരണങ്ങളും അസ്തമയഗിരിയുടെ അങ്ങേ ചരിവിലേക്കു താണു എങ്കിലും അവിടുന്ന് ആത്മബലം തന്നനുഗ്രഹിക്കട്ടെ. ഈ രാവും രാവിന്റെ നാനാഭാവങ്ങളും ഇവനെ സത്യസന്ധനാവാൻ തുണയ്ക്കട്ടെ. നീലാകാശപ്പരപ്പും അനന്ത നക്ഷത്ര താരാഗണങ്ങളും സത്യദർശനത്തിനു സഹായിക്കട്ടെ. എനിമേലിൽ സത്യം മാത്രം പറയാൻ നാവനക്കട്ടെ. ആവാത്തപ്പോൾ മൗനം വരിക്കട്ടെ...

---

* *ഏടും ആടും = ഭട്ടവൃത്തിയും യാഗവും ഉള്ള, എന്നു പറഞ്ഞാൽ ഏറ്റവും മുന്തിയ എന്നു തന്നെ—വ്യാഖ്യാതാ.*

സ്വപാപപ്രായശ്ചിത്തത്തിനായി, ലോകങ്ങളുടെ മുഴുവൻ നന്മയ്ക്കായി, യോഗക്ഷേമത്തിനായി കുഞ്ഞുകുട്ടൻ സ്വയം ബന്ധിച്ചു. സന്ധ്യമയങ്ങി കന ക്കാത്ത രാവിന്റെ ഇളംപ്രായത്തിൽ ചുറ്റുവട്ടം കണ്ണോടിച്ചു. സ്വയം കണ്ടു.

നിരന്തരമായ കർമങ്ങളാൽ സത്യം അറിയാതായി. അസത്യങ്ങൾ സത്യമായി രൂപംമാറി. തെറ്റിദ്ധരിച്ചു. സത്യം തിരിച്ചറിയാനുള്ള വിശുദ്ധി നഷ്ടപ്പെട്ടു. ആത്മവഞ്ചനയിൽ കുടുങ്ങി.

ഏതാണു സത്യം?

എനിക്കു വിശപ്പില്ലാഞ്ഞിട്ടാണ്.

വയറിനു സുഖം ല്യ.

ദാ എപ്പഴും വയറെളക്കം. നിങ്ങള് നടന്നോളൂ. അപ്പഴയ്ക്കും ഞാനാ പാട ത്തിറങ്ങി ആ തെരുവില് നിക്കാം.

സ്വയം പറഞ്ഞുപറഞ്ഞ് ശീലമായി.

കൂട്ടുകാരൊത്ത് പൂരംവേലകൾക്കു പോയി. കാക്കാശില്ലാതെ രാത്രി മുഴുവൻ തെണ്ടി. മടക്കത്തിൽ കൂട്ടാളികൾ ചായപ്പീടികയിൽ കയറി.

താൻ ല്യേ?

ഇല്യ. വെശപ്പില്ല. ന്ന്ല്ല വയറിനു സുഖം ല്യേനും.

നൂറ് പൊളി പറഞ്ഞു. കൂട്ടുകാർ ചായ കുടിച്ചുതീരുംവരെ അകലെ, പാടത്ത്, മലശോധനയ്ക്കിരുന്നു.

എങ്ങനേണ്ട്?

ഒരുവിധം സുഖായി.

ഒടുവൊടുവിൽ ചായകുടിക്കാൻ കാശുണ്ടായിട്ടും ചായപ്പീടികയിൽ കയറും മുമ്പ് ശോധനവേണമെന്നായി. ഒരാവശ്യവുമില്ല. മനസ്സങ്ങനെ പാക പ്പെട്ടു. മാന്യത നടിച്ചു വയറിനു സുഖം ല്യാന്ന് പറഞ്ഞുപറഞ്ഞ് സുഖം ല്യാണ്ടായി.

സത്യം ഒളിച്ചു. വയറിനു സുഖം ഇല്യ എന്നത് സത്യമല്ല. സത്യത്തിനെ മറയ്ക്കാൻ മറ്റൊരു നാല്ക്കാലിസത്യം. അതിന്മേൽ അടയിരുന്നു. ഇങ്ങനെ സത്യത്തിനു മൂടുപടമുണ്ടായി. അതിന്മേൽ മറ്റൊരു മൂടി. അതിന്മേലൊന്ന്. കഥയിലെന്ന പോലെ.

ഏഴു കോട്ട.

കോട്ടയ്ക്കകത്തേഴ് വാതില്.

പിന്നെ ഏഴ് പെട്ടി.

പെട്ടിക്കുള്ളിൽ—

പെട്ടി.

ഒടുവിൽ—

ഏഴു പൂട്ട്.

സത്യം അവിടെയാണ്.

ആ സത്യം കണ്ടെത്തണം. കണ്ടെത്തിയതു പറയണം. സ്വന്തം കഥ യാവുമ്പോൾ പറയാൻ മടിതോന്നും. മൂടിവയ്ക്കണമെന്നു തോന്നും. ഇല്ലാത്ത മാന്യതയുണ്ടാവും. അത്. ഇത്. ഒടുവിൽ പറയാൻ പറ്റാതാവും.

അതു വയ്യ.

ഒരു പന്തീരാണ്ടിലധികം ഉപാസിച്ചു സ്വാധീനിച്ച ഭാഷകൂടി ഉപേക്ഷി ക്കണം. അതും വേണ്ട. ലക്ഷ്യത്തിലെത്തിയാൽ മാർഗവും ലക്ഷ്യവും ഉപേക്ഷിക്കണം. ഇതൊന്നും തനിക്കല്ല.

ലോകായ ഇദം.

ലോകത്തിനുവേണ്ടി മാത്രം. വെറും കർമാനുഷ്ഠാനം.

അറിഞ്ഞതു പറയുന്നു. അതിനുള്ള അക്ഷരങ്ങൾ മാത്രം. ആർഭാടമില്ല. അർത്ഥവൈചിത്ര്യവുമില്ല. ഒന്നു വിചാരിക്കുന്നു. അതു മനസ്സിലാവണേ എന്നു പ്രാർത്ഥിക്കുന്നു. അതു മാത്രം. അധികമില്ല. സത്യസന്ധമായി ഇവൻ പറയാമെന്നേറ്റത് നിങ്ങൾക്കു മനസ്സിലാവണേ എന്നു മാത്രം.

വീണ്ടും സത്യം

സത്യമെന്ന പദം.

അറിഞ്ഞ സത്യവും അനുഭവിച്ച സത്യവും സത്യമാണോ എന്നറിയണം. പരമമായ സത്യമേതാണ്? ഇന്നത്തെ സത്യം നാളെ അസത്യമാവാം. അധർമ മാവാം. ഈ കഥ തുടങ്ങുന്ന കാലത്തുണ്ടായ സത്യധർമങ്ങളല്ല ഇന്ന്.

അപ്പോൾ—

രാക്കറുമ്പിയുടെ രൂപം സ്നിഗ്ദ്ധമാവാൻ തുടങ്ങി. പഴുതടഞ്ഞ ഇരുട്ട്. എന്നിട്ടും പ്രകൃതിയുടെ സൂത്രപ്പണികൾപോലെ ഭൂതഭാവിയിലേക്കുള്ള ചെറിയ സുഷിരങ്ങൾ. നീരന്ധ്രമല്ല. സരന്ധ്രം തന്നെ. പഴുതടഞ്ഞു എന്നു തോന്നുന്തോറും പഴുതേറുന്നതായി അനുഭവിക്കുന്നു. സമസ്തവും അങ്ങനെ.

ജീവിതത്തിന്റെ സർവ പഴുതും അടഞ്ഞു.

ശ്വാസംമുട്ടി. എനി മാർഗമില്ല.

അപ്പോൾ ഒരു വഴി തുറന്നു.

എഴുത്തു തുടങ്ങി.

താൻ വരില്ലേ?

നല്ലേടത്ത് ജാതവേദൻ നമ്പൂതിരിപ്പാട് പിന്നേം പിന്നേം ചോദിച്ചു.

വരാം.

താൻ ഈ പടി കടക്കരുത്!

മഹൻ ഉണ്ണി പറഞ്ഞു.

അമ്പലത്തിൽ ചെന്നു കാണാം. രണ്ടാൾക്കും വിഷമം ണ്ടാവാതെ കഴിക്കാം.

തന്റെ ഒരു കഥേം സാഹിത്ത്യോം! കൊണ്ടുകളേടോ. തനിക്കെന്താ ഒരു യോഗ്യത. സാഹിത്യം പഠിച്ച്ണ്ടോ. വായിച്ച്ണ്ടോ. ഈ പീറ്യല്ല. World Classics... ഒന്നൂല്യ. എന്നിട്ട് ഓരോന്ന് എഴുതീണ്ടാക്കും. ഭാഷാശുദ്ധീല്ലാണ്ടേ. ഞാൻ വേണങ്കി ഇങ്ങനത്തെ നൂറെണ്ണം എഴുതാം.

ന്താ?

ന്താ...

ന്താ മിണ്ടാത്തെ!

ഒന്നൂല്യ. ഞാനെന്തിനാ ഉണ്ണ്യോട് തർക്കിക്കണേ?

പറ്റില്ല. അതന്നെ.

വേണ്ട. ഞാൻ തർക്കിക്കിണില്ല.

പിന്നെന്തിനെ താ ങ്കട് വന്നേ?

അച്ഛൻ വരാമ്പറഞ്ഞു.

ന്നാലെ, മഹൻ വേണ്ടാന്നു പറഞ്ഞു. താൻ പൊക്കോളാ.

ഉണ്ണീ!

പോടോ അവട്ന്ന്. ഒരു യോഗ്യൻ!

മനസ്സിനു ക്ഷോഭം ണ്ടാക്കുന്ന വാക്കുകൾ. പ്രവൃത്തികൾ. അതിന്റെ പ്രതികാര ചിന്തയുണ്ടാവാം. അരുത്. മനസ്സ് നിർമലമാവണം. സത്യസന്ധ മായി എഴുതുമ്പോൾ മുൻവിധികളരുത്. ഉണ്ണി ദ്രോഹിച്ചു. അപമാനിച്ചു. ഒരിക്കലല്ല. പിന്നേം—

എന്തോ അടിയന്തരം. അടുത്തൊരില്ലത്ത്. ഉണ്ണിയും ഉണ്ടായിരുന്നു. (കുഞ്ഞുകുട്ടൻ ഉണ്ണി എന്നുമാത്രം വിളിച്ചു. ചെറുപ്പത്തിലെ ശീലം- വ്യഖ്യാതാ.) പറഞ്ഞു രസിച്ചിരിക്കുമ്പോൾ മുമ്പിലിരിക്കുന്ന ബീഡി യെടുത്തു.

ഡോ, ആ ബീഡി അവിടെ വെക്കാ.

ങേ!

തന്നോടാ പറഞ്ഞേ അതവടെ വെക്കാൻ.

ങേ!

അതേയ് എന്റെ ബീഡ്യാ. തനിക്കു വേണംങ്കി കാശു കൊടുത്ത് മേടി ക്കണം. അല്ലാച്ചാ എരന്നോളൂ. കിട്ട്യാൽ ആവാം. കണ്ടാൽ എടുക്കരുത്. മനസ്സിലായോ?

വിയർത്തു. ആത്മാവുവരെ വിയർത്തു. അനവധി ആളുകൾ. അതിഥികൾ ആരാധകർ.

ഉണ്ണീ—ഞാൻ.

വല്ല്യ സാഹിത്യകാരനാത്രെ. കണ്ടെത്യാ തരാക്കും. ഒരു മാന്യൻ.

ബീഡി കൈയിൽനിന്നു വീണു. വീണ്ടും ഒന്നു ശ്വാസംവിടാൻ ശ്രമിച്ചു.

താൻ കാര്യായിട്ട്...

അതെ! നന്നെ കൊതീണ്ടെങ്കി ഈ കുറ്റി തരാം.

ഉണ്ണി കുറ്റി നീട്ടി.

വേണ്ട.

പിന്നെ ഇതേവരെ ബീഡി വലിച്ചില്ല.

കണ്ടെത്തിയാൽ ദ്രോഹിച്ചു.

ഞാൻ തനിക്കെന്തേ ദ്രോഹം ചെയ്തേ?

താൻ....താൻ....കൊറെ കേമനാവ്ണ്ട്....

ഈശ്വരാ! ഉപജീവനത്തിന് വഴിമുട്ടി. ഒടുവിൽ ഇത്തിരി ഓരോന്നെഴുതി. കഷ്ടിച്ചു പിടിച്ചുനിന്നു.

ഞാനേ. മിനക്കെട്ടിരുന്ന് സംഗീതം പഠിച്ചതാ. കല എന്താന്ന് യ്ക്കറിയാം. ഈ നാലക്ഷരോം തെറീം സാഹിത്യാവില്ല. നൂറാളുടെ കാലുപിടിച്ചും കള്ളു മേടിച്ചു കൊടുത്തും കഥ അച്ചടിപ്പിച്ചാ മത്യോ?

പിന്നെ, ഒരു സ്വകാര്യം ഞാനാ അയാൾക്കു പലതും പറഞ്ഞു കൊടു ക്കണേ.

തേജോവധം.

ആ വേദനേണ്ടാവും. സ്വഭാഗം നന്നാക്കിപ്പറയാൻ ഉപബോധമനസ്സ് പരിശ്ര മിക്കും.

അതിനേം കീഴടക്കണം.

ഉണ്ണി തന്നെ വേദനിപ്പിച്ചു.

താൻ അന്യരെ വേദനിപ്പിച്ചു.

ഞാൻ കാലുപിടിച്ചു പറയാണ്, ഈ രാത്രി ഒറ്റയ്ക്കു നടന്നു പോവരുത്.

പോവും. അത് തന്റെ കാര്യല്ല. ഞാനിവിടെ താമസിക്കില്ല.

വേറെ മുറിയെടുത്തുതരാം.

ഈ ടൗണിലന്നെ താമസിക്കില്ല.

കള്ളുകുടിച്ച് കുണ്ഡലംമറിഞ്ഞ് കൂട്ടുകാരെ വേദനിപ്പിച്ചു. വാശിപിടിച്ച് പാതിരായ്ക്ക് ബസ്സ്റ്റാന്റിൽ കിടന്നുറങ്ങി. പുലർച്ചേ ആരുടേം മുഖം നോക്കാനാവാതെ ഒളിച്ചോടി.

കഷ്ടം!

ഒരു നിയന്ത്രണോം ല്യ.

എന്തു പറഞ്ഞാലും സമ്മതിച്ചില്ല. വാശിപിടിച്ചു. ഉറങ്ങിക്കിടക്കുന്ന അപകർഷത തന്നെ. കുട്ടിക്കാലത്ത് സഹിച്ച അപമാനം. ഒരു പഴുതു കിട്ടിയപ്പോൾ ശക്തിയോടെ തലപൊക്കി. അപകർഷത ഉത്ക്കർഷതയുടെ രൂപം പൂണ്ടു. ദൗർബല്യം ശക്തിയുടെ വേഷംകെട്ടി. നിമിഷാർദ്ധം. പിന്നെ പിടഞ്ഞുവീണു.

ഇതൊക്കെ അറിയണം. അറിഞ്ഞില്ലെങ്കിൽ കഥാകഥനം വെറും ഭോഷ്കാവും.

മഞ്ഞു പെയ്യാൻ തുടങ്ങി. പാറയിടുക്കിലെ ചെറുജീവികൾ കുഞ്ഞു കുട്ടന്റെ മേല് അരിച്ചുനീങ്ങി. അറപ്പുളവാക്കുന്ന അവറ്റയുടെ കുഞ്ഞിക്കാലു നൃത്തം ഏറ്റുവാങ്ങി. സ്വയംപീഡനത്തിന്റെ ആത്മരതിയിൽ പരിസരം മറന്നു.

## ആറ്

ധർമത്തിന്റെ സ്ഥിതി അത്രമാത്രം ഗഹനമാണെന്ന് അറിവുള്ളവർ പറയുന്നു. ഗഹനം ഗംഭീരം. വാല്മീകിയും വ്യാസനും തൊട്ട് ഈ കുഞ്ഞുകുട്ടൻ വരെ ധർമത്തെച്ചൊല്ലി തല പുകഞ്ഞു. അറിയാവുന്ന അക്ഷരങ്ങളൊക്കെ നിരത്തി. അപൗരുഷേയങ്ങളായ വേദങ്ങൾ മുതൽ ക്ഷുദ്രങ്ങളായ തെറിപ്പാട്ടുകൾകൂടി മനുഷ്യധർമത്തെ ചൊല്ലി കാലം കഴിച്ചു. വ്യാഖ്യാനിച്ച് യുഗങ്ങൾ മരിച്ചുവീണു.

ഇതല്ല.

ഇതുമല്ല.

ധർമം എന്നൊന്നില്ലായിരിക്കും. പ്രാണികളായ പ്രാണികളൊക്കെ ധർമം ചെയ്യുന്നു. അവയുടെ പ്രാണസംരക്ഷണാർത്ഥം. അപ്പോൾ പ്രാണസംരക്ഷണമാകുന്നു ധർമം. അതിനു വിഘാതമാകുന്നതെന്തും അധർമമായിത്തീരുന്നു.

ആവൂ!

ഈ രാവും വെളുക്കാറായി.

വീണ്ടും അധർമങ്ങളിൽ ചെന്നു ചാടാറായി. ആവശ്യമില്ലാതെ, അറിയാതെ, പലപ്പോഴും എന്തിനെന്നറിയാതെ മനോവാക് കായകർമങ്ങളിലൂടെ അധർമമനുഷ്ഠിക്കുന്നു. അഥവാ, അധർമമനുഷ്ഠിക്കുവാൻ നിയോഗിക്കപ്പെടുന്നു.

ആരാണാവോ നിയോഗിക്കുന്നത്?

ആരു നിയോഗിച്ചാലും പകലിന്റെ തിരക്കിൽ ചെയ്തതപ്പിടി തെറ്റായെന്ന് ഇരവിന്റെ ഏകാന്തതയിൽ ബോദ്ധ്യപ്പെടുന്നു.

പിന്നെ—

പ്രായശ്ചിത്തങ്ങൾ.

പറഞ്ഞ വാക്കുകൾ തിരിച്ചെടുക്കാനാവില്ല. പ്രവൃത്തികൾ മടക്കിയെടുക്കാനാവില്ല. കാലചക്രം പിന്നാക്കം തിരിയില്ല.

റിവേഴ്സ്ഗീറില്ല.

കുന്നിൻമുകളിൽ സ്വയം ബന്ധിക്കപ്പെട്ട കുഞ്ഞുകുട്ടന്റെ വിചാരശക്തമുഖത്തും ഒരു ചെറുചിരി പരന്നു.

റിവേഴ്സ്ഗീറില്ല.

കടന്നുപോന്ന കമ്പത്തിന്റെ ബാക്കി*

റിവേഴ്സില്ല.

മുമ്പോട്ടു മാത്രം

ബ്രേക്കുമില്ല.

ചലനം തുടങ്ങിയാൽ നിറുത്താനാവില്ല. അനാദിയിൽ നാരായണന്റെ നാഭിപത്മത്തിലിരുന്ന് നാന്മുഖൻ സൃഷ്ടി തുടങ്ങി. അന്ന് ആരംഭിച്ചതാണ് ചലനം. പിന്നെ, ഇതേവരെ, സ്വയമാരംഭിച്ച സൃഷ്ടി ഒന്നവസാനിപ്പിക്കാനും കൂടിയാവാതെ നാന്മുഖൻ വലഞ്ഞു. കാലത്തിന്റെ അപാരതയിൽ എവിടെയെങ്കിലും ഈ നിർമാണപ്രക്രിയയ്ക്കു പൂർണവിരാമം സംഭവിച്ചേക്കാം.

സംഭവിക്കണേ.

ഇരുട്ടിൽനിന്നു വെളിച്ചത്തിലേക്ക്...

അസത്തിൽനിന്നു സത്തിലേക്ക്—

മൃത്യുവിൽനിന്ന് അമൃതത്തിലേക്ക്.

ബഹുകേമം.

പരിണാമപ്രക്രിയയുടെ അർത്ഥം അങ്ങനെ വ്യാഖ്യാനിച്ചു.

വാക്കുകൾ ചില്ലിട്ടു സൂക്ഷിക്കാം.

എനി, എന്നോ അമരത്വത്തിലേക്കുള്ള മനുഷ്യന്റെ പ്രയാണം.

അതിനു മുമ്പ് ഒരു നൂറായിരം പരീക്ഷണങ്ങൾ.

തെറ്റുകൾ തിരുത്തിത്തിരുത്തിയങ്ങനെ കേറിക്കേറി.

ഈശ്വരാ!

വീണ്ടും വെള്ളകീറി.

വീണ്ടും ഉപജീവനത്തിന്റെ അവസാനിക്കാത്ത മാർഗങ്ങൾ. അവയിലൂടെയുള്ള നിരന്തരപ്രയാണം. സ്വയം ധർമച്യുതി.

ധർമച്യുതി!

ധർമമില്ലെങ്കിൽ പിന്നെന്തു ച്യുതി?

ഒരു കഥയെഴുതി ധർമാധർമവിചിന്തനം സാധിക്കാമെന്ന മോഹം.

വ്യാമോഹം.

ഈ മനസ്സെന്തിനിങ്ങനെ സൃഷ്ടിച്ചു.

ഇഷ്ടമുള്ളതു ചെയ്യട്ടെ.

ഇഷ്ടപ്പടി ചിന്തിക്കട്ടെ.

സദാ സംശയം.

തനിക്കിത്ര പാപചിന്തേണ്ടങ്കിൽ കുടിക്കരുത്.

ഓരോ പെഗ്ഗിറക്കുമ്പോഴും പാപചിന്ത ഇക്കട്ടമായി ബഹിർഗമിച്ചു. വാശിപിടിച്ചു ബോധംകെടുവോളം കുടിച്ചു. കൂട്ടുകാരോടു വഴക്കിട്ടു. തമ്മിൽ തെറ്റി.

---

* *കുഞ്ഞുകുട്ടന് ഒരുകാലത്ത് മോട്ടോർസൈക്കിൾകമ്പം ഉണ്ടായിരുന്നു. ഓരോരോ കാലത്ത് ഓരോരോ കമ്പം. അന്ന്, ബൈക്കിന് ഒരു റിവേഴ്സ്ഗീറ് ഘടിപ്പിച്ചാലോ എന്നു ചിന്തിക്കുകയുണ്ടായി– വ്യാഖ്യാതാ.*

ഒറ്റയ്ക്കായപ്പോൾ ലഹരിയിറങ്ങുംവരെ പേടിസ്വപ്നം കണ്ടു കരഞ്ഞു. കുട്ടിക്കാലത്തുരുവിട്ടുറപ്പിച്ച അഭയമന്ത്രങ്ങളിൽ രക്ഷതേടി. ഈശ്വരാ! എന്റെ ആലത്തൂരെ ഹനുമാനെ! ഞാൻ പേടിസ്വപ്നംകണ്ടു പേടിക്കുമ്പോൾ ആലത്തൂരു ഹനുമാന്റെ പള്ളിവാലോണ്ട് തട്ടിമുട്ടി ഉണർത്തണേ.

കണ്ണ് ഇറുക്കിയടച്ചു. കൈയ് കാക്കൂട്ടിൽ തിരുകി.

അർജുന

ഫൽഗുന

ജിഷ്ണു

കിരീടി

ശ്വേതവാഹന

ബീഭത്സു

വിജയ

പാർത്ഥ

സവ്യസാചി

ധനഞ്ജയ.

അർജുനന്റെ പത്തു നാമങ്ങൾ.

ഉത്തരൻ ഉരുവിട്ടത്.

ഭയമകലാൻ.

നന്നെ വിഷമിച്ച് ഓരോ ഇറക്കിനും ഒന്നിലധികം ഇക്കട്ടം സഹിച്ച്, പലപ്പോഴും ഛർദിച്ച്. എന്നിട്ടും വാശിപിടിച്ചു കുടിച്ചു. എന്നിട്ടും ഭയം.

ഭയമല്ല. പാപചിന്ത.

അരുതാത്തതു ചെയ്തുവല്ലോ, അധർമമാണല്ലോ എന്ന ധർമഭീരുത്വം. അതിന്റെ പ്രായശ്ചിത്തം. ഉപവാസം. പ്രാണായാമം—കഷ്ടം!

താനെന്തെങ്കിലും ഒന്നു തീർച്ച്യാക്കാ. ഒന്നുകിൽ കുടിക്കില്ല. അല്ലെങ്കിൽ കുടിച്ചതിനെച്ചൊല്ലി ദുഃഖിക്കില്ല.

രണ്ടും വയ്യ.

കുടിയല്ല. അതു നിറുത്താം. പക്ഷേ, മറ്റു പലതും. ചെയ്യേണ്ടതു ചെയ്തില്ല. തന്റേടമില്ലാഞ്ഞിട്ട്. പിന്നെ ചെയ്യാതിരുന്നതിനെയോർത്ത് പേർത്തും പേർത്തും ദുഃഖം. തന്റെ മെന്റൽ കോൺസ്റ്റിറ്റ്യൂഷൻ ഭയങ്കര ബോറാണ്.

മെന്റൽ കോൺസ്റ്റിറ്റ്യൂഷനല്ല. താൻതന്നെ ബോറാണ്.

എപ്പോഴും ധർമത്തെ ചൊല്ലി വാദിച്ചു. സത്യത്തെ ചൊല്ലി തർക്കിച്ചു. ക്രൂരമായ സത്യം പറയും എന്നു വീമ്പടിച്ചു. എന്നിട്ട് എപ്പോഴും അധർമത്തിനു കൂട്ടു നിന്നു. അസത്യം കണ്ടില്ലെന്നു നടിച്ചു. അറിഞ്ഞില്ലെന്നു ഭാവിച്ചു.

ഭീഷ്മർക്ക് സത്യവ്രതനാവാം.

കുഞ്ഞുകുട്ടന് ശക്തിയില്ല.

ശക്തിയുണ്ടാവണം.

ആ ശക്തിക്കായി ഈ കുന്നിൻമുകളിൽ ബന്ധിതനാവുന്നു.

ലോകസാക്ഷികൾ ശിക്ഷിക്കുന്നില്ലെങ്കിൽ സ്വയംശിക്ഷിച്ചേ തീരൂ. ശിക്ഷ അനുഭവിച്ചേ തീരൂ. അഥവാ ലോകസാക്ഷി തന്നെ മനസ്സാക്ഷി. രണ്ടില്ല.

രണ്ടില്ല.

തെറ്റും ശരിയുമില്ല.

ഹേ മണ്ടാ!

ങേ!

ഏയ് മരമണ്ടാ!

ആരാണത്?

ഡോ മണ്ടച്ചാരേ!

ആരാണത്? ഈ പുലരാൻനേരത്ത് ഓരിക്കുന്നിന്റെ ശുദ്ധ നിറുകയിൽ തന്നത്താൻ കെട്ടിവരിയപ്പെട്ട് സ്വയം ശിക്ഷിക്കുന്ന കുഞ്ഞുകുട്ടനെ ഇത്ര വാത്സല്യത്തോടെ വിളിക്കുന്നതാരാണ്?

ഞങ്ങൾ പുഴുക്കൾ. വെറും കീടങ്ങൾ. ഇപ്പോൾ നിങ്ങളുടെ ദുഃഖസ്ഥിതി കണ്ട് അലിവുതോന്നി വന്നതാണ്. അതുകൊണ്ട്, കേൾക്കൂ.

ഒരു ചെറുകീടം അരിച്ചരിച്ച് കുഞ്ഞുകുട്ടന്റെ മൂക്കിൽ കയറിനിന്നു.

ഏയ് സർവാംഗമണ്ടാ! ഈ സ്വർഗീയ പ്രഭാതവേളയിൽ സ്വയം കെട്ടി വരിഞ്ഞ് ഈ പാറക്കൂട്ടത്തിൽ വന്നു കിടക്കുന്ന മണ്ടൂസാ. ഇതു കേൾക്കൂ. ഞങ്ങൾ കഴിഞ്ഞുപോയതിനെപ്പറ്റി ദുഃഖിക്കാറില്ല. ദുഃഖിച്ചിട്ടു ഫലമില്ല. നിങ്ങളാണെങ്കിൽ പകൽ ചെയ്തതപ്പിടി തെറ്റാണെന്നു രാത്രിതോറും പശ്ചാത്തപിക്കുന്നു. വീണ്ടും പകൽ വരുന്നു. വീണ്ടും കർമം ചെയ്യുന്നു. അതൊക്കെ തെറ്റായി എന്നു രാവിൽ ദുഃഖിക്കുന്നു. ഏറ്റുപറയുന്നു. ആരോട്? എന്തിന്?

ഞാൻ സ്വയം ഏറ്റുപറയുന്നു.

സ്വയമായാലും അന്യനോടായാലും ഒരു ഫലവുമില്ല. ഒരു പ്രാണിക്കും കർമരഹിതനായിരിക്കാനാവില്ല. ചുരുങ്ങിയതു ശ്വാസം വലിക്കണം. അതും ഒരു കർമം. ഏതു കർമമായാലും ഫലമുണ്ടാവും. അപ്പോൾ ധർമചിന്തയു ണ്ടാവും. ധർമമില്ലാതെ കർമമില്ല. കർമമില്ലാതെ പ്രാണിയില്ല. അതിനാൽ ഈ പ്രായശ്ചിത്ത വിധികളവസാനിപ്പിക്കൂ.

എന്നിട്ട്?

വീണ്ടും കർമം ചെയ്യൂ. നിശ്ചിന്തനായി. മഹത്തായ ലക്ഷ്യം മാത്രം ലാക്കാക്കി. ഞങ്ങളെപ്പോലെ. ഞങ്ങൾ, ഈ പ്രപഞ്ചം മുഴുവൻ ഞങ്ങളു ടേതാണെന്നു കരുതുന്നു. സദാ പ്രയത്നിക്കുന്നു. നിത്യനിരന്തര കർമം. ഇപ്പോൾ നിങ്ങളുടെ മൂക്കിന്റെ തലപ്പത്തു കേറിനിന്നു. എനി, സമയം വരുമ്പോൾ ദൈവത്തിന്റെ നാസികാഗ്രത്തിലും ചെന്നിരിക്കും.

ദൈവത്തിന്റെ മൂക്കോ?

എന്താ, ഇല്ല്യേ? നിങ്ങൾക്കുമാത്രേ മൂക്കുള്ളൂ? ഈ ഞങ്ങൾക്കുണ്ട്. ഈ പ്രപഞ്ചത്തിനുണ്ട്. ആ ദൈവത്തിനും ഉണ്ടാവാം. എന്താ ഇത്ര വാശി. ദൈവത്തിനു മൂക്ക് അരുത്. കൈയരുത്, തലയരുത്, ഒരു ശരീരംകൂടിയരുത്. നിങ്ങൾക്കാവാം. പുഴുക്കളായ ഈ ഞങ്ങൾക്കാവാം കഷ്ടം! പമ്പരവിഡ്ഢിയും വിരൂപനുമായ ജന്തു!

ങേ!

നിങ്ങൾ വിരൂപരല്ലേ. ഇത്ര മോശമായ ഒരു രൂപം ദൈവസൃഷ്ടിയിലുണ്ടോ?

മനുഷ്യരൂപം വിരൂപമോ. ഇതിലും സുന്ദരസൃഷ്ടിയേത്?

അതാ പറഞ്ഞത് നിങ്ങൾ പമ്പരവിഡ്ഢികളാണെന്ന്. നിങ്ങളുടെ സൗന്ദര്യം നിങ്ങളുടെ മനസ്സിന്റെ നിയന്ത്രണാധീനമാണ്. അതിന് പരിധിയുണ്ട്. രണ്ടു കൈയും രണ്ടു കാലും രണ്ടു കണ്ണും. അങ്ങനെ ഒരു പരമ്പരാഗത സങ്കല്പം. ആറ് കാലായാലോ. ആയിരം കണ്ണായാലോ. വിരൂപമായി. എങ്ങനെ. എന്താ വൈരൂപ്യം. ഹേ മനുഷ്യാ, നിങ്ങളുടെ സങ്കല്പമാണ് ശരി, അതാണു സത്യം, അല്ലേ! ഈ വാശി നന്ന്. പക്ഷേ, അതു സത്യമല്ല.

ങേ!

ങ്ങേ ങ്ങേന്ന് ചോദിച്ചിരുന്നോളു. സ്വന്തം മൂഢസ്വർഗത്തിൽ. സ്വ പാരതന്ത്ര്യ ത്തിൽ. കഷ്ടം. നിങ്ങളെ നിങ്ങൾതന്നെ അസ്വതന്ത്രരാക്കുന്നു. നിങ്ങൾ തന്നെ കെട്ടിയിടുന്നു. നിങ്ങൾ തന്നെ അടിമകളാക്കുന്നു. എന്നിട്ടും തത്ത്വ ചിന്തകൾ പറഞ്ഞു നടക്കുന്നു. അവ മഹത്വമെന്ന് ഉദ്ഘോഷിക്കുന്നു. അങ്ങനെ സ്വയം വരിഞ്ഞുമുറുക്കുന്നു. അടിമത്തചങ്ങലകൾക്കു ഭാഷ്യം ചമയ്ക്കുന്നു. ഒടുവിൽ ആ അടിമത്തത്തിൽനിന്നു മുക്തിക്കു ശ്രമിക്കുന്നു. അല്ലേ? എന്തിനീ സ്വയം കൃതാനർത്ഥങ്ങൾ?

തന്റെ മൂക്കിൽ ഇഴഞ്ഞെത്തി വിശ്രമിക്കുന്ന ഈ ആയിരം കാലൻ പുഴുവിനെ ദ്രോഹിക്കാൻ വയ്യ, ദ്രോഹിക്കാതിരിക്കാനും വയ്യ എന്ന മട്ടിൽ കുഞ്ഞുകുട്ടൻ കുഴങ്ങി. ഒടുവിൽ, ബന്ധിക്കപ്പെട്ട കൈയ്കാലുകളനക്കാതെ തല വിറപ്പിച്ചു. കുടഞ്ഞു. മൂക്ക് മുഴച്ചുനിൽക്കുന്ന ഒരു പാറയിൽ ഉരസി. ഉരസിയുരസി മൂക്കു പൊട്ടി. രക്തം കിനിഞ്ഞു. ആ ചെറുപുഴു ഇതൊക്കെ കണ്ടറിഞ്ഞു തെല്ലൊന്നു മാറിയിരുന്നു.

ഇപ്പോഴറിഞ്ഞില്ലേ. ബന്ധനം ഒരു വസ്തുസ്ഥിതിയല്ല. മനഃസ്ഥിതിയാണ്. നിങ്ങൾക്കു കൈയ് ചലിപ്പിക്കാം. കാല് ചലിപ്പിക്കാം. നിഷ്പ്രയാസം എന്നെ വലിച്ചെറിയാം. പക്ഷേ, അതിനു തുനിയാതെ, നന്നെ ബുദ്ധിമുട്ടി തല കുടഞ്ഞു. മൂക്കുരസി. എന്നിട്ടോ.

എനിക്ക്...

നിങ്ങൾക്കു തൃപ്തിയായി. അല്ലേ? ആവാവുന്നതു ചെയ്തു എന്ന നാട്യം. മൂക്കു മുറിഞ്ഞു ചോര വാർന്നപ്പോൾ ഒരു രക്തസാക്ഷിയുടെ സുഖം. സുഖ നിർവൃതി. അല്ലേ. ലോകത്തിന്റെ മുഴുവൻ പാപശാന്തിക്കായി കുരിശിൽ കിടന്നു പിടഞ്ഞുമരിച്ച ദൈവപുത്രനും ഈ നിർവൃതി അനുഭവിച്ചിരിക്കും. കുരിശിൽനിന്നു മോചിപ്പിച്ചാലായിരിക്കും ഒരുപക്ഷേ, ദൈവപുത്രനു വേദന യുണ്ടാവുക. സ്വന്തം നാസികാഗ്രം തകർന്നില്ലെങ്കിലാവും നിങ്ങൾക്കു വേദന. വെറുതെ ദുഃഖം പേറുന്ന ശീലം. എന്തിനാവോ. അന്യരുടെ ദുഃഖം സ്വയം ഏറ്റെടുക്കുന്നു എന്ന നാട്യം. ഞാൻ....ഞാൻ.

വിക്കി വിക്കി കിടന്നോളു. ഞാൻ പോവുകയായി. നാളേയും വരാം. സമയമാവുമ്പോൾ ദൈവംതമ്പുരാന്റെ മൂക്കിലും വരാം. അവിടെയിരിക്കാൻ ഇതിലേറെ സുഖമുണ്ടാവും. നിങ്ങൾ എന്നെ അകറ്റാൻ സ്വന്തം മൂക്കു മുറിച്ചു. സാക്ഷാൽ ദൈവത്തിനതും പറ്റില്ല. ഒന്നനങ്ങാൻതന്നെ സാധിക്കില്ല. ആത്മനിയന്ത്രണം. അവനവനുണ്ടാക്കിയ വിധിനിയമങ്ങൾ. ബഹുരസം. ഒടുക്കം ഒന്നിനുംകൊള്ളാത്ത ഒരു നാമരൂപം മാത്രമായി. നന്നായി. ന്നേ സുപ്രഭാതം.

പുഴു വന്ന വഴി പോയി.

കുഞ്ഞുകുട്ടൻ എണീറ്റു.

നിത്യനിരന്തര പാപങ്ങളുടെ ഗ്രാമവീഥിയിലേക്ക് അടിവെച്ചടിവച്ചിറങ്ങി.

## ഏഴ്

**ഇ**താണു സ്ഥിതി. ഇങ്ങനെയാണ് കഥ തുടരുന്നത്. ഇതിൽ ഒരൊറ്റ വാക്കും അസത്യമില്ല. നിരതിശയകരമായ ബ്രഹ്മമാണ് ഇതിലെ ഓരോ അക്ഷരവും. മുഴുവൻ പറഞ്ഞില്ല എന്നാക്ഷേപിക്കാം. പറഞ്ഞതു പൊളിയാണ് എന്നു

പറയാൻ വയ്യ. ശക്തിഹീനത നിമിത്തം അറിഞ്ഞതു പറഞ്ഞില്ല എന്നു വരാം. പറഞ്ഞപ്പോൾ പറഞ്ഞ പദം ഉചിതമായില്ല എന്നും വരാം. എങ്കിലും പ്രാർത്ഥിക്കുന്നു. ഇത്രമാത്രം, പറയാനുദ്ദേശിച്ചത് പറയാനുള്ള ശക്തി തരണേ. പറഞ്ഞതു കേൾക്കുന്നവർക്കു മനസ്സിലാവണേ.

പടിഞ്ഞാറ്റി പൊളിക്കാൻതന്നെ തീർച്ച്യാക്ക്യോ?

നല്ലേടത്ത് അക്കിരാമൻ എന്ന ഉണ്ണിനമ്പൂതിരിപ്പാടിന്റെ അന്തർജനം ശ്രീദേവി എന്ന ദേവി പുറത്തളവാതിൽ ചാരിനിന്നു. പടിയിൽ പിടിയെത്താത്ത കൂറ്റൻ തൂണു ചാരി ഉണ്ണി ധാരമുറിയാതെ ബീഡി വലിച്ചു. മുമ്പിലുള്ള ചെല്ലം കാലുകൊണ്ടടുപ്പിച്ചു.

ഉം?

വേട്ട നമ്പൂതിരിയുടെ ഉദാസീനത ദേവിയെ സർവാംഗം മുറിപ്പെടുത്തി. രാത്രി ഒരിത്തിരി നേരത്തെ ശയനസാമഗ്രി എന്നതിലധികം താനൊന്നു മല്ലെന്ന് അവരറിഞ്ഞു. പോയ പതിറ്റാണ്ടു കാലത്തൊരിക്കലെങ്കിലും അതി ലേറെ ഒരടുപ്പം അദ്ദേഹം കാണിച്ചിട്ടില്ലെന്നും വെറുപ്പോടെ, വേദനയോടെ ഓർത്തു. കിടപ്പിന്റെ വട്ടം. ഈയിടെ അതുകൂടിയല്ലാതായിത്തുടങ്ങി. പിന്നെ–

ഒന്നുമില്ല.

ഒരനാവശ്യസാധനം. സാമഗ്രി. കാണാൻകൂടി നന്നല്ലാത്ത വസ്തു. കാല ങ്ങളായി ഒപ്പംകൂടിയ ദാരിദ്ര്യവും നമ്പൂതിരിയുടെ നിത്യാവഗണനയും കൂടി ദേവിയെ പടുവൃദ്ധയാക്കി. മുപ്പതിൽ അറുപതെത്തി.

പിന്നെ ഞങ്ങളൊക്കെ എന്താ ചെയ്യാ?

എന്താച്ചാ ആവാം.

മരവിച്ച വാക്കുകൾ. ഒരു വികാരവും ഉണ്ണിയുടെ മുഖത്തില്ല. വാക്കിലുമില്ല.

ഏട്ടാ!

ഉം. ആരാ. തേത്യോ. ഒക്കെ എത്തീണ്ടല്ലൊ. എന്താ, ദേവിക്ക് വക്കാലത്താ. എവട്യാ മറ്റോറ്റ. താഴേല്യേ രണ്ടെണ്ണം. അവ്റ്റ എവട്യാ. ന്ന്ട്ട് എന്താച്ചാ പറയാം.

എന്തോ പറയാൻ വന്ന തേതിയന്തർജനം ചൂളി.

ഞങ്ങളെന്താ പറേണ്ടേ, ഒന്നൂല്യ.

ഞങ്ങള് ബ്ട്ത്തെ ആരാ. പെൺകൊട കഴിച്ചുകൊടുത്ത മഹളേര്.

തലേലെഴുത്തിന്റെ കേമത്തംകൊണ്ട് തറവാടും ഇല്ലോം ഇല്യാത്തോ രായി. അവടാച്ചാൽ ആരൂല്യ. ഇബടെ ഇല്ലത്താച്ചാൽ ഏട്ടൻ.

എന്താ നിർത്ത്യേ, നിർത്തണ്ട. പറഞ്ഞോ.

വേദനോണ്ട് പറയാ. ഇപ്പൊ ഏട്ടൻ ഇല്ലോം പൊളിച്ചു വിക്കാന്ന് കേട്ടു. ഏട്ടനൂല്യേ മൂന്നു കുട്ട്യോള്. ഞങ്ങള് വെട്ടോഴീല് കെടക്കേ തെണ്ടേ ചെയ്തോളാം. ന്നാലും ഏട്ടന്റെ കുട്ട്യോളും അമ്മേം അച്ഛനും–

തേതി നിർത്തി. അവരുടെ കരഞ്ഞുവറ്റിയ കണ്ണും ഈറനായി.

അമ്മേം അച്ഛനും. ഞാനെന്താ വേണ്ടേ. അവരെ തലേലേറ്റി നടക്കണോ?

തേവരേ! നല്ലബുദ്ധി തോന്നിക്കണേ.

ഏട്ടനെന്താ പറേണേ. ഏട്ടനറീല്യെ ഇബ്ട്ത്തെ സ്ഥിതി. വല്യമ്മമാരും ഞങ്ങളും.

നിങ്ങള് കടന്നുപോയാത്തന്നെ ബടെ നേര്യാവും. ഓരോരോ ചെറ്റകള്.

വേളി കഴിച്ചുകൊടുത്തു. ഒക്കേം കുട്ട്യേളേംണ്ടാക്കി ഇങ്കടന്നെ തെണ്ടി ത്തിരിഞ്ഞെത്തേം ചെയ്തു. അതും പോരാ. ന്ന്ട്ട് ഉപദേശോം. മനുഷ്യന് സ്വൈര്യായിട്ട് ഒന്നിരിക്കാംച്ചാ അതിനും വഴീല്യ.

ഹമ്മേ!

തേതി നാലിറയത്ത് കുഴഞ്ഞിരുന്നു. കത്തുന്ന ആത്മാവിനെ തണുപ്പിക്കാൻ ഹൃദ്രക്തം ധാരചെയ്തു.

ആരേം വെറുംകൈയോടെ അയച്ചതല്ല. ഒക്കേറ്റനും ആവാവുന്നതും അതിലധികോം കൊടുത്തു. അവറ്റേടെ തറവാട്ടിലും കഴിഞ്ഞുകൂടാനുണ്ടാർന്നേനും

ഉണ്ണി നിർത്തി. കേക്കാൻ ആരുമില്ലേ. ദേവി വളരെ മുമ്പുതന്നെ സ്ഥലം വിട്ടിരുന്നു. തേതി നാലിറയത്തുണ്ട്. അടക്കിയ തേങ്ങൽ പുറത്തളത്തിലെത്തുന്നു. നന്നായി. ഒരാളുണ്ട്. ശ്രോതാവായി ഒരാളുണ്ട്. ചെലപ്പൊ ഗൗരീം ആര്യക്കുട്ടീം അവടെവന്ന് നിക്കണ്ണ്ടാവും. ന്നാ നന്നായി. ഒരൊറ്റ തകരാറ്. അവരാ ചുമരിന്റെ അപ്പുറത്താണ്. സാരംല്യ. ന്നാലും അവരുടെ പ്രതികരണം അറിയാം. മുറിഞ്ഞ തേങ്ങലുകൾ. ഉണങ്ങിയ നിശ്വാസം. പതിഞ്ഞ ചലനം. ണ്ട്. അവരവിടെണ്ട്. എനി ഒരുപക്ഷേ, ദേവീം അമ്മേം അവടെ വന്നു നിക്കും. അപ്പോ തെകഞ്ഞു. ഫുൾ കോറം. ചെവി കഷ്ട്യാച്ചാലും വല്യമ്മമാരും അവടെ ഇരിക്കട്ടെ. സദസ്സ് വേണം. സദസ്സില്ലെങ്കിൽ പ്രഭാഷണം വെറുതെയാവും. ദാ അപ്പുറത്ത്, മിറ്റത്ത് കുട്ടികളുണ്ട്. ഒന്നും രണ്ടുമല്ല. എട്ടെണ്ണം. രണ്ടുമൂന്നെണ്ണം ഒരു ഭാഗത്ത്. ഏത്ത ഒലിപ്പിച്ച്, ചെതലു തിന്ന് നാറിയ വള്ളിട്രൗസറിൽ മുഴുവൻ നഗ്നതയും പ്രദർശിപ്പിച്ച്. ബഹുസുഖം. പിന്നെ ഒന്നുരണ്ടെണ്ണം മറ്റൊരു മുക്കിൽ. വായപൊളിച്ച്. വിരല് മൂക്കിൽ കയറ്റി. ശുദ്ധശൂന്യമായ മണ്ടയ്ക്കകത്ത് മുഴുവൻ കാറ്റുമൂളി. ബഹുസുഖം. പിന്നേംണ്ട്. ഒന്നുമാത്രം. കുട്ടിമാത്രം. ഒതുങ്ങി ഇറയത്തിരിക്കുന്നു. തിണ്ണയിൽ. താഴെ മണ്ണുമാന്തുന്ന ഏട്ടന്മാരെ നോക്കി. എന്നിട്ടും, പുറത്തളത്തിൽ അച്ഛനെ ശ്രദ്ധിച്ച്. ഇളംതലയിൽ നിറഞ്ഞ ചിന്ത ഒതുക്കി. ബഹുസുഖം. ശ്രോതാക്കളുണ്ട്.

ന്ന്ട്ടോ. ന്ന്ട്ട് ഇപ്പൊ എന്തായീന്നാ ചോയ്ച്ചേ.

ഉണ്ണി ബീഡിക്കുറ്റി കളഞ്ഞു. മറ്റൊന്നു കൊളുത്തി.

അതാ പറഞ്ഞേ ഇതൊന്നും എന്റെ കുറ്റല്ലല്ലോ. നിങ്ങള് മൂന്നിന്റേം തറവാട് ഞാനാ കൊളംകോര്യേ. എനി പ്പൊ അതും എന്റെ മേലയ്ക്കാവോ. നിശ്ശംല്യ. എന്താച്ചാ പറയാലൊ. പടിപ്പുര പൊളിച്ചു. കുളപ്പുര പൊളിച്ചു. പത്തായപ്പുര പൊളിച്ചു. ഒക്കെ പൊളിച്ചു. പക്ഷേ, ഈ പത്തുപതിനെട്ടെണ്ണത്തിനെ ഇതേവരെ പൊലർത്തീല്യേ. ആട്ടിപ്പൊറത്താക്കീല്യലോ. നിങ്ങടെ നമ്പൂരാരടെ മാതിരി കണ്ടെത്ത്യാ തല്ലിച്ചതച്ചില്യലോ. രണ്ടുനേരം വെച്ചുവെളമ്പീല്യെ.

ആര്? ഈ ഏട്ടനോ? ശിവ ശിവ!

അച്ഛൻ ഈ വയസ്സുകാലത്ത് ശാന്തിക്കുപോയി കുറേശ്ശ ദേവസ്വം ഇസ്കി. എന്നിട്ടു മുണ്ടു മുറുക്കി ചുറ്റി. എല്ലാവരുടെ മുമ്പിലും കിഴിഞ്ഞു നിന്നു. അങ്ങനെ കഷ്ടിച്ചു തീപ്പൊകഞ്ഞു. ന്ന്ട്ട് ഇപ്പൊ ഏട്ടന്റെ പ്രസംഗം. ഈശ്വരാ!

തെക്ക്നിയിൽ ഉണങ്ങിയ കാറ്റു പൊങ്ങി. ഉയരങ്ങൾ കൂടി വാട്ടി.

ഇപ്പൊ പടിഞ്ഞാറ്റി പൊളിക്കണേനാ അല്ലേ. സ്വന്തം തറവാട്ടില് പടിഞ്ഞാറ്റീല്യേ. പത്തായപ്പെരേല്യേ. അതോ മരത്തിന്റെ ചോട്ടിലാ കെടന്നേർന്നേ. അതൊക്കെ പൊളിച്ചു വിറ്റില്യേ. വിക്കല്ലേ. കണ്ണിക്കണ്ട അടിച്ചുതളിക്കാർക്കും മെക്കട്ടു കേറ്യോൾക്കും കൊടത്തില്ലേ. കാതും കൈയും അഴിച്ചു മേടിച്ചു ചിറ്റക്കാരിക്കു കൊടുത്തില്യേ. അപ്പൊ എവടേർന്നേ നിങ്ങടെ നാക്ക്?

എറങ്ങിപ്പോയോ? ഇപ്പൊ ഒരവകാശോം ഇല്യാഞ്ഞ ഇബട്ത്തെ കാര്യ സ്ഥത്യാ. അതിന് ഓരോ മൊഴംണ്ട് ഓരോന്നിന്റെ നാക്ക്. എന്തൊക്കെ ന്യായാ ഓരോരുത്തർക്ക്. വക്കീലാവണ്ടതാർന്നു.

ഉണ്ണീ, കുട്ട്യോളെ ങ്ങനെ നോവിക്കര്ത്. അവരക്ക് ഒരു ഗതീംല്യാ ണ്ടെല്ലേ. അല്ലെങ്കി ബടെ വന്നു താമസിക്ക്വോ? ഇതിനൊക്കെ പാപംണ്ട്ട്ടോ.

അമ്മേം അവരടെ പങ്കാ. അതല്ലാന്റെവര്വോ. ഒക്കെ പെണ്ണുങ്ങളല്ലേ. അമ്മാച്ചാലും പെങ്ങളാച്ചാലും പെണ്ണന്നെ. ഒരു കൂട്ട്. അപ്പഴും നമ്മള് പൊറത്ത്. പ്പൊ ഞാൻ പറേ

ായി കേക്കട്ടെ. ഇപ്പൊ കാപ്പീം കൂടി കഴിഞ്ഞ്ണ്ടാവില്യ. ഇപ്പൊ പറഞ്ഞാ മൂർച്ചകൂടും. വെറുംവയറ്റിലാണല്ലോ ഔഷധം ഏറെ ഫലിക്കുന്നത്. വെറുംവയറ്റിലാണു ശകാരവും ഏറെ ഫലം ചെയ്യുന്നത്.

ഉണ്ണി നമ്പൂതിരി ഒരു ബീഡികൂടി കത്തിച്ചു.

ഇതു പോരാ. മറ്റോൻ ണ്ടാവണ്ടേർന്നു. കടുത്ത. ഒരൊറ്റ ബീഡി. ഉച്ചവരെ പറയാം. പറഞ്ഞതുതന്നെ പറയാം. മതിയാവാതെ. നിർത്താനാവാതെ തുടരാം. വാണിമാതാവിന്റെ അവതാരം.

കടുത്ത എവിടെ?

ഒരൊറ്റ പൊഹ.

ഇല്ലെങ്കി വേണ്ട. ഏതു പൊഹേം കഞ്ചാവുതന്നെ. പറഞ്ഞുപറഞ്ഞു ലഹരീണ്ടാക്കാം. ഏറ്റവും മുന്ത്യെ ലഹരി വാക്കുതർക്കം തന്നെ. ശകാരം അതിലും സുഖം. ശകാരിച്ചു ശകാരിച്ച് ചൊറിമാന്തിപ്പൊളിച്ച സുഖം. കൂടുതൽ കൂടുതൽ ശക്തി. നിർത്ത്യാ വേദന. നിർത്തരുത്.

നന്നാവ്ണ്ട്. ഇപ്പൊ എല്ലാവരും ന്റെ നേര്യാ. ഇബര്ടൊക്കെ തറവാട് നശിപ്പിച്ചത് ഞാനാന്നാ നാട്യം. സ്വന്തം നമ്പൂരാരെ ഗുണദോഷിക്കാൻ വയ്യാത്തോറ്റ്യാ. ഇപ്പൊ, ഇബടെ, ഇല്ലത്താ ഗുണദോഷം. നിങ്ങക്കൂല്യെ അബടെ ഒരോഹരി. അതൈവട്യാ. കുട്ട്യോളടെ മൊതലൂല്ലേ. അതോ ഒക്കെ വിറ്റ് തർപ്പണംവച്ചോ തേതീ. ആരാ നിന്റെ നമ്പൂരീടെ പെണ്ണ്. ഒരു കടു പ്പൊട്ടത്ത്യാ. അതോ മാപ്ലച്ച്യാ. എന്തായാലും നന്ന്. അവള് ഊറ്റക്കാര ത്ത്യന്നാ. നെന്റെ കാതില്ത്തേംകൂടി ഊരിക്കൊണ്ടോയില്യേ. അസ്സലായി. ന്ന്ട്ടോ. നെണക്കെന്തേ കിട്ട്യേ. മൂന്ന് പൊട്ട്. മൂന്ന് കുരുട്. ഇങ്ങനേണ്ടോ ഒരു ഭാഗ്യം. മൂന്ന് ഉണ്ണീണ്ടായി. മൂന്ന് പോത്തന്നെ. എങ്ങനേ ഇത്ര കൃകൃത്യായി തരായേ?

ഉണ്ണീ, എന്താ നെണക്കിന്ന്. വെറുതെ തേത്യേം കുട്ട്യോളേം ങ്ങനെ ശകാരിക്കണോ. ആ ഉണ്ണ്യോള് എന്താ പെഴച്ചേ—

നന്നായി. തന്തപ്പിടി കേക്ക്ണ്ട്. ബഹുസുഖം. ഒരു ഡോസുകൂടി കൊടു ക്കാംന്നാ. നന്നാവും. ചെലപ്പൊ തന്തപ്പിടി തലതിരിഞ്ഞ് വീഴും. ന്നാ അധികം നന്നായി. ഡോസ് കൂട്ടണം.

ഉണ്ണിനമ്പൂരിക്കു കലികയറി.

ഒക്കെ തൊണേന്നേ. പക്ഷേ, ഗൗരീം ആര്യേം ത്ര ഭാഗ്യം ചെയ്തില്ല. അതിന് അവര് താഴെ ള്ളോരല്ലേ. ഏടത്തീടെ അത്രയ്ക്ക് കേമത്തം വയ്യല്ലൊ. അവറ്റയ്ക്ക് ഓരോന്നേണ്ടായുള്ളു. എന്തേ ആവോ. അപ്പഴക്കും അവരടെ നമ്പൂരാര് മൂടുംതട്ടി പോയി. അതോണ്ട് ഓരോന്നേ തരായുള്ളു. പക്ഷേ, ള്ളത് മതി. ആസനോം വായേം തിരിച്ചറിയാത്ത വഹ! തിന്നാൻ മാത്രം സൃഷ്ടിച്ചു വിട്ടേക്ക്ണു. നന്നായി. രണ്ടാർത്തിപ്പണ്ടം. അവറ്റേടെ പാതാളം

നെറക്കാൻ കുബേരന്ന്നെ പറ്റീന്ന് വരില്യ. ഗണോതി പ്രാതല് സഹിക്കാം. ഇബറ്റേടെ തീറ്റ കണ്ടാ ഗണോതി അപ്പീടും.

ബഹുസുഖം. പദങ്ങൾക്കു മേനികൂടുന്നു. ധ്വനി ഏറുന്നു. ഒന്നാന്തരം പദങ്ങൾ അണിനിരക്കുന്നു. ഓരോന്നിനും പറ്റിയ പദങ്ങൾ വേണം. ശകാരിക്കുമ്പോൾ അതിനു പറ്റിയ പദങ്ങൾ നിരന്നുവരണം.

ഉണ്ണീ!

ങാ. വിളിതുടങ്ങി. വിളിക്കുമ്പൊ വെറയ്ക്കാനും തുടങ്ങി. തൊടങ്ങട്ടെ. ശബ്ദം തൊണ്ടയിൽ വിറച്ചുവിറച്ചു വീഴട്ടെ.

ന്ന്ട്ട് ഇതിനൊക്കെ കുറ്റം എനിക്കും. അല്ലേ? എന്താ ഞാൻ നശിപ്പിച്ചേ. അതാ രസം. ഒരു വസ്തൂം ഞാനായിട്ട് നശിപ്പിച്ചില്ല. ഒരു വസ്തൂം നശിപ്പിക്കാൻ പറ്റില്യാന്നാ വേദാന്തോം സയൻസും പറേണത്. അല്ലേ?

വേണങ്കിൽ അച്ഛനോടുതന്നെ ചോദിക്കാം. ഈയിടെ തന്തപ്പിടിക്കു വേദാന്തത്തിൽ താല്പര്യം ണ്ട്. ഒരു യുക്തിയാണത്. അതിൽ തന്തപ്പിടി പെടും. അണ്ണ കെണിയിൽ പെട്ട പോലെ. രക്ഷേല്യ. പെടഞ്ഞ് പെടഞ്ഞ്.

അപ്പൊ എന്തേ പറഞ്ഞേ. അതെ. ഞാനെന്താ നശിപ്പിച്ചേ. അതറീട്ടേ. ഈ പൊളിഞ്ഞുവീഴാറായ പടിപ്പെര പൊളിച്ചതോ? അതു പൊളിക്കാൻ എന്ത് ചെലവ്ണ്ട് അറിയോ? അതു മേലയ്ക്കു വീഴാണ്ടെ പൊളിച്ചു മാറ്റീതാ കുറ്റം? പിന്നെ കൊളപ്പുര. അസ്സലായി. അതൊരു പെര്യാന്ന് പറയാൻ പറ്റ്വോ. ചെതപ്പിടിച്ചു വീഴാറായ ഒരു മരക്കൂട്. ഞാനതു പൊളിച്ചു. ശര്യാ. പക്ഷേ, എന്തിനാ കാറ്റും വെളിച്ചോം കടക്കാത്ത കുളപ്പുര. എത്ര കഷ്ടാന്നറിയോ. പകർച്ചവ്യാധികള്.

ഇപ്പോ മറ്റൊരു യുക്തികിട്ടി.

പകർച്ചവ്യാധികള്! അതാ പറഞ്ഞേ. എങ്ങന്യാ ഇങ്ങനത്തെ രോഗങ്ങള് വരണേ. ഇബടേന്നെ നോക്കൂ. ഈ കുട്ട്യോളും ദേവീം. എല്ലാവരും വെളർത്ത്. രക്ത പ്രസാദം ല്യാണ്ടെ. എന്താദ്.

ഊണു കഴിക്കാ—

അല്ല. ഭക്ഷണം ല്യാഞ്ഞിട്ടാണോ? അല്ല. പിന്നെന്താ. വേണ്ടത്ര സൂര്യപ്രകാശോം ശുദ്ധവായും ലഭിക്കാഞ്ഞിട്ട്. ഈ പടിഞ്ഞാറ്റിമാളിക നോക്കൂ. ഇബടെ എപ്പഴും ഇരുട്ടാ. നരച്ചീരും കോക്കാനും സ്ഥിരതാമസക്കാരും. ഇബടെ കഴിഞ്ഞൂട്യാ ദെണ്ണം തന്നെ പിടിക്കും. എന്തു ദെണ്ണാന്നോ.

എന്താ, എന്താ ഇപ്പൊ പറയാ. എന്തു പറഞ്ഞാലും ആരും അതല്ലാന്ന് വാദിക്കില്ല. ന്നാലും ങാ. റിക്കറ്റ്സ്. റിക്കറ്റ്സ്ച്ചാ ഒരു മാരകായ രോഗാണ്. അതാണത്. സൂര്യപ്രകാശം ഇല്യാന്റെ. വൈറ്റമിൻഡെഫിഷ്യൻസി—അങ്ങനെയങ്ങനെ വിളർത്തു കൂമ്പാളപോലെ. അപ്പോ അതാ പറഞ്ഞേ. ഇത്തരം രോഗങ്ങളിൽനിന്നു രക്ഷപ്പെടാൻ.

ങേ! ആരൂല്യേ. തെക്കിനിയിൽ ആരുല്യാന്ന് തോന്ന്ണൂ. അവരൊക്കെ എണീറ്റു പോയോ. ന്നാൽ പിന്നെ—

ഉണ്ണിനമ്പൂതിരി നാലിറയത്തേക്ക് എത്തിനോക്കി.

ശൂന്യം. ശുദ്ധശൂന്യം. വല്യമ്മമാത്രം ശ്രീലകത്തിരുന്നു നാമം ജപിക്കുന്നു. അവർക്കു ചെവിയും പരുങ്ങലാണ്. സാരംല്യ. ഇന്നയ്ക്കുള്ളതായിണ്ട്. ഇന്നേക്ക് എന്നല്ല ഒരാഴ്ചയ്ക്കുള്ള ഡോസായിട്ട്ണ്ട്. എനി തന്തപ്പിടിക്കും ത്തിരി ഡോസു കൂട്ടണം. ന്നാ മതി. പിന്നെ മിണ്ടില്ല. ഒക്കേം നാക്കടയ്ക്കണം.

ബഹുസുഖം.

ഉണ്ണിനമ്പൂതിരി തിരുമ്മി തോരാനിട്ട ഷർട്ടെടുത്തു പുറത്തേക്കിറങ്ങി.
എനി പടിഞ്ഞാറ്റി.
അതിനൊരാളെ കിട്ടണം.
വരട്ടെ.

## എട്ട്

**ഉ**ണ്ണിനമ്പൂതിരി ചായക്കടയിലേക്കു നുഴഞ്ഞു. അവിടെ, ബഞ്ചിലിരുന്ന് വെള്ളമിറക്കുന്ന ശിങ്കിടിയെ നോക്കി.

ഞാൻ തന്നെ അന്വേഷിക്കായിരുന്നു. താൻ ബടേണ്ടാവുംന്ന്യ്ക്കറിയാം. അതാ നേരിട്ട് ഇങ്കട് പോന്നേ. മനസ്സിലായോ. അതാണ് ടെലിപ്പതി.

നന്നായി. രണ്ടുമൂന്നാള്ണ്ട്. പിന്നെ സാക്ഷാൽ അമ്മിണീം. കോറം തെകഞ്ഞു. കുറേക്കൂടി പറയണം. പറയാൻ ണ്ട്. പറയാൻണ്ട്ന്നു മാത്രമല്ല. പറയാൻ പറ്റിയ മൂഡുണ്ട്. കേക്കാൻ ആളില്ലാച്ചാൽ. ഇല്ലത്ത് നല്ല മൂഡിലെ ത്തീതാണ്. അപ്പാഴക്കും സദസ്സ് പിരിഞ്ഞു. എനി ഇബടെവെച്ചാവാം. വിഷയം ഒന്നു മാറ്റാം. അവടെ ശകാരായിരുന്നു. ആ സുഖം ഇബടെ കിട്ടില്ല. ന്നാലും ഇബടെ കേൾവിക്കാരുണ്ട്. പിന്നെ അമ്മിണിണ്ട്. വെറും ശ്രോതാ വല്ല. നല്ല മുഴുത്ത ശരീരം. നേരെ മുമ്പിലങ്ങനെ വന്നിരിക്കും. ആരെങ്കിലും ചായയ്ക്കു വന്നാൽ ഒന്നെണീക്കും. ഒരു വാട്ടവെള്ളം കൂട്ടും. പെരുത്ത മൊലേം ചീർത്ത ചന്തീം തുളുമ്പിച്ച് പറ്റുകാരന്റെ മുമ്പിൽ വരും. പഴച്ചക്ക വീണപോലെ സ്റ്റൂളിൽ നിറഞ്ഞുകുമിയും. ന്നാലും നന്ന്. നല്ല കോള്.

തമ്പ്രാൻ ന്ന് എന്തേ ങ്കട് എറങ്ങ്യേ?

അതാ പറഞ്ഞേ ടെലിപ്പതി. അല്ലെങ്കിൽ പാരാസൈക്കോളജി. അതു മല്ലെങ്കിൽ (ഈശ്വരാ, ഒരു വാക്ക്, ഒരു നല്ല വാക്ക് തോന്നണേ) അതെ, സൈക്കോ സിന്തസീസ്. അതാ വഴി. കാര്യം അതാണ്. പരഹൃദയജ്ഞാനം. പരകായപ്രവേശം.

പരകായപ്രവേശോ? അത്...

ഈശ്വരാ! ചതിച്ചോ! ചതിച്ചോ.

ഉണ്ണിനമ്പൂതിരി നിമിഷാർദ്ധം പകച്ചു. ഉടൻ നിയന്ത്രിച്ചു.

അതെ, അതൊന്നും നിങ്ങൾക്കു മനസ്സിലാവില്ല. ഒരുപക്ഷേ, ഈ നാട്ടിലന്നെ ആർക്കും അത് മനസ്സിലാവില്ല. മനസ്സിലാക്കാൻ ള്ള ജ്ഞാനം ഇല്യ. അതില്യാണ്ടെ മനസ്സിലാവില്യ. ന്നാലും ഞാൻ പറയാം.

ഉണ്ണിനമ്പൂതിരി അമ്മിണിയെ നോക്കി. ശരി. അവൾ കേൾക്കുന്നുണ്ട്. ആ കണ്ണിൽ അദ്ഭുതം തുറക്കുന്നു.

അതായത് ഹിപ്നോട്ടിസം. ഞാൻ വേണങ്കി അമ്മിണിക്കുട്ടി ഇപ്പോ എന്താ വിചാരിക്കണേന്ന് പറയാം. മറ്റുള്ളോരടെ ഉള്ളറിയാം. അതിനൊരു വഴീണ്ട്.

എന്താ, കരുസേവേണ്ടോ? മനക്കാരക്ക് പണ്ടൊക്കെ തേവര് വിളിച്ചാ വിളി പ്പൊറത്താന്ന് കേട്ട്ണ്ട്.

അമ്മിണിക്കുട്ടിയുടെ തള്ള അകത്ത്ന്ന് വിളിച്ചു പറഞ്ഞു.

സേവേം മൂർത്തീം ഒന്വല്ല. സിമ്പിൾ മൈന്റ് റീഡിംഗ് ശീലിക്കണം. നിര ന്തരമായ ട്രൈനിംഗ്. എന്നാത്തന്നെ എല്ലാവർക്കും പറ്റീന്ന്വരില്ല. എനിക്കു

പറ്റും. ന്ന് പറഞ്ഞാൽ കോൺസൻട്രേഷൻ ണ്ടാവണം. അതുള്ളോർക്കു പറ്റും.

അതെന്താ?

അമ്മിണി ഉണർന്നു.

അതോ...അത്—

ഉണ്ണിനമ്പൂതിരിക്ക് ഉത്സാഹം ഏറി. ഇവളെ ഒന്നു ഭയപ്പെടുത്തണം. എന്നാൽ, ഗുണംണ്ട്. പല കാര്യോം ണ്ട്. സൂത്രത്തിൽ ഒരു ഗ്ലാസും വെള്ളോം കിട്ടാൻ. ഇടയ്ക്കൊന്നു ചൂടാക്കാൻ. ശരി. ഒന്നു വളയ്ക്കണം. ഈയിടെയായി ബ്റ്റയ്ക്ക് ത്തിരി പവറ് ഏറ്ണ്ട്. ത്തിരി കാശായി. അതിന്റെ വക്യാ. നാട്ടിലെ പേഴ്സ്യക്കാരൊക്കെ അവളടെ മടിക്കുത്തിലാന്നാ വിചാരം. ഒന്നു വാട്ടണം. ഒറിജിനൽ കാണട്ടെ.

അപ്പൊ എന്തേ പറഞ്ഞേച്ചാ, കോൺസൻട്രേഷൻ ണ്ടാവണം. അതൊന്നും വെറുതേണ്ടാവില്ല. ഞാൻ വേണംച്ചാ ഇബടേരുന്ന് ഹിപ്നോട്ടൈസ് ചെയ്ത് അമ്മിണ്യേ തുള്ളിക്കാം.

അയ്യോ വേണ്ട.

അമ്മിണി ഭയന്നു.

വേണ്ടെങ്കി വേണ്ട.

ന്നെ തുള്ളിക്ക്വോ.

സദസ്സു ചോദിച്ചു.

ആവാം. ആരെ വേണങ്കി ആവാം. അതിനുമുമ്പേ, ഡോ വേലൂ ഒരു സ്വകാര്യം. ദാ ഈ റോട്ടിലേക്കൊന്നു വരാ.

ശിങ്കിടി റോട്ടിലിറങ്ങി. ഉണ്ണിനമ്പൂതിരി മിണ്ടിയില്ല. ശിങ്കിടി ചോദിച്ചില്ല. ഒരു നേരം. മുഖാമുഖം. ശിങ്കിടി വടക്കോട്ടു തിരിഞ്ഞു. ഉണ്ണിനമ്പൂതിരി ചായക്കടയിൽ കേറി. കേറുമ്പോൾ വകതിരിവെന്നപോലെ വടക്കോട്ടു നോക്കി കൈകൊട്ടി. ശിങ്കിടി തിരിഞ്ഞു. വിരലുപൊക്കി അര എന്നു കാണിച്ചു. ശിങ്കിടി തലകുലുക്കി. ആ ഹരത്തിൽ ഉണ്ണിനമ്പൂതിരി ബഞ്ചിലിരുന്നു.

അപ്പൊ എന്തേ പറഞ്ഞേച്ചാൽ ആരെ വേണംച്ചാൽ തുള്ളിക്കാം. മാത്ര മല്ല, ഞാൻ വേണംച്ചാൽ, ദാ ഈ അമ്മിണിക്കുട്ട്യേ ഒരു പട്ടിക്കുട്ട്യാക്കാം. ദാ. ദാ. ഇങ്ങനെ.

അയ്യോ! യ്ക്ക് പേട്യാ.

അമ്മിണിക്കുട്ടി ഉണ്ണിനമ്പൂതിരിയുടെ തുറിച്ച കണ്ണുകളെ ഭയന്നു. ഇര കണ്ട ആർത്തി. ഉപ്പുനോക്കുന്ന രസം. ഹാവൂ ഒന്നു രക്ഷപ്പെട്ടാമതി.

അത് കാണട്ടെ തമ്പ്രാനെ.

സദസ്സുണർന്നു. അവർ കോരിത്തരിച്ചു. സാക്ഷാൽ അമ്മിണി കൊടിച്ചി പ്പട്ടിയായി, വലിയ വാല് പെരുത്ത ചന്തിക്കിടയിൽ ഒളിപ്പിച്ച് മൂന്നുനാലു തെണ്ടി നായ്ക്കളുടെ പരിവേഷത്തിൽ മുള്ളുപടർപ്പ് കടന്നുചാടി —ഹായ്... കൊതിയൂറുന്നു.

പറ്റുംച്ചാ കാണട്ടെ.

അതാ കാണണ്ടെ!

വേണ്ടാട്ടോ.

സാരംല്യ. പേടിക്കാൻല്യ. കൊറച്ചു കഴിഞ്ഞാൽ പഴേ മാതിര്യാവും. ഒന്നും അറീല്യ. എന്തേണ്ടായെന്നു മനസ്സിലാവില്ല. ഒക്കെ ഒരു മായ. ദാ, ന്റെ മുമ്പില് ഈ ബഞ്ചില് ഇരുന്നാ മതി. ദാ വരൂ. ഇബടെ.

ചെല്ലെടീ പെണ്ണേ.

ചായക്കട വിടർന്നു. അമ്മിണിക്കുട്ടി കൊടിച്ചിപ്പട്ടിയായാൽ—

ന്നാ, ന്നെ നായയാക്ക്വോ?

കൊതിയൂറിയ സദസ്സു ചോദിച്ചു.

ആക്കാം.

ന്നാ ഞെങ്ങള് കല്ലെറീം.

ഭാവനയിൽ കണ്ട ഒരിണചേരലിൽ അസൂയമൂത്ത ഏതോ വിദ്വാൻ കല്ല് തപ്പി. ഇതാ, മുമ്പിൽ പെരുംചന്തി തുളുമ്പിച്ച് നൂത്ത നൂഴുന്ന കൊടിച്ചി. നാക്കുനീട്ടി പെരുവെള്ളം ഒഴുക്കി കൂട്ടിക്കൊളുത്തിയ നായ.

ഹായ്!

എവടെ കല്ല്!

ഹയ്യോ!

കുഞ്ഞ്മ്പ്രാൻ അവളെ പേടിപ്പിക്കണ്ട. ഇപ്പൊത്തന്നെ അവള് പനിച്ചു തുള്ളി ത്തൊടങ്ങി.

അകത്ത് ഉഴുന്നാട്ടുന്ന തള്ള വിളിച്ചുപറഞ്ഞു. ന്നാ വേണ്ട. ഞാൻ ഒരു വിദ്യ കാണിക്കാം ന്ന് വിചാരിച്ചു. പേടീണ്ടെങ്കി വേണ്ട.

ഉണ്ണിനമ്പൂരിക്കാശ്വാസമായി. അഥവാ അമ്മിണിക്കുട്ടി പേടീല്യാന്നു പറഞ്ഞാൽ—അങ്ങനെ വരില്ല.

ഒരു ശങ്കേണ്ടാവും. പഴേ ഇല്ലത്തെ നമ്പൂര്യാണ്. സേവാമൂർത്തികള് പ്രത്യക്ഷാണ്.

പൂവ്വാ.

ശിങ്കിടി വന്നു.

അ, ഞാൻ നെന്റെ ബാക്കിലിരിക്കാം. സൈക്ക്ള് എടുത്തോ.

ശിങ്കിടി ആഞ്ഞു ചവിട്ടി. അകത്താക്കാനുള്ള അരയുടെ ലഹരിയിൽ ഉണ്ണി നമ്പൂരി വെയിലു മറന്നു. കുത്തിക്കുലുക്കം മറന്നു. ഉടലാകെ സന്ധിബന്ധം അറ്റുപോകുന്ന കുണ്ടുകുഴികളിൽ വീണു വീണ് അമർന്നിരുന്നു.

## ഒമ്പത്

പേനപിടിച്ചു നടന്നാപ്പോരാ.
പോരോരോന്നു തുടങ്ങാറായി,
അതുകൊണ്ട്,
ഇത്തറവാട്ടുവളപ്പിലിത്തിരു-
മുറ്റത്തിത്തിരിനേരമിരുന്നാലും
മാനം കണ്ടു മദിച്ചാലും
മണ്ണും നോക്കി രസിച്ചാലും
അതുകൊണ്ട്,
ഈ തറവാട്ടുവളപ്പിൽ—

**കു**ഞ്ഞുകുട്ടൻ മണ്ണുതൊട്ടു നിറുകയിൽ വച്ചു. മൂന്നുരു. ഭൂമിദേവിക്കു മന്ത്രാഭിവാദ്യമർപ്പിച്ചു.

ഈ മണ്ണിനെ നോവിക്കാതെ. ഈ ഭൂദേവിയെ വേദനിപ്പിക്കാതെ ഭാര മാവാതെ ഇവൻ ഇത്തിരിനേരമിവിടെ കഴിയട്ടെ. രാവിന്റെ നിശ്ശബ്ദതയിൽ

ഉറങ്ങുന്ന വൃക്ഷങ്ങളേ, വൃക്ഷദേവതകളേ, നിങ്ങൾക്കഭിവാദ്യം. ഈ രാവിൽ ഉറ്റവരാരും തുണയില്ലാത്ത ഈ കുഞ്ഞുകുട്ടന് നിങ്ങൾ കാവലാവട്ടെ. പ്രിയപ്പെട്ട ചെറു ചെടികളേ മധുരസ്വപ്നംകണ്ടു ചിരിക്കുന്ന ഈ ഇളം വല്ലികൾ ഇവനെ തലോടിയാശ്വസിപ്പിക്കട്ടെ. ഈ ഓരിക്കുന്നിലെ ഓരോ തരി മണ്ണും ഇവന്റെ ആത്മസ്പന്ദനമറിയുന്നു. അതിനാൽ, അത്രമാത്രം പ്രിയപ്പെട്ട ആത്മബന്ധുക്കളെ, ഇത്തിരിനേരം ഇവൻ ഇവിടെയിരിക്കട്ടെ.

എനി,

പോരോരോന്നു തുടങ്ങാറായി.

ആരോടാണു പോര്?

എന്തിന്?

യുദ്ധംകൊണ്ട് ആരും ഒന്നും ഇന്നോളം നേടിയതായി അറിവില്ല. ദുരന്തങ്ങളും ദുഃഖങ്ങളും നേട്ടങ്ങളാണെങ്കിൽ അവ ആവോളം കൈവന്നു. അതിനാൽ എനിയുള്ള പോര് പോരിനെതിരാണ്. ദുഃഖത്തിനും ദുരന്തത്തിനു മെതിരാണ്. നിത്യമായ സുഖത്തിനായി, നിത്യമായ സന്തോഷത്തിനായി.

നന്നായി!

പ്രിയ സുഹൃത്തേ, ഇക്കണ്ട രാവത്രയും ആരെ ചൊല്ലി പ്രാർത്ഥിച്ചുവോ ആ വൃക്ഷദേവതയാണ് ഞാൻ. ഈ കാട്ടുകുന്നിൽ, ആളൊഴിഞ്ഞ നിശീഥ ത്തിൽ എന്നും താങ്കളിവിടെ വന്നു. ഞങ്ങളുടെ സ്വൈരം വ്രണപ്പെടുത്താതെ ഞങ്ങളെ അംഗഭംഗപ്പെടുത്താതെ ഇക്കണ്ട രാവത്രയും താങ്കളിവിടെ കഴിച്ചുകൂട്ടി. അതുകൊണ്ട് ഞങ്ങൾ താങ്കളിൽ സംപ്രീതനായിരിക്കുന്നു.

കുഞ്ഞുകുട്ടനുണർന്നു. സ്ഫുടമായ ശബ്ദം. വ്യക്തമായ അർത്ഥം. ആത്മാർത്ഥ ഭാവം. ഇരവിന്റെ അജ്ഞതയിൽ, ദൃശ്യത്തിന്റെ അവ്യക്തത യിൽ പ്രപഞ്ചദൃശ്യങ്ങളത്രയും കുഞ്ഞുകുട്ടനു ശ്രവ്യങ്ങളായനുഭവപ്പെട്ടു. വൃക്ഷലതാദികളും കല്ലും മണ്ണും സർവം ശബ്ദം. നാദം മാത്രം. ഒരൊറ്റ ഭാവം. ശാന്തം.

ഓം ശാന്തി ശാന്തി ശാന്തി.

മകനേ—

പിതൃസമാനരായ ഞങ്ങളെ വേദനിപ്പിക്കാതെ ഇരുകാലിൽ നടന്നു നീങ്ങുന്ന അഹങ്കാരത്താൽ ഞങ്ങളെ വെട്ടിമുറിക്കാതെ ഇക്കാലമത്രയും ഞങ്ങളെ സ്നേഹിച്ച പ്രിയപുത്രാ ചോദിക്കൂ. നിനക്കെന്തുവേണം?

കുഞ്ഞുകുട്ടൻ ഖിന്നനായി. വരം നൽകുവാനായി വനദേവതയുണ്ടടുത്തു നിൽക്കുന്നു. എന്നിട്ടും, സ്വന്തം ആവശ്യംകൂടി വ്യക്തമാവാതെ വരം ആവശ്യപ്പെടാനുമാവാതെ കുഞ്ഞുകുട്ടൻ പരുങ്ങി.

അറിയില്ല. എനിക്കറിയില്ല. മഹാപ്രാജ്ഞാ എനിക്കെന്താണു വേണ്ടത് എന്ന് എനിക്കുതന്നെ അറിയില്ല. എന്റെ മനസ്സിൽ ഏതോ പൊരിഞ്ഞ പോരു നടക്കുന്നു. അതുമാത്രമറിയാം. ആരോടാണ് അടരാടുന്നത്, എന്തിനാണ് എന്നുകൂടെ അറിയാതെ. ഒരുപക്ഷേ, അതറിയാനാവും നിത്യവും രാവു തോറും ഞാനീ കുന്നിൻനിറുകയിൽ വരുന്നത്. അതുകൂടി എനിക്കറിയില്ല. എന്നിട്ടും ഒരജ്ഞാതാകർഷണതയിൽ ഞാനിങ്ങോട്ടടുപ്പിക്കപ്പെടുന്നു. മഹാവൃക്ഷങ്ങളേ, ചെറുചെടികളേ, ഞാൻ നിങ്ങളെ സ്നേഹിച്ചിരുന്നുവോ എന്നുകൂടി എനിക്കറിയില്ല. സ്നേഹംകൂടി അറിയാനാവാത്തവിധം ഞാനത്ര പരുക്കനായി. മൃദുലഭാവങ്ങൾ അറിയാതായി. ഇടിവെട്ടും പേമാരിയും മാത്രമറിഞ്ഞു. അതുകൊണ്ട്, ഞാൻ നിങ്ങളെ സ്നേഹിച്ചിരിക്കാം. അത്രയേ എനിക്കു പറയാനാവൂ. അതിലധികം—

ഓരിക്കുന്നിന്റെ നിറുകയിൽ ഒറ്റപ്പാലയുടെ ചുവട്ടിൽ കുഞ്ഞുകുട്ടൻ സാഷ്ടാംഗം നമസ്കരിച്ചു.

പ്രിയപുത്രാ!

വൃക്ഷദേവത തുടർന്നു.

നീ പോരാടി വളർന്നു. അഥവാ, നിന്റെ വളർച്ച പോരാടി നേടിയ താണെന്നു നീതന്നെ വ്യാഖ്യാനിച്ചു. എങ്കിൽ ഒന്നുമാത്രമറിയൂ. ഈ പ്രപഞ്ചത്തിൽ ഒന്നും ഒന്നിനു വിരുദ്ധമല്ല. അടരാടാനൊരു ശത്രുവില്ല. രാവും പകലും കണക്ക് ഒരേ രൂപത്തിന്റെ ഇരുഭാവങ്ങൾ മാത്രം. ഒരു ശ്ലേഷം. ആര് ആരോട് അടരാടി? ഈ പ്രപഞ്ചവിധികളോടോ? നന്നായി. അതാവതല്ല എന്നറിഞ്ഞാലും അടരാടിയെങ്കിൽ നന്നായി. ജീവനായ ജീവനൊക്കെ സുന്ദരമാണ്. അത് എതിർത്തു തോല്പിക്കുവാനും അങ്കംവെട്ടി നശിപ്പിക്കു വാനുമുള്ളതല്ല. സ്നേഹിച്ചു പരിചരിച്ചു വളർത്താനുള്ളതാണ്. പ്രകൃതിയെ എതിർത്താൽ സ്വയം നശിക്കും. നോക്കൂ. പ്രാണികൾ പ്രാണൻ ശ്വസി ക്കുന്നു. ഉച്ഛ്വസിക്കുന്നു. അതു നിയമം. ലംഘിച്ചാലോ ജീവൻ ജഡമാവും. പിന്നെ ചീയും. അളിയും. എന്നിട്ടോ, ഇരുകാലിൽ വളർന്ന അഹന്തയോടെ പുലമ്പാം. അത്രമാത്രം. സ്വന്തം കാതിന്റെ പരിധിയിൽപ്പെടാത്തതു കൊണ്ട് അന്യശബ്ദങ്ങൾ ഇല്ലെന്നു വിധിക്കരുത്. അതു വിഡ്ഢിത്തമാവും.

എഴുന്നേൽക്കൂ. പ്രിയപ്പെട്ട കൊച്ചനുജാ, എഴുന്നേൽക്കൂ.

വനദേവതകൾ കുഞ്ഞുകുട്ടനെ കൈയ്പിടിച്ചെഴുന്നേല്പിച്ചു.

കേൾക്കൂ. ഞങ്ങളും സംസാരിക്കുന്നു. ഞങ്ങളും അനുഭവങ്ങൾ കൈമാ റുന്നു. ആശയങ്ങൾ പ്രചരിപ്പിക്കുന്നു. പലപ്പോഴും കാവ്യങ്ങളും രചിക്കുന്നു.

കാവ്യങ്ങളോ? ഈ പുൽകളും പൂക്കളും കാവ്യങ്ങളാണെങ്കിൽ അതാവാം. അല്ലാതെ, ഈ ഞങ്ങളെപ്പോലെ—

എന്തിനിത്ര വാശി. നിങ്ങളെപ്പോലെ എഴുതിയാലേ കാവ്യമാകൂ എന്നുണ്ടോ. പണ്ടെന്നോ ചിട്ടപ്പെടുത്തിയ ഇത്തിരി സ്വരവ്യഞ്ജനങ്ങളുടെ നന്നേ ചുരുങ്ങിയ രചനാവിധികൾ മാത്രമേ കാവ്യമാകൂ എന്നെന്തിനു വാശി പിടിക്കുന്നു. ഞങ്ങളുടെ കാവ്യങ്ങൾ കാതു തുറന്നുപിടിച്ച ഏതൊരാൾക്കും കേൾക്കാം. കണ്ണടയ്ക്കാത്ത വർക്കനുഭവിക്കാം. ഈ ചരൽക്കുന്നിൽ കാലമരുമ്പോഴും തനിയെ പഴുത്ത കാരപ്പഴം രുചിക്കുമ്പോഴും അതറിയാം. എന്നിട്ടും നിങ്ങളതറിയില്ലെന്നു നടിക്കുന്നു. നശിപ്പിക്കുന്നു.

കവിഭാവന.

അല്ല. പ്രിയപുത്രാ. ഞങ്ങൾ വരംതന്നനുഗ്രഹിക്കാം. പ്രകൃതിയുടെ ഭാഷ നിങ്ങൾക്കു മനസ്സിലാവട്ടെ.

ഉടനെ ഒരായിരം മധുരമധുര ഗാനങ്ങൾ കുഞ്ഞുകുട്ടൻ കേട്ടു. പഞ്ചേ ന്ദ്രിയങ്ങളേയും മോഹിപ്പിക്കുന്ന പഞ്ചപ്രാണനേയും ബ്രഹ്മാനന്ദ സുഖമനു ഭവിപ്പിക്കുന്ന സഹസ്രസംഗീതധാര. അനുസ്യൂതപ്രവാഹം. ആ അമൃതധാര യിൽ കുഞ്ഞുകുട്ടൻ അലിഞ്ഞുചേർന്നു. താനെന്ന ഭാവം മറന്നു. സമസ്തം ഓങ്കാരം.

ഓം.

ഉണരൂ. ക്ഷണനേരം നീയനുഭവിച്ചില്ലേ. ഈ അമൃതനാദം നിനക്കു നിത്യമായി കേൾക്കാം. ആ വരം ഞങ്ങൾ നൽകാം. പകരം നിന്റെ സമസ്ത തോന്നിവാസങ്ങളും ഞങ്ങൾക്കു തരൂ.

വേണ്ട. വേണ്ട.

കുഞ്ഞുകുട്ടൻ അലറിവിളിച്ചു.

വേണ്ട. എനിക്കു വയ്യ. ഈ സ്വർലോകശാന്തിയും സൗന്ദര്യവും എനിക്കു വയ്യ. അതിന്റെ ഒപ്പം ഈ സർവചരാചരങ്ങളുടെ ഭാഷയും എനിക്കു വേണ്ട. മനുഷ്യന്റെ ഭാഷകൊണ്ടുതന്നെ ഞാൻ വലഞ്ഞു. വീർപ്പുമുട്ടി. ഒരൊറ്റ ഭാഷതന്നെ ഒരു നൂറായിരം അർത്ഥമായി. പറയുന്നതറിയാതെയായി. അതുകൊണ്ട് പ്രിയ ദേവതമാരേ എനിക്കു മറ്റൊരു ഭാഷയും വേണ്ട. മർത്ത്യഭാഷ മാത്രം മതി.

എങ്കിൽ, നീ പകലൊക്കെ നിന്റെ തോന്നിവാസങ്ങളുമായി സ്വന്തം നാലു ചുമരിന്റെ ഇടയിൽ ഒതുങ്ങുക. ഇടത്തും വലത്തും നടക്കുക. പറ്റുമെങ്കിൽ ഒന്നു കുതിച്ചുചാടുക. എണീറ്റ് സ്വന്തം നേട്ടത്തെപ്പറ്റി വാതോരാതെ പറയുക. ഇന്നലേയ്ക്കും നാളേയ്ക്കും കടക്കുവാനാവാത്ത നിന്റെ പ്രാഥമിക ദൗർബല്യം മറക്കുക. ഇഷ്ടമുണ്ടെങ്കിൽ രാവുതോറും ഞങ്ങളുടെ വരം സ്വീകരിക്കുക. എന്നിട്ട് ഈ മനോഹരപ്രപഞ്ചത്തിന്റെ സൃഷ്ടിസൗന്ദര്യ മത്രയും അനുഭവിക്കുക. ഒരു പാതി ദുഃഖിതനും കൊള്ളരുതാത്തവനുമായിത്തീരുക. ഒരു പാതി പ്രപഞ്ചരഹസ്യമറിയുക. അസുരഗുരുവും ദേവഗുരുവും ഒരുമിച്ചു നിൽക്കുന്നതിന്റെ വിധി അതാവും എന്ന് ഓർക്കുക.* നിനക്കു നന്മ വരട്ടെ. വനദേവതകൾ മറഞ്ഞു.

വരം ലഭിച്ചാലും കൈക്കൊള്ളാനാവാതെ സ്വദുരിതഫലമോർത്ത് കുഞ്ഞു കുട്ടൻ ഓരിക്കുന്നിൽ മലർന്നുകിടന്നു. ആകാശദേശത്ത് അവസാനിക്കാത്ത സ്വപഥങ്ങളിൽ സഞ്ചരിക്കുന്ന താരാനക്ഷത്ര തേജോഗോളങ്ങൾ താഴെ ഒരുപിടി മണ്ണിൽ മലർന്നുകിടക്കുന്ന കുഞ്ഞുകുട്ടനെ കരുണയോടെ സ്പർശിച്ചു. ആ സ്പർശത്തിന്റെ അർത്ഥമറിഞ്ഞ കുഞ്ഞുകുട്ടൻ എണീറ്റു. നിറഞ്ഞ ഹൃദയത്തോടെ കാൽക്കീഴിൽ കണ്ട കറുകനാമ്പു തലോടി.

കൊച്ചനിയാ. നിന്റെ ഭാഷ ഞാനിപ്പോളറിയുന്നു. ആ നക്ഷത്രസമൂഹത്തിന്റെ ഭാഷയുമറിയുന്നു.

നന്നെ വാത്സല്യത്തോടെ കറുകനാമ്പു തലോടിയിരുന്ന കുഞ്ഞുകുട്ടൻ എണീറ്റു. ഓരിക്കുന്നിലുള്ള സമസ്തവൃക്ഷലതാദികളും തൊട്ടുതലോടി നടന്നു.

ഈശ്വരാ! എന്തൊരു മഹത്തായ ശാന്തി. ഈ വൃക്ഷങ്ങളിൽനിന്നും പരുപരുത്ത കല്ലുകളിൽനിന്നും അവയുടെ സാമീപ്യമാത്രത്താൽ ഇത്രയും മനശ്ശാന്തി ലഭിക്കുമെങ്കിൽ സ്വഗോത്രമായ മനുഷ്യഗോത്രത്തിൽനിന്ന് എന്തൊരനിർവചനീയമായ ശാന്തി ലഭിക്കും. താനിതേവരെയിതറിഞ്ഞില്ലല്ലോ. കഷ്ടം!

കുഞ്ഞുകുട്ടൻ കുറ്റബോധത്തോടെ പാലച്ചുവട്ടിലേക്കു നടന്നു. കല്ലുമുള്ളു കരടുകൾ മാറ്റി. ചെറിയ തടം ഒരുക്കി. മണ്ണു തട്ടിക്കളഞ്ഞു. പാലമരം തലോടി.

ഒരു മരം തലോടുമ്പോൾ ഇത്ര സുഖം. ഒരു മനുഷ്യനെ തലോടുമ്പോൾ എത്ര സുഖമുണ്ടാകും.

കുഞ്ഞുകുട്ടന്റെ കണ്ണ് ഈറനായി.

---

** കുഞ്ഞുകുട്ടന്റെ ജാതകത്തിൽ പന്ത്രണ്ടിൽ ശുക്രനും വ്യാഴവും നിൽക്കുന്നു- വ്യാഖ്യാതാ.*

പ്രിയപുത്രനെ താരാട്ടുന്ന വാത്സല്യത്തോടെ വീണ്ടും വീണ്ടും പാലമരം തലോടി. വിശേഷം ചോദിച്ചു. കൊഞ്ചിച്ചിരിപ്പിച്ചു.

പേന പിടിച്ചു നടന്നാപ്പോരാ,

പോരോരോന്നു തുടങ്ങാറായി.

ഇതാണ് പോര്. സ്വമനസ്സിലുള്ള സമസ്തവിദ്വേഷങ്ങളെയും തല്ലി ഓടിക്കണം. സമസ്തനിഷേധഭാവങ്ങളെയും തീവച്ചു നശിപ്പിക്കണം. എന്നിട്ട് അവിടെ സർവ ലോകസ്നേഹഭാവങ്ങളും നട്ടുനനച്ചു വളർത്തണം. തടം വാരി, വളം വിതറി, വെള്ളം നനച്ച്—

രാവൊടുങ്ങാറായി.

അകലെ, നാട്ടുവെളിച്ചത്തിൽ തെല്ലു തെളിഞ്ഞ ഗ്രാമക്ഷേത്രത്തിലെ തീർത്ഥ സ്ഥാനത്തേക്ക് ഒരുകുടന്ന വെള്ളമെങ്കിലും എടുക്കാനായി കുഞ്ഞുകുട്ടൻ കുന്നിറങ്ങി നടന്നു.

## പത്ത്

**മാ**ഷെ എന്തിനാ നിത്യവും ഈ നാട്ടുകാരൊക്കെ ഈ കുന്നിൻ നിറുകയിലെത്തുന്നത്. പറഞ്ഞറിയിക്കാനാവാത്ത ഒരടുപ്പം ഈ ചെറുകുന്നിനോടു തോന്നുവാനെന്തേ?

എട്ടുനാഴികപ്പൊട്ടന്റെ നാട്ടുവെളിച്ചത്തിൽ ടീച്ചർ കുന്നു കയറിവന്നു.

ആർക്കറിയാം. ഒരുപക്ഷേ, മുജ്ജന്മഫലമാവാം, വാസനയാവാം.

ടീച്ചർ കുഞ്ഞുകുട്ടനടുത്തുവന്നു. അകലെ അമ്പലക്കുളത്തിൽനിന്നു കൊണ്ടു വന്ന കുടന്നവെള്ളം തളിച്ചു ശുദ്ധമാക്കിയ കുന്നിൻനിറുകയിൽ കുഞ്ഞുകുട്ടനെ തൊട്ടുനിന്നു.

ഈ പ്രഭാതനേരത്ത് ആദ്യത്തെ പാപം ചെയ്യാൻ ഞാനും ഇവിടെ എത്തി.

രാവത്രയും കുഞ്ഞുകുട്ടൻ കുറ്റബോധംകൊണ്ടു പിടഞ്ഞു. പകൽ തികഞ്ഞ വെളിച്ചത്തിന്റെ ധാരാളിത്തത്തിൽ പ്രലോഭിപ്പിക്കപ്പെട്ടു.

ഞാൻ കുഞ്ഞുകുട്ടനെ കാണാനെത്തി.

ടീച്ചറുടെ സ്വരം കാതരമായി. നെടുനാൾ കാത്തുസൂക്ഷിച്ച മോഹം പൊട്ടിത്തെറിച്ചു. വയ്യ. എനിക്കു സഹിക്കാനാവില്ല.

മഞ്ഞുരുകുന്ന ചുടുനിശ്വാസമുതിർത്ത് അവർ കുഞ്ഞുകുട്ടനെ തൊട്ടുരുമ്മിയിരുന്നു. മന്ത്രധാര ചെയ്ത് സംശുദ്ധമാക്കിയ ചെറുവൃത്തത്തിൽ കൈയമർത്തി വച്ച് കുഞ്ഞുകുട്ടനെ ചേർത്തുരസി.

എനി വയ്യ.

വരൂ.

കുഞ്ഞുകുട്ടനെണീറ്റു. പാണിഗ്രഹണം കഴിഞ്ഞ് അഗ്നിയെ വലം വയ്ക്കുന്ന ഭക്തിയോടെ പാലമരം വലംവച്ചു കാട്ടുപൊന്ത മണിമച്ചൊരുക്കിയിടത്തു ചെന്നു. പവിത്രതയോടെ ടീച്ചറെ തൊട്ടു. ഉദിച്ചുയരുന്ന സവിതാവിനെ നോക്കി. ഹൃദയം ശുദ്ധമാക്കി. ഋതുസ്നാനാർദ്രയായ കൂട്ടുകാരിയിൽ ലിംഗയോനീബന്ധം ചെയ്തു. പ്രിയേ, ഇതിലുണ്ടാകുന്ന പുത്രൻ മിടുക്കനാവും. ഐതിഹാസികസങ്കല്പത്തിൽ സ്വയം മറന്ന കുഞ്ഞുകുട്ടൻ അനുഗ്രഹിച്ചു.

എനിക്കിനി മക്കളുണ്ടാവില്ല.

ഭോഗാലസ്യത്തിൽ മയങ്ങുന്ന ടീച്ചർ നിർവികാരയായി പറഞ്ഞു.

ഈശ്വരാ!

അതും വൃഥാവിലായി.

ഒരു സൽക്കർമമെങ്കിലും അനുഭവിക്കാനാവാതായി. ഐശ്വര്യമായ സൃഷ്ടി ഭോഗമായി എങ്കിൽ, എങ്കിൽ, ഈ ഇത്തിരി വിസർജനത്തിനു സ്ത്രീസങ്കല്പം തന്നെ വേണോ?

ഈശ്വരാ!

എന്താ മാഷെ?

ആവശ്യം കഴിഞ്ഞു. വീണ്ടും മാഷായി. കുഞ്ഞുകുട്ടനെന്ന സംബോധന കൂടി മറഞ്ഞു.

ഒന്നൂല്യ.

കുട്ടികളൊക്കെ മതി. എനി വേണ്ട. ഞാൻ നിർത്തി.

നന്നെ രാവിലെ പറ്റിപ്പോയ ഒരു വിഫലകർമത്തിന്റെ വിരക്തിയിൽ കുഞ്ഞു കുട്ടൻ തലയാട്ടി.

ഞാൻ പോട്ടെ.

ഉം.

നാളെ.

ഉം.

നാളെയും വരും. മറ്റന്നാളും. നിത്യവും. പരമപവിത്രമായ സൃഷ്ടിയെ അതിതുച്ഛ ഭോഗമാക്കി തരംതാഴ്ത്തും.

വേശ്യ.

ങേ!

ടീച്ചറല്ല. താൻതന്നെ. പുരുഷവേശ്യ.

രാവിന്റെ സംഗീതത്തിൽ നെയ്തെടുത്ത മനോഹരസങ്കല്പങ്ങളുടെ അടിത്തറ കൂടി ഇളകിത്തെറിച്ചതറിഞ്ഞ് കുഞ്ഞുകുട്ടന്റെ മനമിടിഞ്ഞു.

രാവാണു ഭേദം. ആ രാവിന്റെ ഇരുട്ടിൽ താൻ സത്യസന്ധനാവുന്നു. പകലിന്റെ പ്രഭയിൽ വീണ്ടും പരുങ്ങുന്നു. മുഖംമൂടിയണിയുന്നു. സത്യത്തെ ഭയക്കുന്നതു കൊണ്ടാവാം. രാത്രിയുടെ ഇരുളടഞ്ഞ സൗകര്യത്തിൽ ലോകം പാപം ചെയ്യുന്നു എന്നു പറഞ്ഞതത്രയും പൊളിയാവുന്നു. അതാണു സത്യം. പഴുതടഞ്ഞ ഇരുട്ടിൽ ഒന്നും കാണാനാവാത്തതിനാൽ ആ ഏകാന്തതയിൽ മനുഷ്യൻ സത്യസന്ധനാകുന്നു. സ്വപാപങ്ങൾ ഏറ്റു പറയുന്നു. പശ്ചാത്താപവിവശനാകുന്നു. പകലിന്റെ തിരക്കിൽ വീണ്ടും വീണ്ടും അരുതാത്തതു ചെയ്യുന്നു.

അരുതാത്തതൊ?

ആ സങ്കല്പം അബദ്ധമാകുന്നു.

തമ്പ്രാൻ എവടയ്ക്കാ?

വീണ്ടും, ഒന്നിനൊന്നായി ഗ്രാമം കുന്നിലേക്കാകർഷിക്കപ്പെട്ടു.

ആര്, ശങ്കരനോ? എന്താടോ, കാച്ച്ണ്ടോ?

അത്.

ഝാ. കുഞ്ഞൂട്ടന് വാത്സല്യം ചുരന്നു. കള്ളവാറ്റിനു കുന്നു കയറിവരുന്ന ശങ്കരനിൽ സ്വജനജീവിതം കണ്ടു.

ഇവിടെയൊരാശ്രമം പണിയണം. അതിനാ ഞാൻ വന്നേ. ശങ്കരനു സഹായിക്കരുതോ?

അത്—

നിനക്ക് ഒപദ്രവാവില്ല.

ശങ്കരനു ചാരായം കാച്ചണം.

ടീച്ചർക്ക്—

ടീച്ചർക്കല്ല. തനിക്ക്...തനിക്ക്.

വ്യഭിചരിക്കണം.

ഇവിടെ ഒരാശ്രമം വന്നാൽ—

ഇതങ്ങനെ ഒരാശ്രമമല്ല. ഈ ബഹളത്തിൽ ഇത്തിരിനേരമിരിക്കാൻ. എന്നിട്ട് അവനവനു തോന്നണതു ചെയ്യാൻ.

അപ്പൊ വാറ്റാം.

തോന്നണതു ചെയ്യാണെങ്കിൽ വാറ്റാം.

വ്യഭിചരിക്കാം.

അതല്ല—

മൂടുപടമില്ലാതെ, അഭിനയമില്ലാതെ, ഒന്നു പറഞ്ഞാൽ മറ്റൊന്നു ധരിക്കാതെ—

അതിനൊരിടം.

ഈ ഗ്രാമം മുഴുവൻ ഇവിടേക്കാകർഷിക്കപ്പെടുന്നു. അവർക്ക് സ്വസ്ഥമായിരിക്കാൻ. സ്വസ്ഥമെന്നാൽ സ്വന്തം സ്ഥിതിയാകുന്നു. അവനവനെന്തോ അതാവാൻ. മറ്റൊന്നാവാതിരിക്കാൻ. തമ്മിൽ തമ്മിൽ വെറുക്കാതെ, സ്നേഹത്തോടെ.

അതു വേണ്ട തമ്പ്രാനെ. ഈ കുന്ന് പൊറംപോക്കാ.

അതിനെന്താ?

ന്നാലും വെഷമമാവും.

ഒരുപക്ഷേ, വെഷമം ശങ്കരനാവും. ആരും വിരോധം പറഞ്ഞില്ലെങ്കിലും കള്ളക്കാച്ച് രഹസ്യാവണം. എങ്കിലെ സുഖംള്ളൂ. ആ ഒളിച്ചുകളിയാണ് ജീവൻ. ചായക്കടപോലെ പരസ്യമായി ചാരായമുണ്ടാക്കിയാൽ രസം പോയി. ഭാര്യയെപ്പോലെ പ്രാപിക്കാറായാൽ കാമുകിയെവിടെ? വ്യഭിചാര സുഖമെവിടെ? കട്ടു തിന്നുന്ന സുഖമാണു സുഖം. ശരീരം മുഴുവൻ ശ്രദ്ധിച്ച്, സർവേന്ദ്രിയങ്ങളും ഒതുക്കി. അതാണു സുഖം. ആ സുഖം.

അതു വേണ്ട തമ്പ്രാനെ.

വേണ്ടങ്കിൽ വേണ്ട. ഒരു കുടിലു കെട്ടി മറയ്ക്കണ്ട എന്നു വയ്ക്കാം. എന്നാലും ഇബടെ ഒരാശ്രമം വേണം. എന്നിട്ടൊരു ബോർഡെഴുതി വയ്ക്കണം:

മാന്യന്മാർക്കു പ്രവേശനമില്ല.

ഇന്ത്യാക്കാർക്കും നായ്ക്കൾക്കും പ്രവേശനമില്ല.

സായ്പ് എഴുതിവച്ചു.

മാന്യന്മാർക്കു പ്രവേശനമില്ല.

കുഞ്ഞുകുട്ടൻ എഴുതിവച്ചു.

പാലയിൽ, പാലമരത്തിന്റെ വക്ഷസ്സിൽ ഒരു പതക്കം പോലെ—

ഇവിടെയാണു താന്തോന്നികളായ ഈ ഗ്രാമവാസികൾ ഒത്തുചേരുന്നത്. അവരുടെ സമസ്തതോന്നിവാസവും ഇവിടെ അർപ്പിക്കാം.

എല്ലാ തോന്നിവാസവും എനിക്കു തരൂ.

വൃക്ഷദേവത പറഞ്ഞു.

ഒരാളും ഒരു തോന്നിവാസവും നടയ്ക്കൽവച്ചു നമസ്കരിക്കില്ല. പണം വയ്ക്കും. പൊന്നു വയ്ക്കും. പുഷ്പവും വയ്ക്കും. എന്നാലും ഒരാളും അയാളുടെ തോന്നി വാസങ്ങൾ ഒരു തിരുനടയിലും അർപ്പിക്കില്ല.

ഇവിടെ നിങ്ങളുടെ സമസ്ത താന്തോന്നിത്തവും സമർപ്പിച്ച് ഇഷ്ട വരങ്ങൾ കൈക്കൊള്ളാം. ഇതാ, ഭൂമീദേവി വാത്സല്യത്താൽ അമ്മിഞ്ഞ ചുരത്തുന്നു. ഈ വനദേവതകൾ വാരിക്കോരി കൊടുക്കുവാൻ തയ്യാറായി നിൽക്കുന്നു. സാക്ഷാൽ അന്നപൂർണ്ണേശ്വരി കനകക്കോരിക നിറച്ചു നിൽക്കുന്നു. മതിയാവോളം സ്വീകരി ക്കുക.

പറകൊട്ടി അറിയിക്കണം. ചെറിയ ചെറിയ നോട്ടീസും അടിച്ചിറക്കണം.

പ്രിയപ്പെട്ട നാട്ടുകാരേ,

ഇന്നുമുതൽ ഓരിക്കുന്നിന്റെ മുകളിൽ ഒരാശ്രമം തുടങ്ങുന്നു. വരുന്ന വർക്കും പോകുന്നവർക്കും അവിടെ വിശ്രമിക്കാം. എല്ലാ ദുർഗുണങ്ങളും അവിടെ സമർ പ്പിക്കാം. പൊന്നും പണവും പൂവും സ്വീകരിക്കുന്നതല്ല. മര്യാദക്കാരെയും സ്വീകരിക്കുന്നതല്ല. കള്ളന്മാരും വ്യഭിചാരികളുമായവർക്കു സ്വാഗതം. നുണ പറഞ്ഞും വഞ്ചിച്ചും ജീവിക്കുന്നവർക്കു സ്വാഗതം. നിങ്ങളുടെ എല്ലാ ദൗർബല്യങ്ങളും ഈ ആശ്രമത്തിൽ സ്വീകരിക്കുന്നു. പകരം മഹാബലം നൽകുന്നു. ആവശ്യമായതെന്തോ അതു വരമായി ലഭിക്കുന്നു. നാട്ടുകാരേ ഇന്നുതന്നെ ആശ്രമം സന്ദർശിക്കുക. ശാന്തിയും സമാധാനവും കൈവരിക്കുക.

കുഞ്ഞുകുട്ടൻ കുന്നിറങ്ങി. കനാൽപാലത്തിന്മേൽനിന്ന് ഉറക്കെ പറഞ്ഞു. കേട്ടവർ കേട്ടവർ അമ്പരന്നു.

എന്താ?

ശുദ്ധ പ്രാന്ത്! അല്ലാണ്ടെ എന്താ?

അവിടെ ഒന്നൂല്യടോ. ആ പാലച്ചുവട്ടിൽ ഇത്തിരിയിടം ചാണകം മെഴുകി വെടുപ്പു വരുത്തീണ്ട്. അതന്നെ.

നാട്ടുകാരെ,

കനാൽപാലം കടന്ന് കുഞ്ഞുകുട്ടൻ നടന്നു. മൂക്കൂട്ടപാത വക്കത്തു നിന്നും വീണ്ടും വിളിച്ചുപറഞ്ഞു.

നാട്ടുകാരേ,

വീണ്ടും നടന്നു.

നടന്നുനടന്ന് കുഞ്ഞുകുട്ടൻ ക്ഷീണിച്ചു. കാല് പൊട്ടിക്കീറി. തൊണ്ട യിലെ വെള്ളം വറ്റി. എന്നിട്ടും, വെയിലുറച്ചിട്ടും, വിയർപ്പിൽ കുളിച്ചു ക്ലാന്ത നായി നടന്നു.

വരൂ വരൂ.

തണൽമരങ്ങൾ കുഞ്ഞുകുട്ടനെ മാടിവിളിച്ചു. വേലിപ്പടർപ്പിലെ ചെറു ചെടികൾ പരിചയം ചിരിച്ചു. സ്വസഹോദരരെ തിരിച്ചറിഞ്ഞ കുഞ്ഞുകുട്ടൻ അവരെ തൊട്ടു തലോടി നടന്നു.

ഞങ്ങളൊക്കെ സഹായിക്കാം. എനിയും ഉറക്കെ, അതിലും ഉച്ചത്തിൽ വിളിച്ചു പറയൂ. ദിക്കുകൾ മുഴങ്ങട്ടെ. സർവമനുഷ്യരാശിയുടെയും ദുരന്തം ഈ ഓരിക്കുന്നിൽ കുന്നുകൂടട്ടെ. പകരം അവർക്കൊക്കെ ശാന്തിയും സമാധാനവും നൽകാം. പറയൂ. വിളിച്ചുപറയൂ. പ്രിയ സഹോദരാ. എനിയും

ഉറക്കെ. ഉച്ചത്തിൽ. ലോകങ്ങളൊക്കെ കേൾക്കേ വിളിച്ചുപറയൂ. ഞങ്ങളുണ്ട് സഹായിക്കാൻ. ഏതു പ്രചണ്ഡശക്തിയും എതിരാവട്ടെ. ഞങ്ങളുണ്ട്. നടക്കൂ. എനിയും മുന്നോട്ട്. നടക്കൂ. ഞങ്ങൾ തണലേകാം. അന്നമേകാം. ആയുസ്സേകാം. നടക്കൂ.

കുഞ്ഞുകുട്ടനുത്സാഹമായി. തന്റെ ഭാഷ ഈ വൃക്ഷലതാദികൾ അറിയുന്നുണ്ടല്ലോ. ഈ ഉരുളൻകല്ലും മുള്ളുമുരടുകളുംകൂടി അവരുടെ സഹായം വാഗ്ദാനം ചെയ്യുന്നു.

ഈശ്വരാ!

ഈ പ്രകൃതി എത്ര സ്നേഹശീലയാണ്.

## പതിനൊന്ന്

**ശു**കപുരത്ത് ചോന്നേടം എന്നുകൂടി ഇല്ലപ്പേരുള്ള നല്ലേടത്ത് ജാതവേദൻ നമ്പൂതിരിപ്പാട് സ്വസ്ഥം ഗൃഹവൃത്തി 75 വയസ്സു മുമ്പാകെ ടി നമ്പൂതിരിപ്പാടിന്റെ പുത്രി ഗൗരിയെ വേളി കഴിച്ച വ്യക്തിയും ഇപ്പോൾ സ്വയം വിവാഹമോചനം സിദ്ധിച്ച ആളുമായ താഴെക്കടവിൽ വാസുദേവൻ വാസുദേവൻ നമ്പൂതിരി അയയ്ക്കുന്ന വക്കീൽനോട്ടീസ്.

എന്തെന്നാൽ,

ഈ കഥ എഴുതുവാൻ തുടങ്ങേ മുഖവുരയിൽത്തന്നെ ഈ നോട്ടീസിനെക്കുറിച്ചു സൂചിപ്പിച്ചിരുന്നു. ആ നോട്ടീസ് (എഴുത്ത്) കണ്ടുകിട്ടുകയാണെങ്കിൽ അനുബന്ധമായി ചേർക്കാമെന്നും ഏറ്റിരുന്നു. ഇപ്പോഴും ഒറിജിനൽ ലഭിച്ചിട്ടില്ല. പക്ഷേ, ഏതാണ്ട് അതേ വാക്യങ്ങൾതന്നെ ബ്രഹ്മശ്രീ ജാതവേദൻ നമ്പൂതിരിപ്പാട് ഈ ഗ്രന്ഥകർത്താവിനോടു പറയുകയുണ്ടായി. അതു മുഴുവൻ മറക്കുന്നതിനു മുമ്പ് ഇവിടെ കുറിച്ചിടാമെന്നു വിചാരിക്കുന്നു. പ്രസ്തുത നോട്ടീസ് ഇങ്ങനെ തുടരുന്നു.

എന്തെന്നാൽ—

ഈ നോട്ടീസിൽ പറയുന്ന ഒന്നാം നമ്പ്ര്കാരനായ ബ്രഹ്മശ്രീ ജാതേവദൻ നമ്പൂതിരിപ്പാടിന്റെ രണ്ടാമത്തെ മഹളെ ഞാൻ വേളി കഴിച്ചു എന്നതു വാസ്തവമാകുന്നു. എന്നാൽ, (a) പതിനായിരം ക. സ്ത്രീധനത്തുകയായി തന്നുകൊള്ളാമെന്നും തൽക്കാലം തുക കൈവശമില്ലാത്തതിനാൽ (b) മൂന്നു മാസത്തെ അവധി വേണമെന്നും ടിയാൻ ആവശ്യപ്പെട്ടിരുന്നു. അതിൻവണ്ണം സ്ത്രീധനം വാങ്ങാതെ, ഒരു മദ്ധ്യസ്ഥതീരുമാനത്തിൽ വിശ്വസിച്ച് മൂന്നു മാസം അവധി സമ്മതിച്ച് ഞാൻ പ്രസ്തുത സ്ത്രീയെ വിവാഹം കഴിക്കുകയും ചെയ്തു. എങ്കിലും, ഒന്നാം നമ്പ്ര്കാരനു വാക്കു പാലിക്കുവാനാവാതെ വന്നതിനെത്തുടർന്ന് വീണ്ടും പഴയ മദ്ധ്യസ്ഥന്മാർ ഇടപെട്ട് ടി സംഖ്യയുടെ മതിപ്പാദായം കണക്കാക്കി 120 പറ നെല്ല് പാട്ടം കിട്ടാവുന്ന അവകാശം എന്റെ പേരിൽ തീറുതരികയും ചെയ്തു. ഇരു കക്ഷികളും സമ്മതിച്ച ഒരു വ്യവസ്ഥയായിരുന്നു എങ്കിലും മറ്റൊരു മാർഗവും കാണാത്തതിനാലാണ് രണ്ടാം നമ്പ്ര്കാരനായ ഞാൻ വ്യവസ്ഥ അംഗീകരിക്കുന്നത് എന്ന് അന്നേ ഉഭയ കക്ഷികളുടെ ആളുകളെയും ബോദ്ധ്യപ്പെടുത്തിയിട്ടുമുണ്ട്. മേൽപ്പറഞ്ഞ 120 പറയിൽ 80 പറ വെറും പാട്ടവും ബാക്കി നാല്പതു പറ മിച്ചവാരവുമായിരുന്നു എന്നും പറയട്ടെ. കാലമാറ്റംകൊണ്ട് എന്റെ വേളികഴിഞ്ഞ് ഏറെ

ക്കഴിയാതെ വെറുംപാട്ടവും മിച്ച വാരവും ലഭിക്കാതാവുകയും ജന്മി സമ്പ്ര ദായം നിർത്തലാക്കുന്ന നിയമം പാസ്സാവുകയും ചെയ്തു. തൻനിമിത്തം എനിക്ക് ന്യായമായും കിട്ടാനുണ്ടായിരുന്ന സ്ത്രീധനത്തുകയായ പതിനായിരം ക.യും നഷ്ടപ്പെട്ടു. പക്ഷേ, മലയാളബ്രാഹ്മണരുടെ ഇടയിൽ ആചാരമനുസരിച്ച് ദ്രവ്യത്തോടുകൂടിയേ സ്ത്രീയെ സ്വീകരിക്കുക പതി വുള്ളൂ. ഇവിടെ ദ്രവ്യം തരാതിരുന്നതിനാൽ എന്റെ വിവാഹം ക്രിയാലോപം നിമിത്തം വിവാഹമായി കണക്കാക്കുവാൻ പാടില്ലാത്ത ഒന്നായി കലാശിച്ചു. അതിനാൽ പ്രസ്തുത സ്ത്രീക്കോ, അതിൽ എനിക്കുണ്ടായ പുത്രനോ എന്റെ സ്വത്തുക്കൾക്കോ എന്റെ കുടുംബസ്വത്തുക്കൾക്കോ യാതൊരവകാശവും ഇല്ല എന്ന് ഇതിനാൽ വ്യക്തമാക്കിയിരിക്കുന്നു.* ഈ എഴുത്ത് ഒരു നോട്ടീസായി കരുതുകയും എനിയും വിവാഹബന്ധം തുടരേണമെന്ന് ആഗ്രഹിക്കുന്നു എങ്കിൽ ഈ നോട്ടീസു കിട്ടി ഏഴു ദിവസത്തിനുള്ളിൽ എനിക്കു വരുവാനുള്ള സ്ത്രീധനത്തുക പലിശസഹിതം തന്ന് രേഖ കൈപ്പറ്റുകയും വേണ്ടിയിരിക്കുന്നു. എന്ന് താഴെക്കടവിൽ വാസുദേവൻ വാസുദേവൻ നമ്പൂതിരി.

ഒപ്പ്.

തീയതി.

യുക്തിവാദിയും ബുദ്ധിജീവിയും പൊതുജന സേവനാർത്ഥം അന്ധവിശ്വാസ ദൂരീകരണത്തിനു സ്വയം ഇറങ്ങിപ്പുറപ്പെട്ട മഹാനുമായ ശ്രീ വാസുദേവൻ അയച്ച നോട്ടീസാണിത്.

അയാൾക്കു നിയമം കടുകട്ട്യാ. കണ്ടില്ലെ. ഒരു വക്കീലും വേണ്ട.

ഒട്ടും തരക്കടില്യ. നല്ല തറവാട്. അത്യാവശ്യത്തിനു രാഷ്ട്രീയം. ബഹുകണിശം. കാര്യങ്ങൾക്കൊക്കെ പ്രാപ്തീം കൃത്യോം. ഇച്ചാതപ്പനു നന്നാവും. കൊടുത്തോളൂ. ഒട്ടും മടിക്കണ്ട.

താഴെക്കടവിൽനിന്നാലോചന വന്നപ്പോൾ വേണ്ടപ്പെട്ടോരു പറഞ്ഞു.

മൂത്തത് ത്തിരി തുമ്പില്ലാന്റായോ ശങ്ക.

ഇതങ്ങനെ വരില്ല.

തേതി അപ്പഴയ്ക്കും ഏതാണ്ട് ഇല്ലത്തന്നെ സ്ഥിരായീർന്നു.

ഞാൻ നി പ്പൊ വേക്ക്ണില്യാന്ന് ശ്ലി പറഞ്ഞതാ. അപ്പൊ അമ്മയ്ക്ക് നിർബന്ധം. ഇല്ലത്ത് ആളില്ലാഞ്ഞാ പറ്റില്യാന്ന്. ഒടുക്കം ഞാൻ സമ്മതിക്കേം ചെയ്തു. നിങ്ങക്കൊക്കെ അറിയാലൊ യ്ക്ക് അതിനുമുമ്പന്നെ നായരുവീട്ടില് ഭാര്യേം കുട്ടികളുണ്ടെന്ന്.

ഇല്യ.

ആരും പറഞ്ഞില്ല.

ആഢ്യനാണ്. പഴേ ഇല്ലം. ഇപ്പൊത്തിരി ക്ഷയിച്ചൂച്ചാലും ഒരു തര ക്കേടൂല്യ.

അയാൾക്കവിടെ അടുത്തെങ്ങാണ്ടോ ഒരു ബന്ധംണ്ട്ന്നോ.

---

* *നമ്പൂതിരി വിവാഹനിയമമനുസരിച്ച് ലാജഹോമം സപ്തപദി എന്നിവയോടുകൂടിയ വിവാഹം മാത്രമേ കോടതിയിൽ നിയമസാധുവാകൂ എന്ന് വിധിയുണ്ട്. സപ്തപദിക്കു മുമ്പുള്ള കന്യകാദാന സന്ദർഭത്തിലെ ദ്രവ്യദാനം ഉദകപൂർവം ചെയ്യേണ്ടുന്നത് ദ്രവ്യം തരാതിരുന്നു എന്ന കാരണത്താൽ സ്വയം അസാധുവായിത്തീർന്നു. അതിനാൽ പിന്നീടുള്ള എല്ലാ ക്രിയകളും നിയമദൃഷ്ട്യാ അസാധുവത്രെ. ഇതാണു നിയമവശം.*

ഏയ് ശുദ്ധ ഭോഷ്ക്. എനി ണ്ട്ന്നന്നെ വെക്കാ. അതൊക്കെ അത്ര നോക്കാണ്ടോ. വേളികഴിച്ച് ആത്തേമ്മാരും കുട്ടീം ആവുമ്പോ—

കുടിവെപ്പുകഴിഞ്ഞ അന്നന്നെ അദ്ദേഹം പകലൂണു കഴിച്ചു പോയി.

വല്ലാത്തൊരൂറ്റക്കാര്യന്നാണേ ആ പാർതി—

തേതീ, ആ വളേം മാലേം ഒന്നു കാണട്ടെ. ത്തിരി ആവശ്യം ണ്ട്.

ഒരു കൊല്ലത്തിനുള്ളിൽ എല്ലാം ആവശ്യായി. ഒടുക്കം മുഷിഞ്ഞ പൂണൂച്ചരടിൽ കോർത്ത താലി മാത്രം ബാക്ക്യായി.

കുഞ്ഞാത്തോലെ, ത്തിരി കാപ്പീങ്കട് തന്നോളൂ.

പാർതി എടയ്ക്കൊക്കെ വന്നു. വരുമ്പോൾ കഴുത്തും കൈയും മിന്നി. മിന്നുന്ന മുഖം വെട്ടിച്ച് കോമ്പെരയിൽ പുൽപ്പായ ഇട്ടിരുന്നു; ജ്യേഷ്ഠ പത്നിയുടെ അധികാരം കാട്ടി.

ദെന്റെ എടയ്ക്ക് അത് പെറൂം ചെയ്തൂലോ.

മൂന്നുണ്ണി.

വേട്ട നമ്പൂരി നോക്കില്ല. തറവാട്ടില് ഉണ്ണാനും ഉടുക്കാനും അസ്തു. നമ്പൂരിക്ക് നായരുവീട്ടില് കെടക്കാനേ നേരംള്ളു.

ന്ന്ട്ടും—

ഉണ്ണ്യീ ഇപ്പൊ എന്താ ചെയ്യാ?

ജാതവേദൻ നമ്പൂതിരിപ്പാട് പരീക്ഷീണനായി. രജിസ്ത്രായിവന്ന വാസുദേവന്റെ നോട്ടീസ് പല തവണ വായിച്ചു. ഒടുക്കം ഉണ്ണിയോടന്വേഷിച്ചു.

എന്താച്ചാ ആവാം.

ഒന്നും വേണ്ട. ഞാനങ്കട് പോണില്യ.

ഗൗരി ഒറപ്പിച്ചു.

പെരുംതൃക്കോവിലപ്പാ.

അമ്മ നാലിറയത്ത് കാലുംനീട്ടിയിരുന്നു. മുഷിഞ്ഞ ശീലക്ക് അടയാളം കുത്തി.

ഒന്ന്ണ്ടായീലോ. ഭാഗ്യം ണ്ടെങ്കി അതുമതി.

ഇനി നോക്കണം ഞാനെന്തു പാപേ ചെയ്തേ!

ഈശ്വരാ!

ജാതവേദൻ നമ്പൂതിരി പുറത്തളത്തിൽ കുന്തിച്ചിരുന്നു. നേരെ മുമ്പിൽ നെലത്ത് വൃത്തിയായ കൈയക്ഷരത്തിൽ വാസുദേവന്റെ നോട്ടീസ്.

നമ്പൂതിരിപ്പാട് ധരിച്ച്ണ്ടോ ആവോ, ഈ നമ്പൂതിരിമാര് എന്നു പറേണ വർഗം ണ്ടലോ. അവര് ആര്യന്മാരാണ്. വടക്ക്ന്ന് വന്നോര്. കൃത്യമായി പറഞ്ഞാൽ ഇന്ത്യ ക്കാർകൂടി അല്ലാന്നർത്ഥം. ഇങ്ങനെ വന്നുവന്ന് ഈ തെക്കേതലയ്ക്കലെത്ത്യോര് നമ്പൂതിരിമാരായി, തമിഴില് അയ്യരായി, കർണാടകത്തില് റാവുമാരായി.

വേളി കഴിഞ്ഞ ആയിടയ്ക്കു വാസുദേവൻ വാതോരാതെ പ്രസംഗിച്ചു. കേട്ടവർ കേട്ടവർ ബഹുമാനിച്ചു.

യ്ക്ക് തറ്റുടുക്കാനൊന്നും വയ്യ. ആദ്യംതന്നെ പറഞ്ഞേക്കാം. മാത്രമല്ല, ഒരൊറ്റ ദിവസത്തെ ക്രിയമാത്രം.

അതും സമ്മതിച്ചു.

ക്രിയ കഴിഞ്ഞ വഴിക്ക് പൂണൂലൂരി സ്വന്തം അനിയന്റെ നേരെ എറിഞ്ഞു.

ദാഡോ. എനി ദ് വേണ്ടലോ. ന്താ ഓയ്ക്കൻ.

മീശവെച്ച ചെറുനമ്പൂരിമാർ ഉറക്കെ ചിരിച്ചു. സ്വന്തം പൂണൂലിൽ തിരുപ്പിടിച്ച് ഓയ്ക്കൻ അബദ്ധം നടിച്ചു.

ഒക്കെ ഒരൂട്ടം അന്ധവിശ്വാസം.

നമുക്കീ അന്ധവിശ്വാസങ്ങൾക്കെതിരെ പടവെട്ടണം. അറിയോ. ന്റെ നാട്ടില് ഒരു സംഘം ഞാൻ ണ്ടാക്കീണ്ട്. പുരോഗമനപരമായ ആശയങ്ങള്.

വേണം വേണം. ഇബടേം ഒരു സംഘംണ്ട്. ഞാൻ തന്ന്യാണതിന്റെ. അവടെ ഡയലറ്റിക് മെറ്റീരിയലിസവും വെറും മെറ്റീരിയലിസവും പഠിപ്പിക്ക്ണ്ട്. പക്ഷേ, ഈ മൂസിക്കോളജി കഴിഞ്ഞ്ട് യ്ക്ക് നേരംല്യ.

ഉണ്ണിനമ്പൂരിയെ കണ്ടാൽ മാത്രം വാസുദേവൻ പ്രസംഗം ചുരുക്കി. എങ്കിലും തരം കിട്ടിയാൽ പരമപുച്ഛത്തോടെ ഉണ്ണി നമ്പൂതിരി പറഞ്ഞു:

ബിഥോവനെപ്പറ്റി കേക്കാത്തവരോട് എന്താ പറയാ. ഈ നൂറ്റാണ്ടിലും ഇങ്ങനത്തെ പട്ടിക്കാടമ്മാരോ. മൂൺലൈറ്റ് സിംഫണി.

വാസുനമ്പൂതിരി ഒതുങ്ങി.

അടീരീം പറഞ്ഞു:

ട്ടോ ഇച്ചാതപ്പൻ. തന്റെ ഭാഗ്യാന്ന് നിരീക്കണം. ആ വാസുദേവൻ തന്റെ ഇല്ലത്ത്ന്ന് വേട്ടത്. അയാള് ബഹുകേമനാന്നാ കേക്കണേ.

ബഹുകേമൻ!

ഇതൊക്കെ താനൊന്നെഴുത്വോ?

ജാതവേദൻ നമ്പൂതിരി ഈ ഗ്രന്ഥകർത്താവിനെ വിളിച്ചു പറഞ്ഞു. പലവട്ടം. പറയാച്ചാൽ നീ ണ്ട് ശ്ശി പറയാൻ. ദ് പ്പൊ വാസുദേവന്റെ കാര്യല്ലേ. ആ തേതീടെ നമ്പൂരീല്ലേ ആ പെൺകോന്തൻ. അയാള്, ദാ, രണ്ടൂസം മുമ്പ് ബടെ വന്നു. എന്തി നാന്നോ. ഭാഗം ചോയ്ക്കാൻ. പിന്നെ ആര്യക്കുട്ടീടെ ജയന്തന്റെ കഥ. ഒക്കെ വിശേഷായീക്ക്ണൂ.

ഇതൊക്കെ ചരിത്രസത്യങ്ങളാണ്. നിരതിശയകരവും നിത്യവുമായ ഓത്ത്. ഇതാണ് വേദം. സത്യം വേദമാകുന്നു. കാരണം വേദത്തിലെ ഓരോ അക്ഷരവും സത്യമാകുന്നു. ബ്രഹ്മമാകുന്നു. ഇതും (അതുപോലെ) ഓരോ അക്ഷരവും സത്യമാകുന്നു. വെറും സത്യം. അലങ്കാരപ്പണികളില്ലാത്ത ഋജുവായ ഋക്ക്. കുഞ്ഞുകുട്ട ഋഷി.

## പന്ത്രണ്ട്

**പു**തിയ നിയമം വരണേനു മുമ്പാണ് പെൺകൊട. അപ്പോ, വേളി കഴിച്ചു കൊടുത്താപ്പിന്നെ സ്വന്തം ഇല്ലത്ത് ഒരവകാശോം ഇല്യ. ഭർത്താവിന്റെ ഇല്ലത്ത് ആളോഹരിഭാഗം ണ്ടേനും. ഭർത്താവിന്റെ സ്വത്ത് മാത്രമല്ല, കുടുംബ സ്വത്തിനും അവകാശം ണ്ട്ന്നർത്ഥം. അതോണ്ട്, യാതൊന്നും പേടിക്കേണ്ട. ആരൊക്കെ എന്തൊക്ക്യാച്ചാൽ പറഞ്ഞോട്ടെ.

ഞാനും വക്കീലിനെ കണ്ടു. അപ്പൊ ഇങ്ങന്യാ പറഞ്ഞേ.

ഭാഗംവെക്കാൻ ന്തെങ്കിലും ണ്ടെങ്കി കൊടുക്കാർന്നു. എനിക്ക് ഒരു വിരോധോം ഇല്യ. മഹള്ക്കു കൊടുക്കണേന് ഒരു തടസ്സോം ല്യേനും. പക്ഷേ, ണ്ടാവണ്ടെ.

മൂത്ത മഹൾ തേതീടെ നമ്പൂതിരിയുടെ ശല്യം സഹിക്കവയ്യാതായപ്പോൾ നല്ലേടം ജാതവേദൻനമ്പൂതിരി വക്കീലിനെ കണ്ടു.

കുട്ട്യോളേം തള്ളേം നോക്ക്ല്യ. യോഗം ന്ന് നിരീച്ച് സമാധാനിക്കാർന്നു. അതും പോരാ. ഇപ്പൊ ഭാഗോം. തേവരേ!

തേവരും കുട്ടിച്ചാത്തനും ഒന്നല്ല. ഇങ്കട് വരട്ടെ. ഞാൻ നേര്യാക്കി ക്കൊടുക്കാം. ഥല്ലി ഖാലൊടിക്കണം! ചെറ്റോള്!

മൂത്ത അളിയന്റെ ദുര ഉണ്ണിക്കും ചെറ്റത്തമായിത്തോന്നി.

ഇപ്പൊ ഒന്നൂല്യങ്കിലും കഴുത്തില് ഒരു ചരട് കെട്ടി നടക്കാലോ. അത് പിടിച്ച് ജപിക്കേം ചെയ്യാം; അടുത്ത ജന്മം നേര്യാവണേന്ന്. ഒക്കെ അനുഭവി ക്കാള്ളോരടെ തലേലെഴുത്ത്. അല്ലാണ്ടെന്താ. മറ്റുള്ളോരെ കുറ്റം പറഞ്ഞി ട്ടെന്താ കാര്യം.

മക്കളുടെ ദുരിതശാന്തിക്കായി അമ്മ സദാ നാമം ജപിച്ചു. പിന്നെപ്പിന്നെ നാമജപംകൂടി അനാവശ്യമായിത്തുടങ്ങി.

ഈശ്വരന്മാർക്കു പക്ഷപാതം ണ്ട്ന്നാ തോന്നണേ. അല്ലെങ്കി ഇങ്ങനെ വര്വോ.

യ്ക്കു ഭാഗോം വേണ്ട. മൊതലും വേണ്ട. ഇബടേള്ള വെള്ളം കുടിച്ച് ഒരിടത്തു ചുരുണ്ടുകൂടാലോ. അതും എത്രകാലാവോ. തേതി, ഗൗരീ, ആര്യക്കുട്ടി എന്നീ മൂന്നു മഹളേരും അന്തിയുടെ മൂട്ടിൽ വടക്കോർത്ത് ഇറയത്തിരുന്നു. തലയിലെഴുത്തിനെ പിരാകി.

ഏടത്തിക്ക് മൂന്നെണ്ണം ണ്ടായീലോ.

ഒക്കെ കണക്കെന്നെ. ദാ കണ്ടില്ലേ. എട്ടുപത്തു വയസ്സായി. നേരാവാച്ചാ നേരായി.

ഇരുട്ടിൽ കമ്യൂണിസ്റ്റുപച്ച നിറഞ്ഞ ഇല്ലപ്പറമ്പിലേക്ക് അവർ നോക്കി. ശുദ്ധശൂന്യമായ നോട്ടം. ഒരു ലക്ഷ്യവുമില്ലാതെ, സൃഷ്ടിവശാലുണ്ടായ ഒരു ഇന്ദ്രിയത്തിന്റെ കർമ്മം കാഴ്ചയാകയാൽ കണ്ടു എന്നുമാത്രം. കാണുന്നതറി യാനോ ഓർമിക്കാനോ ആഗ്രഹമില്ലാത്ത അനാസക്തി. നിത്യനിരന്തര ദാരിദ്ര്യത്തിന്റെ മടുപ്പ്.

എത്രകാലാ ഇബടങ്ങനെ കഴ്യാ?

സ്വജീവിതംപോലെ ഇരുട്ടടച്ച് പാഴ്പ്പൊന്തകെട്ടിയ ഇല്ലപ്പറമ്പിലേക്ക് ആര്യക്കുട്ടി ഊതിവിട്ടു. വറ്റാത്ത സ്വന്തം യൗവനത്തിന്റെ പാഴ്ച്ചിലവിൽ അവരുടെ കണ്ണീറനായി.

പാവം.

ഒടുക്കത്തെയാണ്. അച്ഛനും അമ്മയ്ക്കും നന്നെ കാര്യായിരുന്നേനും. കണ്ടാലും കൊത്യാവും. പടിക്കാൻ മോഹം. പത്താം ക്ലാസെങ്കിലും കഴിഞ്ഞൂച്ചാ എന്തെങ്കിലും ആയേനേ–അപ്പഴയ്ക്കും അച്ഛനു തിടുക്കമായി.

കുറ്റം ഒക്കെ അച്ഛന്.

ഒന്നാന്തരം ആലോചന. ഒക്കെക്കൂടി ഒത്തുവന്നപ്പൊ നി നീട്ടണ്ടാ നിരീച്ചു.

അതിന്റെ യോഗം.

ഈശ്വരാ! ഇങ്ങനെ വരണോ മൂന്നാൾക്കും. ഒരാൾക്കെങ്കിലും നേര്യാവാർ ന്നില്ലേ.

മൂത്ത മഹൾ വിധിയെ പഴിച്ചു. പഴിച്ചില്ല. പരിഭവം പറഞ്ഞു. ഇപ്പഴിപ്പോൾ വിധിയേംകൂടി കുറ്റം പറയാറില്ല.

ചെറുപ്പം. പത്തിരുപത്തിരണ്ടേ ആയുള്ളു. അന്ന് ആര്യക്കുട്ടിക്ക് പതിനഞ്ചായിട്ടില്ല.

അപ്പഴയ്ക്കും പിടിച്ചുകൊടുത്തു.

അബദ്ധത്തിൽ ഒന്നു പെറേം ചെയ്തു.

യ്ക്ക് ഒന്നു കാണണംന്ന്ണ്ട് എപ്പഴും മുറീലിട്ട് പൂട്ടാ. തൊറന്നാ ഓടിക്കും ന്നാ പറേണേ. കാണാൻ സമ്മതിക്കൂല്യ. ന്നെ കണ്ടാ അധ്യാവും ത്രേ.

ആര്യക്കുട്ടി കണ്ണു തുടച്ചു.

വേളീടെ മുമ്പും ഒരിക്കെ ണ്ടായിണ്ട്ന്നാ പറേണേ. പിന്നെ ആരെക്ക്യോ കൂടി പറഞ്ഞു വേളി കഴിഞ്ഞാ മാറുംന്ന്. അതേ ബ്ട്ന്ന് വേട്ടതേത്രേ.

ജയന്തന്റെ ഇല്ലക്കാര് വല്യേ കൂട്ടരാണ്. തികഞ്ഞ ആഢ്യന്മാരാണ്. പടിയി മ്മേൽ പലകയ്ക്കർഹതയുള്ള അഷ്ടഗൃഹത്തിലാഢ്യൻ.

നന്നായി. ഇച്ചാതപ്പന് ഇതിലും നല്ലൊരു ബന്ധുതേണ്ടാവാൻ ല്യ. പണോം, എന്താച്ചാ തന്നാമതീന്നാ പറേന്നേ.

ന്നാലും അതിന് പടിക്കാൻ നന്നെ മോഹംണ്ട്.

അതൊന്നും സാരം ല്യ. നി പ്പൊ പഠിച്ചിട്ടെന്തിനാ. ആദ്യത്തെ മഹളടെ കഥ അറ്യാലോ. അങ്ങനെ ഒരെടാണ് വന്നു പെട്ടേച്ചാലോ. ദ് പ്പൊ അതൊന്നല്ല. ഒന്നാന്തരം തറവാട്. ചെറുപ്പം. പിന്നെന്താച്ചാ–

പ്രാന്ത്!

ഏയ്! അത്രൊന്നൂല്യ. ഒരിക്കെ എന്തോ ത്തിരി മൗനം പോലെണ്ടായീ ന്നേള്ളൂ.

തേവരേ! വലയ്ക്കര്തേ!

ന്നാലും ഒന്നു പെറ്റു. പ്രാന്താച്ചാലും അതൊക്കെ രൂപംണ്ടേയ്.

വയ്യ. ഞാനിനി അങ്ക്ട് പോണില്യ.

അവട്യാച്ചാ ഉണ്ണാനും ഉടുക്കാനും ബുദ്ധിമുട്ടണ്ടലോ. കുട്ടിക്ക് അവടെ താമസിക്കര്തേ. ഇബടെ, ഈ ഇല്യാത്തോടത്ത് ഇങ്ങനെ പഷ്ണിവേണോ.

സാരംല്യ. അവടെ എപ്പഴും പരിഹാസോം പുച്ഛോം മാത്രേള്ളു. സ്വന്തം ഏട്ടമ്മാര്യന്ന്യാ പുച്ഛിക്കാൻ. വേറാരല്ല.

പ്രാന്താച്ചാലും അതൊക്കെ രൂപം ണ്ടേയ്. ഒരുണ്ണീണ്ടായീലോ.

ആവോ. ആരടെ മിടുക്കാ ആവോ.

വേണ്ട. അവിടെ വയ്യ. ഇവിടെ പട്ടിണ്യാച്ചാ പട്ടിണി. പുച്ഛോം അവ ഹേളനോം വേണ്ടലോ.

ഒന്നും കാണണംന്ന് യ്ക്കും ണ്ട്. പക്ഷേ, ഞാനെന്താ ചെയ്യാന്റെ കുട്ട്യേ. ഇബടെ കൊണ്ട്വന്ന് ചികിത്സിച്ചാ ഭേദാവേരിക്കും. അതിന് എന്നെ ക്കൊണ്ടാവില്യ. ഞാനാച്ചാ, ഈ ശാന്ത്യന്നെ എത്രാളാ പറ്റാന്ന് പറയാൻ വയ്യ. നന്നെ ക്ഷീണം ണ്ട്.

അച്ഛന്റെ കാലം കഴിഞ്ഞാ–

ഉണ്ണ്യേട്ടനാ പിന്നെ.

ഏടത്തിക്കെന്താ. ഉണ്ണ്യേട്ടൻ ഇങ്ങനെ പറഞ്ഞോട്ടെ. അതോണ്ടൊന്നൂല്യ. ഉണ്ണ്യേട്ടന് സ്നേഹം ല്യായോന്നൂല്യ. അതൊന്നും സാരംല്യ.

അല്ലെങ്കിലും ഉണ്ണ്യേട്ടൻ ആര്യക്കുട്ട്യേ ഒന്നും പറേല്യ.

അഥവാ, പറഞ്ഞാലും എനി എവടയ്ക്കാ പോവാ. വേട്ട നമ്പൂരി വേണ്ടാന്നു വച്ചു. ഇല്ലത്ത്ന്നും കടന്നുപോവാൻ പറഞ്ഞാൽ–

ഇങ്ങനെ ഇരുട്ടത്തിരിക്കാണ്ടെ ഇബടെ വന്നിര്ന്ന് എന്താച്ചാ ആ ദേവ്യേ സഹായിക്കര്തോ.

എന്താ സഹായിക്കണേ. ആകെ ത്തിരി ചോറും വാർത്ത കഞ്ഞീം. ഒരു കഷണം ഉപ്പാങ്ങേം. അതാ അത്താഴം. അത് ണ്ടാക്കാൻ അടുക്കളേല് അഞ്ചാള് വേണോ? മൂന്നും നാലും പറ അരി വെച്ച് നാലും അഞ്ചും കൂട്ടാൻ ണ്ടാക്കണ ബദ്ധപ്പാടാ അമ്മേടെ പറച്ചില് കേട്ടാ.

ഞാനങ്കട് വരാം. ഈ കുട്ട്യോന്ന് ഒറങ്ങട്ടെ. അത്ന് പേട്യാവുംച്ച്ട്ട് ഇബടെ ഇരിക്ക്യാ. ഇബടെന്താ. ഒരു പണീംല്യ.

ദേവി അകത്ത്ന്ന് വിളിച്ചുപറഞ്ഞു.

നാലുകെട്ടിൽ ധാരാളം ഇരുട്ടുണ്ട്. പരസ്പരം കാണാതെ സ്വദുഃഖ ങ്ങളുമായി ഓരോരോ മൂല സ്വന്തമാക്കാം. മുഖം കാണിക്കണ്ട. ആരും കാണുംന്നും പേടിക്കണ്ട.

ദേവ്യേടത്തീടെ യോഗം!

ഞെങ്ങള് ഇങ്ങനെ വന്നില്യാച്ചാ ദേവ്യേടത്തിക്ക് ഇത്ര കഷ്ടപ്പാട് ണ്ടാവി ല്യേർന്നു. പിന്നെന്താ. അച്ഛനും അമ്മേം മാത്രല്ലേള്ളൂ, പ്പൊ.

ആര്യക്കുട്ടിക്ക് തുടരാനായില്ല.

തന്നെക്കാൾ രണ്ടു വയസ്സേ ദേവ്യേടത്തിക്ക് കൂടൂ. മൂന്നു പെറ്റു. ഇപ്പൊ കണ്ടാ അമ്മേക്കാളും പ്രാകൃതം തോന്നും.

യ്ക്ക് വയ്യ. ങ്ങനെ കഴ്യാൻ. ല്ലാർക്കും ഭാരായിട്ട്. അച്ഛനും അമ്മയ്ക്കും എല്ലാവർക്കും ഭാരംമാത്രം. യ്ക്കു വയ്യാ ങ്ങനെ കഴ്യാൻ. ഞാനൊരു സൂത്രം കണ്ട്ണ്ട്.

നീയെന്താ ഭാവം?

നിയ്ക്ക് നല്ല തണ്ടും തടീണ്ട്.

നീയ് ആവശ്യംല്യാത്തതൊന്നും നിരീക്കണ്ടാ ട്ടോ.

ഏടത്തിമാർക്ക് ഭയായി. എന്താവോ അത് ഭാവം. പണ്ടേ ണ്ട് ഒരു ഒതുക്കംല്യായ.

കൂലിപ്പണിക്ക് പോയാ എട്ടു റുപ്യ കിട്ടും ദിവസം. യ്ക്കും മണ്ണ് ചൊമക്കാ നാവും. വെശം ല്യാച്ചാലും രണ്ടൂസംകൊണ്ട് വെശാവൂലോ, ഞാനും കണ്ട്ണ്ട്.

തേതീം ഗൗരീം മിണ്ടിയില്ല. ദേവിയും മൗനം വരിച്ചു. ഒരുപക്ഷേ, അകത്തി രുന്ന അമ്മകൂടി കേട്ടിരിക്കും. എന്നിട്ടും അമ്മയും നിശ്ശബ്ദം.

തീരാത്ത പട്ടിണിയുടെ അവസാനിക്കാത്ത ആക്രമണത്താൽ അവ രൊക്കെ സ്വാഭിമാനം മറന്നിരിക്കും. ആർത്തിപൊറാഞ്ഞ വയർ മറ്റിന്ദ്രിയ ങ്ങളെ നിർജീവമാക്കിയിരിക്കും. അഥവാ, അവരും നിത്യം വയറ് നിറച്ചു ണ്ണാവുന്ന ഒരു വഴി കണ്ടെത്താൻ മോഹിച്ചിരിക്കും. കൂലിവേലയ്ക്കു പോയാലോ എന്നും ചിലപ്പോഴെങ്കിലും ആലോചിച്ചിരിക്കും.

നമ്മള് മൂന്നാളും പോയാ പത്തിരുപത്തിയഞ്ചു റുപ്യേണ്ടാവും. ഇബടെ പട്ടിണീ ല്യാന്റെ കഴീം ചെയ്യാം. അച്ഛനും അമ്മയ്ക്കും ത്തിരി സ്വസ്ഥതേ ണ്ടാവും. ഞാൻ തീർച്ച്യാക്കി.

എനി....എനി.

ഒരൂസം അങ്കട് പോവേ വേണ്ടൂ.

അച്ഛൻ—

സമ്മതിച്ചില്ല്യാച്ചാൽ.

എന്താ?

എന്താ നിശ്ചം ല്യ. എന്തായാലും പട്ടിണി കെടന്ന് ചാവാനൊന്നും ന്നെക്കൊണ്ട് വയ്യ.

ആ ദൃഢനിശ്ചയത്തിന്റെ ശക്തി നല്ലേടത്ത് നാലുകെട്ടിനു താൽക്കാലി കോജസ്സു നൽകി. ക്ഷണികമായ ആ ഓജസ്സിൽ മനക്കാർ മഹാസ്വപ്നങ്ങൾ ദർശിച്ചു. പട്ടിണി മാറുന്നതും മൂന്നു നേരം ചോറുണ്ണുന്നതും നിറഞ്ഞ വയ റിന്റെ മീതെ കസവുമുണ്ടു ചുറ്റി നടക്കുന്നതും ഏമ്പക്കമിടുന്നതും അവര നുഭവിച്ചു. മനോരാജ്യത്തിൽകൂടി മൂന്നു നേരം ഉണ്ണുന്നതിലും കവിഞ്ഞ മഹാഭാഗ്യങ്ങൾ കാണുവാനാവാതെ തേതിയും ഗൗരിയും ആര്യക്കുട്ടിയും സ്വന്തം ഇല്ലത്തെ നാലുകെട്ടിൽ പരസ്പരം കാണാത്ത ഇരുട്ടിൽ ചുരുണ്ടു കൂടി. അവരുടെ ചുറ്റും അഞ്ചു മക്കളും. പിന്നെ അച്ഛനുമമ്മയും. ഉണ്ണി നമ്പൂതിരിയുടെ പത്നിമാത്രം കിടാങ്ങളെ ഉറക്കിക്കിടത്തി. പുറത്ത് ബിഥോ വനേം സ്വാതിതിരുന്നാളിനേയും കുറ്റം പറഞ്ഞ് കോഴീം ചാരായോം കൂടി ച്ചേർന്നു ചുറ്റുവട്ടം തുപ്പിത്തുപ്പി വരുന്ന സ്വഭർത്താവിന്റെ ഇടറിയ കാലടികൾ കാത്തിരുന്നു. പിടലി തരിക്കുന്ന വിഷമദ്യത്തിന്റെ ആദ്യത്തെ ഊക്കിൽ തന്റെ മെലിഞ്ഞ ശരീരത്തിൽ ഇഴഞ്ഞുകേറുന്ന, വേട്ട നമ്പൂതിരിയെ ഓർത്തപ്പോൾ ദേവി പിത്തരസം തേട്ടി. ഒരിക്കട്ടമായി അത്താഴക്കഞ്ഞി തുപ്പി.

## പതിമൂന്ന്

**പ**രിണാമം ഋജുരേഖയാണ് എന്നു കരുതരുത്. ലംബമായ ഋജുരേഖയല്ല അത്. തിരശ്ചീനവും പലപ്പോഴും വക്രവും ചിലപ്പോഴൊക്കെ കെട്ടു പിണഞ്ഞതും അപൂർവം കീഴോട്ടു പതിക്കുന്നതുമാണ് അത്. വളർച്ചയ്ക്കു മുകളിലോട്ട് എന്നർത്ഥമില്ല. ഇന്ന വാക്കുകൾക്ക് ഇന്ന അർത്ഥം എന്നു നിങ്ങളുടെ നിർബന്ധമാണ്. ഞങ്ങളും മനുഷ്യജന്മം പിന്നിട്ടവരാണ്. എന്നിട്ട് മറ്റൊരു ഘട്ടത്തിൽ പുല്ലും മരവുമായി. കരിക്കട്ടതന്നെ വജ്രവും പഞ്ച സാരയും ആകുന്ന പോലെ. ഒരു ചെറിയ മാറ്റം. ആ മാറ്റത്തിൽ മനുഷ്യ കോശങ്ങൾ മറ്റൊന്നായി. കർമഫലം തന്നെ:

കുഞ്ഞുകുട്ടനൊന്നും മനസ്സിലായില്ല. താനുണ്ടാക്കിയ ആശ്രമത്തിൽ ഓരിക്കുന്നിലെ ഒറ്റതിരിഞ്ഞ പാലച്ചുവട്ടിൽ അയാളിരുന്നു. പുലരാൻ നേര മെത്ര കഴിയണം. രാവിന്റെ കറുപ്പു പകലിന്റെ വെളുപ്പിലേക്കലിയുന്ന പ്രഭാതം കുറേക്കൂടി ദൂരെയാണ്. ആ കുളുർത്ത പൂർവോഷസ്സിൽ വൃക്ഷദേവതകൾ പറഞ്ഞു.

സ്ഥൂലശരീരവും സൂക്ഷ്മശരീരവും ഞങ്ങൾക്കുമുണ്ട്. എല്ലാവർക്കു മുണ്ട്. ഹിമവാന്റെ ദേവതാത്മാവ് കണ്ടറിഞ്ഞ ഭഗവാൻ കാളിദാസൻ ആ പർവതരാജനെ പുരുഷരൂപത്തിൽ തന്നെ കണ്ടു. അതുപോലെ, കണ്ണുള്ള വർക്ക് ഈ ഭൂമീദേവിയെ കാണാം. ഇവിടെയുള്ള ഓരോ ശിലാഖണ്ഡ ത്തിലും കുടികൊള്ളുന്ന പുരുഷനെ ദർശിക്കാം. ആ പുരുഷനെ കർമനിരത നാക്കുന്ന പ്രകൃതിയറിയാം. അറിയാൻ ആഗ്രഹിക്കുന്നവർക്കായി സർവ രഹസ്യങ്ങളും പ്രകൃതി തുറന്നുതരുന്നു. കേൾക്കൂ, പോയ ജന്മം ഞങ്ങളും മനുഷ്യരായിരുന്നു. കർമഫലംകൊണ്ട് വൃക്ഷങ്ങളായി. അതിൽ ദുഃഖി ക്കാനൊന്നുമില്ല. സുഖദുഃഖങ്ങൾ വെറും തോന്നലല്ലേ. ദുഃഖത്തേക്കൂടി സുഖമാക്കാം. ചിന്തിച്ചുറപ്പിച്ചാൽ മതി. ദുഃഖം എന്ന ഒന്നില്ല എന്നുറച്ചാൽ മതി. പക്ഷേ, കർമം—

തോന്നിവാസം പറയരുത്. ഞങ്ങളുടെ മഹാശാസ്ത്രജ്ഞന്മാർ തെളിയി ച്ചതല്ലേ മനുഷ്യരാശിയാണ് പരിണാമത്തിന്റെ പരമോന്നതനില എന്ന്. എന്നിട്ട്

എനി, തലകുത്തനെ നിൽക്കുന്ന പരിണാമമോ? മനുഷ്യൻ അതിമാനുഷനാവാം. പക്ഷേ, വീണ്ടും പുല്ലും പൂവുമാകുന്ന പതനം അസാദ്ധ്യമാണ്.

കുഞ്ഞുകുട്ടൻ തർക്കിക്കാൻ തയ്യാറായി.

സുഹൃത്തേ, ഞങ്ങളെ സ്നേഹിക്കുകയാൽ താങ്കൾ ഞങ്ങളുടെ സുഹൃത്തായി. കേൾക്കൂ. അദ്ധ്യാത്മവിദ്യയിൽ മാത്രമേ പിന്നോക്കം പോകാത്ത ഗതി യുള്ളു. അവിടെ ഒന്ന് എന്നെണ്ണിയാൽ പിന്നെ രണ്ടുമാത്രം. മുന്നോട്ട്. അതിനിടയ്ക്ക് എത്ര ജന്മം എത്രയെത്ര രൂപഭാവങ്ങളിൽ ജനിച്ചാലും കല്ലും മരവുമായാലും ഒന്നു രണ്ടിലേ എത്തൂ. പിന്നോക്കം ഗതിയില്ല. അതാണു സാക്ഷാൽ പരിണാമം. മറ്റെല്ലാ ചലനവും ഇടത്തും വലത്തും മേലോട്ടും കീഴോട്ടും കെട്ടുപിണഞ്ഞും തന്നെ. ചലനമാണ് വളർച്ച. ഭൗതികപരിണാമങ്ങൾ യഥാർത്ഥത്തിൽ പരിണാമമല്ല. പ്രതിപ്രവർത്തനമാകുന്നു. അദ്ധ്യാത്മപരിണാമം മാത്രം പരിണാമമാകുന്നു. നിങ്ങളുടെ സയൻസ് കേമംതന്നെ. ഈ ഞങ്ങളുടെകൂടി മനസ്സു വായിച്ചറിയുവാൻ ശ്രമിക്കുന്നവരുണ്ട്. അവരെ ഞങ്ങളനുഗ്രഹിക്കുന്നു. ആ അനുഗ്രഹത്തിന്റെ ശക്തിയിൽ അവർ കൂടുതൽ കൂടുതൽ അറിയുന്നു. സ്നേഹത്തിന്റെ അപാരമായ ശക്തി തന്നെ.

ഞാൻ തർക്കിച്ചു ജയിക്കുവാൻ വന്നതല്ല. തർക്കം ഉപേക്ഷിച്ച് കാലമേറെയായി. ഉറക്കെ പറഞ്ഞു ജയിക്കാനും പട്ടും വളയും വാങ്ങാനും മോഹിച്ചുമല്ല. ഈ പ്രപഞ്ച രഹസ്യം.

ഈ പ്രപഞ്ചത്തിന് ഒരു രഹസ്യവുമില്ല. രഹസ്യം മനുഷ്യർക്കാകുന്നു. അറിയാൻ ആഗ്രഹിക്കണം എന്നുമാത്രം. ആത്മാർത്ഥമായ സ്നേഹം. അതേ വേണ്ടൂ. ബാക്കിയൊക്കെ സർവേശ്വരൻ നൽകി അനുഗ്രഹിക്കും.

ഈശ്വരൻ.

ആ വാക്ക് അത്ര പത്ഥ്യമല്ലെങ്കിൽ വേണ്ട. നോക്കൂ, സുഹൃത്തേ, താങ്കൾ ഒരൊറ്റ വ്യക്തിയെ സ്നേഹിക്കൂ. അപ്പോൾ ആ വ്യക്തി താങ്കളെ സ്നേഹിക്കും. താങ്കൾക്ക് അത് മഹാശക്തിയാവും. ഈ പ്രപഞ്ചത്തിനെ മുഴുവൻ സ്നേഹിച്ചാലോ. ഈ പ്രപഞ്ചം മുഴുവൻ താങ്കളെ സ്നേഹിക്കും. എന്തൊരു ഭൗമശക്തിയായിരിക്കും അതെന്നാലോചിച്ചു നോക്കൂ. ഒരൊറ്റ വൃക്ഷത്തെ താങ്കളിഷ്ടപ്പെട്ടു. അതിന്റെ ഫലം താങ്കളിപ്പോളനുഭവിക്കുന്നു. അപ്പോൾ, ഈ പ്രപഞ്ചത്തിന്റെ മുഴുവൻ അനുഗ്രഹം ലഭിച്ചാലോ? അതിലൊരു രഹസ്യവുമില്ല. ആത്മാർത്ഥമായി സ്നേഹിക്കൂ. സർവചരാചരങ്ങളും, ഈ താരാനക്ഷത്രസമൂഹങ്ങളത്രയും അവരുടെ സർവ രഹസ്യവും തുറന്നു തരും. ഒന്നുമാത്രം. സ്നേഹിക്കൂ. ആത്മാർത്ഥമായി. ഈ പ്രപഞ്ചത്തിന്റെ ഭാഷ അതാണ്. ഇപ്പോൾ എന്റെ ഭാഷ താങ്കളറിയുന്നില്ലേ?

ഉവ്വ്. നന്നായറിയുന്നു. ഈ ഓരിക്കുന്നിന്റെ നാനാഭാവങ്ങളും ഞാനറിയുന്നു. ചിലപ്പോൾ പരിഭവിച്ച് മുഖം വീർപ്പിച്ച്, ചിലപ്പോൾ ദുഃഖിച്ച് ഇരുളടച്ച്; ചിലപ്പോൾ പുതുപുഞ്ചിരി പൊഴിച്ച്; ഉവ്വ് എനിക്കറിയാം. ഈ ഓരിക്കുന്നിലെ ഓരോ മൺതരി കൂടി ഞാൻ സ്പർശിച്ചറിയുന്നു. വേറെ വേറെ. ഇതതാണ്. ഇന്ന് ആ കുസൃതിക്കാരൻ വെള്ളാരങ്കല്ലിനെ തൊട്ടില്ല. ഇതാ; ഈ കറുപ്പൻ സാളഗ്രാമം. ഇക്കിളി കൂട്ടുന്ന പുരാണ ഘട്ടം; നക്ഷത്രശില. നാമം ജപിക്കുന്ന രുദ്രാക്ഷ ശിലാഖണ്ഡം. ഉവ്വ്, ഇതൊക്കെ ഞാനറിയുന്നു.

ഞാൻ.

ആരാണത്. ഈ പുലരുംമുമ്പ്. കഷ്ടിച്ച് കാണാറായ ഇരുട്ടിൽ.

ഞാനാ.

ആര്യക്കുട്ടി. ആര്യഅന്തർജനം. നല്ലേടത്ത് ഇച്ചാതപ്പന്റെ കനിഷ്ഠപുത്രി. ഈ ഓരിക്കുന്നിന്റെ നിറുകയിൽ. മാന്യന്മാർക്ക് പ്രവേശനം നിഷേധിച്ച ഈ ഇടത്തിൽ.

ഞാനും ഇവിടെ എത്തി.

എന്തിനെന്നറിയാതെ, അഭൗമമായ ആകർഷണശക്തിക്കടിമപ്പെട്ട്, മന്ത്രമുഗ്ദ്ധയായി, സമ്മോഹനത്താൽ വശ്യയായി.

ഞാൻ നമ്പൂര്യേ അന്വേഷിച്ച് പോരെ.

ആരെ.....എന്നെ....

കുഞ്ഞുകുട്ടൻ തപ്പിത്തടഞ്ഞു. ഇന്നും പലരും തന്നെ നമ്പൂരി എന്നു വിളിക്കുന്നു. പലരും തമ്പ്രാനെന്നു വിളിക്കുന്നു. ചിലർ എഴുതുന്നു.

തമ്പ്രാൻ.

680601.

മേൽവിലാസം അതുമാത്രം.

ഈ ലോകത്ത് വേറെ തമ്പ്രാനില്ല.

എനി.

പിൻകോഡ് കൂടി വേണ്ടെന്നു വെയ്ക്കും.

തമ്പ്രാൻ.

ഒരു കാർഡിൽ അതുമാത്രം.

ബാക്കി പോസ്റ്റൽഡിപ്പാർട്ടുമെന്റിന്റെ ചുമതല.

തമ്പ്രാനെ അറിയില്ലേ?

എനിക്കും ജീവിക്കണം.

അതിന്?

കുഞ്ഞുകുട്ടൻ ഞെട്ടി. മഞ്ഞുരുകിത്തീരാത്ത ആ പ്രഭാതത്തിലും വിയർത്തു. അകംപുറം ചുട്ടുപൊള്ളി.

ജീവിക്കണം.

സന്തോഷം.

ആര്യക്കുട്ടിക്ക് അദൃശ്യയായ വൃക്ഷദേവത ഏഴിലാംപാലയിൽ അധിവസിച്ച് ഉറക്കെ പറഞ്ഞു:

സന്തോഷം! എന്തു സന്തോഷം!

കുഞ്ഞുകുട്ടൻ അമ്പരന്നു.

സന്തോഷം. മരിക്കണം. എന്നല്ലല്ലോ പറഞ്ഞേ. ജീവിക്കണം എന്നല്ലേ. അതാണു മുഖ്യം. എനിയൊക്കെ തനിയേ വരും. ആ ലക്ഷ്യം ഉറച്ചാൽ മതി.

നമ്പൂരി എന്താ തന്നേന്നെങ്ങനെ പറേണേ:

ഓ, കുട്ടി. കുട്ടിക്കത് മനസ്സിലാവില്ലല്ലൊ. കാണാനും കേൾക്കാനുമാവില്ലല്ലോ. ഈ പ്രകൃതിയുടെ ഭാഷ അജ്ഞാതമല്ലേ.

അതോ. സന്തോഷായീന്ന് പറയായിരുന്നു.

എന്തു സന്തോഷം?

ജീവിക്കണം എന്നു പറഞ്ഞുവല്ലോ. ആ സന്തോഷം.

പക്ഷേ, യ്ക്ക് സന്തോഷം ഇല്ല. സങ്കടാ. ജീവിക്കാച്ചാ സങ്കടാ. ഇപ്പൊ ജീവിക്കണപോലാച്ചാൽ അതിലേറെ സങ്കടാ. എങ്ങന്യായാലും സങ്കടം തന്ന്യാ. ന്നാലും ജീവിക്കണം.

കുട്ടീ!

കുഞ്ഞുകുട്ടൻ എഴുന്നേറ്റുനിന്നു. നിമിഷനേരം ഓരിക്കുന്നിനെ നോക്കി. മനസ്സ് നിർമലമായി.

വരൂ.

അല്ല. പുത്ര്യേ പുത്ര്യേ കോള്കിട്ട്ണ്ടല്ലോ. മാഷടെ ഭാഗ്യം.

പ്രകാശം പരക്കുന്ന കശുമാവിൻതോപ്പിലൂടെ ഒരിത്തിരി പുരുഷഗന്ധം കാമിച്ച് ടീച്ചറെത്തി. കുന്നിറങ്ങാൻ ഭാവിക്കുന്ന കുഞ്ഞുകുട്ടനെയും ആര്യക്കുട്ടിയെയും കണ്ടു. ഇരതട്ടിപ്പറിച്ച എതിരാളിയുടെ നേരെ ടീച്ചർ ചീറ്റി:

ഇതെന്നേ തൊടങ്ങ്യേ മൊളാത്തലുട്ട്യേ?

ഠേ!

ടീച്ചർ നിലംപൊത്തി വീണു. ഉള്ളംകൈയും വിരലും നൊന്തുനീറിയ കുഞ്ഞുകുട്ടൻ ടീച്ചറെ താങ്ങിയെടുത്തു. വിങ്ങി വിങ്ങിക്കരയുന്ന ടീച്ചറെ നോക്കി ആര്യക്കുട്ടി വിഷണ്ണയായി. കഥയറിയാതെ പകച്ചുനിന്നു. ക്രമേണ ആര്യക്കുട്ടിയുടെ മിഴി നനഞ്ഞു.

ക്ഷമിക്കൂ കുട്ടീ. ഞാൻ.....

വരൂ.

കുഞ്ഞുകുട്ടൻ നടന്നു. ടീച്ചറും ആര്യക്കുട്ടിയും തോളുരുമ്മി ഒപ്പം ചെന്നു.

## പതിനാല്

**ഇ**ത്രയും എഴുതിക്കഴിഞ്ഞപ്പോൾ വലിയ സംശയമായി. ശങ്ക ഒന്നല്ല. രണ്ടാണ്.

പ്രഥമവും പ്രധാനവുമായ സംശയം ഒന്ന്. എന്തെന്നാൽ ഈ എഴുതി വരുന്ന സാധനം ഏതു വിഭാഗത്തിലാണ് അക്കാദമികൾ ഉൾക്കൊള്ളിക്കുക. വലിയ കഥ, ചരിത്രം, നോവൽ, നാടകം, അഥവാ മറ്റിനങ്ങൾ. നോവൽ എന്നാവട്ടെ. ഇപ്പറഞ്ഞ സാഹിത്യത്തിന്റെ ലക്ഷണം അറിയാത്തതു കൊണ്ടുള്ള വിഷമമുണ്ട്. എങ്കിലും പറഞ്ഞുകേട്ട ലക്ഷണങ്ങൾ മിക്കതും ഈ കഥയിൽ വരുത്തുവാൻ ഇതെഴുതുന്ന ആൾ പരമാവധി ശ്രമിച്ചിട്ടുണ്ട്. ഇത് ഒരു ചരിത്രസംഭവമാണെങ്കിലും.

രണ്ടാമത്തെ ശങ്ക.

ഈ പുസ്തകത്തിന് ടിപ്പണി വേണോ എന്നാണ്. അനവധി ചിന്തിച്ച്, അവസാനം സ്വയം ടിപ്പണം എഴുതിച്ചേർക്കാം എന്നു തീരുമാനിച്ചു. എഴുതുകയും ചെയ്തു. എനി ബാക്കി, വിശദമായി അനുബന്ധത്തിനു ശേഷമാവാം. ബാല ബോധിനി എന്ന പേരും നൽകാം. വേണമെങ്കിൽ ഒരു ശുദ്ധിപത്രവും ആയ്ക്കോട്ടെ എന്നും ഒരു മതമുണ്ട്. ഏതായാലും ടിപ്പണിയില്ലെങ്കിൽ വിഷമം അനുഭവപ്പെടും. ഗ്രന്ഥകർത്താവ് ഉദ്ദേശിച്ച അർത്ഥം വ്യക്തമായി എന്നുവരില്ല. ഉദ്ദേശിക്കാത്ത അർത്ഥം വ്യക്തമായി എന്നും വരാം. ഈ അപകടം ഒഴിവാക്കുവാനായി ഉദ്ദേശിച്ച അർത്ഥം എന്ത് എന്ന് എഴുതിച്ചേർക്കുകയാവും ഉത്തമം എന്ന് അനവധി അഭ്യുദയ കാംക്ഷികൾ പറഞ്ഞു. അതാവട്ടെ. ഗ്രന്ഥകർത്താവുതന്നെ എഴുതിച്ചേർക്കുന്നതിനാൽ വ്യക്തമാകുവാൻ എളുപ്പവുമുണ്ടല്ലോ. അല്ലെങ്കിൽ ഭോജദേവൻ പറഞ്ഞ പോലെ:

ദുർബോധം യദതി വ തദ്വിജഹതി
'സ്പഷ്ടാർത്ഥ' മിത്യുക്തിഭിഃ
സ്പഷ്ടാർത്ഥേ ഷ്വപി വിസ്തൃതിം വിദധതി
വ്യർത്ഥൈഃ സമാസാദികൈഃ
അസ്ഥാനേƒനുപയോഗിഭിശ്ചബഹുഭി
ർജ്ജല്പൈര്ഭ്രമം തന്വതേ
ശ്രോതൃണായിതിവസ്തുവിപ്ലവകൃതഃ
സർവേ ƒപി ടീകാകൃതഃ

പിന്നെ ആർക്കും മനസ്സിലാവാത്ത കുറെ പദങ്ങൾ നിരത്തിവച്ച് ഒരു പ്രത്യേകതരം വ്യാഖ്യാനം നിർമിക്കാവുന്നതാണ്. ഉദാഹരണത്തിന്, അനുഭവങ്ങളുടെ സന്ധ്യകളെ ചിഹ്നങ്ങളുടെ ആവർത്തന സങ്കല്പത്തിൽ കൂടി രോഷ ചൈതന്യത്തിന്റെ കോശബിന്ദുവിലേക്ക് ഉപനയിക്കുമ്പോൾ ബിംബപ്രതിബിംബ ധാരണകൾ സമൂർത്തമാവാൻ ജൈവവിധിയുണ്ട്, എന്നോ തത്തുല്യമായോ എഴുതിയ ഒരു ദീർഘൻ ആമുഖവും ആവാം. ഏതായാലും ഈ പുസ്തകത്തിൽ ഇല്ലാത്തത് മറ്റെങ്ങും ഉണ്ടാവരുത് എന്നു നിർബന്ധം ഉള്ളതിനാൽ ഒരദ്ധ്യായം കവിതയിലും ഒന്നു നാടകത്തിലും ഒന്ന് ഗദ്യകവിതയിലും ഒന്നു ചിഹ്നങ്ങളായും എഴുതുവാനുദ്ദേശമുണ്ട്. ഇതത്രയും കാവ്യാത്മാവിലേക്കുള്ള കവാടങ്ങളാകുന്നു.

എനി,

കഥ തുടരാം.

ആദ്യത്തെ വെട്ടുപൂള് അകലെ വീണു. ഊട്ടിക്കാച്ചി തേച്ചു മൂർച്ചയേറ്റിയ വെട്ടുമഴു തലയ്ക്കുമീതേ ഇടിമിന്നി. വരിക്കപ്ലാവ് പ്രാണവേദനയോടെ പിടഞ്ഞു. ഇറയത്തിരുന്ന് മുറുക്കാൻ ചെല്ലത്തിൽ പണം സൂക്ഷിക്കുന്ന ജാതവേദൻ നമ്പൂതിരിപ്പാടിന്റെ ഹൃദയം നീറി. ആയിരത്തിരുനൂറ് ക.യ്ക്ക് ആ പ്ലാവും രണ്ടു മാവും കുഞ്ഞുമോനാപ്ല വാങ്ങി.

എന്താ ചെയ്യാ.

ചെറ്യേതമ്പ്രാൻ ആയിരം പറ്റ്യേക്ക്ണു. ഈ പടിഞ്ഞാറ്റിപ്പെരയ്ക്ക് അച്ചാരം. ഇപ്പൊ വല്യമ്പ്രാനായിട്ട് തരില്ലാന്ന് പറഞ്ഞാൽ. കടം വീട്ടണം.

മുത്തശ്ശന്റെ അച്ഛൻ വെച്ചതാ. മുത്തശ്ശൻ ജനിച്ച് പെല പോണന്ന്. തേച്ചു കുളിച്ച്, കോടിയുടുത്ത്, കണ്ണെഴുതി, മധുരം കഴിച്ച് നിറപറയും അഷ്ട മംഗല്യവും നിറച്ചുവച്ച്, ഒരു വൈദീകചടങ്ങായി, ഒരു വൃക്ഷം നടാച്ചാൽ ഒരു സൃഷ്ട്യാണ്. അതിനു മനഃശുദ്ധീം ദേഹശുദ്ധീം വരുത്തണം.

പുത്രോല്പാദനംതന്നെ സൃഷ്ടിയല്ലാതായി. കള്ളും കഞ്ചാവും ലഹരി കേറ്റിയ രാവിൽ ഒരു മയക്കത്തിൽ ഭാര്യയുടെ നഗ്നതയിൽ കിടന്നു കുലുങ്ങി. ഒട്ടു വേണം വേണ്ടാത്ത ഞരമ്പുതളർച്ചയിൽ അല്പമെന്തോ വിസർജിച്ചു.

അശ്രീകരം.

അപ്പഴയ്ക്കും അത് പള്ളവീർപ്പിച്ചു.

നാലു തലമുറ സുഭിക്ഷമായി.

തേൻവരിക്ക.

വേനലാറുമാസം ചക്കേം മാങ്ങേം.

കെഴക്കോട്ടു വീണോട്ടെ.

അല്ല. തെക്കോട്ട്.

അതെ. ഒക്കെ തെക്കോട്ടു വീഴാറായി.

ഉണ്ണീല്യേ അബടെ?

എനി എബടൊക്ക്യാവോ അയാളുടെ കടം. എബട്യാച്ചാലും എനി വയ്യ. ഉണ്ണ്യായാലും പെണ്ണായാലും അവരടെ കടത്തിന് ബടെ ഉത്തരവാദ്യല്ല. ഇദന്നെ ഇഷ്ടംണ്ടായിട്ടല്ല.

പിന്നെന്താച്ചാ—

നാലു തലമുറ നീണ്ട കടപ്പാട്. കാണാൻ വയ്യ. വാരിക്കോരി തന്നു. തടീം കൊമ്പും കാണില്ല. അത്ര ചക്കപിടിക്കും. പച്ചേം നന്ന്. വറക്കാൻ വിശേഷം. പഴുപ്പിച്ചാലോ പറയാനൂല്യ.

ട്ടോ നമ്പൂതിരി ബടയ്ക്കൊരു പത്തിരുപത് ചക്ക വേണം. വരട്ടാനാ. ആ മുത്തശ്ശൻപ്ലാവിന്റേന്നെ വേണേനും.

അടീരിക്ക് ആണ്ടോടാണ്ടു വേണം.

മുത്തശ്ശന്റെ അച്ഛൻവെച്ച പ്ലാവ് മുത്തശ്ശൻപ്ലാവായി.

ആ മുത്തശ്ശന്റെ അച്ഛൻ വെച്ചുണ്ടാക്കിയ പ്ലാവ്.

മുത്തശ്ശൻ നട്ട മാവ്.

അച്ഛൻ നട്ടുവളർത്തിയ തെങ്ങ്.

താൻ—

ഒക്കെ വിറ്റുതിന്നു.

കേമദ്രുമത്തിന്റെ ഊക്ക്.

ഡോ, ഞാനായിരം മേടിച്ച്ണ്ട്ന്ന് അച്ഛനോട് പറേണം. ന്ന്ട്ട് ബാക്കി ങ്ക്ട് തരണം. ങേ—

ഉണ്ണി കുഞ്ഞുമോനാപ്ലേ കണ്ടു.

അത് പറ്റില്ല. ആയിരത്തിരുനൂറിനാ കച്ചോടം. ആകെ ചത്യാ. ചെറ്യേമ്പ്രാനു വല്യേമ്പ്രാനെ പറ്റിക്കണം. അതിന് മ്മള് കൂട്ട്. ആട്ടെ, പച്ചേല്, മ്മള് മൊത്തം ആയിരം തരാം. ഇരുനൂറ് മ്മക്കും ഇരിക്കട്ടേന്ന്. ഇരുനൂറ്റമ്പത് മേടിച്ചത്. ഇരുനൂറ് അച്ഛൻതമ്പ്രാന്. അപ്പൊ നാനൂറ്റമ്പത്. ബാക്കി അഞ്ഞൂറ്റമ്പത് പ്പൊ തരാം. ആയിരം തെകഞ്ഞോട്ടേന്ന്, ഏദ്—

ന്നാലും മതി.

ഒരു കച്ചോടത്തിൽ എണ്ണൂറ് പൊന്തി.

അച്ഛന്റെ മണ്ടത്തം!

ഉണ്ണിനമ്പൂതിരി സ്വബുദ്ധിവൈഭവത്തിൽ സന്തോഷിച്ചു. ആത്മവിശ്വാസം ഏറി. വെറും ആയിരത്തിരുനൂറ് ക.യുടെ കച്ചവടത്തിൽ എണ്ണൂറും പൊന്തി. മുഴുവൻ പൊക്കാ വേണ്ടത്. അച്ഛന്റെ മുത്തശ്ശന്റെ അച്ഛനായിട്ടുവെച്ച പ്ലാവാണ്. അതങ്ങനെ വളർന്നു. മുത്തശ്ശൻ നട്ടുവളർത്തിയ മാവും വളർന്നു. രണ്ടും വളർന്നു വളർന്ന് തന്റെ കൈയില് പണമായി വന്നു. അതിനുമുമ്പ് നിരവധി ചക്കേം മാങ്ങേം അച്ഛനനുഭവിച്ചു. ഇപ്പൊ ഇരുനൂറ് റുപ്യേണ്ട്. അച്ഛനാ ലാഭം. നേരു പറഞ്ഞാ അച്ഛനെന്താ അദ്ധ്വാനിച്ചേ. ഒന്നൂല്യ. അത് വെട്ടിമുറിച്ചില്ലാന്ന് മാത്രം. അതിന്ള്ള ഭാഗ്യംണ്ടായില്ലാന്ന്മാത്രം. ഇപ്പൊ താനായിട്ട് വെട്ടിവിറ്റില്ലെങ്കിൽ എനി ശ്ശി കൊല്ലംകൂടി നിക്കേരിക്കും. ഒരുപക്ഷേ, തന്റെ മക്കൾക്കുപകരിച്ചേക്കാം. അതൊക്കെ ആരുകണ്ടു! എനി ഈ പടിഞ്ഞാറ്റികൂടി വേണം; അതും ആ കുഞ്ഞു മോനാപ്ല മേടിക്കും. അവനൂണ്ട് ലാഭം.

മാത്രല്ല. എനീ ള്ള കാലംകൊണ്ട് ഇല്യാത്തോർക്കാ മെച്ചം. ഇപ്പൊത്തന്നെ, ദാ, ഓരോരോ ദിക്കില് പണക്കാരടെ തലേട്ക്കണംന്ന് പറഞ്ഞ് ഓരോരോ കൂട്ടര് നടക്ക്ണില്ലേ. അതോണ്ട് ള്ളത് വിറ്റ് കാശാക്കാ ഭേദം.

മകൻ അച്ഛനെ ആശ്വസിപ്പിക്കാൻ അടവുകണ്ടു.

ഈ വല്യെ പടിഞ്ഞാറ്റിമാളിക കണ്ടാൽ ആരെങ്കിലും പറ്യോ ഇബടെ ദാരിദ്ര്യം ണ്ട്ന്ന്. പിന്നെ നമ്പൂരിപ്പാടാണേനും നിശ്ചാക്കും. വല്യെ ബൂർഷ്വാ. ക്ലീം. ക്ലീൻ. തല പടിക്കല്ണ്ടാവും. അപ്പോ ഞാനെന്തേ പറഞ്ഞുവന്നേച്ചാൽ—

താനെന്തു പറഞ്ഞുവന്നാലും വിരോധം ല്യ. എനി തല മുറിച്ചാലും നന്നായി. ന്നാ പിന്നെ വെശക്കില്ലല്ലൊ.

അച്ഛന് അച്ഛന്റെ കാര്യാ. വയസ്സായി. ഞങ്ങളോ?

പണീട്ക്കണം. കൊറേശേ.

പണീട്ക്കേ. അതൊക്കെ വിഡ്ഢികളുടെ തത്ത്വശാസ്ത്രല്ലേ.

ഉണ്ണിനമ്പൂതിരിക്ക് ചിരിവന്നു. വെറും വായേല് നാവോണ്ടെന്നെ കാശുണ്ടാക്കാം. മെയ്യനങ്ങേണ്ട യാതോരാവശ്യോംല്യ. നീ പ്പൊ.

ചത്താ കത്തിക്കാൻകൂടി ഒരു മാവിൻകുറ്റീല്യ.

അതൊന്നും ചാവണോര് നോക്കണ്ട.

വെട്ടി വിക്കാൻ ഒരു ചുള്ളിക്കൊമ്പൂല്യ.

അതാ വെഷമം.

ഒന്നു വെട്ടിവിക്കാൻ.

ഒരു നൂറ് റുപ്യേണ്ടാക്കാൻ.

ഡോ മൊതലാളീ ഒന്നിങ്കട് വരാ.

ഉണ്ണി കുഞ്ഞുമോനാപ്ലേ വിളിച്ചു. മുതലാളിമാപ്ലക്ക് ഓക്കാനംവന്നു. ഇങ്ങനെ ഒരു നമ്പൂരിക്കുട്ട്യോ. ഇതെന്ത് ജനുസാന്റ്ള്ളോ! അതിശംന്നെ! കഞ്ഞികുടി മുട്ട്യേക്ക്ണൂ. അപ്പഴും തന്തേ ഒപ്പിക്കണംന്നാ പൂതി. പറ്റിച്ച് പറ്റിച്ച് നീ ഒന്നൂല്യ. ഇക്കണക്കിന് ഇയാള് പെങ്ങമ്മാരും ബിക്കും.

നോക്കാം.

ഒരു നമ്പൂരിച്ച്യേ ഒന്നു പൂശണംന്ന് ഖൽബില് ഒരു പൂതി.

ഇപ്പൊ ന്താവോ.

ഉണ്ണിനമ്പൂതിരിപ്പാട് പടിക്കലേക്കു നടന്നു. പടികടന്ന് ഇറയത്തിരുന്നാൽ കാണാത്തമട്ടിൽ വേലിയരുകിൽ നിന്നു. ഒരു കാല് എതയിന്മേൽ കയറ്റിവച്ച് സുഭിക്ഷ മായി ഒടിയാകെ മാന്തിപ്പൊളിച്ചു.

മറ്റേ കോളൂണ്ട്. ദ് കഴ്യേട്ടെ. ഞാനത് ശര്യാക്കാം. പ്പഴേ, താനൊരു അമ്പത് റുപ്യേംകൂടി ങ്കട് തന്നോളൂ. ന്നാലെ ഒരു കാര്യാവൂ.

പണ്ടാരം.

കൊടലുമറ്യേണൂ.

ദാ നാപ്പതേള്ളൂ.

ഉം.

ഉണ്ണി അതു വാങ്ങി. ചുരുട്ടിച്ചുരുട്ടി പിന്നിൽ തിരുകി.

ഞമ്മളാ മരം മുറിക്കണോർത്ത് പോട്ടെ.

പത്തോ അമ്പതോ പോയാലും ഈ ശെയ്ത്താന്റെ മുമ്പില് നിന്നൂടാ. ഇങ്ങനെ ഒരു നമ്പൂരിക്കുട്ട്യോ. ജിന്ന് ണ്ടാക്കീതാവും. ഇത് മന്ക്ഷേരടെ പടപ്പല്ല. വല്ല ശെയ്ത്താനും പടച്ചടപ്പന്നെ.

ബേണ്ട. നി ബടെ കച്ചോടം ല്യ. പടച്ചോനാണെ, നി ബടെ കശ്ശോടം ഈ കുഞ്ഞുമോന് ബേണ്ടേ ബേണ്ട. മതീം കൊതീം തീർന്ന്—

അല്ലെങ്കിത്തന്നെ കുടുമ്മം നശിക്കണ കച്ചോടക്കാശ് വാഴൂല്യ. ദ് അതൂല്ല. തന്തോം തള്ളേം പുള്ളാരേം പറ്റിക്കണ ഒരു മോന്റെ ചെറ്റത്തോം. ഇക്കായിമ്മടെ പുള്ളാരക്ക് ദഹിക്കൂല്യ.

ന്താ, പേരമ്മേല് വീഴില്യലൊ?

നി കാക്കയ്ക്കിരിക്കാൻ തണലില്ല.

കുഞ്ഞന്യാ. കുഞ്ചൂ. ആരൂല്യ അബടെ?

ന്താ?

കുട്ടികൾ മുത്തശ്ശന്റെ ചുറ്റും കൂടി.

വരാ. ആ കപ്പേല് ഒരു പ്ലാവിൻതൈയ് മൊളച്ച് നിക്ക്ണ്ട്. നോക്കാ.

ഒരു പുതിയ ഉത്സാഹത്തോടെ ജാതവേദൻനമ്പൂതിരി വടക്കോറത്തേക്കു നടന്നു. അവിടെ, എച്ചിൽകപ്പയിൽ തനിയെ മുളച്ചുപൊന്തിയ പ്ലാവിൻതൈയ് നിഷ്ക്കർഷ യോടെ പറിച്ചെടുത്തു. കുട്ടികൾ ഒപ്പം കൂടി.

ത്തിരി വെള്ളോം ആ കയ്ക്കോട്ടും ഇങ്കട് എടുക്കാ ആര്യക്കുട്ടീ.

കുട്ടികൾ, ഗ്ലാസിൽ, കൂജയിൽ ഓട്ടുകിണ്ടിയിൽ വെള്ളമെടുത്തു. പാത്രം കിട്ടാത്തവർ പൊട്ടക്കിണ്ണമെടുത്തു. വഴിക്കൊക്കെ കളഞ്ഞു. ആര്യക്കുട്ടി ചെപ്പിത്തോണ്ടിപോലത്തെ കയ്ക്കോട്ടെടുത്തു കുഴിമാന്തി. ആദ്യത്തെ കള മണ്ണിൽ കൊണ്ടപ്പോൾ ആര്യക്കുട്ടിയുടെ മുഖം ചുവന്നു. പ്രയത്നത്തിന്റെ അഭിമാനം അനുഭവിച്ചു.

ഈശ്വരന്മാരെ നിരീച്ച് നടാ.

ആരാ?

ഞാനാവാം.

യ്ക്ക്—

ഞാൻ.

എല്ലാവരും കൂടിക്കോളൂ.

അങ്ങനെ മുത്തശ്ശനും എട്ടു പേരക്കിടാങ്ങളും മഹളും ചേർന്ന് ഒരു വാടിയ പ്ലാവിൻതൈയ് നട്ടു. ഐശ്വര്യത്തിന്റേയും വരുംനാളുകളുടെ മഹോത്സവത്തിനു മുളയിട്ട സന്തോഷത്തിൽ അവരൊക്കെ ചേർന്ന് ആറാപ്പു വിളിച്ചു.

ആറപ്പൂയ്.....ആ.....റാപ്പൂ....യ്—

അകത്ത്, പതിവില്ലാത്ത ആറപ്പുവിളിയും ബഹളവും കേട്ട് ജാതവേദൻ നമ്പൂതിരിയുടെ ആത്തേമ്മാര് അമ്പരന്നു. അവർ വടക്കോറത്ത് കട്ടിളപ്പടിയിൽ കൈയൂന്നി നോക്കി. അടുത്തുനിക്കുന്ന മൂത്ത മഹളേര് രണ്ടാളും ദൃശ്യംകണ്ട് അമ്പരന്നു.

ആറാപ്പേ....യ്.

പൂ.....യ്.....

ആ...റാ....പ്പേ....

കുട്ടികൾ പ്ലാവിൻതൈയിനു ചുറ്റും കൈയ് കൊട്ടി ആർത്തുതുള്ളി.

## പതിനഞ്ച്

**വ**ഴിവക്കിൽ കണ്ട എല്ലാ തയ്യുകളും ജാതവേദൻ നമ്പൂതിരിപ്പാട് സംഭരിച്ചു. കമ്യൂണിസ്റ്റുപച്ചയുടെ കൈയേറ്റത്തിൽ കാടുകെട്ടിയ ഇല്ലപ്പറമ്പ് വെട്ടി വെടിപ്പാക്കി. മാവ്, പ്ലാവ്, ആല്, പൊടിനി, സമസ്തവൃക്ഷങ്ങളും നട്ടു.

അദ്ദേഹത്തിന് അതൊരു ഹരമായി. ആര്യക്കുട്ടിയും കുട്ടികളെട്ടും ഈ വൃക്ഷ മഹോത്സവത്തിൽ പങ്കുകൊണ്ടു. നിത്യം ശാന്തി കഴിഞ്ഞു വരുമ്പോൾ എവിടെനിന്നെങ്കിലും ഒരു പാഴ്മരത്തിന്റെ തൈയെങ്കിലും കൊണ്ടുവരുന്ന മുത്തശ്ശനെ നോക്കി കുട്ടികൾ ഇരുന്നു. അവർക്ക് ഒരുദ്ദേശ്യമുണ്ടായി. രണ്ടുനേരം കിട്ടുന്ന പട്ടിണി മാത്രമല്ലാതായി ചിന്താവിഷയം നാളേക്കു ചിലതു ചെയ്യാനുണ്ടെന്നു വന്നു.

അച്ഛനു മുഴുത്ത ഭ്രാന്താ. ഇപ്പൊ കണ്ടില്ലെ. വഴീക്കണ്ട പൊട്ട പാഴ്മര ത്തയ്യെല്ലാം ഇബടെ കൊണ്ടുവന്നു കുഴിച്ചിട്ടു തൊടങ്ങി. എന്നിട്ട് രാപ്പകലില്ലാതെ വെള്ളംകോരി നനയ്ക്കേം. ബഹുകേമം! ശുദ്ധഭ്രാന്ത്!

ഉണ്ണിനമ്പൂതിരിക്ക് അച്ഛന്റെ സർഗാത്മകസന്തോഷം ദഹിച്ചില്ല. നിർമാണാത്മകമായി യാതൊന്നും നാളിതുവരെ ചെയ്യാത്ത ഉണ്ണിനമ്പൂതിരി നശീകരണത്തിൽ മാത്രം സന്തുഷ്ടിയറിഞ്ഞു. പുത്രോല്പാദനംകൂടി സൃഷ്ടിയായല്ല ഇന്ദ്രിയവിസർജനം മാത്രമായി അയാളറിഞ്ഞു. മലമൂത്ര വിസർജനംപോലെ മറ്റൊരു വിസർജനം. വിസർജനത്തിന്റെ സുഖം. സൃഷ്ടി സുഖം അറിഞ്ഞില്ല. ആട്ടെ. എന്തായാലും പത്തു കൊല്ലം കഴിഞ്ഞാ വെട്ടി വിക്കാലോ.

അച്ഛന്റെ എന്തു പ്രാന്തായാലും ഈ പടുമരങ്ങൾ വലുതാവും. വായുവും വെള്ളവും ലഭിച്ചാൽ വേരുപിടിച്ചു വൃക്ഷം വലുതാവും. അതു സ്വഭാവമാണ്. പ്രകൃതിയാണ്. പത്തു കൊല്ലംകൊണ്ട് അവ വെട്ടിവിക്കാറാവും. എന്തു കുന്തായാലും വേണ്ടില്ല. വിറ്റു കാശാക്കാം. വെച്ചുണ്ടാക്കിക്കോട്ടെ.

നമ്മടെ കാർന്നോമ്മാരായിട്ടുണ്ടാക്കീതാ നമ്മളനുഭവിക്കണേ. നമ്മളായി ണ്ടാക്കണെത് അനന്തരോരനുഭവിക്കട്ടെ.

മഹന്റെ തോന്ന്യാസത്തെപ്പറ്റി വേവലാതിപ്പെടാതിരിക്കാം. മഹളേരുടെ ദുർഗതി ഓർത്ത് കരയാതിരിക്കാം. പ്രവൃത്തി. സദാ അദ്ധ്വാനം.

കൊറച്ച് കൊള്ളിത്തറീം വെച്ചുപിടിപ്പിക്കണം.

ആവാം. ഞാനും അതാലോചിക്കേ. ത്തിരി മിറ്റം ണ്ടലൊ. ഒരു നൂറു കടവെക്കണം. ആര്യക്കുട്ട്യേ. ഇന്നന്നെ നോക്കാം. ഞാനാരോടെങ്കിലും ഇത്തിരി തറി മേടിച്ചുകൊണ്ടരാം. തടം ണ്ടാക്കാനാ വെഷമം. നിയ്ക്ക് കളയ്ക്കാനൊന്നും വയ്യ.

അതൊക്കെ ഞാനായിക്കോളാം.

അദ്ധ്വാനം ആര്യക്കുട്ടിക്കു ലഹരിയായി. പതുക്കെ ആ ലഹരി ഏടത്തിമാരേം ആവേശിച്ചു. ഇബടെ പണീല്യ. ഇക്കണ്ട ആളോളക്ക് എന്താ പണി? അതോണ്ട് ഞാൻ പണിക്കു പോയാലോ നിരീക്ക്യേ.

വേണ്ട കുട്ടീ.

ഒന്നാമത് എന്തു പണ്യാ അറ്യാ.

ദൊക്കെ അറിഞ്ഞ്ട്ടാ. മണ്ണു ചൊമക്കാനും കല്ലെടുക്കാനും ഒന്നും അറ്യാൻല്യ. ഇപ്പഴാച്ചാ കനാൽപ്പണിക്ക് എത്ര പെണ്ണുങ്ങളാ വരണേ. ഈ നാട്ടില് ആളു തെകയാഞ്ഞിട്ട്.

വേണ്ടാട്ടോ.

ഏടത്തിമാരുടെ വെഷമം ആര്യക്കുട്ടി അറിഞ്ഞു. പക്ഷേ, അറിഞ്ഞതായി നടിച്ചില്ല. പതുക്കെ, കുറെശ്ശെക്കുറേശ്ശെയായി അവരെ സമ്മതിപ്പിക്കണം. അമ്മേടെ കാര്യം സാരം ഇല്യ. എന്തായാലും ഒരു വിരോധോം പറേല്യ. സങ്കടോം സന്തോഷോം ഒക്കെ ഇല്യാന്റായേക്ക്ണൂ. ഏട്ടനാച്ചാ, കൂലി

പ്പണിക്കുപോയാൽ കിട്ട്വേ കാശ് ഇസ്ക്കും. അതിലധികം ഒന്നൂല്യ. എന്നും തോന്നീത് കാണിക്കാൻ ള്ള പണം കിട്ടണം. അതാ തരാക്കേം ചെയ്യും. ഇല്ലം മുഴുവൻ പട്ടിണി കിടക്കുമ്പോഴും ഏട്ടന്റെ ബീഡി, മുറുക്കാൻ, ചായ നിർബാധം നടക്കുന്നു. ഒന്നും കണ്ടില്ലെങ്കിൽ കാപ്പികുടിച്ച ഗ്ലാസ് കൈയ ടക്കും. പിന്നെ മഷിയിട്ടു നോക്കിയാലും ആ ഗ്ലാസ് കണ്ടെത്തില്ല. ഗ്ലാസ്, കിണ്ണം, കിണ്ടി എന്തായാലും. ഒടുക്കം കുട്ട്യോളേം.

കുട്ട്യോളെ വിറ്റാൽ കാശു കിട്ടില്ല. അതാ.

ഒരു വെലേം ഇല്യ.

ഓട്ടുഗ്ലാസ്സിനുണ്ട്.

മൺകലത്തിനുകൂടീണ്ട്.

കീറമുണ്ടായാലും ചില്ലിക്കാശെങ്കിലും കിട്ടും.

കുട്ടികളായാൽ—

മനുഷ്യക്കുട്ടികളായാൽ കാശില്ല.

എന്തിനാ അവറ്റേകൊള്ള്വാ?

തിന്നു നശിപ്പിക്കാൻ—

അശ്രീകരങ്ങള്.

ഏട്ടന്റെ കാര്യം സാരംല്യ. കൂലിക്കാശ്ന്ന് പങ്കുകൊടുത്താ മതി.

അച്ഛൻ—

സാക്ഷാൽ നല്ലേടത്ത് ഇച്ചാതപ്പൻ.

മഹള് കൂലിപ്പണിക്കു പോയീന്നറിഞ്ഞാൽ—

എന്താണ്ടാവാ രൂപംല്യ.

കുട്ടീ, നിത്യേന നനക്കണംന്നില്ല. ഒന്നരാടനായാലും മതി.

താഴെ, കുളത്തിൽനിന്ന് കുടംനിറച്ച് പറമ്പിലെ സകല പടുമരങ്ങൾക്കു കൂടി നനയ്ക്കുന്ന ആര്യക്കുട്ടിയോട് ജാതവേദൻ നമ്പൂതിരി പറഞ്ഞു.

പിന്നെ, ആ കണ്ണിക്കണ്ട മരങ്ങൾക്കൊന്നും വേണ്ട.

സാരംല്യ. യ്ക്കാച്ചാ ഇബടെ ഒരു പണീല്യ. ന്നാ അവറ്റേടെ ദാഹം തീർന്നോട്ടെ.

ദാരിദ്ര്യം എന്തൊക്കെ അറിവു നൽകുന്നു. അത്ഭുതം. ആര്യക്കുട്ടിക്ക് ഇപ്പോൾ ആ പാഴ്മരങ്ങളുടെ വിശപ്പുംദാഹവും അറിയാം. അറിയാം എന്നല്ല. ദാഹിക്കുന്ന അവറ്റയുടെ വേദനയിൽ ദുഃഖിക്കുകയും ചെയ്യുന്നു.

സമസ്തവേദാന്തങ്ങളും തത്ത്വചിന്തകളും ദാരിദ്ര്യത്തിൽനിന്നുത്ഭവി ക്കുന്നു. ദുഃഖംതന്നെ ആത്മദർശനത്തിനു കാരണം. സുഖികൾ ആത്മാ ന്വേഷികളായി കണ്ടിട്ടില്ല. ദുഃഖവും ശ്രേഷ്ടംതന്നെ. എത്രയേറെ ദുഃഖി ക്കാനാവുമോ അത്രയേറെ ശ്രേഷ്ഠനാകുന്നു. അവനവനെപ്പറ്റി. സ്വന്തം കുടുംബത്തെപ്പറ്റി. അങ്ങനെയങ്ങനെ. കുടുംബത്തെ ഓർത്തു ദുഃഖിക്കു ന്നവൻ കുടുംബനാഥനാകുന്നു. ഗ്രാമത്തെച്ചൊല്ലി കരയുന്നവൻ ഗ്രാമ ത്തലവനാകുന്നു. രാഷ്ട്രത്തെച്ചൊല്ലി വേദനിക്കുന്നവൻ രാഷ്ട്രപിതാ വാകുന്നു. ലോകസമുദായത്തെയോർത്ത് മനംനൊന്തു കേഴുന്നവൻ ലോകാചാര്യനാകുന്നു. സർവചരാചര പൂർണമായ പ്രപഞ്ചത്തെ ഓർത്തു പിടയുന്നവൻ സർവേശ്വരനായിത്തീരുന്നു. അങ്ങനെയാവാം പരിണാമം. ദുഃഖത്തിന്റെ അളവ് നോക്കിയാവാം മഹത്ത്വം നിശ്ചയിക്കുന്നത്. ഒന്നിനെ യോർത്തും വേദനിക്കാത്തവൻ മൃഗസമനായേക്കാം.

ഉണ്ണിയെപ്പോ—

ഈശ്വരാ!

വേണ്ട. മറ്റു പലതുമുണ്ടു ചിന്തിക്കുവാൻ. ഈ വെയിലുകൊണ്ടു ണങ്ങുന്ന കറുകനാമ്പുകളെപ്പറ്റി ചിന്തിക്കാം. ആ നാണിക്കുന്ന തൊട്ടാവാടികളെപ്പറ്റിയാവാം.

ആര്യക്കുട്ടി പറഞ്ഞു.

അതിന്റെ നാണം കണ്ടേ്വാ. തൊടുമ്പഴയ്ക്കും ചുളുങ്ങി.

ആരേപ്പറ്റ്യാ പറേണേ.

ഈ തൊട്ടാവാടി.

അച്ഛൻ കണ്ടില്ലെ.

ഉവ്വ്. ഇതേവരെ കണങ്കാല് കീറുന്ന തൊട്ടാവാടി ഒരു ശല്യമാണെന്നേ തോന്നിയിരുന്നുള്ളൂ.

ഇപ്പോൾ,

ഈ ഒടുക്കത്തെ മഹൾ ആര്യക്കുട്ടിയെപ്പോലെ, ഈ പാഴപ്പറമ്പിലെ അരുമക്കുഞ്ഞ്. സദാ തീവ്രസംവേദനശക്തിയോടെ. അടിമുടി ആത്മാവണിഞ്ഞ്. ഒരു കൊച്ചു സ്പർശം കൂടി ആകെ നാണിപ്പിച്ച്.

ഈശ്വരാ!

ഈ വയസ്സുകാലത്ത് ഈ അനുഗ്രഹമെങ്കിലും നൽകിയല്ലോ.

വേണ്ട. അതിലധികം അവയോടടുത്താൽ വിഷമമാവും. പിന്നെ ഒരു പാഴ്ച്ചെടി വലിച്ചുകളയാനുംകൂടി ശക്തിയില്ലാതാവും. കാട്ടുപൊന്ത വെടുപ്പാക്കാൻ വയ്യാതാവും. ചൊറിയൻതുമ്പയുടെ കുസൃതി.

ആര്യക്കുട്ടി അടിമുടി കോരിത്തരിച്ചു; സദാ കുസൃതി കാട്ടുന്ന ഉണ്ണികളെപ്പോലെ.

ഈ കൊടിത്തൂവകൂടി.

വേണ്ട കുട്ടീ.

വേണം. എനിക്കതറീണം. കുഞ്ഞുകുട്ടൻനമ്പൂരി പറയൂ. എന്തു രസാന്നോ.

നമ്പൂരി!

എന്നാ മാഷേന്നു വിളിക്കാം.

വേണ്ട വേണ്ട. അതു പോയ കാലത്തെ വീണ്ടും വിളിച്ചുകൊണ്ടുവരും. അശ്വത്ഥാമാവുണരും. വേണ്ട നമ്പൂതിരി എന്നു തന്നെയാവട്ടെ.

ഈ പ്രകൃതിയെ സ്നേഹിച്ചാൽ അവ നമ്മെ അനുഗ്രഹിക്കും. എനിക്ക് ഇന്ന് ഈ ചെടികളുടെ ഭാഷ അറിയാം. പഠിക്കാൻ വളരെ എളുപ്പം. ഇംഗ്ലീഷും സംസ്കൃതോം പഠിയ്ക്കണ വെഷമം ഇല്യ. പഠിച്ചാലാ വെഷമം. ചെലപ്പൊ ഞാനീ കുന്നിറങ്ങുമ്പോൾ ആ പ്രാന്തൻ മാവ് വിളിക്കും.

പ്രാന്തൻമാവോ!

അതെ. ആ കാണുന്ന കശുമാവില്ലേ.

ആര്യക്കുട്ടി കണ്ടു. വൃഥാ ചിരിക്കുന്ന സദാ തളിർത്തുരസിക്കുന്ന കൂറ്റൻ കശുമാവ്. ഓരിക്കുന്നിറങ്ങുന്ന വഴിയിൽ. വരുന്നവരെയും പോകുന്നവരെയും ഒന്നു നോക്കുകപോലും ചെയ്യാതെ.

ആ മാവന്നെ. അതിനു പ്രാന്താ. എപ്പഴാ തളിർക്കാന്നില്ല. എപ്പഴാ പൂക്കാന്നുംല്യ. ചെലപ്പൊ നാലുവട്ടം പൂക്കും. എല്ലാ മാവും പൂത്ത് പഴം കൊഴിഞ്ഞാലാവും ഇയാളടെ പൊറപ്പാട്. ഒരു കണക്കൂല്യ. ചെലപ്പൊ അനങ്ങാതെ നിക്കും. ദാ പ്പൊ കണ്ടില്ലെ. കണ്ട ഭാവ്യംല്യ. ചെലപ്പൊ ബഹളംകൂട്ടി ഈ കുന്നു വെറപ്പിക്കും. ചെല ദിവസം ഞാൻ കുന്നിറങ്ങി വെട്ടുവഴിയിലെത്തീണ്ടാവും. അപ്പഴാവും പിൻവിളി. കുട്ടീ, ഈ ഭാഷയൊക്കെ അറിഞ്ഞാലാണു വിഷമം.

ചെലപ്പൊ തനിക്കും തോന്നാറ്ണ്ട്. ചെല തടത്തിലെ കൊള്ളിത്തറികൾ ഉറക്കാണെന്ന്. ചെലതിന് പനീണ്ട്ന്ന്. അതൊക്കെ ശര്യാവും. മനസ്സിരുത്ത്യാ അവരടെ ഭാഷേം മനസ്സിലാവേരിക്കും.

എന്താ സംശം. നന്നെ ചെറ്യേ കുട്ട്യോള്. കരേമ്പോ അമ്മമാർക്ക് മനസ്സി ലാവ്ണല്ലേ. എന്തിനാ കരേണേന്ന്. പെറ്റു പത്തൂസം കഴ്യേം മുമ്പെ. ആ കുട്ട്യോൾക്ക് പറയാൻ പറ്റ്വോ. ന്നാലും തള്ളാർക്കറിയാം. ചെവി വേദനിച്ചിട്ടാ, വയറു വേദനിച്ച്ട്ടാ, അല്ലെങ്കിൽ മൂത്രം പോവാന്റ്യാ. എങ്ങന്യാ അത്. ഒരു പുരുഷനും അതറീല്യേനും. പുരുഷന്നല്ല അമ്മമാർക്കല്ലാതെ മറ്റാർക്കും അതറീല്യ. ഉവ്വോ?

അത് ശര്യാ.

ആര്യക്കുട്ടിയുടെ പെറ്റ വയറ് പിടഞ്ഞു.

ഈ തൊട്ടാവാടി.

അതവിടെ നിന്നോട്ടെ അച്ഛാ. ആ കൊള്ളിത്തടത്തില്. വെയിലു കൊള്ളാതെ. അതൊരാത്തേമ്മാരാ. കണ്ടില്ലെ, ഒരാളെ കാണില്ല.

ജാതവേദൻനമ്പൂതിരിക്കു സമ്മതമായി. ആവും. കാർന്നോമ്മാര് പറഞ്ഞ് കേട്ട്ണ്ട്. എല്ലേലൂണ്ട് നാലു ജാതി. ബ്രാഹ്മണക്ഷത്രിയ വൈശ്യ ശൂദ്രമ്മാർ. പാലകാപ്യത്തില് അങ്ങനെ പറേണ്ട്ന്ന് കുഞ്ഞുകുട്ടനും പറഞ്ഞ്ണ്ട്. (ടിപ്പണി വേണം. പാലകാപ്യം ഒരു ശാസ്ത്രഗ്രന്ഥം. ആനകളെപ്പറ്റി. ഗജായുർവേദം തന്നെ. കുഞ്ഞുകുട്ടൻ അതു പഠിച്ചു എന്നു മേനി, അതിനാൽ ഇടയ്ക്ക് ഉദ്ധരിക്കുന്നു – വ്യാഖ്യാതാ.)

എനി,

വൃക്ഷായുർവേദത്തിലും പറേണ്ടാവേരിക്കും. ആയിരത്താണ്ട് തപസ്സു ചെയ്ത് സിദ്ധി നേടിയ മഹാതപസ്വികൾ ണ്ടാക്കീതാണ്. പെഴയ്ക്കില്ല.

ന്നാലെ, ആര്യക്കുട്ടീ. ഒരുകുടന്നവെള്ളംകൂടി ആ തടത്തില് ഒഴിച്ചു കൊടുക്കാ. ദിവസോം. ആ അന്തർജനത്തൊട്ടാവാടിക്ക് സുഖാവട്ടെ.

ദാ ദാ നോക്കൂ. അതു ചിരിക്കണ കണ്ട്വോ. അതിനച്ഛൻ പറഞ്ഞതു മനസ്സി ലായി.

ആര്യക്കുട്ടിക്ക് ഉത്സാഹം അമർത്താനാവാതായി. മഹൾ പറഞ്ഞത് അച്ഛനും അറിഞ്ഞു.

ദാ, ആ തൊട്ടാവാടി ചിരിക്ക്ണൂ.

സത്യം.

അതിനു മനസ്സിലായി.

ഇച്ചാതപ്പൻ തൊട്ടാവാടിയുടെ നേരെ തിരിഞ്ഞിരുന്നു. ശ്രദ്ധിച്ച് കടയ്ക്കൽ കണ്ട കരടുകൾ നീക്കി. വൃത്തിയാക്കി.

ഈശ്വരാ! ഈയൊരു സുഖംങ്കിലും നിത്യേം തരണേ!

## പതിനാറ്

**ആ** അസത്ത് വന്ന്വോ?

സദാ ഇരുട്ടു ഭരിക്കുന്ന പുറത്തളത്തിൽ ഒരിറ്റു വെളിച്ചം കടക്കുന്ന വാതിലുകൾകൂടി ബന്ധിച്ച് വിരുന്നുവരുത്തിയ ഇരുട്ടിൽ ജാതവേദൻ നമ്പൂതിരിപ്പാട് തിരുപ്പറന്നു. വെറും നിലത്ത്; ഇരുപ്പുറയ്ക്കാതെ, ഇരിക്കാനും നിക്കാനും പറയാൻ വയ്യാത്ത രൂപത്തിൽ.

തേതീ, ആരൂല്യേ അബടെ? നി എന്തൊക്ക്യാ കാണേണ്ടി വരാ ആവോ. ഗൗരീ!

വിളിച്ചോ?

നാലിറയത്തെ വാതിൽപ്പാളി തുറന്ന് തേതി എത്തിനോക്കി.

ഹില്യാ! വിളിച്ചോന്ന്. എത്ര നേരായി കെടന്ന് അലറണു ന്ന്ട്ട് പ്പൊ വിളിച്ചോന്ന്. ആ ഏഠ എവട്യാ. വന്ന്വോ?

ആര്യക്കുട്ട്യോ!

ഹതന്നെ! യ്ക്ക് കാണണ്ട. വന്നാ ത്തിരി വെഷം മേടിച്ച് തരാൻ പറയ്. അതിന്റെ കൈയോണ്ടന്നെ ആയ്ക്കോട്ടെ. ധാരാളം കാശ് കിട്ടൂലോ. തേവരേ! പണീട്ത്ത് കാശ്ണ്ടാക്കാന്നാ കേട്ടേ. അപ്പൊ ത്തിരി വെഷം മേടിച്ചു കൊണ്ടരാൻ പറേ.

ന്താ നമ്പൂരിപ്പാട് ഇപ്പൊ മഹളെ കൂലിക്ക് അയച്ച്ടങ്ങ്യോ?

കൂനിക്കൂടി കഷ്ടിച്ച് അമ്പലം അടച്ചു പൊറത്തു കടക്ക്മ്പഴാ അടീരീടെ അനീൻ വന്നേ.

ങേ ഹ!

അല്ല. നമ്പൂരീടെ മഹളെ ആ കനാൽപ്പണിക്ക് പോണ്ണ്ട്ന്ന് കേട്ടു. ജോർജിന്റെ കരാറുപണിക്ക്യേ.

ങേ ങേഹ! മഹാദേവ!

ആ:

കാതടഞ്ഞു. കൂനിക്കൂടിയ ശരീരം വിറങ്ങലിച്ചു. ആത്മാവുരുകി രോമകൂപ ത്തിലൂടെ ഒലിച്ചിറങ്ങി. നീറിപ്പുകഞ്ഞു.

വരമ്പും അറ്റക്കഴയും നിരങ്ങി ഒരുവിധം നീങ്ങി.

എത്ര ദിവസായി ആവോ.

നീ പ്പോ അയിത്താവാണ്ടെ പണിക്കാലോ. നന്നായി.

അപ്പളേയ് എന്താ മഹൾക്ക് കൂലി?

മതി!

പട്ടിണി സഹിക്കാം.

ഏക പുത്രന്റെ തോന്ന്യാസം സഹിക്കാം.

എരപ്പത്തോം സഹിച്ചു.

ശുദ്ധായിട്ടൊന്നു പണീപ്പിക്കാംച്ച്ട്ടേ. എവട്യാ മഹള്?

മതി.

ധാരാളം!

ആരും ഒന്നും പറഞ്ഞില്ല.

ബീഡി തെറുക്കാനും പുസ്തകം ഒട്ടിക്കാനും പോയാലോന്ന് അകത്തു പിറു പിറുക്കണ കേട്ടു. അതത്ര കാര്യാക്കീല്യ.

ഒന്നും വേണ്ട പ്പൊ ന്റെ ശാന്ത്യോണ്ടെന്നെ കഷ്ടിച്ച് പഷ്ണീല്യാന്റെ കഴ്യാം. ഈ പറമ്പില് ഒരൂട്ടം കുത്തിമാന്തീട്ടും ണ്ടലൊ. അതു മതി.

പിന്നെ ആരും ഒന്നും പറഞ്ഞില്ല.

ഉണ്ണി മാത്രം പറഞ്ഞു:

നി ബ്രൊക്കെ പണ്യാൻ പോവാ. ബീഡി തെരുക്കാനും ബുക് ബൈന്റിങ്ങും. നന്നായി. ഒക്കെ പൊക്കോളിൻ. മൂന്നും ഒന്നും നാലെണ്ണം. നാൽരണ്ടെട്ടും നാലര രണ്ടും പത്തുറുപ്യേങ്കിലും ബടെ വെക്കണം. പിന്നെ എവടയ്ക്കാച്ചാ പോവാം.

ത്ഫൂ!

കൊടല് മറിയണൂ.

തിരോണോട്ടും വൈശാഖദാനോം നടത്തി സഹസ്രനാമം കാലു കഴുകിച്ചൂട്ടി,

പായസഹോമം ചെയ്ത്,

മോഹിച്ച്

മോഹിച്ച്—

ത്ഫൂ!

പൂർവജന്മങ്ങളുടെ അന്നംകൂടി ഓക്കാനിച്ചു. വരുംജന്മ പരിണാമങ്ങളി ലേക്കും കൂടി മനംപുരട്ടി.

യ്ക്ക് കാണണ്ടാന്നു പറഞ്ഞേക്ക്. പറ്റുംച്ചാ ത്തിരി വെഷം മേടിച്ചു കൊണ്ടെന്നാൽ ഒപകാരായി. ഇത്രനാളും ഈ വയസ്സുകാലത്തു നോക്ക്യേനു പ്രതിഫലമായി. ഗൗരീ, അതു വന്നാ സന്തോഷായീന്നു പറഞ്ഞേക്ക്.

അച്ഛന് ഇത്തിരി കാപ്പി.

യ്ക്കു കാപ്പീം വേണ്ട, കഞ്ഞീം വേണ്ട.

ദ് നോക്കണം പ്പൊ ന്തെണ്ടായേ്യ?

ന്തേ ണ്ടായേന്നാ. എന്തേ ണ്ടായേ്യ. നി പ്പൊ എന്താണ്ടാവണ്ടെ. പെൺകൊടേം കഴിഞ്ഞ് ഒരു കുട്ടീം ണ്ടായ അകത്തുള്ളാള്. ഇപ്പൊ ഏതോ മാപ്ലേടെ കൂലിപ്പണിക്കു പോയീട്ക്ക്ണു. എന്തു പണ്യാവോ? പൊറ ത്തെറങ്ങി നടക്കാൻ പറ്റ്വോ? ആ വെട്ടോഴീക്കോടെ പോരുമ്പൊ ഓരോന്നു പറേണ കേക്കണം. ഈശ്വരാ! ന്ന്ട്ട്പ്പൊ എന്തേ ണ്ടായേ്യന്ന്. നീയും അതിന്റെ പങ്കന്ന്യാ. അസത്ത്. ഒരടക്കോം ഒതുക്കോം ല്യാത്തോറ്റ. ആയായീ. കേമാണേ ജാതകം ഇങ്ങനെ. യ്ക്ക് പ്പൊ.....നി.....നി.

ന്താ അച്ഛൻ കെടന്നു തുള്ളണേ?

ഓ, താനും എത്ത്യോ. ഏതു ഷാപ്പ്ന്നാ വരവ്?

ഇതെന്താ അച്ഛന്. ങാ. ആര്യക്കുട്ടി പണിക്കു പോയീന്നു കേട്ട്ട്ടാ. സാരംല്യ. എന്നോടു ചോദിച്ചു. ഞാൻ സമ്മതിക്കേം ചെയ്തു. ലേബർ ഈസ് ഡിഗ്നിറ്റി എന്നാ. അദ്ധ്വാനാണ് അഭിമാനം.

ഗ്ളും!

എന്താ?

ഗൗരി അച്ഛന്റെ പുറം ഉഴിഞ്ഞുകൊടുത്തു. വയറ് വലഞ്ഞ്ട്ടാവും. പുളിച്ചു തേട്ടാവും.

അദ്ധ്വാനം.

ആരാ പറേണേ. ഉണ്ണ്യോ?

ഗ്ളും......ഗ്ളും!

തേവരേ! അത്ന്ന് നക്കാപ്പിച്ച തട്ടീണ്ടാവും. ആ കരാറ്കാരനെക്കണ്ട് പത്തൂസത്തെ അഡ്വാൻസന്നെ മേടിച്ച്ണ്ടാവും. ഇങ്ങനൊരു—

പിന്നെന്താ അച്ഛന്റെ സംശം. ഏതു ഷാപ്പ്ന്നാന്ന്. അല്ലാ. ഒന്നാമതു ഷാപ്പീ ന്നല്ല. രണ്ടാമത് ത്ര നസ്യംപറയാൻ ല്യ. എന്താച്ചാ മദ്യം ബ്രാഹ്മണർക്കു നിഷിദ്ധല്ല. (ഉണ്ണി നമ്പൂതിരി ബ്രാഹ്മണർ എന്നല്ല പറഞ്ഞത്. ഭ്രാമ്മണർ എന്നാകുന്നു) പണ്ടും പതിവ്ണ്ട്. എറച്ചീം കള്ളും. സോമാന്നു പേരിട്ടു. അത്രേന്നെ. യാഗത്തിനു സോമപാനം. സോമാച്ചാ എന്താ? കള്ള്. ഒന്നാന്തരം മദ്യം. പണ്ടേക്കുപണ്ടേ പതിവൂണ്ട്. നിഷിദ്ധല്ലാന്നർത്ഥം. നി പ്പോ ഷാപ്പിൽ

പോയേനാച്ചാൽ, പോയില്ല. ആ പാപോം ഇല്യ. അപ്പൊ അച്ഛൻ വെറുംവയറ്റിലന്നെ ഇങ്ങനെ ശുണ്ഠീട്ക്കണ ആവശ്യം ല്യാന്നർത്ഥം.

കുട്ടീ, കഞ്ചൂ! ആരൂല്യേ അബടെ?

എനി കേക്കാൻ വയ്യ. മഹൾ കൂലിപ്പണിക്കു പോയാലും വിരോധംല്യ. അതല്ല, എനി വേറെന്ത് പണീന്നെ ആയാലും—

എന്തിനാ കുട്ട്യേ വിളിച്ചേ. ആര്യക്കുട്ട്യാച്ചാ ഇപ്പൊ ആ ചെറുമക്കളുടെ ഒപ്പം മണ്ണ് ചോക്ക്ണ്ട്. ഞാൻ കണ്ടു. തരക്കേട്ല്യ. പക്ഷേ, വല്ലാണ്ടെ കെതയ്ക്ക്ണൂ. പിന്നൊരു നാണോം. എന്നെ കണ്ടപ്പോ–

കാർക്കിച്ചു തുപ്യോ?

ങേ! എന്താ പിറുപിറുത്തേ. കേട്ട്ല്യ. എന്തായാലും വിരോധം ല്യ. ഞാൻ കണ്ടു. അബടെ എനീം ആളു വേണം. ഇബട്യാച്ചാ എനീം കൊറെ എണ്ണം ണ്ടേനും. ഒരു പണീം ഇല്യ. വെറുതെ കെടന്ന് ഒറങ്ങന്നെ.

കുഞ്ചൂ, കുഞ്ഞന്യാ.

എന്തിനാ വിളിച്ചലറണേ. ഞാൻ ബടേല്യേ.

ആ വാതിലൊന്ന് അടയ്ക്ക്വോ?

ഗൗരി നാലിറയത്തെ വാതിലടച്ചു. പുറത്തളത്തിൽനിന്ന് ഇറയത്തേക്കുള്ള കട്ടിളപ്പടിയിൽ ഇരുന്നു പ്രസംഗിക്കുന്ന ഏട്ടനെ സൂക്ഷിച്ചു.

ഉം?

ഞാൻ മാറണോ. വേണംച്ചാൽ മാറാം. വാതിലടച്ച് കെടക്കാൻ തിടുക്കായീച്ചാ മാറിത്തരാം. വൈകിക്കണ്ട. പിന്നെന്താച്ചാ അച്ഛന്....

ആ വാതിലൊന്ന് അടച്ച് പൊറത്തു പോവ്വോ. ഒരു സ്വൈരോം തരില്ലാച്ചാൽ—ഏ്ഠം...

നീയ് വേണംച്ചാൽ അച്ഛന്റെ പൊറം തലോടിക്കൊടുത്തോ. എന്താന്ന് ഒരു പുളിച്ചുതേട്ടല്. അമ്പലത്തീന്നു വല്ലതും തട്ട്യോ.

തേവരേ!

ഞാൻ....ഞാ....

നന്നായി. ഗൗരിക്ക് വാതിലടയ്ക്കണം അല്ലേ. പക്ഷേ, എനിക്കിപ്പൊ എണീക്കാൻ വയ്യ. തീരെ വയ്യാഞ്ഞിട്ടാ. എവട്യാ ദേവി? അതിനെ ങ്കട് വിളിക്കൂ. ത്തിരി വെള്ളോം കൊണ്ടുവരാൻ പറഞ്ഞാ മതി. പടിഞ്ഞാറ്റീടെ മോളിലേക്ക്. അല്ലെങ്കി വേണ്ട. ഇങ്കട് കൊണ്ടന്നോട്ടെ. പിന്നെന്താള്ളേ ചോയ്ക്ക്. വല്യേ പണിക്കാരത്തീടെ കാശില്യേ. ഉപ്പേരീണ്ടാക്കിണ്ടോ ചോയ്ച്ചുനോക്ക്. ണ്ടെങ്കി ഒരെലേല് ത്തിരി ങ്കട് എടുത്തോളാൻ പറഞ്ഞോ. കേട്ട്വോ?

ഗൗരി നടന്നു. നടക്കുമ്പോൾ നടുമുറ്റം തുപ്പിനിറച്ചു. മനംപുരട്ടൽ ഒതുക്കി.

ആ വാതിലൊന്ന് അടയ്ക്കാൻ ആരൂല്യേ?

ജാതവേദൻ നമ്പൂതിരി നിസ്സഹായനായി. സ്വദൗർബല്യത്തിൽ മനം നൊന്തു. ഈശ്വരാ! ഇതിന്റെ ആയുസ്സൊന്ന് ഒടുങ്ങില്യേ. എത്രെണ്ണം പാമ്പു കടിച്ചും ഇടിവെട്ടീം ചത്തുപോണു. ഇതിനെ...ഞാനെന്താ ചെയ്യാ.

എണീക്കാനായി തിരിഞ്ഞപ്പോൾ ഉമ്മറപ്പടിയിൽ ഒച്ചിരിക്കുംപോലെ പറ്റിച്ചേർന്നിരിക്കുന്ന മഹനെ കണ്ടു. ആത്മാവിൽ അള്ളിപ്പിടിച്ച പോത്തട്ടയുടെ ഒടുങ്ങാത്ത ആർത്തിയിൽ ജാതവേദൻനമ്പൂതിരിപ്പാടിന്റെ തൊണ്ടയിൽ പിത്തരസമൂറി. ഇടനെഞ്ഞു പൊത്തിപ്പിടിച്ച് അദ്ദേഹം പുറത്തളം മുഴുവൻ തുപ്പിനിറച്ചു. പിന്നെ കുഴഞ്ഞുവീണു.

# പതിനേഴ്

**ഈ** കുന്ന് അത്ഭുതംതന്നെ. നാടിന്റെ മുഴുവൻ ദുഃഖങ്ങളും ഈ ഉയർന്ന ഭൂമിയിലേക്ക് ആവാഹിക്കപ്പെടുന്നു. സമസ്ത വേദനകളും സ്വീകരിക്കുവാൻ ഈ ഓരിക്കുന്ന് സദാ സന്നദ്ധയായിരിക്കുന്നു. നിറഞ്ഞ മാറ് നിറയെ ചുരത്തി പ്രിയകിടാങ്ങളെ അടുക്കിപ്പിടിച്ചാശ്വസിപ്പിക്കുന്നു. അത്ഭുതംതന്നെ. ഈ ആകർഷണം ജീവിതത്തിന്റേതാവാം.

പക്ഷേ, ഞാൻ മരിക്കാനാണു വന്നത്.

ആര്യക്കുട്ടി പറഞ്ഞു.

കേൾക്കുവാൻ മനുഷ്യരാരുമില്ലെന്നറിഞ്ഞിട്ടും ഓരിക്കുന്നിന്റെ ആത്മ പുരുഷനും വൃക്ഷലതാദികളും ചെറുകല്ലുകളും അതറിഞ്ഞു കേട്ടേക്കും എന്നാ ശ്വസിച്ചു.

അന്ന് ജീവിക്കാൻ ഇവിടെ വന്നു.

ഇന്നു മരിക്കുവാൻ ഇവിടെ വന്നു.

പ്രാന്തൻമാവിന്റെ തണലിൽ ഇരുട്ട് അഭയം പ്രാപിക്കുമ്പോൾ ആര്യക്കുട്ടി നിന്നു. തൊട്ടുമുമ്പിൽ ഏകനായി ഏഴിലംപാല; ഒന്നകന്ന് പ്രാന്തൻമാവിന്റെ കടയ്ക്കലേക്കുതന്നെ സൂക്ഷിച്ചുനോക്കുന്നു. താഴെ ചാണകം മെഴുകിയ ഠ വട്ടം. അവിടെ കുസൃതിക്കാരൻ വെള്ളാരങ്കല്ലിന്റെ കാമുകി, ആ കറുമ്പി, ഇക്കിളി കൂട്ടുന്ന പുരാണകട്ടം.

ഇവിടേക്കു വരേണ്ടിയിരുന്നില്ല.

പ്രാന്തൻമാവ് മൗനിയായി. തന്റെ തണലിൽ മരണം പ്രാർത്ഥിച്ചെത്തിയ ആര്യക്കുട്ടിയെ തലോടിയാശ്വസിപ്പിക്കുവാൻ തളിർകൈയ് നീട്ടി.

ആ കുഞ്ഞുകുട്ടൻ വരാറായി.

നിറുകയിൽനിന്ന് പാലമരം ഇളകി വിളിച്ചു:

വരൂ.

എനി, ആ സുഹൃത്തേൽക്കും. ഇതേവരെ ഞങ്ങൾ സൂക്ഷിച്ചു.

ഒരു ദുരിതവും ഈ ഓരിക്കുന്നിൽ സംഭവിക്കില്ല. വനദേവതകൾ അഭയവരദയാണ്.

വരൂ. ഈ നേരത്ത് ഇബടെ?

ആര്യക്കുട്ടിയുടെ മുമ്പിൽ എത്തിയ കുഞ്ഞുകുട്ടൻ പറഞ്ഞു.

എനിക്കെന്തോ....ഇത്തിരി മുമ്പ് ഈ പ്രാന്തൻമാവ് എന്നെ വിളിക്കുന്ന തായി തോന്നി. കാവൽക്കാരൻപാലയുടെ ശബ്ദം ഞാൻ കേട്ടു. പകലുറക്ക ത്തിന്റെ ലഹരിയിൽ മനപ്പായസമുണ്ടിരുന്ന ഞാൻ നേരെ ഇങ്ങോട്ടോടി. ഈ കുന്നിൻ ചുവട്ടിൽതന്നെ ആ നാണംകുണുങ്ങി തൊട്ടാവാടിയും വികൃതി ത്തുമ്പയും മുഖം വാടിയിരിക്കുന്നതു കണ്ടു. എല്ലാവരും എന്നെ പ്രതീക്ഷ യോടെ നോക്കുന്നുണ്ടായിരുന്നു. എന്തുണ്ടായി, പറയൂ. ഈ സന്ധ്യയുടെ മൂട്ടിൽ, ഇവിടെ, ഒറ്റയ്ക്ക്.

ഞാൻ മരിക്കാൻ വന്നതാണ്. ആര്യക്കുട്ടി പറഞ്ഞു.

സ്വയം മരിക്കാൻ തീരുമാനിച്ചവനെ ആർക്കു രക്ഷിക്കാനാവും? അതസാദ്ധ്യം. എങ്കിലും പറയട്ടെ. മരണം എന്നും ആവാം. ക്ഷിപ്രസാദ്ധ്യം. മനുഷ്യനു കരതലാമലകം. ആവശ്യപ്പെട്ടില്ലെങ്കിലും അനുവദിച്ചുകിട്ടുന്ന മഹാഭാഗ്യം. അതു സ്വീകരിച്ചേ പറ്റൂ.

പക്ഷേ, ജീവിതമാണ് കാര്യം. രണ്ടു നാൾ മുമ്പ് ജീവിക്കണം എന്നുറച്ച് കുട്ടി ഈ കുന്നു കയറി വന്നതാണ്. ആ തീരുമാനം ഈ ഓരിക്കുന്നാകെ സന്തോഷത്തോടെ കേട്ടതാണ്. എന്നിട്ടിപ്പോൾ—

ഞാൻ പറയാം.

ആര്യക്കുട്ടി പറഞ്ഞു

ഞാനിപ്പോ എന്തോ അരുതാത്തതുചെയ്തു എന്നാണച്ഛന്റെ വിചാരം. ആത്മഹത്യയേക്കാൾ നീചമായി, കൊലപാതകത്തേക്കാൾ പാപമായി.

എന്താ?

ഞാൻ പണിക്കുപോയി.

കേട്ടു. സന്തോഷിച്ചു. മിഥ്യാഭിമാനത്തിന്റെ മേനി കേറി രാപ്പകൽ ഇല്ലത്തെ നാലുകെട്ടിലിരുന്ന് തുരുമ്പിക്കുന്ന മഹോർജം നഷ്ടപ്പെടാതെ കഴിഞ്ഞല്ലോ എന്നു സമാധാനിച്ചു.

അതാണു വിഷമമായത്.

അച്ഛൻ പിന്നെ എന്നെ കണ്ടില്ല.

ജാതവേദൻ നമ്പൂതിരിപ്പാടിന് നൊന്തിരിക്കും. നൂറ്റാണ്ടുകളുടെ പതിവു തെറ്റുന്നതിൽ ആ ആത്മാവ് നുറുങ്ങിയിരിക്കും. അതുണ്ടാവാം. താനന്നോളം ശീലിച്ചതിനു വിരുദ്ധമാകുമ്പോൾ ഒത്തിണങ്ങാൻ സമയം വേണം.

സാരമില്ല!

ആർക്ക്? നിങ്ങക്കാർക്കും സാരംല്യ. നിയ്ക്ക് ണ്ട്. അച്ഛനെന്നെ കാണന്നെ വേണ്ട. അമ്മയ്ക്ക് ഒന്നും മനസ്സിലാവില്ല. ഒക്കെ ഒരേ ഭാവം. ഏട്ടനാച്ചാ എന്തു കാട്ട്യാലും വിരോധം ഇല്യ. നക്കാപ്പിച്ച കിട്ടണം. ഇങ്ങനൊരു—ഒടുക്കം ഞാൻ മരിക്കാൻ തീരുമാനിച്ചു. ബാക്കീള്ളോർക്ക് സുഖാവട്ടെ.

ആർക്കാ സുഖാവാ. കുട്ടീ, അതൊക്കെ തോന്നലാണ്. ഒരാള് മരിച്ച തോണ്ട് ഒരു പ്രശ്നോം തീരില്ല. വരൂ. ഏതായാലും ഇല്ലത്തേക്കു പോവാം. ഞാൻ കൊണ്ടാക്കാം.

വേണ്ട, അല്ലെങ്കിൽതന്നെ ഞാൻ ചീത്ത്യാന്നാ എല്ലാവരും പറേണേ. ആ ടീച്ചറ് പറഞ്ഞു നടന്നു. ഇപ്പോ പണിക്കു പോയപ്പോ ബാക്കിള്ളോരും പറയാൻ തൊടങ്ങി. എനി ഈ സന്ധ്യനേരത്ത് നമ്മളെ ഒരുമിച്ചു കണ്ടാൽ—

കുഞ്ഞുകുട്ടന്റെ ആത്മാവ് പൊള്ളി. ഇത്രയ്ക്കാലോചിച്ചില്ല.

അല്ലെങ്കിലും തനിക്ക് ആലോചനേല്ല. ഒരാണും പെണ്ണും ഒരുമിച്ച് വിജന പ്രദേശത്തു കണ്ടെത്തിയാലും താനൊന്നും നിരീക്കില്ല. താനൊരു മന്തനാണ്. മന്ദബുദ്ധി. മഹാമണ്ടൻ, ഹഹഹ...

പ്രാന്തൻമാവിനുത്സാഹമായി. വീണ്ടും വീണ്ടും വിളിച്ചു പറഞ്ഞു:

ഡോ സുഹൃത്തേ. തനിക്കൊന്നും മനസ്സിലാവില്ല. തന്നെപ്പോലൊരു വിഡ്ഢ്യാസുരനെ ഈ ഭൂമിമലയാളം കണ്ടിട്ടില്ല.

അപ്പോ—

ഞാൻ പൊക്കോളാം.

ആര്യക്കുട്ടി കുന്നിറങ്ങാൻ ഭാവിച്ചു. എന്നിട്ട് എന്തോ പറയാനായി നിന്നു, പ്രാന്തൻമാവിന്റെ കടയ്ക്കൽ തടി ചാരി നിൽക്കുന്ന കുഞ്ഞുകുട്ടനെ നോക്കി. പിന്നെ തലതാഴ്ത്തി കണ്ണീരിൽ കനം തൂങ്ങി ചോദിച്ചു.

ഞാനൊരു വേശ്യാണോ മാഷെ?

ഈശ്വരാ!

കുഞ്ഞുകുട്ടന്റെ പഞ്ചപ്രാണനും പിടഞ്ഞു.

പ്രാന്തൻമാവ് ഹൃൽസ്പന്ദനം മറന്നു. ഓരിക്കുന്നാകെ തപിച്ചു.

ഞാൻ—

ചോദ്യത്തിന്റെ ഊക്കിൽ ആര്യക്കുട്ടി കുഴഞ്ഞിരുന്നു. പ്രാണൻ പിഴിഞ്ഞെടുത്ത വേദനയാൽ ഗാത്രം വിറച്ചു. സന്ധികൾ തകർന്നു. രക്തസംക്രമണം നിലച്ചു. ഒരു പഴംചാക്ക് വീഴുമ്പോലെ കുഴഞ്ഞു കുട്ടി.

ഞാൻ—

വീണ്ടും എന്തോ പറയാനായി വാ തുറന്നു. വരണ്ട നാക്കു വളയാതെ ഒരു പോളമാത്രം തുപ്പി. ശബ്ദം അക്ഷരമാവാതെ ചിതറി.

കുട്ടീ!

ഒടുവിൽ കുഞ്ഞുകുട്ടൻ നാക്കനക്കി.

അവർക്കു മീതെ പ്രാന്തൻമാവ് ഹൃദയം മുട്ടി തലകുനിച്ചുനിന്നു. മഹാതപത്താൽ വെന്തുനീറിയ ഓരിക്കുന്ന് വരദാനത്തിനായി ജഗൽപിതാക്കളെ നോക്കി.

വരൂ.

മരിച്ചാലും പറയേണ്ടവർ പറയും. അവരെ പേടിച്ചിട്ടെന്തു കാര്യം. ധൈര്യമായിരിക്കൂ.

ങ് ങാ ങാ! നീയ് ബടേണ്ടോ? എത്ര നേരായി അന്വേഷിക്ക്ണൂ. അല്ല. ആര്. സാഹിത്യോ. ബഹുയോഗ്യൻ. താനൂണ്ടോ?

ഉണ്ണിനമ്പൂതിരി കുന്നു കേറി വന്നു. ഒപ്പം ശിങ്കിടി. ശിങ്കിടിയുടെ ശിങ്കിടികൾ. കൈയിൽ പൊതി. കുപ്പി.

ഏട്ടനെ കണ്ട ആര്യക്കുട്ടി അറപ്പോടെ എണീറ്റു.

സർവദുഃഖങ്ങളും ആത്മവേദനയും മറന്നു. കൂസലില്ലാതെ കുന്നിറങ്ങി. വിഡ്ഢി വേഷത്തിൽ പരുങ്ങിപ്പരുങ്ങി കുഞ്ഞുകുട്ടൻ പിന്നാലെ നടന്നു.

നിക്കവടെ.

ഉണ്ണിനമ്പൂരി അലറി. ആ തീവ്രശബ്ദത്തിൽ കുഞ്ഞുകുട്ടൻ തിരിഞ്ഞു വീണു.

വരൂ.

മുമ്പു നടന്ന് ആര്യക്കുട്ടി പറഞ്ഞു.

വരൂ. ഏട്ടന് പ്രാന്താ.

നിക്കാനാ പറഞ്ഞേ. തെണ്ടിപ്പട്ടികള്. ചവിട്ടി എല്ലൊടിക്കണം.

നിക്കാനും നടക്കാനും വയ്യാതെ കുഞ്ഞുകുട്ടൻ കുഴങ്ങി. സന്ദർഭത്തിന്റെ നിസ്സഹായതയിൽ ക്ഷീണിച്ചു. ബുദ്ധി മന്ദീഭവിച്ചവനായി, ജഡമായി.

മാഷ് വരൂ.

ആര്യക്കുട്ടി ഒപ്പം നിന്നു. ശക്തിയായി പ്രാണൻ നൽകി.

ദാ. ഏട്ടന് കാശല്ലേ വേണ്ടൂ.

കൈയിലടക്കിപ്പിടിച്ചിരുന്ന രണ്ടു നോട്ടുകൾ ആര്യക്കുട്ടി വലിച്ചെറിഞ്ഞു. ചെറുനോട്ടുകളുടെ അനന്തവശ്യതയിൽ ഉണ്ണി നമ്പൂതിരി ആകർഷിക്കപ്പെട്ടു. ശകാരം മറന്നു. പതഞ്ഞുപൊങ്ങിയ ക്രോധം അടങ്ങി. തിളച്ചു കയറിയ രക്തം തണുത്തു താണു. ആർത്തിപൂണ്ട നേത്രം മിന്നി. കാറ്റിൽ ഇളകിപ്പറക്കുന്ന ചെറുനോട്ടുകളുടെ പിന്നാലെ ആത്മാവും ശരീരവും നീങ്ങി.

ആ കാഴ്ചയിൽ ആര്യക്കുട്ടി ആത്മാവുകൂടി ഛർദിച്ചു.

# പതിനെട്ട്

മരുന്നുകുപ്പിയുടെ അടപ്പു തുളച്ചു. പഴന്തുണി തെരുത്തു തിരിയിറക്കി. അടിയിലെവിടേയോ ഉള്ള ഒരിറ്റു മണ്ണെണ്ണ കനത്ത പുകയായി കത്തി. സ്വതേ ഇരുണ്ട നല്ലേടത്തുമനയ്ക്കലെ പുറത്തളം പുക പിടിപ്പിച്ചു. ആ കരിമ്പുകയിൽ, മണ്ണെണ്ണയും പഴന്തുണിയും കരിഞ്ഞ ദുർഗന്ധത്തിൽ പൂർവ ദുരിതഫലമനുഭവിക്കാനായി ജാതവേദൻ നമ്പൂതിരി കുത്തിയിരുന്നു. കാലം കഴിഞ്ഞ തളപ്പായ അവശേഷിച്ച ഓലത്തുരുമ്പുകളിൽ സർവപ്രാണികളും വസിച്ചു. നരകഗന്ധം വമിക്കുന്ന ചേട്ടാ ഭഗവതിയുടെ പീഠമായി തലയിണ ചതഞ്ഞമർന്നു. അവിടെ, വരുംദശകങ്ങളുടെ മഹാപാതകങ്ങളിലേക്കു കണ്ണുനട്ട് ജാതവേദൻ നമ്പൂതിരി പിറുപിറുത്തു.

അസത്ത് എത്ത്യോ? നേരം പാതിരാവാവാറായി. എനീം പണി കഴിഞ്ഞില്ലേ. ആരാ അവടെ. ത്തിരി വെഷം കൊണ്ടരാൻ പറഞ്ഞാൽ ഒരൊറ്റ എണ്ണത്തിനേം കാണില്ല. കുഞ്ചൂ. കുഞ്ഞന്യാ. കുട്ടീ. ആരാ അത്. ആ ഉണ്ണീടെ കൈയില്ണ്ടെങ്കി ഇങ്കട് എടുത്തോ. ഞാനും ത്തിരി കഴിക്കട്ടെ.

കട്ടിളപ്പടിയിൽ കൈയു കുത്തി നാലിറയത്ത് ചാണകമടർന്ന വെറും നിലത്ത് അന്തർജനം നിർവ്വികാരയായിരുന്നു. ഒന്നും കേൾക്കാതെ. അഥവാ കേട്ടാലും മനസ്സിലാവാതെ. തെക്കിനിപ്പടിയിൽ വലിയ ആത്തേമ്മാര് വെറും നിലത്തു തപ്പി.

ഇങ്ങന്യായാൽ വല്യെ കഷ്ടാണേ. നിങ്ങളാരും അച്ഛനോടു പറഞ്ഞില്ലേ. പെറന്നാളായിട്ട് ഏറ്ററി അളക്കാഞ്ഞാൽ... ശിവ ശിവ! ന്റെ പെരുംതൃക്കോവിലപ്പാ.

ഗതകാലസ്മരണകളിൽ എവിടെയോ ചേക്കേറിയ വലിയാത്തേമ്മാര് നിറുത്താതെ പറഞ്ഞു.

അത് വന്നോ. വന്നൂച്ചാ ത്തിരി വെഷം.

കരി പുകഞ്ഞ കുപ്പിവിളക്കും കെട്ടു. പുറത്തളം നിറഞ്ഞ പുക പുറത്തു പോകാതെ കെട്ടിത്തിരിഞ്ഞു. പാപഗ്രസ്തമായ നല്ലേടത്തുമനയ്ക്കലെ സമസ്ത ശ്വാസകോശങ്ങളേയും മലിനമാക്കി.

മാഷ് ങ്കട് വരണ്ട. ഞാൻ പൊക്കോളാം.

അകലെ, ഇല്ലപ്പറമ്പിന്റെ സാന്ദ്രാന്ധകാരദർശനത്താൽ ആര്യക്കുട്ടി പരിസരം അറിഞ്ഞു. തുണ വന്ന കുഞ്ഞുകുട്ടനോടപേക്ഷിച്ചു.

ഞാൻ തന്നെ പൊക്കോളാം.

പുറത്തളത്തിൽനിന്ന് ജാതവേദൻ നമ്പൂതിരിയുടെ പിറുപിറുക്കൽ പടിക്കലോളമെത്തിയിരുന്നു. ഇരുട്ടിൽ സുഷമക്കുട്ടി പടിക്കലെത്തിയ ആര്യക്കുട്ടിയെ കണ്ടു.

ഇച്ഛമ്മ വന്നു.

വന്നോ? കുട്ടീ അതിനോടേയ് വെഷംണ്ട് ച്ചാ തരാൻ പറയ്. ഇല്യാച്ചാൽ ഒരു കല്ലു കെട്ടി കൊളത്തില് താത്താൻ പറ്റ്വോ ചോയിക്ക്.

അച്ഛന്റെ അപസ്വരം ആര്യക്കുട്ടി കേട്ടില്ല.

ഇല്ലപ്പറമ്പിൽ വലതുകാൽ വച്ച ആര്യക്കുട്ടി കുടിവെപ്പിനെന്നപോലെ പരിഭ്രമിച്ചു. അതേവരെ അറിയാത്ത ഏതോ ദുഃഖത്തിനായി കാത്തു.

ഈശ്വരാ!

ആര്യക്കുട്ടി സുരക്ഷിതയായി എന്നറിഞ്ഞ കുഞ്ഞുകുട്ടൻ തിരിഞ്ഞു നടന്നു. തന്റെ സ്ഥിരാശ്രയമായ ഓരിക്കുന്നിന്റെ സംരക്ഷയിൽ സർവം മറന്നു.

പ്രിയ സഹോദരങ്ങളേ, ഞാനിതാ വരുന്നു. ഇത്രനേരം നിങ്ങൾ കാത്തു സൂക്ഷിച്ച ആര്യക്കുട്ടിയെ ഞാനിതാ അവരുടെ ഇല്ലത്തെത്തിച്ചു. അവൾ സുരക്ഷിതയായി. എന്നി, ഞാൻ പോട്ടെ.

വിഡ്ഢി.

ഓരിക്കുന്നും ഓരിക്കുന്നിലെ സർവഭൂതങ്ങളും ഒരുമിച്ചാർത്തു. മഹാമണ്ട ശ്ശിരോമണിയായ കുഞ്ഞുകുട്ടാ. താൻ വിചാരിച്ചതപ്പടി അബദ്ധം. ആ കുട്ടി ഇതാ, ഇപ്പോൾ മുതൽ അരക്ഷിതയായി. എവിടെ എത്തിയാൽ സുരക്ഷിത യായി എന്ന് എപ്പോൾ കരുതിയോ ആ പാർപ്പിടത്തിലെത്തിയ മുതൽ അവൾ ആരോരുമില്ലാത്തവളായി. അനാഥയായി. മണ്ടന്മാരുടെ മൂത്താശാരിയാണു താൻ. വങ്കൻ. വിഡ്ഢി.

എന്നി—

ഇവിടെ, ഞങ്ങളുടെ സാമീപ്യത്തിൽ ആ ചെറുപെണ്ണ് സുശീലയും സുരക്ഷിതയുമാകുന്നു. അവിടെ, ആ ദാരിദ്ര്യത്തിന്റെ ഭീകരതയിൽ അവ രാകെ മാറുന്നു. നോക്കൂ. ഞങ്ങൾ ആരേയും ശകാരിക്കാറില്ല. നേരം വൈകി യതിന്, അന്യസ്പർശമേറ്റതിന്, അഥവാ, അങ്ങനെ ചാരിത്രശങ്കയിൽ ഞങ്ങ ളാരേയും ശകാരിക്കാറില്ല. അദ്ധ്വാനിക്കുന്നവരെ അപമാനിക്കാറില്ല. അവിടെ—

വൃക്ഷദേവതയും പൃഥ്വീശ്വരിയും എല്ലാം തന്നെ കുറ്റപ്പെടുത്തുന്നതായി കുഞ്ഞുകുട്ടനു തോന്നി. അവരുടെ വാക്കുകൾ തന്നെ വീണ്ടും വീണ്ടും വേദനിപ്പിക്കുന്നു.

സ്വന്തം കടമ ചെയ്യാത്തവൻ നീചനാണ്. മനുഷ്യനല്ല. മനുഷ്യാകാരം മാത്രമാണവന്. ആകൃതിയിൽ മനുഷ്യനാവാം. പ്രകൃതിയിൽ രാക്ഷസനാണ്. കുഞ്ഞു കുട്ടാ. സ്വന്തം കടമ എന്താണ് എന്നറിയൂ.

ഞാൻ, ഞാൻ, ആര്യക്കുട്ടിയെ എന്തു ചെയ്യണം?

ഌാ! ബൻ ബടേണ്ടോ!

ഒച്ച കേട്ട് ഉണ്ണിനമ്പൂതിരിയും ശിങ്കിടികളും ടോർച്ച് മിന്നിച്ചു. നിലത്തുറ യ്ക്കാത്ത പാദം കഷ്ടിച്ചുറപ്പിച്ച് പാലമരത്തിൽ ചാരി ഉണ്ണിനമ്പൂതിരി നിന്നു.

ഡാ ടോർച്ച്.

ശിങ്കിടി ടോർച്ചടിച്ചു.

സൂചിപ്പോയിന്റിൽ തൊട്ടുമുമ്പിൽ കുഞ്ഞുകുട്ടൻ.

പാപം ചെയ്തവനെ കല്ലെറിയുക എന്നാണ് ബൈബിൾ വാക്യം. അതായത് ദേവനീതി. അതിനാൽ, കല്ലില്ലാത്തതിനാൽ, കുപ്പിയെറിയുക.

ഉണ്ണിനമ്പൂതിരി വിധി പറഞ്ഞു. എന്നിട്ട് ഒഴിഞ്ഞ കുപ്പി കുഞ്ഞുകുട്ടനു നേരെ എറിഞ്ഞു.

ഒന്ന്,

പിന്നെ ഒന്ന്,

പിന്നെ വീണ്ടും.

ഏറിന്റെ രസത്തിൽ ശിങ്കിടികൾ ആർത്തു രസിച്ചു. പിഴയ്ക്കാത്ത ഉന്നം ലഹരിയായി. മൂക്കും മോന്തയും മുറിഞ്ഞ് ചോര ഒലിപ്പിച്ച് ഒരേറെങ്കിലും തടുക്കാനാവാതെ കുഞ്ഞുകുട്ടൻ നിർന്നിമേഷനായി നിന്നു. ഓരിക്കുന്ന് പ്രിയപുത്രന്റെ ജീവരക്തം ഒപ്പിയെടുത്തു.

# പത്തൊമ്പത്

ഗ്രാമം മുഴുവൻ നല്ലേടത്തുമനയ്ക്കൽ നിറഞ്ഞു. ഇറയത്ത്, മിറ്റത്ത്, പറമ്പിൽ. ഒറ്റയ്ക്ക്, രണ്ടും നാലുമായി, പുരുഷാരമായി. വയസ്സന്മാർ കഷ്ടം നടിച്ചു. വിധിയെന്നാശ്വസിച്ചു. പെണ്ണുങ്ങൾ മൂക്കു ചീറ്റി. സദാ കരഞ്ഞു. അതിനിടയ്ക്കു വീട്ടുകാര്യം പറഞ്ഞു. അസൂയ കാട്ടി. അന്യോന്യം ദുഷിച്ചു. ആവശ്യത്തിനു ശൃംഗരിച്ചു.

വെഷം കൊടുക്ക്വേ?

ഹെന്റെ ഥേവരേ! ആർക്കും ഇങ്ങനെ തോന്നിക്കരുതേ.

സഹിക്കാൻ വയ്യാന്റ്രെ. വല്യതമ്പ്രാൻ ചോറില് കലർത്താന്നാ കേട്ടേ. അഞ്ചെട്ട് കുട്ട്യോളാ. എന്താ ചെയ്യാ. ഒക്കെ യോഗം.

ഭാഗ്യം!

ആരും മരിച്ചില്ല.

ത്തിരി ഭാഗ്യം ണ്ടേയ്! അല്ലെങ്കി എന്താ സ്ഥിതി. കീഴ്ക്കെടെ ഇങ്ങനെ ഒന്ന് കേക്കേണ്ടായിട്ടില്ല. എന്താ ദ്. പത്തു പതിനാറെണ്ണല്ലേ കെടക്കണേ! ഭാഗ്യംകൊണ്ട് ഒന്നിനും അപായം ണ്ടായില്ല്യ.

ഭാഗ്യം!

വിഷം കഴിച്ച് വയറിളകി അവശനായ നല്ലേടത്ത് ജാതവേദൻ നമ്പൂതി രിപ്പാട് മുങ്ങിപ്പൊങ്ങുന്ന തന്റേടമറിഞ്ഞു. മുറിഞ്ഞു മുറിഞ്ഞു വീഴുന്ന വാക്കുകൾ അനുഭവിച്ചു. കാര്യം ധരിച്ചു ഹൃദയം മുറിഞ്ഞു.

ആരും ചത്തില്ല്യ!

അതിനൂല്യ ഭാഗ്യം.

ജീവിക്കാൻ വയ്യ. മരിക്കാംന്നുവെച്ചാൽ – അതിനും ഭാഗ്യം ല്യ.

എത്ര വെഷമിച്ചാണ് ഒരു ഡപ്പി വെഷം തരാക്കീത്ന്നോ. കുത്തീട്ടതിനു തളിക്കാ നാന്ന് പറഞ്ഞു. മാരാര് സൊസൈറ്റീല് പോവുമ്പൊ പറഞ്ഞു കൊണ്ടുവന്നതാ. അതും മുഴുവൻ ആരും കാണാതെ ചോറിലും പുളിങ്കറീലും കലർത്തി. അത്താഴ ത്തിന് എല്ലാവർക്കും തരാവും.

തരായി.

ഉണ്ണിയൊഴിച്ച്.

അയാളെപ്പഴാ വന്നേന്നറിയില്ല. വന്നപ്പോ ചോറുണ്ട്വോന്നും നല്ല നിശ്ശംല്യ. കഴിച്ച്ണ്ടാവില്യ. ചെലപ്പൊ വെഷം കഴിച്ചാലും സാരംണ്ടാവില്യ. അതിലും വല്യെ വെഷം ശീലിച്ച് ശീലിച്ച് ഇതെളുപ്പായീണ്ടാവും!

നാരായണ നാരാ-യ-ണ. യ്ക്ക് വയ്യലൊ തേവരേ! ഒന്നെണീക്കാനും. ആരൂല്യേ അബടെ?

വലിയ ആത്തേമ്മാര് കിടക്കയിൽ ഉരുണ്ടു. മലമൂത്രത്തിൽ സർവാ ഭിഷേകം നടത്തി.

ആയായീ—ഇങ്ങനായാൽ എങ്ങന്യാ.

കേമായില്ലെ, ഇപ്പോ. അച്ഛന്റെ കേമത്തം കണ്ടില്ലെ. എനി പ്പോ എന്താ ചെയ്യാ. പോലീസായി. കേസായി. തൂങ്ങിത്തിരിയാറായി. വെഷം കഴിച്ച് ചാവാനാച്ചാ അതിനും വിവരം ഇല്യ. ഇതതല്ല. കൊലപാതകമാണ്. പതിനഞ്ചാളെ കൊലപ്പെടുത്താൻ ശ്രമിച്ചു. പിന്നെ ആത്മഹത്യാശ്രമോം. ഇന്ത്യൻ പീനൽകോഡനുസരിച്ച് കടുത്ത ശിക്ഷ. ന്ന്ട്ട് പ്പൊ കണ്ണടച്ച് കെടക്കണെ കണ്ടില്ലേ. ണീയ്ക്ക് അബ്ട്ന്ന്. പോലീസ് വര്ണ്ട്. എന്താണ്ടാ യേച്ചാ പറയൂ.

ഉണ്ണിനമ്പൂതിരി തിരക്കു കൂട്ടി. ഒപ്പംനിന്ന പഞ്ചായത്തു പ്രസിഡണ്ടിനെ കണ്ണു കാണിച്ചു.

ചാവാനും വിവരം ല്യാച്ചാ എന്താ ചെയ്യാ.

ഉണ്ണി അകത്തേക്കു തിരിഞ്ഞു.

വയറിളകി നാറി തളർന്നു വാടി നല്ലേടത്തുമനയാകെ തൂങ്ങിപ്പിടിച്ചിരുന്നു. വാർത്തയറിഞ്ഞെത്തിയ പുരുഷാരത്തിനിടയിൽ സ്വമുഖം ഒളിപ്പിക്കാൻ അവർ കിണഞ്ഞു. ഇത്തിരി ക്ഷീണം മാത്രം ബാക്കിയായവർ നിത്യനിദാന ത്തിനൊരുങ്ങി. മഹാജനസാന്ദ്രതയിൽ അവർ തളർന്നു. വീണ്ടും മുക്കും മൂലയുമന്വേഷിച്ചു ചുരുണ്ടുകൂടി.

ഇങ്ങനെ പറ്റിക്കുംന്ന് നിരീച്ചില്യ. മരിച്ചാമതീന്ന് എടയ്ക്കൊക്കെ പറേംച്ചാലും. കഷ്ടായീന്നല്ലാണ്ടെന്താ പറയാ. വേണ്ടീർന്നില്ല. അല്ല, ആർക്കാ എപ്പ്ലാ മനസ്സ് മാറാന്ന് ആരാ കണ്ടെ. ഒന്നും പറയാൻ പറ്റില്ലാ ട്ടോ. നമ്മളിങ്ങനെ കളിച്ച് ചിരി ക്ക്ണൂ. അപ്പഴാവും വിധീടെ ഒരു നേരംപോക്ക്. ഒരിത്തിരി തല തിരിഞ്ഞാ പോരേ. കഴിഞ്ഞില്ലെ. പിന്നെന്താ പറയാ. ഒന്നൂല്യ. ഈ സ്വബുദ്ധ്യങ്കട് നശിച്ചാപ്പിന്നെന്താ ചെയ്യാന്ന് ഒരു രൂപോം ല്യേ. ശിവശിവ!

ദാരിദ്ര്യം സഹിക്കവയ്യാണ്ടാത്രെ. പത്തുപതിനേഴെണ്ണാ അതിന്റെ ഉള്ളില്. എന്തെങ്കിലും വെച്ചുവെളമ്പണ്ടെ. ആറ്റ് നോറ്റ് ണ്ടായ ഒന്നാച്ചാ സദാ കള്ളും കഞ്ചാവും. വല്യേവല്യേ വർത്താനം ല്ലാണ്ടെ പറേല്യേനും. പ്രവർത്ത്യാ ച്ചാലൊ. ആയായീ. ഹായ് ഇങ്ങനേണ്ടോ ഒരു ചകിണി. അദ്ദേഹത്തിന്റെ ഒരു യോഗം. എങ്ങനെണ്ടാർന്ന തറവാടാന്നോ.

മനപ്പറമ്പ് നിറഞ്ഞും നാലുകെട്ടു കവിഞ്ഞും നീങ്ങിയ നാട് ആവുന്ന തൊക്കെ പറഞ്ഞു. പറച്ചിലിന്റെ ലഹരിയിൽ അവർ സർവം മറന്നു.

കുട്ടാ.....കുട്ടീ.......ട്ടാ.....ട്ടീ....

ജാതവേദൻ നമ്പൂതിരിയുടെ ശബ്ദം പരിക്ഷീണമായി. പുറത്തളത്തിൽ ആകെ നാറി. ഗ്രാമത്തിന്റെ മുഴുവൻ ദർശനത്തിനായി അദ്ദേഹം കിടന്നു. ചക്കിളിപ്പായ കീറിപ്പൊളിഞ്ഞു മേലൊട്ടിപ്പിടിച്ച് മെഴുക്കടർന്ന തലയിണയിൽ മുഖമമർത്തി ഛർദിച്ചു ഛർദിച്ചു വലഞ്ഞു. ഓക്കാനിച്ചു മുറിഞ്ഞ അന്നനാളം ഇത്തിരി തണുപ്പിക്കാൻ ഒരിറ്റു വെള്ളത്തിനായി പിടഞ്ഞു. വിണ്ടുമുറിഞ്ഞ ചുണ്ടു പിളർത്തി ഇടത്തൊണ്ടയിലിറങ്ങിയ നാവ് പോള പൊങ്ങി നീറി. ശബ്ദം പുറത്തു വരാനാവാതെ ചെറുനാക്കു വിറച്ചു തുള്ളി. എന്നിട്ടും മരിക്കാൻകൂടി കഴിയാത്ത നിസ്സഹായതയിൽ നരഹത്യയുടെ മഹാപാപം ഭേസി തളർന്നു കിടന്നു. ഒന്നും രണ്ടുമല്ല—

ഒരു തറവാടു മുഴുവൻ.

മൂന്നു തലമുറ,

ഒരുമിച്ച്—

ഒരൊറ്റ മാത്രയിൽ.

നാലിറയം നിറയെ വാഴപ്പിണ്ടി മുറിച്ചിട്ടു നിരത്തിയപോലെ പണ്ടാരശ്ശവ ങ്ങളുടെ നരകദൃശ്യം.

ഈശ്വരാ!

ആരും മരിച്ചില്ല!

നരഹത്യ.

ബാലഹത്യ.

പത്നീഹത്യ.

പുത്രപൗത്രഹത്യ.

ആത്മഹത്യ.

എനി വിചാരിക്കാനേ വയ്യ. ജന്മാന്തരസുകൃതങ്ങളുടെ കൂട്ടിത്തൊടുവിച്ച ഒരിഴ പുണ്യം ബാക്കി നിന്നിരിക്കാം. തുടർന്നിരുന്ന ആ ഒറ്റയിഴയിൽ എനിയും പുണ്യ യോഗത്താൽ സൽജീവിതങ്ങൾ കരുപ്പിടിച്ചേക്കാം.

വെള്ളം.

ആരാ? ആരായാലും ഈശ്വരനനുഗ്രഹിക്കട്ടെ.

ഈശ്വരനോ. ഇക്കാലമത്രയും രാവും പകലും മനസ്സു നിറഞ്ഞു വിളിച്ചിട്ടും കേക്കാത്ത തേവരേ!

ത്ഥൂ!!

ങേ!

വെള്ളം എറങ്ങണില്ലേരിക്കും. കൊറേശ്ശ കൊറേശ്ശ നനച്ചു കൊടുക്കണം. പെട്ടെന്നു വേണ്ട.

ദാ; ത്തിരീംകൂടീം.

ആരാ?

ആരൂല്യ.

ജാതവേദൻ നമ്പൂതിരിപ്പാട് കണ്ണിറുക്കിയടച്ചു—ഒന്നും കാണാതിരിക്കാൻ, ഒന്നും അറിയാതിരിക്കാൻ.

മുത്തശ്ശാ!

കുട്ടിയല്ല്യേ അത്?

പാവം! വയറിളകി തളർന്നു ഛർദ്ദിച്ചു വാടി അരിച്ചരിച്ച് സുഷമക്കുട്ടി മുത്തശ്ശന്റെ അടുത്തെത്തി. തീവ്രക്കുറ്റബോധത്താൽ സഞ്ചാരംകൊള്ളുന്ന മുത്തശ്ശനെ ആശ്വസിപ്പിക്കാനെന്നോണം തൊട്ടടുത്തു ചുരുണ്ടുകൂടി. പൂർവ പുണ്യത്തിന്റെ പൊട്ടാത്ത ആ ഒറ്റയിഴ ചേർത്തുപിടിച്ച് ജാതവേദൻ നമ്പൂതിരിപ്പാട് നെടുതായി നിശ്വസിച്ചു.

കുട്ടീ, അവരോ?

അവരെവിടെയെങ്കിലും ഉണ്ടായിരിക്കും. ഒന്നും അറിയാതെ, വിശപ്പു മാത്രം അറിഞ്ഞുവളർന്ന അവറ്റ ബുദ്ധിയുറയ്ക്കാത്ത കുഞ്ഞിക്കണ്ണുരുട്ടി മിഴിച്ചു കിണ്ണം നിറഞ്ഞ ചോറ് വാരിത്തിന്നു; ദുസ്സ്വാദുകൂടിയറിയാതെ. അത്താഴത്തിനു കിട്ടിയ കിണ്ണം നിറഞ്ഞ ചോറിൽ അവരുടെ സമസ്തേന്ദ്രിയങ്ങളും ജന്മസാഫല്യമടഞ്ഞിരുന്നു.

പാവം!

വയറുനിറച്ചു ചോറ്.

രണ്ടാമതും മൂന്നാമതും.

ഇന്നെങ്കിലും വയറുനിറയട്ടെ.

ഒടുക്കത്തെ മോഹം.

പക്ഷേ—

മാത്രമതിയായില്ല.

പത്തുപതിനാറാൾക്കു മതിയാവാതെ വന്നു. താൻമാത്രം കഴിച്ചാൽ മത്യാർന്നു.

വേണെങ്കിൽ ആത്തേമ്മാർക്കും കൊടുക്കാം. അതു മത്യാർന്നു.

പിന്നെ—

കുട്ട്യോള് എങ്ങനെങ്കിലും കഴ്യേട്ടെന്നു വെയ്ക്കാർന്നു.

ഈശ്വരാ!

ഒരർത്ഥബോധവുമില്ലെങ്കിലും ഒരു ശീലമായി ആ പദം സദാ നാത്തുമ്പത്തു വരുന്നു. അഭയവരദയല്ല. വെറും സാക്ഷി. സർവസാക്ഷിയായി മാത്രം. എല്ലാം കണ്ട്, ആ കാഴ്ചയുടെ വേദന സദാ സഹിച്ച് മറ്റൊന്നും ചെയ്യാനില്ലാതെ നിസ്സഹായനായി.

ഒരുപക്ഷേ, തന്നേക്കാൾ നിസ്സഹായനായി. ഒരൊറ്റ കുടുംബത്തിന്റെ ദാരിദ്ര്യ ദുഃഖത്താൽ കൊലപാതകവും ആത്മഹത്യയും ചെയ്യാൻ തുനിഞ്ഞു. ആവുംമട്ടു ചെയ്തു. അപ്പോൾ, ഈ സർവേശ്വരനോ? അവിടുന്നും നിസ്സഹായൻ. മരണമില്ലായ്മയാൽ അധികദുഃഖിതൻ. തനിക്ക് എനിയും ശ്രമിക്കാം. ശ്രമിച്ചില്ലെങ്കിലും എന്നെങ്കിലും ഒരുനാൾ മരണമനുഗ്രഹിക്കും. നിത്യനായ അവിടേയ്ക്കോ! ഒരുപക്ഷേ, അവിടുന്നും ശ്രമിക്കുന്നുണ്ടാവും. വിഷം കഴിച്ച്. ഉപവസിച്ച്. മഹാതപസ്സനുഷ്ഠിച്ച്. മരണമെങ്കിലും വന്നെത്തണേ!

ജീവിതമില്ലാതായി.

മരണവുമില്ലാതായി.

മുത്തത്തോ!

ആരാ കുഞ്ഞന്ന്യേനാ?

ഓരോരുത്തരായി കുട്ടനും അപ്പുവും വാസൂം അനിയനും കുഞ്ഞനിയൻ കുഞ്ചുകുഞ്ഞുണ്ണീം ഇഴഞ്ഞിഴഞ്ഞു പുറത്തളത്തിലെത്തി. മുത്തശ്ശനു ചുറ്റും ചുരുണ്ടുകൂടി. വായ പിളർന്നു ലാലാരസമൊഴുക്കി മാറും വയറും നനച്ച് സദാ സംഭ്രാന്തമായ മിഴി തുറന്നു കാഴ്ചയുടെ സാരം മനസ്സിലാവാതെ അവറ്റ അവടെ ഒന്നുകൂടി. കാക്കൂട്ടിൽ കൈയ് തിരുകി വയറ് ഞെക്കിപ്പിഴിഞ്ഞ് ഞെരിപിരി കൊണ്ടു. അവറ്റയുടെ നാറ്റം സഹിക്കവയ്യാഞ്ഞ് ഗ്രാമം ഓക്കാനിച്ചു. പിത്തനീരു തുപ്പി.

കുട്ടീ, ഒന്നു താങ്ങാൻ പറ്റ്വൊ?

ജാതവേദൻ നമ്പൂതിരി എണീറ്റിരിക്കാൻ ശ്രമിച്ചു. മുത്തശ്ശന്റെ ആവശ്യമറിഞ്ഞ സുഷമക്കുട്ടി കൈയ് പിടിച്ചു പൊക്കി. അതുകണ്ട് മറ്റു കുട്ടികളൊക്കെ മുത്തശ്ശനെ പിടിച്ചു. ഒരുവിധം താങ്ങി ചുമര് ചാരിയിരുത്തി.

യ്ക്ക് വയ്യലൊ.

അപ്പോഴും നിലയ്ക്കാത്ത ജനപ്രവാഹത്തിൽ കുട്ടികൾ അന്തംവിട്ടു. നാറിയ ഒറ്റത്തോർത്തിൽ മൂത്രം നിറഞ്ഞു വാടകെട്ടി മുത്തശ്ശൻ വാടിത്തളർന്നിരുന്നു. ഒന്നുമൊന്നുമറിയാത്ത ഉണ്ണികളുടെ തളർന്ന മുഖം നോക്കി തേങ്ങിക്കരഞ്ഞു.

മുത്തശ്ശാ!

കുട്ടി മുത്തശ്ശനെ കെട്ടിപ്പിടിച്ചു കെട്ടിപ്പിടിച്ചാശ്വസിപ്പിച്ചു. അതറിഞ്ഞ മറ്റുള്ളവരും മുത്തശ്ശനെ പൊതിഞ്ഞു. വാടിവീണ കൈയ് നീട്ടി ജാതവേദൻ നമ്പൂതിരിപ്പാട് അവരെ മുഴുവൻ തഴുകി.

കണ്ടില്ലെ. ഇപ്പൊ ഒരു സ്നേഹം. ഒക്കേണ്ട് ഒപ്പം. ചക്കേല് ഈച്ചപോലെ. ഒട്ടിപ്പിടിച്ച്. എന്തൊരു വാത്സല്യാന്നോ. വെഷം കൊടുക്കുമ്പൊ എവടാർന്നു ഈ സ്നേഹോം വാത്സല്യോം. പത്തുപതിനാറെണ്ണത്തിനെ വകവരുത്താൻ നോക്ക്യേ ആളാ. കുട്ടീ, ഇങ്കട് പോന്നോ. മുത്തശ്ശൻ കൊല്ലും!

ഉണ്ണീ—ഉണ്ണീ നീയിങ്ങനെ—

മകന്റെ വാക്കുകൾ ജാതവേദൻ നമ്പൂതിരിയുടെ പ്രാണൻ കൊത്തി മുറിച്ചു. ഹൃദയം നുറുങ്ങിപ്പിടഞ്ഞ് മഹനെ നോക്കി. ദീനനായി യാചിച്ചു. നീം എന്തിനാ ന്നേങ്ങനെ ദ്രോഹിക്കണേ.

ഇതാ പ്പൊ നന്നായേ. ആരേ ആരാ ദ്രോഹിക്കണേ? അച്ഛൻ ഞങ്ങള്യാ ദ്രോഹിച്ചേ. ദ്രോഹിക്കാച്ചാലോ. ഇതിലപ്പുറം എനി എന്താ ചെയ്യാൻ ള്ളേ. ഒക്കേം കണ്ടില്ലേ. തൂറി ചാവാറായി. അമ്മ ദാ, ആ പറമ്പില് കെടക്കാ. ഒരു മരത്തിന്റെ ചോട്ടില്. സുഖായില്ലേ. ഒന്നിനൂല്യ ഒരു ബോധം. ഒക്കേം എടയ്ക്ക് കണ്ണുമിഴിക്കും. പിന്നേം കെടക്കും. വല്യമ്മേടെ ആപ്പീസ് പൂട്ടാറായി. ഇങ്ങനേർന്ന് ചിണുങ്ങണ്ട. ഇപ്പൊ വരും പോലീസ്.

ഉണ്ണിനമ്പൂരി പുറത്തേക്കു നടന്നു. അവിടെ ജനാരവത്തിൽ ശിങ്കിടികളെ തിരഞ്ഞു. മകന്റെ മുഖം മുമ്പിൽനിന്നു മാറിയപ്പോൾ ജാതവേദൻ നമ്പൂരി എണീക്കാൻ ശ്രമിച്ചു. എങ്ങനെയെങ്കിലും പറമ്പിലെത്തിയാൽ. അവടെ, തെക്കേ അറ്റത്ത് ഉമ്മത്ത്ണ്ട്. അത്മ്മേ കായേം ണ്ട്. രണ്ടുനാലെണ്ണം പച്ചക്ക് തിന്നാൻ പറ്റ്യാൽ—ന്നാ ജയിച്ചു. ഈ പാപം കാണാന്റെ കഴീലോ.

പക്ഷേ, ചുമര് പിടിച്ചു നീങ്ങിയ ജാതവേദൻ നമ്പൂതിരി തലചുറ്റി വീണു. കുഴഞ്ഞുവീണ മുത്തശ്ശന്റെ സമീപം പേരക്കുട്ടികളൊക്കെ ഇഴഞ്ഞെത്തി. ഒക്കെ കെട്ടിപ്പിടിച്ച് ഒന്നായി. പിളുത്തിപ്പിളുത്തി തേങ്ങി.

## ഇരുപത്

**ഞാ**ൻ വിചാരിച്ചാൽ ഒരു മാർഗോം ല്യ. ഇതെന്താന്നറിയാമോ. കുട്ടിക്കളിയല്ല! കൊലപാതകം. മാത്രല്ല. ആത്മഹത്യാശ്രമം കൂടി. ഒന്നുംരണ്ടുമല്ല പതിനാറ് മനുഷ്യക്കുരുതി. ചരിത്രത്തിൽ ഇന്നേവരെ കേക്കാത്തത്. ഒരുപക്ഷേ, എന്റെ ഓർമ ശരിയാണെങ്കിൽ, ഈ കേരളത്തിൽ—

പഞ്ചായത്തു പ്രസിഡണ്ട് പ്രസംഗത്തിന്റെ ലഹരി നുണഞ്ഞു. മിറ്റത്ത്, ഇറയത്തെ തൂണുപിടിച്ചു നിക്കുന്ന ജാതവേദൻ നമ്പൂതിരിപ്പാടിനെ രൂക്ഷമായി നോക്കി.

ഇതു ഞാൻ വിചാരിച്ചിട്ടു കാര്യം ഇല്യ. ഞാൻ ന്നല്ല. ഇന്ത്യൻപ്രസിഡന്റ് വിചാരിച്ചാൽത്തന്നെ ഒന്നും ചെയ്യാൻ കഴീല്യ. പോലീസുകേസായി. ഇനീപ്പൊ എന്താ ചെയ്യാ? ങാ. തമ്പ്രാൻ നിന്നു വെഷമിക്കണ്ട. ഇങ്കട് ഇരുന്നോളൂ.

പഞ്ചായത്തു പ്രസിഡന്റ് ദയകാട്ടി. സ്വന്തം വീട്ടിൽ സ്വന്തം കസേരയിലിരുന്നു. തെളിഞ്ഞ ഇറയം മുഴുവൻ കാണിച്ചുകൊടുത്തു.

ഇരിക്കാം.

വേണ്ട. തൂണു പിടിച്ച് ജാതേവദൻ നമ്പൂതിരിപ്പാട് കിതച്ചു.

എങ്ങനേങ്കിലും ഒന്നു മനസ്സുവെച്ച്—ഞാൻ.... ഒരു ബുദ്ധിമോശം—

മുറിഞ്ഞ വാക്കുകൾ പ്രസിഡണ്ട് ആട്ടിയകറ്റി. കാല് തൂണിന്മേൽ കയറ്റിച്ചവുട്ടി മലർന്നുകിടന്നു. പല്ലു ഞെരിച്ചു.

വളരെ വളരെ തലമുറ ഈ നമ്പൂരിമാർ ഞങ്ങളെ അകറ്റി നിർത്തീണ്ട്. അയിത്തക്കാരാക്കിയിട്ടുണ്ട്. വഴിനടക്കാനും കൂടി അനുവദിക്കാതെ. ഇപ്പൊ, ഈ നമ്പൂരിയെങ്കിലും മിറ്റത്ത് നിക്കട്ടെ. പൊരിവെയിലത്ത്, എരിപൊരി സഞ്ചാരം കൊണ്ട്, നന്നായനുഭവിക്കട്ടെ.

എങ്ങനേങ്കിലും ബ്ട്ന്ന്—

എന്താണു വിളിക്കേണ്ടത്. പ്രസിഡന്റ് എന്നോ, ഇബ്ട്ന്ന് എന്നോ?

നമ്പൂരിപ്പാട് പരുങ്ങി. പണ്ടെല്ലാം പറഞ്ഞുവന്നപോലെ ശങ്കരാ നീയൊന്നു ചെല്ല് എന്നാണു നാവിന്മേൽ വരുന്നത്. പക്ഷേ, ശങ്കരൻ ഹരിജനായി, പഞ്ചായത്തു പ്രസിഡന്റായി, താൻ കുറ്റക്കാരനായി.

ഞാനെന്താ ചെയ്യാ. തമ്പ്രാനതറിയാഞ്ഞിട്ടാ (പഞ്ചായത്തു പ്രസിഡന്റ് ജാതവേദൻ നമ്പൂതിരിപ്പാടിനെ തമ്പ്രാൻ എന്നു വിളിച്ചു. വിളിയുടെ ഓരോ മാത്രയിലും ഒരായിരം തെറി ഒളിച്ചുവച്ചു. ക്രോധം നിറച്ചു.)

തമ്പ്രാനറിയാഞ്ഞിട്ടാ. ഇത് കേസ് വേറ്യാണ്. ക്രിമിനൽ. കൊലപാതകം. ആത്മഹത്യ. രണ്ടുംകൂടി.

അതിന് ആരും മരിച്ചില്യലൊ.

അതോണ്ടായില്ല. മരിക്കുമായിരുന്നു. കരുതിക്കൂട്ടിയ കൊലപാതകശ്രമം. തൂക്കിക്കൊല്ലാൻ വിധിക്കാം.

ഈശ്വരാ!

ഇപ്പൊ ഈശ്വരനെ വിളിച്ചിട്ടെന്താ കാര്യം. തോന്നീത് കാണിക്കുമ്പൊ നോക്കണ്ടെ. എനി പ്പൊ ദൈവനാമംകൊണ്ടൊന്നും ഒരു കാര്യേം ല്യ. എനിക്ക് ഇതില് എടപെടാൻതന്നെ നാണംണ്ട്. സത്യംവിട്ടൊന്നും ഞാൻ ചെയ്യില്ലാന്ന് തമ്പ്രാനറിയില്ലെ? ഇന്നേവരെ ചെയ്തിട്ടൂല്യ. എനിപ്പൊ, അതും പോരാഞ്ഞ് എന്റെ സ്വന്തം വാർഡില്. ആളോൾക്കു പറയാൻ കാരണായി. പണംമേടിച്ചു ജന്മിമാരെ സഹായിച്ചൂന്ന്. അതു സാരംല്യാന്നുവയ്ക്കാം. പിന്നെ, ന്തായാലും ഞാൻ നൊണപറേല്യ. ആരായാലും. ഇപ്പൊ ഇതിനും പറേല്യ. തമ്പ്രാൻ കൊലപാതകത്തിനു ശ്രമിച്ചു. അതാണു സത്യം. കൈയബദ്ധം പറ്റി ഇത്തിരി വെഷം ചോറില് വീണതാന്ന് പറഞ്ഞാ രക്ഷപ്പെട്ടേക്കും. പക്ഷേ, പറയാൻ വയ്യ. ഞാൻ പറേല്യ. സത്യം സത്യം തന്ന്യാവണം. തമ്പ്രാൻ വെഷം ചോറില് ഒഴിച്ചതല്ലേ?

അതെ.

കണ്ടോ. തമ്പ്രാൻതന്നെ സത്യം പറഞ്ഞു. പോലീസിനോടും പറഞ്ഞു. ഇല്യെ?

ഉവ്വ്.

എനി ഒരു മാർഗോംല്യ. അവര് F I R എഴുതീണ്ടാവും. പിന്നെ തിരുത്താൻ വയ്യ. എനിപ്പൊ കോടത്യായി. കേസായി. ജയിലായി. ഇപ്പൊത്തന്നെ ഞാൻ പറഞ്ഞതോണ്ടാ പോലീസ് പോയത്. അല്ലെങ്കി ഇപ്പൊ തമ്പ്രാൻ ജയിലിലായീനേ. പിന്നെ ഉണ്ണിത്തമ്പ്രാൻ വേണ്ടതു ചെയ്യാന്നും പറഞ്ഞു.

അയാളോ?

ഉണ്ണി വേണ്ടതു ചെയ്യാംന്ന് പറഞ്ഞൂന്നോ. വേണ്ടാത്തതു മാത്രം ചെയ്തു ശീലിച്ച അയാളിപ്പൊ വേണ്ടത് ചെയ്യാംന്നോ. ഒരുപക്ഷേ, ഈ മഹാദുഃഖം അയാ ളുടെ മനസ്സും മാറ്റീണ്ടാവും. ന്നാ നന്നായി.

ഏതായാലും തമ്പ്രാൻ പ്പൊ പൊക്കോളൂ. ന്ന്ട്ട് വൈകുന്നേരം വന്നാമതി. എനിക്ക് ആപ്പീസിൽ പോവാറായി.

നടക്കട്ടെ. പത്തു ചാല് നടക്കട്ടെ. തനി ജന്മിമൂരാച്ചി. പെറ്റിബൂർഷ്വാ!

അതിലധികം വാക്കുകൾ തോന്നാഞ്ഞ് പഞ്ചായത്തുപ്രസിഡണ്ട് മിറ്റത്തേക്കു തുപ്പി.

ഉം. വൈകുന്നേരം വന്നാമതി.

കീറത്തോർത്തു നാലുമടക്കി തലയിലിട്ട് നമ്പൂതിരി വെട്ടുവഴിയിലേക്കിറങ്ങി. വിണ്ടുപൊട്ടിയ പാദം ചരലിൽ ഉരഞ്ഞു വേദനിച്ചു മുതുവളഞ്ഞു പതുക്കെ നടന്നു. പീടികത്തിണ്ണയിലും കനാൽപാലത്തിലും തമ്പടിച്ച തൊഴിലില്ലാത്ത ഗ്രാമം ആ ദൈന്യതകണ്ടു ചിരിച്ചു. പരസ്പരം അർത്ഥം വച്ചുനോക്കി. ആവുന്നത്ര പൊടിപ്പും തൊങ്ങലുംവച്ചു വിഷപ്രയോഗത്തിന്റെ കഥ പറഞ്ഞു. ചെറുപിള്ളേർ എലിവെഷം തമ്പ്രാനെന്നു കൂക്കിവിളിച്ചു.

ഈശ്വരാ! ചത്തില്യലൊ. എനി—

എനിയെന്താ?

ചത്താ ഒരു കുറ്റോംല്യ. ഒക്കേറ്റ്നേം കൊന്ന് സ്വയം ചാവാന്ന് നിരീച്ചു. പക്ഷേ, ഒക്കെ പെഴച്ചു. ഇതല്യ. ഇന്നേ വരെ എല്ലാ കണക്കും പെഴച്ചേക്ക്ണു. ജീവിതം മുഴുവൻ പെഴച്ചേക്ക്ണു. കണക്കുകളെല്ലാം തെറ്റി. ഇപ്പൊ മരിക്കാൻ തീർച്ച്യാക്കീതും പെഴച്ചു. മരിക്കാനെത്ര മരുന്നുവേണംന്നുകൂടി കൃത്യായി കണക്കുകൂട്ടാനായില്ല. ഒരാൾക്കു മരിക്കാൻള്ളതോണ്ട് പത്തു പതിനാറാൾക്കു കൊടുത്തു. ആരും ചത്തില്ല. ഒക്കെ വയറെളകി, ഛർദ്ദിച്ചു നാറി വാടിക്കിടക്കുന്നു.

എനി–

എനി എത്രതവണ നടക്കണം ആവോ. രാവിലേം വൈകുന്നേരോം പഞ്ചായത്തു പ്രസിഡന്റിന്റെ വീട്ടിലേക്ക്.

കുളിക്കാണ്.

ഒറങ്ങാണ്.

ഉണ്ണാണ്.

നന്നായി. നിക്കാം. കാത്തിരിക്കാം.

പണ്ടൊക്കെ അവര് നല്ലേടത്തുപടിക്കൽ കാവൽ നിന്നു.

നീരാട്ടാണ്.

പള്ളിക്കുറുപ്പാണ്.

അമൃതേത്താണ്.

ഇപ്പോൾ—

നല്ലേടത്തുമനയ്ക്കലെ വലിയമ്പ്രാൻ ചെറുമക്കുടിയിൽ കാവൽ നിന്നു.

ചെറുമനല്ല.

ഹരിജനം.

തേവരേ!

ഒരു മാർഗോംല്യ. ഞാൻ പഞ്ചായത്ത് പ്രസിഡണ്ടായിട്ട് ള്ള അടുപ്പം കൊണ്ട് നിർബന്ധിച്ചാണ് തൽക്കാലം അച്ഛനെ രക്ഷിച്ചത്. അതിനു കണക്കില്ലാന്റെ ചെലവൂണ്ട്. നക്കാപ്പിച്ചോണ്ട് കാര്യം നടക്കില്ല. പോലീസ്, കോടതി, ഒടുക്കം ജയില്, ഇതൊക്കെ ഒഴിവാക്കണംച്ചാൽ നിസ്സാരമല്ല. കഠിന പ്രയത്നം വേണം. പ്രസിഡന്റ് ശങ്കരനാണെങ്കിൽ എന്റെ സ്വന്താ. ഞാൻ പറഞ്ഞാൽ തട്ടാൻ പറ്റില്യ. എന്താച്ചാ ഞാനാ പ്രധാന ഉപദേഷ്ടാവ്.

ഉണ്ണിനമ്പൂതിരിപ്പാട് തെക്കിനിപ്പടിയിൽ ഇരുന്നു പ്രസംഗം തുടർന്നു. പടി കടന്നു വരുന്ന അച്ഛനെ കണ്ടപ്പോൾ ഉത്സാഹം ഏറി.

അതാ പറഞ്ഞേ അച്ഛൻ വെറുതെ നടക്കാണ്. വെറുതെ കാലു തേഞ്ഞിട്ടെന്താ കാര്യം. ഞാൻ പറഞ്ഞു നേര്യാക്കാം. പക്ഷേ, അതിനു ചെലവു

വരും. നക്കാപ്പിച്ചോണ്ടു പറ്റില്ല. അതു പറഞ്ഞാ അച്ഛനു സമ്മതാവില്യ. ഈ പടിഞ്ഞാറ്റി—

എനി അതേ ള്ളൂ ബാക്കി. ഉണ്ണീ, അതും പൊളിക്കണോ?

ജാതവേദൻ നമ്പൂതിരിപ്പാട് തെക്കിനിയിൽ രണ്ടാംമുണ്ടു വിരിച്ചു. നീണ്ടു നിവർന്നു കിടന്നു.

കുട്ടീ, ത്തിരി വെള്ളം ണ്ടോ. ചൂടുവെള്ളം. ണ്ടങ്കി ത്തിരിങ്കട് എടുത്തോ.

അച്ഛനോടു പറഞ്ഞാൽ മനസ്സിലാവില്യ. വയസ്സുകാലത്ത് പോലീസ് പിടിച്ചോണ്ടു പോവുമ്പഴേ കണ്ണു മിഴിക്കൂ.

ന്നാലും ഭേദാ. എല്ലാവരേം കൊണ്ടുപോവൂംച്ചാ എത്ര ഭേദായി. ജയിലിലടച്ചാലും.

വല്യെമുത്തശ്ശ്യമ്മ ഇന്നും എണീറ്റില്യ.

ആരാ കുട്ട്യാ. എന്താ പറഞ്ഞേ?

വല്യെമുത്തശ്ശ്യമ്മ എണീറ്റില്യാന്ന്.

ഹാവൂ.

എന്താവോ. ഒന്നന്വേഷിക്കാംച്ചാൽ.

എന്താ അന്വേഷിക്കാ.

ക്ഷീണാണ്. വയസ്സായില്ലേ. അപ്പഴാണ് ഈ ഛർദീം വയറ്റ്ന്ന്പോക്കും. വെഷ ത്തിന്റെ ശക്തി. നല്ല നല്ല സാധനങ്ങളു ചെന്നാ മതി. ന്നാ ശ്ശി നേര്യാവും. ത്തിരി പാലും തൈരും.

വല്യമ്മയ്ക്കു ക്ഷീണം. ഡോക്ടറെ കാണിക്കണം. അമ്മയ്ക്കാച്ചാ ഒന്നും വയ്യാന്റായി. കുട്ട്യോളും ദേവീം ഇങ്ങനെ നടക്ക്ണൂന്നേള്ളൂ. അച്ഛനും എന്തെങ്കിലും ചെയ്തില്ലെങ്കിൽ വെഷമാവും.

ഉണ്ണി അടവു മാറ്റി. ഇതിൽ അച്ഛൻ പെടും. പ്രത്യേകിച്ചും വല്യമ്മാരടെ കാര്യം പറഞ്ഞാൽ പെടും. പിന്നെ തട്ടിനീക്കാൻ വയ്യാണ്ടാവും. ഈ മർമത്തിൽതന്നെ പിടിക്കണം.

ഒരു ഡോക്ടറെ കൊണ്ടുവരണംച്ചാൽത്തന്നെ പത്തമ്പതുറുപ്യാവും. പിന്നെ മരുന്നിന്. ഇതൊക്കെ കഴിഞ്ഞിട്ടു വേണം മറ്റേ കേസിന്. ഇപ്പൊ അടിയന്തിരായിട്ടു ചികിത്സ വേണ്ടേ. ചുരുങ്ങ്യേത് ഒരു മാസം ചികിത്സിക്കണം. അതിനന്നെ രണ്ടു മൂന്നായിരം വേണ്ടീരും. ഇതൊക്കെ കണ്ടിട്ടാ ഞാൻ കുഞ്ഞുമോനാപ്ലേ വിളിച്ചേ. അവനാച്ചാ ഈ പടിഞ്ഞാറ്റി മാളിക മേടിച്ചൂന്നും വരും. പത്തുപതിനായിരം കിട്ടേം ചെയ്യും.

ഉണ്ണിനമ്പൂതിരിയുടെ ചുണ്ടിൽ ചെറുചിരി പകർന്നു. എത്ര ഒതുക്കിയിട്ടും ഒതുങ്ങാത്ത പ്രസാദം. സ്വസാമർത്ഥ്യത്തിലുള്ള സംതൃപ്തി. സ്വയം മതിപ്പ്. കുഞ്ഞുമോൻ ഇരുപതു പറഞ്ഞു. താൻ ഇരുപത്തിയഞ്ചും. എങ്ങനെയായാലും പത്തിരുപത്തിരണ്ടു കിട്ടും. പത്തേ അച്ഛനോടു പറഞ്ഞുള്ളൂ. അപ്പോൾ അതിന്റെ കണക്കു മതി. ബാക്കി സ്വന്തം. സ്വകാര്യം.

അപ്പൊ എന്തേ പറഞ്ഞേച്ചാൽ.

ഉണ്ണിനമ്പൂതിരി അച്ഛനെ നോക്കി. ആ മുഖം അലിയുന്നുണ്ട്.

അപ്പൊ എന്തേ പറഞ്ഞേച്ചാൽ ഈ പടിഞ്ഞാറ്റി വിക്കാം. എന്നാ ചികിത്സയ്ക്കുള്ളതും ആയി. ഈ കേസീന്നു രക്ഷപ്പെടേം ചെയ്യാം.

രക്ഷപ്പെടേ. എന്തിനാ രക്ഷപ്പെടണേ. എവടക്ക്യാ?

ഇച്ചാതപ്പൻ മഹനെ നോക്കി. ആ മുഖത്തെ വന്യഭാവം കണ്ടു ഭയന്നു കണ്ണടച്ചു.

അതല്യ. ഈ ഇടിഞ്ഞുപൊളിഞ്ഞ പടിഞ്ഞാറ്റി ബടെ നിറുത്തീട്ട് എന്താ ആവശ്യം? അതാ എനിക്കറിയാത്തെ. കൊല്ലാകൊല്ലം ചോർന്നൊലിച്ചു നശിക്ക്യന്നെ. അല്ലാണ്ടെ ഒരു കാര്യോം ഇല്യ. ന്ന്ട്ടൊ, കൊല്ലന്തോറും കിട്ടണത് ഇല്യാന്റ്യാവേം. ഇപ്പഴാച്ചാ ഇത്തിരി വല്ലതും കിട്ടും.

കുട്ടീ, ആരാ അവടെ? ഇത്തിരി വെള്ളംകൂടി.

ആ, അച്ഛന് എളക്കം തൊടങ്ങി. ഈ മർമത്തിൽ പിടിക്കണം. കൂട്ടത്തിൽ നല്ല കുട്ടിയാവേം വേണം. ഒരൊറ്റ വെടിക്കു രണ്ടു പക്ഷി. ശര്യാക്കാം.

അച്ഛനും നന്നെ ക്ഷീണംണ്ട്. വല്ല ടോണിക്കും മേടിച്ചു കഴിക്കാഞ്ഞാൽ.

ഉണ്ണിനമ്പൂതിരി ഒളിഞ്ഞുനോക്കി. അച്ഛൻ ശ്രദ്ധിക്കുന്നു.

ഇപ്പൊത്തന്നെ കാല്മ്മെ നീരണ്ട്. രക്തം ഇല്യാഞ്ഞിട്ടാ. ജനറൽ അനീമിയ. ഇത്തിരി അയൺ ടോണിക്ക് കഴിച്ചാ മതി. മൂന്നു മാസം. പിന്നെ ഇത്തിരി വൈറ്റമിൻ ക്യാപ്സൂൾസും. എന്റെ ഫ്രന്റാ ആ ആന്റണി. ഇപ്പോ മാറ്റം വന്ന സർജൻ. കേമനാ. ഫോറിൻ റിട്ടേൺഡ്. ഞാൻ കൊണ്ട്രാം. സാധാരണ അങ്ങനെ പൊറത്തേക്കു പോവില്ല. ആരായാലും ആശുപത്രീല് വരാൻ പറയും. പക്ഷേ, എന്നോടു പറയില്ല. എന്നെ ത്തിരി ബഹുമാനാ.

ജാതവേദൻ നമ്പൂതിരിക്ക് അത്ഭുതമായി. ബഹുമാനോ. ഒരു ഡോക്ടർക്ക് ഇയാളെ ബഹുമാനോ. എന്താ ഈ കേക്കണേ!

പിന്നെ അമ്മേടെ കാര്യം. ശ്ലി മുമ്പന്നെ വേണ്ടതാ. വല്ലാന്റെ മൂത്തേക്ക്ണൂ. എനിപ്പൊ കാര്യംണ്ടോന്നന്നെ നല്ല രൂപം ഇല്യ. സമയം തെറ്റ്യാപ്പിന്നെ എന്തു ചെയ്തിട്ടും കാര്യംല്യല്ലോ. അതാണ്. ഒക്കേം അതാതിന്റെ സമയത്തു വേണം. അതാ ശാസ്ത്രം.

ഉം.

മതി.

എനി മിണ്ടരുത്. വേണ്ട. ഈ മൂളൽ പ്രമാണമാക്കാം. എന്നിട്ട് പടിഞ്ഞാറ്റി മാളിക വിക്കാം. ഈ മൂളലാണാവശ്യം. മതി. ധാരാളായി.

ഉണ്ണിനമ്പൂരി എണീറ്റു. തളർന്നുകിടക്കുന്ന അച്ഛനെ പരമപുച്ഛത്തോടെ നോക്കി. പിന്നെ അടുക്കളയിലേക്കു കടന്നു അവിടെ, പാതി വെന്ത കൊപ്പക്കായക്കഷണം ഇലയിൽ വാരിയിട്ടു. ഒരുതരി ഉപ്പ് മീതേ തൂവി. കയ്ക്കിലക്കടലാസ് നീർത്തി പൊതിഞ്ഞു. ചെറുചൂടു വകവയ്ക്കാതെ മടിയിൽത്തിരുകി. വടക്കോറത്തുകൂടി പുറത്തേക്കു കടന്നു.

## ഇരുപത്തിയൊന്ന്

പ്രഭാതം നല്ലേടത്തുമനയ്ക്കലുമെത്തി. ഭൗമികകാര്യങ്ങളിൽ ഒരു താല്പര്യവുമില്ലാതെ. അവിടെ ജനനമരണങ്ങൾ നടക്കുന്നു. കൊലപാതകവും ആത്മഹത്യയും ഏറുന്നു. പട്ടിണിയും അജീർണവവും സംഭവിക്കുന്നു

സവിതാവിന് അതൊന്നും പ്രശ്നമല്ല. പ്രകാശിക്കുക. സദാ പ്രകാശിക്കുക. ഒരുപക്ഷേ, നിരന്തരപ്രകാശഫലമായി സർവ്വോർജവും ക്ഷയിച്ച് ഒരുനാൾ ഒരുപിടി ചാരമായി മാറിയേക്കാം. ഒരു കഷണം കരിക്കട്ടയായേക്കാം. ഏതായാലും അതേ വരെ കത്തിയെരിയുക എന്ന ധർമ

പരിപാലനം മാത്രം. ആരെന്തും പറഞ്ഞോട്ടെ. അതിനിടയിൽ ഭൂമിചലനം മറന്നോട്ടെ. സ്വകർമ്മം ജ്വലനമാകുന്നു. അതിനാൽ ജ്വലിക്കുന്നു.

സ്വകർമ്മം ജീവിതമാകുന്നു. അതിനാൽ ജീവിക്കുന്നു.

മുഖക്കണ്ണാടി നോക്കി ചന്തം ചാർത്തുന്ന ആര്യക്കുട്ടി സ്വയം പറഞ്ഞു. ജീവി ക്കുക എന്നതാണ് ജീവികളുടെ ധർമ്മം. അതാണു കാര്യം. ആ ജീവിതം സുഖമാവാൻ അധികാരമാണ്ടവർ അപ്പപ്പോൾ ഉണ്ടാക്കിയവയാണ് ഇക്കാണുന്ന നീതി ശാസ്ത്രമൊക്കേയും. അധികാരത്തിന്റെ നിത്യത യ്ക്കുതകുന്ന നീതിനിയമങ്ങൾ. വേദവേദാന്തങ്ങൾ. അതു മാത്രം. ഒക്കെ ജീവിതത്തെ രക്ഷിക്കാൻ. അധികാരിവർഗ ത്തിന്റെ സംരക്ഷണാർത്ഥം. അതുകൊണ്ട്, ജീവിക്കുക. മരിച്ചാൽ കീർത്തിയും അപകീർത്തിയും ഒന്നുമില്ല. ജീവിച്ചിരിക്കെ ഇവ രണ്ടും നിഷ്പ്രയോജനവും.

നീയെങ്കടാ.

ഇപ്പോഴും ഏടത്തിമാര് നാലുകെട്ടിന്റെ ഇരുട്ടിൽ പതുങ്ങുന്നു. സ്വസ്വമുഖം ഒളിപ്പിക്കുന്നു. അന്യോന്യം കാണാൻ ഭയപ്പെടുന്നു.

ഞാനൊന്നു പൊറത്തെറങ്ങിവരാം.

എങ്ങടാ. അച്ഛന്—

അച്ഛനെന്താ. ഒന്നൂല്യ. ഞാൻ പണിക്കു പോയേനാ അച്ഛൻ വെഷം തന്നേ. ഒന്വല്ല. വെറുതെ പറേണേ. ജീവിക്കാൻ മാർഗംല്യാ തോന്നി. മരിക്കാൻ പേടീണ്ടേനും. ഇപ്പൊ ഒക്കെക്കൂടി ഒന്നിച്ചായാ ഒരു ധൈര്യം കീട്ടൂലോ. ഇല്ലം അങ്ങനെ ചാവല്യേ. കൂട്ട്ണ്ടല്ലോ. അതിന്റെ ധൈര്യം. വെഷം മേടിച്ചുകൊടുത്തു. ആരും ചത്തില്ല. അതിനിങ്ങനെ ചൂളിപ്പിടി ച്ചിരിക്കണോ. എത്ര ദിവസായി. എല്ലാവരും ഓരോരോ മുക്കിലു പതുങ്ങിരിക്ക്യാ. എന്തിനാ.

എന്തിനാ?

ആർക്കും അറീല്യ. അതങ്ങനെ സംഭവിക്കുന്നു. എന്താവോ?

ഞാനെന്തായാലും ഇങ്ങനെ ചൂളിപ്പിടിച്ചിരിക്കാൻ ല്യ. എന്തായാലും അച്ഛന് അലോഗ്യം. കൊല്ലാനും നോക്കി. ഇപ്പൊ മിണ്ടാട്ടോം ഇല്യ. ഇബ്ട്ത്തെ എല്ലാ ദുരിതത്തിനും ഞാനാ കാരണം ന്നാ നാട്യം. ആയി ക്കോട്ടെ. പാപം ഇത്തിരീം കൂടി ആവട്ടെ. ആ ബീഡിക്കമ്പനീല്ക്ക് ഒരു ജോലി തരാംന്ന് പറഞ്ഞ്ണ്ട്. ഇന്ന് ഒന്നു പോയി നോക്കണം. ഏതായാലും കൂലിപ്പണിക്കു പോയീന്നല്ലേ. ഒരു കുറ്റം. പണീട്ത്തു ജീവിച്ചൂന്ന് ഒരു കുറ്റാച്ചാ ആയ്ക്കോട്ടെ.

ഇതിനെന്തേ ഇത്രയ്ക്കു പറയാറായേ. മിണ്ടാതെ, ഇല്ലത്തെ പണി യൊക്കെ ഓടിയോടി ചെയ്തു സദാ ചിരിച്ചുനടക്കണ ആര്യക്കുട്ടിക്ക് എങ്ങനെ ഇത്ര പറയാറായേ. മാത്രല്ല. ഇതൊക്കെ താനും ആലോചി ക്കണതാണേനും. പക്ഷേ, ആലോചന മാത്രം. പ്രവർത്തിക്കാൻ ധൈര്യം ഇല്യ. ജോലിക്കു പോയാലോന്ന് ആലോചിക്കും. ജോലി കിട്ടാൻ ണ്ടേനും. കാശും കിട്ടും. പക്ഷേ, പോവാൻ ധൈര്യം ഇല്യ.

ഏടത്തീം ണ്ടോ?

ണ്ടേ! ആര്യക്കുട്ടിക്കു തന്റെ മനോരാജ്യം മനസ്സിലായോ.

ണ്ടെങ്കിൽ പോന്നോളൂ. ഞാൻ പറയാം. അവടെ എനീം രണ്ടുമൂന്നാൾക്ക് ജോലീണ്ടാവും. ഞാമ്പറയാച്ചാ വല്യേടത്തീം ദേവ്യേടത്തീം പോന്നോട്ടെ.

നമ്മള് നാലാളും പണിക്കു പോയാ അന്തസ്സായി കഴിയാം. ബീഡി തെര്ക്കല്ലെ. വല്യെ അദ്ധ്വാനോം ഇല്യ. ഏട്ടന്റെ ബീഡിവലീം കഴീം. ഇണ്ടങ്കി പൊറപ്പെട്ടോളൂ.

ഏട്ടനെന്നു കേട്ടപ്പോൾത്തന്നെ ഗൗരി എണീറ്റു. മേലെവിടെയോ ഒച്ചിരിക്കുന്ന പോലെ. ആത്മാവിൽ കഫക്കട്ടവീണ അനുഭവം. വയ്യ. തൊണ്ട പെരുക്കുന്നു.

ഞാൻ വരാം. അച്ഛന്—

ഒന്നൂല്യ. അച്ഛന് ഇത്തിരി ദിവസം വെഷമം ണ്ടാവും. പിന്നെ അതൂല്യാന്റാവും. ഏതായാലും കൂലിപ്പണിക്കു പോണ വിഷമംണ്ടാവില്യ. ബീഡി തെര്ക്കാനല്ലേ. ബീഡിക്കമ്പന്യാണ്. കമ്പനിപ്പണിക്ക് ആഢ്യത്തംണ്ടല്ലൊ.

ന്നാ ഞാനും വരാം.

ഗൗരി പുറപ്പെട്ടു.

ഇബടെ ഇല്ലത്തെന്തു ചെയ്യാനാ. രണ്ടു നേരം ത്തിരീശ വെച്ചുവിളമ്പണം. അതും ല്യാണ്ടാവായി. അതിനുമുമ്പ് എന്തെങ്കിലും ഒരു പണ്യായാൽ രണ്ടു നേരം ഊണുകഴിച്ചു കെടക്കാലോ.

അതും ല്യാണ്ടാവും. അച്ഛന്റെ കാലം കഴിഞ്ഞാൽ ഇബടെ കെടക്കാനും സമ്മതിക്കുംന്ന് തോന്ന്ണില്യ. അപ്പഴയ്ക്കും ഒരു വഴീണ്ടായാൽ.

പൊവ്വാ. ആര്യക്കുട്ടി തിടുക്കംകൂട്ടി.

ഏടത്തീംകൂടെ വിളിക്കണോ?

നമക്കെല്ലാർക്കുംകൂടി പൊറപ്പെടാം. അവടെ ഇരുന്ന് പണ്യെണംന്നില്യ. പൊകലേം എലേം തരും. ബടെ ഇരുന്ന് ബീഡി തെരുത്ത് കൊണ്ട് കൊടുത്താലും മതി. ആദ്യം വെശാക്കാൻ പത്തൂസം അങ്കട് പോയാ മതി.

ന്നാ ഏടത്തീം വിളിക്കാം.

മഹളേര് മൂന്നാളും ഒരുമിച്ചു പടികടന്നു പോകുന്നത് ജാതവേദൻ നമ്പൂതിരി പ്പാട് കണ്ടു.

എന്തിനാവോ?

എന്തിനായാലും വിരോധം ല്യ. കൂലിപ്പണിക്കായാലും കമ്പനിപ്പണിക്കായാലും ഒന്നൂല്യ. നി അതല്ല, അതിലും അപ്പുറം—

അതിലും അപ്പുറം നിരീക്കരുതല്ലോ. അതും സ്വന്തം മക്കൾ!

മഹാദേവ! തേവരേ! നീം വലയ്ക്കരുതേ.

അവരു കുട്ട്യോളാണ്. മരിക്കാൻ മോഹം ണ്ടാവില്യ. ജീവിക്കണംന്നന്യാ തന്റേം മോഹം.

എന്നാലും—

കുട്ട്യേ, കുട്ടീ. ആരൂല്യെ അബടെ?

ന്നാലും മഹളേര് എവടേക്കാ പോയെന്നറിയാൻ ജാതവേദൻ നമ്പൂതിരിപ്പാടിനു തിടുക്കായി. കുട്ടിക്ക് അറ്യേരിക്കും. അകത്ത്ള്ളാളോട് ചോദിച്ചിട്ട് കാര്യം ഇല്യ. ഇതൊന്നും അറീണ്ടാവില്യ. അതങ്ങനെ കണ്ണും മിഴിച്ചിരിക്കും. ഉണ്ണാൻ വിളിച്ചാ വരും. അത് കഴിഞ്ഞാ കെടക്കും. എടയ്ക്കെടയ്ക്കു തന്റെ പായെടെ അടുത്തു വന്നുനോക്കും. എന്നിട്ടു തിരിച്ചുപോകും. ചിലപ്പോൾ ധാരമുറിയാതെ കരയും. ഒന്നും മിണ്ടില്യ. എന്താവോ. ബുദ്ധിക്കന്നെ ഒരു പന്തീല്യായയണ്ട്ന്നാ തോന്നണേ.

ഇച്ച്മമാര് എങ്കടാ പോയേ കുട്ട്യേ?

ബീഡീണ്ടാക്കാനാത്രെ.

അതിനറിയാം. എട്ടണ്ണത്തിന്റെ ഇടയില് ഒരു തരി. ഒരുപൊട്ട്. ഈ കൂമ്പെങ്കിലും വളർന്നു വലുതാവണേ!

മുത്തശ്ശനറിഞ്ഞില്ലേ!

അറിഞ്ഞു. ന്നാലും ചോയ്ച്ചൂന്നേള്ളൂ. പറഞ്ഞേരിക്കും. ന്നാലും മറക്കും. കുട്ട്യോള് പറഞ്ഞ്ണ്ടാവും. പറയാതെ പൊറപ്പെട്ല്യ. അപ്പൊ പറഞ്ഞ്ണ്ടാവും. പക്ഷേ, മറവി. മറന്നു കുട്ട്യേ. ഇപ്പൊ മുത്തശ്ശൻ ഒക്കെ മറക്കാ.

പരിക്ഷീണനായ നമ്പൂതിരിപ്പാട് തഴപ്പായയിൽ ചുരുണ്ടു.

കുട്ട്യേ. നിന്നോടും പൊളിപറയാറായീലോ. മുത്തശ്ശനു ഒരു മറവീം ല്യ. അതാ കഷ്ടം. ഒന്നും മറക്കാൻ പറ്റ്ണില്യ. അതാ കഷ്ടം.

നെണക്ക് സ്കൂളില് പോണ്ടേ.

പോണം.

പിന്നെന്താ നിക്കണേ?

ഒന്നൂല്യ.

എന്നാച്ചാ പറഞ്ഞോ.

സ്കൂളില് ഉച്ചയ്ക്ക് ഉപ്പുമാവ്ണ്ട്. അത് കഴിക്കട്ടേ ചോയ്ക്കാൻ പറഞ്ഞൂ, അമ്മ.

ഹമ്മേ!

മതി. കേട്ടതു മതി.

ചെറുമക്കുട്ട്യോളടെ എടേല്. തിക്കിത്തിരക്കി കല്ലും മണ്ണും നിറഞ്ഞ ഒരു കുന്തിറവ.

പാളവെച്ച്.

മുണ്ടു വിരിച്ച്.

ഇച്ചിലിലയിൽ.

വെറും നിലത്ത്.

സർവാണി.

വേഗം തിന്ന് എണീറ്റോടടാ.

അശ്രീകരങ്ങള്.

ഇബറ്റ്യൊക്കെ മനുഷ്യക്കുട്ട്യോളന്ന്യ?

കുട്ടീ!

ന്നോടൊന്നും ചോയ്ക്കണ്ട. ഒന്നും പറേം വേണ്ട. എന്താച്ചാ ചെയ്തോ.

ഞാങ്കഴിക്ക്ണില്യ. ഉച്ചയ്ക്കത്ര വെശപ്പൊന്നൂല്യ.

ഹമ്മേ!

അതിനു തന്റേടംണ്ട്.

ആയുസ്സും കൊടുക്കണേ!

മറ്റൊന്നും പ്രാർത്ഥിക്കാനില്ല. മോഹങ്ങളില്ല. മോഹിക്കാനും പ്രാർത്ഥിക്കാനുംള്ള ആശകൂടി ഇല്ലാതായി. നാളയെപ്പറ്റി ഒന്നും ആഗ്രഹിക്കാനില്ല. ഇന്നുതന്നെ നാളെ. അതുതന്നെ മറ്റന്നാളും. എന്നും. എന്തൊക്കെയായാലും ഇന്നുകൾ നാളെയാവും. നാളെകൾ ഇന്നലെയുമാവും. അതാണൊരാശ്വാസം. ദിവസം നീങ്ങുമല്ലോ. അങ്ങനെ കുറെ കഴിയുമ്പോൾ ആയുസ്സും കഴിയും. അതിലധികം ഒന്നുമില്ല. പക്ഷേ, ഈ കുട്ടി, ഇതെങ്കിലും ആയുസ്സോടെ ഇരിക്കണേന്ന് ഇപ്പോൾ പ്രാർത്ഥിക്കാൻ തോന്നി. എല്ലാ ആയുസ്സും

ഒടുങ്ങണേ എന്നു പ്രാർത്ഥിച്ചതാണ്. ആവും പോലെ പ്രവർത്തിച്ചതുമാണ്. എന്നിട്ട്, ഇപ്പോൾ ഈ കുട്ടിക്കെങ്കിലും ആയുസ്സുണ്ടാവണേ എന്നു പ്രാർത്ഥിക്കുന്നു. സമസ്തമോഹങ്ങളും ഈ കൊച്ചുകുരുന്നിൽ ആവാഹിച്ചു സമർപ്പിക്കുന്നു. നിറവേറാത്ത ആഗ്രഹങ്ങളൊക്കെ അശരീരികളായി ഈ കുട്ടിയിൽ ഒന്നു ചേർന്നു വലുതാവും. ഇച്ഛയാവും. ആ മഹത്തായ ഇച്ഛാ ശക്തിയിൽ നല്ലേടത്തുമനയുടെ പുനർജന്മം സാധിക്കും.

അതൊന്നേയുള്ളൂ ആശ.

മറ്റൊക്കെ നിരാശമാത്രം.

അഥവാ നല്ലേടത്തുമനയും അതിന്റെ സർവ ആഗ്രഹങ്ങളും ഈ ഭൂമുഖത്തു നിന്നുതന്നെ തുടച്ചുനീക്കപ്പെട്ടാലെന്താണ്? ഒന്നുമില്ല. പ്രളയാന്ത്യംവരെ ഈ ഇല്ലവും അതിന്റെ സന്തതിപരമ്പരകളും ഉണ്ടാവണം എന്നത് അതിമോഹം മാത്രം. ഉണ്ടായാലും പോരാ, അവരൊക്കെ നാടിന്റെ അധികാരം ഏല്ക്കണം എന്നത് അതിലും അതിമോഹം. ചിലപ്പോൾ ചില കണ്ണികൾ ദുർബലമായേക്കാം. ചിലതു പൊട്ടിപ്പോയേക്കാം. അതിലിത്രയ്ക്കു ചിന്തിക്കാനെന്തിരിക്കുന്നു?

മരണത്തെ മുഖാമുഖം കണ്ട് വെറും ദുരിതമായി ജീവിതം നീളുന്ന ജാത വേദൻ നമ്പൂതിരിപ്പാട് എന്തിനോവേണ്ടി വീണ്ടും ആശിച്ചു. ആശിക്കാവുന്ന ഒന്നും അവശേഷിച്ചിട്ടില്ല എന്നറിഞ്ഞിട്ടും ആശിക്കുന്നു. ആശിക്കാൻവേണ്ടി മാത്രം ആശിക്കുന്നു. അതാവാം ജീവശ്ശക്തി. പ്രാണൻ. ആ പ്രാണനും ഒടുങ്ങാനായി ജാതവേദൻ നമ്പൂതിരിപ്പാട് കാത്തിരുന്നു.

## ഇരുപത്തിരണ്ട്

**പു**റത്തളം ഇരുളടഞ്ഞു. വാതിലുകൾ ബന്ധിച്ച് വായു കടക്കാതെ വിഴിപ്പു ഗന്ധം മുറ്റിനിന്നു. കുഴമ്പും തൈലവും ചേർന്നിഴുകി കാറ്റും വെളിച്ചവും നിഷേധിച്ച് വിയർപ്പും മൂത്രവും നാറി ഇഴപൊടിഞ്ഞ തഴപ്പായയിൽ ജാത വേദൻ നമ്പൂതിരിപ്പാട് സദാ ചുരുണ്ടു. എണ്ണചേർന്ന് പഞ്ഞിയമർന്ന തല യിണ പാള പൊതിഞ്ഞ് ഈടുവരുത്തി. മെഴുക്കു മോഹിച്ചെത്തിയ നൊയമ്പും നെയ്യുറുമ്പും പുറത്തളം നിറഞ്ഞു. അരയ്ക്കുമീതെ നീർത്തിയിട്ട ഇരുണ്ട തോർത്ത് നഗ്നത മറയ്ക്കുന്ന സത്യം മാത്രമായി. സദാ ഇരുളിൽ കിടന്നുകിടന്ന് ജാതവേദൻ നമ്പൂതിരിപ്പാടിന് ഇരുട്ടിലും ദർശനശക്തി കൈവന്നു. ചെകിടോർമ്മ ഇരട്ടിച്ചു. അകത്തും പുറത്തും ഉണ്ടാകുന്ന ചെറു ചലനങ്ങൾ അദ്ദേഹം ഒപ്പിയെടുത്തു. വേണ്ടാത്ത അർത്ഥവ്യാഖ്യാനങ്ങൾ നൽകി. പോരായ്മ തോന്നുമ്പോൾ കുട്ടികളെ വിളിച്ചു.

അതെന്താ ഒരു ശബ്ദം?

ഒന്നൂല്യ.

ഒന്നൂല്യേ?

അമ്മാമൻ ബീഡി കത്തിക്ക്യാവും.

ഇച്ചമ്മ ബീഡി തെരുക്കാവും.

പിന്നെ–

അത്; ആരാവോ

സുഷമക്കുട്ടിയൊഴിച്ചെല്ലാവരും മുത്തശ്ശൻ പറഞ്ഞതുതന്നെ പറഞ്ഞു.

ആരാ!

ആരാ.

അമ്മാമനാ!

അമ്മാമനാ.

ഇച്ചമ്മ!

ഇച്ചമ്മ.

സുഷമക്കുട്ടി മാത്രം ഒന്നും കേട്ടില്ല. കേട്ടത് മുത്തശ്ശന്റെ ആവലാതി മാത്രം.

ചിന്നനാ.

ചിന്നന്റെ ഓദ്രാ

ചെലപ്പൊ ആറുമാസം മുമ്പേ തൊടങ്ങുംന്നാ പറേണേ.

പക്ഷേ, ഒരു പത്രോം ഇല്യാത്ത ജാതവേദൻ നമ്പൂതിരി സദാ പുറത്തളത്തിൽ കിടന്നു. ഭക്ഷണം അവിടെ കഴിച്ചു.

നിയ്ക്കിനി ശാന്തി പറ്റും തോന്ന്ണില്യ. നേരാനേരത്തിന് എണീക്കണ്ടെ. വയ്യാണ്ടായി. ഉണ്ണിക്ക് പറ്റും ച്ചാ–

തീരെ കിടപ്പാവും മുമ്പ് അദ്ദേഹം പറഞ്ഞു.

ശാന്ത്യോ, നന്നായി! ഞാൻ ശാന്തിക്കു പോവേ! ഒന്നാന്തരായി. ന്ന്ട്ട് ബടെ ആരും ചോറുണ്ണ്ണ്ടാവില്യ. അച്ഛനു പ്രാന്താ. ഞാനാച്ചാ യുക്തിവാദികളുടെ പ്രസിഡന്റാ. ഈ നാട്ടിലെ നിരീശ്വരവാദികളുടെ അനിഷേധ്യനേതാവും ഞാൻ തന്ന്യാണ്. ഭൗതീകവാദത്തിന്റെ അത്യാവശ്യത്തെപ്പറ്റി പഠിപ്പിക്കുന്ന ഞാൻ കല്ല് കഴുകാൻ നടക്കേ ണ്ടാവില്യ. അച്ഛനെന്തിന്റെ കേടാ.

വെശപ്പിന്റെ!

യുക്തിവാദ്യല്ലങ്കിലും മുമ്പാച്ചാ നല്ലേടത്തു നമ്പൂര്യോട് ആരും ശാന്തി ചെയ്യാൻ പറേല്യ. ധൈര്യം ണ്ടാവില്ല. പടീമ്മേ പലകേം വാളും പരിചേംള്ള ആഢ്യമ്മാര്. ശാന്തിക്കു പോവേ നന്നായി. ക്രിയാസ്ഥാനംതന്നെ മേടിക്കില്ല. ന്ന്ട്ടല്ലേ.

ഇപ്പൊ–

മാസാമാസം നൂറുനൂറ്റമ്പതു ക. കിട്ടണതാ. അതങ്കട് വേണ്ടാക്കാൻ എളുപ്പം കഴീം. പിന്നെ വേണം തോന്ന്യാൽ.

നൂറ്റമ്പതു റുപ്യേ! ഹും!

അതോണ്ടാ ബടെ കൊറേക്കാലം വാട്ടവെള്ളങ്കിലും കഴിച്ചുകെടന്നേ. അതറ്യോ.

ന്നാ കുട്ട്യോളെ ഒന്നിനെ പഠിപ്പിക്കാ. കൊറേല്യെ ബടെ. ആറേഴെണ്ണം ണ്ട്. അച്ഛനോ ഒരു പണീംല്യേനും. കുട്ടനേം അപ്പൂനേം വിളിച്ചിരുത്താം. മറ്റോറ്റേംപഠിച്ചോട്ടെ.

അച്ഛൻ പറയണതു ശര്യാ. ശാന്തിയെങ്കിൽ അത്. ബ്റ്റ ചെലപ്പൊ അരിക്കാശ്ണ്ടാക്കീന്ന് വരും. ന്നാ, താൻ തെണ്ടിക്കാതെ കഴീം. അല്ലെങ്കിൽ, ഇല്ലം മുഴുവൻ പട്ടിണികെടന്നാ–

ഒന്നൂണ്ടായിട്ടല്യ.

ഇപ്പൊ ബീഡി തെറുത്ത് ത്തിരി കാശ് ണ്ടാവ്ണ്ട്, ആര്യേം മറ്റോരും കൂടി. അവര് ഇല്ലത്തെ ശാപ്പാട് നോക്കിക്കോളും. പിള്ളേരക്ക് ശാന്തി തരായാ മാസാമാസം പത്തു നൂറു ക. തരാക്കാം. വിടണ്ട.

അതിനവരടെ ഓന്ന്യോം ചെമാർത്തോം കഴിഞ്ഞിട്ടില്യ.

അതൊന്നും സാരംല്യ. ഒരൂസം ഒക്കേറ്റനേം പിടിച്ച് പൂണുല് ഇടീക്കാം. ആ ഓയ്ക്കനേം വിളിക്കാം. ആരെ ഒക്കെച്ചാ അവര്യോക്കെ. ഒരൂസത്തെ ക്രിയമാത്രം. ഒക്കേറ്റനേം പിടിച്ച് നമ്പൂര്യാക്കാം.

അതൊക്കെ അത്ര എളുപ്പല്ലാന്നറീല്യേ

അതിനുംകൂടീട്ടാ ഞാൻ പറേണേ ഈ പടിഞ്ഞാറ്റി വിക്കാംന്ന്. അപ്പൊ സമ്മതായില്ല. ഇപ്പഴും സമ്മതം ല്യാച്ചാ ഞാനെന്താ ചെയ്കാ. രണ്ടു പ്രാവശ്യം ഞാനയാളെ കൊണ്ടുവന്നതാ, രണ്ടു പ്രാവശ്യോം അച്ഛൻ സമ്മതിച്ചില്ല. ഇപ്പൊ എനി വിക്കാന്റെ പറ്റില്യാന്നായീക്ക്ണൂ.

ഉം?

ആ കേസ്! അതിന് ഇപ്പൊത്തന്നെ കൊറെ ചെലവായി. ഒക്കെ പഞ്ചായത്തുപ്രസിഡന്റിന്റെ കൈയീന്നാ. ഞാൻ പറഞ്ഞതോണ്ട് നിക്കാ. നീം വേണം ച്ചാൽ–

ജാതവേദൻ നമ്പൂതിരിപ്പാട് തളർന്നു. താൻ വെഷം കൊടുത്തു കൊല്ലാൻ ശ്രമിച്ച കഥയാണ് മഹൻ പറയുന്നത്.

ഈശ്വരാ!

ഈ മർമം.

ഒരു കേസൂല്യ. അതിന് ഇല്ലം വിക്കണ്ട.

ങേ! ആരാത്. ആരാ?

ആരുടെ ശബ്ദാ അത്. അശരീരിയായി. അനുഗ്രഹിയായി. ആരടെ ആയാലും കേസില്യാന്നല്ലെ പറഞ്ഞേ. ഈശ്വരോ രക്ഷ. കേസൊന്നൂല്യ. അതൊക്കെ അപ്പഴേ തീർന്നു.

ആര്യക്കുട്ട്യാ അത്. എന്താ നിണക്കിവിടെ കാര്യം.

കേസില്യാന്നോ. ആരാ പറഞ്ഞേ.

ഞാനന്വേഷിച്ചു.

മിണ്ടാണ്ടിരുന്നോ അബടെ. നീയൊരുത്ത്യാ കാരണം ഇതിനൊക്കെ. ഈ കേസുണ്ടാവാൻതന്നെ. നിന്നെ പേടിച്ചാ അച്ഛൻ വെഷം കഴിച്ചേ. ന്ന്ട്ട്പ്പൊ ഇതിന്റേടേല്----

എന്തിനാ ഏട്ടൻ ഇങ്ങനെ അച്ഛനെ പറഞ്ഞു പറ്റിക്കണേ. ഒരു കേസൂല്യ. ഞാനന്വേഷിച്ചു. കേസ് ഫയലാക്കീട്ടന്നേല്യ. ന്ന്ട്ട് പറഞ്ഞു പറ്റിക്യേം കഷ്ടംണ്ട്.

ഛീ! മിണ്ടാണ്ടിരിക്ക്ണ്ടോ അബടെ. ഒരു കാര്യസ്ഥക്കാരി. നെണക്ക് ഇബ്ടെ എന്താ കാര്യം. ഞാൻ വിക്കേ വിക്കാതിരിക്കേ ചെയ്യും. അതിന് നെണക്കെന്താ.

ഇത് എന്റെ ഇല്ലാ.

എന്റേം ഇല്ലം ഇതന്ന്യാ. ഏട്ടനാച്ചാ ഭാഗം മേടിച്ചു. ഞാനതൂല്യ. എനിക്കാ ബടെ കൂടുതലവകാശം.

ആര്യേ, നീയ്ക്ക്ട് പോര്ണ്ണ്ടോ.

ഇല്യ പറേണ്ട പറേണ്ടാന്നു വിചാരിക്കുമ്പൊ പിന്നേം പറേപ്പിക്കും. അച്ഛനെന്നെ കണ്ടൂടാ. ന്നാലും ഞങ്ങള് ഓന്യത്തിന് എന്നാച്ചാ ചെലവ് നടത്തിക്കോളാം.

അതിന് ഇല്ലം വിക്കണ്ട.

ഥല്ലി പൊറത്താക്കാഞ്ഞിട്ടാ. വേളികഴിച്ച നമ്പൂരി വേണ്ടാച്ചു. തറവാടൂല്യ. എങ്ങനാ നേര്യാവണേ. ഇതല്ലേ ജാതി. വായിലെ നാവ് കേട്ടാ ചെവീന്ന് കൈയെടുക്കാൻ തോന്ന്ല്ല. അത്ര വിശേഷാ. ന്ന്ട്ടോ. ഇബടെ കഴിഞ്ഞോട്ടേന്ന് വെച്ചപ്പൊ മെക്കട്ടു കേറാന്തൊടങ്ങി. അശ്രീകരങ്ങള്. ഞാൻ ദ് പൊളിച്ചു വിക്കും. നിങ്ങക്കെന്താ. നിങ്ങടെ തറവാടൊന്നൂല്ലലോ. ഓരോന്നു വന്നേക്ക്ണൂ, ഗുണദോഷിക്കാൻ. ഇപ്പൊ ത്തിരി നക്കാപ്പിച്ച കിട്ട്ണ്ട്, ആ ബീഡിക്കമ്പനീന്ന്. അതിന്റെ ഊറ്റാ.

ഉണ്ണീ.

അച്ഛൻനമ്പൂതിരി സഹികെട്ടു വിളിച്ചു. പക്ഷേ, മഹൻ ശകാരം തുടർന്നു:

ആ കുഞ്ഞുകുട്ടനാ ഇതിനൊക്കെ കാരണം. അയാൾക്ക് ഞാനൊന്നു കൊടുത്ത്ണ്ട്. മത്യായില്യ. ഒന്നുംകൂടെ കൊടുക്കണം. ചെറ്റ. സാഹിത്യാത്രെ. കള്ളുകുടിയൻ. തെമ്മാടി. പ്രാന്തൻ. ഖാണട്ടൊ ഞാൻ.

കുട്ടീ. ആരാ അബടെ? ആ വാതിലൊന്നടയ്ക്കാ.

ജാതവേദൻ നമ്പൂതിരി മഹന്റെ പ്രസംഗം നിറുത്താനാവാതെ കിടന്നുരുണ്ടു ശപിച്ചു. പറഞ്ഞാ കേക്കുന്ന ആരെങ്കിലും ഉണ്ടായെങ്കിലെന്നാശിച്ചു.

അച്ഛനെന്താ വേണ്ടേ. ഞങ്ങള് പറഞ്ഞാ സമ്മതാവില്യലൊ. ന്നാലും പറയാന്ന് മാത്രേള്ളൂ. ഇബടെ പട്ടിണീല്യാന്റെ കഴ്യാള്ളത് ഞങ്ങൾക്ക് കിട്ട്ണ്ട്. എന്നാച്ചാ ഓന്യം നിശ്ചയിച്ചോളൂ. ഏട്ടൻ എന്താച്ചാ പറഞ്ഞോട്ടെ.

ഏട്ടൻ.

ഏട്ടൻ എന്നു പറയുമ്പോഴേക്കും ആ വാക്ക് ഉച്ചരിക്കും മുമ്പെ ആര്യക്കുട്ടീടെ വായ പിത്തനീരു നിറഞ്ഞു. മനംമറിഞ്ഞു. ഹാവൂ.

എനിക്കൊരു വിരോധോം ഇല്യ. കീഴ്ക്കടെ കേക്കാത്തത് കേക്കുമ്പൊ ഓരോന്നങ്ങനെ നിരീച്ചൂന്നേള്ളു.

ജാതവേദൻ നമ്പൂരിക്ക് മഹളെ വിളിച്ച് നല്ലതു വല്ലതും പറയണം എന്നു തോന്നി. പക്ഷേ, വാക്കുകൾ തടഞ്ഞു. എനിയിപ്പൊ ഇത്ര പെട്ടെന്ന് അവരോട് ഇഷ്ടമാവാൻ മടി തോന്നി. അഭിമാനക്ഷയംപോലെ. എങ്ങന്യാ അത്.

എന്താച്ചാ പറയാണ്ടെ പറ്റില്യ. ആ കുഞ്ഞുമോനാപ്ല നാളെ വരും.

ആ വെഷം മുഴുവൻ ഇയാൾക്കു കൊടുത്തില്യലൊ. മറ്റെല്ലാവർക്കും പങ്കുവെച്ചു. താനും കഴിച്ചു. ആരും ചത്തില്ല. അതൊറ്റയ്ക്ക് ഇതിനു കൊടുത്തൂച്ചാ നന്നായേനേ.

തേവരേ!

ഒരൊറ്റ മഹനേള്ളൂ

ഇപ്പൊ കൊടക്ക്ണില്യ.

ഹില്ല! പിന്നെപ്പഴാ. ഇപ്പൊ കൊടക്ക്ണില്യാത്രെ. പുന്നാരമോള് ഒന്നു വന്നു കൊഴഞ്ഞപ്പോ ആ പങ്കായി. പ്പൊ ത്തിരി നക്കാപ്പിച്ച കൊണ്ടു വര്ണ്ട്ലോ. പക്ഷേ, ദോണ്ടായില്ല. പോലീസും ജയിലും ആവ്മ്പഴേ അറിയൂ. അപ്പഴേ നേരാമ്പോണം തോന്നൂ. ഇപ്പൊ ത്തിരി ചോറ് തിന്നണ ഊക്കാ. ഞാമ്പറഞ്ഞില്ലാന്ന് വേണ്ട. എനിക്കിത്തിരി കാശു കിട്ട്യേ തീരൂ. ഇതില്ലെങ്കി, ഞാനാ പറമ്പു വിക്കും. പിന്നെ പറഞ്ഞിട്ട് കാര്യം ല്യ.

പറമ്പോ,

ആ എന്റെ ഭാഗത്തിലേയ്. അച്ഛനോടു ചോയ്ക്കണം ന്നൊന്നൂല്യ. ന്നാലും ചോയ്ച്ചൂന്നേള്ളു. ന്ന്ട്ട്, മ്മറത്തന്നെ മാപ്ലക്കുടി വന്നൂലോന്ന് പറഞ്ഞട്ട് കാര്യംല്യ. അവരവടെ മീനും എറച്ചീം വെക്കും. കള്ളും കുടിക്കും.

ആവാം. എന്താച്ചാ ആവാം. പിന്നെ നിങ്ങളൊന്നും ബടെ താമസിക്കരുത്. എവട്യാച്ചാ പൊക്കോ. മനസ്സിലായോ.

ഉണ്ണിനമ്പൂരി ഒന്നു പരുങ്ങി. കാര്യം വഷളാവോ. നിയമപ്രകാരം തനിക്കിവിടെ അവകാശം ല്യ. ഭാഗംതന്ന്ണ്ട്. അതൊക്കെ കഴിഞ്ഞു. ഈ കഷണം മൈനർമാരടെ വീതാണ്.

ഓഹോ! എപ്പഴാച്ചാ പോവാം. അതിനാ വെഷമം. ഞാൻ ബടെ നിങ്ങക്കൊരു താങ്ങാവട്ടെച്ച്ട്ട് നിക്കാ. അല്ലെങ്കി എനിക്കെന്താ. എവടെ ച്ചെന്നാലും ജോലീം കിട്ടും. ജീവിക്കാള്ള വഹേം കിട്ടും.

ന്നാ ങ്കട് പൂവ്വർതേ.

ദേവീ.

ഏട്ടൻ പ്പൊ ദ്ന് ഏടത്ത്യേം വിളിച്ച് പോവൊന്നും വേണ്ട.

ഉണ്ണിനമ്പൂരിക്ക് ആശ്വാസമായി. ഒരാളെങ്കിലും പോണ്ടാന്നു പറഞ്ഞില്ലെങ്കിൽ- പറഞ്ഞൂലോ. ന്നാലും ഒന്നുകൂടി വാശിപിടിച്ചുനോക്കാം. ഇത്തിരീംകൂടി.

ദേവീ- ഇങ്ങട് വര്ണ്ടോ.

ഒന്നുകൂടി ഉശിരിൽ വിളിക്കണ്ടതായിരുന്നു. ഒരുത്സാഹോം തോന്ന്ണില്യ.

ഞാനില്യ പ്പൊ എവടയ്ക്കും.

ങേ!

കേട്ടില്യെ. ഞാൻ ല്യാന്ന്. ഓരോരോ പ്രാന്താ ഓരോ നേരത്ത്. ന്ന് രാവിലെന്നെ തൊടങ്ങി.

ദേവീ.

ന്താ വേണ്ടേ. യ്ക്കവടെ പണീണ്ട്-

ഞാൻ- ഞാൻ-

ഒന്നു മിണ്ടാണ്ടിരിക്കോ, ഹായായീ-

ഒരു മാർഗോം ഇല്യ. പടിഞ്ഞാറ്റി പൊളിക്കാൻ അച്ഛൻ സമ്മതിക്കും തോന്ന്ണില്യ. എനി, വേറെന്തെങ്കിലും വഴിനോക്ക്യേ പറ്റൂ. കാശ് ത്തിരി കൈയില് വരണം. അമ്പേ തോറ്റിട്ട് കൊറച്ചായീക്ക്ണൂ. ഇപ്പൊ ഒരു വഴീം കാണാൻ ല്യ. പറമ്പിന്റെ കഷണത്തിന് ആളൂല്യ. ഇല്ലപ്പറമ്പിന്റെ ഭാഗല്ലേ. മാപ്ളാരക്ക് പേടി. വല്ല പ്രേതോ പിശാചോണ്ടായാലോ നമ്പൂരീടെ പ്രേതാച്ചാ ഒഴീല്യ. കുടുംബം തറവാടാവും. ബ്രഹ്മരക്ഷസ്സും പാമ്പിൻ കാവും. മതിമതി! കൈയില് ള്ള കാശും കൊടുത്ത് ഈ മാരണം മേടിക്കാൻ ആളുണ്ടാവണ്ടെ.

കുഞ്ഞുമോനാപ്ള തൊറന്നു പറഞ്ഞു.

പിന്നെ, ഈ പെര പൊളിക്ക്യാച്ചാ ഒരു നോട്ടംണ്ടേനീം.

പക്ഷേ, അതച്ഛൻ സമ്മതിക്കണ്ടെ.

ത്തിരി കാക്കാതെ മാർഗം ല്യ.

നി ശ്ശി ണ്ടാവില്യ.

കവിഞ്ഞാ മൂന്നു മാസം

അതും പറഞ്ഞു കാശ് മേടിക്കാൻ പറ്റ്വോ.

മൂന്നു മാസത്തിനുള്ളില് അച്ഛൻ ചത്തുകിട്ടും. അപ്പൊ പടിഞ്ഞാറ്റി പൊളിക്കാം. അതേവരെ കാക്കണം. ഇപ്പൊത്തിരി അഡ്വാൻസ് തരണം. ആയിരം ക. ചത്തില്യങ്കിലൊ.

ഏതായാലും കുഞ്ഞുമോനാപ്ളേ പറഞ്ഞു സമ്മതിപ്പിക്കാൻ നോക്കട്ടെ. അയാൾക്ക് അതിദുര്യാണ്. സമ്മതിച്ചൂന്ന് വരാം.

ഉണ്ണിനമ്പൂതിരി നാലുപാടും നോക്കി. ആരൂല്യ. എല്ലാവരും അകത്തേക്ക് പോയെക്ക്ണു. അച്ഛന്റെ അടുത്ത് ഒരു ഓട്ടുകിണ്ടി ഇരിക്ക്ണ്ട്. അച്ഛനതു കാണില്യ. അങ്കട് തിരിഞ്ഞാ കെടക്കണേ. അതെടുക്കന്നെ. മൂത്രം വീത്തിയവിതി ക്കാൻ ഓട്ടുകിണ്ടി വേണ്ട. അതു ധൂർത്താണ്. ഒരു പ്ളാസ്റ്റിക് കപ്പു മതി. അലുമിനിയട്ടിന്നാണ് പാകം.

സ്വയുക്തിയിൽ ഉണ്ണിനമ്പൂതിരിക്ക് മതിപ്പു തോന്നി. പിന്നെ, താമസിച്ചില്ല. ഇടംവലം നോക്കി. പുറത്തളത്തിലിരുന്നു. എടങ്ങഴിക്കിണ്ടി തരാക്കി. ഒച്ചയില്ലാതെ പുറത്തിറങ്ങി.

## ഇരുപത്തിമൂന്ന്

**അ**ങ്ങനെ ഒരു ദിവസം കൂടെ കടന്നുപോയി. ഒന്നും സംഭവിക്കാതെ. കിഴക്കുദിച്ചു പടിഞ്ഞാറസ്തമിച്ചു. പകലു മുപ്പതു നാഴികയും ഇരവത്രയും പാഴിലായി. പകലിന്റെ തീവ്രപ്രകാശത്തിൽ കണ്ടതത്രയും ഇരവിന്റെ ഗാഢാന്ധകാരത്തിൽ മറഞ്ഞു. എന്നിട്ടും ഒരു വ്യത്യാസവുമില്ല. തെളിഞ്ഞുകണ്ടത് ഒളിഞ്ഞു നിന്നു എന്നുമാത്രം. ഇങ്ങനെ അഹസ്സെത്ര പകർന്നു. ഇക്കണ്ട നാല്പതു വർഷം. പതിന്നാലായിരത്തിയറുന്നൂറ് അഹസ്സുകൾ. ഒരർത്ഥവുമില്ലാതെ ഒരാവശ്യവുമില്ലാതെ. മർത്യജീവിതത്തിനർത്ഥമെന്താവും. മനുഷ്യജീവന്റെ ആവശ്യമെന്താവും.

ഈ ഓരിക്കുന്നിലെ പാഴ്വൃക്ഷങ്ങളെക്കാൾ പ്രകൃതിക്ക് മനുഷ്യാസ്തിത്വത്തോട് ഇഷ്ടമുണ്ടാകുവാനെന്തു ന്യായം. ഒരുപക്ഷേ, പ്രകൃതിക്കു തന്റെ ഏറ്റവും ഇളയ സന്താനത്തോടൊരു വാത്സല്യം തോന്നിയിരിക്കാം.

സർവേശ്വരാ!

പകരം വെയ്ക്കാൻ മറ്റൊരു പദം തോന്നാഞ്ഞ് കുഞ്ഞുകുട്ടൻ സർവേശ്വരനെ വിളിച്ചു.

ഉണ്ടുറങ്ങിയാൽ മതിയായിരുന്നു. രണ്ടു നേരം ഉണ്ടും ആവും പടി പുത്രോല്പാദനം നിർവഹിച്ചും കഴിയാം. എളുപ്പം. കാലാ കാലമായി ചെയ്തുവരുന്നതതാണ്. ഒരുപക്ഷേ, അവരും, ജീവിതത്തിന്റെ തുടക്കത്തിൽ അതിന്റെ ലക്ഷ്യാർത്ഥങ്ങളെപറ്റി ചിന്തിച്ചിരിക്കാം. എന്നിട്ട്, ഉത്തരമാവാതെ, മനംകെട്ട് പതിവിൻപടി കുടുംബപ്രാരബ്ധത്തിൽ നിറഞ്ഞിരിക്കാം. അതാവാം ശരി. അഥവാ, ശരിയും തെറ്റുമില്ല. ശരിയും തെറ്റുമന്വേഷിക്കുന്നത് അയുക്തിയാണ്. തീയിന്റെ ചൂട് ശരിയോ തെറ്റോ എന്നന്വേഷിക്കാറില്ല. അതു പ്രകൃതി. ജീവിയുടെ പ്രകൃതി ജീവിതം. അതു ശരി. ജീവിക്കാത്തതൊക്കെ തെറ്റ്. അപ്പോൾ ജീവിതംതന്നെ പ്രധാനം. അതിന്റെ അർത്ഥവും ലക്ഷ്യവും അതുതന്നെ. ജീവിതത്തിന്റെ അർത്ഥം ജീവിതം. ലക്ഷ്യം ജീവിതം. അതിനപ്പുറമെല്ലാം യുക്തിരഹിതം. അസംബന്ധം. വെറുതെ അർത്ഥചിന്ത ചെയ്തു കാലം കഴിക്കുന്നു. വിഡ്ഢിത്തം. ജീവിതം മാത്രം ശരി. അതിനു വിഘാതമാകുന്നതൊക്കെ തെറ്റ്.

വെരിഗുഡ്

ആര്, പ്രാന്തൻമാവോ? എന്താ പറഞ്ഞേ, വെരിഗുഡ് എന്നോ. ഇംഗ്ലീഷ്.

എന്താ. മനുഷ്യരുടെ കുത്തകയാണോ. അതല്ല കുഞ്ഞുകുട്ടന്റെ മാത്രം കുത്തകയാണോ. ഞങ്ങൾ, വൃക്ഷങ്ങൾ ഇംഗ്ലീഷ് പറയരുത് എന്നുണ്ടോ. എടോ മണ്ടച്ചാരെ.

ങേ!

മരങ്ങൾക്ക് മലയാളം പറയാമെങ്കിൽ ഇംഗ്ലീഷും പറയാം. അതു ധരിക്കൂ.

കുഞ്ഞുകുട്ടൻ പ്രാന്തൻമാവിനെ സൂക്ഷിച്ചു. തെളിഞ്ഞ വെയിലിൽ നിറഞ്ഞ ഉത്സാഹം. തുള്ളിച്ചാടി രസിക്കുന്നു.

മണ്ടനെന്നു വിളിച്ചപ്പോൾ വിളി കേട്ടു. അതു നന്നായി. പണ്ഡിത നാണെന്നു ഭാവിച്ചില്ലല്ലോ. അത്രയ്ക്കു സത്യസന്ധതയുണ്ട്. ഡോ കുഞ്ഞു കുട്ടാ, വിചാരത്തിനു ഭാഷയില്ല, മനസ്സിലായോ.

ഇല്യ മലയാളത്തിൽ ചിന്തിക്കുന്നു, ഇംഗ്ലീഷിൽ ചിന്തിക്കുന്നു എന്നൊ ക്കെയല്ലേ പറയുന്നത്. എനിക്കും അതാണു സത്യമെന്നു തോന്നി. ഞാനും ചിന്തിക്കുന്നത് മലയാളത്തിലാണ്.

വിഡ്ഢിത്തം.

വിചാരത്തിനു ഭാഷയില്ല. ഭാവം മാത്രമേയുള്ളൂ. ഞാൻ നന്നായി എന്നു ഭാവിച്ചു. കുഞ്ഞുകുട്ടനത് വെരിഗുഡ് എന്നു മനസ്സിലായി. കാര്യം അതാണ്. എന്നെ പ്രാന്തൻമാവ് എന്നു വിളിച്ചു. എന്തേ. എനിക്കു പ്രാന്തുണ്ടോ. മാവിനു പ്രാന്തുണ്ടാവുമെന്ന് മനുഷ്യരു സമ്മതിക്ക്യോ. ഇല്യ. പക്ഷേ, ഡോ വിഡ്ഢി! വിഡ്ഢിയായ തനിക്കതു മനസ്സിലായി. എന്റെ മനസ്സിന്റെ നൂറു നൂറായിരം വർണങ്ങൾ താനറിഞ്ഞു. അവയുടെ ക്ഷണികതയറിഞ്ഞു. എന്നെ പ്രാന്തൻമാവെന്നു വിളിച്ചു. അതാണു കാര്യം. ഒന്നുകൂടി വിസ്തരി ച്ചാൽ വൃക്ഷങ്ങളായ ഞങ്ങളുടെ ഭാവമാണു താനറിഞ്ഞത്. അതാണു ഭാഷയാവുന്നത്. അറിഞ്ഞനുഭവിച്ച ഭാവം പകരാനാണു ഭാഷ. മനസ്സി ലായോ. ചിന്തിക്കാനല്ല. ചിന്ത പകരാനാണ് ഭാഷ. മണ്ടനായ തന്റെ കഥയെഴുത്തുപോലെ. കഥ തന്റെ മനസ്സിലുണ്ട്. അതു പറയാൻ ഭാഷ വേണം. വാക്ക്. വാക്യം. അവയ്ക്ക് അർത്ഥം. അതും പോരാഞ്ഞ് അലങ്കാര ങ്ങൾ. ഇതൊക്കെ കഴിഞ്ഞിട്ട്, വിചാരിച്ചതു പറഞ്ഞില്ല എന്ന ദുഃഖവും. വിചാരം ഭാഷയിലായിരുന്നെങ്കിൽ അതു പറയാമായിരുന്നില്ലേ. അപ്പോൾ, വിചാരം ഭാഷയിലായിരുന്നില്ല. അതാണു സംഭവിച്ചത്. അതാണു മാറ്റം. ഇതു പറയാനും സമ്മതിക്കാനും തനിക്കു മടി. ഞങ്ങൾക്കു മടിയില്ല. നാൽക്കാലികൾക്കും മടിയില്ല. നിങ്ങൾ നാലു വാക്ക് പഠിച്ചതിന്റെ അഹന്ത. പിന്നെ, ലോകം മുഴുവൻ ആ വാക്കി ലൊതുക്കണമെന്ന വാശി.

കുഞ്ഞുകുട്ടൻ പതുങ്ങി:

ഈ മാവിന്റേം കല്ലിന്റേം ഭാഷ അറിഞ്ഞതുതന്നെ വിഷമമായി എന്നു തോന്നി. ഇപ്പോൾ, വഴിയെ നടക്കുമ്പോൾ, ഇവരുടെ കുശലപ്രശ്നങ്ങൾക്കു മറുപടി പറയണം. കണ്ടാൽ ചിരിക്കണം. ചിലരെ തൊട്ടുതലോടണം. ആ വഴിവക്കിലെ മുതുമുത്തൻ കടലാവണക്കിന് എന്നും പരിഭവമാണ്. ന്നാള് കണ്ട് മിണ്ടീല്യ. ആ വഴി പോയപ്പോൾ അവിടെ നിന്നില്ല. ഒന്നു തൊട്ടു തലോടിയില്ല. വയസ്സേറെയായിരിക്കണൂ. ആ വേലിയെതക്കൽ. കൊമ്പു മുരടിച്ച്, ഇല ചുരുങ്ങി. കമ്പിനു കമ്പിനു വിണ്ടുപൊട്ടി. കാഴ്ചകൂടി നശിച്ചു.

എന്നിട്ടും ആ വഴി പോയാൽ അറിയും. വിളിക്കും വേണ്ടീർന്നില്യ. അനുഗ്രഹം ശാപമായിത്തുടങ്ങി. ഈ നിലയ്ക്കു സമസ്തജീവജാലങ്ങളുടേയും ഭാഷ അറിയുന്ന ദൈവത്തിന്റെ സ്ഥിതിയെന്താവും? സദാ പരിഭവങ്ങൾ. ആവശ്യങ്ങൾ, പ്രാർത്ഥനകൾ. അയ്യയ്യോ! ഒരു നിമിഷം സ്വസ്ഥതയുണ്ടാവില്ല. ഒരു നൂറു കോടി ജീവജാലങ്ങളുണ്ട്. അതിലേറെ കല്ലും മണ്ണും ഉണ്ട്. വെള്ളവും വായുവും ഉണ്ട്. ഗന്ധവും പ്രകാശവും ഉണ്ട്. ചൂടും തണുപ്പും രസങ്ങളും സർവത്ര. സർവേശ്വരാ! സർവേശ്വരൻ സർവദുഃഖിതനുമാണോ. പഞ്ചേന്ദ്രിയങ്ങൾ മാത്രമുള്ള മനുഷ്യൻ ഇത്രയേറെ ദുഃഖിക്കുന്നു. ഒരേയൊരു ഭാഷ മാത്രമറിഞ്ഞിട്ടും ഇത്ര ദുഃഖിക്കുന്നു. മനുഷ്യഭാഷ മാത്രമറിയാം. എന്നിട്ടും ദുഃഖം സഹിക്കാൻ വയ്യ. ഇന്ദ്രിയങ്ങൾ അതീവനിസ്സാരം. നിയന്ത്രിതം. ചുരുങ്ങിയ സംവേദനം. അധികം കാണില്ല. ഇത്തിരി ദൂരം. ചെറുതും വലുതും കാണില്ല. ചെറുശബ്ദവും വലിയ ശബ്ദവും കേൾക്കില്ല. കുറഞ്ഞതും കൂടിയതും അറിയില്ല. നന്നെ നിയന്ത്രിതമായ ഇന്ദ്രിയശക്തി. അതിലും കുറഞ്ഞ ബുദ്ധിശക്തി. അതിലും താഴ്ന്ന മനശ്ശക്തി. എന്നിട്ടും സദാ ദുഃഖം തന്നെ.

പിന്നേം ആവശ്യമില്ലാത്ത വിചാരം തുടങ്ങി. ഇല്യേ. തനിക്കു പ്രാന്താ കുഞ്ഞുകുട്ടാ. താനാ പ്രാന്തൻ. വിഡ്ഢി മാത്രമല്ല, ഭ്രാന്തും. വിഡ്ഢിത്തം അനുഗ്രഹമാകുന്നു. ദൈവത്തിന്റെ മുന്തിയ അനുഗ്രഹം. ഭ്രാന്തും അനുഗ്രഹമാണ്. താനങ്ങനെ ഇരട്ട അനുഗ്രഹം സമ്പാദിച്ചിരിക്കുന്നു.

പ്രാന്തൻമാവ് തുള്ളിച്ചാടി.

അതും മനസ്സിലായോ.

ഞാൻ പറഞ്ഞില്ലേ വിചാരത്തിനു ഭാഷ വേണ്ട എന്ന് അറവുകാരനെ കണ്ട മൃഗം കാര്യം ഗ്രഹിക്കുന്നു. ഇല്ലേ? അതിന്റെ കാതിൽ പറഞ്ഞിട്ടാണോ. ഏയ് മുതുമുത്തൻ കാളക്കൂറ്റാ, നിന്നെ ഞാനിതാ കശാപ്പിനു കൊണ്ടുപോകുന്നു. ഇങ്ങനെ പറയാറുണ്ടോ ആരെങ്കിലും. കീഴ്ക്കടെ പറഞ്ഞതായി കേട്ടിട്ടുണ്ടോ. അഥവാ പറഞ്ഞാലും ആ വാക്കിന്റെ അർത്ഥമല്ല മൃഗം മനസ്സിലാക്കുന്നത്. യാഗ ത്തിനു യൂപത്തിൽ ബന്ധിച്ച പശു മന്ത്രാർത്ഥമല്ല ഗ്രഹിക്കുന്നത്. മരണത്തിന്റെ ആശ്ലേഷമാണറിയുന്നത്. വപ രുചിക്കുവാൻ കാത്തിരിക്കുന്ന യജമാനന്റെയും ഋത്വിക്കുകളുടേയും ഭാവമാണറിയുന്നത്. അവിടെ ഭാഷയില്ല, ഇതത്രെ സർവസാധാരണം. പ്രകൃതി നിയമവും ഇതാകുന്നു. പിന്നെ അതിനെ മറികടക്കാൻ മോഹി ക്കുന്ന മനുഷ്യരായ നിങ്ങൾ ചില പദങ്ങളുണ്ടാക്കി. എന്നിട്ടോ ഒന്നുമറിയാത്തവരായി. സ്നേഹം എന്ന പദംകൊണ്ടെന്താവും? വാക്കർത്ഥം ആരും അറിയുന്നില്ല. അത് അനുഭവമാകുന്നില്ല. പാഴ്ച്ചിലവുമാത്രം. സ്നേഹിക്കുന്നു എന്നു നൂറായിരം തവണ ആവർത്തിച്ചാൽ സ്നേഹമാവാത്തപോലെ. അനാവശ്യം. അനുഭവത്തിനു വാക്കു വേണ്ട. അനുഭവിച്ച അനുഭവം അന്യനെ അറിയിക്കാനും പദപദാർത്ഥങ്ങൾ വേണമെന്നില്ല. പദപദാർത്ഥങ്ങളുണ്ടാവുമ്പോൾ അവയിൽ അനുഭവം കുടുങ്ങിപ്പോകുന്നു. വലിയ അണക്കെട്ടിലെ ജലം ചെറുതോടുകളിൽ നഷ്ടപ്പെട്ടു ലക്ഷ്യത്തിലെത്തുമ്പോൾ ഒരു കിനാവു മാത്രമാകുംപോലെ. അനുഭവത്തിന്റെ മഹാസാഗരം വാക്കുവാക്കർത്ഥത്തിൽ നഷ്ടപ്പെട്ട് അന്യമനസ്സിലെത്തുമ്പോൾ ഒരിറ്റു മാത്രമാകുന്നു.

പദങ്ങളും പദാവലിയുമടങ്ങുന്ന ഭാഷയില്ലെങ്കിലോ. ചിത്രവും സംഗീതവും ശില്പവും.

അപ്രകാരംതന്നെ. ചിത്രത്തിന്റെ ഭാഷയാണ് വർണ്ണം. സംഗീതത്തിന്റെ ഭാഷ സ്വരവും ശില്പത്തിന്റേതു ശിലയുമെന്നപോലെ. ഇതൊക്കെ പാഴ്ച്ചെലവാകുന്നു. ആത്മഭാവം മറയ്ക്കുന്നു.

പിന്നെ–

ഈ ഞങ്ങളെപ്പോലെ. ഞങ്ങൾ എഴുതുന്നില്ല. പാടുന്നില്ല. വരയ്ക്കാനും കൊത്തുപണി ചെയ്യാനും മുതിരുന്നില്ല. എന്നിട്ടും ഭാവങ്ങൾ സമൂർത്ത മായി അന്യോന്യം അറിഞ്ഞനുഭവിക്കുന്നു. അതിനു നിങ്ങളിലും മുന്തിയ മനസ്സു വേണം. അപ്പോൾ ഈ മാധ്യമങ്ങൾ ഒഴിവാക്കാറാവും.

എന്തൊക്കെയാണ് ഈ പ്രാന്തൻമാവു പുലമ്പുന്നത്. മനുഷ്യരിലും മുന്തിയ മനസ്സു വൃക്ഷങ്ങൾക്കുണ്ടെന്നോ.

എന്തിത്ര സംശയം. നിങ്ങൾ പ്രകൃതിയുടെ പുതിയ കിടാങ്ങളല്ലേ. വളരുന്നതല്ലേയുള്ളൂ. എനിയും പരിണാമവിധേയമായി ഒട്ടേറെ മുകളിലെ ത്തട്ടെ. ഞങ്ങൾ രൂപപരിണാമം മറന്നു. ഭാവപരിണാമത്തിൽ മാത്രം ഊന്നി. അങ്ങനെ ചലനരഹിതമായ രൂപമായി. നിങ്ങൾ ആ തെറ്റു തിരുത്തി. ചലനം സാധിക്കുന്ന സുകോമള ഗാത്രത്തിന്നുടയോരായി. ഭാവപരിണാമം മറന്നു. എനി, രൂപത്തിലും ഭാവത്തിലും മുന്തിയ ഒരു ജന്മമുണ്ടാകും. ഒരു ജീവി. വാക്കില്ലാതെ ആശയം കൈമാറാവുന്ന മുന്തിയ മനസ്സിന്നുടയോരാവും അവർ. ഈ നിങ്ങളിലും ഏറിയ കഴിവുറ്റ കൈ കാലുകൾ. പ്രയത്നക്ഷമ മായ വിരലുകൾ. ഒക്കെയുണ്ടാവും. അക്കാലത്തും ഞങ്ങളുണ്ടാവും. നിങ്ങ ളുണ്ടാവില്ല. നിങ്ങളൊക്കെ അതിനു മുമ്പു ചത്തുചീയും. കാരണം, ഇപ്പഴേ ഉള്ള ശക്തി നശീകരണത്തിനുപയോഗിക്കുന്നവരത്രെ മനുഷ്യർ. സൃഷ്ടി യറിയാത്തോർ. സംഹാരം മാത്രമറിയുന്നോർ. എന്നിട്ടും സൃഷ്ടികർത്താ വെന്ന് അഭിമാനിക്കുന്നവർ. വിഡ്ഢിയായ ഈ തന്നെപ്പോലെ. സാഹിത്യ സൃഷ്ടി എന്നു കരുതി ശുദ്ധഭാവങ്ങളെ നശിപ്പിക്കുന്നവൻ. കഷ്ടം!

ഞാൻ–

എന്തിനാ ഇത്ര പരുങ്ങണെ. സത്യം അറിയുമ്പോഴുള്ള വെപ്രാളം, അല്ലേ? സത്യത്തിന്റെ ആഘാതം അതിശക്തമാകുന്നു. അതു താങ്ങാൻ ശീലിക്കണം. ഞാൻ പറഞ്ഞപ്പോൾ ഉള്ളു പിടഞ്ഞു. സത്യമതാണ്. സാഹിത്യസൃഷ്ടിയുടെ പേരിൽ സമയവും ശക്തിയും കളയുന്നു. പക്ഷേ–

ഈ പ്രയത്നവും പാഴിലാണെന്നോ. ഇക്കാലമത്രയും ജീവിച്ച ജീവിതം മുഴുവൻ പാഴിലായെന്നോ.

കുഞ്ഞുകുട്ടൻ പരിക്ഷീണനായി. സ്വജീവിതത്തിലെ അർത്ഥശൂന്യത അനാവരണം ചെയ്യപ്പെട്ടതിൽ ഖിന്നനായി.

പക്ഷേ, ഇതിലും മുന്തിയ കർമാനുഷ്ഠാനം മനുഷ്യർക്കില്ലാത്തതി നാൽ, ഹേ വിഡ്ഢിയായ സൃഷ്ടികർത്താവേ, തന്റെ അൽപ്പത്തം തുടരുക. ജന്മാന്തരങ്ങളിലും നന്മ ഭവിക്കട്ടെ. ജീവിതം സഫലമാവട്ടെ. ഞങ്ങളിതാ അനുഗ്രഹിക്കുന്നു.

സർവേശ്വരാ!

മറ്റൊന്നുമില്ലെങ്കിലും എനിക്കു പ്രത്യാശയുണ്ട്. കാത്തിരിക്കാൻ ക്ഷമ യുണ്ട്. ആഗ്രഹങ്ങൾ നിയന്ത്രിക്കാനറിയാം. പാഴ്ചെലവുകളുമില്ല. അതി നാൽ കാത്തിരിക്കട്ടെ. പരാന്നം ആവുന്നത്ര കുറച്ച്, പരദ്രോഹം കഴിയു ന്നത്ര ചുരുക്കി. എന്നെങ്കിലും ഒരുനാൾ ജീവിതം സഫലമായെന്നറിയും.

ആ നാൾ ആവുന്നത്ര വേഗമെത്തട്ടെ. അതിനായി ഈ വൃക്ഷലതാദികളുടെ അനുഗ്രഹം സ്വീകരിക്കുന്നു.

പ്രകൃതിയുടെ ജ്യേഷ്ഠപുത്രന്റെ അനുഗ്രഹം ഏറ്റുവാങ്ങുവാനായി കുഞ്ഞുകുട്ടൻ പ്രാന്തൻമാവിനെ പ്രദക്ഷിണംവെച്ചു നമസ്കരിച്ചു.

## ഇരുപത്തിനാല്

**ശ്രീ** കുഞ്ഞുകുട്ടൻ നമ്പൂതിരി അവർകൾക്ക് ആര്യക്കുട്ടി എഴുതുന്നത്; എന്തെന്നാൽ–

കുഞ്ഞുകുട്ടൻ തപാലിൽവന്ന എഴുത്തു പൊളിച്ചു വായിച്ചു.

ദിവസവും കാണുന്ന ഒരാൾക്ക് എഴുത്തെഴുതുന്നത് എന്തിനാന്ന് എനിക്കറീല്യ. ഇതൊക്കെ നേരിൽ പറഞ്ഞാൽപ്പോരെ, കാണുമ്പൊ പറയാലോ എന്നൊക്കെ ചോയ്ക്കാം. പോസ്റ്റാപ്പീസില് കൂലി കൊടുക്കേം വേണ്ട. ന്നാലും എഴുതണു.

എഴുതാൻ മോഹംണ്ട്. അതാ കാരണം. ഞാൻ ഇതേവരെ ആർക്കും എഴുത്തെഴുതീട്ടില്യ. ആവശ്യോം ണ്ടായിട്ടില്യ. ഇപ്പൊ അങ്ങനേല്ല. എഴുതണംതോന്നി. ആവശ്യം ണ്ടാവേം ചെയ്തു. അതുകൊണ്ട് ഈ എഴുത്തു വായിച്ചുനോക്കണംന്ന് പറേണു. ഇതില് അക്ഷരത്തെറ്റ്ണ്ടാവും. ആ തെറ്റു കുറ്റങ്ങള് ക്ഷമിക്കണംന്നും പറയണു. എന്താണന്നുച്ചാൽ, ഞാൻ ഒരു കഥ എഴുതി. കഥയാണോന്ന് അറീല്യ. ശ്ശി ദിവസായി കഥ എഴുതണം നിരീക്ക്ണു. എന്റെ കഥതന്നെ എഴുതണംന്നാ നിരീച്ചേ. പക്ഷേ, എന്റെ കഥ ആർക്കാ ഇഷ്ടാവാ. പഠിപ്പും പത്രാസും ഇല്ലാത്ത, ഒരു നശിച്ച ഇല്ലത്തെ മഹള്. വേട്ടാളക്ക് പ്രാന്ത്. ഉണ്ണിക്ക് വിഡ്ഢിത്തം. ബീഡിക്കമ്പനീല് പണി. വേണ്ട. ആ കഥ ആർക്കും ഇഷ്ടാവില്ല. അപ്പൊ ഞാൻ ഇല്ലത്തെ പൂച്ചയെ കുറിച്ചു കഥ എഴുതാം എന്നുവെച്ചു. ഇതാണ് ആ കഥ. ഇതോടൊപ്പംണ്ട്. അതു വായിച്ചു നേരെയാക്കണം. മറിച്ചു വിജാരിക്കര്ത്.

നല്ല വടിവൊത്ത അക്ഷരം. അർത്ഥം സ്ഫുടമാകുന്ന ഋജു വാക്യം. കുഞ്ഞുകുട്ടന്റെ ബുദ്ധിയും മനസ്സും ആത്മാവും വരയിട്ട വെള്ളക്കടലാസിലെ ജീവനുള്ള വാക്യങ്ങളിൽ ലയിച്ചു.

### ഒരു പൂച്ചയുടെ കഥ

I

**ഒ**രില്ലത്ത് ഒരു പൂച്ചയുണ്ടായിരുന്നു. ആ പൂച്ച പെറ്റ് അനവധി കുട്ടികളുണ്ടായി. ഒക്കെ വലുതായി ഓരോ വഴിക്കു പോയി. ഒന്നും തള്ളയ്ക്കു ഒപകാരായില്ല. തന്തപ്പൂച്ച്യാണെങ്കിൽ വല്ലപ്പഴും ഒരിക്കൽ ഒരെലീം പിടിച്ചു വന്നു. ബാക്കി നേരത്തൊക്കെ പാതിയമ്പുറത്തു കിടന്നു. കൊറെ കഴിഞ്ഞു. തള്ളപ്പൂച്ചേടെ മക്കളൊക്കെ വന്നു. അവറ്റേം പെറ്റുകൂട്ടി. പാതിയമ്പറത്തിരുന്നും എച്ചിലു തിന്നും അവറ്റേം വളർന്നു. ആയുസ്സിന്റെ ബലം ന്ന് നിരീച്ചാ മതി. അല്ലെങ്കിലും പൂച്ചകളെ ആരാ വളർത്താ. അതും ഒരില്ലത്തെ പൂച്ചേ. ആരും വളർത്തില്ല. വളരാണ്. തന്നേന്നെ വളരും. കൊറെ കഴ്യമ്പൊ

അതും പെറ്റൂന്നുവരും. ചെലപ്പൊ പേറിലന്നെ കുട്ട്യോള് ചാവും. ഇല്ലെങ്കി കോക്കാൻ കൊല്ലും. അതൂല്യങ്കി വളരും. താൻപേരിമേണ്ടെങ്കി വലുതായീന്നുംവരും. അതാ സ്ഥിതി. അല്ലേ. അപ്പൊ അങ്ങനേരിക്കുമ്പൊ ഒരു പൂച്ചക്കുട്ടിക്ക് പ്രായായി. അത് ഒരൂസം അമ്മോടു ചോദിച്ചു.

പൂച്ചക്കുട്ടി: അമ്മേ. നിക്ക് പ്രായായി. എനി എനിക്കും പ്രസവിക്കണം. ന്നീട്ട് കുട്ട്യോളെ വളർത്തണം. അതിനെന്താ വഴി?

അതു കേട്ട് തള്ളപ്പൂച്ച പറഞ്ഞു:

ന്റെ കുട്ടീ നീയൊരിക്കെ പെറ്റതല്ലേ. അതു മതി. ഇപ്പൊ എനി പെറ്റാ പറ്റില്യ.

പൂച്ചക്കുട്ടി: അതെനിക്കറീല്യ. ഞാനറിയാണ്ടെ പെറ്റൂ ന്നേ ള്ളു. ഇപ്പൊ എനിക്ക് അറിഞ്ഞോണ്ട് പ്രസവിക്കണം. നല്ല തടിച്ചുരുണ്ട ഉണ്ണികളെ.

ഈശ്വരാ. അതിന്റെ യോഗം!

തള്ളപ്പൂച്ച പിന്നൊന്നും പറഞ്ഞില്ല. അത് പാതിയമ്പുറത്ത് കാടന്റെ ഒപ്പം അടുപ്പില് ചുരുണ്ടുകൂടി. അപ്പഴാ നിരീച്ചെ ആ ഇല്ലത്തെ എല്ലാ അടുപ്പും കത്തിക്കാറില്ലാർന്നു. അതുകൊണ്ട് പൂച്ചകൾക്ക് കെടക്കാൻ ബഹുസുഖാർന്നു. ഒരടുപ്പൊറ്റെ രണ്ടുനേരം പൊകഞ്ഞൂന്നിരിക്കും. അതില് മാത്രം പൂച്ച കെടക്കാറില്ല. അതോണ്ട് ആ അടുപ്പുമാത്രം പൂച്ചയ്ക്ക് ഇഷ്ടംല്ലേനും. ന്നാലും അതിന്റെ വക്കത്താ ത്തിരി വറ്റ്ണ്ടാവാന്നറിയാം. അതോണ്ട് ത്തിരീശെ ഇഷ്ടംണ്ടേനും. അങ്ങനെ ഇഷ്ടംണ്ടേനും ന്നാ ഇഷ്ടംല്യേനുംന്ന് പറേണമാതിരി ഒരടുപ്പ്ണ്ട്. അതിന്റെ അടുത്തന്യാ തന്തപ്പൂച്ചേടെ കെടപ്പ്. അദ്ല്ക്കന്നെ നോക്കി. മിണ്ടില്യ. ഇപ്പൊ എലിപിടിക്കാനും വയ്യാണ്ടായി. ഒന്നും വയ്യ. വായേടെ വക്കത്ത് എത്തണം. ന്നാലെ എരേപ്പിടിക്കാൻ വയ്യൂ. ചാടിപ്പിടിക്കാനൊന്നും വയ്യാണ്ടായി. ന്നാ ലും മോഹംണ്ടേനും. കണ്ണുതുറിച്ചുനോക്കും. ആ അടുപ്പത്ത് എന്താള്ളേന്ന്. ന്നീട്ട് ചിറിനക്കിത്തോർത്തും. ആരെങ്കിലും എന്തെങ്കിലും കൊടുത്താ ആർത്തികാട്ടി തിന്നും. ആ തന്തേപ്പൂച്ചേടെ അടുത്ത് പൂച്ചക്കുട്ടി ചെന്നു. എന്നിട്ട് പറഞ്ഞു:

ദാ, കേക്ക്ണ്ടോ. ഞാൻ ത്തിരീംകൂടി ഒറക്കെ പറയാം. എന്താച്ചാ എനിക്ക് പെറണം. നല്ല തടിച്ചുരുണ്ട ഉണ്ണികളെ. എന്നിട്ട് അവറ്റേ മൊല കൊടുത്തു വളർത്തണം. താരാട്ടു പാടണം. എര പിടിക്കാൻ പഠിപ്പിക്കണം. ശ്ശി ഓരോന്നു പറഞ്ഞുകൊടുക്കണം. ദേവരെ ഓരോന്നു വളർന്നപോലല്ല. വളർത്തണം. എന്റെ ഇഷ്ടപ്പടി. അതിനെന്താ വഴി? പറഞ്ഞുതരൂ.

തന്തപ്പൂച്ച മിണ്ടീല്യ. അതിന്റെ അടുത്തുകൂട്യെ തള്ളപ്പൂച്ചേം മിണ്ടീല്യ. പൂച്ചക്കുട്ടി പിന്നേം പറഞ്ഞു:

നിങ്ങള് വഴി പറഞ്ഞില്ലെങ്കി ഞാൻ വേറെ വഴി നോക്കും. പറഞ്ഞുതരണോരോട് ചോദിക്കും. ഇഷ്ടം ണ്ടെങ്കി പറഞ്ഞുതരൂ.

എന്നിട്ടും തന്തേം തള്ളേം മിണ്ടീല്യ.

അപ്പഴാ മനസ്സിലായെ. എല്ലാ കാര്യോം അമ്മമാർക്ക് പറഞ്ഞുതരാനാവില്ല. അച്ഛനൊട്ടും ആവില്യ. ചെലതൊക്കെ തന്നത്താനറിയണം. ചിലതൊക്കെ മിത്രങ്ങളിൽനിന്നു മനസ്സിലാക്കണം.

അതിനു നമ്മടെ പൂച്ചക്കുട്ടിക്ക് കൂട്ടുകാരില്യാർന്നു. അതോണ്ട് ഒരു ചങ്ങാത്യേ അന്വേഷിച്ചിറങ്ങി. തെരഞ്ഞുതെരഞ്ഞ് ഒരു ചങ്ങാത്യെ കണ്ടെത്തി. ഒരു പാവം. പൂച്ചേടെ കേമത്തം ഒന്നൂല്യ. എലിയെ പിടിക്കാനറിയില്യ.

കുറിഞ്ഞിപ്പൂച്ചേ ടൊപ്പം പോവില്യ. ന്നാലും നല്ലൊരു ചങ്ങായി. ല്ലാവരേം ഇഷ്ടാ. എപ്പഴും മനോരാജ്യം കാണലാ പണി.

ആ പൂച്ചേ കണ്ടപ്പൊ നമ്മടെ പൂച്ചക്കുറിഞ്ഞ്യാരു ചോദിച്ചു:

എയ് കാടാ, തനിക്കെന്റേ ചങ്ങാത്യാവോ. താനൊരു കാടൻപൂച്ച്യല്യേ. നല്ല ചെറുപ്പം. ഞാനാണെങ്കിൽ തീണ്ടാർന്ന് അഞ്ചീരും കുളിച്ച് എളം വെയിലും കൊണ്ട് എളംപുളിഞ്ഞേം തിന്ന് ഇരിക്കണ കണ്ടില്യേ. ന്ന്ട്ടും എന്താ വെറുതേരിക്കണേ.

പക്ഷേ, ആ പൂച്ച മിണ്ടീല്യ. കുറെ നേരം കുറിഞ്ഞിപ്പൂച്ചേ നോക്കീരുന്നു. എന്നിട്ട് വാലാട്ടി. പതുക്കെ നടന്ന് മാനംനോക്കിനിന്നു.

ന്റെ ചങ്ങായീ, ഒന്നു നിക്കൂന്ന്. ന്റെ ഈ കാലം പാഴാക്കരുത്. താൻ ചങ്ങാതിക്കൊത്ത കുറിഞ്ഞ്യല്യെ.

പക്ഷേ, ആ അയലത്തെ പൂച്ചക്കുട്ടൻ ന്ന്ട്ടും പൂച്ചക്കുറിഞ്ഞ്യാരെ നോക്കീല്യ, നക്കീല്യ. സ്നേഹം കാണിച്ചൂല്യ. ന്നാലും അകലേക്ക് പോയൂല്യ.

നമ്മുടെ പൂച്ചക്കുറിഞ്ഞാരക്ക് ദുഃഖായി. ഇതിലധികം ഏങ്ങന്യാ ഒരു പൂച്ചക്കുട്ടനോട് പറയാ. കണ്ടാ അറീല്യാച്ച് പറഞ്ഞു. അതും അറീല്യാച്ചാലോ. ചെലപ്പൊ അറിഞ്ഞാലും അറീല്യാന്ന് നടിക്ക്യാച്ചാലോ. ന്നാലും ഒന്നും മിണ്ടീല്യാന്ന് കണ്ടപ്പൊ പൂച്ചക്കുറിഞ്ഞ്യാര് പിന്നേം അവന്റെ പിന്നാലെ ചെന്നു. തൊട്ടു തൊട്ടുരുമ്മി. എന്നിട്ടും ആ പൂച്ചക്കുട്ടൻ മിണ്ടീല്യ.

ന്റെ ഈ നല്ലകാലം ങ്ങനെ നശിപ്പിച്ചാ അതാ പാപം. ഋതുസ്നാനം കഴിഞ്ഞ് പുത്രോൽപാദനം കാംക്ഷിച്ചോരെ കൈവിടരുത്ന്നാ പ്രമാണം.

അതു കേട്ടപ്പൊ ആ പൂച്ചക്കുട്ടൻ നിന്നു. പ്രമാണത്തിന്റെ ശക്ത്യാവും.

ഞാനും അതാ ആലോചിക്കണേ, ന്റെ കുറിഞ്ഞ്യേ.

ദൈവം സന്തത്യുൽപ്പാദനത്തിനാണ് ഋതുകാലം നൽകിയത്. പ്രായപൂർത്തിവന്നാൽ വാർദ്ധക്യം വരെ. ഇത്തിരി കാലം. ആ കാലത്ത് തിങ്ങൾതോറും.

അത് ശരി. അപ്പൊ പൂച്ചക്കുട്ടനു മിണ്ടാനറിയാം. പിന്നെ ന്താച്ചാ പേട്യാണ്, അല്യേ.

ഇപ്പൊ പൂച്ചക്കുറിഞ്ഞ്യാരക്ക് സന്തോഷായി. ധൈര്യമായി. എന്നിട്ടു പറഞ്ഞു:

ഹേ പണ്ഡിതരായ പൂച്ചക്കുട്ടാ. പേടിക്കണ്ട. പൂച്ചക്കുറിഞ്ഞ്യാരുടെ ധർമം പെറ്റുപോറ്റാന്ന് മാത്രമാണ്. വയറ്റില് ണ്ടാവണതും പെറണതും തെറ്റാച്ചാ ദൈവം അങ്ങനെ സൃഷ്ടിക്കില്ല. അപ്പൊ ദൈവത്തിന്റെ ലക്ഷ്യം അതാണ്. അതിന് കുറിഞ്ഞ്യേ സഹായിക്കാണ് കാടന്റെ ചൊമതല. അല്ലാണ്ടെ, തീണ്ടാർന്ന്, അഞ്ചീരും കുളിച്ച്, ഗർഭപാത്രോം വികസിച്ചെത്തിയ കുറിഞ്ഞ്യേ ആട്ടി ഓടിക്കല്ല പതിവ്. അതോണ്ട് വരൂ. കുറിഞ്ഞി കാത്തിരിക്ക്ണൂ.

ഇതാണു കഥ.

ഇത്രേ എഴുതീള്ളൂ. എനി മാഷ് വായിച്ച്ട്ട് എങ്ങന്യാ മാറ്റാച്ചാ മാറ്റാം. ഒരു വിരോധോം ഇല്യ. പക്ഷേ, ഞാൻ കഥേടെ അടിയില് ശുഭം എന്നെഴുതും.

സ്വന്തം ആര്യക്കുട്ടി.

കുഞ്ഞുകുട്ടൻ വിയർത്തു. ആത്മാവുകൂടി വിയർത്തു. ഇന്ദ്രിയങ്ങളൊക്കെ പനിച്ചുതുള്ളി. വേറെ വേറെ. പിന്നെ ഒന്നിച്ച്. എന്നിട്ട്, സന്ധികൾ തളർന്നുകുഴഞ്ഞ് നേരെ നിൽക്കുവാനും കൂടിയാവാതെ വഴിയോരത്തെ വിളക്കുകാലു ചാരി ഒടിഞ്ഞിരുന്നു.

കഥയുടെ അടിയിൽ ശുഭം എന്നെഴുതിയാൽ ശുഭാവണം എന്നുണ്ടോ. ശുഭം എന്നു സാധാരണ എഴുതുന്നു. കഴിഞ്ഞതൊക്കെ ശുഭമാണ് എന്നർത്ഥത്തിൽ. അത്രമാത്രം. ആരുടെ ശുഭമാണോ ആവോ. കഴിഞ്ഞവരുടെ ശുഭമാവും. ഇരിക്കുന്നവരുടേതാവില്ല. അവർക്ക് അശുഭംതന്നെ. കഴിയാത്തതൊക്കെ അശുഭമാകുന്നു.

ആര്യക്കുട്ടിക്ക് എന്തും എഴുതിച്ചേർക്കാം.

പക്ഷേ,

വ്യർത്ഥമായ നാളുകളുടെ വ്യഥയാൽ ഒരിറ്റ് സ്വാസ്ഥ്യം നേടിയാണ് ഈ ഓരിക്കുന്നിന്റെ നിറുകയിലേക്ക് എത്തുന്നത്. ആ നേരത്ത്–

ഇത്ര നിരീച്ചില്ല.

അല്ലെങ്കിലും, താനെപ്പോഴും സ്വപ്നം കാണലേ്ല. യാഥാർത്ഥ്യം കണ്ടറിയാനാവാത്ത സ്വപ്നജീവിയല്ലേ. ഇതൊക്കെ ജീവിതാണ്. കെട്ടുകഥയല്ല.

ഈ ഇത്തിരി പ്രത്യാശയുടെ കിരണങ്ങളും തേടിയുള്ള യാത്രയിൽ ഈ നേരത്തുതന്നെ എഴുത്തും എത്തി!

കൃത്യം ഈ നേരത്ത്!

ആശിക്കാനുംകൂടി മറന്ന്, അഥവാ ആശിക്കുവാനുള്ള ആശകൂടി ഇല്ലാതായ ഈ സന്ദർഭത്തിൽ. സ്വയം ഭാരമായി കുടുംബത്തിനു ഭാരമായി, നാട്ടുകാർക്കു കോമാളിയായി, ജീവിതത്തിന് അധികപ്പറ്റായി, എന്നിട്ടും ഏതോ വിദൂരസ്വപ്നത്തിൽ ഒരുതുള്ളി പ്രകാശം പ്രതീക്ഷിച്ച്–

ഉണ്ടുറങ്ങി.

ഒന്നും ചെയ്യുവാനില്ലാതെ.

ചെയ്യുവാനറിയാതെ.

ഇക്കണ്ട രാപ്പകലുകൾ മുഴുവനും.

അപ്പോൾ–

കുഞ്ഞുകുട്ടനെണീറ്റു.

ഉറയ്ക്കാത്ത കാൽവെപ്പുകളോടെ ആടിയാടി നടന്നു. ഒരുവിധം ഓരിക്കുന്നിന്റെ നിറുകയിൽ എത്തി. ഒറ്റപ്പാലയുടെ തായ്ത്തടിയിൽ ചാരിനിന്നു. ലോകങ്ങളൊക്കെയും കേൾക്കെ വിളിച്ചുപറഞ്ഞു:

മഹാലോകങ്ങളേ, എനിക്കു വഴികാണിക്കൂ. മഹാവാതങ്ങളേ, നിങ്ങൾ സത്യമെന്തെന്ന് അറിയിക്കൂ. മഹാവൃക്ഷങ്ങളേ, ലതകളേ, നിങ്ങളെ സ്നേഹിക്കുന്ന ഈ കൂടപ്പിറപ്പിനെ ധർമാധർമചിന്തകളിൽനിന്നു കരകയറ്റൂ. വേണ്ടതും വേണ്ടാത്തതും കാണിച്ചുതരൂ. വ്യർത്ഥമാകുന്ന ഈ ജീവിതം സഫലമാകാനനുഗ്രഹിക്കൂ.

തൊണ്ട പൊട്ടുമാറ് വിളിച്ചുപറഞ്ഞ് കുഞ്ഞുകുട്ടൻ പാലച്ചുവട്ടിൽ കിടന്നു. പരുപരുത്ത കുന്നിൻവക്ഷസ്സിൽ മുഖമമർത്തിയുരസി, കണ്ണീർ രക്തത്തിൽ ചാലിച്ചുപുരട്ടി, ലോകത്തിന്റെ സമസ്തദുഃഖവും ഭേസി കമിഴ്ന്നുകിടന്നു. രോമകൂപങ്ങൾ ചുട്ടുനീറി, സർവകോശങ്ങളും വിണ്ടുകീറി, ആത്മാവ് നൂറായിരം നുറുങ്ങി പിടഞ്ഞു. ദുഃഖാധിക്യത്താൽ ബോധംമറഞ്ഞു.

അങ്ങനെയെങ്കിലും ലഭിക്കുന്ന കുറഞ്ഞ ആശ്വാസത്തിൽ ഓരിക്കുന്നു സന്തോഷിച്ചു. പൂക്കളുതിർത്ത് ആശ്വാസിപ്പിച്ചു. അല്പംനേരം ലോകം മറന്നു മയങ്ങട്ടെ. പ്രാന്തൻമാവും കുസൃതിക്കല്ലും അകന്നിരുന്ന് ശാന്തി മന്ത്രം ഉരുവിട്ടു.

സ്വപ്നങ്ങളില്ലാതെ കുഞ്ഞുകുട്ടനുറങ്ങി. ഉണന്നെഴുന്നേൽക്കുമ്പോൾ ഇരട്ടിച്ച മാനവദുഃഖങ്ങൾ സഹിക്കുവാൻ ഇരട്ടിച്ച ഉൾബലത്തിനായുറങ്ങി.

## ഇരുപത്തിയഞ്ച്

**ന്റെ** അപ്പാപ്പന്റെ അപ്പനായിട്ട് അറവുകാരാർന്നു. അതിനു മുമ്പും തൊടങ്ങീണ്ടോന്നറീല്യ. ണ്ടാവും. വേറൊരു പണീം ഞങ്ങടെ കുടുമ്മക്കാര് ചെയ്തൂന്ന് കേട്ടിട്ടില്ല. തമ്പ്രാൻ ഇദ് കേക്ക്ണ്ടോ. ഇപ്പൊ, ന്റെ മോള് നിർത്തണംന്നാ പറേണേ. കഷ്ടിച്ച് കഴിഞ്ഞൂടാൻ വഹേണ്ട്. എനി എന്തിനാ ഈ മഹാപാപം ന്നാ അവളുടെ ചോദ്യം. യ്ക്കാച്ചാ വേറെ കുട്ട്യോളൂല്യ. ഒരു പെണ്ണ്. മതി. ഞാനും തീർച്ച്യാക്കി നിയൊരു കാളമാത്തുണ്ടാവണ്ടാന്ന്. കുടുമ്മം അന്യംവന്നോട്ടെ.

കശാപ്പുകാരൻ ലോന പറഞ്ഞു.

കുഞ്ഞുകുട്ടൻ അകലെ ചക്രവാളത്തിനുമപ്പുറത്തേക്കു നോക്കി. തൃതീയചന്ദ്രൻ നുകപ്പാടുയർന്നു. കവുങ്ങിൻപട്ടയുടെ ഇടയിൽക്കൂടി ലോനയുടെ ഇറയത്തേക്ക് പേടിച്ചുനോക്കി. പരമ്പരപരമ്പരയായി കഴുത്തറത്തിട്ട മിണ്ടാപ്രാണികളുടെ ചുടു ചോരയുടെ പ്രേതഗന്ധം അന്തരീക്ഷം നിറഞ്ഞ് ചന്ദ്രബിംബത്തിലുമെത്തി. അവിടെ തെളിഞ്ഞിരുന്ന മുയലിന്റെ നാസാരന്ധ്രത്തിൽ ചെന്നുപെട്ടു. പേടിച്ചരണ്ട കാലശശം അമറിക്കരഞ്ഞു. കളുർമതിക്കങ്ങേപ്പുറത്തൊളിച്ചു.

ന്റെ അപ്പാപ്പന്റെ അപ്പന്റെ പേര് കാളമാത്തു. പള്ളീലിട്ട പേരിനോടുകൂടി നാട്ടാര് കാള എന്നു ചേർത്തു. അവിടിന്നിങ്കട് എല്ലാവരടെ പേരിലും കാളാന്ന്ണ്ട്. അതു പറഞ്ഞാലെ ആളെ അറിയൂ. ഇപ്പോ ന്റെ മോള് മേരിക്കൂട്ട്യേക്കൂടി കാളമേരീന്ന് വിളിക്കാൻ തൊടങ്ങി.

എന്തിനാണ് വിളിക്കുന്നത് എന്നു മനസ്സിലായില്ല. രണ്ടുമൂന്നു ദിവസമായി ലോന അന്വേഷിക്ക്ണു. കാണുമ്പോഴൊക്കെ പറ്യേം ഒന്ന് വീട്ടിലെ വരോന്ന്. പറഞ്ഞുപറഞ്ഞ് കുഞ്ഞുകുട്ടൻ ചെന്നു.

പിന്നെ അപ്പാപ്പൻ. അപ്പാപ്പന്റെ പേരായ്ക്കും. ലോനാന്നന്നെ. അപ്പാപ്പന് അഞ്ചാറാണും അഞ്ചാറു പെണ്ണൂണ്ടായി. അതില് മൂത്തത് ന്റെ അപ്പൻ. അപ്പന്റെ പേര് മാത്തു. അപ്പന് ആണായിട്ട് ഞാൻ മാത്രം. പിന്നെ ഏഴ് പെണ്ണാ. യ്ക്കാച്ചാ ആണില്ല. ഒരു പെണ്ണു മാത്രം- മേരിക്കുട്ടി.

ദാ കാപ്പി.

കഥാകഥനത്തിനിടയ്ക്ക് മേരിക്കുട്ടി കാപ്പി കൊണ്ടുവന്നു.

പ്പോ വേണ്ട കുട്ടീ.

യ്ക്കറിയാം. മാഷ് കുടിക്കില്ലാന്ന്. ആരും കുടിക്കാറില്ല.

അതല്ല- ഞാൻ- ഈ സന്ധ്യകഴിഞ്ഞ നേരത്ത് ഇപ്പൊ ചായ വേണ്ടാഞ്ഞിട്ടാണ്.

ന്റെ കൂട്ടാരികളും ബടെ വരില്ല, വന്നാൽ പച്ചവെള്ളംകൂടി കുടിക്കില്ല. ചോര ച്ചൂര്ക്കൂത്രെ.

മേരിക്കുട്ടി പെട്ടെന്നകത്തേക്കു പോയി.

കണ്ട്വോ. ഇതാ സിതി. അവള് എറച്ചീം മീനും തൊടില്ല. അവളു വലു തായേപ്പിന്നെ ഞാനും കൂട്ടീട്ടില്ല. എന്തിനാ ചോയ്ക്ക്. കന്നിനെ കൊല്ലാൻ വയ്യ. കൈയ് വെറയ്ക്കും.

കുഞ്ഞുകുട്ടൻ ചക്രവാളം തുറിച്ചുനോക്കി.

ഞാൻ കൊല്ലാറോല്യ. തിന്നാറോല്യ. ധർമവ്യാധൻ പറഞ്ഞു.

ഞാനിപ്പോ കൊല്ലാറില്യ, തിന്നാറില്യ, വിക്കാറോല്യ. കാളലോന പറഞ്ഞു.

ന്ന്ട്ടും ഞാൻ കാളലോന്യാണ്. ന്നെ കണ്ടാ പയ്യ് കരേം. ആടും പോത്തും തീറ്റ മത്യാക്കി കൊളമ്പിട്ടടിക്കും. ഞാനൊരു വീട്ട്ലക്ക് കേറ്യാ മതി, തൊഴുത്തില് കന്ന് കരേം. ന്റെ ചൂര് കിട്ട്യാ മതി. പക്ഷേങ്കില്, ഇതൊന്നും ഞാൻ കരുതിക്കൂട്ടീതല്ല. ന്റെ കുടുമ്മത്തൊഴിലതാ. കുഴിവെട്ട ണോരില്ലേ. ശവപ്പെട്ടീണ്ടാക്കണോരില്ലേ. തോട്ടിപ്പണിക്കാരൂല്യേ. ദൊക്കെ പാപാച്ചാ.

ധർമാധർമചിന്ത ഇന്നും തുടരുന്നു. ഭാരതത്തിലെ വ്യാധനല്ല. ഈ ആയിരത്തി ത്തൊള്ളായിരത്തി എൺപത്തിരണ്ടിലെ അറവുകാരനും പാപ ചിന്തകൊണ്ടു പൊറുതിമുട്ടുന്നു.

ബടെയ്ക്കെന്താ വേണ്ടേച്ചാ കൊണ്ടരാം. ത്ത്രി ചൂടാക്കണംച്ചാ അതൂണ്ട്. പ്പൊ ഞാനറക്കാറില്ല. എറച്ചിക്കടേ പോവാറൂല്യ. ഒക്കേനും ഒരു ചെക്കൻ ണ്ട്. പിന്നെ ആൾക്കാരുണ്ട്. ന്ന്ട്ടും ദിവസോം രാവിലെ അറക്കണ നേരായായ്ക്ക് ത്തിരി കുടിക്കണം. ന്നാലെ ന്റെ കുട്ടീടെ മൊഖത്തു നോക്കാൻ പറ്റൂ. ന്റെ കടേം ഞാൻ നിർത്താ. ആ ചെക്കന് കൊടുക്കാംന്ന് പറഞ്ഞു. ന്നെട്ടെങ്കിലും ന്റെ മോളൊന്ന് ചിരിച്ചുകണ്ടാ മതി. അപ്പൊ എന്താച്ചാ, വേണംച്ചാൽ ത്തിരി നല്ല സാധനം ണ്ട്. ഡേ, കുട്ട്യേ, ആ കുപ്പീ ങ്കട് എടുത്തോ.

കുഞ്ഞുകുട്ടൻ ധർമസങ്കടത്തിലായി. വേണ്ട എന്നു പറഞ്ഞാൽ തെറ്റി ദ്ധരിക്കും. അറവുകാരന്റെ കൈയോണ്ട് തൊട്ടതാണ് എന്നുവെച്ച് നീക്കി വെച്ചതാന്ന് നിരീക്കും. മേരിക്കുട്ടീ.

തമ്പ്രാനറിയോ ന്റെ കുട്ടീംകൂടി പയ്യിനെ തൊട്ടാ പയ്യ് ഞെട്ടും. ഓർമ വെച്ചേപ്പിന്നെ മീനും എറച്ചീം തിന്നിട്ടില്ല. അവളടെ അമ്മേം അങ്ങനാർന്നു.

മാഷ്.

ഞാനൊക്കെ കഴിക്കും കുട്ട്യേ. നീയ് അറവുകാരന്റെ മകളായി ജനിച്ചു. ജനിച്ചതേ അറവുശാലയിൽ. എന്നിട്ടും എറച്ചീം മീനും തിന്നാതെ വളർന്നു. കുടുംബപാരമ്പര്യമായ കശാപ്പു നിർത്തി. സ്വപിതാവിനെ സ്വതൊഴിലിൽ നിന്നു മോചിപ്പിച്ചു. ഞാനോ, നമ്പൂതിരിയായി ജനിച്ചു. നാളിന്നേവരെ മത്സ്യ മാംസം കഴിക്കാത്ത കുടുംബത്തിൽ വളർന്നു. തന്നിഷ്ടപ്പടി മദ്യമാംസങ്ങൾ ശീലിച്ചു.

കുഞ്ഞുകുട്ടൻ മൗനിയായി. സ്വവിചാരധാരയിൽ ഒഴുകി.

മാഷ് —

തരൂ കുട്ടീ. നീയെന്തു തന്നാലും ഞാൻ കഴിക്കും.

തിന്നണതല്ല അധർമം. കൊല്ലണതാണ്.

ഞങ്ങൾ കൊല്ലാറില്ല. പക്ഷേ, ചന്തേന്ന് മാംസംമേടിക്കും.

തണുത്തുറഞ്ഞ ഹിമാലയസാനുക്കളിൽ മാംസഭക്ഷണം നിഷിദ്ധമല്ലാത്ത സന്ന്യാസി പറഞ്ഞു:

തിന്നാനാളില്ലെങ്കിൽ ആരു കൊല്ലും. അപ്പോൾ തിന്നണതല്ലേ പാപം. ലോകം മുഴുവൻ സസ്യാഹാരം മാത്രമായാൽ മാംസാഹാരത്തിനായി മൃഗവധം പിന്നെ സംഭവിക്കാതാവും.

ഏറച്ചീം മീനും ആർക്കും വേണ്ട.

അപ്പോൾ തിന്നണതാണു പാപം.

കൊല്ലാൻ പ്രേരിപ്പിക്കുന്നത് തിന്നുന്നവരാണ്. പ്രത്യക്ഷമായിട്ടല്ലെങ്കിൽ പരോക്ഷമായിട്ടെങ്കിലും. ബ്രാഹ്മണരുടെ അഗ്രഹാരങ്ങളിൽ മാംസക്കടകളില്ല. നമ്പൂതിരിയില്ലങ്ങളിൽ ആരും മത്സ്യമാംസാദി വിക്കാനെത്താറില്ല. അതുകൊണ്ട് തിന്നുന്നതാണ് ഏറ്റവും മുന്തിയ പാപം.

കുട്ടീ, തരൂ. ഇത്രയ്ക്കു ദുഃഖിക്കാനൊന്നുമില്ല. നിങ്ങൾ രണ്ടാളും മത്സ്യമാംസം ഭക്ഷിക്കാറില്ല. മറ്റുള്ളവർക്കായി മൃഗങ്ങളെ കൊല്ലുന്നു. ഇപ്പോൾ അതും നിർത്തി. സാരമില്ല. പൊരുൾ പോകുന്നിടത്തു പുണ്യം എന്നല്ലേ. പാപവും അവിടെത്തന്നെ. കൊല്ലുന്നവന്റെ പൊരുള് തിന്നുന്നവന്റെയടുത്താണ്. അതുകൊണ്ട്, സാരമില്ല.

മേരിക്കുട്ടിക്കു സമാധാനമായി. ദുഃഖാകുലമായ അവളുടെ മുഖത്തും ചെറുപ്രസാദം പൂവിട്ടു.

അവൾ അപ്പനെ നോക്കി.

അവള് നമ്പൂരിക്കുട്ട്യാവണ്ടതാ. ഒരില്ലത്ത് ജനിക്കാള്ളോളാ. എങ്ങനാവോ ഈ കശാപ്പുകടേല് വന്ന് ജനിച്ചേ.

ലോന അത്ഭുതംകൂറി. സ്വന്തം മകള്. കുടുംബപാരമ്പര്യവഴിക്ക് ചുടുചോരയിൽ കളിച്ചുവളർന്നു. കഷ്ടിച്ച് പിച്ചവെക്കാറാവുമ്പോഴേക്ക് ഓടിനടന്ന് കൈയിൽ കിട്ടിയ കത്തിയെടുത്ത് തൊഴുത്തിൽ കെട്ടിയ കന്നിനെ കുത്തി നോവിക്കേണ്ട പാരമ്പര്യം. എന്നിട്ടോ. കോഴിമുട്ടകൂടി തിന്നാതെ ഏറിയാൽ ഇത്തിരി മോര് മാത്രം കഴിച്ചു വളർന്നു. അറക്കാൻ കെട്ടിയ കന്നിന് പുല്ലു പറിച്ചിട്ടു. തീറ്റ കക്കുന്ന അവറ്റയുടെ മുമ്പിൽ കരഞ്ഞു കരഞ്ഞു നിന്നു.

കർത്താവേ!

തമ്പ്രാനറിയോ. ന്റെ അപ്പാപ്പൻ മരിക്കാൻ കെടക്കുമ്പോഴും പച്ച എറച്ചി മേടിച്ച് നാറ്റിച്ചൂത്രെ. ആ മണം കേക്കാഞ്ഞാ അപ്പാപ്പനു ശ്വാസംമുട്ടും. അപ്പൻ കണ്ണുതുറിച്ചു നോക്ക്യാ മതി ഏതു കാളക്കൂറ്റനും തലതിരിഞ്ഞുവീഴും. ഞാനും കൊന്ന കന്നാലിക്കു കണക്കില്ല. മോളേ അത് ങ്കട് ഒഴിച്ചോ.

മേരിക്കുട്ടി ഒഴിച്ചുകൊടുത്ത ക്ലാസ് പൊത്തിപ്പിടിച്ച് ലോന തൊടർന്നു:

ഇബളാ കാരണം. കന്നിനെ അറത്ത ദിവസാച്ചാ ഇബള് അന്നു മിണ്ടില്യ. അവളടുത്ത് വരില്യ. അന്നവള് മിണ്ടില്യ. ഒന്നും കഴിക്കൂല്യ. അബളുടെ ഒരു വാശി.

അടുത്തു നിക്കുന്ന മകളെ വാത്സല്യത്തോടെ നോക്കി ലോന തുടർന്നു.

ഒടുക്കം അവളു ജയിച്ചു. അ, തമ്പ്രാനത് കഴിക്ക്യാ. മോളേ, ന്താ ള്ളെ തിന്നാൻ. ഒരു പപ്പടംണ്ട്ച്ചാ എടുത്തോ.

ലോനയ്ക്കുത്സാഹമായി.

ഭേദപ്പെട്ടവരാരും ലോനയുടെ അതിഥിയാവാറില്ല. അങ്ങാടീല് വരും. എറച്ചി മേടിക്കും. നേരിട്ടു കണ്ടാ ചിരിക്കും. വീട്ടിലേക്കു ക്ഷണിക്കില്ല. വല്ല കല്യാണസദ്യയ്ക്കും വിളിച്ചാ ഒപ്പം ഇരുത്താൻതന്നെ മടി. എന്നിട്ട് ഇപ്പൊ തമ്പിരാൻ വീട്ടില് വന്നു. ഒപ്പം ഇരുന്നു. താൻ കൊടുത്തത് സന്തോഷത്തോടെ കഴിക്കുന്നു.

കർത്താവേ!

ഇതാണ് സ്നേഹം സ്നേഹംന്ന് പറേണത്. കേട്ട്വോ. ന്റെ മോളാ പറഞ്ഞേ, കുഞ്ഞുട്ടൻതമ്പുരാനെ വിളിക്കാൻ. അവള് എല്ലാ കഥേം വായിക്കും.

കുഞ്ഞുകുട്ടൻ വെറുതെ ചിരിച്ചു.

ദാ പപ്പടം.

മേരിക്കുട്ടി പപ്പടം തിണ്ണമേൽ വെച്ചു.

നെണക്ക് സന്തോഷായില്യേ. ഞാനാ കടേം വിക്കാം. ആ ചെക്കനന്നെ കൊടക്കാം. എന്താച്ചാ തരട്ടെ. എന്താ മോളേ.

കാശൊന്നും മേടിക്കണ്ട അപ്പാ-

ങേ!

നമ്മക്ക് കഴിഞ്ഞൂടാൻ ബടേണ്ട്. ഈ പറമ്പു മതി. അപ്പനും ഞാനും മാത്ര ല്ലേള്ളൂ. ഇത് മതി.

മേരിക്കുട്ടി കണിശമായി പറഞ്ഞു.

കണ്ടോ. ഇതാ ഇബളടെ നിലപാട്. ഞാനേറ്റു. എല്ലാവരും കാശൂം പണോം ണ്ടാവാനാ നോക്കാ. ഇബളക്ക് അതൊന്നും വേണ്ട.

ലോന മകളെ കുറ്റപ്പെടുത്തി. പക്ഷേ, വാക്കുകൾ കുറ്റപ്പെടുത്തിയാലും ഹൃദയം മകളെ അനുഗ്രഹിക്കുന്നത് കുഞ്ഞുകുട്ടനറിഞ്ഞു.

നി എന്താ വേണ്ടേ?

മേരിക്കുട്ടി കുഞ്ഞുകുട്ടനോടന്വേഷിച്ചു.

ചോറ്ണ്ടോ?

ങേ!

ലോനയും മകളും അന്ധാളിച്ചു.

എന്തായാലും വൈകി. ന്നാ എനി, ഊണുകഴിച്ചു പൂവാം.

നിമിഷങ്ങൾ മേരിക്കുട്ടി അങ്ങനെതന്നെ നിന്നു. പിന്നെ അകത്തേക്കോടി. അത്യധികം ഉത്സാഹത്തോടെ, നിറഞ്ഞ സന്തോഷത്തോടെ അടുക്കളയിൽ നിറഞ്ഞു. കൈയും കാലും കഴുകി, മുഖം തുടച്ച് തളത്തിലെ രൂപക്കൂട്ടിന്റെ മുമ്പിൽ മെഴുകുതിരി കത്തിച്ചു. കണ്ണടച്ചു പ്രാർത്ഥിച്ചു.

ലോന കുടിച്ചതത്രയും ഇറങ്ങി. താൻ കേട്ട അത്യത്ഭുതത്തിന്റെ ഞെട്ടൽ തീരാതെ വായ തുറന്നിരുന്നു. നാട്ടിലെ വലിയ തമ്പ്രാന്റെ മകൻ. കുഞ്ഞുകുട്ടൻ തമ്പ്രാൻ. ആനേണ്ടാർന്ന മന. വക്കീലും ജഡ്ജിത്തമ്പ്രാനും ള്ള വല്യെ തറവാട്. കഥ എഴുതണ കുഞ്ഞുകുട്ടൻ നമ്പൂതിരി, തന്റെ വീട്ടിൽ അറവുകാരനായ കാളലോനയുടെകൂടെ അത്താഴം ഉണ്ണേ!

കർത്താവേ!

ലോന അമ്പരന്നു. പുലിവാലു പിടിച്ചമട്ടായി. എനിപ്പൊ വായില് വെക്കാൻ പറ്റണ വല്ലതും ണ്ടാക്കണംച്ചാൽ—

മോളേ.

ലോന അകത്തേക്കു നോക്കി. എന്താ ബടെ ഉള്ളതാവോ. ഇബള് എന്തു കണ്ടട്ടാ ഇരിക്കണേ ആവോ.

കുട്ടീ എനിക്കൊന്നും പ്രത്യേകം വേണ്ട.

കുഞ്ഞുകുട്ടൻ താൻ കയറിപ്പറഞ്ഞതിൽ ദുഃഖിച്ചു. ഈ അന്തിമുടിഞ്ഞ നേരത്ത് ഒരു കൊച്ചുവീട്ടിൽ കയറിച്ചെന്ന് ഉണ്ണാം എന്നു പറയുംമുമ്പ് ആലോചിക്കണ്ടതായിരുന്നു. എനി, എനിയിപ്പൊ എന്താ ചെയ്യാ.

കുട്ടീ, ഞാൻ അന്തിക്കൊന്നും കഴിക്കാറില്യ. ത്തിരി ചൂടുള്ള കഞ്ഞീം പപ്പടോം മാത്രം മതി.

അടുക്കളയിൽ അന്തംവിട്ടുനിൽക്കുന്ന മേരിക്കുട്ടി അതു കേട്ടുവോ ആവോ. ജീവിതത്തിലാദ്യമായി ലഭിച്ച അതിഥിപൂജയ്ക്കായി അവൾ കുളിച്ചു കോടിയുടുത്തു. ഒരുങ്ങാൻ തയ്യാറായി. ഹൃദയം നിറഞ്ഞുകവിഞ്ഞ വികാരാധിക്യത്താൽ ഒന്നിനും ആവാതെ ഒരു ദിവ്യപ്രേമലഹരിയിൽ മുഴുകിനിന്നു. അടുത്ത് മകളെ സഹായിക്കാൻ, അപ്പൻ, അടുപ്പിൽ തീയൂതിയും വെള്ളം കോരിയും എന്തുവേണ്ടൂ എന്നറിയാതെ സർവപാത്രങ്ങളും തുറന്നടച്ചു കഴിച്ചുകൂടി.

പുറത്ത്, താൻ പറഞ്ഞതിന്റെ അനൗചിത്യത്തിൽ ദുഃഖിച്ച് എനിയെന്ത് എന്നറിയാതെ കുഞ്ഞുകുട്ടനിരുന്നു.

ഇപ്പോൾ കുടിയിരിപ്പു നിറഞ്ഞ അറവുചോരയുടെ മരണഗന്ധം മാറിയതായി തോന്നി. പകരം, അകത്തു കത്തിച്ച കുന്തിരിക്കത്തിന്റെ ആത്മീയ സുഗന്ധം ആകാശത്തേക്കുയർന്നു. അതറിഞ്ഞു പേടിയകന്ന ആകാശ ശശം വടക്കേപ്പുറവാതിൽപ്പൊളി തുറന്ന് താരാനാഥന്റെ പൂമുഖപ്പടിയിൽ വന്നിരുന്നു. സ്നേഹത്തോടെ കാളലോനയുടെ വീട്ടുമുറ്റത്തേക്കുറ്റു നോക്കി.

## ഇരുപത്തിയാറ്

**ഇ**രുപത്തിനാലു മണിക്കൂറും പണമുണ്ടാക്കുന്ന കാര്യം മാത്രം ചിന്തിച്ചു. കുട്ടികൾ, ഭാര്യ, അവരോടുള്ള കർത്തവ്യം. അച്ഛനമ്മമാരോടുള്ള കടപ്പാട്. ഇന്നും. സ്വന്തം മടിശ്ശീലക്കുടുക്കുകൾ തുറന്നുതന്ന ഉടപ്പിറപ്പുകൾ. സദാ സൗഹൃദം വിരുന്നൂട്ടിയ സുഹൃത്തുക്കൾ. അപരിചിതരുടെ ഔദാര്യം.

പക്ഷേ, പണമുണ്ടായില്ല.
അതറിയില്ല.
ഒരു പണിയുമറിയില്ല.
കാറോടിക്കാൻ,
തെങ്ങുകേറാൻ,
പഠിച്ചില്ല.
ഇത്തിരി കഥയെഴുതി.
പക്ഷേ,
ഭാഗ്യക്കുറി നേടിയിട്ടും ആളുകൾ ലക്ഷപ്രഭുക്കളാകുന്നു.
നിധി കിട്ടി കോടീശ്വരന്മാരാകുന്നു.
ദുബായിൽ പോയിട്ട്–
ഒക്കെ ശ്രമിച്ചു.

പകലന്തിയോളം പണമുണ്ടാക്കുന്ന വഴികളാലോചിച്ചു.

പണക്കാരനാവാൻ ഒരു നൂറുപായങ്ങൾ.

ഒരു നൂറു ബിസിനസ് ഉപദേശങ്ങൾ

കുഞ്ഞുകുട്ടൻ പുഞ്ചപ്പാടത്തിരുന്നു.

നിലാവ് ഉച്ചയായിരിക്കുന്നു.

പാതിര കഴിഞ്ഞിരിക്കും.

തൃതീയചന്ദ്രൻ ഉച്ചയായി.

പുഞ്ചക്കണ്ടത്തിൽ തവള കരഞ്ഞു. അവറ്റയുടെ ആയുസ്സിന്റെ നീട്ടം കൂട്ടിയ ശരീരത്തിന്റെ ചെറുപ്പത്തിൽ കുഞ്ഞുകുട്ടൻ സന്തോഷിച്ചു. ഇല്ലെങ്കിൽ ഐസിലിട്ടും ഉപ്പിലിട്ടും സായിപ്പിന്റെ തീൻമേശയിലെത്തിയേനെ -തുടയിലെ ഇറച്ചി മാത്രം.

അതുമാത്രം മുറിച്ചെടുത്തു.

അരയ്ക്കു കീഴ് മുറിച്ചുമാറ്റിയ ചെറുജീവിയെ വെറുതെവിടും. കൊല്ലാനും നേരമില്ല.

മനുഷ്യത്വം ജീവനോടെ തോലുരിച്ചു.

തോലിനാണു വില.

ജീവന് വിലയില്ല.

മാംസത്തിന്.

അസ്ഥിക്ക്.

തോലിന്.

ജീവൻ വേണ്ട.

അതാർക്കും ആവശ്യമില്ല.

നൂറ് കാളയുടെ നാവ്

ഹാഫ് ബോയിൽഡ് ഓയിസ്റ്റർ.

ഡലീഷ്യസ് ഡിഷ്!

ഒരു തുള്ളി ചെറുനാരങ്ങനീര്. പിടയണം.

നോക്കൂ.

ഫ്രഷ്. ചത്തിട്ടില്ല. പുതിയത്.

ഇതു മതിയോ?

ഈ കണ്ണാടിക്കൂട്ടിലെ ഈ അരിപ്പിറാവ്-

ഈ മുയൽ,

ശീമ.

നോക്കൂ.

ഹാഫ് ബോയിൽഡ്-

ക്രാബ്, ഓയിസ്റ്റർ.

കത്തികൊണ്ടു ചുരണ്ടി, തീക്കനലിൽ കാണിച്ച്, മൂന്നു വരഞ്ഞ്, ഉപ്പു പുരട്ടി, മുളകു തേച്ച്—

ഹായ്!

ലൗവ്‌ലി.

ഓ! മൈ ഗുഡ്നസ്!

ബ്യൂട്ടിഫുൾ.

കമ്പിമുനയിൽ കുത്തിവരഞ്ഞ്—

മസാല പുരട്ടി—

തീക്കനലിൽ—
ബ്യൂട്ടിഫുൾ.
ഗ്രേറ്റ്.
സിവിലൈസ്ഡ്.
താനെന്തൊരു പച്ചക്കറ്യാഡോ. തനി നാടൻ കന്നാലി. വൈക്കോല്, പുല്ല്, പരത്തിക്കൊട്ട, കൺട്രി.
പുഞ്ചപ്പാടത്ത് തവളകൾ മൗനം പൂണ്ടു. കുഞ്ഞുകുട്ടന്റെ ആഗമനം അവറ്റ അറിഞ്ഞിരിക്കും. മനുഷ്യന്റെ പാദപതനം അവറ്റയുടെ കാലന്റെ വരവോതുന്നു.
ദയ!
ഒന്നുമില്ല. ആടായി ജനിക്കുന്നത് അറവുശാലയിലെത്താനാണ്.
അതാണു പ്രകൃതി.
അതിനിടയിൽ–
ഞാനിപ്പൊ കൊല്ലാറില്ല. തിന്നാറില്ല. വിക്കാറുമില്ല.
വിഡ്ഢിത്തം!
കൊല്ലാം. തിന്നാം. വിൽക്കാം.
ഭഗവാൻ വ്യാസൻ ധർമാധർമചിന്തയ്ക്കായി ഭാരതം മുഴുവൻ പാടി. ലക്ഷത്തിലധികം ഗ്രന്ഥം രചിച്ചു. അതും പോരാഞ്ഞ് പതിനെൺപുരാണങ്ങൾ പതിനെട്ടു സോപാനങ്ങളാക്കി.
എന്നിട്ടും—
ധർമത്തിന്റെ ഗതി ഗഹനംതന്നെ. നിഗൂഢം.
ദേവന്മാർക്കുകൂടി അജ്ഞാതം!
അതുകൊണ്ടു സ്വകർമം ആചരിക്കൂ. അതുതന്നെ സ്വധർമം.
സ്വന്തം കുഞ്ഞുങ്ങളെ പുലർത്തൂ. കുടുംബം നോക്കൂ. അതത്രെ ധർമം. ബാക്കിയൊക്കെ അധർമം.
ഈശ്വരാ!
ഇക്കണ്ട കാലമത്രയും വൃഥാവിലായി. ഒരിറ്റു വെളിച്ചം.
കുട്ടികൾ പഴിക്കും.
അച്ഛൻ കർത്തവ്യം.
അച്ഛൻ ശപിക്കും.
മകന്റെ കടമ.
ഒന്നും വീട്ടാനായില്ല. ഉണ്ണാൻ, ഉടുക്കാൻ ഉറങ്ങാൻ, ഒക്കെ അന്യാശ്രയം വേണം. ഒരുരുള ചോറിനു സമ്പാദിച്ചില്ല. ഉടുതുണിക്കന്യസഹായം വേണം. മറ്റൊരാളുടെ പാർപ്പിടത്തിൽ അന്തിയുറങ്ങുന്നു.
എന്നിട്ടും—
കുട്ടികൾ വളരുന്നു.
ഭാര്യ ജീവിക്കുന്നു.
അച്ഛനമ്മമാർ കഴിഞ്ഞുകൂടുന്നു.
അതവരുടെ പുണ്യം.
പൂർവജന്മസുകൃതം
രാപ്പകൽ പാപപുണ്യചിന്തമാത്രം. സദാ പണമുണ്ടാക്കാനുള്ള മോഹം മാത്രം.
അഥവാ മോഹിക്കുന്നു എന്നതു നാട്യമാകുന്നു.

പ്രധാനം പാപപുണ്യചിന്തകളാകുന്നു. ഈ മർത്ത്യജീവിതം എന്തിനിങ്ങനെ ദുരിതപൂർണ്ണമായി, പാപപുണ്യങ്ങളുടെ ഇടച്ചിൽ. അതിൽനിന്നുളവായ കടച്ചിൽ. ധർമചിന്തയായുരുത്തിരിയുന്ന ഫലം. അതനുഭവിക്കുവാനായി കുഞ്ഞുകുട്ടൻ പുഞ്ചക്കണ്ടത്തിന്റെ വരമ്പിൽ മലർന്നുകിടന്നു.

വരമ്പിറമ്പിലെ കറുകനാമ്പ് മഞ്ഞിൻകണങ്ങൾ തളിച്ച് കുഞ്ഞുകുട്ടനെ ഇക്കിളിപ്പെടുത്തി. ഞണ്ടിൻമാളങ്ങളിൽ ഒഴുകിവീഴുന്ന വെള്ളം വായ്ക്കുരവയിട്ട് വരവേല്പു നല്കി. കണ്ടത്തിൽ പുളയുന്ന നീർക്കോലികൾ തങ്ങൾക്കു ചങ്ങാത്തം കൂടാനെത്തിയ കുഞ്ഞുകുട്ടനടുത്ത് തലപൊക്കി നിന്നു.

എന്തേ ഒടുക്കം ഇവിടേക്കു പോന്നേ?

നീർക്കോലി ചോദിച്ചു.

ഞങ്ങളുടെ തോലുരിച്ചും കഷണം മുറിച്ചും കാശുമാറി മറ്റു ചെറു പ്രാണികളെ ജീവനോടെ തിന്നു സംസ്കാരിക പരിഷ്കാരമര്യാദകൾ വാതോരാതെ പറഞ്ഞുനടന്നാൽ പോരെ. നോക്കൂ. ഈ വരമ്പത്തുറങ്ങുവാൻ കിടക്കുന്ന നിങ്ങളെ എനിക്കു കടിച്ച് മുറിവേല്പിക്കാം. വിഷമില്ലെങ്കിലും വേദനിപ്പിക്കാം. ഈ പുഞ്ചക്കണ്ടത്തിലെ സമസ്ത പ്രാണികൾക്കും നിങ്ങളെ ഉപദ്രവിക്കാം. മലർന്നുകിടക്കുന്ന നിങ്ങളുടെ വൃഷണത്തിൽ ഇടുക്കിപ്പിടിക്കാൻ ഈ കൂറ്റൻ ഞണ്ടുകൾക്ക് എന്തെളുപ്പമാണെന്നോ. ആ ചെവിക്കുറ്റി കടിച്ചു മുറിക്കാം. ചെവിയിൽ അരിച്ചു കയറാൻ മണ്ണട്ടയ്ക്കു സുഖമാണ്. അസത്യം മാത്രം കാണുന്ന ആ കണ്ണുകൾ കൊത്തിക്കീറുവാൻ ഒരു പ്രയാസവുമില്ല. എന്നിട്ടും ഞങ്ങളതു ചെയ്യുന്നില്ല. എന്തേ.

അതോ. ജീവന്റെ വില ഞങ്ങൾക്കറിയാം. തോലിന്റെ വിലയല്ല. എറച്ചിയുടെ വിലയല്ല. എല്ലിന്റെ വിലയല്ല. ജീവന്റെ വില ഞങ്ങൾക്കറിയാം. മനുഷ്യരായ നിങ്ങൾക്കറിയില്ല. നിങ്ങളുടെ ഇടയിൽ ഈ ഞങ്ങൾ വന്നു പെട്ടാലോ. ഒരാവശ്യവുമില്ലെങ്കിലും തല്ലിക്കൊല്ലും. ഒരു വിനോദം. നിങ്ങളുടെ ലിംഗാഗ്രം കരണ്ടുതിന്നാൻ എളുപ്പമുള്ള ഈ പോത്തൻ പെരുച്ചാഴിയെ നോക്കൂ. മുമ്പൊരിക്കൽ നിങ്ങൾ തല്ലി മുതുവൊടിച്ചുവിട്ടതാണ്. വേണമെങ്കിൽ പ്രതികാരം ചെയ്യാം.

തന്റെ കാതിൽ വന്നു കാര്യം പറയുന്ന നീർക്കോലിയെ നോക്കി കുഞ്ഞുകുട്ടനെഴുന്നേൽക്കാൻ ശ്രമിച്ചു.

വേണ്ട. അവിടെ കിടന്നുകൊള്ളൂ. ഞങ്ങളൊന്നും ചെയ്യില്യ. നിങ്ങൾക്കു ഭയമാണ്. സർവഭയം. ഒരാൾ അടുത്തുവന്നാൽ പേടി. ഉപദ്രവിച്ചാലോ. ഹേ, യോഗ്യനായ മനുഷ്യാ! വെറുതെ ഉപദ്രവിക്കുന്ന സ്വഭാവം നിങ്ങളുടേതാകുന്നു. കൊല്ലാനുള്ള ശാസ്ത്രം സദാ വിപുലമാക്കുന്ന നിങ്ങളുടെ മാത്രം. എന്നിട്ടും നിങ്ങൾ സ്ഥിതിസമത്വം പ്രഖ്യാപിക്കുന്നു. ഭൂതദയ സംസാരിക്കുന്നു.

ഞാനിത്തിരി കിടക്കട്ടെ. ഒരിറ്റ് സ്വൈരം തേടി വന്നതാണ്.

നിങ്ങൾ ഇത്തിരിയല്ലാ എത്രനേരം വേണമെങ്കിൽ കിടക്കൂ. ഞങ്ങൾ കണ്ടതുകൊണ്ടൊന്നുമില്ല. കിടക്കണം എന്നു തോന്നി. കിടന്നു. അത്ര തന്നെ. ഞങ്ങൾ ഋജുബുദ്ധികളാണ്. വിശന്നാൽ തിന്നും. ഉറക്കം വന്നാൽ ഉറങ്ങും. പക്ഷേ, നിങ്ങളുടെ കൂട്ടർ കണ്ടാലാണു വിഷമം. ആളെ വിളിച്ചു കൂട്ടും. പാടത്ത് വരമ്പത്തു കിടന്നതിനു കാരണം ചോദിക്കും. നിങ്ങളെന്തുത്തരം പറഞ്ഞാലും കാര്യമില്ല. അവർ കരുതിയിരിക്കുന്ന ഉത്തരം അവർ

പറയും. കുഞ്ഞുകുട്ടൻ കള്ളു കുടിച്ചു ബൂസായി. പാടത്തു വീണു. ഇതൊന്നും ഞങ്ങൾ പറഞ്ഞുപരത്തുന്നതല്ല. ഞങ്ങള ന്വേഷിക്കാറുമില്ല. എന്തേ കിടന്നേ. എന്തേ നടന്നേ. ആവോ. അതൊന്നും പൊതു പ്രീതിയനുസരിച്ചല്ലല്ലോ. അതിനാൽ നിങ്ങൾ കിടക്കൂ. യഥേഷ്ടം. വനദേവതകളെ പ്പോലെ, ഈ വയൽദേവതയും നിങ്ങളെ കാക്കും. ഇടംവലവും കീഴുമേലും മുമ്പുപിമ്പും ഞങ്ങൾ കാവലിരിക്കാം. നിർഭയനായി ഉറങ്ങുക. മതിവരുവോളം.

എന്നിട്ട്, ആ നീർക്കോലി ഇഴഞ്ഞുചെന്ന് കുഞ്ഞുകുട്ടന്റെ തലയ്ക്കൽ ചുരുണ്ടുകൂടി. ഇടംവലം ഞണ്ടുകൾ കാവൽനിന്നു. ചുറ്റുവട്ടം തവളയും മണ്ണട്ടയും കാത്തു. കീഴ്മേല് വയൽദേവത നോട്ടമിട്ടു. ആ സുരക്ഷിതത്വത്തിൽ മറ്റൊക്കെ മറന്ന് കുഞ്ഞുകുട്ടൻ ഉറങ്ങി. അയാളുടെ കൂർക്കംവലി മറ്റു ചെറുപ്രാണികളുടെ മഹാസംഗീതത്തിൽ ലയിച്ചുചേർന്നു.

## ഇരുപത്തിയേഴ്

**ഈ**ച്ചക്കളിക്ക് കാശുവെച്ച് നാലുപേർ നാൽക്കവലയിൽ അകന്നിരുന്നു. അകലെനിന്നു വരുന്ന കുഞ്ഞുകുട്ടനെ കണ്ട് നാൽവരിൽ ഒരുവൻ വായു ചലിക്കാതെ നടന്നു. കുഞ്ഞുകുട്ടനടുത്തെത്തി. കുഞ്ഞുകുട്ടൻ ആ വരവു കണ്ടു പകച്ചു. പകപ്പകന്നപ്പോൾ പുരികമുയർത്തി അന്വേഷിച്ചു. ഉം?

അയാൾ പറഞ്ഞു: ഈച്ച.

കുഞ്ഞുകുട്ടൻ : ഈച്ച?

അത്ഭുതം അത്യത്ഭുതമായി. കുഞ്ഞുകുട്ടനൊന്നും മനസ്സിലായില്ല. വീണ്ടും വായ തുറക്കുംമുമ്പ് ആ മനുഷ്യൻ കുഞ്ഞുകുട്ടന്റെ അടുത്തുവന്നു കണ്ണടച്ചു മിണ്ടരുതെന്ന് ആംഗ്യം കാട്ടി. അതറിയുംമുമ്പ് അകന്നുനിന്ന മൂന്നുപേരും ഭൂസ്പർശമില്ലാതെ പാറിപ്പാറിവന്ന് കുഞ്ഞുകുട്ടനെ എടുത്തു വളരെ അകലേക്കു കൊണ്ടുപോയി. പോകുന്ന പോക്കിൽ കുഞ്ഞുകുട്ടൻ പരിഭ്രമിച്ചു ചോദിച്ചു:

ഉം?

ഈച്ച.

അവരെല്ലാവരും ഒരുമിച്ചു പറഞ്ഞു.

കുഞ്ഞുകുട്ടനൊന്നും മനസ്സിലാവാതെ സ്വയം ചുണ്ടത്തു വിരൽ ചേർത്തു.

നിശ്ശബ്ദം.

ശ്ശ്.........

ഈച്ച!

നാൽവരും പതുക്കെ പറഞ്ഞു:

ഈച്ച.

കാര്യം ഗ്രഹിച്ചമാതിരി കുഞ്ഞുകുട്ടനും പറഞ്ഞു:

ഈച്ച!

ഈച്ച!

ഈച്ച!

ഈച്ച!

ഭാഗ്യം വരുന്നത് ഈച്ച വരുമ്പോഴാണ്. അഥവാ ഈച്ചയാണു ഭാഗ്യം. രണ്ടും ഒന്നാണെന്നർത്ഥം. ഈ ഈച്ചയാണ് ഇപ്പോൾ വരുന്നത്. കുചേലനെ കുബേരനാക്കുന്നതും ഈച്ച. മാളികപ്പുറമേറിയ മന്നന്റെ തോളിൽ മാറാപ്പു കേറ്റുന്നതും ഈച്ച. ഈച്ച ഭാഗ്യമാകുന്നു. ദൈവമാകുന്നു.

അകലേക്കു കൊണ്ടുപോയ നാൽവരിൽ ഏകൻ പ്രസംഗത്തിന്റെ ശൈലിയിൽ പറഞ്ഞുനിറുത്തി. ഉടനെ രണ്ടാമൻ തുടർന്നു:

അതെ. സഖാവ് പറഞ്ഞത് എന്തെന്നുവെച്ചാൽ അതാണ് ഈച്ച. ഈ നമ്മുടെ ഭാഗ്യവിധാതാവ് ഈച്ചയാകുന്നു. മനുഷ്യവർഗത്തിന്റെ മുഴുവൻ ഭാവിയും ഈച്ചയിൽ അടിസ്ഥിതമത്രെ.

കേൾക്കൂ.

മൂന്നാമൻ തുടർന്നു:

കേൾക്കൂ, സഹോദരാ. സഹോദരന്റെ പേരെന്തുമാവട്ടെ. ഈച്ചയുടെ പേരാണ് കാര്യം. അഥവാ ഈച്ചയാവുന്നതാണു കാര്യം. ഈ നാടിന്റെതന്നെ ഭാഗ്യവിധാതാവായ ഈച്ചയുടെ വരവും കാത്തുനില്ക്കുന്ന ഈ നിമിഷത്തിൽ.

അതാണു പ്രശ്നം.

നാലാമൻ തുടർന്നു:

ഈ നിമിഷത്തിൽ ഈച്ച വരാം. വരാതിരിക്കാം. വന്നുമിരിക്കാം.

ങേ!

കുഞ്ഞുകുട്ടനൊന്നും മനസ്സിലായില്ല.

സഖാവേ!

സഹോദരാ!

മനുഷ്യാ!

മാഷെ!

കേൾക്കൂ.

അവരത്രയും ഒരുമിച്ചു പറഞ്ഞു:

ആ നാൽക്കവലയിൽ നാലു നാണയം വെച്ചിരിക്കുന്നു. നാലും തിളപ്പിച്ച വെള്ളത്തിൽ കഴുകി ശുദ്ധമാക്കി അലക്കിയ മുണ്ടുകൊണ്ടു തുടച്ച്. നാലും ഒരേ കൊല്ലം അടിച്ചിറക്കിയത്. ഒരേ മെറ്റൽ. ഒരേ മൂല്യം. ഒരേ പുറം. ഒരേ വൃത്തത്തിനകത്ത്. അവ, ഈ ഞങ്ങൾ നാൽവരെ പ്രതിനിധാനം ചെയ്യുന്നു. എനിയാണു കളി. കളിയല്ല. കാര്യം. അതായത് ഈച്ച എനിയാണു വരുന്നത്. മനസ്സിലായോ?

ഇല്യ.

കുഞ്ഞുകുട്ടൻ കൈ മലർത്തി.

മഹാവിഡ്ഢി!

ഞങ്ങളെ മനസ്സിലായോ?

ഇല്യ.

അതിലും മഹാവിഡ്ഢി.

ഞങ്ങളാണു ഗ്രാമാദ്ധ്യക്ഷന്മാർ. അധികാരികൾ ഞങ്ങളാണു നാടു ഭരിക്കുന്നവർ.

നാടോ! എന്റെ നാട്! ഭരണം.

കുഞ്ഞുകുട്ടൻ ഭയന്നു. അധികാരികളെ കണ്ട് മെയ്യാകെ വിറച്ചു. നടുറോട്ടിൽ വിസർജിച്ചു.

എടോ ദരിദ്ര്യവാസീ, ഈ ഞങ്ങളിൽ ആരാണ് മുഖ്യൻ എന്നതാണു പ്രശ്നം. ഈച്ച ഏതു നാണയത്തിൽ വന്നിരിക്കുന്നുവോ അതിന്റെ ഉടമസ്ഥനത്രെ മുഖ്യൻ. അതിനാൽ ഞങ്ങൾ ഈച്ചയെ കാത്തിരിക്കുന്നു. ഇലയനങ്ങാതെ, കാറ്റു വീശാതെ, പ്രാണൻ തുടിക്കാതെ നോക്കുന്നു. അതിലിടയ്ക്കാണു നിങ്ങൾ വന്നത്. അതോടെ എല്ലാം തകരാറിലായി. നിങ്ങളിൽ, ഒരുപക്ഷേ, ഈച്ച ഇഷ്ടപ്പെടുന്ന എന്തെങ്കിലുമുണ്ടാവാം. ഉദാഹരണമായി ഒരു വ്രണം.

വ്രണമോ. എന്റെ ശരീരത്തിലോ. ഇല്യ.

കുഞ്ഞുകുട്ടൻ ഇടയിൽ കയറിപ്പറഞ്ഞു:

മിണ്ടാതിരിക്കെടോ. താൻ ഒരുപക്ഷേ, ഒരു സിഫിലിസ് രോഗിയാവാം.

ഷട്ടപ്പ്! തോന്ന്യാസം പറയരുത്.

താൻ കെടന്നലറാതെ. ഇതൊക്കെ സാദ്ധ്യതകളാണ്.

അപ്പോൾ വ്രണവും സിഫിലിസും ഈച്ചകളെ—

ആകർഷിക്കും.

ബാക്കി മൂന്നു പേരും ഒരുമിച്ചു പറഞ്ഞു. അവരുടെ ഭാവവും ധ്വനിയും യഥാർത്ഥത്തിൽ താനൊരു രോഗിയാണോ എന്ന ശങ്ക കുഞ്ഞുകുട്ടനിലുണർത്തി. ഈച്ചയെ ആകർഷിക്കുന്ന പുണ്ണ് പഴുത്തു ചലം ഒലിക്കുന്ന ഒരു ജീവി.

അതുകൊണ്ട് ആ സാദ്ധ്യത ഭയന്ന് നിങ്ങളെ ഇങ്ങോട്ടുമാറ്റി. അല്ലെങ്കിൽ, നിങ്ങൾ വൃത്തത്തിന്റെ ഇടതുഭാഗത്തുകൂടെ സഞ്ചരിച്ചിരുന്നുവെങ്കിൽ ഈച്ചകൾ ഇടത്തോട്ടു ഗമിക്കുകയും ഒരുപക്ഷേ, ഇടത്തെ ഭാഗത്തുള്ള നാണയത്തിൽ വന്നിരിക്കുകയും ചെയ്തേനേ. ഇതൊരു സാദ്ധ്യതയാണ്. തിയറി ഓഫ് പ്രൊബബിലിറ്റി. അതുപോലെ വലത്തുവശത്തുകൂടി സഞ്ചരിച്ചാൽ വലത്തേക്ക് ആകർഷിക്കപ്പെടുകയും ഒരു വലത്തൻ തെരഞ്ഞെടുക്കപ്പെടുകയും ചെയ്യാം. അഥവാ വിപരീതമായി—

പ്രസംഗകൻ തെല്ലിട നിറുത്തി. മറ്റു മൂന്നുപേരും ഒരുമിച്ചു പറഞ്ഞു:

അഥവാ, വിപരീതമായി നിങ്ങൾ ഒരീച്ചവിരുദ്ധനാണെങ്കിൽ—

ഈച്ചവിരുദ്ധനോ?

അതെ! ഈച്ചയെ ആകർഷിക്കാത്തവനാണെങ്കിൽ, അതായത് ഈച്ചയ്ക്ക് ഇഷ്ടപ്പെടുന്ന ഒന്നും നിങ്ങളിൽ ഇല്ലെങ്കിൽ, ആ ഒരൊറ്റ കാരണംതന്നെ ഒരു വികർഷണസ്വഭാവം പുലർത്തുന്നതാവും. മാത്രമല്ല, ചിലപ്പോൾ ഈച്ചയ്ക്കു വിരുദ്ധമായ ഒരു പദാർത്ഥം നിങ്ങളുടെ ശരീരത്തിലുണ്ടെങ്കിൽ.

ഉദാഹരണമായി—

പതിവനുസരിച്ചു മൂന്നുപേരും തുടർന്നു: ഉദാഹരണമായി നിങ്ങളിന്നു ഡെറ്റോളൊഴിച്ചു കുളിച്ചിരുന്നുവെങ്കിൽ, തന്മൂലം ഈച്ചകൾ ആ ദുർഗന്ധം സഹിക്കവയ്യാതെ നിങ്ങളുള്ള പ്രദേശത്തുനിന്നു പറന്നകലുന്നതും തന്മൂലം ഞങ്ങളുടെ ഭാഗ്യപ്രതീകമായ നാണയത്തിൽ ഈച്ച വന്നിരിക്കുവാൻ സമയം വൈകുന്നതുമാകുന്നു. അങ്ങനെ അത്രയും നേരം അഥവാ കാലം ഈ രാജ്യം ഭരണം സ്തംഭിച്ച് ഒരു പ്രതിസന്ധിഘട്ടത്തിൽ അകപ്പെടുകയും അതിനുത്തരവാദിയായ—

അപ്പോഴേക്കും പ്രസംഗകന്റെ മുഷ്ടി താനറിയാതെ ചുരുണ്ടുകഴിഞ്ഞു. വായുവിൽ മൂന്നോ നാലോ പ്രാവശ്യം ഒരു സാങ്കല്പികശത്രുവിനെ

അദ്ദേഹം ഇടിച്ചു തമർത്തി. ഇത്രയും കണ്ട ബാക്കി പേർ ഉച്ചത്തിൽ ഓളിയിട്ടു. മുഷ്ടി ചുരുട്ടി ഒരുമിച്ചു ഗർജിച്ചു.

അതിനുത്തരവാദിയായ നിങ്ങളെ നീചനായ രാജ്യദ്രോഹി എന്ന നിലയ്ക്ക് ഉന്മൂലനാശം വരുത്തേണ്ടതും—

കുഞ്ഞുകുട്ടൻ പേടിച്ചു വിറച്ചു. പറഞ്ഞുപറഞ്ഞ് താനിപ്പോൾ രാജ്യദ്രോഹിയായി. ഒരീച്ചയാണു കാരണം. അതിന് ഇഷ്ടപ്പെട്ട വ്രണം തന്റെ ശരീരത്തിലില്ലാത്തതിനാൽ കുഞ്ഞുകുട്ടൻ ആത്മാർത്ഥമായി ദുഃഖിച്ചു. എങ്ങനെയെങ്കിലും തന്റെ ശരീരത്തിൽ പഴുത്തുചീയുന്ന ഒരു പുണ്ണെങ്കിലും ഉണ്ടാവട്ടെ എന്നു മനസ്സുരുകി പ്രാർത്ഥിച്ചു. ഉടനെ, നിന്നനിലയിൽ, അങ്ങനെ വരുത്തുന്ന വരദായികയെ തപം ചെയ്തു സിദ്ധിവരുത്തി പ്രീതിപ്പെടുത്താത്തതിൽ ആത്മനിന്ദചെയ്തു. എന്നിട്ട് ഒരു വിധം ധൈര്യം സംഭരിച്ചു പറഞ്ഞു: ഞാൻ... ഞാനീച്ചകളെ—അല്ല, അതെ, ബഹുമാനപ്പെട്ട ഈച്ചകളെ ആകർഷിച്ചുമില്ല വികർഷിച്ചുമില്ല. ഞാനൊരു സാധാരണക്കാരനാണ്. ഈച്ചകളുടെ മിത്രവുമല്ല ശത്രുവുമല്ല. അഥവാ എനിക്കതറിയില്ല.

ദ്രോഹി!

നാൽവർ ഒരുമിച്ചലറി:

മിത്രവുമല്ല, ശത്രുവുമല്ല എന്നോ. അങ്ങനെ ഒരവസ്ഥയില്ല. ഒന്നുകിൽ മിത്രം അല്ലെങ്കിൽ ശത്രു. ഇടനിലയില്ല. അതു വെറും നാട്യം. അറിയില്ല എന്നു പറയുന്നതു വഞ്ചന. ഈച്ചകളെ അറിയാതാരുണ്ട്. അറിയുന്നവർക്ക് അതിന്റെ ഇഷ്ടാനിഷ്ടങ്ങളും അറിയാം. അറിയില്ലെന്നു നടിക്കുന്ന നിങ്ങൾ വഞ്ചകനാണ്. ശത്രുവാണ്. ദ്രോഹിയാണ്. ഇതൊക്കെ ചേർന്നതാണ്. അതുകൊണ്ട് സഹോദരാ, താങ്കൾ വിധിക്കു കീഴടങ്ങുക.

എന്താണു വിധി.

ഈച്ച.

ങേ!

ഈച്ച!

ങേ!

അതെ, ഈച്ച!

ഈച്ച വന്നു. വരുന്നു.

കുഞ്ഞുകുട്ടന്റെ മഹാഭാഗ്യാതിരേകത്താൽ അകലെ പറന്നുയർന്ന ഒരീച്ച നാൽക്കൂട്ടപ്പാതയിൽ വൃത്തം വരച്ചു സ്ഥാപിച്ച നാലു നാണയങ്ങളുടെ നേരെ പറക്കുന്നതു കണ്ടു. അതിനുപിന്നിൽ വായു ചലിക്കാതെ പ്രാണൻ ഒതുക്കിപ്പിടിച്ച് നാൽവരും നടന്നു. അതിനും പിന്നിൽ മോചിപ്പിക്കപ്പെട്ടിട്ടും മോചിതനാവാതെ, തന്റെ വിധിയെന്ത് എന്നറിയാതെ, അവരെപ്പോലെ കുഞ്ഞുകുട്ടനും ഭൂസ്പർശമേൽക്കാതെ പാറിപ്പാറിനടന്നു. ഭാഗ്യാധിപനായ ഈച്ച അപ്പോഴും വഴികാട്ടുന്നുണ്ടായിരുന്നു. നാടിന്റെ ഭാഗ്യം.

## ഇരുപത്തിയെട്ട്

**ന**മ്മളൊക്കെ എന്തിനാ ജീവിക്കണേ?

വടക്ക്നിയിൽ ബീഡിതെറുക്കുന്ന ആര്യക്കുട്ടി ചോദിച്ചു. ഏടത്തിമാർ ചോദ്യം കേട്ടു എങ്കിലും ഉത്തരമാവശ്യമില്ലാത്തതിനാൽ മിണ്ടാട്ടം മറന്നു.

അവരും പലപ്പോഴും ചോദിക്കുവാൻ നിരീച്ചതാണ്. സ്വയം ചോദിച്ചതു മാണ്. എന്തിനാ ജീവിക്കണേ?

സൂര്യനുദിച്ചാ തൊടങ്ങായി ദുഃഖം. എനി ആ ദിവസം കഴ്യേണല്ലോ. വല്ലവിധോം അന്തിയായാൽ ജയിച്ചു. ത്തിരി വല്ലതും വാരിത്തിന്ന് കെടക്കാം. പിന്നെ വെളിച്ചാവുന്നതുവരെ കെടക്കാം. വെളിച്ചായാലോ. പിന്നേം പഴേപോലെന്നെ. ബീഡി തെർക്കാം. കാശു മേടിക്കാം. ഉണ്ണാം. അല്ലാണ്ടെന്താ.

എല്ലാ ജീവിതോം ഇങ്ങനേന്നേരിക്കും, വെറുതെങ്ങനെ ജീവിക്കന്നെ. അല്ലാണ്ടെന്താ? ന്ന്ട്ട് ത്തിരി കാശ്ണ്ടാക്കാ. അതോണ്ട് മൂക്കുമുട്ടെതിന്നാ. പിന്ന്യോ–

പിന്നേം അദ്ധ്വാനം. പിന്നേം തീറ്റ.

ബഹുരസം!

നീയെന്താ ചിരിക്കണേ?

ആര്യക്കുട്ടീടെ ചിരിയുടെ അർത്ഥം ഗൗരിക്കും തേതിക്കും മനസ്സിലായില്ല.

ഞാൻ നിരീക്ക്യാ. ഇതേവരെ പട്ടിണി മാറാൻ എന്താ വഴീന്ന് നിരീച്ചു. ഇപ്പൊ അതായി. എനി എന്താ നിരീക്ക്യാ. ത്രൊക്കെ ള്ളൂ ജീവിതംച്ചാ പണീട്ക്കാ. തിന്നാ. അതിനെടയ്ക്ക് പറ്റുംച്ചാൽ പെറേം ചെയ്യാ. ന്ന്ട്ട് ഒടുക്കം ചത്തുപോവേം.

നീയെന്തൊക്ക്യ പറേണേ?

നമ്മളെന്തിനാ ജീവിക്കണെ? ഏടത്തിക്കറിയൊ?

അത്—അത്—

ആര്യക്കുട്ടീടെ ചോദ്യം ഏടത്തിമാരെ ഉത്തരംമുട്ടിച്ചു. എന്തിനാ ജീവിക്കണേ?

കുട്ട്യോൾക്ക് വേണ്ടീട്ട്.

തേതിക്ക് ഒരുത്തരം തോന്നി.

വല്യേടത്തീടെ ഉത്തരം ഗൗരിക്ക് വളരെ വേഗം സ്വീകാര്യമായി. ഈ ഉത്തരം തനിക്കെന്തേ മുമ്പുതന്നെ തോന്നാഞ്ഞേ എന്നവർ ദുഃഖിച്ചു.

അല്ലാണ്ടെന്താ. കുട്ട്യോൾക്ക് വേണ്ടീട്ടന്നെ!

ഗൗരി വേഗം പറഞ്ഞു. താൻ പറയാൻ താമസിച്ചതു തിരുത്താൻ എന്ന മട്ടിൽ, തനിക്കും അതറിയാം എന്നു ധരിപ്പിക്കാൻ. താനൊന്നു പരുങ്ങീത് ചോദ്യം കേൾക്കാഞ്ഞിട്ടാണ്, ഉത്തരം തോന്നാഞ്ഞിട്ടല്ല എന്നു ആര്യക്കുട്ടിയും വല്യേടത്തിയും അറിയട്ടെ എന്നും അവർ ആഗ്രഹിച്ചു. ഇപ്പോൾ അറിഞ്ഞിരിക്കുമെന്നാശ്വസിക്കുകയും ചെയ്തു.

കുട്ട്യോൾക്കു വേണ്ടീട്ടാത്രെ! ഓരോരോ പൊളി! കുട്ട്യോൾക്ക് എനി നമ്മളൊന്നും വേണ്ട. അല്ലെങ്കി, ഇപ്പൊ നമ്മടെ അച്ഛനും അമ്മേം ജീവിക്കണതെന്തിനാ. നമ്മക്ക് വേണ്ടീട്ടാ.

അത്—അത് —അതന്നെ.

ഏടത്തിമാർ പരസ്പരം നോക്കി. സദാ പുറത്തളത്തിൽ, എണ്ണയും കുഴമ്പും ഇഴുകി വിയർപ്പും മൂത്രവും ചേർന്ന് വീർപ്പുമുട്ടിക്കുന്ന ദുർഗന്ധം വമിച്ച്, രാപ്പകൽ ശകാരിച്ചു കഴിയുന്ന അച്ഛൻ. നാലിറയത്ത് ഏതെങ്കിലും ചുമരുംചാരി നീരുകെട്ടിയ വയറും തലോടിയിരിക്കുന്ന അമ്മ. തെക്കിനിയിൽ

ചുരുണ്ടുകൂടുന്ന വലിയമ്മമാര്. ചെവിയും കണ്ണും കാണാതെ, ആവലാതി മയം.

എന്തിനാ?

നമ്ക്ക് വേണ്ടീട്ടാ.

വേണ്ടാത്തതോരോന്ന് ചോദിച്ചാ.

വല്യേടത്തിക്ക് കരച്ചിലു വന്നു. പണ്ടേ പതിവാണ്. ഉത്തരംമുട്ടിയാൽ കരയും. സന്തോഷിച്ചാലും കരയും. ഒരു പക്ഷേ, ദുഃഖിച്ചാലൊഴിച്ച്, തീവ്ര വേദന വരുമ്പോൾ, കഠിന ദുഃഖമുണ്ടായാൽ തെരുതെരെ പണിയെടുക്കും. വെള്ളംകോരും. നിലം അടിച്ചുതളിക്കും. അങ്ങനെ—

ഒക്കെ വെറുതെ പറേണേ. ഒന്നൂല്യ. ഇങ്ങനെ ജീവിക്ക്യാ. മൂക്കു മുട്ടെ തിന്നാ. പിന്നെ കൊറേ കഴിഞ്ഞാ ചത്തുപോവാ. ഇങ്ങനെ ഒരു ജീവിതോ?

ആര്യക്കുട്ടിക്ക് മുഷിഞ്ഞു.

എല്ലാവരും ഇങ്ങനേല്ലേ. ത് പ്പൊ നിണക്ക് മാത്രല്ലല്ലൊ. എല്ലാ മനുഷ്യരും പണീട്ക്കണത് ജീവിക്കാൻതന്ന്യാ. നന്നായിട്ട് കഴിഞ്ഞൂടാൻതന്ന്യാ. അല്ലാണ്ടെന്തിനാ?

അതാണു താനും അന്വേഷിക്കുന്നത്. തിന്നു ചാവാൻ ഒരു സൃഷ്ടി! ഭയങ്കരം!

ങേ!

ഭയങ്കരംതന്നെ!

ആര്യക്കുട്ടിയുടെ ആത്മാവു പിടഞ്ഞു. ഭയംകൊണ്ടു വിറച്ചു. വിറങ്ങലിച്ചു. നവദ്വാരങ്ങളിലും ചെന്നുമുട്ടി. മടങ്ങി.

ഇത്ര ഭയങ്കരമായി ഒരു ജീവിവർഗം. അതിന്റെ മുഴുവൻ ലക്ഷ്യവും ഭക്ഷണം. കൂടിയാൽ പെറ്റുപെരുകലും. അതിനു വേണ്ടിയുള്ള തത്ത്വശാസ്ത്രം. രാഷ്ട്രമീമാംസ. യുദ്ധം.

ഈശ്വരാ!

തിന്നാനും തിന്നുമുടിക്കാനും മാത്രം പ്രപഞ്ചസൃഷ്ടി.

ദേവീ.

ഏട്ടൻ!

ആര്യക്കുട്ടിയുടെ സമസ്ത വിചാരങ്ങളും ചത്തുമലച്ചു. മടിയിൽ വെച്ച മുറത്തിൽ യാന്ത്രികമായി വിരലു ചലിച്ചു. സ്വഭാവമായിത്തീർന്ന ചലനങ്ങൾ ബീഡി തെറുത്തുതീർത്തു.

എവിടാ കുട്ട്യോള്?

വടക്കിനിയിലെത്തിയ ഉണ്ണിനമ്പൂരിയന്വേഷിച്ചു. പിന്നെ കണ്ഠനാളം ശുദ്ധിവരുത്തി, ഒളിപ്പിച്ച പുഞ്ചിരിയോടെ പറഞ്ഞു:

മൂന്നാളും ബടേണ്ടോ. ഞാമ്പറേണംന്ന് നിരീക്ക്യാർന്നു. ഇബടെ ഒരു ബീഡിക്കമ്പനി തൊടങ്ങാം. നിങ്ങളു മൂന്നാളുണ്ട്. കുട്ട്യോള് എട്ടെണ്ണം. അവറ്റേം തെര്ക്കാൻ വെശാക്കാം. ഒരു നമ്പൂരീസ് ബീഡി കുടിൽവ്യവസായം.

ഞാൻ ല്യ!

ആര്യക്കുട്ടിക്കു വീർപ്പുമുട്ടി.

അസത്ത്! അപ്പഴയ്ക്കും മൊടക്കി. ഒന്നു പറയും മുമ്പു മൊടക്കാൻ നിന്നു. നിന്റെ തോന്ന്യാസം കൊറെ ഏറ്ണ്ട്.

ഉണ്ണിനമ്പൂതിരി ഉമ്മറപ്പടിയിൽ ഇരുന്നു. അനിയത്തിമാരുടെ മുറത്തിൽ നിന്ന് ഒരുപിടി ബീഡിയെടുത്തു. ഒന്നു കത്തിച്ചു.

അതെണ്ണിവെച്ചതാ.

ആര്യക്കുട്ടിക്കു ക്ഷമ നശിക്കാൻ തുടങ്ങി.

അതോണ്ടെന്താ? ഒന്നുംകൂടി എണ്ണിക്കോ. അല്ലെങ്കിൽ രണ്ടു പ്രാവശ്യം. വേണ്ട. മൂന്നാളില്ലേ? മൂന്നു പ്രാവശ്യം എണ്ണാം. വേറെന്താ പണി?

ഏട്ടനാ പണീല്യാത്തെ.

നീയൊന്നു മിണ്ടാണ്ടിരിക്ക്. കണ്ടെത്ത്യാ തൊടങ്ങി കീരീം പാമ്പും പോലെ.

വല്യേടത്തി ആര്യക്കുട്ടിയെ ശാസിച്ചു. ആര്യക്കുട്ടി മുഖം താഴ്ത്തി ഏട്ടനെ കാണാതിരിക്കാൻ ശ്രദ്ധിച്ച് ബീഡിപ്പൊകയിലയിൽ മാത്രം ദൃഷ്ടി നട്ടു.

അപ്പൊ എന്തേ പറഞ്ഞേച്ചാ നമ്മക്ക് ഒരു ബീഡിക്കമ്പനി തൊടങ്ങാം.

ഉണ്ണിനമ്പൂതിരി മയത്തിൽ കൂടി.

ശുണ്ഠിപിടിപ്പിക്കരുത്. ഒരു ഇരുപത്തിയഞ്ചു റുപ്പിക ആവശ്യമുണ്ട്. ആരാ തരാന്ന് അറീല്യ. മയത്തില് കൂട്യാ തന്നൂന്ന്വരാം. മൂന്നാളും തരും. ആര്യക്കുട്ടി മാത്രാണ് ഒന്ന് എടത്തടിക്ക്യാ. ന്നാലും തരും. പക്ഷേ, ശുണ്ഠി പിടിപ്പിക്കരുത്. മയത്തില് കൂടണം. വരട്ടെ.

അപ്പൊ അതാ പറഞ്ഞേ. നമ്പൂരീസ് ബീഡി. കാജപോലെ, ആപ്പിൾ പോലെ. അല്ലെങ്കിൽ റോത്ത്മാൻസ് പോലെ, ട്രിപ്പിൾ ഫൈവ്. അതാ ശരി.

ഉണ്ണിനമ്പൂരി ഒളികണ്ണിട്ടു നോക്കി.

ആര്യക്കുട്ടിയുടെ മുഖം ആർദ്രമാവാൻ തുടങ്ങിയിട്ടുണ്ട്. വലിഞ്ഞുമുറുകിയ മാംസപേശികൾ അയഞ്ഞുതുടങ്ങി.

ഞാനൊന്നു പറയാംച്ച്ട്ടേ പോന്നേ, ഇവെടെ ആളുണ്ട്. Man Power is the best power എന്നാ പ്രമാണം. മാവോ- സേ-തുങ്ങ് പറഞ്ഞതാണ്. അപ്പൊ, അതെ, ഇവിടെ Man Power ഉണ്ട്. പിന്നെ വേണ്ടത് Skill ആണ്. അതും ഉണ്ട്. എനിയൊരു Master brain വേണം. ബിസിനസ് അറിയാവുന്ന ഒരു ബുദ്ധി. അതും സാരമില്ല.

ഉണ്ണിനമ്പൂതിരിക്കുത്സാഹമായി. ഇന്നു വായനശാലയും കനാൽപ്പാലവും കിട്ടിയില്ല. ശ്രോതാക്കളുണ്ടായിരുന്നില്ല. Man Power is the best power എവിടെ കാച്ചണം എന്നു വിചാരിച്ചു നടക്കുകയായിരുന്നു. ഇപ്പോൾ രക്ഷപ്പെട്ടു. ഇവിടെ കാച്ചി. കൃകൃത്യം മർമത്തിൽ കൊണ്ടു. രണ്ടു വാക്ക്. ഒരു പേര്. മാവോ-സേ-തുങ്. മതി. ഇതിലും മുന്തിയ പേര് ഇപ്പോൾ വേണ്ട. അതൊക്കെ കനാൽപ്പാലത്തിന്മേൽ ചെലവാക്കണം. ഇവിടെ ഈ വട്ക്ക്നിയിൽ ഇതുതന്നെ ധാരാളം. (ഇങ്ങനെ ഇടയ്ക്കിടെ കഥാപാത്രത്തിന്റെ വിചാരവികാരങ്ങൾ പ്രത്യക്ഷപ്പെടുന്നു. അതു ശ്രദ്ധിക്കണം എന്ന് ഗ്രന്ഥകാരനെ ഓർമപ്പെടുത്തുന്നു—വ്യാഖ്യാതാ.)

ബിസിനസ് ബിസിനസ് എന്നു പറഞ്ഞാൽ മൂന്നു കാര്യങ്ങളാകുന്നു. വേണമെങ്കിൽ നാലുമാക്കാം. പക്ഷേ, മൂന്നാണ് കാര്യം. ആദ്യം ആശയം. അതായത് Master brain പിന്നെ സാങ്കേതികപരിജ്ഞാനം. അതായത് Skill. പിന്നെയാണ് അദ്ധ്വാനം. അതാണ് Man Power. ഈ മൂന്നും ഇവിടെ ഒത്തുചേർന്നിട്ടുണ്ട്. എനിയെന്താ. ഒന്നുമില്ല. ഉടനെ തുടങ്ങാം. മനസ്സിലായോ. ഞാൻ മാസങ്ങളായി ആലോച്ക്ക്ണൂ. നമക്ക് ഇവിടെ തൊടങ്ങാം. എട്ടും

മൂന്നും പതിനൊന്നാളുണ്ട്. ബീഡി തെർക്കാൻ. വേണങ്കിൽ ദേവീം വെരാക്കട്ടെ. പ്പൊ പന്ത്രണ്ട്. ഒരൊന്നാന്തരം കുടിൽവ്യവസായം.

അതിന്?

അതിനിപ്പൊ ഏട്ടനെന്താ വേണ്ടേ? കാശാച്ചാ ന്റെ കൈയിലില്യ.

പ്രസംഗം മുഴുവനാവാൻ ആര്യക്കുട്ടി കാത്തില്ല. ബീഡി തെറുക്കുന്ന മുറവും എടുത്ത് അവർ നാലിറയത്തേക്കിറങ്ങി. വലിയമ്മമാർ ചുരുണ്ടുകൂടിയ തെക്കിനിയിൽ ചെന്നിരുന്നു.

അതിനു കാര്യം പറഞ്ഞാ മനസ്സിലാവില്ല. നിങ്ങള് കേക്ക്ണ്ടോ.

ഉം.

ഗൗരിയും തേതിയും ഏട്ടനെ നോക്കി. അവർക്ക് ആര്യക്കുട്ടിയെപ്പോലെ അലോഗ്യം പ്രകടിപ്പിക്കാനും കഴിവില്ലാത്തതിൽ മനം നൊന്തു.

ഒരു കാര്യം പറയാൻ സമ്മതിക്കാഞ്ഞാ. പിന്നെ, പറഞ്ഞാ കേപ്പിക്കാൻ അറിയാഞ്ഞിട്ടല്ല. വേണ്ടാച്ചിട്ടാ. അതിന്റൊരു കൂസലില്ലായ.

ഉംം.

ഞാനെന്തിനാ കൂസണേ! ഞാനേ, നന്നായി പണീട്ത്ത്ട്ടാ തിന്നണെ.

തെക്കിനിയിൽ ആര്യക്കുട്ടി പിറുപിറുത്തു. ഏട്ടൻ കേക്കാൻ പാകത്തിൽ. എന്നാൽ, വ്യക്തമാകാത്തവിധം, ഒട്ടൊട്ടുക്ക് കേക്കാൻ.

എന്താ അത് ങ്ങനെ പിറുപിറുന്ന് പറേണ. ഥല്ലിപ്പൊറത്താക്കാഞ്ഞിട്ടാ. ഇപ്പൊ മെക്കട്ടുകേറാനും തൊടങ്ങി. അശ്രീകരങ്ങള്. വേളി കഴിച്ചുകൊടുത്തു. ന്ന്ട്ടോ. രണ്ടും മൂന്നും പെറ്റപ്പോ വേട്ടോർക്കും വേണ്ടാന്റായി. എങ്ങന്യാ. ഇതല്ലേ സ്വഭാവം. പ്രാന്ത്തന്നെ പിടിക്കും.

ഉണ്ണിനമ്പൂരി എണീറ്റു. കണക്കുകൾ പിഴച്ചു. എനി ഇവിടെയിരുന്നാൽ ഇന്ന് കാശ് കിട്ടില്യ. ദേവ്യേ വിളിച്ച് പേടിപ്പെടുത്താം. ന്നാ എങ്ങനേങ്കിലും കരഞ്ഞുപിഴിഞ്ഞു ഇബറ്റോടെ കൈയില്ള്ളത് മേടിച്ചുതരും. അതേ വഴീള്ളു.

ദേവ്യേ. എവടാ അത്. ഇബറ്റേടെകൂടെ കൂടി അതും വിളിച്ചാ വിളി കേക്കാന്റായി.

ദേവ്യേ–

ഉണ്ണിനമ്പൂരി അടുക്കളയിലേക്കു നടന്നു. പോകുന്ന പോക്കിൽ മേലടുക്കളയിൽ കളിക്കുന്ന കുട്ടികളെ കണ്ടു. രോഷം ആളിക്കത്തി. എണ്ണിറ്റോടടാ അബ്ട്ന്ന്. ഒരൂട്ടം ഠെണ്ട്യേള്. തിന്ന് നശിപ്പിക്കാൻ ണ്ടായോറ്റ.

ബദ്ധപ്പെട്ട് എണീക്കാൻ ശ്രമിച്ച കുട്ടികളെ പുറംകാലു മടക്കിപ്പെടച്ചു. വെറും വായുവിൽ കൊണ്ട തല്ലു പെഴച്ചതോർത്തു ദേഷ്യം ഇരട്ടിച്ചു. കൈയിലുള്ള സിഗററ്റ്ലൈറ്റർ വലിച്ചെറിഞ്ഞു. ചുമരിന്മേൽ തട്ടി ലൈറ്റർ തെറിച്ചുവീണത് കാലുകൊണ്ടു തെറിപ്പിച്ച് അടുക്കളയിലേക്കു നടന്നു. നല്ലേടത്ത് നാലുകെട്ട് സീമന്തപുത്രന്റെ കുചേഷ്ടകൾ സഹിയ്ക്കാതെ ഓക്കാനിച്ചു.

## ഇരുപത്തിയൊമ്പത്

**ക**റുത്തപക്ഷം. നാട്ടുവെളിച്ചം ധാരാളം. നിലാവോളം തെളിയാതെ, എന്നിട്ടും എല്ലാം തെളിഞ്ഞ്, ശീതാംശുവിളംകുളുർമയോടെ. രാവിന് ഇരുട്ടാണു ഭംഗി. വെളുത്തവാവിലും ഭംഗി കറുത്തവാവുതന്നെ. ഒരായിരം ജ്യോതിർ

ഗോളങ്ങളുടെ ഒരായിരം ഭാവരശ്മികൾ ഒന്നുചേർന്നൊഴുകിയൊന്നായി നാട്ടുവെളിച്ചമായി ലോകങ്ങളെ ഒന്നായിക്കാട്ടുന്ന അദ്വൈതഭാവം.

കൃഷ്ണപക്ഷത്തിലെ തികഞ്ഞ രാവിൽ കുതിരവേല കഴിഞ്ഞ് കുഞ്ഞുകുട്ടൻ നടന്നു. ലക്ഷ്യമില്ലാതെ. എങ്കിലും സ്വാഭാവമായിത്തീർന്നതിനാൽ ഓരിക്കുന്നിന്റെ വക്ഷസ്സിലേക്ക്. ഇത്തിരി ശാന്തി മോഹിച്ച്. സർവം മറന്ന് സമസ്തവും ഒന്നാവുന്ന ഒറ്റപ്പാലച്ചുവട്ടിൽ. അബോധമനസ്സു വഴി കാണിച്ചു. ജന്മാന്തരസുകൃതം പാർശ്വം കാത്തു. ഇരവിന്റെ അജ്ഞേയത അകമ്പടിനടന്നു.

മാഷല്ലെ, ഒന്നു നിക്കൂ.

നടുരാവിൽ വഴിവെളിച്ചത്തിന്റെ മറവിൽ ആര്യക്കുട്ടി പ്രത്യക്ഷപ്പെട്ടു.

കഥ വായിച്ചില്ലേ?

നിറഞ്ഞ യൗവനം തികഞ്ഞ പ്രായത്തിൽ പുളഞ്ഞു. ജീവകോശങ്ങളൊക്കെ ഏന്തിക്കിതച്ചു. സൃഷ്ടിരഹസ്യമറിഞ്ഞ അടിവയറ് ഊഷ്മളമായി. ഇരുളിൽ സമൂർത്തരതിയായിമാറിയ ആര്യക്കുട്ടിയുടെ സാമീപ്യത്തിൽ കുഞ്ഞുകുട്ടൻ പുരുഷനായി.

മീനഭരണി കഴിഞ്ഞ ആകാശം സർവസാക്ഷിയെങ്കിലും കണ്ണടച്ചു.

കഥ വായിച്ചില്ല്യേ.

ഉവ്വ്.

ഞാൻ മാഷക്ക് ഭാരാവില്യ.

ആര്യക്കുട്ടി കുഞ്ഞുകുട്ടനടുത്തുവന്നു. ഒപ്പം നടന്നു. പറയാനാവാത്ത ഒരുൾ പ്രേരണയാൽ അവരന്യോന്യം അറിഞ്ഞു. ഇണചേരലിന്റെ ആവശ്യം അവരെ ഇണങ്ങിയ ഇടമന്വേഷിക്കാൻ പ്രേരിപ്പിച്ചു.

ഉണ്ണി.

ആര്യക്കുട്ടി അതു കേട്ടില്ല. മനം പുരട്ടുന്ന ആ രണ്ടക്ഷരം കേട്ടില്ലെന്നു നടിക്കാൻ യത്നിച്ചു. ഒരൊച്ച മാത്രമായി ആ പദം വറ്റിത്തീർന്നു.

ഈ നടുപ്പാതിരായ്ക്കിങ്ങനെ നടന്നാൽ. കുഞ്ഞുകുട്ടൻ നാട്ടു വെളിച്ചത്തിൽ നാലുപുറം നോക്കി. സർവസത്യവും കാണുന്ന മാനത്തെ ഭയന്നു. കറുത്തപക്ഷത്തിലും ഇത്രയേറെ വെളിച്ചമുണ്ടാവുന്നതോർത്തു ദുഃഖിച്ചു.

സൂര്യചന്ദ്രന്മാർ സാക്ഷിയാകുന്നു. പകലും രാവും അതും പോരാഞ്ഞ് എണ്ണിയാലൊടുങ്ങാത്ത ജ്യോതിർഗോളങ്ങൾ. അഷ്ടവസുക്കൾ. ഈ മേദിനിപോലും സാക്ഷിയാകുന്നു. സാക്ഷികളൊക്കെ അനിമേഷരുമാകുന്നു. ഒന്ന് ഇമചിമ്മുന്നതു കൂടിയില്ല. ആ തക്കത്തിന് ഒരു പാപം ചെയ്യാമെന്നുവെച്ചാൽ, അതിനും പഴുതില്ല. എന്തുചെയ്താലും ഏതിരുളിൻ നടുവിൽ ചെയ്താലും പ്രപഞ്ചസാക്ഷികളതു കാണുന്നു. കണക്കുവെക്കുന്നു. ഫലം നൽകുന്നു.

ആര്യക്കുട്ടീ!

ങേ!

കുഞ്ഞുകുട്ടന്റെ ശബ്ദം അവരെ ഭയപ്പെടുത്തി. സ്വേച്ഛയാ ഇറങ്ങിത്തിരിച്ചിട്ടും മറ്റാരും കാണില്ലെന്നുറപ്പുണ്ടായിട്ടും അരുതാത്തതിനു തുനിഞ്ഞതാവാം, അവരാകെ വിളർത്തു. ചോരവാർന്നു. മീനച്ചൂടിലും തണുത്തു വിറച്ചു. ഇന്ദ്രിയങ്ങളഞ്ചും കോച്ചിവലിഞ്ഞു. കാമം തണുത്തുറയുന്നതറിഞ്ഞു. ശരീരമനസ്സുകൾ വിറങ്ങലിച്ചു. മരവിച്ചു ചെറുതാവുന്ന ശരീരം അചേതനമാകുന്നതുമറിഞ്ഞു.

ഈശ്വരാ!

മോഹിച്ചുമോഹിച്ചു തരാക്കിയ ഈ നിമിഷംകൂടി അർത്ഥശൂന്യമാകുന്നത് ആര്യക്കുട്ടി അനുഭവിച്ചു. വാശിക്കായെങ്കിലും ഈ പുറപ്പാട് സഫലമാകണേ എന്നു മോഹിച്ചു. അണഞ്ഞ കാമം ആറിത്തണുത്തതറിഞ്ഞിട്ടും ആര്യക്കുട്ടി കുഞ്ഞുകുട്ടനൊപ്പം കുന്നുകയറി. ഒരു ധിക്കാരമായെങ്കിലും ഈ ഭോഗം ഭവിക്കണേ.

ഇരിക്കൂ.

കുഞ്ഞുകുട്ടൻ ആതിഥേയനായി. സ്വഗൃഹത്തിലെത്തിയ അനുഭവത്തോടെ ഓരിക്കുന്നിലെ ഒറ്റപ്പാലച്ചുവട്ടിൽ കുഞ്ഞുകുട്ടൻ ആര്യക്കുട്ടിക്ക് ആസനം നൽകി. എനിയെന്തുവേണ്ടൂ എന്നറിയാതെ ഓരിക്കുന്നിലെ നിറഞ്ഞ നിശ്ശബ്ദതയിലേക്കു ഉറ്റുനോക്കി. ആര്യക്കുട്ടിയും ഒരു യന്ത്രം കണക്കെ പാലച്ചുവട്ടിലിരുന്നു. നിമിഷനേരം കുഞ്ഞുകുട്ടനെ നോക്കി.

ആ കണ്ണുകളിൽ കാമം കെട്ടിരുന്നു. ശരീരം മദഗന്ധം ഉണർത്തിയില്ല. ഇന്ദ്രിയങ്ങളൊക്കെ തണുത്തുറഞ്ഞ് അർത്ഥശൂന്യമായ ആ നോട്ടം കുഞ്ഞുകുട്ടൻ ഏറ്റുവാങ്ങി. എന്നിട്ട് സ്വന്തം നിർവികാരതയിൽ ചാലിച്ചുചേർത്ത് ഇരട്ടിച്ച വികാരശൂന്യതയോടെ മറുഭാഗം വീക്ഷിച്ചിരുന്നു.

സമയം എത്ര കഴിഞ്ഞു എന്നറിയില്ല. അമർത്തിയ തേങ്ങൽ കേട്ട് കുഞ്ഞുകുട്ടൻ തിരിഞ്ഞുനോക്കി. സ്വവിചാരങ്ങളിൽ ചേക്കേറിയിരുന്ന കുഞ്ഞുകുട്ടനെ ആര്യക്കുട്ടിയുടെ തേങ്ങലുണർത്തി.

ഹമ്മേ....

പാലച്ചുവട്ടിൽ വാടിത്തളർന്ന് മുഖം പൊത്തിക്കരയുന്ന ആര്യക്കുട്ടിയുടെ അടുത്തേക്ക് കുഞ്ഞുകുട്ടൻ നീങ്ങി. പരിശുദ്ധിയോടെ അവരുടെ മൂർദ്ധാവും പുറവും തലോടിയാശ്വാസിപ്പിച്ചു.

ന്നെ വേശ്യാന്ന്ന്നിരീക്കരുത്.

മുറിഞ്ഞുമുറിഞ്ഞ് ആര്യക്കുട്ടി പറഞ്ഞു. കനത്തുവീഴുന്ന കണ്ണീർക്കട്ടകൾ കുഞ്ഞുകുട്ടന്റെ നെഞ്ചടച്ചു.

ഇല്യ കുട്ടീ.

കുഞ്ഞുകുട്ടൻ വാക്കുകളില്ലാതെ മൂകനായി.

ഇല്യ. പരിശുദ്ധയും നിഷ്കളങ്കയുമാണു നീ. ഈ പ്രപഞ്ചം സാക്ഷിയാണ്. മാനസ്സാ വാചാ കർമണാ നീ പവിത്രയാകുന്നു.

മാഷേ–ഞാ–ൻ–

മകളേ!

കുഞ്ഞുകുട്ടൻ ആര്യക്കുട്ടിയുടെ ശിരസ്സു താങ്ങി മടിയിൽ വെച്ചു. അഴിഞ്ഞ മുടിയിൽ വാത്സല്യത്തോടെ തലോടി. സാവധാനം കെട്ടിവെച്ചു.

നീ കരയൂ മകളേ! ആവുംമട്ടു കരയൂ. ആ ഹൃദയം പരിശുദ്ധമാകട്ടെ. കെട്ടി നിക്കുന്ന വേദനകൾ ഒഴുകിത്തീരട്ടെ.

ആര്യക്കുട്ടി തേങ്ങിത്തേങ്ങി കരഞ്ഞു. നിർത്താതെ.

അച്ഛൻ!

അച്ഛന്റെ മടിയിൽ കിടന്നിട്ടില്ല. ഓർമയില്ല. ഭർത്താവിന്റെ മടിയിൽ–

ഈശ്വരാ.

സമസ്തവാത്സല്യസുഖങ്ങളും നിഷേധിക്കപ്പെട്ടു വളർന്നതിനാൽ ഒന്നു കരയാനും കൂടിയാവാതെയായി. ദുഃഖങ്ങളെല്ലാം മനസ്സിൽ ഒതുക്കിവെച്ചു. ചിലപ്പോൾ ദേഷ്യമായി, ചിലപ്പോൾ വാശിയായി, ചിലപ്പോൾ വൈരാഗ്യവും

പ്രതികാരവും കൂടിയായി. ദുഃഖം ഒരിക്കലും ദുഃഖം മാത്രമായില്ല. മറ്റെല്ലാമായി.

കരഞ്ഞുകരഞ്ഞു തളർന്ന ആര്യക്കുട്ടിയുടെ ശിരസ്സ് കുഞ്ഞുകുട്ടൻ തലോടി. കാമസുഖത്തിനായി പുറപ്പെട്ട് ഇണചേരാനും കൂടിയാവാതെ മടിയിൽ തലചായ്ച്ചു കരഞ്ഞു തളർന്നുമയങ്ങുന്ന ആ പാവം സ്ത്രീയെ ഓർത്ത് കുഞ്ഞുകുട്ടന്റെ ആത്മാവു നിറഞ്ഞൊഴുകി. വിധി തളർത്തിയ ഇത്തരം എത്രയെത്ര സ്ത്രീകളുണ്ടാവും. വിവാഹിതയായിട്ടും സന്തതിയുണ്ടായിട്ടും ഭാര്യയാവാതെ അമ്മയാവാതെ സമുദായത്തിന്റെ നീരാളിപ്പിടുത്തത്തിൽ, ആത്മചോദനയനുസരിച്ചു ജീവിക്കാനാവാതെ. ചിരിച്ച്. ഭംഗി നടിച്ച്, സുഖം നടിച്ച് – കഷ്ടം!

സുഖം നടിക്കേണ്ടിവരുന്നു. കഷ്ടംതന്നെ. ആഗ്രഹങ്ങളില്ലാതെ, ആഗ്രഹങ്ങളുണ്ടെന്നു നടിക്കാൻ വിധിക്കപ്പെട്ട സ്വന്തം ഉടപ്പിറപ്പുകളുടെ അശാന്തഹൃദയം കുഞ്ഞുകുട്ടനെ ആപാദചൂഡം വ്രണപ്പെടുത്തി.

ഞാൻ പോട്ടെ.

ഞാൻ വരാം.

വേണ്ട. ആരെങ്കിലും കണ്ടാൽ–

ആര്യക്കുട്ടി എണീറ്റു. സ്വപ്നാടനത്തിലെന്നോണം രണ്ടുനാലടി നടന്ന് തിരിഞ്ഞു. നിലത്തിരിക്കുന്ന കുഞ്ഞുകുട്ടന്റെ മുമ്പിൽ നിന്നു. തെല്ലിട. പിന്നെ ആത്മാവു കീറേകേണു.

മിഴിനീരു വീണു നനഞ്ഞ മണ്ണു ചവിട്ടി കുഞ്ഞുകുട്ടൻ എണീറ്റു. ആര്യക്കുട്ടിയുടെ കൈ പിടിച്ചു മുമ്പെ നടന്നു. പത്തടി. മൂർദ്ധാവിൽ വിരലോടിച്ചു.

പൊക്കോളൂ. സാരംല്യ. ആരും കാണാതെ ഇല്ലത്തെത്താൻ നോക്കൂ. ചിലപ്പോൾ ഈ പാതിരയ്ക്കും ആൾസഞ്ചാരമുണ്ടാവും. ചാരായം കാച്ചുന്നവർ. കുടിയന്മാർ. അതുമല്ലെങ്കിൽ വിപ്ലവകാരികൾ. ആരായാലും, ഗ്രാമം അർദ്ധരാത്രിക്ക് ഈ കുന്നിൻനിറുകയിൽ ഉണർന്നു എന്നു വരാം.

ഭീരു!

ആരാത്?

കുഞ്ഞുകുട്ടൻ ഞെട്ടിഞ്ഞിരിഞ്ഞു.

ഒറ്റപ്പാല. ആയിരം വിരലു ചൂണ്ടി കുറ്റപ്പെടുത്തുന്നു. അന്തരീക്ഷത്തിൽ അവജ്ഞ ഓളംവെട്ടുന്നു.

മേനിക്കണ്ടപ്പൻ!

പ്രാന്തൻമാവ് കാർക്കിച്ചുതുപ്പി. നെറ്റി ചുളിച്ച് കുഞ്ഞുകുട്ടനെ നോക്കി.

ദുഷ്ടൻ!

ഒപ്പം കിടക്കാംന്ന് പറഞ്ഞപ്പോൾ അർദ്ധരാത്രിക്ക് ഈ കുന്നിൻനിറുകയിലേക്ക് ഒപ്പം നടത്തിക്കൊണ്ടുവന്നു. ഇപ്പോൾ ആ പാവം കരഞ്ഞുകലങ്ങി ഒറ്റയ്ക്ക് മടങ്ങിപ്പോവാറായി. പരമദുഷ്ടൻ.

ആരാത്?

നിന്റെ തന്ത!

ഓരിക്കുന്ന് അട്ടഹസിച്ചു.

സ്വാർത്ഥി! അഹങ്കാരി. ദുഷ്ടൻ

വ്യഭിചാരി!

നീയിപ്പോഴാണു വ്യഭിചരിച്ചത്. ഇതേവരെ ഭേദമായിരുന്നു. ഇപ്പോൾ നീയും കൊള്ളരുതാത്തവനായി. ഒരിറ്റുവാത്സല്യം മാത്രം കൊതിച്ച് ആ പെൺകുട്ടി ഇണചേരാനെത്തി. അതിന് ഇണചേരലും വാത്സല്യ ദാഹമായിരുന്നു. ആ രണ്ടുനാലു നിമിഷമെങ്കിലും അന്യനൊരാൾ തന്നെ പരിചരിക്കുമല്ലോ എന്നു മോഹിച്ചു. നിറഞ്ഞ സ്നേഹം കാംക്ഷിച്ചു.

നീയോ?

ദുഷ്ടനായി, മൃഗത്തേക്കാൾ മോശമായി. കഷ്ടം.

ഞാൻ-

ചെല്ല്, ആ പെൺകുട്ടിയെ സുരക്ഷിതയായി എത്തിക്ക്. അല്ലെങ്കിൽ വേണ്ട. ഈ ഞങ്ങളുടെ സന്മനസ്സുകൾ ആ പെൺകിടാവിനെ അകമ്പടി സേവിക്കുന്നുണ്ട്. അതവളെ സഹായിക്കും. നീയിവിടെ കിടന്നോ.

ഓരിക്കുന്നിന്റെ ഭർത്സനം സഹിക്കാഞ്ഞ് കുഞ്ഞുകുട്ടൻ ഓടി. കുന്നിറങ്ങുന്ന ആര്യക്കുട്ടിയുടെ ഒപ്പം എത്താൻ തീവ്രമായി യത്നിച്ചു.

## മുപ്പത്

**കു**ഞ്ഞുകുട്ടൻ പരിക്ഷീണനായി. എന്നിട്ടും നടന്നു. ശീലം. നിരന്തരമായി നടന്നു നടന്ന് ഒന്നായ ഇടവഴികൾ. ഇവിടെ ഓരോ മണൽത്തരിയും കുഞ്ഞുകുട്ടന്റെ പാദസ്പർശമറിയുന്നു. കുഞ്ഞുകുട്ടൻ ഓരോ മണൽത്തരിയുമറിയുന്നു.

കണ്ണു കെട്ടി വിടാം. എന്നാലുമറിയുന്നു.
ഇത് വടക്കുംമുറി മുക്കൂട്ടമുക്കിലെ ചെറുകല്ലാകുന്നു.
ഇത് തെക്കുംമുറിപാലത്തിനപ്പുറം
കിഴക്കുംമുറി.
അല്ലെങ്കിൽ പടിഞ്ഞാറ്റുംമുറി ഇറക്കം.
നിലം തൊട്ടാൽ മതി.
ഇത് വലിയ വരമ്പിലെ നടുക്കഴ.
ഈ മണൽത്തരി കുഞ്ഞിത്തോട്ടിലേതാണ്.
നിരന്തര സമ്പർക്കം.
ഇന്ദ്രിയങ്ങളൊക്കെയറിഞ്ഞു.
ഘ്രാണിച്ച്; ഓരോ വഴിത്താരയുടേയും ഘ്രാണം.
പപ്പടം ചുട്ട മണം.
രാമച്ചത്തിന്റെ.
ഇത്തിരി തളർന്ന നിശാഗന്ധം.
അങ്ങനെ—
രണ്ടു പതിറ്റാണ്ടായി.
ഗ്രാമം വലംവെക്കുന്നു.
എന്തിനാവോ?
ആവോ?
പെൻഷൻ മേടിക്കാം.
പതിനെട്ടു വയസ്സിൽ ജോലിയായാൽ അമ്പത്തിയാറിൽ പിരിയാം.
അഥവാ,

ഇരുപതു കൊല്ലം
പതിനഞ്ചു കൊല്ലം.
എഗ്രിമെന്റ്.
അതുമല്ലെങ്കിൽ–
മൂന്നു കൊല്ലം.
കോൺട്രാക്റ്റ്
പതിന്നാലു ദിവസം
കാഷ്വൽ.
പെൻഷനാണു ലക്ഷ്യം.
എഗ്രിമെന്റാണു കാര്യം.
കോൺട്രാക്റ്റ്.
മർത്ത്യജീവിതലക്ഷ്യം ഗവൺമെന്റ് ജോലിയാകുന്നു.
പിന്നീടു ലഭിക്കുന്ന പെൻഷനാകുന്നു.
മാഷ് കേറിണില്ലേ?

മേരിക്കുട്ടി : അപ്പോൾ ലോനയുടെ വീടെത്തി. നടന്നു നടന്ന് ഇവിടെയെത്തി. ഈ വഴി അത്ര പരിചയമല്ല. പതിവല്ല. എന്നിട്ടും ഈ വഴിയെത്തി. എന്താവോ കാലുകൾ ഈ വഴിക്കു നീങ്ങി. കാലു നീങ്ങുവാൻ മനസ്സുവഴി കാട്ടി. അബോധബോധം.

ഒരു പണിയുമില്ല. ഇത്തിരി കൃഷിയുണ്ട്. അച്ഛനുമമ്മയുമുണ്ട്. ഒടപ്രന്നോന്മാരുണ്ട്. അതിനാൽ ഭാര്യയ്ക്കും കുട്ടികൾക്കും ചോറു കിട്ടുന്നു.

ഉണ്ണാം. ഉറങ്ങാം.
അന്നം.
പാർപ്പിടം.
മൂന്നിൽ രണ്ടും ഫ്രീ.
പിന്നെ വസ്ത്രം. അതും ഫ്രീ.
ഇത്തിരി സാഹിത്യം. ഇത്തിരി നക്കാപ്പിച്ച. ഇത്തിരി വല്ലതും.

മാഷെക്കെന്താ. സുഖം വീട്ടില് അല്ലലില്ല. ഇങ്ങനെ നടന്നാ മതി. ഒന്നും അറിയണ്ട. നേരാനേരത്തിനെത്യാ ചോറ്. ഭാഗ്യം!

മഹാ ഭാഗ്യംതന്നെ!
ചോറ്ണ്ട്.
കേറിക്കിടക്കാൻ മേപ്പുരയുണ്ട്.
ഇരിക്ക്ണില്ലേ?
ഇരിക്കാം.
നടക്കാം.
അല്ലെങ്കിൽ, കിടക്കാം.
ഉണ്ണാം.
വിസർജിക്കാം.

ഇതൊക്കെ ചെയ്യാം. എന്നിട്ടു ജീവിതത്തിന്റെ മഹാലക്ഷ്യങ്ങളെപ്പറ്റി നിർത്താതെ പ്രസംഗിക്കാം. മനുഷ്യന്റെ ഉത്തരവാദിത്തത്തെപ്പറ്റി കൂക്കിവിളിക്കാം. കർമത്തെപ്പറ്റി വാദിക്കാം. പ്രബന്ധമെഴുതാം. എന്നിട്ടോ?

എന്നിട്ട്–
വീണ്ടും തിന്നാം.

ഉറങ്ങാം.
ഉൽപ്പാദിപ്പിക്കാം.
അതാണ് ജീവന്റെ ലക്ഷണം. അതാകുന്നു വളർച്ച.
നാം വളരുന്നു.
തിന്നും തൂറിയും വളർച്ച വ്യക്തമാക്കുന്നു.
മാഷേ,
മേരിക്കുട്ടിയുടെ ശബ്ദം ഘനത്തു. ആ ഗൗരവം കുഞ്ഞുകുട്ടൻ മണത്തു. അന്തരീക്ഷത്തിന്റെ അപൂർവഗൗരവം അനുഭവിച്ചറിഞ്ഞു കാതോർത്തു.
മാഷെ.
അപ്പനിവിടില്ല്യേ?
ഇ-ല്യ. ഞാ-ൻ-
ഉം?
മാഷെന്നെ കല്യാണം കഴിക്ക്വോ?
മേരിക്കുട്ടി ഒറ്റ ഊക്കിലത്രയും പറഞ്ഞു. എണീറ്റ് കട്ടിളപ്പടിതാങ്ങി ശ്വാസം ഏന്തിയേന്തിപ്പിടിച്ചു.
കുഞ്ഞുകുട്ടൻ കാതടച്ചുതുറന്നു. കേട്ടത് അർത്ഥമാകാതെ പകച്ചു. സന്നിയുടെ മൂർദ്ധന്യത്തിൽ കണ്ട അസ്പഷ്ടദൃശ്യംകണക്കെ ചുറ്റുവട്ടം മുങ്ങിത്താണു. ഒരു പിച്ചുംപേയുമായി. വാക്കുകൾ അശരീരിയായി. കരിഞ്ഞ പുഞ്ചിരി ചുട്ടുപൊള്ളുന്ന ചുണ്ടിൽ കോർത്തുവെച്ച് മേരിക്കുട്ടി ഉമ്മറപ്പടിയിൽ ഊർന്നിരുന്നു. താൻ പറഞ്ഞതിന്റെ ഊക്കിൽ ഭൂമി കീഴു മേലു മറിയുന്നതായി തോന്നി.
ഞാ-ൻ-ഞാ-
കുഞ്ഞുകുട്ടൻ വിക്കി:
എനിക്ക്-
കുട്ടികളുണ്ട്, ഭാര്യയുണ്ട് എന്നൊക്കെ പറയാൻ ഭാവിച്ചു. അതൊക്കെ മേരിക്കുട്ടിക്കറിയാമല്ലോ എന്നു വീണ്ടുവിചാരമായി. പിന്നെ, ഒരു വിചാരവുമില്ലാതായി. വാക്കുകളാകാൻ വിചാരംപോലുമില്ലാതെ ശുദ്ധശൂന്യമായ മസ്തിഷ്കം ചൂളംവിളിക്കുന്നതറിഞ്ഞുകൊണ്ടു തളർന്നിരുന്നു.
മാഷേ.
ജന്മദുരിതങ്ങളത്രയും ഒരിടത്തിറക്കി ആശ്വസിക്കുവാൻ മേരിക്കുട്ടി യത്നിച്ചു.
ഒന്നു കരയാൻ.
ഒന്നു പറയാൻ.
ആരോടെങ്കിലും ഒന്നു ദേഷ്യപ്പെടാൻ.
എല്ലാം അപ്പനോടു പറയാൻ വയ്യ. അമ്മയുണ്ടായിരുന്നെങ്കിൽ!
അമ്മയോടും പറയാൻ വയ്യാത്തതുണ്ടാവും.
പക്ഷേ,
അമ്മയും സ്ത്രീയാണല്ലോ.
ആദ്യം സ്ത്രീയായി.
പിന്നെ അമ്മയായി
അപ്പോൾ, മകളായി പെണ്ണായി വളർന്ന തന്റെ മനസ്സറിഞ്ഞേനേ.
കാത്തിരുന്നുകാത്തിരുന്ന് കുഞ്ഞുകുട്ടൻമാഷെ കിട്ടി. ഒന്നുമില്ലെങ്കിലും പറയുന്നതത്രയും കേൾക്കുമല്ലോ.

കേൾക്കും.

കേൾക്കണം.

എടോ കുഞ്ഞുകുട്ടൻ, താൻ എന്നെ കഥാപാത്രമാക്കി ഒരു നോവൽ എഴുതുക. വല്ല വിവരവും ആവശ്യമെങ്കിൽ അയച്ചുതരാം. മാത്രമല്ല, എന്നാൽ കഴിയുന്ന സഹായസഹകരണങ്ങൾ മുഴുവൻ ചെയ്യാം. പേരും മാറ്റണമെന്നില്ല. ശങ്കരേട്ടനോ വങ്കശങ്കരനോ എന്തുമാവട്ടെ. പിന്നെ എന്നെ അറിയാവുന്നവർ വായിച്ചാൽ തീർച്ചയായും ഓർക്കണം.

എന്ന് സ്വന്തം

ശങ്കരേട്ടൻ.

ശങ്കരേട്ടൻ കുഞ്ഞുകുട്ടനെഴുതി. ചുവന്ന മഷി. മുഷിഞ്ഞ കാർഡ് (ശങ്കരേട്ടൻ എന്നു പറഞ്ഞാൽ മഴമംഗലത്തു തരണനെല്ലൂർ ശങ്കരൻനമ്പൂതിരി. കവിയാകുന്നു. ഒരു കവിതാസമാഹാരം പ്രസിദ്ധീകരിച്ചിട്ടുണ്ട്. സാക്ഷാൽ മഴമംഗലത്തിന്റെ വംശം. കുഞ്ഞുകുട്ടൻ ശങ്കരേട്ടനെന്നു വിളിക്കുന്നു. ഇത്തരം സ്വകാര്യങ്ങൾ കഥയിൽ എഴുതിപ്പിടിപ്പിക്കും എന്ന ഒരു ദോഷം കഥാകൃത്തിനുണ്ട്-വ്യാഖ്യാതാ).

മേരിക്കുട്ടി സ്വന്തം കഥാശ്രവണത്തിനും മാഷെ കണ്ടിരിക്കാം.

അപ്പനോടു പറയാൻ വയ്യ.

അമ്മയില്ല.

കൂട്ടുകാരില്ല.

കാളലോനയുടെ മകള്.

നെന്റെ വീട്ടിലേക്കില്യ. ലോഹ്യമൊക്കെ ലോഹ്യം. പക്ഷേ, കളി വേറെ. കാര്യം വേറെ.

എറച്ചിവെട്ടും കുഴിവെട്ടും-

മര്യാദക്കാർക്കു ചേരില്ല.

എത്രവരെ പഠിച്ചു.

പത്താം ക്ലാസ്.

മതി, ഞങ്ങളും ജോലിക്കു പറഞ്ഞയയ്ക്കാനല്ല. വീട്ടില് ഒരാളുവേണം. നേരാനേരത്ത് എന്തെങ്കിലും ഇത്തിരി അനത്തി കിട്ടണം.

പിന്നെ,

പത്തു പവൻ, പതിനായിരം.

മതി.

ന്നാ തീർച്ച്യാക്കല്ലേ.

അതെ.

പക്ഷേ, മൂന്നാപക്കം എഴുത്തു വന്നു.

മനുഷ്യേരെ ഇങ്ങനെ പറ്റിക്കരുത്. ഞങ്ങള് അകലത്തുള്ളോരാ. ന്നാലും കുടുമ്മക്കാരാ. കർത്താവു കാത്തു. എറച്ചിവെട്ടും കഴിവെട്ടും.

കർത്താവേ!

ഇരുപതു പവൻ ഒരുക്കീണ്ട്. എനി വേണംച്ചാ ഈ കുടീരിപ്പും തരാം.

ന്നാലെങ്കിലും-

കപ്യാര് ഒന്നു മനസ്സുവെക്കണം. അവളക്ക് വയസ്സിരുപത്തഞ്ചായി.

അപ്പൻ മൂന്നുവയസ്സു വെട്ടിക്കുറച്ചു.

ഇരുപത്തെട്ടായി. ഒപ്പംള്ളോളടെ മോളടെ കല്യാണം ആലോചിക്കാറായി.

കൊച്ചന്നേടെ മോള് വയസ്സറീച്ചു. ഒമ്പതിലാ പഠിക്കണേ.

കൊച്ചന്നേം അഞ്ചുവരെ ഒപ്പം പഠിച്ചു. പിന്നെ കെട്ടിച്ചു.

കാളലോനേടെ മോള്.

കാളമേരി.

മൂക്കില് പല്ലു വന്നു.

യോഗാ.

ഇങ്ങനേ ണ്ടോരു യോഗം.

ഇങ്ങടെ തറവാട്ടില് ഇതേവരെ ആരും പെണ്ണുകെട്ടാണ്ടിരുന്നില്യ. കെട്ടിച്ചുകൊടക്കാന്റെ മൂത്ത പെണ്ണല്യ. ഭൂമീല് എറച്ചിവെട്ടുകാരില്യേ. കുഴി വെട്ടണോരില്യേ. തോട്ടിപ്പണിക്കാരുണ്ട്. കശാപ്പ്കാര്ണ്ട്. ആരാച്ചാര്. തൂക്കിക്കൊല്ലാ പണി. അവരൊന്നും തറവാട് കുറ്റിയറ്റൂന്ന് കേട്ടിട്ടില്ല. എന്നിട്ട്പ്പൊ–

ആരൂണ്ടാവില്യ. യ്ക്കറിയാം.

മേരിക്കുട്ടി പൊട്ടിക്കരഞ്ഞു. അത്രയ്ക്കൊന്നും അടുപ്പമില്ലാതിരുന്നിട്ടും കുഞ്ഞു കുട്ടന്റെ മുമ്പിൽ നാണംമറന്നു. കുട്ടികളെപ്പോലെ പിളുത്തിപ്പിളുത്തി കരഞ്ഞു. തളർന്നു. കുഞ്ഞുകുട്ടൻ ആ ദുഃഖം ഏറ്റുവാങ്ങാനാവാതെ വേദനിച്ചു. ആവുംപടി പറഞ്ഞാശ്വാസിപ്പിക്കുവാൻ, ഒരു നല്ലവാക്കെങ്കിലും പറയാൻ കൊതിച്ചു. പക്ഷേ, ഭാഷയിലെ പദങ്ങളൊക്കെ സ്വാധീനമായിട്ടും ഒരു വാക്കെങ്കിലും പറയാനാവാതെ നട്ടംതിരിഞ്ഞു.

കുട്ടീ......

മേരിക്കുട്ടി മുഖമുയർത്തി. താനന്നോളം അറിയാത്ത ഒരു സുരക്ഷിതത്വം അവരറിഞ്ഞനുഭവിച്ചു. ആ രക്ഷാകേന്ദ്രം കണ്ടറിഞ്ഞതുകൊണ്ടാവാം ഏറെയുറക്കെ അധികമധികം ഏങ്ങലടിച്ചു.

കരയട്ടെ. ആ സ്വാതന്ത്ര്യമെങ്കിലും അനുഭവിക്കട്ടെ. കരയാനും സ്വാതന്ത്ര്യമില്ലാതെ വിങ്ങിപ്പൊട്ടുന്ന വേദന ഈ നിമിഷമെങ്കിലും ഉരുകിയൊലിച്ചുതീരട്ടെ. ഇപ്പോൾ മൗനം അനുഗ്രഹമാകും.

ഞാ—ൻ

വേണ്ട. പിന്നെ—പിന്നെപ്പറയാം.

ഇപ്പോൾ, ഈ നിമിഷം കരയൂ. മതിയാവോളം കരയൂ. കാപട്യമില്ലാതെ കരയൂ.

കുഞ്ഞുകുട്ടൻ എഴുന്നേറ്റു. കാലാകാലങ്ങളായി കഴുത്തറുക്കാൻ വിധിക്കപ്പെട്ട കന്നുകാലികളുടെ ആത്മാവു പിടഞ്ഞുവീണ കുടിയിരിപ്പിലേക്കിറങ്ങി. മൃഗരക്തം തളംകെട്ടി വന്ധ്യമായിത്തീർന്ന കറുത്ത മണ്ണ് കാൽച്ചുവട്ടിൽ കരയുന്നതറിഞ്ഞു. ഒരു കറുകനാമ്പുകൂടി പൊടിക്കാത്ത ഇഴുകിയ മണ്ണ് മുഖംപൊത്തിക്കരയുന്നു. സൃഷ്ടിയറിയാത്ത കാലം സംഹാരം മാത്രമറിഞ്ഞുകഴിഞ്ഞു. നിലത്തടിച്ചിറക്കിയ ചെറുകുറ്റികളിൽ കന്നുകൾ കഴുത്തു മുറുകിനിന്നു. കുളമ്പടിച്ചു. മോങ്ങാനുംകൂടിയാവാതെ, കാളലോനയുടെ അപ്പനപ്പാപ്പന്മാരുടെ നടുമണ്ടയ്ക്കുള്ള മേട്ടും ഏറ്റുവാങ്ങി. തലച്ചോറു ചതഞ്ഞു, കണ്ണുതുറിച്ച് നുരയും പതയും തുപ്പി ചാണകവും മൂത്രവും തുറിച്ചു പിടഞ്ഞു. ജീവനറുംമുമ്പ് തേഞ്ഞ വാക്കത്തി കണ്ഠനാളത്തിൽ താണു. രക്തം വാർന്നു തളംകെട്ടവെ പതിയറുത്തിട്ട കശാപ്പുമൃഗങ്ങളുടെ തീവ്രവേദനകൾ കല്പാന്തത്തോളം കാളലോനയുടെ തറവാടിനെ മൂടിപ്പുതച്ചു.

ഹമ്മേ!

കുഞ്ഞുകുട്ടൻ നെടുതായി ശ്വസിച്ചു. എന്നിട്ടും ശ്വാസകോശം നിറയാഞ്ഞ് ആഞ്ഞാഞ്ഞു വലിച്ചു. എത്ര കിണഞ്ഞാലും കിട്ടാത്ത പ്രാണവായുവിനായി വായും മൂക്കും വിടർത്തിക്കിതച്ചുകിതച്ചുവലിക്കുമ്പോൾ ഇവിടെ പിടഞ്ഞുവീണ ഓരോ ജീവനും തന്റെ കൊരലടച്ചുപിടിക്കുന്നത് കുഞ്ഞുകുട്ടനനുഭവിച്ചു. അതിനിടയ്ക്ക് ഒരിറ്റു ശ്വാസമായി ഒരു വായ പ്രാണവായു വിഴുങ്ങാൻ മോഹിച്ചു.

മാഷെ.

കുഞ്ഞുകുട്ടൻ തിരിഞ്ഞു. ഉമ്മറത്ത് മേരിക്കുട്ടി. മുഖം കഴുകിത്തോർത്തി, മുടി വൃത്തിയായി കെട്ടിവെച്ച്.

ഇത്തിരി വെള്ളം. പച്ചവെള്ളം.

വേണ്ട, മേരിക്കുട്ടിയുടെ മുഖം വീണ്ടും നിഴലാർന്നു.

മാഷ് കണ്ടില്ല്യേ ഒരൊറ്റ പുല്ലെങ്കിലും മുളയ്ക്കാത്ത പറമ്പ്. ഇവിടെ കെണറ്റിലും വെള്ളല്ല. ചോര കിനിഞ്ഞതാണ്. ദുഃസ്വാദുണ്ടാവും. ദാഹം ണ്ട്ച്ചാൽ ചായേ ണ്ടാക്കാം. അല്ലെങ്കിൽ–

വേണ്ട കുട്ടീ. ഇതു മതി. ദൊക്കെ വെറും തോന്നലാണ്. എക്സാജിറേഷൻ. വെറുതെ നിരീച്ചുനിരിച്ച്-ത്തിരി വെള്ളം തരൂ. അതു മതി.

മേരിക്കുട്ടിയുടെ മുഖം വെളിച്ചംവെച്ചു. നിഴലകന്നു. കൺകോണിൽ ചുവപ്പു പടരുന്നതു വ്യക്തമായി.

ഈശ്വരാ!

## മുപ്പത്തിയൊന്ന്

**പെ**യ്യാൻ കൂട്ടാക്കാത്ത ആകാശം. കാറു നിറഞ്ഞ് ഇരുളു പടർന്ന് ഗ്രീഷ്മം. തിളച്ചുമറിയുന്ന മീനപ്പത്ത്. ഓരിക്കുന്നിൽ കശുമാവിൻപൂക്കൾ ഉരുകിവീണു. വിരിഞ്ഞവ കരിഞ്ഞു. ചോരണ്ടി വാടി. അപൂർവം മൂത്തവ ഉണങ്ങി. പ്രാന്തൻമാവ് മാത്രം നിറച്ചു കായ്ച്ചു. തുരുതുരാ ചുവന്ന മാങ്ങ. ഇടയ്ക്കിടയ്ക്ക് തനി മഞ്ഞ. ഒന്നുരണ്ടു വെള്ള.

ഇതിന് പ്രാന്തന്ന്യാവും.

അല്ലെങ്കിൽ ഇങ്ങനെ ഒരു സ്വഭാവം ണ്ടോ. വെയിലും മഴയും ഒന്നും ഇല്ല്യ. അതൊന്നും അറീല്യ. മറ്റുള്ള മാവൊക്കെ മീനച്ചൂടിൽ ഉരുകുമ്പോൾ ഇതു മാത്രം തളിർത്തു. പിന്നേം പിന്നേം തളിർത്തു.

പ്രാന്തൻ!

നിലംമുട്ടെ ചാഞ്ഞു പടർന്ന ഊക്കൻകൊമ്പിൽ മേരിക്കുട്ടി ചാരിക്കിടന്നു. കൈയെത്തിപ്പിടിച്ച തുടുതുടെ തുടുത്ത മാങ്ങ ഞെട്ടി കടിച്ചുകളഞ്ഞു. ഈമ്പി വലിച്ചു. അണ്ടി വലിച്ചെറിഞ്ഞു. പിന്നെ കാലാട്ടി മലർന്നു കിടന്നു.

ആരാത്. ങേ. നീയ്, ആ ലോനേടെ മോളല്ല്യേ?

കുന്നു കയറി വന്ന ഉണ്ണിനമ്പൂതിരി നിന്നു.

ഒപ്പം ശിങ്കിടിവേലു ചോദ്യഭാവം നടിച്ചു:

നീയെന്താ ബടെ.

മേരിക്കുട്ടി ഞെട്ടിപ്പിടഞ്ഞെണീറ്റു. കോടിയുടുത്ത ഉത്സാഹം കീറി. ചോദ്യം മനസ്സിലാവാതെ പരിഭ്രമിച്ചു.

എന്താ ബടെ?

ഒന്നൂല്യ.

അത് നന്നായി! ഒന്നൂല്യേ. ഒന്നൂല്യാന്ന് ഒരവസ്ഥല്യ. അതറിയോ. എന്തെങ്കിലും ണ്ട്. നിണക്ക് ഒരാവശ്യം ണ്ട്. ആ ആവശ്യത്തിനാ നീയ് ബടെ വന്നേ. അതെന്താന്നാ ചോദിച്ചേ. ഒന്നൂല്യാന്നു പറഞ്ഞാ പൊട്ടമ്മാരെ പറ്റിക്കാം. മനസ്സിലായോ. ബുദ്ധിള്ളോരടെ അടുത്ത് ആ പരിപ്പ് ചെലവാവില്യ. ഒന്നൂല്യാത്രെ. പിന്നെന്താ വാക്യം! ഉം?

ഉണ്ണിനമ്പൂതിരി ശിങ്കിടിയെ നോക്കി. സംഗതി ഗിയറിൽ വീഴുന്നേയുള്ളു. എങ്കിലും സ്വന്തം സംഭാഷണത്തിന്റെ യുക്തിഭദ്രതയിൽ ഉണ്ണിനമ്പൂതിരിക്കുത്സാഹംകേറി. ശിങ്കിടിക്ക് അത്ഭുതം വർദ്ധിച്ചു. ഗുരുവിന്റെ പാണ്ഡിത്യത്തിൽ വിസ്മയിച്ചു. ആരും കാണാതെ വീർത്ത കുപ്പായം തൊട്ടുകാട്ടി. ഷർട്ടിനടിയിൽ, എളിയിൽ തിരുകിയ ചാരായക്കുപ്പിയുടെ ആകൃതി മുഴച്ചു കണ്ട് ഉണ്ണിനമ്പൂതിരി കണ്ണിറുക്കി കാണിച്ചു. മഹാതീർത്ഥസാമീപ്യത്തിൽ ഉത്തേജിതനായി നാക്കിന്റെ കെട്ടഴിച്ചു.

ഉം? നെണക്കെന്താ ബടെ. ഈ കുന്നിന്റെ മണ്ടേല്. അതും ഒറ്റയ്ക്ക്. ന്ന്ട്ട് ങ്ങനെ മലർന്ന് കെടക്കേം. ഉം? ഉംം.

ഞാ-ൻ-മാഷെ കാണാൻ വന്നതാ.

മാഷോ. ആരാ അത്?

കുഞ്ഞുകുട്ടൻ മാഷ്.

ഹ ഹ ഹ.

ഉണ്ണിനമ്പൂതിരി നിറുത്താതെ ചിരിച്ചു.

മാഷ്! നന്നായിണ്ട്! ആ ഷണ്ഡൻ മാഷോ! അക്ഷരാഭ്യാസം ഇല്യാത്ത വഹ! അയാളെ കാണാൻ ഈ കുന്നിന്റെ മോളിലാ വരാ. ഉംം. ബടെ വരാംന്ന് പറഞ്ഞ് ണ്ടാവും. ല്യേ?

ഇല്യ.

അപ്പൊ, നീയ് സ്വയം വരേ. ആരും പറയാണ്ടെ. നന്നായി. കവിത, വനിതാ, ച ഏവ സ്വയമേവാഗതാവരാ എന്നാണ്. അസ്സലായി. ന്നാലെ പെണ്ണേ, ഞാൻ പോരേ? ഉം? ഉംം.

ഉണ്ണിനമ്പൂതിരി സംഭാഷണത്തിന് കോമയിട്ടു. എന്നിട്ട് രണ്ടു നാലടി മുമ്പോട്ടു നടന്നു. നിലംമുട്ടെ താഴ്ന്ന കവ്ളിയിൽ ചാരിയിരുന്നു.

അയാളിപ്പോ വരില്യ. പിന്നെ നെന്റെ പേരെന്താന്നാ പറഞ്ഞേ?

മേരി.

വെരിഗുഡ്. നീയിങ്ങനെ ദെവസോം വരാറ്ണ്ടോ? ഡാ വേലൂ. നീയിവളെ കാണാറ്ണ്ടോ? ഞാൻ കണ്ടിട്ടില്യ ലോ. എത്ര ദിവസായി ഇബടെ വരാൻ തൊടങ്ങീട്ട്. പതിവായി വരാറ്ണ്ടോ?

മേരിക്കുട്ടി അന്ധാളിച്ചു. ഒന്നും പറയാനില്ലാതെ, നിക്കാനും പോകാനുമാകാതെ പതുങ്ങി.

നെണക്കെന്നെ മനസ്സിലായോ. ഒന്നു പറഞ്ഞുകൊടുക്കടാ വേലൂ.

ഉണ്ണിനമ്പൂതിരി ശിങ്കിടിയെ വിളിച്ചു.

ബടെയ്ക്കെന്തിന്റെ കേടാ. ഇബളറീല്യേ. നമ്മടെ നാട്ടിലെ കാളലോനെടെ മോള്. മ്മടെ നാട്ടിലെ ഉണ്ണിത്തമ്പ്രാനെ അറീല്യേന്നോ. പിന്നെ ആരാ അറിയാ.... ലോകപ്രസന്തസംഗീതം ഉണ്ണിനമ്പൂതിരി അവറകൾ.....

ഞാ-ൻ-

നീയ് പോക്കോ. പക്ഷേ, നാളെ നീയ് വരോ. ഒരു കാര്യം ണ്ട്. നെണക്ക് സംഗീതത്തില് വാസനേണ്ടോ?

ഞാ-ൻ-

എങ്ങനാ ണ്ടാവണേ, അല്ലേ. ഒന്നാമത് നസ്രാണി. അതും അറവ്കാരന്റെ മോള്. പിന്നെന്തു സംഗീതാ. അ, അപ്പൊ എന്തേ പറഞ്ഞേച്ചാ സംഗീതത്തില് വാസനേണ്ടങ്കില് ഇല്യത്തു വന്നോ. ഞാൻ നേരെയാക്കാം. അല്ലെങ്കി, നാളെ, ഈ നേരത്ത് ഇബടെ വന്നോ. ഒരു സിംഫണി കേക്കാം. ങേ, മനസ്സിലായോ. ഉണ്ണിനമ്പൂതിരി ഉള്ളാലേ ചിരിച്ചു. പറ്റി. സംഗതി പറ്റി. ഇബള് വീണു. ആകെ അന്ധാളിച്ചു. എനി, ഒരു രണ്ട് വാചകംകൂടി ഫിറ്റ്യാ മതി. നഞ്ഞിട്ട മീനിന്റെ മാതിര്യാവും. തെക്കും വടക്കും തിരീല്യ. മയങ്ങിനിക്കും.

ബിഥോവന്റെ മൂൺലൈറ്റ് സിംഫണീന്ന് കേട്ട് ണ്ടോ. ലോകപ്രസിദ്ധം. ഇതിലും മീതെ സിംഫണീല്യ. ഞാനതിനെ കടത്തിവെട്ടണ ഒന്നുണ്ടാക്കീണ്ട്. മിഡ്ഡെ സിംഫണി. ങേ. അതു കേപ്പിക്കാം. ഈ മദ്ധ്യാഹ്നസൂര്യന്റെ അൾട്രാവയലറ്റ് രശ്മികൾക്കനുസൃതമായി, ആ അദൃശ്യപ്രകാശത്തിൽ ലയിച്ച് ഒരു മിഡ്ഡെ സിംഫണി. എന്റെ നെടുനാളത്തെ റിസർച്ചിന്റെ ഫലം. ഒരുപക്ഷേ, നീയാവും ഭാഗ്യവതി. അതാദ്യം കേൾക്കാനുള്ള ഭാഗ്യം നിണക്കാവും. നന്നായി. ഞാനും സംഗീതം ആസ്വാദിക്കാവുന്ന ഒരാളെ അന്വേഷിക്കായിരുന്നു. ഇപ്പൊ കണ്ടെത്തി. നിന്നെ കണ്ടപ്പൊത്തന്നെ തോന്നി, നിനക്ക് കലാവാസനേണ്ട്ന്ന്. ആ കണ്ണ് കണ്ടാലറിയാം. ഡാ വേലൂ, നീയ് നോക്ക്യോ, ആ കണ്ണ്.

മേരിക്കുട്ടി തലതാഴ്ത്തി. കുളുർത്ത ശരീരം കോൾമയിർ കൊണ്ടു. ഒളികണ്ണിട്ടു നോക്കിയപ്പോൾ ഉണ്ണിനമ്പൂതിരി സുന്ദരനാണെന്നും തോന്നി. നല്ല നിറം. നിറഞ്ഞ മുടി തെല്ലു മെലിഞ്ഞാലും നല്ല ശക്തി. ഹായ്.

പുരുഷസാമീപ്യം കാമിക്കുന്ന മേരിക്കുട്ടിയുടെ കാത് വീണ്ടുംവീണ്ടും ഉണ്ണിനമ്പൂതിരിയുടെ ശബ്ദത്തിനായി ദാഹിച്ചു.

അപ്പൊ എന്തേ പറഞ്ഞുവന്നത് ച്ചാൽ നാളെ ഈ നേരത്ത് ഈ സ്ഥലത്ത് നീയ് വാ. അപ്പൊ അറിയാം. മിഡ്ഡേ സിംഫണി എന്നാലെന്താന്ന്. നീയ് മിടുക്ക്യാണ്. കണ്ടപ്പൊത്തന്നെ എനിക്കതു മനസ്സിലായി.

ഉണ്ണിനമ്പൂതിരി മേരിക്കുട്ടിയെ നഖശിഖാന്തം സൂക്ഷിച്ചു നിരീക്ഷിച്ചു. നട്ടുച്ചച്ചൂടിലും ആ മെയ്യ് ഇത്തിരി വിറകൊള്ളുന്നതു കണ്ടു. തെല്ലു വിടർന്ന ചുണ്ടുകൾ കാമാവേശത്താൽ വിതുമ്പുന്നു. നന്നായി. ഇത്ര എളുപ്പാവുംന്ന് നിരീച്ചില്യ.

ഉം. പൊക്കോ.

ഇരിക്കാൻ പറയുംമുമ്പ് കെടക്കണ വഹ!

മേരിക്കുട്ടി പോയപ്പോൾ ഉണ്ണിനമ്പൂതിരി പറഞ്ഞു.

സാധനം എടുക്കാ.

തൊണ്ട വരണ്ട ഉണ്ണിനമ്പൂതിരി ശിങ്കിടി കൊടുത്ത കുപ്പി നേരെ അണ്ണാക്കിലേക്കു കമഴ്ത്തി. ഡാ, ആകപ്പടെ തരക്കേടില്യ. ഒത്ത ചരക്ക്. കിണ്ണംകാച്ചി. നാളെ വര്വോ?

നോക്കാ.

ശിങ്കിടിക്കതിൽ ഉത്സാഹം തോന്നിയില്ല. കുപ്പിയിൽ ബാക്കിയുംണ്ട്. തമ്പ്രാൻ ഒരു വലിംകൂടി വലിച്ചാൽ അത്മ്മെ കയ്യ് വെക്കായിരുന്നു. ഇപ്പൊ വയ്യ. തമ്പ്രാൻ കേറ്റീട്ടില്യ. ഒരെറ്റ എറക്കേ ആയുള്ളു. ഒന്നുംകൂടി കേറ്റണം. ന്നാ മതി. പിന്നെ തമ്പ്രാൻ തനി സോഷ്യലിസ്റ്റാ.

വരും, വരാണ്ടിരിക്കില്യ. പക്ഷേ, അതല്യ. അവളാ കാളലോനേടെ മോളല്ലേ? ഭയാവും!

തമ്പ്രാൻ എന്തിനാ പേടിക്കണേ. അല്ലെങ്കിൽ ഇതെന്തിനാ? ഈ നശൂലം. നമ്മക്ക് വേറേല്യെ. മ്മടെ ചേടത്ത്യാര്. കുടുമ്മാസൂത്രണം. പേടിക്കണ്ട. അതാ ഭേദം. ചേടത്ത്യാരാണെങ്കി ദെവസോം പറേം ചെയ്യും.

ഉണ്ണിനമ്പൂതിരി ആലോചിച്ചു. അടച്ചുപിടിച്ച കുപ്പിയെടുത്ത് ഒന്നുകൂടി വലിച്ചു. പിന്നെ വെയിലത്തുയർത്തിപ്പിടിച്ചു.

അര ബാക്കീണ്ട്.

ഡാ, ഒന്നു വലിച്ചോ. ന്ന്ട്ട് ങ്ക്ട് താ. ഇതെന്താ സാധനം? ഒരു ഉശിരില്യ.

വരും. സാതനം നീറ്റാ. പതുക്കെ, മെല്ലെമെല്ലെ നീറിപ്പിടിക്കും. തനി സ്കോച്ചിന്റെ ഏട്ടനാ.

ന്ന്ട്ട് അവള് വരോ.

തമ്പ്രാൻ ഒന്ന് മിണ്ടാണ്ടിരിക്ക്. അവളേയ് മേനകാന്നാ വിശാരം. നമ്മക്കത് വേണ്ട. സങ്ങതി അലവലാത്യാ. അവള് കല്യാണം കഴ്യാത്തതാ. അത് തകരാറാ. മ്മക്ക് ആള് ള്ള കേസാ നല്ലത്. മ്മടെ ചേടത്ത്യാരെപ്പോലെ ള്ളത്. കുടുമ്മാ സൂത്രണോം കഴിഞ്ഞു. ബഹുസുഖം. അല്യ തമ്പ്രാനെ, ഈ ഗവണ്മെന്റ് നല്ല സഹായാ ചെയ്യണേ, അല്ലേ?

നാളെ, നട്ടുച്ചയ്ക്കു വരുന്ന മേരിക്കുട്ടിയെ ഓർത്തിരിക്കുന്ന ഉണ്ണിനമ്പൂതിരി ശിങ്കിടിയുടെ പ്രഭാഷണം ശ്രദ്ധിച്ചില്ല. എന്നാലും കേട്ടു. സമയത്തിനു സമയത്തിനു മൂളി. പ്രോത്സാഹിപ്പിച്ചു.

എന്താച്ചാ പ്പൊ പേടിക്കണ്ട. വയറ്റില് ണ്ടാവോന്ന് പേടിക്കണ്ട. പല വഴീണ്ട്. എന്നും പേപ്പറില് പരസ്യോംണ്ട്. ഗർഭം ണ്ടാക്കരുത്. സുഖിച്ചോളിൻ. അഥവാ ണ്ടായാൽ കളഞ്ഞോളിൻ. ബഹുസുഖം. ഇതാ സാക്ഷാൽ സോഷ്യലിസം. സുഖിക്കാം. ചെമതലെല്യ. പണ്ടങ്ങന്യാണോ. അയ്യയ്യോ. ഒരു F.L. കിട്ടണം ച്ചാ, ഈശ്വരാ! പാത്തും പതുങ്ങീം പോണം. അന്നൊക്കെ F.L.-ന്നാ പറയാം. ഇപ്പഴാ നിരോധായേ. നി പള്ള വീർത്തു ച്ചാലോ. എളുപ്പമല്ല കളയാൻ. ആശുപത്രീ കൊണ്ടായാ കുറ്റം. ജയില്. പിന്നെ മ്മടെ ഒടിപ്പണിക്കരെപ്പോലെള്ളോരെ കാണണം. പറഞ്ഞ കാശ്.

നീയ് കുടുങ്ങീണ്ട് ല്യെ

ഉണ്ണിനമ്പൂതിരിക്ക് ഉത്സാഹമായി.

ണ്ടന്നോ. മൂന്നുവട്ടം പെട്ട്ല്യെ. അത്ലാ മ്മടെ തറവാട് കൊളംകോര്യേ.

ആരാ, ചേടത്ത്യാരന്യാ?

ഏയ്! അവള് പാവം! കുട്ട്യോളെ കൊല്ലണതെന്തിനാ? അവൾക്ക് കെട്ട്യോൻ ണ്ടല്ലോ. പിന്നെന്താച്ചാ അയാള് അമ്മിണിയടിച്ച് രാപ്പകല് കിറുങ്ങിനടക്കും. അപ്പോ ചേടത്ത്യാര്-

ദാ, ഒരു വലീംകൂടി കേറ്റിക്കോ.

ഉണ്ണിനമ്പൂതിരി ഒന്നുകൂടി വലിച്ച് കുപ്പി കൈമാറി. ഉടനെ, ഒരു വെളിപാടിന്റെ ശക്തിയിൽ എന്തോ ബോധമുദിച്ചു. ഞെട്ടിയെണീറ്റു.

എങ്കടാ?

ഞാനൊന്നു നോക്കട്ടെ. ചെലപ്പോ ആ ഷണ്ഡൻ വര്ണ് ണ്ടാവും. അവള് അവടെ എവടേങ്കിലും ണ്ടാവും. ല്യങ്കിൽ ഞാൻ സൈക്കള് എടുത്തൊന്നു കറങ്ങിവരാം. അവളടെ വീട്ടില് താപ്പ്ണ്ട് ച്ചാ ഒന്നു കേറും. ഇല്യേ, ഒരൊറ്റ കറക്കം.

ഉണ്ണിനമ്പൂതിരി ബദ്ധപ്പെട്ടു കുന്നിറങ്ങി. ശിങ്കിടി കുപ്പിയിൽ ശേഷിച്ചത് ഒറ്റവലിക്കകത്താക്കി. പെട്ടെന്നു ചേടത്ത്യാരടെ ഓർമവന്നു. ചട്ടേം മുണ്ടും ഉലയാതെ, എണ്ണ തേച്ചമർത്തി ചീന്തി, പിടിച്ചാ പിടിയെത്താത്ത വട്ടവയറ് തുളുമ്പിച്ച്- ഹായ്.

ഈ നട്ടുച്ചയ്ക്ക് ചേടത്ത്യാരക്കെന്തു തണുപ്പോ. എയർ കണ്ടീഷൻ മാതിരി.

നോക്കണെ. ശിങ്കിടിക്ക് ഇരുപ്പുറച്ചില്ല. ഒഴിഞ്ഞ കുപ്പി മാവിൻചോട്ടിൽ കിടത്തി വെച്ചു. രണ്ടുനാലു ചപ്പില മീതെ വിതറിയിട്ടു. വാത്സല്യത്തോടെ താലോടി. പെട്ടെന്നു താരാട്ടു പാടാൻ തോന്നി:

രാ രാ രോ-

## മുപ്പത്തിരണ്ട്

**മേ**രിക്കുട്ടി വീട്ടിലെത്തിയ ഉടനെ കണ്ണാടി നോക്കി. കണ്ണ് പ്രത്യേകം ശ്രദ്ധിച്ചു. വല്യെമനയ്ക്കലെ ഉണ്ണിത്തമ്പുരാൻ പറഞ്ഞതു സത്യം. തന്റെ കണ്ണു വലുതാണ്. നീണ്ട്, വിടർന്ന്, മദജലം ഉറവു പൊടിഞ്ഞ്. (വലിയമന എന്ന പേരിലും നല്ലേടം പ്രസിദ്ധമാണ് പ്രത്യേകിച്ചും അഹിന്ദുക്കൾ അങ്ങനെയാണ് വിളിച്ചുവന്നത് - വ്യാഖ്യാതാ.)

ഉണ്ണിത്തമ്പുരാൻ സംഗീതക്കാരനാണ്. പൊറമേ പോയി അനവധി കാലം പഠിച്ച ആള്. ചെറുപ്പം. കണ്ടാലും നന്ന്.

മേരിക്കുട്ടിക്ക് ഉത്സാഹമായി. വീണ്ടും വീണ്ടും കണ്ണാടിയിൽ സൂക്ഷിച്ചു വീക്ഷിച്ചു. മുണ്ടിന്റെ കോന്തല പൊക്കി മുഖം അമർത്തിത്തുടച്ചു. ചുണ്ടു നനച്ചു. കടിച്ചു ചോപ്പിച്ചു. തൃപ്തിയാവാഞ്ഞ് കിണറ്റുകരയിലേക്കോടി. തണുത്തവെള്ളം തളിച്ചു. വീണ്ടും വീണ്ടും അമർത്തിക്കഴുകി. ഒടുക്കം തോർത്താതെ കണ്ണാടിയിൽ നോക്കി.

ഉണ്ണിത്തമ്പുരാൻ വെറുതെ പറഞ്ഞതല്ല.

മിനുമിനുത്ത കവിളിൽ നീർത്തുള്ളികൾ ഉരുണ്ടുകളിക്കുന്നതു നോക്കി അനവധി നേരം മേരിക്കുട്ടിയിരുന്നു. തോർത്താതെ. മുഖമനക്കാതെ. പിന്നെ ഇമ കൂട്ടിത്തല്ലി. ഇമയടയ്ക്കുമ്പോൾ മുഖം കാണാനാവാഞ്ഞ് ഖേദിച്ചു. ഒരു വിധം ഒറ്റക്കണ്ണു ചിമ്പി ഇടതൂർന്ന ഇമരോമങ്ങളുടെ സൗന്ദര്യം അളന്നു. സമാധാന മായി.

നീണ്ട്, ഇടതൂർന്ന്-

ഒന്നുകൂടി ശ്രദ്ധിക്കണം. ഇത്തിരി എണ്ണ വിരൽത്തുമ്പിൽ തൊട്ട് ഒന്നു മിനുക്കണം. നനുക്കനെ മഷിയെഴുതുകയുമാവാം. മേരിക്കുട്ടി ചാഞ്ഞും ചെരിഞ്ഞും നോക്കി. ഉണരുന്ന മുഖക്കരു താലോലിച്ചു. ഒന്നുരണ്ടെണ്ണം കൂടി വേണം. ഒരൊറ്റ മുഖക്കുരു മാത്രം. അതു സുഖമില്ല. രണ്ടോ മൂന്നോ മുഖക്കുരുവെങ്കിലും—

നാളെ തമ്പുരാനെ കാണുമ്പോൾ
സുന്ദരിക്കുട്ടി.
മിടുക്കി.
ചാഞ്ചാടുണ്ണി ചെരിഞ്ഞാടൂ.
മുടി ചീകി പൊട്ടുകുത്തി ചന്തം ചാർത്തി മടിയിലിരുത്തി.
സത്യക്രിസ്ത്യാനി പൊട്ടു തൊടാറില്ല.
കുങ്കുമം ഹിന്ദുക്കൾക്കാണ്.
അമ്മ സത്യക്രിസ്ത്യാനിയായിരുന്നു.
പൊട്ടു തൊടീച്ചില്ല.
കണ്ണെഴുതിച്ചില്ല.
അപ്പനു നേരം ല്യ.
നേരം ണ്ടായിട്ടെന്താ, എറച്ചിവെട്ടുകാരനെന്തു സൗന്ദര്യം.
കൈയും കാലും കൂട്ടിക്കെട്ടി കഴുത്തു വലിച്ചു വളച്ച് കണ്ഠ നാളം അരിഞ്ഞ്–
ഒരൊറ്റ മേട്ടം.
നിറുംതലയ്ക്ക്.
മോളേ
ആ കത്തീങ്കട് എടുത്തേ.
ആ കൂടം മാറ്റിവെച്ചേ.
പച്ചച്ചോരയുടെ മണം മേരിക്കുട്ടിയുടെ കൊടലുമറിച്ചു.
അമ്മ മരിച്ചു.
അപ്പൻ.
പേട്യാവും.
ജോണിക്കുട്ടി സത്യം പറഞ്ഞു.
നെന്റെ കൂടെ കിടക്കാൻ പേട്യാവും.
താടിയെല്ലു പിടിച്ചു പൊക്കി, കഴുത്തു തടവി, കരണഞരമ്പു നോക്കി.
ശ്ശ്–
കർത്താവേ!
ആ കണ്ണു കണ്ടേച്ചാ.
ഉണ്ണിത്തമ്പുരാൻ കണ്ട, നീണ്ട്, നിറഞ്ഞ് സ്വപ്നം മറഞ്ഞ്.
പള്ളീപ്പോവുമ്പൊ ഒപ്പം നടന്നു. ഇടയ്ക്കൊന്നു ചിരിച്ചു. ഒന്നുരണ്ടു വാക്കു വിശേഷം പറഞ്ഞു.
മോഹായിരുന്നു–
ഒന്നു മിണ്ടാൻ.
ഒപ്പം കളിക്കാൻ. കൂട്ടുകൂടാൻ. ആരുല്യ.
കാളമേരീന്നു വിളിച്ചു. ചോരച്ചൂരടിക്കും ന്ന് പറഞ്ഞു.
യ്ക്ക് മനം മറേണു. മൂക്കു പൊത്തി.
നെന്റെ അടുത്തു വന്നായ്ക്ക് ഓക്കാനിക്കാൻ തോന്നും.
വാരിയത്തെ പത്മിനി ഒപ്പം ബഞ്ചിലിരുന്നില്ല.
ഈ കുട്ട്യേ ചൂരടിക്കും.
ചൂരോ! ടീച്ചർക്ക് മനസ്സിലായില്ല.
എന്താ?
ചോര.

ചോര!

ങാ, കശാപ്പ്കാരന്റെ കുട്ട്യാ.

നീയ് പടിക്കണ്ട. അല്ലെങ്കിലും നമ്മടെ തറവാട്ടില് നീപ്പൊ നീയ് കളട്ട റായിട്ടൊന്നും വേണ്ട. ആണും പെണ്ണും ആയിട്ട് ഒന്നേള്ളൂ. അതിന് ള്ളത് ബടേണ്ട്. നീ ബടെരുന്നൊ. അത്യാവശ്യം തലതിരിഞ്ഞില്ലേ. അതേ വേണ്ടൂ.

പിന്നെ അതും നിന്നു. ഞായറാഴ്ച പള്ളീപ്പോവുമ്പൊ ആരെങ്കിലും ഒന്നു ചിരിച്ചു. ഒരു ലോഹ്യം ഒരാവശ്യം.

ഡ്യേ, ന്ന് രണ്ട് തല മാറ്റിവെക്കാൻ പറേണം.

ഒരു കഷായത്തിനാ.

രണ്ടു കിലോ പോത്ത്.

ഒരു കാല്.

ഞാൻ നെന്റെ മോളോടു പറഞ്ഞൂലൊ. അവള് പറഞ്ഞില്ലേ.

അവളടെ ഒരഹമ്മതി. രണ്ട് കിലൊ എറച്ചി പൊതിഞ്ഞു വെക്കാൻ പറഞ്ഞപ്പോ ഒരു നാട്യം.

കർത്താവേ!

പള്ളീലും ഒളിച്ചുപോയി. ആരും കാണാതെ. ആളൊഴിഞ്ഞ നേരത്ത്.

കാളമേരി!

അപ്പൻ അറവു നിർത്തി.

എന്നിട്ടും–

കാളമേരി.

നി അപ്പൻ അറത്താൽ ഞാൻ കെട്ടിത്തൂങ്ങും.

മോളേ!

നെന്റെ കൂടെ കെടന്നാ പേട്യാവും. ജോണിക്കുട്ടി പേടിച്ചു.

ആ കണ്ണ് കണ്ടോ. അവൾക്ക് വാസനേണ്ട്. സംഗീതത്തില്. ആ കണ്ണ് കണ്ടാലറിയാം.

മേരിക്കുട്ടി പഴയ മുണ്ടുപെട്ടി തപ്പി. അടിയിൽ സൂക്ഷിച്ച മുഷിഞ്ഞ നോട്ടുപുസ്തകമെടുത്തു.

പ്രിയതമാ–

പെൻസിലക്ഷരം പഴകി. എങ്കിലും തെളിഞ്ഞ്. വാസനസോപ്പ് ഗന്ധം പരത്തി.

പ്രിയതമാ...........

ഏ........

ഞാനീവഴി വന്നു.

ഉണ്ണിത്തമ്പുരാൻ!

ഒരാവശ്യം ണ്ടായിരുന്നു. ദാ ബടെ വരെ വന്നിട്ട്. ഒരാവശ്യം. ആവശ്യം ച്ചാൽ അത്യാവശ്യം. ആ പോസ്റ്റാപ്പീസിലൊന്നു പോണം. ഒന്നു ടെലി ഫോൺ ചെയ്യണം. അതാ ഞാൻതന്നെ പോന്നേ. ഈ വഴിക്ക് പോയപ്പൊ ഇങ്കടൊന്നു കേറാൻ തോന്നി.

ഉണ്ണിത്തമ്പുരാൻ സൈക്കിൾ മിറ്റത്തു തള്ളിയിട്ടു. (നെവർ മൈന്റ്. ഇതൊന്നും ഒന്വല്ല. നല്ലേടത്ത് ജാതവേദൻ അക്കിരാമൻ എന്ന ഉണ്ണിനമ്പൂ തിരിക്ക് ഇതൊക്കെ പുല്ല്. സൈക്കിളോ, ഡാമിറ്റ്). ഇറയത്തു കയറി. ബദ്ധ പ്പെട്ട് എണീറ്റ മേരിക്കുട്ടിയെ വിസ്തരിച്ചു സൂക്ഷിച്ചു. അവളുടെ കൈയിലെ

കണ്ണാടി കണ്ടു. ഇറയത്തു വെച്ച ചാന്തു-ചീപ്പ്- കണ്ണെഴുത്തുകൾ നോക്കി. പിത്തപാണ്ഡുകേറിയ ചുണ്ടിൽ തെളിഞ്ഞ ചിരി ഗോപ്യമാക്കി.

അപ്പൊ എന്തേ പറഞ്ഞേച്ചാൽ ഒരു ടെലിഫോൺ. S T D. ആരേം പറഞ്ഞയച്ചാ പറ്റില്ല. ബോംബയ്ക്കാ. എന്റെ രണ്ടു മൂന്നു കീർത്തനം റെക്കോർഡ് ചെയ്തണ്ട്. അതിനെപ്പറ്റി അന്വേഷിക്കാനാ. പ്ളേറ്റ് എന്നെറങ്ങും എന്നറിയണ്ടെ. ഇനാഗുറേഷൻ. ആരേം പറഞ്ഞയച്ചാ കാര്യം ല്യ. ഒന്നാമത് ടെലിഫോൺ ചെയ്യാൻ അറിയില്യ. രണ്ടാമത് ഭാഷ. ബോംബയ്ക്കാ മലയാളം പറഞ്ഞാ പോരാ. ഇംഗ്ലീഷ് അല്ലേ, ഹിന്ദി. എനിക്ക് രണ്ടും പറ്റും. ഇബടെ പിന്നെ ആർക്കും പറ്റില്യ. അതാ ഞാൻ തന്നെ പോണെ. ആ, ത്തിരി വെള്ളം ഇടുത്തോ. എവടാ നിന്റെ അച്ഛൻ. ഫാദർ!

തന്ത എന്നല്ല. അപ്പനുമല്ല. അച്ഛൻ. ഫാദർ, മേരിക്കുട്ടിക്കു സന്തോഷായി.

എവട്യാടീ നെന്റെ തന്ത?

ലോന എബട്യാന്ന്?

അച്ഛനെവടാ. ഫാദർ?

തറവാടിത്തം. അതാണ് തറവാടിത്തം എന്നു പറേണത്. തറവാടിത്തോം മാന്യതേം. കുറ്റല്ല ഉണ്ണിത്തമ്പ്രാൻ കേമനായത്.

ഇപ്പൊ വരും.

വേണ്ടാ. ആവശ്യം ണ്ടായിട്ടല്യ. ആവശ്യം നിന്നെ കണ്ടിട്ടാ. എന്താ പേര് പറഞ്ഞേ. മേരി. നന്നായി. മഗ്ദനലമറിയത്തിന്റെ നാമം. മേരിയും മറിയവും ഒന്നുതന്നെ. തത്ഭവതത്സമങ്ങൾ.

അല്ലേ. അല്ലെങ്കിൽ വേണ്ട. ഉണ്ണിത്തമ്പുരാന് ഉത്സാഹമായി. ഏതായാലും രണ്ടു വാക്കു ലഭിച്ചു, പ്രയോഗിച്ചു. അതു മതി. ഈ രണ്ടു വാക്കു തന്നെ ഇവിടെ വളരെയധികം. ഇവൾക്കൊരു ചുക്കും അറീല്യ. ഒരൊറ്റ മൂലധനം. വീർപ്പുമുട്ടുന്ന യൗവനം. അതാണാവശ്യം.

വെള്ളം.

ഉണ്ണിനമ്പൂതിരി വെള്ളം മേടിക്കുമ്പോൾ വിരലമർത്തി. ടെസ്റ്റ് ഡോസ്.

സാരംല്യ. കുത്തും ചവിട്ടും ഇല്യ. സിഗ്നൽ പച്ച. വെരി ക്ലിയർ.

അതെ. അപ്പൊ എന്തേ പറഞ്ഞേ. ആ, ഇന്ന് അവടെ വെച്ച് മേര്യേ കണ്ടപ്പൊയ്ക്ക് തീർച്ച്യായി. ആ കണ്ണ് കണ്ടപ്പൊ ഒറപ്പായി. എനിക്കറിയാം. സംഗീതത്തില് വാസനേള്ളോരെ കണ്ടാ അറിയാം. ഒറ്റ നോട്ടം. അപ്പൊ പിടികിട്ടും. പിന്നെ എനിക്കവരെ മറക്കാൻ പറ്റില്യ. അത്രയ്ക്കടുക്കും. സംഗീതക്കാരൊക്കെ ഒന്നാ. അത് അവർക്ക് മാത്രം ള്ള പ്രത്യേകത്യാ. ഏകകുടുംബം ഒന്ന്. അത് നിന്നെ കണ്ടപ്പൊ മനസ്സിലായി. നമ്മളൊന്നാണ്.

മേരിക്കുട്ടി അടിമുടി വിടർന്നു. രണ്ടൊന്നാവുന്ന പ്രകൃതിക്കായി വീർപ്പുമുട്ടി. വൃഥാവിലായ ഋതുകാലങ്ങളുടെ തീരാത്ത വ്യഥ അടങ്ങി. ജന്മപ്രകൃതിയുടെ സാഫല്യത്തിനായി ജീവകോശങ്ങളൊക്കെ വ്രതവിശുദ്ധി നേടി സ്വാഗതമോതി കാത്തിരുന്നു. ജഗത്പ്രാണനേറ്റുവാങ്ങാൻ കൊതിച്ചു.

അപ്പൊ നമ്മളൊന്നാണ്. അതാണ് ഞാനിപ്പൊത്തന്നെ ഈ വഴി വന്നത്. ഏതോ പൂർവജന്മസുകൃതാണ്. സംഗീതവാസന. ഒരേ സുകൃതികൾ ഒരേ വിധം വന്നു ജനിക്കുന്നു. നമ്മളങ്ങനെ ഒരേ ഒന്നിന്റെ തുടർച്ചയും വളർച്ചയുമാകുന്നു.

ഉണ്ണിനമ്പൂതിരിക്ക് സ്വയം ഒരു ബലേഭേഷ് പറയണം എന്നുതോന്നി. എത്ര വ്യക്തമായ യുക്തി. ലളിതമായ വ്യാഖ്യാനം. എന്നിട്ടും ഗഹനം. ഈ പൊട്ടിപ്പെണ്ണു മാത്രമല്ല, ഏതു ബുദ്ധിജീവിയും തുണിയഴിച്ചിട്ടു മലർന്നു കെടക്കും. ഒരു അരകൂടി കേറ്റണ്ടതായിരുന്നു. എന്നാൽ, പുതിയ പുതിയ യുക്തികൾ വന്നുചേരും. ബോധമണ്ഡലത്തിൽ പുതുപുത്തൻ വെളിപാടുകൾ വന്നുദിക്കും.

അതാ പറഞ്ഞേ. നാളെ ഞാനൊരു സിംഫണി കേപ്പിക്കാം. അതിനു മുമ്പ്, അതെ, മേരീടെ ജ്ഞാനം എനിക്കൊന്നു മനസ്സിലാവണ്ടെ. അപ്പനെപ്പഴാ വരാന്നാ പറഞ്ഞേ. അതെ, എപ്പഴായാലും വിരോധം ല്യ. എന്താച്ചാ അതല്ല കാര്യം. സംഗീതം ങ്ങനെ ഓപ്പൻ എയറിൽ ശരിയാവില്ല. അത് പാപാണ്. നമുക്ക് ആ മുറീല് ഇരിക്കാം. അതാ ശരി. ന്നാ പിന്നെ സാരം ല്യ. ന്ന്ട്ട് ഞാനൊരു കീർത്തനം പാടാം. വരൂ.

മേരിക്കുട്ടി മുഗ്ദ്ധയായി. ഒരു മാസ്മരനിദ്രയിലെന്നോണം ഉമ്മറത്തു നിന്നു. തൂണു കെട്ടിപ്പിടിച്ചു. മന്ത്രഗാനത്താൽ മോഹിച്ച നാഗറാണിയെപ്പോലെ പിണഞ്ഞാടി. അടിവയറുരുകുന്നതു മാത്രമറിഞ്ഞു.

# മുപ്പത്തിമൂന്ന്

**കാ**ളലോന എടോഴി മുക്കിൽ ഇരുന്നു. തല കനത്തു. മെയ്യ് വിയർത്തു. തളർന്നു. ചുരുട്ടിപ്പിടിച്ച വലിയ കടലാസ് നേർമുമ്പിൽ വിരിച്ചു. കീറിയ ഇടം യോജിപ്പിച്ചു. അക്ഷരം തപ്പിത്തടഞ്ഞു.

കാ–ള–കാളമേരി.

യുടെ.......ഗ......ഗർ......ഭം.

പിത്തം മൂടി കണ്ണ് അന്ധമായി. തല പെരുത്തു പ്രാണൻ കനത്തു. കമ്പിക്കാലു ചാരി മലച്ചു.

കർത്താവേ!

പത്ത് അണ്ടീള്ളത് വിക്കാംച്ചട്ട് എറങ്ങീതാ. കൊറെ നാളായി കരുത്ണു. വെല കൂടുംകൂടുംന്ന് കാത്തിരുന്നു. അപ്പൊ എറങ്ങണ ലക്ഷണാ കാണണേ. എനി വെച്ചിരിക്കല്ല. അതിലാഭം കണ്ടോടത്ത് ഒഴിച്ചള എന്നാ അപ്പന്റെ പടിപ്പ്. ശര്യാ. കണക്കു വിട്ട ലാഭം കൊതിച്ചാ ചതി പറ്റും. അപ്പഴാ–

പീടികത്തിണ്ണേമ്മലും വെളക്കുകാലിന്മ്മലും അപ്പടി എഴുതി ഒട്ടിച്ചേക്കാ. വർത്തമാനക്കടലാസില്. കറുത്ത മഷികൊണ്ട്. ചോപ്പ്കുപ്പായം ഇട്ട്. ചക്കചക്കപോലെ.

തന്നെ കണ്ടപ്പൊ കുശുകുശു തെല്ലു നിന്നു.

ആ തമ്പ്രാൻ ഇത്ര മോശാ നിരീച്ചില്ല.

ഹായ്! ഒന്നുരണ്ടു കുട്ട്യോളും ഭാര്യേം ള്ള മനുഷ്യനാ.

ന്ന്ട്ട് ഒരു നടപ്പും! പഞ്ചപുച്ഛം അടക്കീട്ടല്ലേ.

ആരാ?

എന്താ?

മ്മടെ സാഹിത്യം! കതയെഴുത്ത്. സാക്ഷാൽ കുഞ്ഞുകുട്ടൻ തമ്പുരാൻ.

കാളമേരി+സാഹിത്യം.

മേരിക്കുട്ടിയുടെ ഗർഭം സാഹിത്യത്തിന്റെ ഗർഭം.

കർത്താവേ!

കാശും വേണ്ട. തൂക്കംനോക്കാനും നിന്നില്ല. ചാക്ക് അവടേട്ട് വേഗം പോന്നു.

വഴീലൊക്കേണ്ട്. കമ്പിക്കാല്മ്മലൊക്കെ. പീടികച്ചുമരില്.

ആരും കാണാന്റെ ഒന്നു വലിച്ചെടുത്തു.

ആ തമ്പ്രാൻ ഇങ്ങനെ ചതിക്കേണ്ടീർന്നില്ല.

ചൊലചതി!

ചതിച്ചോ കർത്താവേ!

കാളലോന തളർന്നു. ഒരായിരം ചിന്തകളൊരുമിച്ച് ഒരേ വഴിക്ക് മസ്തിഷ്ക്കത്തിലെത്തി കൂട്ടിമുട്ടി തല്ലിത്തകർന്നു. ധൂളിയായി.

നെറുംതലയ്ക്കന്നെ,

മുഴുത്തു കൂടം.

മേട്ടം. ഒരായിരം മേട്ടം ഒരുമിച്ച്. തലച്ചോറ് തകർന്നു ചിതറി.

ഹെന്റെ മോളേ!

പത്തൂസായി മിണ്ടാട്ടം ല്യാന്റായിട്ട്. വിളിച്ചാലേ വരൂ. വന്നാലും മൗനം. ചോദിച്ചാ മൂളും.

ഉം.

ന്നെന്തൂട്ടാ മേടിക്കാ.

ഉം?

കറിവെക്കാനേ.

ഉംം.

ഉള്ളി?

ഉം.

ഉംം എന്തായാലും ഉംം.

ന്ന്ട്ട് പ്പൊ-

ഈശോ. ന്റെ പുണ്യാളാ.

ലോന കടലാസു മടക്കി രണ്ടായി, നാലായി, പിന്നെ ചുരുട്ടി. ചെറുതാക്കിച്ചുരുട്ടി. വീണ്ടും വീണ്ടും മടക്കു നിവർത്തി. ചുരുട്ടി. തോർത്തിൽ പൊതിഞ്ഞു. നെഞ്ചമർത്തിയുഴിഞ്ഞു. കൈ കുത്തിയെണീറ്റു.

വയ്യ.

ഈ വെയില്!

ഉരുകും.

തോർത്തഴിച്ചു. കടലാസെടുത്തു. മടിയിൽത്തിരുകി. തലയടച്ചു തോർത്തു കെട്ടി. വീണ്ടും എഴുന്നേറ്റു.

ഹാവൂ!

തള്ളെല്യാന്റെ വളർത്തീതാ.

പതിനാറു കഴിഞ്ഞാപറേനും കൊടുക്കണം. പതിനാറും ആറും പിന്നൊരാറും കഴിഞ്ഞു.

ന്റെ പൊന്നിൻകുരിശുമുത്തപ്പാ

ലോന ഒരു കമ്പിക്കാലുദൂരം നടന്നു. അപ്പോഴേക്കും തളർന്നു. തലയടച്ചുകെട്ടിയ തോർത്തഴിച്ചു. മുഖം അമർത്തിത്തുടച്ചു. കുറ്റിത്തല തോർത്തി. കക്ഷോം വയറും വിയർപ്പൊപ്പി. മൂത്രമൊഴിക്കാനെന്ന ഭാവത്തിൽ വേലിയരുകു പറ്റിയിരുന്നു.

വയ്യ!

കാലു തളരുന്നു. രക്തം വറ്റി. മുട്ടു കുഴഞ്ഞു. ബലം വാർന്നു.

കണങ്കാല് ആടിക്കളിച്ചു. നിക്കാൻ വയ്യ. വീഴും. ഒരൂന്നു വേണം.

ഒരൂന്നുണ്ടാർന്നു.

മോള്.

അതാ തളർന്നേ.

അവൾക്കെന്താ വേണ്ടേച്ചാ ഒക്കെ കൊടുത്തു. പറഞ്ഞതൊക്കെ ചെയ്തു.

അപ്പൻ പയ്യിനെ അറക്കരുത്.

ഇല്യ.

എറച്ചി വിക്കരുത്.

ഇല്യ.

പരമ്പരപരമ്പരയായ തൊഴില്. കുടുംബപാരമ്പര്യം, വേണ്ടെന്നുവച്ചു.

പക്ഷേ,

ഒരു മാപ്ല.

അവള് കുട്ട്യല്ലേ. അങ്ങനെ ഓടിക്കേറാനൊന്നൂല്യ.

ആളും തരോം യോജിക്കട്ടെ.

കുഴിവെട്ടും എറച്ചിവെട്ടും പറ്റില്യ. മാർഗം കൂട്യോരും വേണ്ട.

തറവാട്ടുകാരു വരട്ടെ.

വന്നു.

മേരിക്കുട്ടീടെ ഗർഭം.

കർത്താവേ!

ആ തമ്പ്രാൻ ശതിച്ചു.

തമ്പ്രാൻ.

ലോന വീണ്ടും വീണ്ടും നെടുവീർത്തു. കുഞ്ഞുകുട്ടൻ തമ്പ്രാൻ......... അങ്ങനെ...

ചെയ്തു!

എന്നാ ബ് ടേര് ന്നേ?

ങേ-ങാ-ങാ, ഒന്നൂല്യ. ഒന്ന് മുള്ളാൻ.

ഉം.

വേഗം എണീക്കണം. എനീം വഴിപോക്കര് വരും. എല്ലാവരും അന്വേഷിക്കും. മൂത്രം മുള്ളാനാന്നും പറഞ്ഞ്-

വയ്യ!

ന്നാലും-

വീട്ടിലെത്തണം.

വീട്.

വേണ്ട. എവിടേക്കെങ്കിലും പോവാം. നാട്ടാര് ഇല്യാത്തോടത്തയ്ക്ക്. പരിചയക്കാരെ കാണാത്ത ഒരിടത്തേക്ക്.

വല്ല കൂലിപ്പണീം ചെയ്യാം. തെണ്ടാം.

രണ്ടു കണ്ണും കാണാത്ത പാപ്യാണേ.

രണ്ടു കൈയൂല്യാത്ത മഹാപാപ്യാണേ.

വല്ലതും തരണേ.

മകള് പെഴച്ച അപ്പനാണേ.

മകള്!

ഓരോ നിമിഷവും ഓരോ യുഗമായി ലോനയ്ക്കു തോന്നി. നടന്നു നടന്ന് പ്രപഞ്ചമാകെ നടന്നു. എത്ര കാലം നടന്നു. എത്ര കാലം നടന്നു! എത്ര നാഴിക നടന്നു!

എപ്പഴാ നടക്കാൻ തൊടങ്ങ്യേ.

ഇതെവടാ?

ഏതാ ഈ വഴി?

ലോനയുടെ കണ്ണു മഞ്ഞളിച്ചു. പൊട്ടിപ്പുല്ലു ചവിട്ടിയ വഴിപോക്കനെപ്പോലെ സർവം കീഴ്മേലു മറിഞ്ഞു. പ്രജ്ഞ വിട്ടു. ജീവൻ ഭ്രമിച്ചു.

ഇത്....ഇത്...

ഇപ്പൊ നേരം എത്രായി.

മോന്ത്യാവാറായൊ?

ഇത് പ്പൊ.

കർത്താവേ. ഇപ്പൊ എവട്യാ നിക്കണേ. എന്റെ വീടെവട്യാ.

ആരാ, ലോന്യല്ലെ? ന്താ ങ്ങനെ കമ്പിക്കാല് പിടിച്ച് നിക്കണേ.

ആരാത്? യ്ക്ക് തിരിഞ്ഞില്ല.

ദ് ഞാനല്ലേ. രാമോരൻ.

രാമോരനോ, ആരാ. ഞാൻ പ്പൊ എവട്യാ.

ങേ!

ഈ വെളുപ്പാൻ കാലത്തന്നെ അടിച്ചുപൂസായിണ്ടാവും.

ത്ര രാവിലേന്നെ.

ങേ! ഇപ്പൊ രാവില്യാ?

ലോനയുടെ ശൂന്യമായ ദൃഷ്ടി ദാമോദരനെ ഭയപ്പെടുത്തി. അയാളടുത്തു ചെന്നു.

ഇല്ല. കുടിച്ചിട്ടില്ല.

പിന്നെ,

വട്ടെളകിണ്ടാവോ!

തേവരേ!

ദാമോദരൻ ഓടി. മുക്കൂട്ടുപാതവക്കിൽനിന്ന് നാലാളെ വിളിച്ചു. അവരൊക്കെ ചേർന്ന് ലോനയെ നല്ല വാക്കു പറഞ്ഞു വീട്ടിലേക്കു നയിച്ചു. അപ്പോഴും ലോന പകച്ചുനോക്കി. സർവബന്ധങ്ങളും വിച്ഛേദിച്ചിട്ടും ലോനയുടെ മസ്തിഷ്കം പ്രയത്നിച്ചു. ഒരു രൂപമാവാതെ, മനസ്സിലാവാതെ.

ദാ വീടായി.

ങേ!

വീട്!

കാളലോന സ്വന്തം വീട്ടിൽ അപരിചിതനായി.

നാട്ടുകാര് അകത്തേക്ക് എത്തിനോക്കി. അകത്തെവിടേയോ ഇരുന്ന മേരിക്കുട്ടി പുറത്തുവന്നു. ഇറയത്ത് ഒന്നും കാണാതെ ശൂന്യതയിൽ തുറിച്ചുനോക്കിയിരിക്കുന്ന അപ്പനെ കണ്ടു.

സാരംല്യ. ഒരന്ധാളിപ്പാ. രക്തം തലയ്ക്കടിച്ചതാ. ഒന്നൊറങ്ങ്യാ മാറും.

നാട്ടുകാര് തടികഴിച്ചിലാക്കി. മേരിക്കുട്ടി ഒന്നും കേട്ടില്ല. പക്ഷേ, അപ്പന്റെ മടിയിൽ തിരുകിയ കടലാസു കണ്ടു. നാലായി മടക്കി മടിക്കുത്തിൽ താഴ്ത്തിത്തിരുകി–

മേരിക്കുട്ടി അപ്പന്റെ അടുത്തു ചെന്നു. അപ്പൻ മകളെ കണ്ടില്ല. മകളപ്പനേയും കണ്ടില്ല. പകരം അപ്പന്റെ മടിയിലെ കടലാസു കണ്ടു. അപ്പന്റെ

കൈ അതിൽ മുറുകെ പിടിച്ചതു കണ്ടു. കൊരങ്ങൻ നീർക്കോല്യെ പിടിച്ച പോലെ. പേടിച്ചിട്ട് അതിനെ നോക്കാനും വയ്യ. വിടാനും വയ്യ.

മേരിക്കുട്ടി വീണ്ടും വീണ്ടും സൂക്ഷിച്ചു. കാലത്തു കണ്ട അപ്പനല്ല, വയസ്സനായി, ജരാനര ബാധിച്ച്, ദുർബലനായി, ലോകത്തെ സമസ്തദുഃഖങ്ങളും സഹിച്ച് കണ്ണുവറ്റി.

ഹമ്മേ!

എന്താവോ അത്?

അപ്പന്റെ കൈ വിടർത്തിനോക്കി.

കൈ തണുത്തു. പഞ്ഞിപോലെ കനം കുറഞ്ഞു. സ്പർശമറിയാതായി. മേരിക്കുട്ടി സാവധാനം കടലാസു നിവർത്തി. നിലത്തു പരത്തിവച്ചു. ഒറ്റ നോട്ടം!

കറുത്ത മഷികൊണ്ട്, ചുവപ്പു ബോർഡറിട്ട്.

അപ്പാ!

മേരിക്കുട്ടി അടിവയറ് അള്ളിപ്പിടിച്ച് കടലാസിലേക്കു കുഴഞ്ഞുവീണു. ഒച്ച പൊങ്ങാതെ ഏങ്ങലടിച്ചു. അപ്പോഴും തിണ്ണയിൽ അന്ധാളിച്ചിരിക്കുന്ന ലോന ഇതൊന്നുമറിയാതെ കവുങ്ങിൻപറമ്പിനുമപ്പുറത്തേക്ക് മാവിൻചില്ലകൾക്കിടയിലൂടെ ചെറുവട്ടം പഴുതിലൂടെ സൂക്ഷിച്ചുനോക്കി. നോട്ടം എവിടെയും എത്താതെ വീണ്ടും വീണ്ടും നീണ്ടുപോയി.

## മുപ്പത്തിനാല്

**അ**പ്പനൊന്നു ചീത്തപറഞ്ഞാ മത്യായിരുന്നു. പറഞ്ഞില്ല. തല്ലിച്ചതച്ചാ മത്യായിരുന്നു. അതൂല്യ. ഒന്നും പറഞ്ഞില്ല. ഉണ്ണാറായാൽ വിളിച്ചാൽ വന്നു. കാപ്പി കൊടുത്താൽ കുടിച്ചു. നിത്യം പാണ്ട്യാല സാമാനങ്ങൾ കൊണ്ടുവന്നു. അപ്പൻ ചാരായം കുടിക്കണതും നിറുത്തി. സദാ മൗനം. ഇടയ്ക്കിടയ്ക്കെന്തോ പ്രാർത്ഥന.

മേരിക്കുട്ടി പുറത്തിറങ്ങാതായി. നാട്ടിലു മുഴുവൻ പാട്ടായി. കമ്പിക്കാലിന്മേൽ. കനാൽ പാലത്തിന്മേൽ. അമ്പലക്കുളത്തിന്റെ മതിലിന്മേൽ.

കാളമേരി + സാഹിത്യം- ദിവ്യഗർഭം.

മേരിക്കുട്ടിയുടെ ദിവ്യഗർഭം= സാഹിത്യം കുഞ്ഞുകുട്ടൻ.

ഏത് തന്തേല്യാത്തോറ്റ ചെയ്തതാവോ!

മേരിക്കുട്ടി അടിവയറു തലോടി.

ഒന്നൂല്യ!

എന്നിട്ടും അടിവയറ്റില് കൈയ് കൊളുത്തി.

ഒന്നൂല്യ.

അവറ്റ ഇടിവെട്ടുകൊണ്ട് ചാവും.

നശൂലങ്ങള്.

അപ്പനോടെങ്ങനാ പറയാ. അമ്മേണ്ടാർന്നൂച്ചാൽ-

എല്ലാ കാര്യങ്ങളും അപ്പനോടു പറയാൻ വിഷമം. പ്രത്യേകിച്ചും പെൺകുട്ട്യോളടെ കാര്യങ്ങൾ. സ്വകാര്യങ്ങൾ. അത് അമ്മയോടെ പറയാനാവൂ. അമ്മയ്ക്കേ മനസ്സിലാവൂ. അപ്പനോടു പറയാൻ വയ്യ. പറഞ്ഞാലും മനസ്സിലാവില്യ.

ഒന്നു മനസ്സിലാക്കാൻ.

അപ്പൻ രാപ്പകലെന്താവോ ചിന്തിക്കണേ. കഠിനമായ ശാന്തത. പശുക്കളുടെ കഴുത്തറക്കാൻ പോകുന്നപോലെ. അന്നേ ഇത്രയ്ക്കു ശാന്തത കണ്ടിട്ടുള്ളൂ. അക്ഷോഭ്യനായി. അളന്നുമുറിച്ച ചലനങ്ങളോടെ, നന്നേ പതുക്കെ.

കർത്താവേ!

എന്താവോ ഭാവം.

അപ്പനെങ്ങാനും——

പാവം! ആ മാഷ് ഒന്നും അറിഞ്ഞട്ടന്നേല്യ.

മേരിക്കുട്ടി പുറത്തേക്കു പാളിനോക്കി. അപ്പൻ ചുമരു ചാരി തിണ്ണയിലിരുന്നു. ഒന്നും കാണാതെ കാഴ്ചയ്ക്കപ്പുറത്തുള്ള എന്തോ ശ്രദ്ധിച്ചുകൊണ്ട്.

ഹമ്മേ!

മതി, എനി മതി, ജീവിച്ചതു മതി. ഇപ്പൊത്തന്നെ ധാരാളായി. എനിക്കിപ്പോ ഒന്നൂല്യ. നാട്ടാരക്ക് പറഞ്ഞു ചിരിക്കാനായി.

എനി,

ഒന്നൂല്യ.

ഒരു പണീല്യ.

അപ്പനാച്ചാ എന്തു കൊടുത്താലും പാകം. ഒന്നും കൊടുത്തില്ലെങ്കിലും പാകം.

മേരിക്കുട്ടി കിണറ്റുകരയിലേക്കു നടന്നു. തുടിക്കാല് പിടിച്ച് എത്തിനോക്കി. വെള്ളം താണേക്ക്ണു. മീനച്ചൂടിൽ കിണറ് താണുതാണുപോയി. അകലെ, അതിദൂരെ, അന്ധകാരത്തിൽ ഠ വട്ടം തിളക്കം. അവിടെ ആകാശം. അതിനടിയിൽ അതിദൂരെ അദൃശ്യലോകങ്ങളിൽ ദൃശ്യമായ സ്വന്തം മുഖം.

വരൂ.

ഓടിവരൂ. ഇതാ, ഈ വിരിമാറിൽ ചേരൂ. നിനക്കഭയം തരാം. ഇവിടെ ഞങ്ങളുണ്ട്. നിന്റെ അമ്മയും അമ്മൂമ്മയും ഉണ്ട്. വേണ്ടപ്പെട്ടവരെല്ലാമുണ്ട്. ശാന്തിയുണ്ട്. സമാധാനമുണ്ട്.

വരൂ.

വാ മോളേ.

മേരിക്കുട്ടി സൂക്ഷിച്ചുനോക്കി. രണ്ടു കൈയും നീട്ടി വിളിക്കുന്നു. സ്നേഹത്തോടെ വാത്സല്യത്തോടെ.

വരാം. പക്ഷേ അപ്പൻ!

ഒരു നിമിഷം മേരിക്കുട്ടി അപ്പനെ ഓർത്തു. ദേഷ്യപ്പെടാതെ സമസ്ത വികാരങ്ങളും ഒതുക്കി നിശ്ചേഷ്ടനായി; ചോറുരുള ഉരുട്ടിയുരുട്ടിയങ്ങനെ, അനവധി നേരം, പിന്നെ ഒന്നു കറിയിൽ ഒപ്പി, വീണ്ടും ഉരുട്ടി, വീണ്ടും ഉരുട്ടി, ഉള്ളംകൈയിലിട്ടു തിരിച്ച്, വീണ്ടും വായവരെ കൊണ്ടുപോയി, കിണ്ണത്തിൽ തന്നെ വെച്ച്, ഒരുതരി ഉപ്പ് തൊട്ടുനോക്കി, ഒരു കഷണം മുളകു ചാലിച്ച്. വീണ്ടും വായിലേക്കു യർത്തി, അവസാനം ഒരു പാതി വിഴുങ്ങി, ഗ്ലും—

മേരിക്കുട്ടിയുടെ ശ്വാസം വർദ്ധിച്ചു. ഒരുവിധം തുടിക്കാലു പിടിച്ച് കുന്തിച്ചിരുന്നു.

കിണറിന്റെ അഗാധതയുടെ ആകർഷണം കൂടിക്കൂടി വരുന്നത വളറിഞ്ഞു. ക്രമേണ അഗാധത സുപരിചിതമായി. അന്വേഷിക്കുന്നതവിടെ

കണ്ടു. നിത്യനിരന്തരമായ വേദനകൾ സമാധാനിക്കപ്പെടുന്നു. എല്ലാ പ്രശ്നങ്ങളും പരിഹരിക്കപ്പെടുന്നു. സ്വയം ലക്ഷ്യങ്ങളൊക്കെ പ്രാപിക്കുന്നു. സാഫല്യമടയുന്നു. ശാന്തി നേടുന്നു. സത്യം.

ഒരൊറ്റ സത്യം മാത്രമവശേഷിക്കുന്നു.

അപ്പൻ!

കരയാതെ, ചിരിക്കാതെ. കരച്ചിലും ചിരിയും വേർതിരിച്ചറിയാതെ.

മേരിക്കുട്ടി പാളേം കയറും ഊരിയെടുത്തു. ശ്രദ്ധിച്ച്, മന്ദം മന്ദം കുർബ്ബാന കൈക്കൊള്ളുന്ന വിശുദ്ധിയോടെ പാളയുടെ കെട്ടഴിച്ചു. ചെറിയ ഊരാക്കുടുക്കിട്ടു. വലിച്ചുനോക്കി.

വേഗം കുടുങ്ങും.

ചെറിയ വലിവു മതി.

മുറുകും.

കൃത്യകൃത്യം.

അറ്റം നനഞ്ഞ കയറിന്റെ തല ഊരാക്കുടുക്കാക്കി വീണ്ടും വീണ്ടും വലിച്ചു. സുസൂക്ഷ്മം പരിശോധിച്ചു. തളർന്നെഴുന്നേറ്റു. തുടിക്കാലിൽ ചാരി. ചാഞ്ഞുനോക്കി. കലിയാവേശിച്ചു.

വരൂ.

മോളേ!

അപ്പൻ!

ലോന മകളുടെ കൈ പിടിച്ചു. ഒരു പ്രതിഷേധവും കൂടാതെ മേരിക്കുട്ടി അപ്പന്റെ പിന്നാലെ നടന്നു. മകളുടെ കൈയിൽനിന്ന് ലോന പാളേങ്കയറ് വാങ്ങി. ഊരാക്കുടുക്കഴിച്ചു. പാളയിൽ കെട്ടി.

മോളേ.

യ്ക്കൊന്നൂല്യ അപ്പാ!

മേരിക്കുട്ടി കരഞ്ഞു. ഉറക്കെ. തൊണ്ട കാറി. ഹൃദയം നുറുങ്ങിക്കരഞ്ഞു.

കാളലോനയുടെ മുറുകിയ മുഖം പതുക്കെ അഴയാൻ തുടങ്ങി. നന്നേ പതുക്കെ ഹൃദയത്തിലെത്തിയ അക്ഷരങ്ങളുടെ അർത്ഥം അതിലും പതുക്കെ അറിഞ്ഞു.

യ്ക്കൊന്നൂല്യ.

ഒന്നും!

പിണഞ്ഞ പുരികം നിവർന്നു. സാധാരണയായി. പൂട്ടി മുദ്രവെച്ച ചുണ്ടുകൾ അറഞ്ഞകന്നു. കോർത്ത പല്ല് വേർപെട്ടു. നനവായി. നീരായി കണ്ണു നിറഞ്ഞു.

മോളേ.

ലോനയുടെ ശബ്ദം ആത്മാവിൽ തങ്ങി. പുറത്തു വരാൻ മടിച്ചു. കുറ്റബോധം കൊണ്ടു കൂനിക്കൂടി ചെറുതായി.

ഇത്തിരി കഴിഞ്ഞാൽ,

രണ്ടു തല!

മോളടെ,

കുഞ്ഞുകുട്ടൻ തമ്പ്രാന്റെ,

രണ്ടും പൊടിമണ്ണിലുരുളും.

കർത്താവേ!

പശ്ചാത്താപത്താൽ ലോന തളർന്നു. ഒരുവിധം ഇറയത്തെത്തി. കട്ടിൽ കാൽക്കൽ വെച്ച അറവുകത്തി കാലുകൊണ്ടു തട്ടി, വീണ്ടും വീണ്ടും. പിന്നെ എടുത്തു. പറമ്പിലേക്കു നടന്നു. അകലെ തെക്കേത്തലയ്ക്കൽ ഓല കെട്ടി മറച്ച കുഴിയിലേക്കെറിഞ്ഞു.

ഹാവൂ!

എനിയതു തൊടില്യ. സത്യം. സത്യം. യേശുക്കർത്താവാണെ സത്യം.

ഇത്തിരി കഴിഞ്ഞാൽ—

രാവും പകലും കുഞ്ഞുകുട്ടൻ തിരുമേനിയുടെ ശിരസ്സറ്റ ദേഹം പിടഞ്ഞു. കൂടെ മകളുടെ തലയില്ലാത്ത ശരീരം. തെല്ലകന്ന് മാവിൻ കൊമ്പത്തു സ്വന്തം ദേഹം. ഈച്ചയാർത്ത് ദുർഗന്ധം വമിച്ച്, തൊട മാന്തി പ്പൊളിച്ച്, മലോം മൂത്രോം തുറിച്ച്......

രണ്ടാളടേം കഴുത്തറുത്ത്–––

അറത്തറത്ത്––––അറവിലും കുറഞ്ഞതൊന്നും ചിന്തിച്ചില്ല. ചിന്തിക്കാനും വയ്യാതായി.

ചീത്ത പറഞ്ഞില്ല.

തല്ലിയില്ല.

തെറി വിളിച്ചില്ല.

വാക്കത്തി മൂർച്ച കൂട്ടി. ഉറങ്ങിക്കിടക്കുമ്പോൾ മുടി പിടിച്ച് പിരടി പിന്നോക്കം വളച്ച് ––––ശ്ശ്––

ഒരൊറ്റ വര!

കുഞ്ഞുകുട്ടൻതമ്പ്രാന് കാഴ്ച!

യ്ക്കൊന്നൂല്യ.

ഒന്നൂല്യ. ഒന്നും.

മേരിക്കുട്ടി പറഞ്ഞതിന്റെ അർത്ഥം ലോനയ്ക്കു മനസ്സിലായി. പതുക്കെയാണെങ്കിലും സത്യാവസ്ഥ കണ്ടു.

കർത്താവു കാത്തു.

തള്ളേല്യാത്തേന്റെ കൊഴപ്പാണ്. അവള്ണ്ടെങ്കിൽ ആദ്യംതന്നെ പറഞ്ഞേനെ.

നിങ്ങക്കെന്തിന്റെ കൊഴപ്പാ. അവൾക്ക് പള്ളേലൂല്യ. തൊള്ളേലൂല്യ. ഒരൂട്ടം നശൂലങ്ങടെ തോന്ന്യാസം. അവറ്റ പാമ്പു കടിച്ചേ ചാവൂ. തന്തേല്യാത്തോറ്റ.!

ആരാവോ. ആർക്കാ ഈ ലോനോട് വൈരാഗ്യം. ആരുണ്ടാവില്യ. അറിഞ്ഞാണ്ടാരേം ദ്രോഹിച്ചില്ല. പിന്നെ––

ചൊലചരതി.

എനി—

എനി പ്പൊ കെട്ടിച്ചയയ്ക്കാനും പറ്റില്യ.

ആരാ വര്വാ?

വല്ല രണ്ടാംകെട്ടുകാരും വരേർക്കും.

ഇമ്പറ്റോക്കെ––

വേണ്ട! അതു വലിച്ചെറിഞ്ഞതാണ്. എനീം തെരഞ്ഞെടുത്തു മൂർച്ച കൂട്ടരുത്.

ലോന കെണറ്റിൻകരയിലേക്കു നടന്നു. നാലു പാള തണുത്ത വെള്ളം തലേലൊഴിക്കണം. ഈ പൊകച്ചിലൊന്നു നിക്കട്ടെ. എത്ര ദിവസായി.

അറീല്യ.

അന്ന് വഴീന്ന് ആ കടലാസ് കണ്ടതാ.

പിന്നെ, ഇതേ വരെ നല്ല ബോധം ല്യ.

ഇരുമ്പടപ്പുപോലെ. തല ചുട്ടു പഴുത്ത്. നീറി, ഒന്നും അറിഞ്ഞില്യ.

നീണ്ട അറവുകത്തിയുടെ വായ്ത്തല മാത്രം മനസ്സിൽ തിളങ്ങി. മോളടെ കണ്ഠനാളം കണ്ടു. കുഞ്ഞുകുട്ടൻതമ്പുരാന്റെ കരണഞെരമ്പു കണ്ടു. തെക്കെപറമ്പിലെ കൂറ്റൻ മരത്തിന്റെ തുന്നാംതുമ്പത്ത് സ്വന്തം ദേഹം ഈൗർച്ചയാർക്കുന്നതു കണ്ടു.

മോളെ–

നാലുപാള വെള്ളം കോരിത്താ. ഈ അപ്പനൊന്നു കുളിക്കട്ടെ. ന്നട്ട് വേണംത്തിരി വല്ലതും വാരിത്തിന്നാൻ.

മേരിക്കുട്ടി മനം തണുക്കെ കേട്ടു. സമാധാനമായി. അപ്പൻ സാധാരണ മാതിരിയായി. ഉച്ചയ്ക്ക് ഉണ്ണുംമുമ്പൊരു കുളി അപ്പന്റെ പതിവാണ്. അതിന് ആ കാടിത്തൊട്ടി നിറച്ച് വെള്ളം കോരി വെക്കും. അതും പതിവാ. ന്നാലും അപ്പൻ വിളിച്ചുപറേം.

മോളെ നാലുപാള വെള്ളം കോരിത്താ.

ഹാവൂ!

അപ്പനൊന്നു മിണ്ടീലൊ. അതുമതി. എനി സാരല്യ.

സാരല്യ മോളെ. കൂളപ്പിള്ളേരടെ പണ്യാ. മോള് പേടിക്കണ്ട.

–

അപ്പൻ മകളെ ആശ്വസിപ്പിക്കാൻ ശ്രമിച്ചു. എന്തു പറയണം എന്നറിയാതെ കുഴഞ്ഞു. ചോദിക്കാനും പറയാനും പറ്റാത്ത കാര്യം. ഒരപ്പനും മകളോടു ചോദിക്കാൻ വയ്യ. ഒരു മകൾക്കും അപ്പനോടു പറയാൻ വയ്യ. കല്യാണം കഴിയുംമുമ്പ്.

അപ്പനൊന്നിനും പോണ്ട!

മേരിക്കുട്ടിക്കു ഭയമായി. എനി അപ്പൻ ഇതാരുടെ പണ്യാന്ന് അറിയാൻ നോക്കും. ന്ന്ട്ട്--വേണ്ട. ഒന്നിനും നിക്കണ്ട.

ഇല്യ മോളേ. ന്നാലും ആ കുഞ്ഞുകുട്ടൻതമ്പ്രാൻ–––

പാവം!

മേരിക്കുട്ടി അറിയാതെ രണ്ടക്ഷരം പുറത്തുവീണു. ലോന അത് ഒപ്പിയെടുത്തു.

ആ തമ്പ്രാനോട് പകേള്ള ആരെങ്കിലും ഒപ്പിച്ചതാവും.

ങാ. നീയങ്ങ് ചെന്നോ. ന്ന്ട്ട് ചോറാ വെളമ്പി വെച്ചോ. ആ പത്തായപ്പെട്ടീല് മറ്റത് ണ്ടോ നോക്ക്യേ.

മേരിക്കുട്ടിയുടെ മുഖം കുതിർന്നു. അപ്പൻ പതിവുമുറകൾ തുടങ്ങി. ഉച്ചയൂണിനു മുമ്പ് ഒരു ഗ്ലാസ് ചാരായം

എനിയൊന്നുറങ്ങ്യാ മതി.

എന്നാൽ തനിക്കും ഒന്നുറങ്ങാം.

മേരിക്കുട്ടി കണ്ണടച്ചു നിന്നു. മൗനമായി പ്രാർത്ഥിച്ചു. എങ്ങനെ അപ്പനോടു പറയും എന്നാലോചിച്ചതാണ്. ഒരു നൂറ് തവണ. ഒടുക്കം എഴുതി വെച്ചാലോ എന്നും ആലോചിച്ചു.

യ്ക്ക് വയറ്റിലില്യ അപ്പാ. ന്നെ ആരും വയറ്റില്ണ്ടാക്കീട്ടില്യ. അങ്ങനെ പറയാൻ പറ്റ്വോ സ്വന്തം അപ്പന്റെ മുഖത്തു നോക്കി. കെട്ടിക്കാത്ത

പെണ്ണൊരുത്തി. കല്യാണം കഴിഞ്ഞു മുറപോലെ ഗർഭിണിയായ മകളായാലും അപ്പന്റെ മുഖത്തു നോക്കി അതു പറയില്യ. എനിക്കു നാലു മാസമായി; അല്ലെങ്കിൽ, യ്ക്ക് വയറ്റില്ണ്ട് എന്നൊന്നും ആരും പറയാറില്ല. പറയാൻ പറ്റില്യ–

മേരിക്കുട്ടി അടുപ്പിൻതിണ്ണയിലിരുന്നു.

രണ്ടു പപ്പടംകൂടി ചുടാം. ചാരായം കുടിക്കുമ്പൊ ചുട്ട പപ്പടം അപ്പന് പ്രിയമാണ്. മുഖം തെളിയും. ഇത്ര നാളായി ഉരുകിത്തിളച്ച ആത്മാവൊന്നു തണുക്കട്ടെ.

മേരിക്കുട്ടി പത്തായപ്പെട്ടി തുറന്നു. അരിയും പലവ്യഞ്ജനങ്ങളും സൂക്ഷിക്കുന്ന കലോറ. നാല് പച്ചപ്പപ്പടം എടുത്തു. രണ്ടാണ് കണക്ക്. ഇന്ന് രണ്ടുംകൂടിയാവട്ടെ. അപ്പൻ സൂക്ഷിച്ച കുപ്പിയും എടുത്തു. പെട്ടി അടച്ചു നിവർത്തപ്പോൾ ചുമർക്കൂട്ടിൽ യേശുരൂപം കണ്ടു. ആ മുഖം വാത്സല്യത്താൽ ആർദ്രമാവുന്നതറിഞ്ഞു. മുൾക്കിരീടമണിഞ്ഞ മനുഷ്യപുത്രൻ അവളെ ആശ്വസിപ്പിക്കാൻ കൈയുയർത്തിയതായി തോന്നി. ആ കന്യാപുത്രൻ മറ്റൊരു കന്യകയുടെ ദുഃഖം ഏറ്റുവാങ്ങി. ഇപ്പോൾ, യേശു കന്യാപുത്രനായതെന്തിനെന്ന് മേരിക്കുട്ടിക്കു മനസ്സിലായി. അവളുടെ മനസ്സും പുൽത്തൊട്ടിയായി. നവംനവങ്ങളായ ആശാശിശുക്കൾ പിറവിയെടുത്തു.

## മുപ്പത്തിയഞ്ച്

**അ**ന്ന് കുഞ്ഞുകുട്ടൻ ഒരു സ്വപ്നം കണ്ടു.

നിദ്രയുടെ തമസ്സിൽ ഭൂമദ്ധ്യം തുറന്നു. ഒരിറ്റു പ്രകാശം പുറത്തുചാടി. ബിന്ദുവായി. ബിന്ദു വലുതായി. കോടി സൂര്യപ്രകാശമായി. പ്രപഞ്ചമാകെ ആ പ്രകാശത്തിൽ മഹാവിസ്മയമായി. എങ്കിലും വ്യക്തമായി. സൂര്യചന്ദ്രനക്ഷത്രജ്യോതിർഗോളങ്ങളും അവയ്ക്കാധാരമായ ഭൂതങ്ങളൊക്കെയും നിറഞ്ഞ അണ്ഡകടാഹമാകെത്തെളിഞ്ഞു. ഗോളമായി. ഗോളം ലോകമായി. ലോകങ്ങളായി. പ്രപഞ്ചവിസ്തൃതിയായി വീണ്ടും ഭൂമദ്ധ്യത്തിൽ ലയിച്ചുചേർന്നു. ഇതങ്ങനെ തുടരവെ കാലങ്ങളെ പിറകോട്ടു പായിച്ച് സൃഷ്ടിയുടെ ആദിയിൽ കുഞ്ഞുകുട്ടൻ എത്തി.

അവിടെ ഒന്നുമില്ലായിരുന്നു. ഒന്നുമില്ലായ്മയുമില്ലായിരുന്നു. പ്രകാശമില്ലായിരുന്നു. പ്രകാശമില്ലായ്മയും ഇല്ലായിരുന്നു. കാലങ്ങളങ്ങനെ കഴിയവെ ഒരിച്ഛാശക്തി സ്പന്ദിക്കുന്നത് കുഞ്ഞുകുട്ടനറിഞ്ഞു. അതു സ്പന്ദിച്ചു. പിന്നെ പ്രകാശിച്ചു. അതിൽനിന്ന് ജ്യോതിർഗോളങ്ങളുത്ഭവിച്ചു. പിന്നെ ജ്യോതിരാത്മാക്കളുണ്ടായി. അവരങ്ങനെ കഴിഞ്ഞു. ദേവന്മാരെന്നു പേർക്കൊണ്ടു. കാലം ചെന്നപ്പോൾ ദേവവർഗത്തിലൊരാൾ ആകാശദേശത്തുനിന്ന് ഭൂമണ്ഡലം നോക്കി ക്കണ്ടു. കൂടെ കുഞ്ഞുകുട്ടനുമുണ്ടായിരുന്നു. അങ്ങകലെ ഉയരങ്ങളിൽ പ്രപഞ്ചത്തിലെ കുഞ്ഞിക്കിടാവായ ഭൂമിയെ കണ്ട് ദേവൻ കോരിത്തരിച്ചു. ഇറങ്ങിവന്നു. ഈ വിശാലമായ മേദിനിയുടെ മേനിയിൽ കൈകൊട്ടിയാർത്തു രസിച്ചു നടന്നു. വീണ്ടും കാലം കഴിയവെ വിയത്ഗംഗ വാർന്നൂറിയിറങ്ങുന്ന മഹാസമതലത്തിലൊരിടത്ത് ധ്യാനമഗ്നനായി. തപശുദ്ധി നേടി ജ്ഞാനമാർന്ന ആ ദേവൻ പിന്നെ സ്വന്തം വലംതുടയിൽനിന്ന് ഇത്തിരി ജീവകോശം എടുത്തുമാറ്റി. ഇച്ഛാ

ശക്തിയാൽ സ്വരൂപസദൃശതയിലൊരു സ്ത്രീരൂപം മെനഞ്ഞു. ആദ്യത്തെ മനുഷ്യസൃഷ്ടിയങ്ങനെ സംഭവിച്ചു. കാലമെത്തിയപ്പോൾ അതിൽ ഗർഭാധാനം ചെയ്തു. ആദ്യത്തെ പുനരുല്പാദനവും നടന്നു. പിന്നെ അവരായി. അവരുടെ മക്കളായി, മക്കളുടെ മക്കളായി. താനാരംഭിച്ച ഈ മഹാസൃഷ്ടിയുടെ മഹാപെരുപ്പത്തിൽ അന്തംവിട്ട് ആകാശചാരിയായ ആ ദേവനും ദേവഗണങ്ങളും നിസ്സഹായരായി. ഒരുൽക്കാപാതമായി ഭൂമിയിലേക്ക് ആവേശിപ്പിച്ച ജീവചൈതന്യത്തിന്റെ വളർച്ചയിലും തുടർച്ചയിലും ഒരു നിയന്ത്രണവും സാധിക്കാതെ, എങ്കിലും തന്റെ വലംതുടയിലെ ജീവകോശമാണല്ലോ ഇക്കണ്ട മനുഷ്യജാതിയുടെ മുരടെന്നറിഞ്ഞ് അവിടുന്നിപ്പോഴും ഖിന്നനായി താഴോട്ടു നോക്കിയിരിക്കുന്നു. കൂടെ, താനെന്നുമുണ്ടായിരുന്നു എന്നും കുഞ്ഞുകുട്ടനറിഞ്ഞു.

മഹാപ്രഭോ!

മൗനം മുറിക്കാനായി കുഞ്ഞുകുട്ടൻ വിളിച്ചു. ഞങ്ങൾ, മനുഷ്യർ, ഇന്നു പരീക്ഷണശാലകളിൽ ജീവികളിൽനിന്നു ജീവകോശമടർത്തിയെടുത്തു പുതുജീവികളെ സൃഷ്ടിക്കുവാൻ പ്രാപ്തരായി. ഏതാണ്ട് അത്തരമൊരു—

അരുത്!

ദേവൻ പെട്ടെന്ന് മൊഴിഞ്ഞു. താഴെ, ഭൂതലത്തിൽ മേലയ്ക്കു മേലെ കേറിയും മറിഞ്ഞും കൊന്നും തിന്നും ക്ഷണനേരംകൊണ്ടുണ്ടായി നശിച്ചു കഴിയുന്ന മനുഷ്യ മഹാസമുദ്രത്തെ കാരുണ്യത്തോടെ നോക്കി തുടർന്നു:

അരുത്!

ഒരു ചെറിയ കൈത്തെറ്റിന്റെ ഫലം ഞാനിന്ന് അനുഭവിക്കുന്നു, കൈവന്ന ഇത്തിരി ജ്ഞാനത്തിന്റെ അഹന്തയിൽ ഞാനും സൃഷ്ടിക്കൊരുങ്ങി. ദേവലോകത്തും അന്യലോകത്തുമുള്ളവർ തടഞ്ഞു. എന്നിട്ടും ഞാൻ ഭൂലോകത്തിൽ അതൊന്നു പരീക്ഷിച്ചു.

നോക്കൂ. സൂക്ഷിച്ചുനോക്കൂ.

കുഞ്ഞുകുട്ടൻ സൂക്ഷിച്ചുനോക്കൂ.

മഹാമലങ്ങളുടെ കൂമ്പാരത്തിൽ ക്ഷണനേരംകൊണ്ടും ജനിച്ചുവളർന്നു ചാവുന്ന നിസ്സഹായരായ നികൃഷ്ടകീടങ്ങളെപ്പോലെ പ്രപഞ്ചമഹാമലങ്ങൾ ഒന്നുകൂടിയ ഭൂതലത്തിൽ മനുഷ്യരത്രയും നുരച്ചുപൊങ്ങുന്നത് കുഞ്ഞുകുട്ടൻ കണ്ടു. തൊട്ടുതൊട്ട് കെട്ടിമറിഞ്ഞ് കൊന്നും ചത്തും അവ കൂത്തടിച്ചു.

നോക്കൂ. ഞാൻ നിസ്സഹായനാണ്. ഇന്ന് മനുഷ്യജാതിക്ക് കൂട്ടിത്തൊടാതെ കിടന്നു പൊറുക്കാൻകൂടി ഈ ധരാതലത്തിൽ ഇടമില്ലാതായി. എനി ഇക്കണ്ടതത്രയും മുച്ചൂടും മുടിയും വരെ—

ദേവൻ നിറുത്തി.

അവരെന്റെ കിടാങ്ങളും അടിക്കിടാങ്ങളുമാണ്. എന്നിട്ടെന്തേ. എനിക്കവരെ നിയന്ത്രിക്കാനാവില്ല. അവരുടെ കഴിവ് നിയന്ത്രിതവുമാണ്. സ്ഥലകാലങ്ങളാൽ നിയന്ത്രിതം. അവരുടെ സൃഷ്ടികർത്താവായ ഈ എന്നെ കാണാനും അറിയാനും അവർക്കാവില്ല. കാരണം, അവരും ഞാനും വ്യത്യസ്തമണ്ഡലത്തിലാണ്. സമയത്താൽ ബന്ധിതരാണവർ. എന്റെ സൃഷ്ടി പിഴച്ചു. ഞാനുദ്ദേശിച്ച ബഹുമാനങ്ങൾ നൽകാനാവാതെയായി. പ്രാകൃതമായ ഒരു വാസനമാത്രം അവരെ ഭരിക്കുവാൻ കഴിവുറ്റതായി.

വിശപ്പെന്ന വികാരം. അതിന്റെ ഏറ്റക്കുറവിൽ പൃഥ്വീതലമാകെ അവർ വെട്ടിപ്പിടിച്ചും തീയിട്ടു നശിപ്പിച്ചും താറുമാറാക്കി. സ്വയം ചത്തു. ആവുന്നത്ര കൊന്നു. ഈശ്വരാ! സർവശക്താ!

അവിടുന്നും സർവശക്തനല്ലെന്നോ. അവിടേക്കും മീതെ മറ്റൊരു ഈശ്വരനോ.

അതെ. ഞാനും നിങ്ങളെപ്പോലെ, കാലത്തിനധീനൻ. പക്ഷേ, ഇത്തിരി നീണ്ടകാലം കൈയിലൊതുങ്ങിയവൻ. ഇന്നലേകളും നാളേകളും ബാധിക്കാത്തവൻ. എന്തെന്നാൽ നിങ്ങളുടെ കാലം സൂര്യഭഗവാനെ ആശ്രയിക്കുന്നു. ഞങ്ങളാവട്ടെ, സൗരയൂധത്തിനുമപ്പുറത്ത് വിഹരിക്കുന്നു. അതിനാൽ നിങ്ങളുടെ കാലഗണനയ്ക്കകത്തൊതുങ്ങില്ല എന്നുമാത്രം. മറ്റൊക്കെ തുല്യം, ഞാനും നിങ്ങളിലൊരാൾ. ദുഃഖിതൻ. അസംതൃപ്തൻ. സ്വന്തം തെറ്റിൽ പശ്ചാത്തപിക്കുന്നവൻ. ഒരു പോംവഴിക്കായി സർവശക്തനെ വിളിക്കുന്നു. വഴി കാണാഞ്ഞ് ഖിന്നനായി തപസ്സനുഷ്ഠിക്കുന്നു. അതിലിടയ്ക്ക് ആയിരത്താണ്ടുകൂടുമ്പോൾ ചിലപ്പോൾ ആയിരത്തിലൊരാൾക്ക് വെളിപാടുണ്ടാവുന്നു, നിങ്ങളുടെ ബുദ്ധനെപ്പോലെ, കൃഷ്ണനെപ്പോലെ—നിസ്സഹായനായ മകനേ! അതിനിടയ്ക്ക് നിങ്ങളും സൃഷ്ടി തുടങ്ങുന്നു! ഒരുപക്ഷേ, ആദ്യം തവളകളെ. പിന്നെ അതിലും മുന്തിയ ജീവിയെ, തുടർന്ന് സ്വന്തം ഛായയിൽ മറ്റൊരു രൂപത്തെ. അവയങ്ങനെ പെറ്റുപെരുകി ലോകം നിറയും. അവയുടെ സ്രഷ്ടാവായ നിങ്ങൾ നിസ്സഹായരാവും. അവ നിങ്ങളുടെ ജീവകോശത്തിൽനിന്നു സൃഷ്ടിക്കപ്പെട്ടവയാകയാൽ വീണ്ടും കുറഞ്ഞ കഴിവുകളുടെ ഉടമയാകുന്നു. ത്രിമാനങ്ങൾ ദ്വിമാനങ്ങളായി ചുരുങ്ങിയേക്കാം. ചതുർമാന സൃഷ്ടികളുള്ള ദേവവർഗ്ഗത്തിൽപ്പെട്ട ഞങ്ങളുടെ സൃഷ്ടി ത്രിമാനസിദ്ധികളുള്ള മനുഷ്യരായി. എനി, ത്രിമാനസിദ്ധികളുള്ള മനുഷ്യരുടെ സൃഷ്ടി ദ്വിമാനസിദ്ധികളുള്ള ഇരുകാലികളായേക്കാം. അപ്പോൾ ആലോചിക്കൂ, ഞങ്ങളും സൃഷ്ടി നടത്തി എന്നഹങ്കരിക്കാൻ മാത്രം ഒരു സൃഷ്ടി വേണമെന്നുണ്ടോ. സൃഷ്ടി സാദ്ധ്യത ഒരഭിമാനമാണോ. സ്ഥിതിയല്ലേ മഹത്ത്വം. സൃഷ്ടിയും സംഹാരവും എളുപ്പമല്ലേ. സൃഷ്ടിയുടെ വേദനയറിയുവാൻ മാത്രം വിധിക്കപ്പെട്ട് കഴിയുവാനിത്ര മോഹമെന്തേ? കാലങ്ങളുടെ ആവർത്തനം അനിവാര്യമാണോ? സർവശക്താ-ദേവൻ വീണ്ടും മഹീതലത്തിലേക്കു ദൃഷ്ടി കേന്ദ്രീകരിച്ചു.

കഷ്ടം! അവരുടെ സൃഷ്ടികർത്താവായ എനിക്കും അവർക്കും തമ്മിൽ ആശയവിനിമയംതന്നെയില്ല. അതസാദ്ധ്യം. നിരവധി കാലങ്ങളിലൊരിക്കൽ ഏതെങ്കിലുമൊരു മനുഷ്യൻ കഠിനാദ്ധ്വാനംകൊണ്ട് അവന്റെ സൃഷ്ടികർത്താവിനെ അറിഞ്ഞെന്നുവരും. ആ ഒരാളെ ഞങ്ങളെന്നും കാത്തിരിക്കും. പക്ഷേ, ആർക്കും അതാവശ്യമില്ല. എനി നാളെ, നിങ്ങളുടെ സൃഷ്ടികൊണ്ട് നരകിക്കുന്ന ആ വർഗം ഇതിലേറെ യാതനയനുഭവിക്കുമ്പോൾ നിങ്ങൾ നിസ്സഹായരായിരിക്കേണ്ടിവരും. ഒന്നാമത് സ്വന്തം യാതനകൾതന്നെ പരിഹരിക്കാനാവാത്തവർ. സർവേശ്വരന്റെ അന്യസൃഷ്ടിക്കളെക്കുറിച്ച് അജ്ഞർ. സ്വഗേഹമായ ഈ വസുന്ധരയെത്തന്നെ നോക്കി പഠിക്കാത്തവർ. അജ്ഞത ഭൂഷണമാണെന്ന്–

മഹാപ്രഭോ! അവിടത്തെ സൃഷ്ടികളെയിങ്ങനെ–
കുഞ്ഞുകുട്ടൻ നിരുദ്ധകണ്ഠനായി.

അതെ. എന്റെ മക്കളും. അവരുടെ മക്കളും. അവരെ എനിക്ക് ശകാരിക്കേണ്ടിവരുന്നു. അവരുടെ ശിരോലിഖിതം ഞാനെഴുതിയതാണ്. പക്ഷേ, അതോടെ എന്റെ ബന്ധം അവസാനിച്ചു. ഞാനെന്റെ ജീവകോശം അടർത്തിയെടുത്തു അത്രമാത്രം. എനി ആ ജീവകോശത്തിൽ എനിക്കെന്തധികാരം. ഒരാദിമൂലകാരണം എന്നുമാത്രം. അതറിയുന്നവൻ സൃഷ്ടി രഹസ്യമറിയുന്നു. അവരാവട്ടെ ആദികാരണത്തെ തേടുന്നു. അതും നീണ്ട കാത്തിരിപ്പുകൊണ്ടു മുഷിഞ്ഞ ഞങ്ങൾ, ഞങ്ങളുടെ അടിക്കിടാങ്ങളിലേക്ക് ഒരുൽക്കാപാതത്തിന്റെ ശക്തിയോടെ ആവേശിക്കുമ്പോൾ മാത്രം. ആ വെളിപാടു സിദ്ധിക്കാത്തവരൊക്കെ നിസ്സഹായരാണ്.

ഞങ്ങൾക്കു ശാപമോക്ഷമില്ലേ.

ശാപവും മോക്ഷവുമില്ല. ഇതൊരവസ്ഥമാത്രം. ഈ അവസ്ഥ മാറ്റാം. മാറും എന്നു പ്രതീക്ഷിക്കാം. നിങ്ങൾക്ക് നാളെകൾ അപ്രാപ്യമാണ്. കാലത്താൽ ബന്ധിതരാണല്ലോ. അതിനാൽ പ്രതീക്ഷമാത്രം. എന്നും പ്രതീക്ഷിക്കാം. എന്നും ആശിക്കാം. എന്നാൽ, ഞാനത്ര നിസ്സഹായനല്ല. എന്റെ സൃഷ്ടി പൂർണമായും പാഴ്ച്ചെലവുമല്ല. കാരണം മർത്യർക്കു മരിക്കാം. ആ അപൂർവ്വവരദാനം ഞാനേകി യതാണ്. എന്നാൽ, മർത്യർ അതൊരു ശാപമായി കാണുന്നു. അതെനിക്കു മനസ്സിലാവാത്തതാണ്. കാലമെത്തിയാൽ മരിക്കുന്നത് ശ്രേഷ്ഠമായ അനുഗ്രഹമായിട്ടാണ് ഞാൻ നൽകിയത്. മാനവരെന്തേ അതിനെ തീരാശ്ശാപമായിക്കാണുവാൻ. എന്റെ സൃഷ്ടിയായിട്ടും അവരിന്നും എനിക്ക് അറിയാത്തവരാണ്, അന്യ നാണ്.

ദേവ, അവിടുന്ന് ദേവനാണെന്നു പറയുന്നു. എന്നിട്ടും ഈ ഞങ്ങളുടെ കഷ്ടത കണ്ട് കരളുരുകാത്തതെന്തേ? ഞങ്ങളുടെ തീവ്രവേദനകൾ പരിഹരിക്കാത്തതെന്തേ.

നിങ്ങളുടെ മഹാദുഃഖങ്ങൾക്കറുതിയായിട്ടാണ് മരണമെന്ന മഹാവരമേകിയത്. പക്ഷേ, നിങ്ങളത് കൊല്ലാനും ചാവാനും ദുരുപയോഗപ്പെടുത്തുന്നു. മരണം ശാന്തമാണ്. പക്ഷേ, കൊല്ലുന്നത് വേദനയാണ്. അശാന്തമാണ്. സ്വയം ചാവുന്നതാവട്ടെ തീരാദുഃഖവുമാകുന്നു. ഇതറിയാതെ സഹജീവികളെ കൊന്നും സ്വയം ചത്തും മനുഷ്യർ കഴിഞ്ഞുകൂടുന്നു. ഈ സത്യമത്രയും ഞങ്ങൾ നിങ്ങളിലേക്കെത്തിച്ചു. ഒരിക്കൽ ബുദ്ധൻ, മറ്റൊരിക്കൽ കൃഷ്ണനൻ, ഈയിടെയിതാ ഗാന്ധി. എന്നിട്ടും ശാന്തിയും സമാധാനവും വരമായേകിയിട്ടും നിങ്ങൾ, തെല്ലിടമാത്രം നീണ്ട ജീവിതം കൊന്നും ചത്തും കണ്ണീരിൽ മുക്കി ശ്വാസം മുട്ടിക്കുന്നു. ഞങ്ങളും നിസ്സഹായരാണ്. എനി നിങ്ങളും സൃഷ്ടി തുടങ്ങിയാൽ, അഥവാ, തുടങ്ങൂ. അരുത് എന്നാജ്ഞാപിക്കുവാൻ എനിക്കെന്തധികാരം. ദേവന്മാരായ ഞങ്ങളിലധികവും എന്നെ വിലക്കിയതാണ്. സർവ്വേശ്വരന്റെ ക്രിയകളിൽ കൈ കടത്തരുത് എന്നുപദേശിച്ചതാണ്. ഇപ്പോൾ, ഞാനഴിച്ചുവിട്ട ജീവശക്തിയെ പിടിച്ചു കെട്ടാനും നിയന്ത്രിക്കാനും എനിക്കാവാതായി.

ഇത്രയും പറഞ്ഞ് ആ ആകാശചാരി അന്തരീക്ഷത്തിൽ ഇരുന്നു. തൊട്ടു നിൽക്കുന്ന കുഞ്ഞുകുട്ടനോട് തുടർന്നിരിക്കുവാൻ പറഞ്ഞു. എന്നിട്ട് അണ്ഡ കടാഹങ്ങളുടെ തിരിച്ചിലിനു നേരെ കൈചൂണ്ടി.

# മുപ്പത്തിയാറ്

**സ്വ**പ്നം തുടരുന്നു.

എന്നെ തൊട്ടുനോക്കൂ.

കുഞ്ഞുകുട്ടൻ ദേവനെ തുടർന്നിരുന്നു. പുറംതൊട്ടു. ആകാംക്ഷയോടെ നോക്കിക്കണ്ടു.

ഒരു മഹാശക്തിയാൽ അണ്ഡകടാഹങ്ങളൊക്കെ ചുറ്റിത്തിരിയുന്നു. ഏതോ മഹായന്ത്രത്തിന്റെ ഭാഗമെന്നപോലെ. അസംഖ്യം ഗോളങ്ങൾ. അവയുടെ സംഖ്യാതീതമായ ഉപഗോളങ്ങൾ. അവയുടെ വ്യത്യസ്തവേഗതകൾ. ഒന്ന് ഒന്നിനെ ചുറ്റി, രണ്ടൊന്നുംകൂടി മൂന്നാമതൊന്നിനെ ചുറ്റി അതങ്ങനെ വളർന്നു. നൂറുനൂറായിരം സൗരയൂഥങ്ങളും അവയുടെ തേജോഗോളങ്ങളും. അവയിലൊന്നിന്റെ ഇച്ഛാപരിധിയിൽ സ്വജന്മക്ഷേത്രമായ കൊച്ചുഭൂമി. പ്രപഞ്ചമാതാവിന്റെ അരുമക്കിടാവ്. അതിൽ തൊട്ടുരുമ്മിയും പൊത്തിപ്പിടിച്ചും കൂത്തടിച്ചു പുളയുന്ന ജീവിവർഗം. ഒപ്പം കുപ്പായമിടാനും ക്ഷൗരം ചെയ്യാനും ശീലിച്ച അഹന്തയുടെ നട്ടെല്ലുനിവർന്ന മനുഷ്യരാശി. അവരിൽ കുഞ്ഞുകുട്ടൻ–

അതാ,

അത് ഞാനാണ്.

അതെ. അതാണ് ഈ ആകാശപഥത്തിന്റെ പ്രകൃതി. ഇവിടെ ഭൂതലത്തിലെ നിയമങ്ങളില്ല. ഇവിടത്തെ പ്രകൃതിനിയമത്തിൽ നിങ്ങളുടെ ബന്ധനങ്ങളില്ല. ഇവിടെയിരുന്ന് സ്വയം കാണാം. ഇങ്ങുയരത്തിൽ സ്വാസ്തിക്യത്തിനും പുറത്തു കടന്നു തനിയെ നോക്കിപ്പഠിക്കൂ. അതിനാണ് ഞാൻ കൂട്ടുനിൽക്കുന്നത്. സ്വന്തം അഹന്തയുടെ ഭാരം ഇറക്കിവെക്കൂ. നിങ്ങളുടെ ഭാവന എത്തിപ്പിടിക്കുന്നതത്രയും അവസാനം സത്യത്തോടടുത്തുവരും. പ്രത്യാശിക്കുക. പക്ഷേ, സത്യദർശനത്തിനു മുമ്പ് ഒട്ടേറെ സത്യസദൃശദർശനം സാധിക്കും. അതിനെ അറിഞ്ഞകറ്റൂ. ജീവിപരിണാമത്തിൽ മനുഷ്യവർഗം പരമോന്നതംതന്നെ. ശ്രേഷ്ഠം. ജീവിവർഗമപ്പാടെ ശ്രേഷ്ഠമെന്നും കാണൂ. പക്ഷേ, ഇതാണവസാനമെന്നു കരുതരുതേ. നിങ്ങൾക്കു മുമ്പും സൃഷ്ടിയുണ്ടായിരുന്നു. സൃഷ്ടി സ്വപ്രതിച്ഛായയിൽ തുടരുന്നു. ഏതൊരു മൂലകന്ദത്തിൽനിന്നടർത്തിയെടുക്കപ്പെട്ടുവോ അതിന്റെ ആകൃതിപ്രകൃതിയിൽ തുടരുന്നു. പക്ഷേ, ആ മൂലകാരണത്തിന് അതിലധികം ബന്ധമില്ലെന്ന് അറിയണം. അരയാലിൻവിത്തിൽ അരയാല് ഒളിച്ചിരിക്കുന്നു. അതാണു വിധി. അതിലപ്പുറമില്ല. ഇപ്പുറവുമില്ല.

അതാ!

കുഞ്ഞുകുട്ടൻ വിസ്മയിച്ചു.

ഇല്ലത്ത്, പത്തായപ്പുരയിൽ പതിവു ചാരുകസേരയിൽ ഇരുന്ന് എന്തോ മനോരാജ്യം കാണുന്നു. അന്യനൊരാളെപ്പോലെ കുഞ്ഞുകുട്ടൻ തന്നെത്തന്നെ കണ്ടു.

അതാണ് ദേവത്വം. തന്നെത്തന്നെ നോക്കിക്കാണുമ്പോൾ സിദ്ധിക്കുന്നതാണത്. ഈ കാഴ്ചയാണ് ദേവത്വത്തിനടിസ്ഥാനം. സ്വയം അറിയാം. അതു കൊണ്ട് അന്യനെയും അറിയാം. കാണൂ. ജീവജാലങ്ങൾ ജനിച്ചും മരിച്ചും തുടരുന്നതു കാണൂ. ആ കൂട്ടത്തിൽ കുഞ്ഞുകുട്ടനുമില്ലേ.

ഉണ്ട്. മഹാപ്രഭോ! ഞാനുമുണ്ട്! എന്റെ ജനനം ഞാൻ കാണുന്നു. അതിനുമുമ്പ് എന്റെ ജന്മങ്ങൾ. ഹാ! സുന്ദരം. സുരമ്യം. എന്തൊരു

ശാന്തിയും സമാധാനവുമാണെന്നോ ഈ കാഴ്ചയരുളുന്നത്. ദേവ! ഞാനിതാ ഒരു ഭ്രൂണമായി എന്റെ മാതാവിന്റെ ഉദരത്തിൽ പ്രവേശിക്കുന്നു. ഭൂമിയിലേക്ക് അന്യാന്തരീക്ഷത്തിൽ നിന്നുള്ള ഉൽക്കാപതനമെന്നോണം. ഒരു കൊള്ളിമീൻ കണക്കെ, അനന്തകോടി പ്രകാശമാർന്ന് ആ ദിവ്യരൂപം ഞാൻ കാണുന്നു. രൂപമല്ല. അനുഭവം. ശുദ്ധാനുഭവം. ഭാഷയില്ലാതറിയുന്നു. ആശയവിനിമയം സാധിക്കുന്നു.

പോയിവരൂ മകനേ.

ഇളം കുഞ്ഞായി, ബാലനായി, കുമാരനായി, യുവാവായി, വൃദ്ധനായി, മൃത്യു ആവേശിച്ചവനായി, ശവശരീരമായി, ആളുന്ന പട്ടടയായി, ഒരുപിടി വെണ്ണീറായി, ഒരു നൂറായിരം ജനിമൃതികളിൽ സ്വയം പങ്കെടുത്തതായി ഞാനറിയുന്നു. അപ്പോഴൊക്കെ എനിക്കെന്നെ കാണാം. ഇപ്പോൾ, ഇല്ലത്തു കസേരയിൽ ആറ്റാണ്ടുനീണ്ട ജീവിതം ഇഷ്ദാനമായി ലഭിച്ച്, സ്വച്ഛന്ദമൃത്യുവായി.

മകനെ, മനുഷ്യരൊക്കെ സ്വച്ഛന്ദമൃത്യുവാണ്. ഞാനവരെ അങ്ങനെയാണു സൃഷ്ടിച്ചത്. പക്ഷേ, കൊല്ലാനും ചാവാനുമുള്ള ബദ്ധപ്പാടിൽ അവരതറിയുന്നില്ല. അതാണ് മരണം വരദാനമാണ് എന്നു ഞാൻ പറഞ്ഞതിന്റെ പൊരുള്. സ്വയം അറിയാതെ നീയതറിഞ്ഞു. അറിവ് വെളിപാടാണ്, ഉറങ്ങിക്കിടക്കുന്ന അറിവിനെ തട്ടിയുണർത്തുകയേ വേണ്ടൂ. ഇരുളാണ്ട ആ കോണിലേക്ക് വെളിച്ചം എത്തിക്കുക. അതാണ് ബോധോദയം.

കുഞ്ഞുകുട്ടൻ ആ അറിവിൽ കുളിച്ചു. ജനനമരണങ്ങളുടെ മറ നിമിഷനേരത്തേക്കു നീങ്ങുന്നതായി കുഞ്ഞുകുട്ടനു തോന്നി. ശുദ്ധജ്ഞാനത്തിന്റെ സുഖജ്യോതിസ്സിൽ നിന്നടർന്നുപോന്ന മനുഷ്യരാശിയാകെ കാലം ചെന്നപ്പോൾ അവിടെത്തന്നെ വിലയം പ്രാപിക്കുന്നത് കുഞ്ഞുകുട്ടനറിഞ്ഞു. വ്യക്തമായി. സവിതാവിൽനിന്നു പുറപ്പെട്ട പ്രകാശരശ്മികളത്രയും കാലാകാലം സഞ്ചരിച്ച് സവിതാവിൽ വിലയം പ്രാപിക്കുന്നു. പറഞ്ഞറിയിക്കാനാവാത്ത ആ മഹാസ്നേഹ ജ്യോതിസ്സിൽനിന്നു പോന്നു പുറപ്പെട്ട ജീവരശ്മികളൊക്കെ കാലമെത്തുമ്പോൾ അവിടെത്തന്നെ ചെന്നുചേരുന്നു. ആ നിലയ്ക്കാത്ത പ്രവാഹത്തിൽ താനുമുണ്ട്. അതു കണ്ടറിയാൻ കഴിഞ്ഞ ബോധനിമിഷത്തിന്റെ ബ്രഹ്മശാന്തിയിൽ കുഞ്ഞുകുട്ടന്റെ മുഖം പ്രകാശിച്ചു.

ദേവ!

ചിരിച്ചു പ്രകാശിച്ച് കുഞ്ഞുകുട്ടൻ പറഞ്ഞു.

ഇപ്പോൾ ഞാനറിയുന്നു. മനുഷ്യരാശിക്കാകെ പ്രതീക്ഷിക്കാം. ത്രിമാനങ്ങൾ മാത്രമുള്ള ഞങ്ങൾ കാലത്താൽ ബന്ധിതരാണെന്നിരിക്കലും പാപികളല്ല.

അമൃതാനന്ദത്തിന്റെ അരുമക്കിടാങ്ങളെ ആ... ശബ്ദം കേൾക്കുന്നില്ലേ.

പ്രിയപുത്രാ! പാപികളോ! ശാന്തം പാപം. പാപികളാരുമില്ല. അമൃതാനന്ദത്തിന്റെ അരുമക്കിടാങ്ങളാണ് നിങ്ങൾ. നീയിപ്പോൾ, ആ ആനന്ദത്തിന്റെ അനന്തകോടിയാലൊരംശം അനുഭവിച്ചു. അമരനുമായി. ഈ അറിവു പരക്കെ പറഞ്ഞു കൊടുക്കൂ. പക്ഷേ, ദേവന്റെ മുഖം മ്ലാനമായി. ശബ്ദം ഈറനണിഞ്ഞു.

പക്ഷേ, അതാർക്കു വേണം. സ്വാസ്തിത്വമറിയാതെ മർത്ത്യൻ മാനവനെന്നു നടിക്കുന്നു. എന്നിട്ടു ചുമരില്ലാത്ത ചിത്രമെഴുതുന്നു. ഇതങ്ങനെ നെടുനാൾ തുടരുമ്പോൾ—

ദേവൻ വീണ്ടും നിറുത്തി.

കുറ്റം ഞങ്ങളുടേതുതന്നെ. പരിണാമത്തിൽ നേർത്തുനേർത്തുവരുന്ന ആത്മാംശം ഓർക്കാതെ പോയി. സർവേശ്വരസൃഷ്ടിയാൽ ദേവനുണ്ടായി. മറ്റു പലതുമെന്നപോലെ, ആ ദേവസൃഷ്ടിയാണ് മാനവസൃഷ്ടിക്കാധാരം. ഓരോ പകർച്ചയിലും പലതും കൈവിട്ടു. ഒന്നിൽനിന്ന് ഒരണുവെടുത്തു. അതിൽ നിന്നൊരംശമെടുത്തു. അതിൽനിന്ന്. പക്ഷേ, ഈ അംശവും ആ ഒന്നിന്റെ ഭാഗംതന്നെ. നിമിഷനേരം ഇതൊന്നാലോചിച്ചാൽ മതി. ശക്തിയായി. ദൗർബല്യം വിട്ടകലുകയായി. അതർഹിക്കുന്നവരാണ് മർത്യർ. അർഹിക്കുന്നതു സ്വീകരിക്കാത്ത ദുഃഖം. ആവശ്യമില്ലാഞ്ഞിട്ടും ദുഃഖിക്കുന്ന ദൗർബല്യം. മകനെ, നീയിപ്പോൾ കണ്ടറിഞ്ഞതാണു ജനനമരണങ്ങളുടെ നിലയ്ക്കാത്ത ആവർത്തനം. എന്നിട്ടും മർത്യരാശി കരുതിക്കൂട്ടി മരിക്കുന്നു. മരിപ്പിക്കുന്നു. എന്തിനാവോ. സ്വന്തം അല്പബുദ്ധികൊണ്ടു നേടിയ ചില്ലറ സ്വാർത്ഥങ്ങൾ നേടുവാനാവാം. ചിലപ്പോൾ ഈ ഞങ്ങളെ ചൊല്ലിച്ചുമാവാം. സൃഷ്ടിച്ചവനും സംഹരിക്കാനധികാരമില്ല. എന്നിരിക്കേ, സർവേശ്വരാ, ഈ ദുഃഖം ദൗർബല്യംതന്നെ. ഈ ഞങ്ങളും ആകാശചാരിയെങ്കിലും അമൃതം പാനം ചെയ്തവരെങ്കിലും സർവേശ്വര സൃഷ്ടിതന്നെ. അവിടുത്തെ അംശാവതാരംതന്നെ. നിങ്ങളും അവതാരലേശങ്ങളല്ലേ. അങ്ങനെ നാം ഇണങ്ങരാകുന്നു. അഥവാ, ഒന്നാകുന്നു. അതാണു ദുഃഖഹേതു. കൂടെപ്പിറപ്പിന്റെ അജ്ഞതയിൽ, സ്വസൃഷ്ടിയുടെ കഴിവുകേടിൽ.

കുഞ്ഞുകുട്ടൻ തുടർന്നിരുന്ന് പ്രപഞ്ചം സൂക്ഷിച്ചു. അങ്ങകലെ ഭൂതലത്തിൽ മനുഷ്യരാശിയിൽ ഒരാളായി സ്വന്തം പണിപ്പുരയിലിരുന്ന് അന്യരുടെ മനോവേദന ഒപ്പിയെടുക്കുവാൻ യത്നിക്കുന്നതറിഞ്ഞ് വേദന തോന്നി. പിന്നെ സഹായിക്കണ മെന്നും തോന്നി. അങ്ങ് ആ ഭൂമിയിൽ താൻ ബന്ധനസ്ഥനും ഇങ്ങ് ഈ താരാപഥത്തിനുമിപ്പുറത്ത് സർവതന്ത്ര സ്വതന്ത്രനുമാണെന്നും കുഞ്ഞുകുട്ടനറിഞ്ഞു. ഇപ്പോൾ ഈ ദേവപഥത്തിലിരുന്നു താനനുഭവിക്കുന്ന സ്വാതന്ത്ര്യം അങ്ങു മാനവപഥത്തിലെ കുഞ്ഞുകുട്ടന് എത്തിക്കുവാനെന്തു പണി എന്നും ചിന്തിച്ചു.

അതസാദ്ധ്യം.

പ്രപഞ്ചസ്ഥാനമനുസരിച്ചു പ്രാണിവർഗം അസ്വതന്ത്രരാവും. അത് അതാതിടത്തിന്റെ പ്രകൃതിയത്രെ. മഹീതലത്തിൽ മർത്യപ്രകൃതി ആ അന്തരീക്ഷത്തിന് ഇണങ്ങിക്കണ്ടുവല്ലോ. ധരിത്രിയുടെ ഇച്ഛാശക്തി ആകർഷണമായി പ്രാണപരിധിയായി അവിടെ പ്രവർത്തിക്കുന്നു. ആകാശഗംഗയിൽ പ്രാണിവർഗം ജ്യോതിർ രൂപങ്ങളാകുന്നു. മർത്യഗാത്രത്തിന്റെ സർവനിയന്ത്രണങ്ങളും ജ്യോതിർഗാത്രത്തിന് അന്യമാകുന്നു. അതാവട്ടെ സർവസ്വതന്ത്രമാവുന്നു. ഒരിത്തിരികൂടി കടന്നു ശുദ്ധജ്ഞാനമാവാൻ കൊതിക്കുക മാത്രം ചെയ്യുന്നു. ഇതു മനസ്സിലാക്കണം. അതിനാൽ ഈ ജ്യോതിർമാർഗത്തിലിരിക്കുന്ന നിന്റെ സ്വാതന്ത്ര്യം ആ മർത്യ മാർഗത്തിൽ പ്രതീക്ഷിക്കരുത്. എന്നാലും നിനക്ക് മനസ്സുണ്ട്. മാനവവർഗത്തിന് മനസ്സു നൽകിയിരിക്കുന്നതു സ്വേച്ഛയാ സഞ്ചരിക്കുവാനാണ്. ആ സ്വേച്ഛാ ശക്തിയെ വികസിപ്പിക്കണം. അരയാൽവിത്തിലെ വൃക്ഷത്തെപ്പോലെ വളർത്തണം. അതിനു തപസ്സനുഷ്ഠിക്കണം. എല്ലാ വരദാനവും കൈനീട്ടി വാങ്ങാനാവില്ല. അതിനു കരുത്തു വേണം. ക്ഷീരാബ്ധിയിൽ അമൃതുണ്ട്. അമരത്വം നൽകിയനുഗ്രഹിക്കാം. പക്ഷേ, ആ അമൃതം പാനം ചെയ്യാനും

അർഹത നേടണം. അതിനാണ് ഇച്ഛ. ആ ഇച്ഛയെ വളർത്തൂ. സ്ഥലകാല ങ്ങളുടെ അതിർത്തിയെ ലംഘിക്കൂ.

ലംഘിക്കുക.

അതെ, മകനെ. നിഷേധമായിട്ടല്ല. സാധകമായിട്ട്. നിഷേധമായി ചെയ്യുന്ന തെന്തും വിരോധഭാവം കാണിക്കും. അതു സംഹാരരൂപം കൈക്കൊള്ളും. നാശമാണതിന്റെ ഫലം. അതിനാൽ ഒരു ലംഘനവും നിഷേധമായി ആചരി ക്കരുത്. സൃഷ്ടിയുടെ പരിധി വലുതാക്കുകയാണു ലക്ഷ്യം. പലവിധ പരിധികളൊക്കെ സാധകരൂപേണ ലംഘിച്ചു ലംഘിച്ചു വിസ്തൃതി വർധി പ്പിക്കുകയാണു കരണീയം. അതത്രെ സൃഷ്ടിയുടെ സ്വഭാവം. അതിനാൽ ആശിക്കുക. വീണ്ടും വീണ്ടും ആശിക്കുക. ആശ ഇച്ഛയെ വർധിപ്പിക്കും. പതുക്കെ ആഗ്രഹങ്ങൾ കർമ്മമാവും. കർമ്മം ഫലത്തിലെത്താതിരിക്ക യില്ല. ഫലത്തിലവസാനിക്കാത്ത കർമ്മമൊന്നുമില്ല. കർമ്മമുണ്ടോ ഫല മുണ്ട്. ഈ സനാതനരഹസ്യം എപ്പോഴും ഓർമ്മിക്കുന്നത് ഉന്നതിക്കാവും.

എനി,

ദേവൻ തുടർന്നു. നമുക്കു വീണ്ടും കാണുക. ഈ ജ്യോതിർ മാർഗ ത്തിലിരുന്ന് എനിയും കാണുക. കാണുന്നതിന്റെ അന്തരാർത്ഥം മനസ്സി ലാക്കുക. ഇതാ—

ഭ്രൂമദ്ധ്യം വീണ്ടും തുറന്നു. മൂന്നാം നേത്രംപോലെ. വിശിഷ്ട ദൃശ്യങ്ങൾ അവിടെ മറനീക്കി പ്രത്യക്ഷമായി.

## മുപ്പത്തിയേഴ്

**കു**ഞ്ഞുകുട്ടന്റെ സ്വപ്നം ഇങ്ങനെ തുടർന്നു. ഇരുട്ടകന്നു. വാതിലു തുറക്കുംപോലെ. ഒന്നിനുള്ളിൽ ഒന്ന്. അതിനുള്ളിൽ ഒന്ന്. ഒന്നു തുറന്നാൽ ഇരുട്ടിന്റെ കട്ടി ഒന്നകന്നു. പിന്നെ ഒന്ന്, ഇരുട്ടിന്റെ കട്ടി ഒന്നകന്നു. ഒടുവിൽ പാട പാടേ നീങ്ങി. പ്രകാശം. സമസ്തശങ്കകളും ഒഴിഞ്ഞു. പരമപവിത്ര പ്രകാശം. പുണ്യജ്യോതിസ്സ്. ആ പ്രകാശഗംഗയിൽ സൃഷ്ടിരഹസ്യങ്ങളൊ ക്കെയും വെളിവാവും മട്ട് പ്രപഞ്ചസൂത്രമൊക്കെയും തെളിഞ്ഞുകണ്ടു.

മഹാദേവ!

പ്രകാശഗംഗാപഥത്തിൽ ഒരിടത്ത് ഒതുങ്ങിയിരുന്ന കുഞ്ഞുകുട്ടൻ താൻ കാണുന്നതത്രയും അനുഭവിച്ചു.

മഹാദേവ!

ഇവിടെ ഞാനുണ്ട്. അവിടെയും ഞാനുണ്ട്. എവിടേയുമുണ്ട്. എനിക്ക് എന്നെ കാണാം. തൊടാം. സംഭാഷണം ചെയ്യാം. സംഭാഷണം..... അതെ. ഞാൻ പറയുന്നത് അതുതന്നെ. സംഭാഷണം. ആശയവിനിമയംതന്നെ. ഭാഷയില്ലാതെ, സ്വരമില്ലാതെ, ആംഗ്യമില്ലാതെ. അതാണ് ഞാനുദ്ദേശിക്കു ന്നത്. എനിക്കതു മനസ്സിലാവുന്നു. ഞാനുദ്ദേശിക്കുന്നത്.

എനിക്കും.

അതാണ് ദേവപഥത്തിന്റെ സ്വാതന്ത്ര്യം. മാനവപഥത്തിനില്ലാത്തത്. അഥവാ കൈവിട്ടത്. മുമ്പുണ്ടായിരുന്നു. പക്ഷേ, ഭൂമിശാസ്ത്രമനുസരിച്ച തിരിട്ടും ചിലപ്പോൾ സ്വാർത്ഥചിന്തയാൽ വേർതിരിച്ചും മാനവർ മേദിനി യാകെ വെട്ടിമുറിച്ചുവല്ലോ. അതോടെ അവരന്യോന്യം അന്യഭാഷകൾ സംസാരിക്കുന്നവരായി.

പഞ്ഞിക്കെട്ടുപോലെ ഘനശൂന്യമായ മഹാപിണ്ഡങ്ങൾ അന്തരീക്ഷത്തിൽ ഏകദിശയിൽ ഭ്രമണം ചെയ്തു. അവയ്ക്കിടയിൽ കുഞ്ഞുകുട്ടൻ ഒഴുകിനടന്നു. ശുദ്ധ ഇച്ഛാശക്തിയാൽ ഇച്ഛിച്ചിടത്തെത്തി. സമയം ഇച്ഛയ്ക്കു വഴി മാറിക്കൊടുത്തു. ഇന്നലെകളില്ലാതായി. നാളേകളുമില്ല. അഥവാ ഇന്നലേക്കും നാളേക്കും ചരിക്കാവുന്നതുകൊണ്ട് സമയസങ്കല്പം അർത്ഥശൂന്യമായി.

സപ്തസാഗരങ്ങൾ അതിരിട്ട പൃഥിയെ വീണ്ടും വീണ്ടും കുഞ്ഞുകുട്ടൻ നോക്കിക്കണ്ടു. കൈവെള്ളയിലെടുത്തോമനിക്കാവുന്ന ചെറുപ്പമേ ഭൂഗോളത്തിനുള്ളൂ എന്നറിഞ്ഞു. പ്രപഞ്ചം നിറഞ്ഞ സ്വന്തം വിരാട്പുരുഷരൂപം അനുഭവിച്ചു. ബ്രഹ്മാണ്ഡകടാഹമപ്പടി നിറഞ്ഞ സ്വഗാത്രവും മനുഷ്യഗാത്രവുമൊന്നാകുന്നു. കളിക്കുട്ടിയുടെ കരതലത്തിലെ ഗോലിപോലെ ഭൂഗോളം ഉള്ളംകയ്യിൽ കറങ്ങുന്നു. അതങ്ങനെ തുടരവേ തൊട്ടടുത്ത മറ്റൊരു ജ്യോതിർമണ്ഡലത്തിൽനിന്ന് എയ്തുവിട്ട ജീവശക്തി ഊക്കിൽ ഭൂമിയിൽ പതിച്ചു. ദർശനാരംഭത്തിൽ കണ്ടപോലെ ആകാശചാരിയായ ദേവദേവന്റെ അംശകലയായി വലതുതുടയിൽനിന്നുത്ഭവിച്ച മനുഷ്യജനനം ഒന്നുകൂടി വ്യക്തമായി കണ്ടു. പെറ്റുപെരുകിയ മാനവവർഗം പിന്നെപ്പിന്നെ പച്ചതേടി അരിച്ചരിച്ചു നീങ്ങി. സപ്തസാഗരവും അതിരായി. മാമല കളും നദികളും അതിരായി. മുമ്പു മുമ്പെത്തിയവർ പിമ്പാടു വന്നവരെ തല്ലിയകറ്റി. മഹാപർവ്വതങ്ങളുടെ പ്രതിരോധത്തിൽ കൊള്ളക്കൊടുക്കകൾ മറന്നു. തനതു ശബ്ദങ്ങൾ തനതു ഭാഷയായി. അന്യശബ്ദങ്ങൾ ഉൾക്കൊള്ളാതായി. എന്നിട്ടും വേദനിച്ചു കരയുമ്പോഴും സന്തോഷിച്ചു തുള്ളുമ്പോഴും ഒരേ ശബ്ദം മാത്രം ഉത്ഭവിച്ചു.

ഇവിടെ ഞാനുണ്ട്. അവിടെയും ഞാനുണ്ട്. എവിടെയും ഞാനുണ്ട്.

ആരും പറഞ്ഞുതരാതെ ആരും പഠിപ്പിക്കാതെ അറിവു സ്വയം ഉണർന്നു. അറിവ് അനുഭവംതന്നെ. സൂര്യചന്ദ്രന്മാരും നക്ഷത്രതാരാഗണങ്ങളും പഞ്ചഭൂതങ്ങളും പ്രപഞ്ചമാകെയും സ്വഗാത്രമാണെന്ന അനുഭവം കുഞ്ഞുകുട്ടനെ കോരിത്തരിപ്പിച്ചു. ഒപ്പം, ഇല്ലത്ത്, മരപ്പലക പതിച്ച പഴയ മച്ചിൽ, നൂറ്റാണ്ടുകളുടെ ഇതിഹാസമത്രയും അനുഭവിച്ച് ഭാര്യയുടെ ഉണങ്ങിയ ദേഹം തൊടാതെ തൊട്ടുകിടക്കുന്ന അവനവനേയും കണ്ടു. പിന്നെ ഒരു കുസൃതിക്കായി വിരാട്പുരുഷരൂപമാർന്ന കുഞ്ഞുകുട്ടൻ ഉറങ്ങിക്കിടക്കുന്ന കുഞ്ഞുകുട്ടനെ ഉണർത്തിനോക്കി. പ്രപഞ്ചമാകെ താൻതന്നെയായിക്കണ്ടിട്ടും വിസ്മയമറിയാതെ കുഞ്ഞുകുട്ടൻ മറ്റു ചരാചരങ്ങളെ നോക്കി. സർവം താൻതന്നെ. പുൽകളും പുഴുക്കളുംകൂടി സ്വന്തം പ്രപഞ്ചഗാത്രത്തിലൊതുങ്ങുന്നു. ആ മഹാഗോത്രത്തിന്റെ ചെറുഭാഗങ്ങൾ മാത്രം. സർവേശ്വരന്റെ അംശാവതാരമായ അനന്തകോടി ജീവിവർഗങ്ങൾ. എല്ലാം സ്വന്തം മുഖച്ഛായ.

രാഗദ്വേഷങ്ങളില്ല. ശാന്തി. സർവശാന്തി മാത്രം. ജ്യോതിർമാർഗത്തിലിരുന്നു വീക്ഷിക്കുന്ന കുഞ്ഞുകുട്ടൻ കൈ നീട്ടി. ഉറങ്ങിക്കിടന്നു സ്വപ്നം കാണുന്ന കുഞ്ഞുകുട്ടനെ തൊട്ടുതലോടി.

മകനെ!

ദേവദേവൻ വിളിച്ചു.

ഈ മടങ്ങിപ്പോകുന്ന പ്രകാശരശ്മിക്കൊപ്പം സഞ്ചരിക്കൂ.

ആദ്യം കുഞ്ഞുകുട്ടനമ്പരന്നു. പിന്നെ, മടങ്ങിപ്പോകുന്ന പ്രകാശരശ്മികൾ അനുഭവിച്ചറിഞ്ഞു. ഒരനുസ്യൂതപ്രവാഹമായി ഉണർന്നുത്ഭവിച്ച പ്രകാശരശ്മികളും മടങ്ങിയെത്തുന്നു. ജനിച്ചതു മരിക്കുംപോലെ. അതിനാൽ--

സഹസ്രകിരണന്റെ സഹസ്രകിരണങ്ങൾ പുറപ്പെട്ടുപോരുന്നു. അവ പ്രപഞ്ചമാകെ സഞ്ചരിച്ചു മടങ്ങി സഹസ്രകിരണനിൽ വിലയം പ്രാപിക്കുന്നു. അങ്ങനെ ആദിസൃഷ്ടിയിലേക്കു തിരിയുന്ന മഹാരശ്മികളുടെ കൂടെ കുഞ്ഞുകുട്ടനും ചേർന്നു.

അവിടെയും കുഞ്ഞുകുട്ടൻ തന്നെത്തന്നെ കണ്ടു. അപ്പോൾ പെറ്റു വീണ കൈക്കുഞ്ഞായി.

അതെ, പ്രിയപുത്രാ........ദേവൻ തുടർന്നു:

ഈ കാഴ്ചയ്ക്കാണ് ഞാനതു പറഞ്ഞത്. ഇതത്രയും കാണുമ്പോൾ നിന്റെ ചുരുങ്ങിയ മനസ്സും വികസിച്ചാലോ.

പൊടുന്നനെ ദൃശ്യം മങ്ങി. ഉണർന്നു പൊങ്ങി ഭ്രമണം ചെയ്തിരുന്ന ഗോളങ്ങളൊക്കെ നിശ്ചലമായി. തമസ്സുമൂടി. പ്രപഞ്ചമാകെ ശുദ്ധശൂന്യമായി. അനന്തകോടി ജ്യോതിർസ്വരൂപങ്ങളും വിരാട്പുരുഷരൂപമാർന്ന സ്വദേഹത്തിൽ ലയിച്ചുചേർന്നു. കാലമെത്രയോ കഴിഞ്ഞു.

വീണ്ടും.

വിയത് യാത്രികനായ ഒരു ദേവദേവൻ സ്വേച്ഛയാ സൃഷ്ടിക്കൊരുങ്ങി. സ്വജീവ കോശങ്ങളിൽനിന്നൊന്ന് അടർത്തിയെടുത്ത്---സർവേശ്വരാ!

കുഞ്ഞുകുട്ടൻ അറിയാതെ വിളിച്ചു. ഇത്രമാത്രം ഹൃദയഹാരിയായ ഒരു ശബ്ദം കുഞ്ഞുകുട്ടൻ അതിനുമുമ്പു കേട്ടിട്ടില്ല.

പ്രിയപുത്രാ. അതാണു ലീല. കാലത്തിന്റെ കളി കാണൂ.

അവിടെ ഒരായിരം കൃഷ്ണൻ വിഷബാണം തറച്ച് ഇരട്ടിച്ച കൃഷ്ണവർണമാർന്ന്, ഒരായിരം ഭാരതയുദ്ധം, ഒരായിരത്തിലധികം രാമരാവണയുദ്ധം; വീണ്ടും തമസ്സ്.

വീണ്ടും.

അന്ന് ഒന്നുമുണ്ടായിരുന്നില്ല. ഇല്ലായ്മയും ഉണ്ടായിരുന്നില്ല. പുരുഷാദ്ധ്യക്ഷൻ ഇച്ഛിച്ചു. ഇച്ഛമാത്രം. പുരുഷാദ്ധ്യക്ഷന്റെ ഇച്ഛ സ്പന്ദിച്ചു. സ്പന്ദനം ജീവനായി പ്രാണിയായി.

സർവേശ്വരാ!

നിമിഷാർദ്ധത്തിൽ.

നിമിഷമെവിടെ. അനിമേഷതയുടെ സ്ഥലകാലങ്ങളിൽ നിമേഷവും നിമിഷാർദ്ധവും അർത്ഥശൂന്യമാകുന്നു. സൃഷ്ടിസംഹാരങ്ങൾ കഥയാവുന്നു.

ഇല്ല.

ഇല്ലായ്മയും ഇല്ല.

ഇല്ലായ്മയില്ലായ്മ കുഞ്ഞുകുട്ടൻ അനുഭവിച്ചറിഞ്ഞു.

സർവേ-

ങേ! എന്താ,

ങേ!

ഒന്നുമില്ല.

കട്ടിലിൽ ജന്മാന്തരങ്ങളിൽ സഹധർമ്മം ചരിച്ച സഹനീയശായിയുടെ ഉണങ്ങിച്ചുരുങ്ങിയ ശരീരത്തിന്റെ ഇളംചൂടിൽ കുഞ്ഞുകുട്ടൻ ഉണർന്നു.

ഒന്നുമില്ല.

ആകാശം സ്വച്ഛമായി. ഭ്രമദ്ധ്യം അടഞ്ഞു. കട്ടിലിൽ ചമ്രം പടിഞ്ഞിരുന്നു. വടക്കേ ജനൽവഴി ഇത്തിരി സ്വച്ഛന്ദാകാശം ദർശിച്ചു. ആ പഴുതിലൂടെ ഈ പൃഥ്വിയിലേക്കു കണ്ണുനട്ടിരിക്കുന്ന ആകാശചാരിയായ മനുഷ്യസൃഷ്ടാവിനെയും കണ്ടു. ജ്യോതിർപഥങ്ങളിൽ കുളുർമതിയുടെ ഈറനണിഞ്ഞ രശ്മികളിൽ സഞ്ചരിച്ച് മാനവരാശിയുടെ തീരാദുഃഖങ്ങൾ ഒപ്പിയെടുക്കാൻ സദാ യത്നിക്കുന്നു.

ഏതാണു സ്വപ്നം?

ഇതേവരെ കണ്ടതോ, ഈ കാണുന്നതോ? ഏതാണ് സത്യം?

ഇതേവരെയനുഭവിച്ചതോ ഇപ്പോഴനുഭവിക്കുന്നതോ സത്യം?

കാലദൈർഘ്യമാവാം സത്യത്തിനു മാനദണ്ഡം. സ്വപ്നകാലത്തേക്കാൾ നീണ്ട ജാഗ്രത്കാലം. അതിനാൽ അധികം ഉണർന്നിരിക്കുന്നത് അധികം സത്യമാവാം. ദൈർഘ്യം കുറഞ്ഞ നിദ്രാടനങ്ങൾ മിഥ്യയാവാം.

തൊട്ടടുത്ത് സർവ്വസംരക്ഷണവും തന്നിലർപ്പിച്ച് സ്വസ്ഥയായി ഉറങ്ങുന്ന സ്വപത്നിയെ കാണുന്നപോലെ, തെല്ലകലെ വിയത് മാർഗത്തിൽ മാനവരാശിയുടെ സർവ ക്ഷേമവും കാത്തുരക്ഷിക്കുന്ന ജ്യോതിർരൂപനെയും കാണുന്നു. ഏറെ തെളിവോടെ. ഏറെ അനുഭവമായി.

ഏതാണു സത്യം.

ഉറക്കമില്ല.

സ്വപ്നമല്ല.

അനുഭവം. ജീവാത്മാവിന്റെ ശ്രേഷ്ഠമായ അനുഭവം.

കുഞ്ഞുകുട്ടൻ ജനാല മുഴുവൻ തുറന്നു. നിലാവിൽ കുളിച്ചു നില്ക്കുന്ന കുടിയിരിപ്പാകെ വീക്ഷിച്ചു. മദ്ധ്യാഹ്നരാവിൽ ഇന്ദ്രിയങ്ങളടക്കി നിദ്രാധീനരായി സ്ഥാവരജംഗമങ്ങളൊക്കെ നിലകൊള്ളുന്നു.

പഴുത്ത പാളപൊഴിച്ച് യുവത്വം തെളിയിച്ചുനില്ക്കുന്ന കവുങ്ങിൻതലപ്പുകൾ, ഗർഭം ഭേസുന്ന കൂമ്പാളകൾ. അവയ്ക്കു സ്വന്തം മുഖച്ഛായ, ഊർധ്വബാഹുവായി ഉറങ്ങുന്ന തെങ്ങിനും സ്വരൂപംതന്നെ. രാവിന്റെ നടുമുറിയിൽ ചെറുതായി ചലിക്കുന്ന ഈ കാറ്റുപോലും സ്വന്തം ഉച്ഛ്വാസമായി കുഞ്ഞുകുട്ടനറിഞ്ഞു. ജാഗ്രത്സ്വപ്നസുഷുപ്തിയവസ്ഥകൾ മറന്നു. സ്ഥലരാശിയകന്നു. രാശി പന്ത്രണ്ടും സ്വരാശിയായി അറിഞ്ഞു നിറഞ്ഞു.

തുറന്നിട്ട ജനലിൽകൂടി സ്വാസ്തിത്വം ലഘുവായി ഘനശൂന്യമായി ഒഴുകിനീങ്ങുന്നതു വീണ്ടും കുഞ്ഞുകുട്ടനറിഞ്ഞു. മുമ്പ് ആകാശദേശത്ത് ആ ദേവനെ പുറംതൊട്ടിരുന്നനുഭവിച്ച അവസ്ഥ. സ്വശരീരത്തിൽനിന്നകന്ന് സ്വസത്തയെ നോക്കിക്കാണുന്ന കഴിവ്.

എഴുതൂ—

ജനൽക്കമ്പി പിടിച്ചിരുന്ന കുഞ്ഞുകുട്ടന്റെ മുഖം മ്ലാനമായി. താനിത്രയും കണ്ടറിഞ്ഞതെഴുതുവാനുള്ള പരിജ്ഞാനമില്ലല്ലോ എന്നു ദുഃഖിച്ചു. അറിയുന്നതു പറയാനായി തപസ്സിനൊരുങ്ങി.

# മുപ്പത്തിയെട്ട്

**അ**വരെട്ടുപേർ കൂട്ടംകൂടി.

അക്കിരാമൻ എന്ന ഉണ്ണിയുടെ മക്കൾ, കുട്ടൻ, അപ്പു, കുട്ടി, തേതിയുടെ ഉണ്ണികൾ, വാസു, അനിയൻ, കുഞ്ഞനിയൻ, ഗൗരിയുടെ ഏക സന്താനം കുഞ്ചു, ആര്യക്കുട്ടിയുടെ കുഞ്ഞുണ്ണി.

അവരെട്ടുപേർ കൂട്ടംകൂടി.

കന്നിവെയിലിന്റെ ഊഷ്മതയിൽ അവർ പകച്ചുനോക്കി. കൊള്ളിപറിച്ച ഏരിയിൽ പത്തായപുരത്തറയിൽ കടലാവണക്ക് കാടുകെട്ടിയ മുറ്റത്തു മണ്ണുമാന്തി. കളിക്കാനും കൂടി അറിയാതെ ചന്തിമാന്തിയും കൊതിവെള്ളം തുപ്പിയും മനോരാജ്യം കണ്ടു.

മുത്തത്തൻ ചാവോ.

കുഞ്ഞുണ്ണിയുടെ പകച്ച കണ്ണ് വീണ്ടും പകച്ചുരുണ്ടു. ലക്ഷ്യത്തിലുറയ്ക്കാതെ ഇളകിമറിഞ്ഞു.

ഉംംം.

ഉംംഉം.

യ്ക്കറിയാം. ചാവും. എല്ലാവരും ഒടുക്കം ചാവും.

കുട്ടി പറഞ്ഞു. പുറത്തളത്തിന്റെ പാതി തുറന്ന അഴിയിലൂടെ മുത്തച്ഛന്റെ കിടപ്പു കണ്ട് കുട്ടിയുടെ മുഖം മ്ലാനമായി.

എന്തിനാ ചാവണേ.

അനിയനും കുഞ്ഞനിയനും ഒന്നും മനസ്സിലായില്ല.

പൊളി. ഈ അനീത്തി പൊള്ള്യാ പറേണേ. ചാവുന്നൂല്യ. ശ്ശി വലുതായാ ചെലപ്പാ ചത്തൂന്നും വരും. യ്ക്കറിയാം. മുമ്പെന്റെ ല്ലത്ത് ഒരു മുത്തശ്ശി ചത്തു. ന്ന് ട്ട്ല്ലാവരും കുളിച്ചു. ഉപ്പു കൂട്ടാണ്ടെ ഉണ്ടു.

കുഞ്ചു അറിയാവുന്ന ലോകവിജ്ഞാനം പറഞ്ഞു.

ചത്താലോ.

ന്താ. ഒന്നൂല്യ.

ആ മഹാസമസ്യ. അങ്ങനെ ലളിതമായതിൽ അവരെട്ടും സന്തോഷിച്ചു. ചത്താലെന്താ. എന്തിനാ ചാവണേ. എപ്പഴാ ചാവാ എന്നീ ചോദ്യങ്ങളുടെ ദുരൂഹതയറിയാതെ അവരത്രയും പ്രശ്നം പരിഹരിച്ചു.

ചത്താ പെലേണ്ട്.

സുഷമക്കുട്ടി പറഞ്ഞു.

പുറത്തളത്തിൽ എണ്ണമെഴുക്കിന്റെയും മൂത്രച്ചൂരിന്റെയും കൂടിക്കുഴഞ്ഞ രൂക്ഷഗന്ധം അവരുടെ തലയ്ക്കുമീതെ വട്ടമിട്ടതായി തോന്നി.

ആയ് എന്താ നാറ്റം!

കുട്ടി മൂക്കു പൊത്തി.

മുത്തശ്ശന്റെ നാറ്റാ.

വെയിലു ചൂടാകാൻ തുടങ്ങീട്ടും സ്വസ്വമനോരാജ്യങ്ങളിൽ കോർത്തിട്ട അവരെട്ടും മിറ്റത്തിരുന്നു.

നമ്മക്ക് കളിക്കാ.

കളിക്കാ.

എന്താ.

എന്താ.

ഒരു കളിയും അറിയാത്ത അവരൊക്കെ ഏത്തായ ഒലിപ്പിച്ചു. ഇടയ്ക്കിടയ്ക്ക് കൈയ് പരത്തിത്തുടച്ചു. മണ്ണ് ഇഴകിയ ഏത്തായ അവരുടെ മോന്തായത്തിൽ കോമാളിവേഷം വരച്ചു.

കല്ല് കളിക്കാം. കുട്ടി പറഞ്ഞു.

ങാ.

ങാ.

ഞാൻ ല്യ. യ്ക്ക് കല്ല് കളിക്കാനറീല്യ.

ഏട്ടനെന്താ അറ്യാ.

അറ്യാ?

യ്ക്ക് അറ്യാം.

കുഞ്ഞുണ്ണി എണീറ്റു. കിഴിഞ്ഞിറങ്ങിയ ട്രൗസറ് വലിച്ചുകേറ്റി. മിറ്റത്ത് ഒരു നേർവര വരച്ചു. കാലുകൊണ്ട് ഏറെ പണിപ്പെട്ട്. മുറിഞ്ഞ് മുറിഞ്ഞ്, വളഞ്ഞ്. എന്നിട്ടും ഒരു വര.

വട്ടു കളിയ്ക്കാം.

ആരക്കാ അറ്യാ.

യ്ക്കറിയാം. സുഷമക്കുട്ടി ഓടിച്ചെന്നു. ഓടി ഓടി ഇല്ലം പ്രദക്ഷിണം വെച്ചു. എവിടെനിന്നോ ഒരു മാറോട് സംഘടിപ്പിച്ചു.

ദാ വട്ട്.

വട്ടു മാത്രം പോരാ.

വാസൂം കുട്ടനും കുഞ്ഞനിയനും പറഞ്ഞു.

പിന്നെ?

കളം വരയ്ക്കണം.

ആർക്കാ അറിയാ?

യ്ക്ക് അറിയാം. സുഷമക്കുട്ടിക്കുത്സാഹമായി.

അറീല്യ. അതു വെറുതെ പറയാ.

അപ്പുവിന് അനീത്തീടെ ഉത്സാഹം ഇഷ്ടമായില്ല. ഒന്നൂല്യങ്കിലും പെൺകുട്ട്യേളല്ല്യേ. നമ്മളൊക്കെ ആങ്കുട്ട്യോളല്യേ. പെങ്കുട്ട്യോളക്ക് വട്ട് കളിക്കാനറീല്യ?

അപ്പു പറഞ്ഞു.

അറീം.

പെൺകുട്ട്യോള് കല്ലാ കളിക്കാ. അഞ്ച് കല്ല്. പിന്നെ.

ഓരോന്ന്ക്ക്.

ഈരണ്ട്ക്ക്

മുമ്മൂന്ന്ക്ക്.

നന്നാല്ക്ക്.

പിന്നെ.

അതും അറീല്ല. സുഷമക്കുട്ടി ഓടിവന്നു.

പിന്നെ.

വെച്ചിരിപ്പ്.

വാരിക്കൊണ്ടോട്ടം.

വെട്ട്.

പിടി.

കടം.

ഇപ്പോ ഒരു കടം.

ദാ.

സുഷമക്കുട്ടി അഞ്ച് കല്ല് പറക്കി. വളരെ വേഗം. ഒരു കൈപ്പടവട്ടം മിറ്റം തുടച്ചു വൃത്തിയാക്കി. ഇടത്തുകൈകൊണ്ട് മൂടി മാടി. മൂക്ക് ഒലിച്ചതു തുടച്ചു.

ദാ.

ആരാ ള്ളേ—

ആരൂല്യ.

കടം കുടിച്ച് ചാവും.

അഞ്ച് കല്ലില് ഞാനാ ഒന്നാമൻ. ന്നെ തോല്പിക്കാൻ പറ്റില്യ.

അനിയനും കുഞ്ഞനിയനും അടുത്തുവന്നു കുന്തിച്ചിരുന്നു.

ഞാണ്ട്.

ഞാനും.

വേണ്ട.

ന്നേം കൂട്ടണം.

കൂട്ടില്ല.

ല്ലാവരേം കൂട്ടണം.

എന്തിനായാലും എല്ലാവരേം കൂട്ടുമ്പോ താനും പെടുമല്ലോ എന്ന് അപ്പു ആശ്വസിച്ചു.

നിങ്ങക്കൊന്നും അറീല്യ.

അറീം.

ന്നാ കാണട്ടെ.

സുഷമക്കുട്ടി കല്ല് കൊടുത്തു. അനിയൻ അതെന്തു വേണ്ടൂ എന്നറിയാതെ തിരിച്ചും മറിച്ചും നോക്കി. കൊഴുത്ത ഏത്തായ തുപ്പി. ചന്തിമാന്തി. പിന്നെ മോന്ത വളിച്ച് കുഞ്ഞനിയനെ ഏല്പിച്ചു. കുഞ്ഞനിയനും ഒട്ടുനേരം കല്ല് സൂക്ഷിച്ചു. എന്തെന്നറിയാതെ തിരിച്ചും മറിച്ചും നോക്കി. അപ്പുവിന് നീട്ടി.

ന്നാ.

യ്ക്ക് വേണ്ട.

ആണുങ്ങള് കല്ല് കളിയ്ക്കില്ല. അപ്പു കല്ല് തട്ടിക്കളഞ്ഞു.

ങ്ഹും-ന്റെ കല്ല്. സുഷമക്കുട്ടി തേങ്ങാൻ തുടങ്ങി.

ഞാൻ പറഞ്ഞൊടുക്കും. ന്റെ കല്ല് -ന്റെ. മിണ്ടാണ്ടിരിക്ക്ണ്ണ്ടോ. ഒരു കല്ലേ.

ങ് ഹും-ഹും ങ്-

ഞാമ്പറേം.

ആരോടാ. മുത്തശ്ശനോടാ. മുത്തശ്ശനെന്താ ചെയ്യാ. ണീയ്ക്കാന്തന്നെ വയ്യ.

ന്നാലും ശകാരിക്കും.

ശകാരിക്കൊന്നൂല്യ. മുത്തശ്ശൻ എന്തു കാട്ട്യാലും ശകാരിക്കൊന്നൂല്യ. ചെലപ്പോ പറേം. നി ങ്ങനെ കാട്ടരുത്ട്ടോ. കുട്ട്യേ. നീയ് മിടുക്കത്ത്യാവണ്ടെ.

ഓ ഒതു മിതുക്കത്തി!

മിടുക്കത്ത്യന്ന്യാ. യ്ക്ക് മിടുക്കൊണ്ട്. ന്ത് ന്ന്. മിതുക്കങ്ങനെ ഒലിക്കല്ലേ. മൂക്കിക്കൂതെ. രന്ത് കൊമ്പ്.

അത്. സുഷമക്കുട്ടി പാവാടത്തുമ്പുയർത്തി മൂക്കു തുടച്ചു. ശക്ത്യായി വലിച്ചുകയറ്റി. തൊണ്ടയിൽ തടഞ്ഞ കഫം ഒന്നു രണ്ടു തവണ ഇറക്കി. വീണ്ടും തൊണ്ടയിലെന്തോ ഇഴച്ചിലു തോന്നി. ഒന്നു രണ്ടു തവണ കാർക്കിച്ചു.

അത്. യ്ക്ക് നീരെളക്കംണ്ടായിട്ടല്ലെ. അമ്മ കുളിപ്പിക്കുമ്പോ.

ആയായീ. ത്ര വലുതായിത്തും കുളിപ്പിക്കേ. ന്ന്ത്താ ഇത്തര മിതുക്ക്. ആയായി.

അത് തലമുടീലെ വെള്ളം പോവാനാ. ഇല്ലെങ്കി പേനും ഈരും വരും.

ഇപ്പോ ന്നേണ്ടൊരു കൊത്ത!

അപ്പേട്ടന്റെ തലേലന്നാവും. ന്റെ തലേല് ഒരൊറ്റ പേനൂല്യ.

ല്യാത്രെ. തെളച്ചു പൊങ്ങണ കണ്ടില്ലേ.

ശര്യാ. അതിന്റെ തല പുഴുത്തേക്ക്ണു.

കുഞ്ചുണ്ണീം സമ്മതിച്ചു.

അതേട്ടെന്റെ ന്ന്യാ. ന്നാള് ഇച്ചമ്മ പറേണ കേട്ടൂലോ കുഞ്ഞുണ്യേട്ടന്റെ തലേല് അപ്പടി ചെരങ്ങും ചൊറ്യാന്ന്.

ന്ന്ട്ട്പ്പൊ. കുശുമ്പോ.

കുഞ്ഞുണ്ണി തല തൊട്ടുനോക്കി. പൊറ്റയടർന്ന കുരു വിരലിൽത്തടഞ്ഞു. തല മുഴുവൻ പരതി പരതി വിരലു പതുക്കെ മൂക്കിനടുത്തു കൊണ്ടുവന്നു.

നാറ്റം.

ചീഞ്ഞ നാറ്റം.

പൊറ്റയടർന്ന ചിരങ്ങിന്റെ ചലം വറ്റിയ നാറ്റം കുഞ്ഞുണ്ണി ആസ്വദിച്ചു. മൂക്കുനിറയെ ഉൾക്കൊണ്ടു. പിന്നെ, നാക്കു നീട്ടി മേൽച്ചുണ്ട് നക്കി. രുചിച്ചു. വായ നിറഞ്ഞ കൊതിവെള്ളം ഇറക്കി.

കഷ്ടം!

സുഷമക്കുട്ടി മൂക്കത്തു വിരലു വെച്ചു.

ഞാൻ മൂക്കു ചൊറിഞ്ഞതാ.

കുഞ്ഞുണ്ണി വേഗം പറഞ്ഞു.

ആരാ പറഞ്ഞേ അല്ലാന്ന്.

എന്നിട്ട് സുഷമക്കുട്ടി വായ പൊത്തിച്ചിരിച്ചു. പെട്ടെന്നു ചിരി നിർത്തി. ഓക്കാനം നടിച്ചു. ഏണീറ്റോടി, ഒരു കടലാവണക്കിന്റെ ചോട്ടിൽ ഇരുന്നു. കല്പിച്ചുകൂട്ടി ഓക്കാനിക്കാൻ യത്നിച്ചു. പിന്നേം പിന്നേം. കുറെ കാർക്കിച്ചു തുപ്പി. കുറെക്കഴിഞ്ഞ് ഏണീറ്റുവന്നു. കുഞ്ഞുണ്ണിയുടെ അടുത്തുകൂടി നടന്നു. നടക്കുമ്പോൾ മൂക്കു പൊത്തി.

കുഞ്ഞുണ്ണി തല താഴ്ത്തി. എങ്ങും ഉറക്കാത്ത വിടർന്ന കണ്ണ് ഉരുട്ടി നോക്കി. പിന്നെ മലദ്വാരം ചൊറിഞ്ഞു. ചൊറിഞ്ഞു ചൊറിഞ്ഞു പൊട്ടിയപ്പോൾ കൈയ് എടുത്തു. നോക്കി. ആരും കാണുന്നില്ലെന്നുറപ്പുവരുത്തി. സാവധാനം നാറ്റിച്ചു.

അയ്യേ!

അകലെ രണ്ടുമൂന്നു കടലാവണക്കിന്റെ കൂട്ടത്തിനിടയിൽനിന്ന് സുഷമക്കുട്ടി ഏണീറ്റു.

അയ്യേ! നീ ന്നെ തൊടണ്ട. യീ ഏട്ടന്റെ ചണ്ടിത്തം. ഞാമ്പറേട്ടേ–

സുഷമ ഓടി.

കുഞ്ഞുണ്ണി ഒപ്പം ഓടാനോങ്ങി.

ന്നെ തൊട്ടാ ഞാമ്പറേം. തീർച്ച. മുത്തശ്ശനോടല്ല. അച്ഛനോടും ഇച്ച മ്മോടും മുത്തശ്ശ്യമ്മോടും എല്ലാവരോടും പറേം. യീയേട്ടൻ ചന്തി മാന്തി നാറ്റിച്ചൂന്ന്.

യേയയ്.......

സുഷമക്കുട്ടി ഓടിപ്പോയി.

കുഞ്ഞുണ്ണി തിരിഞ്ഞു. പത്തായപ്പുരത്തറയിൽ കാടുകെട്ടിയ കടലാവണക്കും കമ്മ്യൂണിസ്റ്റുപച്ചയും ഇത്തിരി നിഴലേകിയിടത്ത് ചെന്നിരുന്നു. പെട്ടെന്ന് എണീറ്റു. ആദ്യം കണ്ട കടലാവണക്ക് ഒടിച്ചു. തുടർന്ന് അടുത്തത്. പിന്നെ തൊട്ടടുത്തത്. പിന്നെ കമ്മ്യൂണിസ്റ്റുപച്ച. ഒടുക്കം തളർന്ന് അവിടെയിരുന്നു.

## മുപ്പത്തിയൊമ്പത്

**ദാ,** ദാ വര്ണു.

ദാ കുഞ്ഞുകുട്ടൻ മാടമ്പ്.

ങേ!

ദാ വന്നു.

ഞാങ്കണ്ടു.

ഞാനും കണ്ടു.

ഞാനും കണ്ടൂലോ.

കുട്ടികൾ എട്ടും പറഞ്ഞു.

മണ്ണു മാന്തിക്കളിക്കാനുംകൂടി അറിയാത്ത കുട്ടികൾ മിറ്റത്ത് ഒത്തുകൂടി. പത്തായപ്പുരത്തറയിൽനിന്ന്, കൊള്ളി ഏരിയിൽനിന്ന് കടലാവണക്കിൻ തണലിൽ നിന്ന് അവരൊക്കെ ഏണീറ്റുവന്നു. ദാരിദ്ര്യം മൂലമായി അനാസ്ഥയായി അനാരോഗ്യമായി വളർച്ചമുട്ടിയ അവരെ ചൂഴെ കണ്ട് കുഞ്ഞുകുട്ടൻ ചിരി വരുത്തി. പരിചയത്തിന്റെ പല്ലു കാട്ടി. അതുകണ്ട് കുട്ടികളെട്ടും സ്വസ്ഥരായി. അവരുടെ പരിഭ്രമം ഓടിയകന്നു.

മാടമ്പാ.

യ്ക്കറിയാം.

കഥ പറേണ മാടമ്പാ.

യ്ക്കും അറിയാം.

ഞാങ്കണ്ട്ണ്ട്.

ഞാനൂണ്ട്.

അമ്പലത്ത്ന്ന് കണ്ട്ണ്ട്.

ഞാൻ മാടമ്പില് പോയ്ണ്ട്.

കുഞ്ഞുകുട്ടൻ അവരുടെ പരിചയമൊക്കെ ചിരിച്ചു സമ്മതിച്ചു.

ഞാൻ ബ്ടെ വരാറ്ണ്ട്. അപ്പൊ കണ്ടട്ട്ല്യേ. ന്നാള്–

ന്നാള്–

അവരാലോചിച്ചു.

ണ്ട്.

ഞാങ്കണ്ട്ട്ടില്ല.

സുഷമക്കുട്ടിക്ക് ഓർമ വന്നില്ല.

എന്നെ–ന്നാളൊ രൂസം.

യ്ക്കോർമ്മേ ല്യ

ഭംഗിക്കുവേണ്ടി അങ്ങനെ പറഞ്ഞതാണ്. ന്നാള്. ആ നിരുപദ്രവകരമായ പൊളികൂടി ഒരു കൊച്ചുഹൃദയത്തെ അലോസരപ്പെടുത്തിയല്ലോ എന്നറിഞ്ഞ് കുഞ്ഞുകുട്ടൻ ദുഃഖിച്ചു. ഒരാവശ്യവുമില്ലാതെ ഒരു പൊളി. ഒടുക്കം, പറയുന്നവനും കേൾക്കുന്നവനും വേദനമാത്രം ബാക്കി. ദുഃഖം മാത്രം അനുഭവം. വേദനിക്കാനും ദുഃഖിക്കാനും മാത്രമായി ഒരു പൊളി!

ഇന്നാളൊരു ദിവസം വന്നു എന്നു പറഞ്ഞാൽ കുട്ടികൾക്കു സന്തോഷമാവും എന്നു കരുതി. അതും, ആ പൊളിവാക്കും വൃഥാവിലായി.

നിങ്ങളെന്താ കളിക്കണേ?

വിഷയം മാറ്റാൻ കുഞ്ഞുകുട്ടനു തിടുക്കമായി. വീണ്ടും വീണ്ടും പൊളി പറയാതിരിക്കാൻ, തുടങ്ങിവെച്ച അസത്യം അങ്ങനെ തുടരാതിരിക്കാൻ.

അഞ്ചല്ല്.

അഞ്ച്ല്ലൊ. വട്ട് കളിക്കരുതേ.

നല്ല മിറ്റം. തണലൂണ്ട്. എല്ലാവർക്കും കളിക്കാം.

വരക്കാനറീല്യ.

അപ്പു പറഞ്ഞു.

ഞാൻ വരക്കാം.ഒരു ചുള്ളിക്കമ്പു തരൂ.

അപ്പു ഓടിപ്പോയി. കുട്ടനും വാസൂം ഒപ്പം ചെന്നു. വേലിപ്പടർപ്പിലൊക്കെ അവര് തപ്പി നടന്നു. നടന്നു നടന്ന് ഒന്നും കാണാതെ മടങ്ങി.

കാലോണ്ടു വരയ്ക്കര്തേ.

സുഷമക്കുട്ടി ചോദിച്ചു.

ആവാം.

കുഞ്ഞുകുട്ടൻ ചെരുപ്പൂരി. വലം കാല് നിലത്തൂന്നി വരച്ചുനീങ്ങി.

മതി, എനിങ്കട്.

സുഷമക്കുട്ടി വഴി കാണിച്ചു.

ദാ, ഞാൻ തെളീക്കാം.

അപ്പൂം വാസൂം വരയിന്മേൽ വരച്ചു. അതു കണ്ട് ഏട്ടാനിയന്മാരൊക്കെ ഒപ്പം കൂടി. ഒടുവിൽ എട്ടു കള്ളിചേർന്ന വട്ടിനു കളംവരച്ചു തീർത്തു.

എനി അമ്പലം.

ദ, ബടെ.

ഒരു തലക്കൽ ഗുണനചിഹ്നം വരച്ച് കുഞ്ഞുകുട്ടൻ അമ്പലം പണിതു.

ആരാ സെറ്റ്.

സെറ്റ് വേണ്ട, ഒറ്റക്ക്.

മാടമ്പ് ണ്ടോ?

ഉം. ഞാനും കളിക്കാം.

കണ്ണടച്ചു നടക്കാൻ പറ്റ്വോ. വരേൽ ചവ്ട്ടാന്റെ ചാടാൻ പറ്റ്വോ. ചാടുമ്പൊ മുണ്ടഴിഞ്ഞാലോ.

കളം വരയ്ക്കുമ്പോൾതന്നെ പലവട്ടം അഴിഞ്ഞ മുണ്ടിന്റെ മടക്കിക്കുത്ത് വീണ്ടും അഴിഞ്ഞതു കുട്ടികൾ കണ്ടെത്തി. അവരുടെ ശങ്കയിൽ കുഞ്ഞുകുട്ടൻ സന്തുഷ്ടനായി.

കെട്ടാം. രണ്ടു തലേം പിടിച്ച് കെട്ടി ഒറപ്പിക്കാം.

ചെരിപ്പും ഊരണം.

സുഷമക്കുട്ടി പറഞ്ഞു.

കളിയുടെ നിയമങ്ങൾ ഓരോന്നും അവരോരോരുത്തരും പറഞ്ഞു കൊടുത്തു. അതൊക്കെ കുഞ്ഞുകുട്ടൻ ശ്രദ്ധിച്ചു പഠിച്ചു.

ആർക്കാ മുമ്പുകളി?

മാടമ്പ് കളിച്ചോട്ടെ.

വേണ്ട. ആദ്യം കുട്ട്യോള്. അല്ലെങ്കി ആദ്യം സുഷമക്കുട്ടി കളിച്ചോട്ടെ. എന്താ?

ആയ്ക്കൊട്ടെ. പിന്നെയ്ക്കാ കളി. പ്രിക്ക് പറഞ്ഞാ പറ്റില്യ. ന്നാ ഞാൻ ല്യ. ഈ കുട്ടി എപ്പഴും പ്രിക്ക് പറേം.

ന്നാ കളിക്കട്ടെ.

ഉം.

സുഷമക്കുട്ടി മാറോട് ഒന്നാം കള്ളിയിലിട്ടു. ഒന്നു ചാടി. രണ്ടുകാലും കുത്തി. വട്ടെടുത്തു. ഒറ്റക്കാലു ചാടി. അമ്പലത്തിലെത്തി.

അബടെ രണ്ടു കാലും ചവ്ട്ടാം.

അമ്പലത്തില് കാലുകുത്താം.

സുഷമക്കുട്ടി അവിടെ കാലുകുത്തി. കളത്തിന്റെ നാലുപുറം നിറഞ്ഞ ഏട്ടന്മാരെ നോക്കി. അകലെ നിക്കണ കുഞ്ഞുകുട്ടനെ നോക്കി. കിതപ്പു തീർന്ന് വീണ്ടും കൊച്ചം കൊത്തി.

കുഞ്ഞുകുട്ടൻ ഷർട്ടൂരി. പാഴ്നര കേറിയ നെഞ്ചിലെ രോമക്കാട് ചൊറിഞ്ഞു, കുടം കുടിച്ച കുംഭ തലോടി. രണ്ടു നാലു പ്രാവശ്യം മുണ്ട ഴിച്ചു ചുറ്റി. വീണ്ടും വീണ്ടും മാടിക്കുത്തി.

പോരാഞ്ഞ് ഇരുതലയും കൂട്ടിക്കെട്ടി ഉറപ്പിച്ചു.

പോയി.

കളി പോയി.

വരേമ്മേ ചവിട്ടി.

നി ഞാൻ.

അപ്പു തയ്യാറായി.

കളിയുടെ ഉത്സാഹം. ലോകം സമസ്തം മറന്നു. കാലം മറന്നു. കുഞ്ഞു കുട്ടൻ ചെറുതായി. കൂമ്പാളക്കോണകമുടുത്ത ബാല്യമായി. കുട്ടികൾ അതേറ്റു. അവർ മാടമ്പിന്റെ നര മറന്നു. പാഴ്ക്കുംഭ മറന്നു. പൊണ്ണത്തടി മറന്നു. ഒപ്പത്തിലൊരാളായി.

പറ്റില്ല. നി മാടമ്പ്.

ദാ.

കുഞ്ഞുകുട്ടൻ മാറോട് തിരിച്ചും മറിച്ചും നോക്കി. കയ്യിലിട്ടു തിരുമ്മി. പതുക്കെ, ശ്രദ്ധിച്ച് ഒന്നാം കള്ളിയിലേക്കിട്ടു.

ദാ.

ഒന്ന്.

രണ്ടുകാലും കുത്താം.

എനി.

ഒറ്റക്കാലിൽ കുംഭകുലുങ്ങി, കാടു കെട്ടിയ നെഞ്ഞുലഞ്ഞു. ചെരിപ്പൂരിയ ഉള്ളംകാല് ചരലു കുത്തിക്കീറി

നി അമ്പലം.

ആവൂ!

ബടെ നിക്കാം.
നി അദ്യേ പോരണം.
ഒന്ന്
രണ്ട്
മൂന്ന്
നാല്
രക്ഷപ്പെട്ടു.
കേറ്റം.
രണ്ടിലിക്കായി.
ഹാവൂ!
കുഞ്ഞുകുട്ടൻ കിതച്ചു. നാക്ക് ഒരുമുഴം പുറത്തേക്കു നീണ്ടു.
രണ്ടും കേറി.
മൂന്നും കേറി.
അമ്പലം കടന്ന്.
അഞ്ചും കേറി.
ആറും കടന്ന്
ഏഴും കടന്നാൽ–
ഒരു കടം.

തലയ്ക്കുമീതെ പിന്തിരിഞ്ഞുനിന്ന് വട്ടെറിഞ്ഞാൽ വട്ടു വീണ കള്ളി മറ്റുള്ളോ ർക്കു ചവിട്ടരുത് അവനോന് അമ്പലം.

രണ്ടമ്പലം.
മൂന്നമ്പലം.
നാല്.
നടന്നുപോകാം.
പിന്നെ ആർക്കും തോല്പിക്കാനാവില്ല.
എന്താ കളിക്കാത്തെ?
കളിയ്ക്കായി.
നിക്കലില്ല.
അതു സൂത്രാ.
സുല്ലില്ല.
വേം വേം കളിക്കണം.
ദാ. കുഞ്ഞുകുട്ടൻ വട്ടെറിഞ്ഞു.
വര!
പോയി.
എനി ഞാൻ, മാടമ്പിന്റെ കളിപോയി.
കുട്ടികൾക്കുത്സാഹമായി.

കുഞ്ഞുകുട്ടനു ദുഃഖമായി. ഒന്നു കേറി രണ്ടിലാവുംമുമ്പ് കളി പോയതിൽ കുണ്ഠിതമായി.

എനീം.
അടുത്ത ഊഴം.

അങ്ങനെ, സദാ അടുത്ത ഊഴം. ഒന്നും നേരെയാവാതെ സ്വന്തം തടി തന്നെ സ്വാധീനമില്ലാതെ.

ദൊറ്റയ്ക്കാ.

എല്ലാവരും ഒറ്റക്കാ. പങ്കില്ല. അവനോൻ തോറ്റാ അവനോനു മാത്രം കടം. ജയിച്ചാലും അവനോന്.

കൂട്ടില്യ.

തന്നത്താൻ.

കളിക്ക്ണില്ല്യേ?

ണ്ട്. നിം കളിക്കണം.

കുഞ്ഞുകുട്ടൻ നിലത്തിരുന്നു. ചമ്രം പടിഞ്ഞ്. ഒന്നാശ്വസിക്കട്ടെ. ഒന്നു കൂടി നോക്കണം.

ഗോട്ടിക്കായ വശോ?

ഉം.

യ്ക്കറിയാം. ന്റെ കയ്യില്ണ്ട്. രണ്ടാം കുഴിക്കാ ഉണ്ടി. കളിക്കാൻ ണ്ടോ.

അപ്പൂന് ഉത്സാഹം ഏറി. കീറട്രൗസറിന്റെ പോക്കറ്റിൽനിന്ന് ഗോളാകൃതി മറന്ന ഗോട്ടിയെടുത്തു.

ണ്ടോ.

ദ് കഴ്യെട്ടെ.

സുമതിക്കുട്ടി പറഞ്ഞു.

സുമതിക്കുട്ടിക്ക് ഗോട്ടി കളിക്കാനറിയില്ല. കളിച്ചാൽ, കളിച്ചപ്പോഴൊക്കെ ഉണ്ടികൊണ്ടു.

വലംകൈയിലെ പാമ്പുവിരലിന്റെ ഞെട്ടില്. ണാം.

രണ്ടാം കുഴിക്ക്.

ഹായ്!

കണ്ണ് മിന്നും.

വേണ്ട. ദ് കഴ്യേട്ടെ.

നീയില്ലെങ്കി വേണ്ട. ഞാങ്കളിക്കാ. കുഞ്ഞുകുട്ടൻ മാടമ്പ് ണ്ടോ. ഞാൻ ഗോട്ടി തരാം. പൊട്ടിക്കരുത്. പൊട്ടിച്ചാണ്ടാക്കിത്തരണം.

വെട്ടുവഴിപ്പണിക്ക് കൂട്ടിയ മെറ്റലിൽ ഒന്നെടുത്തു മറ്റൊരു കല്ലോണ്ട് മേടി മേടി. ഏണും കോണും മേടണം. പിന്നേം പിന്നേം. ഒടുക്കം ത്തിരി എണ്ണതൊട്ട് ഒരയ്ക്കണം. രണ്ടുമൂന്നു ദിവസം വേണ്ടീരും.

ദ് കല്ലാ. ഞാണ്ടാക്കീത്. എനീന്റെ കയില് വേറെണ്ട്. ചുണ്ണാമ്പാ. കണ്ടാ കൊത്യാവും വേണോ. വേണംച്ചാ കാട്ടിത്തരാം.

അപ്പു സ്വന്തം സമ്പാദ്യം എടുക്കാൻ ഓടി.

യ്ക്കൂണ്ട്. ഗോത്ത്യല്ല. വേറൊന്നാ.

വണ്ണകതലാസ്. അതും കാത്തിത്തരാം.

കുട്ടനും അകത്തേക്കോടി.

അവരൊക്കെ, ഗോട്ടിയും വർണക്കടലാസും കോഴിത്തൂവലും എടുത്തു കൊണ്ടുവന്നു. കായപ്പെട്ടിയിലും തകരഡപ്പിയിലും ഓട് അളുക്കിലും സൂക്ഷിച്ച അവരുടെ മഹാനിധികൾ ഓരോന്നോരോന്നായി കുഞ്ഞുകുട്ടൻ പരിശോധിച്ചു.

ന്റെ കൈയിലൂണ്ട്.

കുഞ്ഞുകുട്ടൻ പോക്കറ്റ് തപ്പി. ഞരമ്പു മാത്രമായ ഒരില എടുത്തു. ഉണങ്ങിക്കരിഞ്ഞ എലഞ്ഞിപ്പൂ എടുത്തു. ഒരുപിടി. കുളിച്ചുവരുമ്പോൾ

ഒന്നൂല്യ.

നേരാനേരത്തിന് ചോറ്ണ്ട്. മഹളേരാരെങ്കിലും വന്നു വിളിക്കും. ന്നാലും വേണ്ട. നെടുമ്പാൾ പട്ടിണികിടന്നുകിടന്ന് വിശപ്പു വറ്റി. ആർത്തി കൂടി വറ്റി. പകരം ചെറ്റത്തം മാത്രം വളർന്നു. ഊണു കഴിക്കുമ്പോൾ നിലത്തു വീണ വറ്റുതിന്നു. വാർത്ത കഞ്ഞി മുഴുവൻ കഴിച്ചു. കൊത്തച്ചക്കയുടെ ചകിണികൂടി പോക്കി.

ആയായീ! എന്താ ഈ കാട്ടണേ.

എന്താ!

ഒന്നൂല്യ. ഇച്ചാതപ്പൻ ദൃഷ്ടി പിൻവലിച്ചു. തൊട്ടുമുമ്പിൽ ചുമരിൽ ഉറപ്പിച്ചു. കുമ്മായം അടിച്ചതെങ്കിലും ഇരുണ്ട ചുമര്. ചുമരിൽ നിറച്ചു സൂചിപ്പഴുത്. പഴുതൊക്കെ കറുത്ത പുള്ളി. ചാന്തുപൊട്ട്. മൂട്ടേടെ കാട്ടാവും. ചുമരൊക്കെ നെറഞ്ഞു. തട്ടിമ്മലും ണ്ടാവും.

ഒരീർക്കല കിട്ട്യാൽ.—

ഓരോന്നായി തോണ്ടിനോക്കാർന്നു. വല്ലേനേം കിട്ട്യാൽ നിലത്തിട്ട് അരച്ചുകൊല്ലാം.

കൊല്ലാം.

ഇതിനേം.

ഇച്ചാതപ്പന്റെ ദൃഷ്ടി വീണ്ടും അന്തർജനത്തിൽ പതിഞ്ഞു.

മൂട്ടേക്കൊല്ലണമാതിരി കാലുകൊണ്ടരച്ച് ——

മൂട്ടേംകൂടി പറ്റില്ല.

അതോടിപ്പോകും.

കാലു പൊങ്ങില്ല.

ഉം, ഉം,! ദ് പ്പൊ എങ്കടാ നെരങ്ങിവരണേ. ദെന്താപ്പൊ കാര്യസ്ഥ! രണ്ടൂണ്ടലോ.

ഉണ്ണി അച്ഛനെ നോക്കി. അച്ഛൻ കണ്ടില്ലാ നടിച്ചു. കേട്ടില്ലാ നടിച്ചു.

പൂയ് - കേട്ട്വോ.

ങേ!

ഇച്ചാതപ്പൻ തല മെല്ലെ ഉയർത്തി മകനെ കാണാതിരിക്കാൻ ശൂന്യമായി നോക്കി. തൊണ്ടയിൽ നിറഞ്ഞ പിത്തരസം തുപ്പാനാവാതെ വിഷമിച്ചു.

ചെരട്ട.

ചെരട്ട തലക്ക്ല്ണ്ട്. അതൊന്നു കിട്ടീച്ചാ തുപ്പായിരുന്നു. ഇവിടെ തുപ്പിയാൽ—

ഉം. പെരണ്ടുവീണ് കൈയും കാലും ഒടിച്ചാ അവടെ കെടക്കേണ്ടാവള്ളു. ചികിത്സിക്കാൻ ആളുണ്ടാവില്യ. പറഞ്ഞേക്കാം. വയ്യാച്ചാ വയ്യാത്തോരടെമാതിരി കെടക്കാ. അടങ്ങി ഒതുങ്ങി. വല്യേ കാര്യസ്ഥതയ്ക്കൊന്നും പൊറപ്പെടണ്ട.

ഇച്ചാതപ്പൻ സർവശക്തിയും പ്രയോഗിച്ചു തിരിഞ്ഞു. ദൃഷ്ടിവലയിൽ നിന്ന് മകൻ അകലാനായി പുറംതിരിഞ്ഞു. കിതച്ചുകിതച്ചു നിരങ്ങി.

കുട്ടീ.

എന്തിനാ തൊള്ള തൊറക്കണേ? ഇബടെ ആരൂല്യാ.

അത് പോയിലെ്യ ഇബടെത്തന്നെ നിക്കാണോ.

ത്തിരി വെഷം മേടിച്ചു തര്വോ.

ഇച്ഛാതപ്പൻ ഒരുവിധം പറഞ്ഞൊപ്പിച്ചു.

ഹഹഹ! നന്നായി! നീം പൂതി തീർന്നില്യെ. ഇപ്പൊ ആരെ കൊല്ലാനാ.

കൊല്ലാനല്യ. തിന്നാൻ.

ന്നാലും വെഷമാ. പിന്നേം പ്രാരബ്ധം ണ്ട്. പോസ്റ്റുമാർട്ടം, പോലീസ്, കീലീസ്, ശര്യാവ്ല്യ. ദെണ്ണംപിടിച്ച് കെടക്കണ പാർട്ടിക്ക് എവ്ട്ന്നാ വെഷം കിട്ട്യേന്ന് ചോദ്യാവും. ഒടുക്കം നമ്മള് തൂങ്ങും. അതിലും ഭേദം നിരാഹാരം. പത്തൂസം ഒന്നും കഴിക്കാഞ്ഞാ മതി. ന്നാലും ചാവാം.

ഈശ്വരാ!

പ്രിയപുത്രൻ ആത്മാർത്ഥമായി ഉപദേശിച്ചതാവും. കാലണ ചിലവില്ലാത്ത സൂത്രം. ചത്താലും കൊഴുപ്പം ല്യ. സാധാരണ മരണാന്ന് കരുതിക്കൊള്ളും. വയസ്സായി. അനവദ്ധ്യായി കെടക്ക്ണൂ. ചോറ് ചെല്ലാണ്ടായി. അന്നം എറങ്ങാണ്ടെ കഴിഞ്ഞതാന്ന് നാട്ടാരു പറഞ്ഞോളും.

ഉണ്ണീ!

സന്തോഷായി. അച്ഛനു സന്തോഷായി. നീ ഇതെങ്കിലും സത്യം പറഞ്ഞൂലോ, സന്തോഷം.

നിനക്കു നന്നായി വരും!

## നാല്പത്തിയൊന്ന്

**രാ**ത്രിക്ക് കട്ടി കുറവായിരുന്നു. പക്ഷേ. ശബ്ദം കൂടുതലായിരുന്നു. പറയാനാവാത്ത പലേ ശബ്ദങ്ങൾ ഒന്നുചേർന്ന് ഒരു മൂളക്കം. പെരുമ്പറയുടെ അടി കഴിഞ്ഞും തുടരുന്ന ഹൂങ്കാരം. അതിലിടക്ക് ഒരിക്കട്ടമെന്നോണം ഒരു വീർപ്പ്. നിശ്ശബ്ദത. ഇടവിട്ട്, കാറ്റടിക്കാതെ. ഇരുട്ടു കട്ടികൂട്ടാതെ. എന്നിട്ടും ശബ്ദമുണ്ടാക്കുന്നു രാത്രി.

ഇച്ഛാതപ്പൻ ഉണർന്നിരുന്നു. ഇല്ലം മുഴുവൻ ഉറക്കം. അകത്ത്, നാലിറയത്ത്, പടിഞ്ഞാറ്റിമാളികയിൽ എല്ലാം ഉറക്കത്തിന്റെ ഒഴുക്ക്. ആ ഒഴുക്കിൽ ഇച്ഛാതപ്പൻ മാത്രം ഉണർന്നിരുന്നു. ദീനപ്പായിൽ ചന്തിയൂന്നി വലംകാലു നീട്ടി ഇടതുമുട്ട് ആവും പോലെ മടക്കി. നാറിക്കട്ടപിടിച്ച കോണകവാലു നീണ്ട ദുരിതമായി നിലത്തിഴഞ്ഞു. കീറിപ്പിഞ്ഞിയ നാറ്റത്തോർത്തു കഴുത്തിൽ വളച്ചിട്ടു. കക്ഷം കുറുകി പുണ്ണൂലു മാറത്ത് വിറച്ചു.

ഇല്യ.

ആരൂല്യ.

എല്ലാം നല്ല ഒറക്കം.

ചന്തികുത്തി കാലു നീട്ടി നിരങ്ങി ഇച്ഛാതപ്പൻ പുറത്തളപ്പടിയോളമെത്തി. ശ്വാസം പിടിച്ച് ഞരമ്പെലമ്പുകൾ തുറിപ്പിച്ച് ഒരു കാല് തൂക്കിയിട്ടു.

ഒന്നിറങ്ങാൻ.

കൈ കുത്താൻ പലവുരു ശ്രമിച്ചു. തോറ്റു തിരിഞ്ഞു. ഏന്തിയേന്തി തലേണയെടുത്തു നടവഴിയിലേക്കിട്ടു. വീണ്ടും നിരങ്ങി പടിയിന്മേലെത്തി. ഒരു കാലു തൂക്കിയിട്ടു. വായ് തുറന്നു കിതച്ചു. രണ്ടു കൈയും കൂട്ടി ഇടതു കാലും തൂക്കിയിട്ടു. വീർപ്പടക്കി നിരങ്ങി.

ഹാവൂ!

ഞരമ്പെലിമ്പുകളൊക്കെ തുടിച്ചു. എനി, കഷ്ടിച്ചു വാതിൽ പിടിച്ചു. സമസ്ത ബലവും ആവാഹിച്ചു നടു പൊക്കാനാഞ്ഞു. വലംകാലു കുത്തി, വാതിലിൽ തൂങ്ങി. ഒരുവിധം തലയിണ ലാക്കാക്കി നിലത്തേക്കിരുന്നു. വീണു–പിധിം.

ഇരിക്കക്കുത്താലെ ചന്തികുത്തിയ വേദനയിൽ എല്ലു പിളരുന്നതറി ഞ്ഞു. പഴകി ദ്രുമിച്ച അസ്ഥിത്തല ചുള്ളിക്കമ്പുപോലെ അടർന്നു. കശേരു ത്തലകൾ പൊടിഞ്ഞു. ഒരിറ്റു മൂത്രം വീണു.

മൂത്രമല്ല. തീക്കനല്. മൂത്രനാളം ചുട്ടുനീറി. ഒരു തുള്ളി. ഒരു തുള്ളി കൂടി.

ഇച്ചാതപ്പൻ പുറത്തളവാതിൽ ചാരിയിരുന്നു.

ഒന്ന്.

രണ്ട്.

മൂന്ന്.

മൂന്ന് ഉമ്മറപ്പടിയെങ്കിലും കടന്നാൽ അടുക്കളയിലെത്താം. പിന്നെ കൊട്ടത്തള ത്തിലേക്കൊന്ന്. നേരെ കെണറ്റുവാതിലും തുറന്നു തുടിക്കയറു പിടിച്ച്–

ബ്ധും.

കഴിഞ്ഞു.

എളുപ്പം.

പക്ഷേ,

മൂന്ന് ഉമ്മറപ്പടിയുണ്ട്. ആദ്യത്തെ ഉമ്മറപ്പടി കടന്നാൽ നാലിറയം. പടി ഞ്ഞാറെ ഇറയത്തുകൂടി നിരങ്ങി വടക്കേ ഇറയത്തെത്തി. പിന്നേം നിരങ്ങി യാൽ മേലടുക്കളേടെ ഉമ്മറത്തെത്താം. അതും കടന്ന് അടുക്കള വാതിൽക്കലെത്താം. അതെളുപ്പം. പൊക്കം കുറവാണ്. പിന്നെ കൊട്ട ത്തളം. അതും വിഷമം ണ്ടാവില്ല. കെണറ്റേരെ എത്തിയാലാണ് വിഷമം. തുടിക്കട്ടിളയിമ്മേലെത്താൻ. എങ്ങനേങ്കിലും എത്ത്യാൽ രക്ഷപ്പെട്ടു. പിന്നെ വെഷമം ല്യ.

ഈശ്വരാ. രക്ഷിക്കണേ!

ശീലിച്ചതുകൊണ്ടു പറഞ്ഞു. മരിക്കാൻ പോകുമ്പോഴും രക്ഷിക്കണേ. ചെറിയ ചിരി ഇച്ചാതപ്പന്റെ ചുണ്ടിലും എത്തി. വരവേൽക്കാനാളില്ലാതെ നിന്നു പരുങ്ങി. എങ്ങനെയെങ്കിലും അങ്ങെത്ത്യാ മതിയായിരുന്നു.

ചന്തികുത്തി മെല്ലെമെല്ലെ നിരങ്ങി നീങ്ങാൻ ഇച്ചാതപ്പൻ തയ്യാറെ ടുത്തു.

പട്ടിണി കിടന്നു ചാവാം.

വയ്യ.

പത്തൂസം.

പത്തു ദിവസം ഒന്നും കഴിക്കാതിരിക്കാനുള്ള മനക്കട്ടിയില്ല. വെള്ളം കൂടി ഇറക്കാതെ.

അതുവയ്യ.

ഇത് ഇത്തിരി നേരം മതി. കിണറ്റിന് നല്ല കുണ്ടുണ്ട്. വെള്ളോം ണ്ട്. കൈയും കാലും തളർന്ന് ക്ഷണം നേരംകൊണ്ട് മുങ്ങിത്താഴും.

തേവരെ!

തേതീണ്ട്; ഏട്ടമ്മാരുടെ ആത്തേമ്മാരുണ്ട്.

അവരേം പിടിച്ചുകൊണ്ടുപോയി കിണറ്റിലിടാൻ പറ്റില്ലല്ലോ. ആവാവുന്ന കാലത്ത് ആവാവുന്നതു ചെയ്തു. എലിവെഷംവെച്ചു. ന്ന്ട്ടും ആരും ചത്തില്ല.

യോഗം!

എനി–

വെട്ടോഴിയിൽ കിടന്നു ചാവേണ്ടിവരും. ഉണ്ണി പെര വിക്കും. ഇല്ലെങ്കിൽ മഹളേര് ഇത്തിരി ചോറു കൊടുത്തേനേ. ഇത് ങ്ങനെ നിന്നാ മതി. ഈ ബീഡിപ്പണി–

അതും പോയാൽ.

ആലോചിക്കാതിരിക്കാ ഭേദം. മഹളേര് എവ്ട്ന്നാ കാശുണ്ടാക്കണേന്ന് അറിഞ്ഞാൽ–

ഹമ്മേ!

ഇനി നോക്കണം എന്തേ ചെയ്തേ, ആവോ.

ആവൂ!

ഒരു പടി കടന്നു.

എനി രണ്ടേള്ളൂ.

നല്ലേടത്തു മനക്കൽ ജാതവേദൻനമ്പൂതിരിപ്പാട് നാലിറയത്തെ പടിഞ്ഞാറെ ഇറയത്തെത്തി. പടിഞ്ഞാറ്റിച്ചുമരു ചാരി കാലു നീട്ടിയിരുന്നു.

തൊണ്ട വരള്ണു.

ഒരിറ്റു വെള്ളം.

വേണ്ട!

എനി ധാരാളം വെള്ളം കുടിക്കാം. വേഗം അങ്കട് എത്ത്യാ മതി.

മുട്ടുകാലിമ്മേൽ നിരങ്ങ്യാലോ.

പറ്റീന്നു വരും. ഒരു കാലിനേ കൊഴപ്പം ള്ളൂ. കൈയിന് ബലം ണ്ട്.

ഇച്ചാതപ്പൻ കമിഴ്ന്നുകിടന്നു. കൈകുത്തി ഉയർന്നു.

ഈശ്വരാ!

പറ്റുംന്നാ തോന്നണേ.

സാവധാനം മുക്കാലിന്മേലിഴഞ്ഞു രണ്ടടിവെച്ചു. പിന്നെ കിടന്നു. ഇത്തിരി നിരങ്ങി. പിന്നെയിഴഞ്ഞു. വീണ്ടും മുട്ടുകുത്തി.

അടുത്തു.

മേലടുക്കളേലേക്കു കടക്കാറായി. മേലടുക്കളേല്ക്ക്ള്ള ഉമ്മറപ്പടിയിൽ കൈ വെച്ച് ഇച്ചാതപ്പൻ കിടന്നു. കൈയിന് ബലംണ്ട്. അരക്കെട്ട് ഒന്നുകൂടി കുനി ഞ്ഞാൽ.

കാൽമുട്ടു പൊട്ടി. ചോര വരുന്നതറിഞ്ഞു. ആവട്ടെ. വേദനയില്ല. സങ്കടമില്ല. ഒരുണക്കമരത്തിന്റെ മൊളിയടരുന്നതുപോലെ. അടരട്ടെ. അടർന്നടർന്ന് സർവം–

ജാതവേദൻ നമ്പൂതിരിപ്പാട് കാൽമുട്ട് തൊട്ടു. ചെറിയ നനവ്. ഈർപ്പം. തൊടുമ്പോൾ വിരലിൽ തട്ടുന്ന തണുപ്പ്. കാൽമുട്ട് ഒന്നും അറിയാതായി. വേദനയില്ലാതായി. തൊലിയടർന്നിട്ടും ചോര പൊടിഞ്ഞിട്ടും മാംസം തുറിച്ചിട്ടും.

കാല് ച്ചത്ത്ണ്ടാവും.

ഓരോന്നോരോന്നായി ചത്തുപോകട്ടെ. ഒക്കെ ഒരുമിച്ചു ചാവട്ടെ.

ഇല്ലത്തുള്ളോർക്ക് ഇത്തിരി ഞെരുക്കംണ്ടാവും. ശവം കേറ്റാൻ. പോലീസിനെ കൊണ്ട്രാൻ.

സാരംല്യ.

ഉണ്ണിക്ക് അതൊക്കെ വശം. നല്ല കഴിവുണ്ട്.

ദാ. ഇനി ഒരു പടിമാത്രം. അതും സാരംല്യ. പൊക്കംല്യ. ഡുംന്ന് കടക്കാം.

ഹാവൂ. അടുക്കളയിലെത്തി.

ഇച്ചാതപ്പന്റെ മെയ്യ് കനത്തു. കൈകാലുകൾക്കു പുതുജീവൻ വന്നു. ശക്തിയിരട്ടിച്ചു. കണ്ണു തുറിച്ചു. കർണ്ണഞരമ്പു പിടഞ്ഞു. ചെവി വിയർത്തു.

പത്തടി.

വെറും പത്തടി കടന്നാ മതി:

എത്തി.

കൊട്ടത്തളത്തിൽ വഴുക്കലുണ്ട്. എന്നിട്ടും ജാതവേദൻ നമ്പൂതിരി നിരങ്ങിനീങ്ങി. ചന്തി കുത്തി, കാൽ നിരക്കി, കൈ ഊന്നി, അങ്ങനെയങ്ങനെ കിട്ടി.

കൊട്ടത്തളത്തിൽ പാളേം കയറും തടഞ്ഞു. തടഞ്ഞതല്ല. കണ്ടു. കണ്ണിനു കാഴ്ചകൂടി. സർവം കാണാം. ഇല്ലം മുഴുവനും കാണാം.

സൂക്ഷിച്ച്, വളരെ സൂക്ഷിച്ച്, ഇച്ചാതപ്പൻ കൊട്ടത്തളത്തിലിരുന്ന് കൈ പൊക്കി കട്ടിളപ്പടി പിടിച്ചു. സ്വാധീനമുള്ള കാൽമുട്ട് നിവരാൻ യത്നിച്ചു.

ബ്ധീം.

അച്ഛാ!

ങേ?

ഈശ്വരാ!

അച്ഛനെങ്ങനാ ഇബടെത്ത്യേ.

വെളിച്ചം! സർവത്ര വെളിച്ചം!

മഹളേരൊക്കെ കൈയിൽ കിട്ടിയ വിളക്കുമായെത്തി.

കുട്ടികൾ ഉറക്കപ്രാന്തിൽ ഉറക്കെ കരഞ്ഞു. ആരൊക്കെയോ എന്തൊക്കെയോ പറഞ്ഞു. ആരോ വലിച്ചിഴച്ചെണീപ്പിച്ചു.

അഹമ്മത്യന്നെ. നെരങ്ങിനെരങ്ങി കൊട്ടത്തളത്തോളമെത്തി. എന്തിനാവോ! കെണറ്റിച്ചാടിച്ചാവാനാച്ചാ പറമ്പിലാ ഭേദം. മതിലൂല്യ–

ഹമ്മേ!

വെള്ളം.

കൊട്ടത്തളത്തിൽ, പറച്ചെമ്പിൽ മുഖംപൊത്തിവീണ്, ഒറ്റക്കണ്ണു നീരടച്ച്, ഒന്നും കേൾക്കാതെ, ഏതോ മയക്കത്തിന്റെ താഴ്ചയിലേക്കു ജാതവേദൻ നമ്പൂതിരിപ്പാട് കനത്തുതാണു.

## നാല്പത്തിരണ്ട്

**ബീ**ഡിക്കമ്പനി പൂട്ടി.

അതുകൊണ്ടെന്താ? ബീഡിക്കമ്പനിയും ഈ കഥയും അഥവാ ഈ ചരിത്രവും തമ്മിൽ എന്തു ബന്ധം എന്ന് നിരീക്കുന്നവരുണ്ടാവും. അവർക്കു വേണ്ടി പറയാം. ബീഡിക്കമ്പനി ഇടക്കാലത്ത് ഈ കഥയെ വളരെ സ്വാധീ

നിച്ചു. നാട്ടിൽ ഒരു കമ്പനി വന്നു. ചെറു പെൺകിടാങ്ങളൊക്കെ ബീഡി തെറുപ്പുകാരായി. ആയിരം ബീഡി തെറുത്താൽ ഒമ്പതു രൂപ പതിനഞ്ച് പൈസ. നിത്യം കമ്പനിയിൽ ബീഡിയും ഇലയും തൂക്കിത്തന്നു. പെൺകിടാങ്ങളതു വീട്ടിൽവെച്ചു തെറുത്തു ബീഡിയാക്കി. വീടുപണി കഴിഞ്ഞു സൊറയ്ക്കുമ്പോൾ മടിയിൽ ഒരു മുറം. ഇല, ചുക്ക, കത്തിരി, നൂല്. എഴുനൂറ്റമ്പതും ആയിരവും അവർ തെറുത്തു. നമ്മുടെ കുട്ടികൾ - ആര്യയും ഗൗരിയും തേതിയും - ബീഡി തെറുക്കാൻ ശീലിച്ചു. മൂവരും കൂടി ഏതാണ്ട് രണ്ടായി രത്തിയഞ്ഞൂറു ബീഡിവീതം നിത്യാനിത്യം തെറുത്തു. അതായത് ദിവസം ഇരുപത് ഇരുപത്തിനാലു ക. കവിഞ്ഞാൽ പതിനഞ്ചു ക. മതി നല്ലേടത്തു മനയ്ക്കലെ നിത്യനിദാനമായി: പിന്നെ മരുന്ന്. ആണ്ടുവിശേഷം. അത്യാവശ്യം സിനിമ - തമാശകൾ. സുഖം. അല്ല ലില്ല. ബീഡിക്കമ്പനി പൂട്ടിയപ്പോൾ ഈ ജീവിതം നിലച്ചു. വീണ്ടും നല്ലേട ത്തുമനയ്ക്കലെ അടുപ്പുകൾ വിശ്രമിച്ചു. ഇതാണു ബന്ധം. ചുരുക്കത്തിൽ സാമ്പത്തികം. സമസ്തബന്ധവും സാമ്പത്തികംതന്നെ. സാഹിത്യകാരന്റെ സാഹിത്യസൃഷ്ടിയുടെ ഗുണനിലവാരം വരെ. ഉദാഹരണത്തിന്, ഇതെഴു തുന്ന ആളെപ്പോലെയുള്ള ഒരെഴുത്തുകാരൻ ദിവസത്തിലധികനേരവും പണത്തെപ്പറ്റി മാത്രം ചിന്തിക്കുന്നു. ഇങ്ങനെ പൊതുവായി പറയരുത്. എങ്കിൽ ഏറ്റവും ചുരുങ്ങിയത് ഈ കുറിപ്പ് എഴുതുന്ന വ്യക്തി സദാ പണ മുണ്ടാക്കാനുള്ള വഴിമാത്രം ചിന്തിക്കുന്നു. നിത്യനിദാനത്തിനെന്തു വഴി? പിന്നെ കുട്ടികളുടെ വിദ്യാഭ്യാസം, ഭാര്യയുടെ മരുന്ന്, സ്വന്തം തോന്നി വാസം. തോന്നിവാസം എന്നു പറഞ്ഞാൽ വെറും മദ്യപാനം. അതധികവും ഓസി തരാക്കാൻ ശ്രമിക്കും. മനസ്സിടിഞ്ഞു ജാള്യതയോടെ ബാറിൽ ഇരുന്ന് ആരാന്റെ ചിലവിൽ ഓർഡർ ചെയ്യും. ഈ കടം ഓർത്തു ദുഃഖിക്കും. പതി റ്റാണ്ടായി തുടരുന്ന ഇതിനറുതിക്കായി ഭാഗ്യസൂക്തം ജപിക്കും.

അപ്പോൾ അതാണു ബന്ധം. സാമ്പത്തികം. ഈ കുറിപ്പ് കഴിയുന്നത്ര സത്യസന്ധമാകണം എന്നു മോഹമുള്ളതിനാൽ ഒരു കാര്യംകൂടി പറയട്ടെ. മാസാമാസം മൂവായിരം ക. ആരെങ്കിലും തന്നുകൊണ്ടിരുന്നാൽ പത്തു കൊല്ലംകൊണ്ട് ലോകോത്തരമായ ഒരു കൃതി ഈ കുറിപ്പെഴുതുന്ന വ്യക്തി സൃഷ്ടിക്കാം. ഇപ്പോൾ ദിവസത്തിൽ ഏറിയത് ഒരു മണിക്കൂറു മാത്രമേ എഴുത്തിനെപ്പറ്റി ചിന്തിക്കാനാവൂ. അതുതന്നെ മാസം പത്തു ദിവസത്തില ധികമില്ല. ബാക്കി സമയം മുഴുവൻ പണത്തിന്റ ചിന്തയത്രെ. അതാണു പറ ഞ്ഞത് സാമ്പത്തികമാണു കാര്യം. ധനം. ക. ണ. പൈ. അല്ല; ക. പൈസ. ഇപ്പോൾ അണയില്ല.

അപ്പോൾ–

ബീഡിക്കമ്പനി പൂട്ടി.

എനി.

ആര്യക്കുട്ടി തെക്കിനിപ്പടിയിൽ ഇരുന്നു. പ്ളാസ്റ്റിക് കൊട്ട നേർമുമ്പിൽ വെച്ചു.

ഒന്നുമില്ല. കാലി.

പതിവുപോലെ കനാൽപ്പാലത്തിൽ ഒത്തുകൂടി. ഓമന, വത്സല, ക്ലാര എല്ലാവരും. ഏടത്തിമാരും. നട്ടപ്രവെയിലത്തു സൊറപറഞ്ഞു കമ്പനിയി ലെത്തി. തെറുത്ത ബീഡി എണ്ണം കൊടുത്തു. കാശു വാങ്ങി. ചുക്കയ്ക്കും ഇലയ്ക്കും കാത്തു നിന്നു.

ഇല്ല.

എലേം ചുക്കേം ഇല്ല.

മൊതലാളി കമ്പനി അടച്ചു.

നാല്പതു പെൺകുട്ടികൾ മിണ്ടാട്ടം നിലച്ചു. അവരുടെ വീടത്രയും മൗനിയായി.

ആര്യക്കുട്ടി തെക്കിനിപ്പടിയിലിരുന്നു. അച്ഛൻ പുറത്തളത്തിൽ മൂടിപ്പുതച്ചിരുന്നു. സദാ ഇരുത്തം. അല്ലെങ്കിൽ നിരക്കം. കിടക്കില്ല. നിരങ്ങിനിരങ്ങി നാലുകെട്ടു മുഴുവനെത്തും. എല്ലായ്പ്പോഴും വിശപ്പ്. എന്തു കൊടുത്താലും എപ്പോഴും തിന്നും.

ത്തിരി ചോറ് തര്വോ?

ആകെ ഒരൊറ്റ ശബ്ദം.

ത്തിരി ചോറ്.

നേരം എത്ര്യായി?

ഉണ്ണാറായോ?

മുമ്പിലെത്തിച്ചാൽ എത്തിച്ചതത്രയും ഉണ്ടു. വീണ്ടും കൊടുത്താൽ അതും. മതി എന്നു പറഞ്ഞില്ല.

എനി?

ആര്യക്കുട്ടി തെക്കിനിത്തൂണു ചാരിയിരുന്നു. കൈയിൽ മടക്കിപ്പിടിച്ച പത്തുരൂപാനോട്ട് പ്ളാസ്റ്റിക് കൊട്ടയിലിട്ടു. നീയെന്താ ഇങ്ങനെ ഇരിക്കണേ?

ഗൗര്യേടത്തിയുടെ മുഖം ചുളിവുവീണു. ശബ്ദം പതറി. കെട്ടിവെച്ച മുടികൂടി മെലിഞ്ഞതായി ആര്യക്കുട്ടിക്കു തോന്നി. ഇത്ര വേഗം.

തേത്ത്യേടത്തി കെടന്നു. രണ്ടും രണ്ടും നാലു നാഴിക നടന്ന ക്ഷീണം.

നടന്ന ക്ഷീണാവില്യ.

ദിവസോം നടക്കണതല്ല്യേ. ഇന്ന് പ്പൊ.

ഉണ്ണാറായില്ല്യേ?

ഉം, ആയി. ഇന്നുണ്ണാം. രണ്ടു ദിവസം കൂടി ഉണ്ണാം. പിന്നെ–

നേര്യാവര്ത്ന്നായിരിക്കും.

കഷ്ടിച്ച് ഒരു തുമ്പു പിടിച്ചു എന്നു കരുതിയതാ.

പത്തുപതിനേഴു കിണ്ണം വെക്കണം. മൂന്നു നേരം

വേണ്ട, ഒരു നേരെങ്കിലും.

ഏടത്ത്യേ–

ഗൗരിഏടത്തി ഒന്നും കേട്ടില്ല. കേക്കണം എന്ന് ആര്യക്കുട്ടി വിചാരിച്ചുല്യ. ഒന്നു മിണ്ടാൻ, ഒരു ശബ്ദം കേക്കാൻ, ഒന്നു വിളിച്ചു. സ്വശബ്ദമെങ്കിലും കേട്ടാശ്വസിച്ചു. ജീവനുണ്ടല്ലോ. അതു മതി.

ഉം.

ങേ.

ജാതവേദൻനമ്പൂതിരി നിരങ്ങിനിരങ്ങി നാലിറയത്തേക്ക് എത്തിനോക്കി. തൂണു ചാരിയിരിക്കുന്ന മകളെ കണ്ടു. ഇന്നു കമ്പനീല്യ.

ജാതവേദൻനമ്പൂതിരി കണ്ണുരുട്ടി മിഴിച്ചു. മകളെ നോക്കി.

എനീല്യാത്രെ. കമ്പനി പൂട്ടീന്ന്. മകളുടെ വാക്കു മുഴുവൻ അച്ഛൻ കേട്ടില്ല. സ്വരത്തിന്റെ തീവ്രവേദനമാത്രം അനുഭവിച്ചു. മുഖം തിരിച്ചു. വേഗം വേഗം നിരങ്ങി. കിതച്ചുകിതച്ചു കിടക്കയിൽ എത്തി.

കുട്ട്യേ, ആരാ അവടെ?

നാരായണ, നാരായണ.

പത്തു റുപ്യ ണ്ട്. ഏടത്തിമാരുടെ കൈയിലും അത്ണ്ടാവും. പത്തു മുപ്പതു റുപ്യയായി. രണ്ടുമൂന്നു ദിവസം കഴിയും.

അതിനുമുമ്പ്–

എലിവെഷം മേടിക്കാം.

അച്ഛൻ പുറപ്പെട്ടത് മകളായി പൂർത്തിയാക്കാം.

പതിനേഴു ശവം.

നെരത്തിനെരത്തി.

ചത്തുചീഞ്ഞ്.

ആര്യക്കുട്ടിയുടെ മുഖത്തു ചാലുകൾ വീണു. കണ്ണു വറ്റി. വെന്ത കക്ക പോലെ ജീവസ്സറ്റു. കൺപീലി ചാരനിറമായി. കൈത്തണ്ടയിലും വിരലിലും കൂറ്റൻ ഞരമ്പുകൾ കെട്ടുപിണഞ്ഞു.

കല്ലോരയ്ക്കു പൂവാം.

ആദ്യം ആയിരം കൊടുക്കണം. എന്നിട്ടു മൂന്നുമാസം പടിക്കണം. കാശു കൊടുത്താത്തന്നെ ശുപാർശ വേണം.

പി.പി. പറയേരിക്കും. നിർബന്ധിച്ചാ പറഞ്ഞൂന്ന് വരും. (പി.പി. എന്നാൽ പഞ്ചായത്തു പ്രസിഡണ്ട് – വ്യാഖ്യാതാ.)

പക്ഷേ, ആയിരത്തിനെന്താ വഴി?

ഒരു വഴീല്യ.

ഒന്നും?

ണ്ട്.

ചെലപ്പൊ അതും ശര്യാവില്യ. വെറുതെ ചീത്തപ്പേരുമാത്രം ബാക്കി. കാശൂല്യ. പണീല്യ. ചീത്തപ്പേരുമാത്രം.

ഒരു വഴീല്യ.

വെഷം മേടിക്കാം.

വയറ് നിറച്ചുണ്ട് മൂക്കറ്റം പായസം കഴിച്ച് അതിൻമീതെ ഓരോ ഔൺസ് മരുന്ന്.

ആര്യക്കുട്ടിയുടെ ചുണ്ടുണങ്ങി. നാസാരന്ധ്രം വിടർന്നു. പിത്തരസം ഓക്കാ നിച്ചു.

അമ്മേ.

കുഞ്ഞുണ്ണി.

ആര്യക്കുട്ടി മകനെ കണ്ടില്ല. ഒരു നിഴൽപോലെ മനസ്സിലെന്തോ തടഞ്ഞു. ഗർഭപിണ്ഡത്തിൽ ഉരുത്തിരിഞ്ഞ ഇത്തിരി ദുഷ്ട്.

ഗ്ലും.

പിത്തരസം വായ നിറഞ്ഞു.

തുപ്പാനുംകൂടി മടിച്ച് തൊണ്ടനിറച്ചിറക്കി. ഉടനെ എണീറ്റ് നടുമുറ്റത്തേ ക്കാഞ്ഞുതുപ്പി.

ഒരു വിഡ്ഢിത്തമായി, വേളികഴിച്ചതിന്റെ മഹാപാപഫലമായി, അടി വയറ്റിൽ ചുരുണ്ടുകൂടിയ ദുഷ്ടരക്തം വളർന്നു വളർന്നു പുറത്തുചാടി.

അമ്മേ, ന്താ മിണ്ടാത്തെ?

ആര്യക്കുട്ടി മകനെ വീണ്ടുംവീണ്ടും നോക്കി.

ഇരുണ്ട കീടമായി, ചുരുണ്ടുവളർന്നതായി, ഒടുവിൽ തലകുത്തിവീണ തായി, ശുദ്ധവങ്കത്തമായി.

ആയീ!

മകനും അച്ഛനും ഒന്നൂല്യ. ഒക്കെ സങ്കല്പം. ഒരു വിഡ്ഢിത്തം.

ത്തിരി നേരത്തെ പണി.

കൂലി മേടിക്കാം.

ആയിരം ബീഡി. ഒമ്പതു രൂപാ പതിനഞ്ചു പൈസ.

ഒരു മണിക്കൂർ മലർന്നുകിടക്കാം.

നൂറു രൂപ.

ഒരാഴ്ചയിൽ ഒരു മണിക്കൂർ. മതി.

ആളുണ്ടാവും.

ആര്യക്കുട്ടി ഓക്കാനിച്ചു. വീണ്ടും വീണ്ടും. വായ നിറഞ്ഞ പിത്ത വെള്ളം ഇഴുകി ഏത്തായ ഒലിച്ചു. അടിവയറ്റിലെവിടെയോ ഒച്ചരിക്കുന്ന തറിഞ്ഞു. അകംപുറം അറച്ചു. കോച്ചിവലിഞ്ഞു.

വിയർപ്പുനാറി, കള്ളും ചാരായവും ഛർദ്ദിച്ച് ഉണങ്ങിപ്പിടിച്ച് അറ യ്ക്കുന്ന ആയിരം കൈകാലുകൾ പരത്തി ഷണ്ഡമായ നഗ്നതയിട്ടുരച്ച്.

ത്ഥൂ!

നൂറു രൂപാ.

ആയിരമാക്കാം.

തേരട്ടച്ചുരുണ്ട ഗോപ്യങ്ങൾ അടിവയറ്റിൽ അമർന്നുകുഴയുമ്പോൾ–

ഒരു പണി. ശരീരാദ്ധ്വാനം. കല്ലു ചുമക്കുന്നതുപോലെ. ചെളി കോരുന്ന പോലെ. ബീഡി തെറുക്കുംപോലെ.

പതിനേഴു കിണ്ണം.

ഒരാഴ്ചയിൽ ഒരു പണി.

ആര്യക്കുട്ടി തൂണുചാരി. ചാരിയതു സുഖമായില്ലെന്നറിഞ്ഞ് ഊർന്നി റങ്ങി നിരങ്ങി നീണ്ടുനിവർന്നുകിടന്നു. കാലു പകച്ച്, കൈ തലയ്ക്കു പിന്നിൽ ചേർത്ത്.

വരൂ.

ലോകം മുഴുവൻ മുണ്ടുരച്ചുകയറ്റി മൂത്രവും വിയർപ്പും കട്ടപിടിച്ചു നാറിയ കോണകം അഴിച്ചുമാറ്റി, ഒട്ടിയ നിക്കറ് കിഴിച്ചുതാഴ്ത്തി, ഓടി മാന്തി പ്പൊളിച്ച്–

ചെറ്റകള്!

തന്തെല്യാത്തോറ്റ!

എല്ലാ തെണ്ടികളും വരട്ടെ. ലോകം മുഴുവൻ വന്നു മലർന്നുകിടക്കുന്ന തന്റെ മേൽ കമിഴ്ന്നുവീഴട്ടെ. അവയുടെ നിത്യഷണ്ഡത്വം അരിച്ചരിച്ചുരച്ചു തേയട്ടെ.

വരൂ.

നായിന്റെ മക്കളേ വരൂ!

ആര്യക്കുട്ടി കണ്ണടച്ചു. ഉയർന്നുതാഴുന്ന നെഞ്ചത്തെ കുപ്പായക്കുടുക്കു കൾ ഒന്നൊന്നായി അഴിച്ചു.

ദാ.

വാ.

ആയിരം ക.

നൂറ്.

പത്ത്.

ഒരു റുപ്പിക.
ഒന്നും വേണ്ട.
നിങ്ങടെ അറയ്ക്കുന്ന ആണുംപെണ്ണുംകെട്ട സർവകുന്തവും കൊണ്ടു വരൂ. ഒരു കിണ്ണം.
ഒരൊറ്റ കിണ്ണമെങ്കിലും നിറയട്ടെ.
അകലങ്ങളിൽനിന്നു പ്രപഞ്ചമാകെ കാലകത്തി വേച്ചുവേച്ചു നടന്നുവരുന്നത് ആര്യക്കുട്ടിയറിഞ്ഞു. അവറ്റയുടെ ചലവും ചോരയും ഒലിച്ചു നാറിയ പുരുഷാവയവം ചത്തു തൂങ്ങിയാടുന്നതു കണ്ടു. ഈച്ചയാർക്കുന്ന കുറ്റിതേഞ്ഞ ഷണ്ഡാവയവങ്ങൾ അരിഞ്ഞുവീഴ്ത്താൻ ആര്യക്കുട്ടി അരിവാളു തിരഞ്ഞു.
ഹമ്മേ!
ങേ.
ആര്യക്കുട്ടി തലകറങ്ങി തെക്കിനിപ്പടിയിൽനിന്നുരുണ്ട് നാലിറയത്തെ വെറും നിലത്തു കമിഴ്ന്നടിച്ചുവീണു.
വെയിലത്തു നടന്നിട്ടാവും.
ത്തിരി വെള്ളം.
ഗൗരിയും തേതിയും ആര്യക്കുട്ടിയെ ശുശ്രൂഷിച്ചു. ബഹളം കേട്ടു വന്ന അമ്മ അകലെ ചുമരുചാരി കുന്തിച്ചിരുന്നു. ശൂന്യമായ ദൃഷ്ടിയിൽ ഇത്തിരി ക്രൂരത ഓടിവന്നു കട്ടുനോക്കി.

## നാല്പത്തിമൂന്ന്

**കു**ഞ്ഞുകുട്ടാ.
ഇഷ്ടദേവത വരദാനത്തിനായി പ്രത്യക്ഷപ്പെട്ടു.
കുഞ്ഞുകുട്ടാ, ഈ കഥ എഴുതിക്കഴിയുംവരെ ഞാൻ ദിവ്യദൃഷ്ടി തന്നനുഗ്രഹിക്കാം. വളരെ നാളായല്ലോ കുഞ്ഞുകുട്ടൻ എന്നെ ധ്യാനിക്കുവാൻ തുടങ്ങിയിട്ട്. ആ തപസ്സിൽ ഞാൻ സന്തുഷ്ടനായിരിക്കുന്നു. അതിനാൽ ഈ വരം സ്വീകരിക്കൂ.
വരഗിരാധാര കുഞ്ഞുകുട്ടനെ തട്ടിയുണർത്തി അരുളിച്ചെയ്തു:
നല്ലേടത്ത് ഇല്ലത്തു ജനിച്ചവരുടെ മുഴുവൻ ചിത്തവൃത്തികളും നിനക്കു മനസ്സിലാവും. ഈ കഥാരചനയ്ക്കുള്ള സർവാംഗങ്ങളും അകവും പുറവും നിനക്കു തെളിഞ്ഞുകാണാറാവും. നിത്യവും നിദ്രയിൽ ഞാനവ നിനക്കു പ്രത്യക്ഷമാക്കിത്തരാം. ഈ മാനവകഥ സത്യമാവട്ടെ.
കുഞ്ഞുകുട്ടൻ ഞെട്ടിയുണർന്നു. സരസ്വതീദേവിയുടെ പ്രസാദം ലഭിച്ച് അമാനുഷനായി. ചരിത്രരചന തുടർന്നു:
അങ്ങനെ. വടക്കേമച്ചിൽ ഇരുട്ടും വെളിച്ചവും കെട്ടിമറിഞ്ഞു. കട്ടിമരം മുറിച്ചഴിയിട്ട ജനൽപ്പഴുതിലൂടെ വടക്കുംപുറപ്രകാശം നൂന്നുവന്നു. കുടിയിരുന്ന ഇരുട്ടു പ്രകോപിച്ചു. പ്രകമ്പനംകൊണ്ടു. പുരുഷാന്തരങ്ങളുടെ കഥ പറയുന്ന മച്ച് ഒരു തുള്ളി വെളിച്ചത്തിൽ ജീവിച്ചു. കളികൂടി, ശർക്കരപ്പാവു ചേർത്തു ചാന്തുപിടിപ്പിച്ച ചുമരിൽ ചാരി ആര്യക്കുട്ടി കാലും നീട്ടിയിരുന്നു.
മലർന്നുകിടക്കാം. ഉടുത്തതഴിച്ച് മലർന്നുകിടക്കാം.
എന്നാലും.

പതിനേഴു കിണ്ണം.
മൂന്നുനേരം.
രണ്ടുനേരം.
ഒരു നേരം.
വെളിച്ചം വരാത്ത മൂലയിൽ ഉടുത്തതഴിച്ച് —
ആരു വരും?
ആരു തരും?
ഒരു പണി തര്വോ?
ബീഡി തെറുക്കാം.
മലർന്നുകെടക്കാം.
ആരോടു പറയും?

ദാസിക്രീഡയുടെ നാന്ദീമുഖം ഊട്ടുവാനറിയാതെ ആര്യക്കുട്ടി വിഷണ്ണയായി—

ശരീരം ഉലഞ്ഞുടയുംമുമ്പ്, മെയ്മുഴകളുടെ മുറുക്കം കുറയുംമുമ്പ്—
ഇത്തിരി നാളെങ്കിലും.
അച്ഛൻ മരിക്കുംവരെ,
അമ്മ മരിക്കുംവരെ,
വലിയമ്മമാർ മരിക്കുംവരെ.
ഒക്കെ വേഗം ചത്തൊടുങ്ങണേ!
അതേവരെ.
ഇത്തിരി ചോറ് തര്വോ.
ആരാ അവടെ?
കുട്ട്യേ, ആരാ അത്.
ത്തിരിംകൂടി ചോറ് വേണലോ.
ഒരു ചട്ടുകംകൂടി.
ഇതെന്താ, ഇത്ര കൊറച്ചു വെളമ്പ്യാലെങ്ങന്യാ?
അമ്മേ!
ഇച്ചമ്മേ.
ദാ. നൂറു രൂപ.
പത്തു റുപ്പിക.
ഒരു മണിക്കൂർ.

ദാ ഈ പടി കടന്ന്, ഇല്ലത്തെ പടിഞ്ഞാറ്റി പ്രദക്ഷിണം വെച്ച്, വടക്കേമച്ചിന്റെ അഴിവാതിലിനപ്പുറത്തുവന്ന്.

ആരും കാണില്ല —
ഏട്ടൻ?
ത്ഥൂ!
ന്നാ, ന്നാ.
ബൊ. ബൊ. ബൊ.
ടൈഗർ.
ടിച്ചൂ. ബോ. ബോ.
ന്നാ, സിഗരറ്റ്. ഒരു നോട്ട്.
ത്ഥൂ!
ശുദ്ധായി.

അഷ്ടഗൃഹത്തിൽ ആഢ്യന്റെ മഹള്!
നല്ലേടത്ത് ജാതവേദൻ നമ്പൂതിരിപ്പാടിന്റെ പ്രിയപുത്രി.
മഹൾ. മിസ്സിസ് ജയന്തൻ നമ്പൂതിരിപ്പാട്.
ശുദ്ധം മാറണ്ട.
വരൂ.

വ്യഭിചരിക്കാനും ആളു വേണം. ഒരു സഹായം. ഒരാളെ കൊണ്ടുവരുവാൻ; സംഖ്യ പറഞ്ഞുറപ്പിക്കുവാൻ; സ്ഥലം — സ്ഥലം ധാരാളം.

പടിഞ്ഞാറ്റിമാളിക മുഴുവൻ. വടക്ക്നി, തെക്ക്നി, കിഴക്ക്നി, മേലടുക്കള, മച്ചുകൾ, കോമ്പര.

എത്ര വേണം.
നൂറാള് ഒരുമിച്ചു വരൂ.
ഒരു കമ്പനി.
തേത്യേടത്തി,
ഗൗര്യേടത്തി,
പിന്നെ,
പിന്നെ, താൻ. മതി.
എനി ഒരാളു വേണം. ഒരാളു മാത്രം.
പി. പി.
പി. പി. മതി.
പി. പി. ക്ക് എന്താ പണി. കൊടി. സമരം. വഴക്ക്. വയ്യാവേലി.
ഒരുരുള.
ഒരു കിണ്ണം.
ഒരു നേരം.
ഒരു നേരം മാത്രം. അതു മതി. ഒരു കിണ്ണം.
പോരാ.
ഒരു പതിനേഴു കിണ്ണം.
പി. പി. യോടു പറയാം.

ആൾസഹായം. പി. പി. പഞ്ചായത്തിന്റെ മുഴുവൻ രക്ഷാധികാരിയാകുന്നു. ഒരു പഞ്ചായത്ത് എന്നു പറഞ്ഞാൽ മൂന്നുനാലു വില്ലേജുകൾ, വാർഡുകൾ. ഓരോ വാർഡിലും മുന്നൂറോ നാന്നൂറോ വീടുകൾ. ആയിരത്തിലധികം വോട്ടർമാർ. ഓട്ടില്ലാത്തവർ.

കണക്കില്ല.

പടാല് മൊളച്ച പാഴ്മുളകൾ. വെറുതെ, എണ്ണം പെരുപ്പിക്കുവാൻ. അവരെ കൂട്ടണ്ട. മറ്റുള്ളവരുടെ മുഴുവൻ രക്ഷാധികാരി പി. പി. യാകുന്നു. നഗരപിതാവ്. രാഷ്ട്രപിതാവ്. കിടാങ്ങളുടെ സുഖസൗകര്യങ്ങൾ നോക്കി, ആളർത്ഥങ്ങൾ നൽകി, നാളെയുടെ മഹത്തോ്വാദയത്തിനായി.

രാപ്പകൽ അദ്ധ്വാനിക്കുന്നു.
ഒരാളെ കൊണ്ടുവരൂ. നൂറു ക.
അമ്പത്.
ഒരു ദിവസം ഒരാള്.

മച്ചിൽ ഇരുട്ട് ഏറിയേറിവന്നു. അതും പോരാഞ്ഞ് ആര്യക്കുട്ടി അഴിവാതിലടച്ചു. പുരാണഗന്ധം ഘനസാന്ദ്രമായ അന്തരീക്ഷത്തിൽ ആര്യക്കുട്ടിക്കു വീർപ്പുമുട്ടി.

ഇനി —

ഇരുട്ടിലും കണ്ണു തെളിഞ്ഞു. ആളുയരം കവിയാത്ത തട്ടു തെളിഞ്ഞു. കാലപ്പഴക്കം തോന്നാത്ത കട്ടിമരം ചെത്തിച്ചിന്തൂരിട്ട് ഓരായം ചേർത്ത് മൂടിപ്പഴുതടഞ്ഞ്.

അച്ഛനും മുത്തച്ഛനും ഈ മച്ചിൽ പെറ്റുവീണു. നല്ലേടത്തില്ലത്തിന്റെ ഈറ്റില്ലമായി പുരുഷാന്തരങ്ങൾ കടന്നുപോയി.

ഇനി —

പെണ്ണായാൽ ആൺതുണ വേണം. വ്യഭിചരിക്കാൻകൂടി.

ഒറ്റയ്ക്ക് ഒന്നിനുമാവാത്ത വർഗം.

ഒന്നു പെറാൻകൂടി.

പരസഹായം വേണം.

പത്തു ബീഡി തെറുക്കാൻ.

കണ്ണെഴുതി, അമ്പിളിക്കുറി വരച്ചു കുറിയിട്ട്, കോടിയുടുത്ത്, മുക്കൂട്ടപാതവക്കത്തു ചെന്നുനില്ക്കണം. നല്ല ദിവസം നോക്കി പുറപ്പെടണം.

അവിഘ്നമസ്തു.

മുഹൂർത്തം നോക്കി; ഗണപതി നേദിച്ച്, വിഘ്നശാന്തിക്കായി, പ്രായശ്ചിത്തദാനങ്ങൾ നൽകി, വാതിൽപ്പുറപ്പാട് ചടങ്ങിനാലെ.

വംശപരമ്പരവഴിക്ക് ആദ്യത്തെ പുറപ്പാട് കേമാവണം.

കുറ്യേടത്ത് താത്രി തോറ്റു തുന്നംപാടും.

മാടമ്പ് കുഞ്ഞുകുട്ടൻ മറ്റൊരു ഭ്രഷ്ട് എഴുതാൻ പാടുപെടും.

ഭ്രഷ്ട്!

ആരക്കാ ഭ്രഷ്ട്?

നല്ലേടത്തു മഹൾ ആര്യക്കുട്ടിക്കോ?

ആരാ ഭ്രഷ്ടാക്കാൻ?

വരട്ടെ!

ഒരു നേരം ചോറുതരാൻ പറ്റാത്ത ഏതു സമുദായാണ് ഭ്രഷ്ടും പറഞ്ഞു വരുന്നത് —

വരട്ടെ.

കുറ്യേടത്ത് താത്രിക്ക് വെശന്നില്ല. പട്ടിണികിടന്നില്ല.

ഈ ഭ്രഷ്ടാക്കുന്നവരുടെ അമ്മമാര് പത്തൂസം അടുപ്പിച്ച് പട്ടിണികിടക്കട്ടെ— അപ്പോൾ കാണാം.

മാനാപമാനങ്ങൾ.

മാനം മുകളിൽ.

വയറിനും മുകളിൽ.

വളരെ മുകളിൽ മാത്രം.

അറുപത്തിനാലല്ല, അറുപതിനായിരം പുരുഷന്മാരൊരുമിച്ചുവരട്ടെ.

പുരുഷന്മാർ —

ത്ഫൂ!

ആര്യക്കുട്ടി കിടന്നിടത്തു കിടന്നു തുപ്പി. നിലത്ത് കഫം കട്ടപിടിച്ചു.

ഓരോന്നും ഓരോ ഭോഗശേഷം ചാവണം. വിഷകന്യക ആകർഷിച്ചടുപ്പിക്കണം. ഉടത്തതഴിച്ച് കൂടെക്കിടത്തണം. ഒരൊറ്റ ഭോഗം. സുഖസമ്പൂർണ്ണസംഭോഗം. അതൊടെ പുരുഷാവയവത്തിലൂടെ മഹാവിഷം കയറി കുഴഞ്ഞുവാടി വഴിയിൽ കിടന്നു ചാവണം. സർവം ചത്തു നാറണം. ഈ നാടിന്റെ എല്ലാ പുരുഷസമ്പത്തും നശിച്ചുതീർന്നാലേ ഗതിപിടിക്കൂ. പുനരുല്പാദനത്തിനു വേണമെങ്കിൽ ഒരൊറ്റ കൂറ്റനെ നിറുത്താം. അനാഥമാകുന്ന

കോടി കോടി പുരുഷ ബീജങ്ങൾക്ക് നാഥത്വമേകാം. ഓരോന്നോരോന്നായി പിടിച്ചെടുത്ത് പുതുപുത്തൻ ഗർഭാശയത്തിലെത്തിക്കാം. അതു മതി — മറ്റൊക്കെ ചത്തുചീയട്ടെ.

ആരവിടെ?

ഓരോരുത്തരായി വരിവരിയായി വരൂ. ഒരാൾക്കുശേഷം ഒരാൾ. വരൂ. വന്ന്, ഇതാ, ഈ മലർന്ന മെയ്യിൽ കമിഴൂ. വിഷം കേറി ചത്തു ചീയൂ. അടുത്താൾ വരൂ. വരൂ.

ആര്യക്കുട്ടി മച്ചിൽ മലർന്നുകിടന്നു. പല്ലു കൂട്ടിക്കടിച്ചു. മുഷ്ടി ചുരുട്ടി. കടവായിൽ നുരയും പതയും ഞെരിഞ്ഞുപൊങ്ങി.

## നാല്പത്തിനാല്

**അ**മ്മമാർ ക്രൂരകളാവാനെന്തു കാരണം? അഥവാ അമ്മമാർ ഇത്രയ്ക്കു ക്രൂരകളാവാൻ കാരണമെന്ത്?

ഇവിടെ ഇത്രയ്ക്ക് എന്ന പദം രണ്ടാമതു കൂട്ടിച്ചേർത്തതാണ്. അതാവട്ടെ. എഴുത്തുകാരനായ കുഞ്ഞുകുട്ടന്റെ താല്പര്യമല്ല. വ്യാഖ്യാതാവായ കുഞ്ഞുകുട്ടന്റെ നിർബന്ധമാണ്. എന്തെന്നാൽ, മലയാളം വിട്ട് അന്യഭാഷാജ്ഞാനമില്ലാത്ത കുഞ്ഞുകുട്ടന് മാതൃഭാഷയിൽത്തന്നെ വ്യുത്പത്തിയില്ല. വ്യാകരണനിയമങ്ങളറിയില്ല. ചെറുകഥാപ്രസ്ഥാനം, നോവൽസാഹിത്യം എന്നീ ലക്ഷണഗ്രന്ഥങ്ങൾ വായിച്ചുപഠിക്കണമെന്ന് ഗുരുകാർന്നവന്മാർ ഉപദേശിച്ചിട്ടുണ്ടെങ്കിലും ഇവ രണ്ടും വായിച്ചിട്ടില്ല. പുസ്തകം കണ്ടിട്ടുണ്ട്. ഒന്നുരണ്ടു പേജ് മറിച്ചുനോക്കിയിട്ടുമുണ്ട്. അത്രതന്നെ. ഇതിനൊക്കെ പുറമേ, കഥയെഴുതാം എന്ന ഒരു തന്റേടമൊഴിച്ച് മൂലധനം ഒന്നുമില്ലാത്ത കുഞ്ഞുകുട്ടന് ലക്ഷണമൊത്ത ഒരു ഗ്രന്ഥനിർമിതി സാദ്ധ്യമല്ല. ആ കുഞ്ഞുകുട്ടൻതന്നെയാണ് വ്യാഖ്യാതാവാവുന്ന നേരത്ത് പണ്ഡിതനായി ഭാവിക്കുന്നത്. കഷ്ടം! മഹാകഷ്ടം! ഭാഷയുടെ ഭാഗ്യദോഷം എന്നു മാത്രം പറഞ്ഞ് പ്രാകൃതത്തിലേക്കു പ്രവേശിക്കട്ടെ.

അപ്പോൾ, അമ്മമാർ ഇത്രയ്ക്കു ക്രൂരകളാവാൻ കാരണമെന്ത് എന്നതാണല്ലോ പ്രശ്നം. എത്രയ്ക്ക് എന്നു പൂർവപക്ഷത്തിനു മുമ്പ് അവർ ക്രൂരകളാണോ എന്നു തീരുമാനിക്കണം.

അതെ.

അമ്മമാർ ക്രൂരകളാകുന്നു.

താരതമ്യമില്ലാതെ വിശേഷണമില്ലാത്തതിനാൽ അമ്മമാർ അച്ഛനേക്കാൾ ക്രൂരകളാകുന്നു എന്നു സിദ്ധം.

നല്ലേടത്തുമനയ്ക്കൽ ആര്യക്കുട്ടി അമ്മയാകുന്നു. അവരുടെ അമ്മയാണ് ഇച്ചാതപ്പന്റെ ഭാര്യകൂടിയായ തേതി അന്തർജനം. ഇതിനും പുറമേയാണ് മൂത്ത മഹൾ തേതി എന്ന അമ്മ. പിന്നെ, രണ്ടാമത്തെ മഹൾ ഗൗരി എന്ന അമ്മ. ഈ നാലു സ്ത്രീകളും ഉണ്ണിനമ്പൂതിരിയുടെ ഭാര്യയായ ദേവിയുംകൂടി അഞ്ചമ്മമാർ ഈ കഥാചരിത്രത്തിൽതന്നെ കാണുന്നു. അവരാരും ക്രൂരകളാണെന്ന് കുഞ്ഞുകുട്ടൻ എഴുതിവെച്ചിട്ടുമില്ല. (എനി എഴുതുമോ എന്ന കാര്യം ചിന്തനീയം). എന്നിട്ടും അമ്മമാർ ക്രൂരകളാവാൻ കാരണമെന്ത് എന്നന്വേഷിക്കുന്നു. ഈ അന്വേഷണത്തിന് ആവോളം ആക്കം നൽകുകയും ചെയ്യുന്നു.

എന്തെന്നാൽ,

ഈ ലോകത്തിൽ സൃഷ്ടിയുടെ ചുമതലയത്രയും ഏറ്റെടുക്കുന്നത് അമ്മമാരാണ്. അതായതു സ്ത്രീകളാണ്. അച്ഛൻ അഥവാ പുരുഷൻ അത്രയ്ക്കു പ്രധാന പങ്കു വഹിക്കുന്നില്ല എന്നു സാരം. പുരുഷന്റെ കോടാനുകോടി ബീജങ്ങളിൽ ഒന്നു മാത്രം സ്ത്രീയുടെ അണ്ഡത്തിൽ പ്രവേശിച്ച് സാഫല്യമടയുന്നു. ഈ ഒരൊറ്റ കർമമാണ് പുരുഷനുള്ളത്. ബീജാധാനം. അതിനു ക്ഷേത്രം ഒരുക്കുന്നതും പിന്നെ ഗർഭപരിണാമങ്ങൾക്കു വേണ്ടതത്രയും നൽകി പ്രസവിക്കുന്നതും സ്ത്രീയാണല്ലോ. ചുമതല ഏറും. ശുദ്ധശാസ്ത്രദൃഷ്ടിയിൽ സ്ത്രീ വളരെ വളരെ മീതെയത്രെ. പുരുഷനേക്കാൾ പരിണാമപ്രക്രിയയിൽ മുന്തിയ ജീവി. എനി, പുരുഷാധാനം ആവശ്യമില്ലാതെ സ്വസങ്കല്പശക്തിയാൽ സൃഷ്ടി സംഭവിക്കാറാകുമ്പോൾ പുരുഷൻ പ്രകൃതിയിൽനിന്ന് തിരോഭവിക്കുകയും ചെയ്തേക്കാം. ശ്രേഷ്ഠമായ അതിമാനുഷകാലങ്ങളിൽ പുരുഷവർഗം തിരോഭവിക്കുമെന്നു സാരം. ഇച്ഛാശക്തിയാൽ സൃഷ്ടി നടക്കുന്നു. നടക്കും. വെറും ഇച്ഛ. സ്വസങ്കല്പം. അതു മതി.

ഞാൻ വിചാരിച്ചു.

സന്തതിയുണ്ടായി.

അതേ വേണ്ടൂ.

സങ്കല്പസൃഷ്ടി.

അന്ന് സൃഷ്ടി ഉദാത്തമായേക്കാം. ഇപ്പോൾ സന്തത്യുല്പാദനം ശുക്ല വിസർജനമെന്നേ പുരുഷൻ കരുതൂ. ആ വിസർജനസുഖം മാത്രം കൊതിച്ച് സ്ത്രീയിൽ ലിംഗയോനീബന്ധത്തിനു മുതിരുന്നു. അപ്പോൾ പുരുഷൻ സൃഷ്ടികർത്താവല്ലാതായിത്തീരുന്നു. സ്ത്രീയാവട്ടെ. ഉത്പന്നമായ അണ്ഡത്തെ അനാവശ്യമെന്നു കരുതി അചേതനവുമാക്കുന്നു.

മതി.

കുഞ്ഞുകുട്ടൻ തൃതീയാനിലാവു നുണഞ്ഞ് പുഞ്ചപ്പാടത്തു കുത്തിയിരുന്നു.

മതി.

കാടുകയറുന്ന ചിന്തകൾ ഇറങ്ങിവന്ന് ഈ പുഞ്ചക്കണ്ടത്തിലെ പൊട്ടിലു വിരിഞ്ഞ തവളക്കണ്ണനിൽ ചെന്നു ചേക്കേറട്ടെ.

മതി.

അമ്മമാർ—

വേണ്ട.

കുഞ്ഞുകുട്ടന്റെ മനസ്സിൽ മസ്തിഷ്കം കെട്ടുപിണഞ്ഞ നല്ലേടത്തെ കുട്ടികൾ കെട്ടിമറിഞ്ഞു. സദാ ഏത്ത ഒലിപ്പിച്ച് കുരുടിച്ച നെഞ്ചു നനച്ചു. സൂചിയായ ആസനം തേഞ്ഞു തേമ്പി ഇരിപ്പുറയ്ക്കാതെ വഴുതിവീണു.

വെഷം വെക്കണം.

കുഞ്ഞുകുട്ടന്റെ ചെവി ചൂളംവിളിച്ചു.

നൊന്തു പെറ്റതല്ലേ!

ആര്യക്കുട്ടി.

സത്യം പറഞ്ഞതാ.

പറ്റുംച്ചാ വെഷം വെക്കണം. ഒക്കേം ചത്തുനാറട്ടെ.

കെണറ്റില് നഞ്ഞ് കലക്ക്യാൽ മതി.

ആര്യ—
ക്രൂരതയാവില്ല.
അഥവാ,
അമ്മമാർ ക്രൂരകളാകാം.
വാത്സല്യംതന്നെ ക്രൂരതയാവുന്നു.
ദയതന്നെ കഠോരതയാവുന്നു.
അതാവാം.
ഒരു നല്ല നാളെ,
അതിനായി,
ഒരു നൂറു പൂക്കൾ വിരിയട്ടെ.
ഒരു നൂറു തലയറ്റുവീഴട്ടെ.
നാളെ,

മാനവജാതി മുഴുവൻ സുഖമായി ജീവിക്കാൻ ഇത്തിരി ചൂഷകരുടെ നീരാളിക്കൈകൾ അറ്റുവീഴ്ത്താം.

ഹ്യൂമനിസം!

ഹ്യൂമനിസം തോക്കിൻകുഴലിൽക്കൂടി. വാത്സല്യം കഴുത്തുഞെരിച്ചു കൊണ്ട്. ഉണ്ടാകുന്നതുണ്ടാകുന്നത് ഭാഗീരഥിയുടെ മടിത്തട്ടിൽ.

പിന്നെന്തിനുണ്ടാക്കി!

കർമ—

വേണ്ട. കർമ്മബന്ധങ്ങളില്ല. വെറും ഭൗതികമായ അടിത്തറ. ജന്തുശരീരത്തിന്റെ ഭോഗാസക്തി. ഭോഗസുഖത്തിന്റെ ഉപോത്പന്നമായി സന്തതി.

ഹ്യൂമനിസം.
പരിഷ്കാരം.
സംസ്കാരം.
അമ്മമാർ.

കുഞ്ഞുകുട്ടൻ പൊട്ടില് പൊട്ടിയ ഒരു നെൽച്ചെടി തലോടി; കടിഞ്ഞൂൽ പ്രസവിച്ച പ്രിയപുത്രിയെ അനുഗ്രഹിക്കുന്ന പിതാവിനെപ്പോലെ.

സത്യം.

അമ്മമാർക്കേ ക്രൂരകളാവാൻ കഴിയൂ. അവർ മാത്രം വാത്സല്യം ചുരത്തുമ്പോൾ അവർ മാത്രം കാഠിന്യം ചുരത്തും. രാവും പകലും, സ്വയം തിരിയുന്ന ഭൂമിയിലേ കാണൂ. അനങ്ങാതെ നില്ക്കുന്ന തേജോഗോളങ്ങൾ ഏകമുഖങ്ങളാകുന്നു.

അപ്പോൾ, ക്രൂരതകൂടി വാത്സല്യമായി രൂപപ്പെടുന്നു. സ്നേഹം വെറുപ്പാകുന്ന പോലെ.

ഈ പൊട്ടില് വലിച്ചൂരാം.

വേണ്ട.

സ്വയം പാകമായി പഴുത്തുവിളഞ്ഞ് വേർപെടട്ടെ. വേർപാടെന്നായാലും വേണം. മരണമതാണ്. അടുത്ത അമൃതത്വത്തിലേക്കുള്ള ആദ്യമത്രെ മൃത്യു. ഇരുട്ടുതന്നെ പ്രകാശത്തിന്റെ ദൂതൻ. അസത്ത് സത്തിനു വഴി കാട്ടുന്നു. അമ്മമാർ ക്രൂരകളാകുന്നു. അവർ വാത്സല്യമാകുന്നു. വാത്സല്യം ക്രൂരതയാകുന്നു.

സുഖ-
ജള-

മൃതി-
ഭീതി-
വിത്തം-
കാന്താപ്തി-
നിത്യരോഗഃ
ഞായർ
തിങ്കൾ
ചൊവ്വ
ബുധൻ
വ്യാഴം
വെള്ളി
ശനി.

അപ്പോൾ, തിങ്കൾ ജളം.

വാവു കഴിഞ്ഞ് മൂന്നാംപക്കമായ ഇന്ന് ചന്ദ്രനെ കണ്ട് ജളത്വം സ്വീകരിക്കണം. ജളത്വം ജന്മസിദ്ധമാണ്. ഈ തൃതീയചന്ദ്രൻ കല്പിച്ചനുഗ്രഹിച്ചതാവില്ല. പ്രിയസുഹൃത്തെ. ഈ മൂന്നാംനാളിലെ ചന്ദ്രക്കലാരൂപാ. അവിടുന്നു സ്നേഹസ്വരൂപനാണ്. കലയുടേയും മനോരോഗത്തിന്റേയും അധിപനാണ്. ചന്ദ്രനാണ്. ചന്ദ്രമണ്ഡലം സദാ ഉയർന്ന അവിടുത്തെ ആരാധകനായ ഈ കുഞ്ഞുകുട്ടനെ അനുഗ്രഹിച്ചാലും. ഈ കൊളക്കണ്ടത്തിന്റെ വരമ്പിൽ, തവളയും മണ്ണട്ടയും തർക്കിച്ചു രസിക്കുന്ന ഈ നിലാവസ്തമിക്കുന്ന സമയത്ത്, ഇവനിതാ ഞണ്ടള നിറഞ്ഞ ഈ വരമ്പത്ത് പേരുചൊല്ലി അഭിവാദ്യം ചെയ്യുന്നു. സുഹൃത്തേ. കുഞ്ഞുകുട്ടൻ എഴുന്നേറ്റു. രണ്ടു കൈയും ചെവിത്തട്ടു പിടിച്ചു. വലത്ത് ഇടത്തുമേൽ പിണച്ചു. ശശാങ്കന്റെ പാദം സങ്കല്പിച്ചു. അഞ്ചാത്മാവും നിറഞ്ഞ് അഭിവാദ്യം ചെയ്തു.

അഭിവാദയേ അഹം.

## നാല്പത്തിയഞ്ച്

**കു**ഞ്ഞുകുട്ടൻ കണ്ണാടി നോക്കിയിരുന്നു. രാവു പകലും. സമയം കിട്ടുമ്പോഴൊക്കെ. ഇത്രയൊക്കെ നോക്കാനെന്താ?

എന്താ?

കണ്ണ്.

പുരികം.

മീശ.

എന്താണിത്രയധികം സൂക്ഷിച്ചു പഠിക്കാൻ. സ്വശരീരാവയവങ്ങളിൽ ഇത്രയേറെ രമിക്കാനെന്തുള്ളു. ശരീരാവയവങ്ങളിത്രയ്ക്കു മനോഹരങ്ങളോ?

ആവോ.

എന്നിട്ടും കുഞ്ഞുകുട്ടൻ രാപ്പകൽ കണ്ണാടി നോക്കി. പുരികങ്ങൾക്കു നടുവിൽ സഹസ്രാരം സങ്കല്പിച്ചു. ദൃഷ്ടി കേന്ദ്രീകരിച്ചു. ഇഷ്ടമന്ത്രം ജപിച്ചു.

ഈ കണ്ണ് അടയും. മുഖം തീ തിന്നും. പിണ്ഡകർത്താക്കൾക്ക് സഞ്ചയനത്തിന് ഒരസ്ഥിക്കഷണം മാത്രം ബാക്കിയാവും. പിന്നെ,

ശ്മശാനം നവധാന്യം വിതച്ച് വിളഭൂമിയാക്കും. അതിനു പിന്നിൽ ഏറെ തലമുറകൾ ജനിച്ചു വളരും.

അവരും—

ആത്മദർശനം മുഖക്കണ്ണാടിയിൽ കാണാനാവാതെ കുഞ്ഞുകുട്ടൻ തളർന്നു.

ഇക്കണ്ട കാലങ്ങളായി കണ്ണാടി നോക്കുന്നു. കണ്ണാടിയില്ലെങ്കിൽ കുളക്കടവിൽ, മുഖം പ്രതിഫലിക്കുന്ന ഏതു പ്രതലത്തിലും.

എനി—

അന്യമുഖങ്ങളിൽ നോക്കാം. അവിടെ സ്വമുഖം പ്രതിഫലിക്കുന്നതു കാണാം.

ഹാവൂ!

കുഞ്ഞുകുട്ടനാശ്വാസമായി.

എനി കണ്ണാടി വേണ്ട.

പ്രേമയുടെ മുഖത്തു നോക്കാം.

രാധാകൃഷ്ണന്റെ മുഖത്തു നോക്കാം.

രാധാകൃഷ്ണന്റെ കൂട്ടുകാരി രാജമ്മയുടെ മുഖത്തു നോക്കാം.

മധുവിന്റേയോ ലക്ഷ്മിയുടെയോ മുഖത്തു നോക്കാം.

സ്വന്തം കുട്ടികളുടെ മുഖത്തും ഈ നാടിന്റെ മുഖത്തും ഈ ലോകത്തിന്റെ മുഖത്തുകൂടി സ്വയം പ്രതിഫലിച്ചു കാണാം. പ്രപഞ്ചമാകെ കണ്ട—

ഈ പുരികങ്ങൾ,

ഈ കണ്ണ്,

ഈ കാക്കപ്പുള്ളി,

സർവം.

സമസ്തം.

ഓരോ ജീവകോശവും പ്രതിഫലിച്ചു കണ്ടു. പ്രതിഫലനമല്ല. അനുഭവിച്ചുകണ്ടു. അനുഭവിച്ചറിഞ്ഞു.

എനി—

കാഴ്ച അനുഭവമായി.

അനുഭവം ആത്മാവായി, ആത്മാവ് കുഞ്ഞുകുട്ടനായി, കുട്ടികളായി, വീടായി, നാടായി, വിശ്വമായി—

വീണ്ടും—

ഈ ദർശനം നിലനിൽക്കണേ. സ്വന്തം മുഖത്തുനിന്നാരംഭിച്ച് പ്രപഞ്ചമാകെ കാണാൻ സാധിച്ച ഈ കാഴ്ച നിത്യമാവണേ.

പ്രിയ ലോകങ്ങളേ, കീഴുംമേലും കാണുന്ന ഈരേഴുപതിന്നാലു ലോകങ്ങളും അനുഗ്രഹിച്ചാലും. ഈ കാഴ്ച നിത്യമാവാൻ.

പോരാ.

ഈ കാഴ്ച സമസ്ത ലോകത്തിനുമുണ്ടാവണം. അവരൊക്കെ സ്വന്തം മുഖത്ത് അന്യമുഖങ്ങളും അന്യമുഖങ്ങളിൽ ആത്മമുഖവും കാണാൻ പ്രാപ്തരായിത്തീരണം. അതിനു യത്നിക്കണം. തപസ്സതിനാണ്.

ശുദ്ധ പ്രാന്ത്!

ഈയിടെ നല്ല ചൂടാ. സ്ഥിരം തപസ്സാത്രെ. രാപ്പകൽ ഇങ്ങനെ നടക്കും. ഇപ്പൊ എഴുത്തൂല്യ. ഒന്നും എഴുതാറില്ല. മാതൃഭൂമീം കലാകൗമുദീം ഒന്നിലും എഴുതാറില്ല. മനോരാജ്യം തന്നെ.

കുടിച്ചു കുണ്ഡലംമറിഞ്ഞ് നടക്കാവും.

പറയട്ടെ. ഇഷ്ടമുള്ളതു പറയട്ടെ. അതിനെന്താ.

ഇങ്ങനെ നടന്നട്ടല്ലേ. ത്തിരി ശ്രദ്ധിച്ചുനടക്കരുതേ.

ആവാം.

കുഞ്ഞുകുട്ടൻ ജീവിതം ശ്രദ്ധിക്കുവാൻ തീരുമാനിച്ചു. കഴിഞ്ഞ തത്രയും ഒന്നുകൂടി മെച്ചപ്പെടുത്തുവാൻ ഒരു ഇരുപതു കൊല്ലമെങ്കിലും പുനർരൂപം നൽകി മിനുസപ്പെടുത്തുവാൻ യത്നിച്ചു.

അതസാദ്ധ്യം.

ശുദ്ധവട്ട്.

ആരാണത്. അസാദ്ധ്യമല്ല. കാലം പിന്നോക്കം ചവിട്ടാൻ തീരുമാനിച്ചു.

ഞാൻ തീരുമാനിച്ചു.

What I will, happens.

ഞാൻ വിചാരിച്ചതു സംഭവിക്കുന്നു.

വിചാരിക്കുന്നു.

ഇരുപതു വയസ്സാകട്ടെ.

ഈ നാല്പതിൽനിന്ന് ഇരുപതു വെട്ടിയടർത്തി. ആ ഇരുപത് ഒന്നുകൂടി പണിതുതീർക്കണം. എന്നിട്ടു വീണ്ടും നല്ലതാവണം. പിന്നെ ഇരുപതു കൂട്ടാം വേണമെങ്കിൽ. ഒരു പ്രൗഢിക്ക്. ഇപ്പോൾ ഇരുപതു കുറയ്ക്കട്ടെ.

കുറഞ്ഞു.

സത്യം.

ഞാൻ വിചാരിച്ചു. സംഭവിച്ചു.

എനി ഈ ഇരുപതു കൊല്ലം വൃത്തിയായി ഇഷ്ടപ്പടി ജീവിക്കണം. സ്വമനസ്സിനെ അതിമനസ്സിലേക്ക് ആരോഹണം ചെയ്യിക്കണം. എന്നിട്ടെഴുതാം.

എഴുത്തു യോഗഫലമാകുന്നു.

സിദ്ധിയാകുന്നു.

തപഃഫലം.

പൂർവ്വജന്മപരമ്പരകളിൽ ആർജിച്ച അറിവ് വാസനയായി, ഈ ജന്മത്തിൽ സിദ്ധിയായി വളർന്നുചേർന്ന് സാക്ഷാത്കാരമാവണം. അപ്പോൾ സൃഷ്ടി സംഭവിക്കുന്നു. സഹസ്രാരം വിടരുന്നു.

രഹസ്സിൽ.

ഇരുപതു കൊല്ലം അഴിച്ചുപണിയണം. എവിടെനിന്നു തുടങ്ങണം.

അപ്പോൾ, ഇരുപതു കുറയാത്ത സാവിത്രി എന്തുചെയ്യും?

കുഞ്ഞുകുട്ടൻ പരുങ്ങി.

താൻ അവിവാഹിതനാവും. വിവാഹപൂർവ്വഭാഗങ്ങൾ വീണ്ടും തുടങ്ങും.

തുടങ്ങി.

അപ്പോൾ,

സാവിത്രി.

ഈ തിരിച്ചുപോക്ക് അവർക്കു സാധിച്ചില്ലെങ്കിൽ അതൊരു വെറും ഭ്രാന്തായി കണ്ടെങ്കിൽ—

സർക്കാരാശുപത്രിയിലെ അടുപ്പിച്ചഴിയിട്ട ഇടുങ്ങിയ മുറിയിൽ. അല്ലെങ്കിൽ പൂങ്കുടിലിന്റെ പത്തായപ്പുരയിൽ ചങ്ങലയറ്റ് തൂണിൽ—

ആയിരം കുടം.

കുരുമുളകെഴുതി ചൂരൽ പുളഞ്ഞ്.

സഹസ്രധാര.

അയാൾക്ക് തനി വട്ടാ.

ശിവ ശിവ!

ഓരോരുത്തരുടെ യോഗം. അല്ലാന്റെ എന്താ പറയാ. ആ സാവിത്രീടെ യോഗം ന്നേ പറയാൻ ള്ളൂ. ശ്ശി കാലം ചാരായം കുടിച്ച് ചീത്തത്തം കാട്ടി നടന്നു. പിന്നെ കഷ്ടിച്ച് അതൊക്കെ നിർത്തീന്നു കേട്ടതാ. അപ്പഴയ്ക്കും പ്രാന്ത്! ശിവശിവ! അനുഭവിക്കാള്ളോരടെ തലേലെഴുത്ത് എന്നല്ലാന്റെ ഒന്നും പറേണ്ട.

മാടമ്പിന്റെ യോഗം.

വയസ്സുകാലത്ത് ശങ്കരൻ മാടമ്പിന് അതും കാണാറായി.

ഇല്യ.

യ്ക്ക് പ്രാന്തില്യ.

കുഞ്ഞുകുട്ടൻ കണ്ണാടി വലിച്ചെറിഞ്ഞു.

ങേ!

ഒന്നൂല്യ.

പത്തായപ്പുര കാതോർത്തു. ഏതോ ജന്മാന്തരപാപപ്രായശ്ചിത്തങ്ങൾക്കായി തറവാടു കാത്തുനിന്നു. പ്രപിതാമഹപരമ്പരകളുടെ ഋണബാദ്ധ്യതകളൊക്കെ തട്ടിക്കിഴിച്ചു ധനസാധ്യതകൾ നൽകാൻ ഭരദേവതമാർ തിടുക്കം കൂട്ടി. ആ മഹൗദാര്യത്തിന്റെ കുളുർമ്മയിൽ കുഞ്ഞുകുട്ടന്റെ പുകഞ്ഞ മസ്തിഷ്കം ശാന്തമായി. മഹാവരങ്ങൾ സ്വീകരിച്ച് അമാനുഷനായി.

## നാല്പത്തിയാറ്

**ആ**രൂല്യെ അബടെ എത്രനേരായി വിളിക്ക്ണൂ. യ്ക്ക് വെശന്ന്ട്ട് വയ്യലൊ.

തെക്കെ മച്ചിൽ ഒച്ച പൊങ്ങി. വാർദ്ധക്യത്തിന്റെ രോദനവും രോഗത്തിന്റെ വേദനയും ദാരിദ്ര്യത്തിന്റെ വിദ്വേഷവും ചേർന്നൊന്നായ പാപശബ്ദം നല്ലേടത്ത് ഇല്ലം നിറഞ്ഞു.

വല്യമ്മ വിളക്കണെ കേട്ടില്യേ.

തെക്കിനിപ്പടിയിൽ തൂണുചാരിയിരുന്ന തേതി പറഞ്ഞു. ആരോടുമല്ല. സ്വയം കേക്കായോന്നൂല്യ. ഇബടെ ആളൊക്കെണ്ടേനും. ആള്ളേള്ളു. എത്ര വേണം അത്ര. വല്യമ്മമാരെ കൂട്ടാണ്ടെ പതിനഞ്ചാള് ണ്ട്. അച്ഛനെ കൂട്ടണ്ട; അമ്മേം. ന്നാലൂണ്ട് തണ്ടും തടീം ള്ള പതിമൂന്നെണ്ണം.

ആര്യക്കുട്ടി കിതച്ചു. ദേഹം നിറഞ്ഞ വിദ്വേഷം ലോകത്തിന്റെ മുഖത്തേക്കു തുപ്പി.

നീയെന്തിനാ ശുണ്ഠീട്ക്കണേ.

ങേ, ഞാൻ അല്ലാണ്ടെന്താ ചെയ്യാ.

യ്ക്ക് ഈ കൊള്ളീം കോതമ്പും തിന്നാ വയ്യ. അതാ. ഈ വയസ്സുകാലത്ത്ന്നെ ങ്ങനെ പഷ്ണീട്ണൊ.

തേവരേ! ആരേം പഷ്ണീടണം ന്നില്യ.

വല്യെ വല്യമ്മയ്ക്ക് ഒരു പരാതീല്യ.

ദാച്ചാ സദാ—

നീയെന്തിനാ അവരെ ശകാരിക്കണെ?

ഞാൻ ശകാരിക്കല്ല. ദുഃഖംകൊണ്ട് പറേണതാ. ഈ കൊള്ള്യന്നെ എങ്ങനാണ്ടാവണേ, ആവോ, മിറ്റത്ത് പത്ത് കൊള്ളിക്കടേണ്ട്. ഏട്ടൻ അതു വിറ്റ്ല്യ.

നി ഒന്നൂല്യ.

ആര്യക്കുട്ടി നിർത്തി. ആരു കേൾക്കാനാ. കേൾക്കാനല്ല. അറിയാതെ പറഞ്ഞു. അടക്കിയാലടങ്ങാതെ പൊട്ടിപ്പുറപ്പെട്ടു.

പുറത്തളത്തിൽ ഇച്ചാതപ്പൻ ദെണ്ണപ്പായിൽ കൊടുങ്കൈ കുത്തിയിരുന്നു.

ഒക്കെ കേക്കാം.

കാണാം.

തേവരെ, വലയ്ക്കരുതേ!

എനിയെന്തു വലയ്ക്കാനാ. ഇതിലും മീതെ ഒരു വലയ്ക്കലുണ്ടോ. ഒരൊറ്റ എണ്ണം ചാവ്ണില്യ. കാലനും വേണ്ടാന്റായി.

ത്തിരി കൊള്ളി നടാൻ തോന്നീത് ഭാഗ്യം.

എനി പത്തു കടേം കൂടീണ്ട്. പിന്നെ.

തെക്കിനിപ്പടിയിൽനിന്നൂറിയ വാക്കുകൾ ഇച്ചാതപ്പൻ വലിച്ചെടുത്തു.

അതു കഴീംമ്പഴക്കും ചാവണേ!

നി വിക്കാനൊന്നൂല്യ.

ണ്ട്. നി നമ്മളേന്നെ വിക്കാം.

ഈശ്വരാ! ഇച്ചാതപ്പൻ ഇരിക്കക്കുത്താലെ ചെരിഞ്ഞു. കൊടുങ്കൈ ഒടിഞ്ഞു.

തേവരേ!

ആ—

മകളെ വിളിക്കാൻ തുറന്ന വായടഞ്ഞു. വേണ്ട. വിളക്കണ്ട; വിളിച്ചാൽ എന്താ പറയാ?

ഒന്നൂല്യ.

അവരുടെ അമ്മ.

അമ്മയ്ക്കൊന്നൂല്യ.

ഇച്ചാതപ്പൻ പുറത്തളവാതിൽക്കലേക്കു തുറിച്ചുനോക്കി. പതിവു പോലെ, നാലിറയത്തേക്കു കടന്ന്, അവിടെത്തന്നെ, തന്നെ കാണാൻ പാകത്തിൽ, ചുമരു ചാരി, ഒരു വികാരവുമില്ലാതെ.

എന്തു കേട്ടാലും,

കണ്ടാലും.

അതു ചെറുപ്പാണ്. ചെറുപ്പത്തിന്റെ ധാർഷ്ട്യം. വിശപ്പിന്റെ ഊക്ക്. ന്നതെ ചെയ്യൂന്നില്യ.

ഏടത്തീണ്ടോ?

എവടയ്ക്കാ.

ഇപ്പോ റോഡുപണീണ്ടത്രെ.

നമ്മളെ കൂട്ട്വോ.

ന്താ കൂട്ടാണ്ടിരിക്കാൻ.

അങ്ങനെ പറഞ്ഞെങ്കിലും ആര്യക്കുട്ടിക്കും സംശയമായി. ഏടത്തി പറേണതും കാര്യാണ്. നമ്മൾ—

നമ്മൾ ജന്മിമാരാണ്. ആഢ്യൻനമ്പൂതിരിമാരാണ്. ഈ നാട്ടിലെ മുക്കാൽ പങ്കു ഭൂമിം നമ്മുടേതാണ്.

മുതലാളിത്ത —

ഥൂ!

നീയെന്താ എറേത്തന്നെ തുപ്പണെ?

ആയായീ.

ആര്യക്കുട്ടി ഏണീറ്റു. ഒരു കിണ്ടി വെള്ളം കൊണ്ടുവന്നു. ഇറയത്തായ തുപ്പൽ കഴുകി വെടുപ്പാക്കി. അതും പോരാ എന്നറിഞ്ഞു ചാണകംകൂട്ടി മെഴുകി. ഏടത്തിയെ സൂക്ഷിച്ചു.

നി പുണ്യാഹം വേണോ?

തേത്യേടത്തി ഇതത്രയും സൂക്ഷിച്ചു. അവർക്കു ഭയം തോന്നി. ആര്യക്കുട്ടീടെ പ്രകൃതത്തിനെന്താ?

എന്താ?

നെനക്കെന്താ.

യ്ക്ക് പ്രാന്ത്!

ഹേ!

അനീത്തീടെ വാക്കു കേട്ട് തേത്യേടത്തി എണീറ്റു. അകത്തിരുന്ന് കീറിയ മുണ്ടു തുന്നുന്ന ഗൗരിയുടെ അടുത്തേക്കു നീങ്ങി. നിർവികാരമായ ആ മുഖം കണ്ടു ഞെട്ടി. പിന്നെ പുറത്തളവാതിലിനടുത്തിരിക്കുന്ന അമ്മയെ കണ്ടു. പച്ചഞരമ്പോടിയ അമ്മയുടെ മുഖം കടലാവണക്കിന്റെ ഇലപോലെ തോന്നി. ഒന്നുകൂടി സൂക്ഷിച്ചു. അമ്മ എന്തോ തിന്നുന്നു. ചുമരടർത്തിയെടുത്ത്, സൂക്ഷിച്ച് ഒളിച്ചുവെച്ച്.

കൈയെത്താവുന്നിടത്തൊക്കെ കുമ്മായം അടന്നേക്ക്ണൂ.

അമ്മേ—

കളവു കണ്ടെത്തിയ കാർന്നോമ്മാരുടെ മുമ്പിൽ കുട്ടിയെപ്പോലെ അമ്മ പകച്ചു നോക്കി. പിന്നെ, എന്തോ ഉറച്ച്, ഉള്ളം കൈയിലെ മണ്ണു നിലത്തിട്ടു.

ഇതിനാ അമ്മ എപ്പഴും ഇബടേരിക്കണേ. ഈ മണ്ണൊക്കെ തിന്നു പിത്തം പിടിക്കാൻ.

എന്തിനാ ഏടത്തി അമ്മേ കുറ്റം പറേണേ. തിന്നോട്ടെ. മണ്ണല്ലേ. അമ്മയ്ക്കു തിന്നാള്ള മണ്ണ് ഇബടേണ്ട്. ഞാൻ വേണങ്കി കൊണ്ടന്നുതരാം.

ആര്യക്കുട്ടി എണീറ്റു. വാലു മുറിഞ്ഞ ഓട്ടുചട്ടുകമെടുത്തു. ചുമരു ചുരണ്ടുമാന്താൻ തുടങ്ങി.

നീയെന്താ ഈ കാട്ടണേ?

അമ്മയ്ക്ക് തിന്നാൻ കൊടുക്കാ. അല്ലാണ്ടെന്താ. അമ്മയ്ക്ക് കുമ്മായം അടർത്തിത്തിന്നാം. ചെതലും തിന്നാം, അതാച്ചാ ബടെണ്ടേനും. അപ്പൊ ഒരാളടേങ്കിലും വെശപ്പു മാറ്റാലോന്നുവെച്ചു.

ആര്യേ!

ആര്യക്കുട്ടി പണി മതിയാക്കി. ചട്ടുകക്കഷണം നടുമുറ്റത്തേക്കെറിഞ്ഞു. ഒപ്പം നടുമുറ്റത്തേക്കിറങ്ങി. താനെറിഞ്ഞ ഓട്ടുചട്ടുകമുറിയെടുത്തു തെക്കിനിപ്പടിയിൽ വെച്ചു.

ഏട്ടന് കൊടുക്കാം. ഒരിക്കെ കുടിക്കാള്ളത് കിട്ടേരിക്കും.

ഥൂ!

ഏട്ടനെന്ന് ഓർമിച്ച നേരത്തു വായിലൂറിയ പുളിനീര് നീട്ടിത്തുപ്പി. വീണ്ടും സ്വസ്ഥാനത്തു തൂണു ചാരിയിരുന്നു.

പി.പി.യോടു പറഞ്ഞാലോ.

തേത്യേടത്തി ഒരു തുരുമ്പിലെത്തിപ്പിടിച്ചു. അയാളു പറഞ്ഞാ റോഡു പണീല് ചേർക്കും.

കമ്മ്യൂണിസ്റ്റുകാർക്കേ പണീള്ളൂത്രേ. ഒന്നും മിണ്ടാതിരുന്ന ഗൗരി ചുണ്ടനക്കി.

ആരാ കമ്യൂണിസ്റ്റ്ന്ന് എങ്ങനാ അറിയാ? ആര്യക്കുട്ടിക്കതു മനസ്സിലാ യില്ല.

ചുവന്ന ബ്ലൗസിടാം.

ചുവപ്പല്ല. ഏതു നെറോം ഇടാം. ഒരു തുണി വേണം. വേണെങ്കിൽ പുറത്ത് അരിവാളും ചുറ്റികേം തുന്നിച്ചേർക്കാം.

പിന്നെന്താ.

ഇങ്ക്വിലാബ് വിളിക്കണം.

വിളിക്കാം.

അതും സമ്മതാ.

നീ യോട്ടു ചെയ്തില്ലേ.

ഗൗരി ചോദിച്ചു.

ഇല്യ. ഞാനതിനൊന്നും പോയില്യ. ഇപ്പൊ തോന്ന്ണ്ട് പോവാരുന്നു. ന്നാൽ പ്പൊ പണി തന്നേനേ. ജാഥയ്ക്കും പോവാരുന്നു.

നി പെണ്ണുങ്ങടെ ജാഥേണ്ടങ്കി നമ്മക്കും പോവാം. കാശ് കിട്ട്വോ.

അത് ക്ക്റീല്യ.

നീയൊന്നു ചോദിച്ചുനോക്ക്

പണിക്ക് വരട്ടേന്ന്

ആര്യക്കുട്ടി പരുങ്ങി. ആരോടു ചോദിക്കാനാണ്. ചോദിച്ചാൽതന്നെ പണി അറീല്യ. ശീലം ല്യ. ന്നാലും പണിക്ക് പോവാം.

ആ കുഞ്ഞുകുട്ടന്റെ അവടെ കുലിപ്പണീണ്ടത്രെ. അതു ചോദിക്കരുതേ. വയ്യ!

ആര്യക്കുട്ടി ഉടനെ ഉത്തരം പറഞ്ഞു.

അതു വയ്യ. മാഷടെ ഇല്ലത്തു പണിക്കു പോവാൻ എനിക്കു വയ്യ. നിങ്ങള് പോവാം ച്ചാ പൊക്കോളു. ഞാൻ വെട്ടോഴിപ്പണിക്കു പോവാം.

നെനക്കിപ്പൊ എന്താ ഒരു നാണം.

ആര്യക്കുട്ടി മറുപടി പറഞ്ഞില്ല. ഒന്നുകൂടി അമർത്തിച്ചാരി ഇരുന്നു. ഏടത്തിയോടെന്താ പറയാ. ഒന്നും പറയാൻ വയ്യ. പറഞ്ഞിട്ടും കാര്യം ല്യ. മനസ്സിലാവില്യ. അഥവാ, പറഞ്ഞുമനസ്സിലാക്കാനും വയ്യ.

എവടെ വേണങ്കി പണിക്കു പോവാന്നു പറഞ്ഞല്ലേ ഇരിപ്പ്. ന്ന് ട്ട് പ്പൊ-വയ്യാന്ന് പറഞ്ഞില്ലേ.

അപ്പഴയ്ക്കും ശുണ്ഠിവന്നു.

തേത്യേടത്തി അനീത്തിയെ നോക്കി. മുഖം ചുവന്നു. തൂണു ചാരി കിത യ്ക്കുന്ന ആര്യക്കുട്ടിയെ നോക്കുവാൻ ഭയം തോന്നി.

ന്നാ നീയൊന്നു പറ്യേ. ന്തെങ്കിലും ഒരു ജോലീണ്ടാക്കിത്തരാൻ.

ഗൗരി നിർത്താൻ ള്ള ഭാവം ല്യ.

അതിന് മാഷാ നാട്ടാർക്ക് ഒക്കെ ജോലി കൊടുക്കാൻ. യ്ക്ക് വയ്യ പറ യാൻ. വേണംച്ചാൽ അവനോനന്നെ പറേരുതേ.

നീയല്യേ അടുപ്പം.

ങേ!

ആ വാക്കിന്റെ ഗഹനതയിൽ ആര്യക്കുട്ടി മുങ്ങിത്താണു. ശ്വാസം കിട്ടാതെ പിടഞ്ഞു. ഗൗരിക്കും താൻ പറഞ്ഞതത്ര ശരിയായില്ല എന്നു തോന്നി.

നീയ് – നീയറീല്യേ.

ഏടത്തിമാരും അറിയില്യ. ഈ നാട്ടില് ഒരാള്. അതും നമ്പൂരി. കുട്ടിക്കാലത്തു ധാരാളം വർത്തമാനം പറഞ്ഞ്ണ്ടാവും. വല്യെ ഏടത്തി ഒപ്പാണ്. ചെലപ്പൊ ഒപ്പം കളിച്ച്ണ്ടാവും. ഏടത്തിക്ക് പറേര്തേ.

ഞാമ്പറയാം – തേത്ത്യേടത്തി പറഞ്ഞു.

ജോലീം പണീം ഒന്നും തരാൻ പറ്റീല്യങ്കിലും ഞങ്ങളുടെ കഥ എഴുതാൻ പറയാം. ന്ന്ട്ട് അച്ചടിപ്പിക്കട്ടെ. എല്ലാ നമ്പൂരാരും അതു വായിച്ചാ നന്നാവും. എനിയെങ്കിലും.

ആര്യക്കുട്ടി കണ്ണു മിഴിച്ചു. വല്യേടത്തി എന്താ പറേണേ. ഇത്രയൊക്കെ പറയാൻ. ചോദിച്ചാത്തന്നെ മിണ്ടാത്ത ആളാ.

ഇപ്പോ–

നമക്ക് റോഡുപണിക്ക് പോവാം.

ന്തിനാച്ചാലും പോവാം. പട്ടിണികെടക്കാൻ വയ്യ. അല്ലെങ്കി ചാവണം.

ഗൗരി നിർവികാരയായി പറഞ്ഞു. ഒരു സ്തോഭവ്യത്യാസവുമില്ലാതെ. കീറിയ മുണ്ട് തുന്നുന്നതിൽനിന്നു കണ്ണെടുക്കാതെ. നിസ്സംഗത.

അവടെ കിടക്കൂ. മലർന്ന്, എനി, ഉടുത്തതഴിക്കൂ.

അങ്ങനെ പറഞ്ഞാലും ഗൗരിയേടത്തി ഇതേ നിസ്സംഗതയോടെ മലർന്നുകിടന്നേക്കും. ഉടുത്തതഴിച്ചേക്കും. അപ്പഴും ഒരു കീറത്തുണി തുന്നുന്നുണ്ടാവും.

ഈ ഏടത്തി–

ഉം. എന്താ ചാവാൻ പേടീണ്ടോ. ചാവാനെന്തിനാ പേടിക്കണേ. ജീവിക്കാനല്യേ പേടിക്കണ്ടേ.

അതെ മക്കളേ! ചാവാൻ പേടിക്കണ്ട. ജീവിക്കാൻ പേടിക്കണം. ഒരാളെയല്ല. ലോകത്തെ മുഴുവൻ ഭയപ്പെടണം. ആചാരത്തെ. സമുദായത്തെ. കാർന്നോമ്മാരെ. ബന്ധുക്കളെ.

തേവരേ!

ഇച്ചാതപ്പനു സന്തോഷമായി. ഒരാളെങ്കിലും ചാവണകാര്യം പറയുന്നുണ്ടല്ലോ.

ഒരുപക്ഷേ, ഇതിനെങ്കിലും മരിക്കണം തോന്നും. ആത്മാർത്ഥമായി. ന്നാ രക്ഷപ്പെട്ടു.

ഈശ്വരാ!

അതിനു കൊല്ലണം ന്ന്കൂടി തോന്നണേ. ഈ ഇല്ലത്തുള്ളോരെ മുഴുവൻ കൊന്ന് സ്വയം ചാവണം എന്നു തോന്നിക്കണേ. ന്നാ മോക്ഷം കിട്ടും. പാപം ല്യ. നരകോം ല്യ. മോക്ഷം ഇതാ, അച്ഛൻ സർവാത്മനാ അനുഗ്രഹിക്കുന്നു.

വേഗം.

നമക്ക് ഇപ്പൊത്തന്നെ പോയിനോക്കാം.

ഏടത്തിക്ക് ഈ ചാരായം ണ്ടാക്കണ സൂത്രം അറിയോ?

ങേ. ചാരായോ?

ആര്യക്കുട്ടിയുടെ ചോദ്യം ഏടത്തിമാർക്കു മനസ്സിലായില്ല.

ങാ. ചാരായം. ഏട്ടൻ കുടിക്കണ സാതനം. ഇപ്പൊ മനസ്സിലായോ. നമ ക്കതുണ്ടാക്കാം. ഏട്ടന് ഇഷ്ടംപോലെ കുടിക്കാം. പിന്നെള്ളത് വിക്കേം ചെയ്യാം. ന്നാലും ദിവസം പത്തുമുപ്പതു റുപ്യ കിട്ടും.

നെണക്കു വട്ടാ.

വട്ടും കിട്ടൊന്ന്വല്ല. ഊണു കഴിക്കണോ. രണ്ടു നേരം. പത്തു പതിനേ ഴെണ്ണം ണ്ടേനും.

ഊണ് എന്നു പറഞ്ഞപ്പോൾ അമ്മ എഴുന്നേറ്റു. ആ അക്ഷരങ്ങളുടെ മാസ്മരശക്തിയിൽ സ്വയം സമർപ്പിതമായി അടുക്കളയിലേക്കു നടന്നു.

ദാ, അമ്മ നടന്നു.

അബടെ കൊള്ളീണ്ട്. ഇഷ്ടംപോലെ. എടുത്തു തിന്നോട്ടെ. പച്ചള്ളോം കുടിച്ചോട്ടെ. ന്നാലും ഒരു കേടൂല്യ.

ത്തിരി ചോറൂണ്ട്. ഞാനത് എടുത്തുകൊടുക്കാം.

തേതി അമ്മയ്ക്കു പിന്നാലെ നടന്നു.

ന്നാലെ, വല്യമ്മമാർക്കും അച്ഛനും വിളമ്പിക്കൊടുത്തോളൂ. ന്നാ ആ പണി കഴിഞ്ഞുലോ.

ന്ന്ട്ടോ?

ന്താ ഗൗര്യേടത്തിക്കിത്ര പേടി. ന്ന്ട്ടെന്താ. എനീം കൊള്ളീണ്ട്. വേവിച്ചു തിന്നാം. ത്തിരി വിക്കാം.

എത്ര ദിവസത്തയ്ക്കാ.

ത്ര പേടിക്കാനൊന്നൂല്യ. ഞാൻ പണം ണ്ടാക്കിത്തരാം. ഏടത്തിമാ രൊന്നു മിണ്ടാഞ്ഞാ മതി.

കുട്ടീ!

ആര്യക്കുട്ടിയുടെ നിർവികാരനിശിതസ്വരം ഗൗരിയെ നടുക്കി. വരും കാലത്തിന്റെ മഹാഭീകരത ആ ശബ്ദത്തിലറിഞ്ഞു. സർവനാശത്തിന്റെ നാന്ദിയായ ത്രൈലോക്യശാന്തതയനുഭവിച്ചു. എന്നിട്ടും ഒന്നും പറയാനാ വാതെ ഒന്നും ചെയ്യുവാനില്ലാതെ തുന്നല്പണി തുടർന്നു. ഒരു ശീലമായതു കൊണ്ടുമാത്രം. തുണി കീറിയിട്ടല്ല. ഒരു പണിയായതുകൊണ്ട്.

ഞാപ്പൊ വരാം.

ആര്യക്കുട്ടി എണീറ്റു.

ത്തിരി വല്ലതും കഴിച്ചിട്ട് പൊക്കോ.

എന്തിനായാലും, ചാവാൻതന്നെയായാലും വെറുവയറ്റിൽ പോവണ്ട. ആവശ്യമില്ലാതെ ക്ഷീണിക്കുന്നതെന്തിനാ. തനിക്കും ലോകത്തിനും ഗുണ മില്ലാതെ.

യ്ക്ക് വേണ്ട.

വേണ്ടാന്ന് പറഞ്ഞാ പറ്റില്ല. ത്തിരി കഴിച്ചോ.

വേണ്ടാഞ്ഞിട്ടാ. വെശപ്പ് ഇല്ലാഞ്ഞിട്ടാ.

ആര്യക്കുട്ടി അകത്തേക്കു കടന്നു.

അതെന്താവോ കണ്ടേക്കണേ.

ഗൗരിക്കാധിയായി.

അതിനു വാശീണ്ട്. ആരും പറഞ്ഞാലും കേക്കില്ല. എന്തിനാവോ പുറ പ്പാട്. ഗൗരി എണീറ്റു. നാലിറയം ചുറ്റി മേലടുക്കള കടന്നു താഴ്വരയിലും നോക്കി കോണിച്ചോട്ടിലെത്തി. പിന്നെ വടക്കേമച്ചില് കടന്നു. അവിടെ,

നിലത്ത് ഇത്തിരി വെളിച്ചത്തിൽ, അടുത്തുനിന്നെടുത്ത പുകഞ്ഞ പലകക്കീറിൽ കമിഴ്ന്നുകിടന്ന് എന്തോ എഴുതുന്ന ആര്യക്കുട്ടിയെ കണ്ടു. അതീവശ്രദ്ധയോടെ ആത്മാവു നൽകി വടിവൊത്ത അക്ഷരത്തിൽ എഴുതുന്നു.

വില്ക്കുവാനുണ്ട്: മൂന്നു പെണ്ണുങ്ങളെ വില്ക്കുവാനുണ്ട്.

1. തേതി.
2. ഗൗരി.
3. ആര്യ.

മൂന്നും നല്ല തണ്ടുംതടീം.

കുട്ടീ!

ആര്യക്കുട്ടി തിരിഞ്ഞുനോക്കി. പകച്ചുനിൽക്കുന്ന ഗൗരിയേടത്തി കാണേ പലകക്കക്ഷണം പൊക്കിപ്പിടിച്ചു.

ഇത് പടിക്കല് വെക്കാം.

ഒന്നും മനസ്സിലാവാതെ ഗൗരി പലക ശ്രദ്ധിച്ചു. നട്ടുച്ചയ്ക്കു ഭൂമി ഇരുളടഞ്ഞ തറിഞ്ഞു. ആ അന്ധകാരത്തിൽ സർവ്വം മറഞ്ഞു.

വെല എഴുതണോ?

ആര്യക്കുട്ടി കാര്യമായന്വേഷിച്ചു.

## നാല്പത്തിയേഴ്

**ഇ**ലവെച്ചു.

അകത്തുള്ളോർക്കും കുട്ടികൾക്കും ഇലവെച്ചു.

ഓയ്ക്കില്ലത്തെ പെൺകൊട കഴിഞ്ഞു. ആയം തേ യോനി ചൊല്ലി. ആറപ്പു വിളിച്ചു

ഇലവെച്ചു.

കുഞ്ഞുകുട്ടൻ മുണ്ട് ഇടയിൽ കെട്ടി. ചെമ്പുതൊട്ടി നിറച്ചു.

എന്തൊക്കെ പറഞ്ഞാലും അയാള്ണ്ടായാ പിന്നെ ഒരു ഭാരോം അറ്യണ്ട. ഒക്കേറ്റന്റേം ഒരു മുഖം ണ്ടേ. ചോറ് വെളമ്പാച്ചാലോ. ഹായ്! ഒരു വറ്റ് അധികാവില്യ. ഒരാൾക്കും കാത്തിരിക്ക്യേംവേണ്ട. കൃകൃത്യം.

രണ്ടു ചെമ്പ്.

നൂറു പറ.

എത്രായാലും വിരോധം ല്യ. പറഞ്ഞാ മതി. സർവാണീം ദേശസദ്യേംണ്ട്. ഒന്ന് മനസ്സിരുത്തണം.

ആവാം.

ഏറ്റില്ലേ.

ഏറ്റു.

ദാ.

കുഞ്ഞുകുട്ടൻ ചെമ്പുതൊട്ടിയെടുത്തു.

പാകത്തിന്. ഒരു വറ്റ് അധികം ല്യ. കൊറവൂല്യ.

ഒക്കെ മാടമ്പിന്റെ പടിപ്പാ. അന്നൊക്കെ മാസാമാസം സദ്യേണ്ടാവും. വാരം. പിന്നെ ഉത്സവം. എന്തായാലും ചെമാർത്തം കഴിഞ്ഞാ ചൊമതല ഏൽപ്പിക്കായി. ഉപ്പ്. ഉപ്പിലിട്ടത്. അങ്ങനെ ഒക്കെ കൃകൃത്യാ. കണിശം.

എനീ പ്പോ നാലഞ്ചുപറ അരിവെച്ച സദ്യാച്ചാലും അയാൾക്ക് പരിഭ്രമം ല്യാന്നർത്ഥം.

കുഞ്ഞുകുട്ടന് ഉത്സാഹമായി. പണ്ടെന്നോ പഠിച്ചു മറന്ന ഒരു പണി. ഒരോർമമാത്രമായ കർമം. ഒന്നു പുതുക്കാനൊരു കർമം.

ഒരു കൊടം പാല്. നാൽപത്തിയൊന്നു ദിവസം. മണ്ഡലം മുഴുവൻ പാൽപ്പായസം ണ്ട്. താമരത്തിരുത്തി. (ഇത് കുഞ്ഞുകുട്ടൻ കുട്ടിക്കാലത്ത് ശാന്തിചെയ്ത അമ്പലമാകുന്നു - വ്യാഖ്യാതാ) നാനാജാതിക്കും നസ്രാണിക്കും ണ്ട്. കുട്ടികളാവണം ന്ന് മാത്രം.

നമ്പൂരി പട്ടർകുട്ടികളൊക്കെ വലിയമ്പലത്തില്.

അമ്പലവാസി തിരുമുറ്റത്ത്.

നായര് മതിൽക്കകത്ത്.

നസ്രാണീം അയിത്തക്കാരും ഗോപുരത്തിനു പുറത്ത്.

അയിത്തം! നസ്രാണി അമ്പലത്തിൽ കേറരുത്.

പക്ഷേ, പായസം കുടിക്കാം.

ചെറുമക്കുടി ഗോപുരത്തിനു പുറത്തു നില്ക്കണം. പക്ഷേ, പായസം കഴിക്കാം.

എനി വേണോ. ന്നാ ത്തിരിയങ്കട് മാറിനിന്നോ.

അയിത്താവാതിരിക്കാൻ ചെറുമക്കുടി ഇലയ്ക്കടുത്തുനിന്നെണീറ്റു. കുഞ്ഞുകുട്ടൻ കോരിക നിറച്ചു വിളമ്പി.

വേണംച്ചാ എനീം തരാം. കഴിഞ്ഞാ പറഞ്ഞാ മതി.

കുഞ്ഞുകുട്ടൻ മുണ്ട് മുറുക്കിച്ചുറ്റി.

മണ്ഡലം മുഴുവൻ പകലേ പായസംവെച്ചുകൊടുക്കണം.

ചെമാർത്തം കഴിഞ്ഞേള്ളൂ.

പന്ത്രണ്ടായില്യ.

ഇത്ര വല്യെ പാത്രം.

അതോണ്ടെന്താ. വാങ്ങാറായാതെക്കാ. മനസ്സിരുത്തിതെക്കാ. കൈയും കാലും പൊള്ളിക്കാന്റെ നോക്കാ.

യ്ക്ക് വശംല്യ.

ആയായീ. ങ്ങനേണ്ടോ ഒരു തോന്ന്യാസം. വെശല്ല! എങ്ങന്യാ വെശാവാ. ചെയ്തുനോക്കാന്റെ വെശാവോ. ഒരൂട്ടം സൂത്രം. വെശല്ലാത്രെ. ഉംം, പൊക്കോ.

ഉച്ചയ്ക്ക് ഊണു കഴിഞ്ഞാ അമ്പലത്തിൽ ചെന്നു. പായസം വെച്ചു. പായസം പ്രമാണിച്ച് അടുത്ത് പ്രൈമറി സ്കൂൾ നേരത്തെ വിട്ടു.

എല്ലാവർക്കും കൊടത്തട്ട് കഴിക്കാം. മുമ്പെക്കൂട്ടി കഴിക്കരുത്. വന്നോരൊക്കൊക്കെ കൊടുക്കാ. ന്ന്ട്ട് ണ്ടെങ്കി കഴിക്കാ. അവനോന് കഴിക്കാനല്ലാ ന്നർത്ഥം. വഴിപാടാണ് കുട്ട്യോൾക്ക്. മനസ്സിലായോ.

മനസ്സിലായി.

ന്ന് പായസം കേമായി ട്ടോ.

ഉവ്വോ. ന്ന് ബാക്കീണ്ടായില്യ.

ആദ്യമാദ്യം കുഞ്ഞുകുട്ടനു ദുഃഖം തോന്നി. വെച്ചുണ്ടാക്കീട്ട്.

പിന്നെ പിന്നെ സന്തോഷമായി.

നന്നായിണ്ട്.

സ്കൂള് വിട്ട് ഓടിവന്ന് കുപ്പായോം സഞ്ചീം ഗോപുരത്തിലേക്കെറിഞ്ഞ് അമ്പലക്കുളത്തിൽ ചാടി മുങ്ങി ഒഴുകാലെ നിരന്നിരുന്ന്-

കുഞ്ഞുമ്പൂരീ, ത്തിരീംകൂടീം.

തോളു നീണ്ട ഈറൻമുടിയിൽനിന്നു വെള്ളം വാർന്ന് ബാല്യത്തിന്റെ പട്ടുകോണകം മുറുക്കി,

എന്താ നോക്കണെ.

ഒന്നും നോക്കിയില്ല. ഒന്നും കണ്ടുമില്ല. പോയ പതിറ്റാണ്ടുകളുടെ പിന്നിൽ-

എന്താത്ര തുറിച്ചു നോക്കാൻ.

ങേ!

ചോറ്.

വേണ്ട. വേണംച്ചാ പറേല്യെ. ന്താ ങ്ങനെ നോക്കണേ.

ങേ.

നോക്കിയില്ല.

യ്ക്ക് കടിക്കാൻ വയ്യ. അതാ. ഞാൻ പിന്നെ കഴിച്ചോളാം.

നല്ലേടത്തെ അമ്മ മടിക്കുത്ത് മുറുക്കിക്കുത്തി. മടിനിറഞ്ഞ ഉപ്പേരി, പപ്പടം എന്നിവ മുഴച്ചു കാണാതിരിക്കാൻ വേഷ്ടിത്തലപ്പ് താഴ്ത്തിയിട്ട്.

വേണ്ടാ പറഞ്ഞില്ലേ. പിന്നെം ഇബടേന്നെ നിക്കണോ.

കുഞ്ഞുകുട്ടൻ അസ്ഡാളിച്ചു. ഒന്നും കണ്ടില്ല. പോയ ബാല്യത്തിന്റെ വീണുകിട്ടിയ ഇത്തിരി ഓർമയിൽ അലിഞ്ഞുചേർന്നതായിരുന്നു.

ഉപ്പേരി.

ഉണ്ണാനും സമ്മതിക്കില്യ. മുമ്പിലങ്ങനെ തുറിച്ചുനോക്കി നിക്കും.

കുഞ്ഞുകുട്ടൻ ബദ്ധപ്പെട്ടു നീങ്ങി. ഒന്നും കാണാൻ നോക്കിയതല്ല.

ഇലത്തലയ്ക്കൽ ഉപ്പേരി പപ്പടം വിളമ്പും മുമ്പു വാരിയെടുത്തു. മടിത്തുമ്പിൽ നിറച്ചു. പിന്നേം പിന്നേം പെരുങ്ങി.

മോഹണ്ടാവും.

എല്ലാ സാധനോം പകർച്ച കൊടുത്തയയ്ക്കണം. അവടെ നല്ലേടത്ത് ഇച്ചാതപ്പൻ കെടപ്പല്യേ. മറക്കരുത്.

ഓയ്ക്കൻ മുമ്പന്നെ ഓർമിച്ചു. എന്നിട്ടും-

കുഞ്ചൂ. കുഞ്ഞുണ്ണീ ആ ഉപ്പേരീം പപ്പടോം എടുത്ത് ട്രൗസറിന്റെ പോക്കറ്റില് നെറച്ചോ. എല്ലാവരോടും പറഞ്ഞോ.

മുത്തശ്ശ്യമ്മയുടെ ഇരുപുറത്തും നല്ലേടത്തെ കുട്ടികൾ ബദ്ധപ്പെട്ടു. നാലുപുറം നോക്കി. ഇലത്തലയ്ക്കൽനിന്ന് വാരിവാരി പോക്കറ്റ് നിറച്ചു.

സാരം ല്യ. കണ്ടൂന്ന് നടിക്കണ്ട.

തേവരേ! ആർക്കും ഇങ്ങനൊരു കഷ്ടപ്പാട് വർത്തരുതേ.

ആ അമ്മേടെ യോഗം. സഹിക്കവയ്യാന്റായിട്ടാവും. ഈശ്വരാ. എത്ര്യാ ഒരാള് സഹിക്കാ. എങ്ങനേണ്ടാർന്ന ഒരു കുടുംബാ. ശിവ ശിവ! നല്ലേടത്ത് ആത്തേമ്മാർച്ചാ എല്ലാവർക്കും ണ്ടാർന്നു ഒരു ഒരു ദേ- ഇപ്പോ.

ഈശ്വരോ രക്ഷതു.

അകത്ത് ഇച്ചാതപ്പന്റെ അകത്ത്ന്ന് വന്നിട്ടില്യെ. അന്നാപ്പിന്നെ പരിഭ്രമിക്കണ്ട. ആർക്കും ഒരാവലാതിക്ക് എടേണ്ടാവില്യാന്നർത്ഥം. തൊണക്കാരത്ത്യോളായാലും പണിക്കാരത്ത്യോളായാളും ഒന്നും കണ്ടില്യാന്ന് വരില്യ. എല്ലാടത്തും എത്തും കണ്ണും കൈയും. ഈശ്വരാ! തേതീടെ ഒരു ദേ. എന്തെന്നില്ലാത്ത ഒരു വൈഭവംതന്ന്യാണേ.

അമ്മേ!

കുഞ്ഞുകുട്ടന്റെ മനസ്സ് ഈറനായി. അമ്മേടെ മുമ്പില് വേണംച്ച് വന്ന് നിന്നതല്ല. ഒരു മനോരാജ്യത്തിലങ്ങനെ വന്നുപെട്ടു. ചോറ് വിളമ്പി വിളമ്പി-

അമ്മേ!

ഈ ഗ്രാമത്തില് മറ്റാരേക്കാളുമധികം അമ്മ വെച്ചുവിളമ്പി. നിത്യം. അടുത്തുള്ള കുട്ടികൾക്ക് ഉരുള കൊടുത്തു. നെയ്യ് കൂട്ടി ഉരുട്ടി. പെരട്ടി യുപ്പേരി പതിച്ച്, കാളനിൽ ഒപ്പി.

ആ സ്വാദറിയാത്ത ഒരൊറ്റ മനുഷ്യജീവി ഈ ഗ്രാമത്തിലില്ല. മനുഷ്യ ജീവിയല്ല. മൃഗങ്ങളും. കുളത്തിലെ മത്സ്യംകൂടി.

എന്നിട്ടും

ത്തിരി ചോറ്.

ങേ.

ഏയ് എന്താഡോ മനോരാജ്യം? അവടെ ത്തിരി ചോറ് വെളമ്പാ.

വയ്യ

ങേ.

എന്താ നിശ്ശം ല്യ. ദാ. പ്പൊ വരാം.

കുഞ്ഞുകുട്ടൻ ചെമ്പുതൊട്ടി അവിടെവെച്ചു.

വയ്യ. എനീം നല്ലേടത്ത് അമ്മയുടെ മുമ്പിൽ ചെന്നുപെടാൻ വയ്യ.

പിത്തം നിറഞ്ഞ് പച്ചയോടിയ വയറ് നിലത്തിട്ട്, സ്വാധീനം നശിച്ച കാല് നിർത്തി, ആനയുരുള വായ നിറച്ചു പോക്കി, ഇരുപുറം നിരന്ന പേരക്കിടാ ങ്ങളുടെ ആർത്തി വർദ്ധിപ്പിച്ചു.

വയ്യ.

കാണാൻ വയ്യ.

മുമ്പിൽ ചെന്നുപെട്ടാൽ കാണാതിരിക്കാനും വയ്യ. ആവശ്യമില്ലാത്തതു കാണുന്നു. ഭദ്രമായതേ കാണാവൂ.

അതാണ് ബ്രാഹ്മണൻ.

ബ്രാഹ്മണനല്ല.

ചണ്ഡാലനാണ്.

ചീത്തത്തം വിചാരിക്കുന്നു.

ചീത്തത്തം കാണുന്നു.

ചീത്തത്തം പറയുന്നു.

ചണ്ഡാലൻ

നല്ലതേ പറയാവൂ.

വിചാരിക്കാവൂ.

കാണാവൂ.

അതേ പ്രവർത്തിക്കാവൂ.

അതാണ് ബ്രാഹ്മണൻ.

ബ്രാഹ്മണനാവണം.

നമ്പൂരിയില്ലത്തു ജനിച്ചാൽ പോരാ. നമ്പൂതിരിയാവണ്ടെ. സ്വന്തം ചീത്ത ത്തവും ചെറ്റത്തവും തന്നെയാണ് അന്യനിൽ ചീത്തത്തവും ചെറ്റത്തവു മായി കാണുന്നത്. അരുത്.

അതിന്?

ശീലിക്കണം.

ഭദ്രമായതു കാണുവാൻ ശീലിക്കണം.

കുഞ്ഞുകുട്ടൻ പത്തായപ്പുരയിലേക്കു നടന്നു. അവിടെ അതിഥികളുടെ തിരക്കിൽ അസ്തിത്വം നശിച്ച് അങ്ങുമിങ്ങും നടന്നു.

# നാല്പത്തിയെട്ട്

**മ**ഴ.

ചറപറാന്ന് മഴ.

തോർന്നു. പിന്നെ മഴ. തോർന്നു. പറപറാന്ന്. ശ്ശേന്ന്.

ചറ.

തോർന്നു. ച–റ–മ–ഴ–തോ–

കുറുക്കന്റെ കല്യാണം.

വെയിലും മഴയും. മഴയും വെയിലും. ഒരു നിമിഷം മഴ. കനത്ത്. പെരുത്ത്. ടും. നിന്നു. വെയില്. പൊറം പൊളിയണ വെയില്. ടും. മഴ. കോരിച്ചൊരിഞ്ഞു.

ദേവേന്ദ്രന്റെ ആനയുടെ നീരാട്ട്. തുമ്പിക്കൈയിൽ നിറച്ച് ഒരൂത്ത്. ടും. ശരേന്ന്. നീട്ടി. തോന്ന്യേപോലെ.

കുഞ്ഞുകുട്ടൻ നനഞ്ഞു. സുഖം. ഓയ്ക്കില്ലത്ത പടികടക്കുമ്പോൾ നല്ല വെയില്. കണ്ടപ്പാട് കടക്കും മുമ്പ് ആകെ നനഞ്ഞു.

പ്രാന്തൻമഴ.

മഴയ്ക്കും പ്രാന്തുണ്ടാവും.

പ്രാന്ത് മനുഷ്യന്റെ കുത്തകയൊന്നുമല്ലല്ലോ.

അഹംഭാവം കൂടിക്കൂടി സർവം സ്വന്തമാക്കി. ഭൂമി സ്വന്തം. ആകാശം സ്വന്തം. അന്തരീക്ഷം സ്വന്തം. ഈശ്വരനും സ്വന്തം അപ്പോൾ പ്രാന്തും സ്വന്തം.

മൃഗങ്ങൾക്കു പ്രാന്തില്ല.

വൃക്ഷലതാദികൾക്കു പ്രാന്തില്ല.

മഴക്കും വെയിലിനും പ്രാന്തില്ല.

ശുദ്ധ അഹങ്കാരം.

പ്രാന്തൻമാവുണ്ട്.

പ്രാന്തൻമഴയുണ്ട്.

പ്രാന്തൻനായയുണ്ട്.

പക്ഷി.

കാറ്റ്.

ഈ പ്രപഞ്ചം ഇരുകാലിക്കു മാത്രമല്ല. ചതുഷ്പ്പത്തുകൾ. ഷട്പദങ്ങൾ, ആയിരംകാലികൾ.

കാലില്ലാത്തവ.

അവയുടെയൊക്കെ തറവാട്ടുസ്വത്താണ്.

ദാ, മഴമാറി.

വെയില്.

പ്രാന്തന്നെ.

കുഞ്ഞുകുട്ടൻ ഓരിക്കുന്നിലേക്കു തിരിഞ്ഞു.

വളരെ നാളായി പ്രാന്തൻമാവിനെ കണ്ടിട്ട്. ആശ്രമാദ്ധ്യക്ഷനായ ഒറ്റപ്പാലയുടെ ആതിഥ്യം സ്വീകരിക്കണം. പ്രായശ്ചിത്തം ചെയ്യണം. ആവശ്യമില്ലാത്തതു കണ്ടതിന്. ദുഷ്ച്ചിന്തയ്ക്ക്. ഓരോ ശ്വാസോച്ഛ്വാസവും പരമപവിത്രമാവണം. ലോകസുഖത്തിനാവണം. അതേവരെ.

ശുദ്ധി.

അഗ്നിശുദ്ധി.

ദ്രവ്യശുദ്ധി.

ശരീരവും മനസ്സും ശുദ്ധമാവട്ടെ. അതിനായി–

ഈ ഓരിക്കുന്നിലേക്ക് അടിവെച്ചടിവെച്ചു കയറാം. ഓരോ പാദ പതനവും സാഷ്ടാംഗപ്രണാമമായിത്തീരട്ടെ.

കുഞ്ഞുകുട്ടൻ ഓരിക്കുന്നിന്റെ കാൽക്കൽ നിന്നു. പേരു ചൊല്ലി മന്ത്രാഭിവാദ്യം ചെയ്തു.

ഈ ശരീരത്തിലെ സർവമാലിന്യങ്ങളും നീങ്ങട്ടെ. ഈ ഉച്ഛ്വാസവായുവിനോടൊപ്പം ശുഭമല്ലാത്തതൊക്കെ ബഹിർഗമിക്കട്ടെ. അവ അകലട്ടെ. സപ്തനാഡികളും പഞ്ചപ്രാണനും അമലമാവട്ടെ.

മുറിയാതെ, മുഴങ്ങാതെ, കുഞ്ഞുകുട്ടൻ ദീർഘമായി ഉച്ഛ്വസിച്ചു.

എനി,

ഒരടി മുകളിലേക്ക്.

പ്രപഞ്ചത്തിലെ സദ്ഗുണങ്ങളൊക്കെ ഇവനിലേക്കു ചേരട്ടെ. സർവമംഗളങ്ങളും ഒന്നായി പഞ്ചേന്ദ്രിയങ്ങളിലൂടെ പ്രാണങ്ങളഞ്ചിലും ചെന്നു ചേരട്ടെ. ജഗത് പ്രാണൻ ആത്മപ്രാണന് ശക്തിയേകട്ടെ. സത്യമായതൊക്കെ ഇവനിൽ നിറയട്ടെ.

മുറിയാതെ മുഴങ്ങാതെ കുഞ്ഞുകുട്ടൻ ദീർഘമായി ശ്വസിച്ചു.

എനി,

ഒരടി മുകളിലേക്ക്.

ഓരോ ശ്വാസംകൂടി പ്രപഞ്ചോപകാരപ്രദമാക്കാം. സദാ ഉദാത്തചിന്ത മാത്രം. ലോകകല്യാണം മാത്രം ചിന്തിക്കുക. അതുമാത്രം കാണുക. അതുമാത്രം പറയുക.

തിന്മയില്ല.

നന്മ മാത്രം.

ഇക്കണ്ട കാലമത്രയും കരഞ്ഞും കരയിച്ചും കഴിഞ്ഞു. ഉണ്ടുറങ്ങി നീങ്ങി. അതിനൊക്കെ പ്രായശ്ചിത്തം ചെയ്യണം.

എവട്യായിരുന്നു.

പ്രാന്തൻമാവ് വരവേറ്റു.

ദാ, ഇപ്പഴുംകൂടി പറഞ്ഞോളളു. താനൊരാശ്രമം ണ്ടാക്കി. നാടിന്റെ മുഴുവൻ വേദനയും ഇവിടെ നടതള്ളാൻ വിളിച്ചുകൂവി നടന്നു. നമ്മുടെ തലമൂത്ത ഒറ്റപ്പാലയെ അദ്ധ്യക്ഷനുമാക്കി. എന്നിട്ടും ഒരാളും വന്നില്ല. ഞങ്ങളൊക്കെ കാത്തിരുന്നു. ആരും വന്നില്ല. ഞങ്ങൾ വിളിച്ചു.

പക്ഷേ,

അവർക്കു ഭാഷയറിയില്യ.

ഭോഷ്ക്!

അറിയാൻ ശ്രമിക്കില്ല എന്നു പറയൂ. കൊള്ളക്കൊടുക്കകൾ ഇരുവരുമറിഞ്ഞേ നടക്കൂ. കൊടുക്കുന്നവൻ മാത്രം പോരാ. കൊള്ളാനുമാളു വേണം. ആശയവിനിമയത്തിന് ഒരു പക്ഷം മതിയൊ. ഞങ്ങൾ നിങ്ങളോടു സംസാരിക്കുവാൻ സദാ സന്നദ്ധരാണ്. നിങ്ങളോ?

സത്യം.

കുഞ്ഞുകുട്ടൻ പ്രാന്തൻമാവിനെ കെട്ടിപ്പിടിച്ചിരുന്നു.

സത്യമതാണ്.

അശരീരികളും അന്യപ്രാണികളും നമ്മോടു ബന്ധപ്പെടാൻ ശ്രമിക്കുന്നു. നാം ഒഴിഞ്ഞുമാറുന്നു. ഭയപ്പെടുന്നു. പുല്ലും പുഴുവും സംഭാഷണ

മാംരംഭിച്ചാൽ മനുഷ്യൻ ഭയപ്പെടുന്നു. പിശാചുബാധിച്ചതാണെന്നു പറയുന്നു. പിന്നെ ഉച്ചാടനം കഷ്ടം!

ഇരിക്കൂ. എനി, ആരുമില്ലെങ്കിലും സ്വന്തം ദുഃഖങ്ങൾ ഈ ആശ്രമത്തിനു വഴിപാടർപ്പിക്കൂ. എത്ര നാളായി–

ആവാം.

കുഞ്ഞുകുട്ടന്റെ മനസ്സുണർന്നു. സ്വന്തം വേദനകളും പരിഭവങ്ങളും ഈ പാലച്ചുവട്ടിലർപ്പിക്കട്ടെ.

ഞാൻ.

ഞാൻ സാക്ഷിനിൽക്കാം. സാക്ഷി മാത്രമല്ല. ബ്രഹ്മനിരിക്കാം. ഇതാ പാലമരം കൈ മലർത്തി നീട്ടിക്കാണിക്കുന്നു. എല്ലാം ദുഃഖവും ദാനമേകൂ.

പ്രാന്തൻമാവ് ഉണർവുനൽകി.

പക്ഷേ, കുഞ്ഞുകുട്ടനു ശങ്കയായി–

എന്താ–

എന്റെ ദുഃഖമത്രയും ഞാൻ അന്യനൊരാൾക്കു നൽകുന്നത് പാപമല്ലേ, വേദനകളും മോഹഭംഗങ്ങളും.

ഇല്ല. അതിനാണ് തപസ്സനുഷ്ഠിക്കുന്നത്. ഏതു മഹാപാപങ്ങളും ഏറ്റുവാങ്ങി മഹാപുണ്യമാക്കുവാനുള്ള കരുത്താർജ്ജിക്കണം. ഈ ഞങ്ങളതാർജിച്ചിരിക്കുന്നു. രോഗങ്ങളും വേദനകളും തരൂ. സസന്തോഷം ഇരുകരവും നീട്ടി വാങ്ങാം. എന്നിട്ടനുഗ്രഹിക്കാം.

വേണ്ട. പ്രിയസുഹൃത്തേ. എന്റെ വേദനകൾ ഞാൻതന്നെ അനുഭവിക്കാം. അത് മറ്റൊരാൾക്കു നൽകി സുഖിക്കാൻ എനിക്കാവില്ല.

ഉത്തമമതാണ്. ലോകത്തിന്റെ വേദന മുഴുവൻ അങ്ങനെ ആവാഹിച്ചെടുത്തു. വേദന മാത്രമല്ല, ചീത്തത്തങ്ങളപ്പടി. കണ്ടില്ലേ. ഈ തെക്കെപ്പുറത്തെ ചെറു ചില്ലകൾ. അവ ഉണങ്ങിക്കാണുന്നില്ലേ. സഹജീവികളുടെ മാരകരോഗങ്ങൾ ഏറ്റെടുത്തതാണ്. സാരമില്ല. അതുപോലെ നിങ്ങളും അന്യവേദന ഏറ്റെടുക്കുവാൻ യത്നിക്കൂ.

ആവാം.

കുഞ്ഞുകുട്ടനെഴുന്നേറ്റു. പ്രാന്തൻമാവിനോടു യാത്ര പറഞ്ഞു. എന്നിട്ട് ഒറ്റപ്പാലച്ചുവട്ടിൽ വന്നു.

ഞാൻ വന്നു.

വളരെ നേരമായി ഞാൻ കാത്തിരിക്കുന്നു. വരൂ. ഇതാ ഞാൻ ദാനം സ്വീകരിക്കുവാൻ ഒരുങ്ങിക്കഴിഞ്ഞു. കുഞ്ഞുകുട്ടാ. ആവാവുന്നതൊക്കെ തരൂ. എന്നിട്ട് പകരം അഭയം സ്വീകരിക്കൂ. ഇഷ്ടവരങ്ങൾ ആവശ്യപ്പെടൂ.

എനിക്ക് വരങ്ങളൊന്നും വേണ്ട. തരുവാനൊന്നുമില്ല. എന്റെ വേദനകളെ സംസ്കരിക്കുവാൻ ഞാൻ പഠിക്കട്ടെ.

സ്വസ്തി!

കുഞ്ഞുകുട്ടൻ പാലച്ചുവട്ടിൽ ഇരുന്നു. വൃഥാവിലാകുന്ന ഈ ആരോഗ്യം നൽകാം. അനേകങ്ങൾക്കു തണലേകുന്ന ഈ പാലമരത്തിന് ഇവന്റെ ആരോഗ്യം ആവശ്യമായിവരാം. ഉള്ള ബുദ്ധിയും മനസ്സും സമസ്തവും നൽകാം. ഈ ഓരിക്കുന്നിലെ നാനാവൃക്ഷതലാദികൾക്കും ആയുരാരോഗ്യങ്ങൾ നൽകാം. എനി മേലിൽ വേദനയും ദുഃഖവും ആർക്കും കൊടുക്കുവാൻ വയ്യ. എല്ലാ വേദനകളും ഏറ്റുവാങ്ങാം. എന്നിട്ട് അവർക്കായി സുഖ ഐശ്വര്യങ്ങളൊക്കെ പകരം നൽകാം.

ലോകങ്ങൾക്കായി.

ജീവിതം സാർത്ഥകവും സഫലവുമാവട്ടെ. ഇക്കണ്ട കാലമത്രയും വ്യഥാവിലായി.

സാരമില്ല.

ഒന്നും പാഴാവുന്നില്ല. പോയ നാളുകളുടെ പാഠങ്ങൾ നേട്ടങ്ങൾ തന്നെ. നിഷേധമായി ചിന്തിക്കാതിരിക്കൂ.

കുട്ടാ ഇല്യാന്നു പറയരുത്. ഗൃഹദേവതകളുണ്ട്, നമ്മളെന്തു പറയുന്നുവോ അതു നൽകി അനുഗ്രഹിക്കലാണ് അവരുടെ കർമ്മം. ഇല്യ ഇല്യ എന്നു പറഞ്ഞാൽ ഇല്യാതാവും.

ചീത്തത്തം പറഞ്ഞാൽ ചീത്ത്യാവും. നല്ലതു പറഞ്ഞാൽ നല്ലതാവും.

ചിന്തിച്ചാൽ –

അതിലും മുന്തിയ കർമമില്യ.

ചിന്തിക്കൂ. നവംനവങ്ങളായ ദർശനങ്ങളുണ്ടാവട്ടെ. ചിന്തതന്നെ ദർശനം. അതുതന്നെ ശക്തി. അതാണ് പുരുഷനെ സ്പന്ദിക്കുവാൻ സമർത്ഥമാക്കുന്നത്.

കുഞ്ഞുകുട്ടൻ പ്രാണനുൾക്കൊണ്ടു.

മഹാജനങ്ങളെ–

ഏയ് പ്രാന്താ.

പ്രാന്തൻമാവ് കലപിലകൂട്ടി.

തനിക്ക് ശുദ്ധവട്ടാണ്. മഹാജനങ്ങളേ! എവിടെ ജനം. മഹാവൃക്ഷങ്ങളേ എന്നു വിളിക്കൂ.

കുഞ്ഞുകുട്ടൻ നിശ്ശബ്ദനായി.

പ്രായശ്ചിത്തം വേണം.

നല്ലേടത്ത് അമ്മയുടെ ചെറ്റത്തം കണ്ടു.

ചെറ്റത്തമല്ല. ദാരിദ്ര്യം. ദാരിദ്ര്യമാണ് ചെറ്റത്തത്തിന്റെ പെറ്റമ്മ. അതിനാൽ–

അന്നപൂർണേശ്വരി.

ഗ്രാമത്തിനു മുഴുവൻ അന്നമേകിയിരുന്നവൾ ആർത്തി സഹിക്കാതെ ചെറ്റത്തം കാട്ടി. അതു കണ്ടു. അതിന് പ്രായശ്ചിത്തം ചെയ്യൂ. സ്വന്തം ആത്മാവുകൊണ്ട്.

ഒരമ്മയല്ല. ഒരായിരം അമ്മമാരുണ്ട്. അവരുടെ പട്ടിണി പച്ചഞരമ്പു പിടയ്ക്കുന്ന നീരുവറ്റിയ മുഖം കണ്ടില്ലേ. ദൈന്യത വീർത്തുവന്ന വയറു കണ്ടില്ലേ, എനി–

മതി.

ഒരു ലക്ഷ്യമുണ്ടായാൽ മതി. എനി വഴി തനിയെ വാർന്നുവീഴും. മുമ്പിലെത്തിപ്പെടും. ഉത്ക്കടമായ മോഹം. അതേ വേണ്ടൂ.

മഹാവൃക്ഷങ്ങളേ.

മഹാമണ്ടന്മാരേ.

പിന്നേയും പ്രാന്തൻമാവോ.

താനവിടെ മലർന്നുകിടന്നോളൂ. വേര് പിടിക്കട്ടെ. എന്നിട്ട് ഈ ഞങ്ങളെപ്പോലെ ഒരു കുഞ്ഞുകുട്ടൻമരവും ഈ ഓരിക്കുന്നിൽ ഉണ്ടാവട്ടെ.

ശരി.

കുഞ്ഞുകുട്ടൻ പാലച്ചുവട്ടിൽ മലർന്നുകിടന്നു. ഒറ്റപ്പാല കൈയ് വിരിച്ച് പുതപ്പിച്ചു. പ്രാന്തൻമാവ് ചെറുചില്ലകളിളക്കി കുളിർകാറ്റേകി. ആ സുഖ ശാന്തിയിൽ കുഞ്ഞുകുട്ടനാഴ്ന്നു. പതുക്കെ കാൽവിരലുകൾ നീണ്ടു. അവ ഭൂമി തുരന്നു തുരന്നു പോയി. കൈവിരലുകൾ വളർന്നു. ഊർധ്വമായി സവി താവിനെ തേടിത്തേടി വിടർന്നു. രോമകൂപങ്ങൾ എഴുന്നു. പഞ്ചേന്ദ്രിയങ്ങ ളൊന്നായി. പഞ്ചപ്രാണനേകാനായി. വൃക്ഷപ്രാണനായി. ഓരിക്കുന്നിന്റെ മുകളിൽ ഉയരെ ലോകത്തിനാകെ ശാന്തിയേകി നിത്യമായി നിന്നു.

## നാല്പത്തിയൊമ്പത്

**മ**ഴ തുടർന്നു.

കണ്ണിലും മൂക്കിലും മുഖത്തും പിന്നെ ദേഹം നിറഞ്ഞും വഴിഞ്ഞും മഴ വെള്ളം കവിഞ്ഞു. ഓരോ തുള്ളി ഓരോ കോരിത്തരിപ്പായി. ശരീരമാകെ കുളുർത്തു. പാലച്ചുവട്ടിൽ വേരിറങ്ങുന്നതും കാത്ത് കുഞ്ഞുകുട്ടൻ മലർന്നു കിടന്നു. മഴ പിന്നെ മരം പെയ്യുന്നതും ചേർന്ന് കനത്ത തുള്ളി യായി കുഞ്ഞുകുട്ടന്റെ അകംപുറവുമാത്മാവും തണുപ്പിച്ചു. ത്വക്മാംസാ സ്ഥികളും കടന്ന് കുളുർമ ചിത്പുരുഷനിലേക്കു പടർന്ന് ഉൾപുളകമാകു ന്നതനുഭവിച്ചു.

മഴ തുടർന്നു.

ഇപ്പോൾ ഭ്രാന്തു മാറി.

നിറുത്താതെ നനുക്കാതെ ഇടമുറിയാതെ മഴ.

ഓരിക്കുന്നിന്റെ മൂർദ്ധാവിൽ ഒറ്റപ്പാലച്ചുവട്ടിൽ മുറിയാത്ത മഴയുടെ മന്ത്രധാരയിൽ കുഞ്ഞുകുട്ടൻ സംസ്കാരസിദ്ധമായ ശങ്കരനാമാർത്ഥമനുഭ വിച്ചു.

കാലങ്ങളിൽ ശ്രേഷ്ഠം വർഷംതന്നെ.

പ്രകൃതിയുടെ പരിഭവം തീർന്ന് തുള്ളിച്ചൊരിയുന്ന ഋതുകാലം. പൃഥ്വി അവന്ധ്യയാവാനുള്ള ആദ്യാടയാളം. ചടങ്ങിനാലെയൂട്ടുന്ന ആ നാന്ദീമുഖ മുണ്ട് കുഞ്ഞുകുട്ടൻ സംതൃപ്തനായി.

വേരു പിടിക്കും.

കുന്നു കയറി ഒറ്റപ്പാലച്ചുവട്ടിലെത്തിയ മേരി പറഞ്ഞു:

ചെലപ്പോ ഒലിച്ചുപോവേം ചെയ്യും.

അപ്പോൾ നോഹയുടെ പെട്ടകം വരും. അതിൽ പിടിച്ചു കയറ്റും.

ചിരപരിചിതസ്വരം. സ്വരഗന്ധം. അന്തരീക്ഷം മന്ത്രധാരചെയ്തു ശുദ്ധ മാക്കിയ വർഷഋതുവിന്റെ പവിത്രതയിൽ സ്വരതാളഗന്ധങ്ങൾ വ്യക്തമായി. എന്നിട്ടും, ആളറിഞ്ഞിട്ടും കുഞ്ഞുകുട്ടൻ കണ്ണു മിഴിച്ചില്ല. അടുത്തു വന്ന സ്ത്രീഗന്ധം ആവോളം ഉൾക്കൊണ്ടു. അന്തരീക്ഷചലനം സ്വശരീരത്തിൽ പ്രകമ്പനം കൊള്ളുന്ന തറിഞ്ഞു കിടന്നു.

ഈ മഴയത്ത്.

കാളമേരി കുനിഞ്ഞുനോക്കി. കണ്ണടച്ചുകിടക്കുന്ന കുഞ്ഞുകുട്ടന്റെ സ്നിഗ്ദ്ധമായ ശരീരത്തിൽ മഴത്തുള്ളികൾ വീണുടയുന്നതും ഉരുണ്ടുകളി ക്കുന്നതും കണ്ണു നിറച്ചു കണ്ടു. ഒരു തുള്ളി ഭ്രൂമദ്ധ്യത്തിൽ വീണു തകർന്ന് ആയിരമായി സഹസ്രസാരം നനച്ച്.

അമൃതധാര.

മേരി കുട മടക്കി. പാലയിൽ ചാരിവെച്ചു. ആദ്യത്തെ മഴത്തുള്ളി മൂർദ്ധാവിൽ പതിച്ച് ഉള്ളംകാലുവരെ ഇറങ്ങിവരുന്നതറിഞ്ഞു നിന്നു. പിന്നെ പെയ്യുന്ന മാനം നോക്കി. ഒന്നു രണ്ട് ആയിരം അനന്തമായി ജീവകോശമപ്പിടി നനഞ്ഞു കുളിച്ചു.

കുഞ്ഞുകുട്ടൻ കണ്ണടച്ചുകിടന്നു. മേരിയുടെ സാന്നിദ്ധ്യം ആവാഹിച്ചു.

മാഷേ—

മേരി കുഞ്ഞുകുട്ടന്റെ തൊട്ടടുത്തിരുന്നു. മൃദുലമായി നനഞ്ഞു കുതിർന്ന ശരീരം സ്പർശിച്ചു. മുഖത്ത് വിസ്തരിച്ചു. പുരികക്കൊടിയുഴിഞ്ഞു. നാസാരന്ധ്രം തലോടി. ചുണ്ടു തൊട്ടുനോക്കി. പതുക്കെ അധരം പിളർത്തു. കഴുത്തിലേക്കിറങ്ങി. രോമം നനഞ്ഞു ചാഞ്ഞ് നിറഞ്ഞ മാറിൽ പത്തു വിരലും പരത്തിവെച്ചു. പിന്നെ നാലുകാലുകുത്തി നിന്നു. വാത്സല്യത്തോടെ കുഞ്ഞുകുട്ടനെ നക്കിത്തുവർത്തി.

പശു!

കുഞ്ഞുകുട്ടൻ മിഴി തുറന്നു. കോരിത്തരിച്ചു പിടഞ്ഞു. പുളഞ്ഞു. തനിക്കു മീതെ നാൽക്കാലിൽ കുനിഞ്ഞ് അവയവങ്ങൾ നക്കിത്തുവർത്തുന്ന പശുക്കിടാവിനെ കണ്ടു. വാവടുത്ത് പുളമുറ്റി.

കാളലോനയുടെ അരുമക്കിടാവ്.

തല താഴ്ത്തി നാക്കു നീട്ടി നിറുംമണ്ട പൊട്ടി തലച്ചോറു ചതഞ്ഞ് കണ്ണു തുറിച്ച് കടവായിൽ ചോരയും ചലവും കിനിഞ്ഞ് പ്രാണൻ ചിതറി.

വാത്സല്യത്തോടെ.

രണ്ടായി പകുത്ത മുടി നടുവിൽ മൂർദ്ധാവു മർമം തെളിഞ്ഞ്. ഒരൊറ്റ മേട്ടം.

തോലുരിഞ്ഞ് തലകീഴായി പൊതി കീറി.

മാഷേ—

കുഞ്ഞുകുട്ടൻ കൈയുയർത്തി. തരിച്ച കൈ മേരിയുടെ നിറുംതലയിൽ പരത്തി വെച്ചു.

നീയാഗ്രഹിക്കുന്നതു നേടുക.

സ്വസ്തി. സുമംഗലീഭവ.

ഒരു ചരിത്രകാരൻ എന്ന നിലയ്ക്കു പറയട്ടെ: അന്ന് കുഞ്ഞുകുട്ടൻ മേരിയെ ഭോഗിച്ചു. ഒരു സാധാരണ സംഭവം. അതിനെ ഇങ്ങനെ വർണിക്കേണ്ടതായ ഒരു കാര്യവുമില്ല. സത്യം സത്യമായി പറഞ്ഞാൽ മതി. പക്ഷേ, അതിനുള്ള ആത്മബലമില്ല. വ്യാഖ്യാതാവ് എന്ന നിലയിൽ ഒരുവരി ആത്മബലം ഇല്ലാത്തവൻ എഴുത്തു നിർത്തുന്നതാവും ഭംഗി.

## അമ്പത്

**കാ**ളലോനയുടെ വീട്ടിൽ പ്രഭാതം എത്തിയിട്ട് അധികമായിരുന്നില്ല.

അതിനു മുമ്പ് കുഞ്ഞുകുട്ടൻ എത്തി. അതിനും മുമ്പ് കാളലോന പുറത്തേക്കു പോയി.

അറീല്യ. എന്തോ ഏർപ്പാട്ണ്ട്ന്ന് പറഞ്ഞു. നാളികേരം ഇടീക്കണം. തെങ്ങ് നന്നാക്കണം. ഒക്കേറ്റിനും അപ്പൻ മാത്രമല്ലേയുള്ളു.

നീയോ?

ഞാനെന്താ കുട്ട്യാ പറ്റാ പെണ്ണൊരുത്തി.

മേരി തിണ്ണയിലിരുന്നു. വളരെ അകന്ന് ഇരുന്നു ഇരുന്നില്ല എന്ന മട്ടിൽ.

നിണക്കു പറ്റണതു മുഴുവൻ ചെയ്യുന്നുണ്ടല്ലോ.

കുഞ്ഞുകുട്ടൻ വിചാരിച്ചു.

മലർന്നുകിടക്കാം. ആണുങ്ങളെ അടുത്തേക്കാവാഹിക്കാം. ഗർഭിണിയാവാം.

പക്ഷേ, കുഞ്ഞുകുട്ടനതു പറഞ്ഞില്ല. വിചാരിക്കുന്നതു പറയാനും പറയുന്നതു പ്രവർത്തിക്കാനും എന്നാണു സാധിക്കുക. ഒരുപക്ഷേ, അതിനും തപഃശുദ്ധി നേടണം. സത്യം വിചാരിക്കാൻ. അല്ലെങ്കിൽ സത്യമാണെന്നു ധരിക്കുന്ന അസത്യം ചിന്തിക്കും. എന്നിട്ട് അതിനെ മൂടി മറ്റൊരസത്യം പറയും. വീണ്ടും ഒരാവരണം നൽകും.

എനിക്കൊന്നു കുളിക്കണം. പിന്നെ ഇത്തിരി പ്രാതല്. എന്തായാലും വിരോധം ല്യ. വയറ് നെറേണം. പിന്നെ ഞാൻ ഒരാഴ്ചയായി യാത്രയായിരുന്നു. ദാ വരണ വഴി ഭയങ്കരക്ഷീണം.

മേരിക്കു തൃപ്തിയായി. നാളതുവരെ മറ്റൊരാൾക്കായി ഒന്നും ചെയ്തില്ല. മുമ്പൊരിക്കൽ ഈ മാഷക്ക് ഇത്തിരി ചോറുവെച്ചുവിളമ്പി, അതുമാത്രം.

ഞാൻ തപസ്സനുഷ്ഠിക്കുകയായിരുന്നു.

മേരിക്കുട്ടി കേട്ടു. കേൾക്കൽ മാത്രമാണു കർത്തവ്യം എന്നപോലെ.

കുഞ്ഞുകുട്ടൻ കുപ്പായം ഊരി മേരിയുടെ മേലേക്കിട്ടു. പതിവുപോലെ എന്നവണ്ണം. ഒരു യാത്ര കഴിഞ്ഞാൽ ഇല്ലത്തെത്തുമ്പോൾ ഷർട്ടൂരി ഭാര്യയുടെ നേരെ വലിച്ചെറിയും. സഞ്ചി തുറന്ന് തെക്കിനിപ്പടിയിൽ നിരത്തും. യാത്ര കഴിഞ്ഞ് എപ്പോഴും ഒരു പ്രഭാതത്തിലേ തിരിച്ചെത്താറുള്ളു. തീവണ്ടിയുടെ സമയമതാവും. അങ്ങനെയാവും ആ ശീലം തുടങ്ങിയത്. പിന്നെപ്പിന്നെ പുലരുംമുമ്പ് ഇല്ലത്തെത്തുക എന്നതായി ചിട്ട.

ഇപ്പോൾ–

ഈ ഷർട്ട്.

അതവിടെ ഇട്ടേക്ക്. ഞാൻ വിചാരിച്ചു–

ഞാൻ കഴുകീടാം.

അപ്പൊ എനിക്കു പോവാനോ?

ഇപ്പൊ വേണ്ട. ഇതൊണങ്ങട്ടെ. കുളിച്ച് പ്രാതലു കഴിച്ച് ഒന്നുറങ്ങി എണീറ്റു വിസ്തരിച്ചുണ്ട് ഒന്നുകൂടി ഉറങ്ങി–

എന്നിട്ടു മതി.

ഞാൻ വെള്ളം നേര്യാക്കട്ടെ.

മേരി അകത്തേക്കു നടന്നു. അവളുടെ വാക്കു കേൾക്കാതെ കുഞ്ഞുകുട്ടൻ ഒപ്പം ചെന്നു. കുളിമുറിയിൽ മേരി വെള്ളം കോരുന്നതിനടുത്ത് വെറുതെ മനോരാജ്യം കണ്ടുനിന്നു.

എങ്ങന്യാ പറയാ.

ഈ മുഹൂർത്തത്തിനായി ഒരാഴ്ച തീർത്ഥാടനം ചെയ്തു. എങ്ങോട്ടെന്നില്ലാതെ വിശ്രമമില്ലാതെ ഒടുക്കം അന്തരാത്മാവുണർന്നു. ഉപദേശിച്ചു.

കല്യാണം കഴിക്കാം.

മേരിയുടെ ശരീരസുഖം അറിഞ്ഞതാണ്. അതിനും മുമ്പ് അന്യസ്ത്രീകളെ അനുഭവിച്ചിട്ടുണ്ട്. എന്നാലതൊക്കെ വെറും വിസർജനമായിരുന്നു. ഇത്–

എനിക്കു പ്രസവിക്കണം.

ഞാൻ നിന്നെ കല്യാണം കഴിക്കാം. കുഞ്ഞുകുട്ടൻ പെട്ടെന്നു പറഞ്ഞു. വെള്ളം കോരിനിറയ്ക്കുന്ന മേരി ഒന്നു തിരിഞ്ഞു നോക്കി. പിന്നെ, ഒന്നും സംഭവിക്കാത്ത മാതിരി പണി തുടർന്നു.

ദാ വെള്ളം.

ഞാൻ പറഞ്ഞത്—

മേരിക്കുട്ടി കേട്ടു. പക്ഷേ, ഒരു സാധാരണ വാക്യംപോലെ ആത്മാവിലെത്താതെ കർണപുടത്തിൽതന്നെ ആ വാക്യമവസാനിച്ചു.

ഞാൻ—

കുളിച്ചുവരൂ.

കുഞ്ഞുകുട്ടൻ കളിച്ചുവരുമ്പോഴേക്കും മേരി പിട്ടും പഴവും തയ്യാറാക്കിക്കൊണ്ടിരുന്നു.

ഞാൻ—

ന്നാള് ഞാൻ വെറുതെ പറഞ്ഞതാ. മാഷക്ക് ഭാര്യേം കുട്ട്യോളും ഇല്യേ? പിന്നെ, ജാതി—

അതൊന്നും സാരംല്യ. ഞാനതിനെപ്പറ്റി ഗാഢമായാലോചിച്ചു. എന്നിട്ട് ഒടുവിൽ ഒരു തീരുമാനത്തിലെത്തി. ആ മഴയത്ത്. ആ കുന്നിൻമുകളിൽ.

മാഷക്ക് പ്രാന്താ.

മേരി പിന്നൊന്നും പറഞ്ഞില്ല. കാപ്പിപലഹാരങ്ങളിൽ മുഴുകി.

ഞാനീ ഷർട്ട് കഴുകീട്ടുവരാം.

അടുക്കളയിൽ കുഞ്ഞുകുട്ടൻ ഒറ്റയ്ക്കായി.

പ്രായശ്ചിത്തം ചെയ്യണം.

എന്തു പ്രായശ്ചിത്തം. ആരോട്? മേരിയോടോ? അതോ ഭാര്യയോടു ചെയ്ത തെറ്റിനോ? അഗ്നിസാക്ഷിയായി വേട്ട അകത്തുള്ളാളും കുട്ടികളും ഉണ്ടായിരിക്കെ ഒരന്യജാതിപ്പെണ്ണിനെ ഭോഗിച്ചു എന്ന കുറ്റത്തിനോ!

അവളെ വിവാഹം കഴിക്കാം.

മാഷേ, ദൊന്നും നിരീച്ച് ഇരിക്കണ്ട. മനക്കല് ഭാര്യേം കുട്ട്യോളും ഇല്യെ. അതു മതി. ന്നെ കെട്ടിപ്പുലർത്താനൊന്നും നിക്കണ്ട. ഇനി, കെട്ടീല്യാച്ചാലും മാഷക്ക് വേണ്ടത്—

മേരീ!

എന്നെ അത്ര നീചനാക്കരുത്. നിന്റെ ചെറുപ്പം മോഹിച്ചല്ല ഞാൻ വന്നത്. പിന്നെ, അത്—

കുഞ്ഞുകുട്ടൻ അകംപുറം സ്തംഭിച്ചു. വരുമ്പോൾ പറയാൻ വിചാരിച്ച തത്രയും മറന്നു. തത്ത്വചിന്തകളും വേദാന്തങ്ങളും ഉപദേശങ്ങളും മറഞ്ഞു. സ്ത്രീ പ്രസവിക്കണം. ഗർഭം നീചമല്ല. പ്രകൃതിവിരുദ്ധമല്ല. പ്രസവിക്കാതിരുന്നാലാണ് ഈശ്വരകോപം എന്നൊക്കെ പറയാൻ വിചാരിച്ചു. വിവാഹം എന്ന സ്ഥാപനത്തിന്റെ ഉല്പത്തി, ചരിത്രപരമായ സ്ഥിതി, കടമ, ധർമം എന്നിവയെപ്പറ്റി പറഞ്ഞു പഠിപ്പിക്കണം എന്നും വിചാരിച്ചു. ആവശ്യമെങ്കിൽ ഗർഭംധരിക്കൂ. ഇഷ്ടമുള്ള പുരുഷനിൽനിന്ന്. എന്നിട്ട് തന്റേടത്തോടെ പ്രസവിക്കൂ. എന്നാലും വിരോധമില്ല എന്നൊക്കെ പുരോഗമനം പ്രസംഗിക്കണമെന്നും മോഹിച്ചു.

എന്നിട്ടും....

മേരീ—

മാഷ് വേണംച്ചാ ത്തിരി കെടന്നോളൂ. ഒണര്മ്പഴയ്ക്കും ചോറും കറീം ണ്ടാവും.

നീയെന്റെ ഭാര്യയാണ്. കല്യാണം കഴിച്ചാലും ഇല്ലങ്കിലും നീയെന്റെ ഭാര്യയാണ്. ഞാനതു തീരുമാനിച്ചു. നിണക്ക് സമ്മതമാണെങ്കിൽ നീയതു പറഞ്ഞാ മതി.

ന്നെ നശിപ്പിക്കണം ന്നാ മോഹം. സാമാന്യംപോലൊരു നസ്രാണി ച്ചെക്കൻ വരണതും ല്യാന്റാക്കാൻ.

സത്യം. അതാലോചിച്ചില്ല.

താനെന്താ ആലോചിക്കാ. വിഡ്ഢിത്തം മാത്രം; ന്നാലും ആലോചി ക്ക്ണ്ട്. അതു മതി.

ആരാത്?

തത്ത്വമസി.

അതു നീതന്നെ.

കുഞ്ഞുകുട്ടന്റെ മഹാവിഡ്ഢിത്തംതന്നെ.

അതാലോചിച്ചില്ല. ഞാൻ പോവാ. ആ ഷർട്ട് ഇങ്കട് തരൂ.

അതൊണങ്ങീല്യ.

വേണ്ട. അത് മേല് കിടന്നുണങ്ങും. എളുപ്പം. ശരീരത്തിന്റെ ചൂടു സഹായിക്കും. ഷർട്ട് ഉണങ്ങാനുള്ള എളുപ്പവഴി അതു ധരിക്കുകയാകുന്നു.

തരൂ.

എന്താ ത്ര തിടുക്കം. ഞാൻ പറഞ്ഞതോണ്ടാ?

അതെ. നീ കാര്യം പറഞ്ഞു. എന്റെ അന്ധവികാരത്തിന് നീ ബലിയാവരുത്. സാധാരണ ഒരു കല്യാണം നിണക്കു ചേരും. അതിനു മുമ്പ്—

ഇപ്പൊ വേണ്ട. ഞാൻ സമ്മതിക്കില്ല.

മേരി ഷർട്ടു കൊണ്ടുവന്നില്ല. പിന്നൊന്നും പറഞ്ഞുമില്ല.

അകത്ത് അപ്പന്റെ കയറ്റുകട്ടിലിൽ പായ തട്ടിക്കുടഞ്ഞു വിരിച്ചു. പുത്തൻ സാരി മടക്കി തലയിണ പുതപ്പിച്ചു. കരിമ്പടം കനത്തിൽ വിരിച്ചു. ചുളിവു നീർത്തി. അലക്കിയ തോർത്ത് മീതെ വിരിച്ചു.

ഓരിക്കുന്നിന്റെ മുകളിൽ ചപ്പില വിരിച്ചു. പാലച്ചുവട്ടിൽ ചരല് പെറുക്കിക്കളഞ്ഞു. എന്നിട്ടും ആണൊരുത്തന് പായവിരിക്കാനാവാത്ത ദുഃഖം കിട്ടിയ സന്ദർഭത്തിൽ കഴുകിക്കളഞ്ഞു.

വരൂ.

അനുസരണയോടെ കുഞ്ഞുകുട്ടൻ കിടന്നു.

ചോറ് ണ്ടായാൽ വിളിക്കാം. പക്ഷേ, കുഞ്ഞുകുട്ടന് കിടപ്പുറച്ചില്ല. കിടന്നവഴി ക്കെണീറ്റു. ചമ്രം പടിഞ്ഞിരുന്നു. ആവാവുന്ന നീളത്തിൽ ശ്വാസം ഉൾക്കൊണ്ടു. പിന്നെ, വാശിയോടെ ശരീരത്തിലെ വായു മുഴുൻ തീരുവോളം നീട്ടി ഉച്ഛ്വസിച്ചു. ഇടവിടാതെ നേർത്തുവരുന്ന ഉച്ഛ്വാസവായു മിനുസമായി ഇല്ലാതായി. ശരീരം വിറച്ചു. കണ്ണീരു പൊടിഞ്ഞു. അടിവയറ് ഒട്ടിയമർന്നു. എന്നിട്ടും വാശിപിടിച്ച് അവസാനത്തെ ഇറ്റു ശ്വാസംകൂടി ബലംപ്രയോഗിച്ചു പുറംതള്ളാൻ ശ്രമിച്ചു. തളർന്നുവീണു.

ഈ വികൃതിയറിയാതെ മേരിക്കുട്ടി എണ്ണ തേച്ചു കുളിച്ചു വന്നു. വാലിട്ടു കണ്ണെഴുതി. ചന്ദനം കാണാഞ്ഞ് പൗഡർ കലക്കി വരച്ചു കുറിയിട്ടു. കുങ്കുമം തൊട്ടു. മുക്കുറ്റി കടയോടെ പറിച്ച് മുടിയിൽ ചൂടി. കോടിമുണ്ടും നേരിയതും ധരിച്ചു. കണ്ണാടി നോക്കി. സംതൃപ്തി നേടി. പതുക്കെ

കുഞ്ഞുകുട്ടന്റെ കട്ടിലിനടുത്തെത്തി. കണ്ണടച്ചു കിടക്കുന്ന കുഞ്ഞുകുട്ടന്റെ കാലു തൊട്ട് നിറുകയിൽ വെച്ചു. അയയിൽനിന്ന് തിരുമ്മിയിട്ട മുണ്ടെടുത്ത് കഴുത്തുവരെ പുതപ്പിച്ചു. മാറിനിന്നു നോക്കി. തൃപ്തിയാവാഞ്ഞ് പുതപ്പെടുത്തു. നിലത്ത് തലയ്ക്കൽ മുട്ടുകുത്തിയിരുന്നു. വാത്സല്യത്തോടെ നെറ്റിയിൽ ചുംബിച്ചു, നിറുകെ തലോടി. ആത്മാവിൽ ഉയിർകൊണ്ട തരാട്ടു പാടിയുറക്കാൻ വെമ്പി. പതുക്കെപ്പതുക്കെ താളം പിടിച്ചു. ജീവിതത്തിലെ മുഴുവൻ മോഹങ്ങളും സാധിച്ചതനുഭവിച്ചു.

## അമ്പത്തിയൊന്ന്

**കു**ഞ്ഞുകുട്ടൻ സുഖമായുണർന്നു. മേരിയുടെ വാത്സല്യം താരാട്ടുപാടി താളം തട്ടിയുറക്കിയപ്പോൾ സർവേന്ദ്രിയങ്ങളും കർമരഹിതമായി. മനോബുദ്ധികൾ സമ്പൂർണ വിശ്രമമനുഭവിച്ചു. ഒരു ജന്മത്തിലെ മുഴുവൻ പരിശ്രമത്തിന്റെ ക്ഷീണവുമകന്നു. ഇന്ദ്രിയങ്ങൾ മതിയാവോളം വിശ്രമിച്ച് വരും നാളുകളിലേക്കുള്ള ശക്തി സംഭരിച്ച് സ്വയമേവ ഉണർന്നു.

ഉറക്കം സുഖായോ?

ങാ. എപ്പഴാ വന്നേ?

ഞാൻ വന്നേപ്പോ മോള് പറഞ്ഞു, തമ്പ്രാൻ ബടേണ്ട്. കെടന്നൊറങ്ങാണ്. വിളിക്കണ്ടാന്നും പറഞ്ഞു. അല്ലേലും ഒറങ്ങണോരെ വിളിച്ച് തൊന്തരവാക്കിയാ കർത്താവ് പൊറുക്കില്യ. എത്ര വെഷമിച്ചിട്ടാ ബാക്കിള്ളോര് ഒരു പോള കണ്ണടയ്ക്കണേ. ദുരിതം മോള് പറഞ്ഞതാ ശരി. ദുരിതംതന്നെ.

കുഞ്ഞുകുട്ടൻ കട്ടിലിൽ ചമ്രംപടിഞ്ഞിരുന്നു. ലോനയുടെ കുശലം കേട്ടു. മുഴുവൻ ഉണരാത്ത ഉറക്കഭ്രാന്ത് കണ്ണു തുറക്കാൻ മടിച്ചു.

വല്ലതും കഴിക്കണ്ടെ. നേരെത്രായി.

അഭിമാനത്തോടെ, അതിലേറെ അധികാരത്തോടെ മേരി കട്ടിളപ്പടിയിൽ വന്നു.

നിങ്ങളൊക്കെ ഉണ്ടോ?

ദ് നല്ല ശോദ്യം. അതെങ്ങ്യനാ തമ്പ്രാനെ. തമ്പ്രാൻ ബടെ പോത്തുപോലെ കെടക്കാ. ഞങ്ങളുണ്ണാ. അതെന്ത് മര്യാദാ. അപ്പളേ, മോള് കിണ്ണം വെച്ചോ. തമ്പ്രാന് ഒരെല. വലുത്. അടീം മേളും കഴുകി. അതിന് മുമ്പ് ത്തിരി പിടിപ്പിക്കണ്ടേ.

കുഞ്ഞുകുട്ടന്റെ മറുപടി കാക്കാതെ ലോന കുപ്പിയെടുത്തു. ഗ്ലാസ് നിറച്ചു നീട്ടി.

ഊണിനൊരു സുഖം. ഒരു രുശി. ഇപ്പൊ ദേ ഉള്ളു ഒരു തമാശ. ഊണിനുമുമ്പ് തൊള്ളി വിടും. ന്നൊരു സുഖം. രാത്രി ഒന്നൊറങ്ങേം ചെയ്യും... ത്തിരി നാളികേരം ണ്ടാർന്നു. ഒക്കേറ്റ് നും ഞാൻതന്നെ വേണ്ടേ. ഒറ്റക്കരു ആയിലേ്യ. കർത്താവേ, ഇബളക്കൊരു ചെക്കൻ വന്നാ—

അപ്പൻ വര്ണിലേ്യ.

കാളലോന മകളെ സൂക്ഷിച്ചുനോക്കി. അവളുടെ സിന്ദൂരപ്പൊട്ടും അതിനു മുകളിൽ വരക്കുറിയും തലയിലെ മുക്കുറ്റിപ്പൂവും മുണ്ടും നേരിയതും ഒക്കെ, ഒന്നൊന്നായും, പിന്നെ ഒന്നിച്ചും നോക്കി.

ദ് കണ്ടോ. ഇബള് പ്പൊ ഇല്യത്തെ കുട്ടിക്ടാവാന്നാ വിചാരം.

ആവും. അവളൊരാത്തേമ്മാരാവും.

തമ്പ്രാനെന്താ പറേണേ.

ലോനയ്ക്ക് ഒന്നും മനസ്സിലായില്യ. ഒരുപക്ഷേ, ഒന്നു മാത്രം മനസ്സിലായി. ഈ തമ്പ്രാൻ വന്നാമാത്രം മേരിയുടെ മുഖം തെളിഞ്ഞു. ഒരായിരം വെളക്കു വെച്ചപോലെ. പൂവിരിഞ്ഞപോലെ. അപ്പോൾമാത്രം അവളുടെ കണ്ണു തിളങ്ങി. ചുണ്ടാർദ്രമായി. മുഖം തുടുത്തു.

എന്താ, ഈ തമ്പ്രാനെന്താ, ഒരു രു ദ്—

യ്ക്കറീല്യ. ഒന്നറിയാം. തമ്പ്രാനെ യ്ക്ക് ഇഷ്ടാ. മുമ്പൊരിക്കെ ഞാൻ തമ്പ്രാനെ കൊല്ലണം നിരീച്ചതാ.

കുഞ്ഞുകുട്ടൻ ചിരിച്ചു.

ലോനതന്നെ പറഞ്ഞ്ണ്ട്. ഒരിക്കലല്ല. പലവട്ടം. കാണുമ്പോഴൊക്കെ.

അത് ഓരോരോ തന്തേല്യാത്തോറ്റ പറഞ്ഞ്ണ്ടാക്കീതാ. കർത്താവെ! തൂശിപ്പഴതീന്നാ രക്ഷപ്പെട്ടേ. ഇലങ്കി, രണ്ടിന്റെ തലേം - കർത്താവെ! ന്റെ അറണോസുണ്യവാളനാ കാത്തേ.

ലോന ചൂണ്ടാണിവിരൽ ക്ലാസിൽ മുക്കി. ഒരിറ്റ് നിലത്തെറ്റിച്ചു. ഭക്തിനിർഭരമായി കുരിശുവരച്ചു.

നീം ആളോളു പറഞ്ഞാലോ?

പറഞ്ഞോട്ടെ. നമ്മക്ക് ഒന്നൂല്യ. പറഞ്ഞോട്ടെ. മ്മടെ തമ്പ്രാനല്ലെ. പറഞ്ഞോട്ടെ. കണ്ടാലും ഞാൻ സമ്മതിക്കില്ല. അങ്ങനെ വരൂല്യ. ഏത്—

കുഞ്ഞുകുട്ടന്റെ കണ്ണീറനായി. ആർദ്രമായ ആത്മാവ് ഇന്ദ്രിയങ്ങളിലേക്കൊ ഴുകുന്നതായി തോന്നി.

ഞാനത്ര നല്ലാളല്ല. ലോന വിചാരിക്കണപോലെ പുണ്യാളനൊന്നൂല്ല.

യ്ക്കറീല്യ. മ്മള് തമ്മിലല്ലെ ഇപ്പൊ ചാരായം മോന്തണേ. പിന്നെന്തൂട്ടാ. അതല്ല; കാര്യം പറഞ്ഞാ ന്റെ മോൾക്ക് തമ്പ്രാനാച്ചാ ചക്കര്യാ. അതാ കാര്യം. യ്ക്കും അതന്ന്യാ, അതാ ധൈര്യം. നമ്മള് ഇന്നോ നാളോ കണ്ണടച്ചാലും തമ്പ്രാൻ അവളെ നോക്കിക്കോളും ന്ന് ഒരു ധൈര്യം. എന്താ മോളേ?

അപ്പന് ചോറുണ്ണണ്ടെ?

വാതിപ്പാളിചാരി മേരി പരിഭവം നടിച്ചു.

ങട് എടുത്തോ.

വേണ്ട. ഈ കട്ടില്മ്മ്ല്രുന്ന് - അതുവേണ്ട.

വേണ്ടെങ്കി വേണ്ട. ന്നാലും ത്തിരി കഴ്യട്ടെ.

ഇന്നെന്താ അപ്പന്?

അപ്പന് സുഖം. മനസ്സിലായോ. അപ്പനേയ് ആരടെ ഒപ്പോം ചാരായം കുടിക്കാറില്യ. മനസ്സിലായോ. ഈ തമ്പ്രാന്റെ ഒപ്പം. ഇപ്പൊ തെരിഞ്ഞോ. കാളലോന തറവാട്യല്യാന്നാ പാറേണേ. ഇപ്പഴോ. കാളലോന ആരടെ ഒപ്പാ ഇരിക്കണേ? ആരടെ ഒപ്പാ ഉണ്ണണേ? അല്ലെങ്കി പറ ഈ തമ്പ്രാൻ വേറെ നസ്രാണിവീട്ടില് ചോറ് തിന്ന്ണ്ടോ. ഇല്യ.

അതു ശരിയാണ്. കുഞ്ഞുകുട്ടൻ ഓർത്തു.

തന്റെ നാട്ടിലും അന്യനാട്ടിലും താനാരുടെ വീട്ടിലും ഉണ്ണാറില്ല. വളരെ അപൂർവം. നന്നെ ചുരുക്കം സുഹൃത്തുക്കളുടെ വീട്ടിൽ. ഒന്നുമുണ്ടായിട്ടല്ല. ബുദ്ധിമുട്ടിക്കരുതല്ലോ എന്നു കരുതി.

കണ്ടോ. മോള് കണ്ടോ. അതാ പറഞ്ഞേ അപ്പനിന്ന് അന്ത്യാവോളം ഇരിക്കും. അതിനുമുമ്പ് ഓരോരുത്തർക്ക് വെശന്ന് കണ്ണുപൊട്ടും.

മേരി കഴിച്ചോളൂ. കുഞ്ഞുകുട്ടൻ പറഞ്ഞു.

പക്ഷേ, മേരി കണ്ണുരുട്ടി കാട്ടി. മുഖം ഊർത്തിപ്പിടിച്ച് പരിഭവം നടിച്ചു. അധികാരത്തോടെ വാശി കാണിച്ചുനിന്നു.

അവളവടെ നിക്കട്ടെന്ന്. എന്നൂല്യലൊ. ഒരൂസം തിന്നാൻ ത്തിരി വെച്ചോണ്ട് ആരും ചാവില്യ, പെൺകുട്ട്യോള് മാറ്റാന്റോടെ പോണ്ടതാ.

പെട്ടെന്ന് ലോന നിറുത്തി. പെൺകുട്ടികൾ അന്യവീട്ടിൽ ചെന്നുചേരേണ്ടതാണ്.

പക്ഷേ,—

പക്ഷേ, ഒരു ചെക്കൻ വരണ്ടെ. വയസ്സ് ഇത്രയായിട്ടും. പതിനാറും ആറും കഴിഞ്ഞാ പറേനും കൊടുക്കണം ന്നാ പ്രമാണം. അതിന് പറേനാച്ചാ പറേനും വര്ണില്യ.

പിന്നെ?

ലോനയുടെ മുഖം മ്ലാനമായി. മൗനം മുറിക്കാൻ ഭയമായി. അടുത്തു നില്ക്കുന്ന മകളെ നോക്കാൻ അതിലേറെ പേടിതോന്നി. സ്വന്തം കുറ്റം.

കാലമിത്രയായിട്ടും ഒരു ചെക്കനെ കണ്ടെത്താനായില്ല.

ആ തന്തയ്ക്കു വെച്ചുവെളമ്പാൻ ആളില്യാന്റാവും. അത് പേടിച്ചിട്ടാ. സ്വത്തുണ്ട്. പറഞ്ഞിട്ടെന്താ കാര്യം. തന്ത കെട്ടിച്ചയയ്ക്കില്ല. കുറ്റല്ലാച്ചോളൂ. എറച്ചി വെട്ടല്ലെ പണി. ഇതും ഒരു മൃഗം. കന്നാലി.

പത്തുപതിനഞ്ചു വയസ്സാവുമ്പോഴേക്കും പിടിച്ചു കെട്ടിക്കണ്ടതായിരുന്നു. അവൾക്ക് പ്രായായത് അറിഞ്ഞില്ല. അറിയിക്കാൻ അവളുടെ തള്ളണ്ടായില്ലെന്നും. ഇപ്പൊ അറ്ഞ്ഞപ്പഴയ്ക്കും നാട്ടില് പാട്ടായി.

കാളമേരീടെ ഗർഭം.

കർത്താവേ—

കാളലോന കുപ്പിയിൽമാത്രം ശ്രദ്ധിച്ചു. എനിയും ധാരാളം ബാക്കിയുണ്ട്. അതുകഴിഞ്ഞാൽ വേറെയുണ്ട്. പിന്നേയും.

ന്റെ കുറ്റംതന്ന്യാ തമ്പ്രാനെ.

ലോനയുടെ കണ്ണുനിറഞ്ഞു. ശബ്ദം ചിലമ്പിച്ചു. കഷ്ണം കഷ്ണമായി മുറിഞ്ഞു.

അപ്പന്റെ പയ്യാരംപറച്ചില് കേക്കാതിരിക്കാൻ മേരി അകത്തേക്കു മാറി. ദൃഷ്ടിയിൽനിന്നകന്നു എന്നുമാത്രം. ഇപ്പഴും അപ്പൻ പറയുന്നതു കേക്കാം. കാണില്ല. അപ്പന് കൂടുതൽ സ്വാതന്ത്ര്യം വേണമെന്ന് അവൾക്കു തോന്നി. എല്ലാ കാര്യങ്ങളും മകളോടു പറയാൻ വയ്യ. ഒരപ്പനും അതാവില്ല. പറയാനുള്ളത് പറഞ്ഞൊഴിക്കാഞ്ഞാൽ ഉള്ളുവിങ്ങും. ചിലപ്പോൾ വിങ്ങിപ്പൊട്ടി എന്നും വരാം. പറയട്ടെ. മതിയാവോളം പറയട്ടെ.

കുഞ്ഞുകുട്ടനും കാതു കൂർപ്പിച്ചു. ലോനയ്ക്ക് ശ്രോതാവില്ല. പറയട്ടെ.

ന്റെ തമ്പ്രാനേ ന്നെക്കൊണ്ടു പറ്റീല്ല. അതാ പരമാർത്ഥം. വേണംച്ചാ പത്തു കൊല്ലംമുമ്പുതന്നെ പറ്റ്യേനെ. അപ്പൊ അതത്ര ഓടീല്ല. ഇപ്പൊ, തമ്പ്രാന് കേക്കണോ. ഇപ്പൊ മൂത്തൂന്നാ ആളോള് പറേണേ. കൂടുമ്മോം നന്നല്ല. പിന്നെ ഈ തന്തേല്യാത്തോറ്റേടെ എഴുത്തും. നി പ്പൊ—

ഞാനും ശ്രമിക്കാം. ലോന പേടിക്കണ്ട.

കുഞ്ഞുകുട്ടൻ ആശ്വസിപ്പിക്കാൻ ശ്രമിച്ചു. പക്ഷേ സ്വയം വിശ്വസിക്കാത്ത കാര്യം ഇമവെട്ടാതെ പറയാൻ പണിപ്പെട്ടു. നാത്തുമ്പിൽനിന്നു മാത്രം വരുന്ന ജീവനില്ലാത്ത വെറും വാക്കുകൾ. അവ തുപ്പലുപോലെ അടർന്നു വീണു. കേൾക്കുന്നവരെ അശുദ്ധമാക്കി.

നി പ്പൊ അവളെന്തു ചെയ്താലും ഈ ലോന മിണ്ടില്ല.

നിർത്തിനിർത്തി ലോന പറഞ്ഞു. എന്തുംന്ന് ഏറെ ഉറപ്പിച്ചു. മകള് വ്യഭിചരിച്ചാലും എന്നുപറയാൻ വയ്യാത്തതുകൊണ്ട് പറഞ്ഞില്ലെന്നു മാത്രം.

നമ്മക്ക് കഴിഞ്ഞൂടാൻ ബടേണ്ട്. അവള് ഏത് ചെറമനെ കൊണ്ടേന്നാലും എനി നമ്മളായിട്ട് വഴക്കില്ല. ഇബടെ താമസിക്കാം. രാശാവിനെപ്പോലെ. നേരാനേരം ത്തിരി വറ്റ് തന്നാ ലോന ബടെ ഇമ്മറത്ത് ചടഞ്ഞുകൂടും. മനസ്സിലായോ. തമ്പ്രാന് മനസ്സിലായോന്ന്.

ഞാനൊന്നു പറേട്ടെ.

എങ്ങനെ പറയേണ്ടൂ എന്നറിയാതെ കുഞ്ഞുകുട്ടൻ കുഴങ്ങി. പറയാഞ്ഞാൽ വയ്യ. പറഞ്ഞാലും വയ്യ. പറഞ്ഞാൽ സ്വഹൃദയഭാരം കുറയ്ക്കാം.

സ്വകാര്യമാണ്.

സാരംല്യ. അവള് കേക്കില്ല. കേട്ടാലും വിരോധം ല്യ. മേരീ– നീയ് കേട്ടോ?

ലോന തന്നത്താൻ ആസ്വദിച്ചു ചിരിച്ചു. അവള് കേക്കില്ല. തമ്പരാൻ പറഞ്ഞോ.

ലോന ഒന്നും വിചാരിക്കരുത്.

അപ്പാ.....

അകത്ത് മേരി വിളിച്ചു. വിളിച്ചത് അപ്പനെയെങ്കിലും കുഞ്ഞുകുട്ടനുള്ള വിലക്കായി അതനുഭവപ്പെട്ടു.

എത്ര നേരായി!

നെണക്കെന്താ ഇത്ര തിടുക്കം? തമ്പ്രാനെ, അതുപോട്ടെ. എന്താച്ചാ പറഞ്ഞോ.

സത്യംചെയ്യണം ഒന്നും വിചാരിക്കില്യാന്ന്.

അപ്പാ!

നീയൊന്നു മിണ്ടാണ്ടിരിക്ക്. ഒരു കാര്യ പറേമ്പഴാ.

ഒരു കാര്യോം ല്യ. മാഷക്ക് ഇപ്പൊ എന്ത് കാര്യാ?

ന്നാ വേണ്ട.

മേരിയുടെ താക്കീത് കുഞ്ഞുകുട്ടൻ അനുസരിച്ചു. മനസ്സു നിറഞ്ഞു വിങ്ങിയെങ്കിലും പറയാനുള്ളത് അടിച്ചമർത്തി.

എനി ഒരുദിവസം പറയാം.

അതു മതി.

ങേ!

പിന്നെപ്പറയാം.

മതി.

മേരിക്കാശ്വാസമായി. ഈ മാഷ് നേരിട്ടു പറയും. എന്താ പറയാന്നും അറിയാം. അപ്പനത് കേട്ടൂന്നുംവരാം. ശുണ്ഠിയെടുത്തില്ലാന്നും വരാം. ചെലപ്പൊ ചാരായത്തിന്റെ മീതെ തമാശായി എടുത്തൂന്നും വരാം. എന്നാലും മാഷതു പറയണ്ട. ഏതായാലും ഇപ്പൊ പറയരുത്. മാഷക്ക് ഭാര്യേം കുട്ടികളുമുണ്ട്. അവരെക്കൂടി കഷ്ടത്തിലാക്കരുത്. ഇപ്പഴേ വേണ്ടേത്ര പാപം ണ്ട്. എനി നിത്യനരകംകൂടി—

ത്തിരികൂടി ഒഴിക്കട്ടെ. തമ്പ്രാൻ ഇപ്പൊ പോണ്ട. ഇന്നു നമക്ക് ബടെ കൂടാം. അല്ലാ മോളെ, ന്ന് എന്തൂട്ടാ കറി?

അതൊക്കേണ്ട്. അപ്പൻ ങ്കട് വന്നാമതി.

ഇബടെ മനന്ന്യാ. തമ്പ്രാൻ പേടിക്കണ്ട. എറച്ചീം മീനും കടത്തില്ല. മൊട്ട തൊടില്ല. തനി ഇല്ലാത്തെമാതിരി. മോര്. പിന്നെ ചക്കേം മാങ്ങേം കറി.

മെഴക്കുപെരട്ടീം. ഏത് തമ്പ്രാനും ബ്ട്ന്ന് ഉണ്ണാം. ഒരു അയിത്തോം ഇല്യ. അവളാച്ചാ രാവിലെ കുളിക്കാന്റെ അടുക്കളേ കേറില്ല. കർത്താവേ, ഇങ്ങ നൊരുത്തി ന്റെ മോളായതെങ്ങനാവോ.

ലോന വീണ്ടും മൗനിയായി.

ചെലപ്പൊ നമ്പൂരീടെ ആത്മാവ്ണ്ടാവും.

ണ്ടാവേരിക്കും.

കുഞ്ഞുകുട്ടനും അന്യമനസ്കനായി. താനെന്തു പറയണമെന്നു കരുതി വന്നുവോ അതുമാത്രം പറയാനാവാത്തതിൽ ദുഃഖിച്ചു. ഒരു നൂറു തവണ പറയാൻ തേട്ടിത്തേട്ടി വന്നതാണ്. അപ്പഴൊക്കെ തടസ്സം. മേരിയുടെ നോട്ടം. ഭാവം. അല്ലെങ്കിൽ ഒരു മുരടനക്കൽ. അവൾക്കിഷ്ടല്ല.

വേണ്ട.

ങേ!

അല്ല. മതീന്നു പറഞ്ഞതാ. ഇപ്പൊ ഇതുമതി.

തമ്പ്രാൻ കഴിച്ചില്യലോ. അദ്യം ഒഴിച്ച ഗ്ലാസ് അങ്ങനേരിക്ക്ണു. രണ്ടാ ണ്ങ്ങള് കുടിച്ചിട്ട് കാക്കുപ്പി കഴിഞ്ഞില്യ. എന്തൂട്ട് കുട്യാ ഇത്. നാണാവും.

ലോന കുപ്പി പൊക്കിനോക്കി. കഷ്ടിച്ചു മൂക്കാക്കുപ്പി ബാക്കിയുണ്ട്.

ഇരിക്കട്ടെ. വൈകുന്നേരം പൂശാം.

കുപ്പി ഭദ്രമായി കട്ടിലിനടിയിൽ നീക്കിവെച്ചു. ലോന എഴുന്നേറ്റു. ഒപ്പം കുഞ്ഞുകുട്ടനും. അകത്തേക്കു കടന്നു. അവിടെ അന്നപൂർണേശ്വരിയായി കാളമേരി കോരിക നിറച്ചുനില്ക്കുന്നതു കണ്ടു. ഊണിനുമുമ്പെ സംതൃപ്തി തോന്നി. നാടുമുഴുവൻ മൂന്നു നെര മൂടുവാൻ നിറഞ്ഞു നിൽക്കുന്ന അന്നപൂർണേശ്വരിയെ കുഞ്ഞുകുട്ടൻ മനസ്സാ നമസ്കരിച്ചു. രവീന്ദ്രസ്തനയുഗയായ പ്രകൃതിദേവിയുടെ തീരാത്ത ഐശ്വര്യമനുഭവി ക്കുവാൻ രുചിയോടെ ഇലയ്ക്കുമുമ്പിലിരുന്നു.

## അമ്പത്തിരണ്ട്

**ഷ**ർട്ട് തിരുമ്പിത്തുടച്ചിരിക്കുന്നു. നന്നായി ഉണങ്ങേം ചെയ്തു. എന്നാലും കുഞ്ഞുകുട്ടൻ ഷർട്ടിട്ടില്ല. മടക്കു കേടുവരാതെ ചുമലിൽ ഇട്ടു. രണ്ടാം മുണ്ടിന്റെ സ്ഥാനം. എനി നടക്കാൻ ള്ള വഴ്യേള്ളു. മൂന്നു കിലോമീറ്റർ. അതിലധികമില്ല. ബസ്സ് കേറാൻതന്നെ വിഷമം. വേണച്ചാ അരമുക്കാ കിലോ മീറ്ററ് നടക്കണം. പിന്നെ ബസ്സ്. ഒടുവിൽ ഇറങ്ങിയാലും നടത്തം. വേണ്ട. ഇത്തിരി നടക്കാം. സമയം സന്ധ്യാവേം ചെയ്തു.

ഹായ്!

മനോരാജ്യത്തിൽ തള്ളവിരലു തട്ടിപ്പൊട്ടി. നഖം പൊളിഞ്ഞു.

ഹായ്!

കണ്ണുനിറഞ്ഞു. ദേഷ്യം ഏറി. ശുണ്ഠീം വേദനേം ഒക്കപ്പാടെ കൂടെ കുഞ്ഞുകുട്ടൻ കലിതുള്ളി. പിന്നെ വെരലു സൂക്ഷിച്ചു.

അന്നം. അതോ മൃത്യു?

അന്നം വസ്ത്രം സുവർണലാഭം.

പിന്നെ?

എടത്ത്ന്നോ വലത്ത്ന്നോ?

എടത്തേ കാലിന്റെ തള്ളവെരലാച്ചാ മൃതി. യാത്രാമദ്ധ്യേ കാൽവിരല് തട്ടിമുറിഞ്ഞാൽ. ഇടത്തുനിന്നാണെങ്കിൽ—

അതോ വലത്തോ?

വലത്തെ തള്ളവെരലാ മുറിഞ്ഞേ. അതു സംശല്യ.

കുഞ്ഞുകുട്ടൻ സൂക്ഷിച്ചു.

അതു സംശല്യ.

പിന്നെ പ്രമാണം.

ഇല്ലത്തെത്തട്ടെ. അമ്മോട് ചോദിക്കാം. ഇല്ലെങ്കിൽ പഞ്ചാംഗത്തിലുണ്ടാവും.

ഗൗളി വീണാൽ. ചന്ദ്രനെ കണ്ടാൽ. ശകുനം ഒക്കെ ണ്ടാവും.

ഒക്കെ തോന്ന്യാർന്നു.

ഒക്കെ മറന്നു.

ശരം നോക്കാൻ. ഭൂതലക്ഷണം. മൃത്യുലക്ഷണം.

ആറ് മാസം മുമ്പു പറയാം.

വേണ്ട.

അതു മറക്കാ ഭേദം. ഇല്ലെങ്കിൽ എപ്പഴും സ്വന്തം മൃത്യു നോക്കി അറിയാൻ തോന്നും. മലർന്നുകിടന്നു ശരംനോക്കി കാൽവിരൽത്തുമ്പു ദർശിച്ചു—

വേണ്ട.

മൃത്യുവിചാരം നന്നല്ല.

ഈയിടെ എന്തുണ്ടായാലും മരണചിന്തയിലെത്തുന്നു. ഒരു പൂവു കണ്ടാൽ മഴക്കാറു കണ്ടാൽ, ഒരു മഴക്കാറു കണ്ടാൽ, ഒരു കാരണവും ഇല്ലാതെ എല്ലാം മൃത്യുതന്നെ.

ജീവിതത്തിലെ ഒരൊറ്റ സത്യം മരണമാകുന്നു.

അതാവും കാരണം.

മരണം അനിവാര്യമാകുന്നു. അതിനാൽ ജീവിതവും അർത്ഥശൂന്യമാകുന്നു.

ങേ!

ഈ ചിന്ത. ഈ മൃത്യുദാഹം-

ത്ഥൂ!

കുഞ്ഞുകുട്ടൻ കാർക്കിച്ചുതുപ്പി.

ജീവിതമാണു സത്യം.ആ ജീവിതത്തിന് അർത്ഥം നൽകുന്നതാണ്

മൃത്യു.ആ മൃത്യുവിനെക്കൂടി ജീവപരിണാമമായറിയുന്നതാണ് അമൃതത്വം.

ചിന്തിച്ചു ചിന്തിച്ചുറപ്പിക്കണം. അതിനിടയിൽ ഈ മൃത്യുചിന്ത.

പുറത്തു പോകട്ടെ.

ചേട്ടാഭഗവതി പുറത്ത്

ശ്രീഭഗവതിയകത്ത്.

ശ്രീപോതിയകത്ത്.

ചേട്ട പുറത്ത്.

ചേട്ടകൾ പുറത്തു പോകട്ടെ, നശിക്കട്ടെ. അവിടെ ശ്രീ കുടിയിരിക്കട്ടെ.

ഹാവൂ!

നഖം പോയീന്നാ തോന്നണേ. ഇത്ര വലിയ ദേഹത്തിൽ ഇത്ര ചെറിയ വേദന പറ്റുമ്പോഴേക്കും പ്രാണൻ പിടഞ്ഞു. തന്റെ സ്ഥിരസുഖവാസത്തിന് ഹാനിയാവുമെന്നു ഭയന്നു. അപ്പോൾ, ഒരു വലിയ വേദന വന്നാൽ—

പ്രാണൻ പിടഞ്ഞു പറക്കും. പിടിച്ചുനിറുത്താനാവില്ല. പ്രാണനു പോകാൻ സഹസ്ര സഹസ്ര കോശകോടികൾ സദാ വാതിലു തുറന്നിട്ടിരിക്കുന്നു. അകത്തേക്കു തുറക്കാതെ. സർവത്ര പുറത്തേക്കു മാത്രം മാർഗം.

ഒരു വഴി.

ഒരായിരം വഴി പുറത്തേക്ക്.

പതിറ്റാണ്ടു പക്ഷവധത്തിനടിമയായി കിടന്ന്. പുണ്ണു നിറഞ്ഞ്. പുഴുവരിച്ച്. ക്ഷണാർദ്ധത്താൽ ഹൃദയം നിന്ന്.

ശ്വാസനാളം കയറിട്ടു മുറുക്കിക്കെട്ടിയടച്ച്–

നഞ്ഞുസേവിച്ച്–

ഒരു വഴി.

ഒരായിരം വഴി.

പ്രാണനു പോകാൻ നവംനവങ്ങളായ ഒരായിരം വഴികളുണ്ടാവും. പ്രാണനു വരുവാൻ–

തള്ളവിരല് ചോര കട്ടപിടിച്ച് നീലനിറം കേറി. പാടത്തെ ചേറും ചെളിയും വായപൊളിച്ച നഖത്തിനടിയിൽ കയറി സഹസ്രാരംവരെ ചുട്ടുനീറി.

നല്ല സുഖം.

വേദനയുടെ ലഹരി.

ഇപ്പോൾ ജീവിക്കുന്നു എന്നു തോന്നി. ഇപ്പോൾ മാത്രം. എന്നി, മരിക്കുമ്പോൾ മാത്രം ജീവിതം അനുഭവിച്ചേക്കാം.

മരണം.

വീണ്ടും.

കട്ടിലിൽ കിടന്ന്.

സമാധിയിൽ ബ്രഹ്മരന്ധ്രം ഭേദിച്ച്. ഈ ക്രൂരമായ ഫലിതം അനുഭവിക്കുന്നതാണോ അർത്ഥം?

ഒരാവശ്യമില്ലാതെ ജനിച്ചു.

സോഷ്യലിസം പ്രചരിപ്പിക്കുവാൻ.

മാർക്സിസം വ്യാഖ്യാനിക്കുവാൻ.

വിപ്ലവം സംഘടിപ്പിക്കുവാൻ.

എന്നിട്ട്–

എന്നിട്ടെന്താ? ഇന്നെട്ട്. നാളെ ഒമ്പത്.

മറ്റെന്നാൾ പത്തും.

അതന്നെ.

കുട്ടിക്കുസൃതിയുടെ പ്രശ്നോത്തരത്തിലധികം കട്ടിക്കാമ്പിനും പറയാനാവാത്ത സമസ്യ.

ഒരർത്ഥോം ഇല്യ.

അർത്ഥചിന്തതന്നെ അനാവശ്യം.

ജീവിതം ജീവിക്കുക.

തോന്നിയപോലെ.

തോന്നലറിയണം. അതു മാത്രം. സത്യം തോന്നാൻകൂടി വിഷമം.

തനിക്കെന്തു വേണം?

അറിയില്യ.

അറിയില്യെ?

ഇല്യ. അതാണു സത്യം.

സാഹിത്യകാരനാവണോ? നോബൽപ്രൈസ്.
സിനിമാ സംവിധാനം.
അതോ കോടീശ്വരനാവുന്നതാണോ ഇഷ്ടം?
അല്ലെങ്കിൽ വിപ്ലവകാരിയാവാം.
ഏതു വേണം?
അറിയില്യ.
താങ്കൾ ഈശ്വരവിശ്വാസിയാണോ? ഹിമവാന്റെ മഹോന്നതികളിൽ ഭഗവാൻ തഥാഗതന്റെ ശിഷ്യപരമ്പരാവതാരമായ രാജരാജേശ്വരൻ അരുളി ചെയ്തന്വേഷിച്ചു. (കുഞ്ഞുകുട്ടൻ H.H. the Dalai of Tibet അവറുകളെ കാണുകയുണ്ടായി. The God King അവറുകളുടെ ദിവ്യവാണിയാണ് വിവക്ഷ— വ്യാഖ്യാതാ.)
ഈശ്വരവിശ്വാസിയാണോ?
അറിയില്യ.
യുവർ ഹോളിനെസ്സ്! എനിക്കതറിയില്യ.
What? താങ്കളുടെ കാര്യം താങ്കൾക്കറിയില്യ?
അതാണു സത്യം.
ഉത്തരവാദിത്തമില്ലായ്മ. മുടിയൻകോലുകൊണ്ട് മുതുകത്ത് ചാർത്തണം.
ന്ന്ട്ടോ?
ന്ന്ട്ടെന്താ. ഇല്ലത്തിരിക്കാ. കുടുമ്മംനോക്കാ. വരുമാനം വർദ്ധിപ്പിക്കാ.
എല്ലാവരും അതാണു ചെയ്യുന്നത്.
രാവിലെ നേർത്തെ എണീക്കാ. പറമ്പിലും പാടത്തും പോവാ. കവുങ്ങും തെങ്ങും നോക്കാ. വാഴ, കൊള്ളി, വെണ്ട.
പൂജ്യങ്ങൾ എത്ര എഴുതീട്ടെന്താ കാര്യം? ഇപ്പറത്ത് ഒന്ന് എന്ന് എഴുതണ്ടെ.
പരമഹംസര് അരുളി.
0 0 0 0 0 0 0 0.
എത്ര പൂജ്യം വേണമെങ്കിലെഴുതാം.
ആദ്യം ഒന്നെഴുതൂ.
ഞാൻ ആ ഒന്നന്വേഷിക്കട്ടെ.
ശുദ്ധ പ്രാന്ത്.
ആവാം.
ആനപ്രാന്ത്.
കളിപ്രാന്ത്.
പണപ്രാന്ത്.
ഇടത്തെക്കാല്.
ഇടത്തെക്കാലിന്റെ തള്ളവിരലാണെങ്കിൽ മരണം സുനിശ്ചിതം.
പിന്നേം മരണം.
കുഞ്ഞുകുട്ടൻ വലിയ വരമ്പത്തിരുന്നു. നീലാണ്ടപ്പൻ നിഷ്കർഷിച്ചു പണിയിച്ചതാണ് ഈ വല്യവരമ്പ്. അദ്ദേഹത്തിന് ക്ഷേത്രദർശനത്തിനെഴുന്നെള്ളാൻ. ഇപ്പൊ വല്യവരമ്പ് മൂക്കിന്റെ പാലംപോലെയായി. പേരു മാത്രം ബാക്കിയായി. എനിയതും മറക്കും. മറക്കണം. അതാണു ഭേദം. മരിക്കും എന്നല്ലല്ലൊ. മരിക്കും എന്ന വാക്ക് ഭയമുണ്ടാക്കുന്നു. മറക്കും എന്നാവുമ്പോൾ ആശ്വാസമാവുന്നു. ഫലത്തിൽ മറവിയും മരണവും ഒന്നുതന്നെ.

വരമ്പിന് ഇത്തിരികൂടി വീതിയുണ്ടായാൽ ഇരിക്കാൻ സുഖമുണ്ട്. നടക്കാനും സുഖമുണ്ട്. കിടക്കാനും.

ഡെ, ഡേ, ഡോ!

ആരാ?

തന്റെ സുഖം. ഇത് നടക്കാനുള്ളതാണ്. ഇരിക്കാനും കിടക്കാനുമുള്ളതല്ല. അതറീല്ലെ. ഇല്ലെങ്കിൽ പറഞ്ഞുതരാം. ഇപ്പൊ മനസ്സിലായോ?

പൊന്നാര്യന്റെ ഇടയ്ക്ക് ഞെളിഞ്ഞുനിന്ന പുല്ല് പറഞ്ഞു.

അമ്പട.

ഒരേമാതിരി. നെല്ലും പുല്ലും. പെട്ടിള് വിരിഞ്ഞ് കതിര് വരുംപോലെ ഏതാണ്ടൊരേമാതിരി നിക്കാം. താനും നെല്ലാണെന്നു നടിക്കാം. പണിക്കാരിപ്പെണ്ണുങ്ങൾ പറിച്ചുകളയുംവരെ.

അമ്പട കേമ!

ഈ മൂന്നേമുക്കാൽ നാഴിക ഇത്ര ഞെളിഞ്ഞു നിക്കണോ?

നന്നായി! പിന്നെ തനിക്കെത്ര നാഴികേണ്ട്. നാലേകാല് നാഴിക്യോ. അതോ ഏഴര നാഴിക തെകച്ചൂണ്ടോ?

വിഡ്ഢി.

ദശകൾക്കൊക്കെ ഒരു വട്ടം വന്നുപോകാനുള്ള മുഴുവൻ കാലം.

കേതു ഏഴ്.

ശുക്രൻ ഇരുപത്.

ആദിത്യൻ ആറ്.

ശശി പത്ത്.

ചൊവ്വ ഏഴ്.

രാഹു പതിനെട്ട്.

വ്യാഴം പതിനാറ്.

ശനി പത്തൊമ്പത്.

ബുധൻ പതിനേഴ്.

അങ്ങനെ നൂറ്റിരുപതുവർഷം.

ഹ ഹ ഹ.

താനൊരു വിഡ്ഢിതന്നെ. തന്റെ കൊല്ലം. ഈ വരമ്പത്തിരിക്കണ തന്നെ നോക്കി ആ മേഘമാർഗത്തിലെ ജ്യോതിർരൂപൻ ഇതന്ന്യാ പറേണേ. ഈ മൂന്നേമുക്കാ നാഴിക ഇത്ര ഞെളിഞ്ഞു നടക്കണോ? തന്റെ ഒരു കൊല്ലം അയാളുടെ ഒരു ദിവസം. അയാളോട് അതിലും അപ്പറത്തിരുന്ന് മറ്റൊരാൾ. ഭേഷ്. ന്ന്ട്ട് താൻ. ഡോ ഡോ ഡോ മാടമ്പേ!

കുഞ്ഞുകുട്ടൻ മിണ്ടിയില്ല. മിണ്ടാനില്ലായിരുന്നു. ഇല്ലായ്മയുടെ ആ ഉണ്മ അറിഞ്ഞ് ശാന്തനായി പരമശാന്തി മോഹിച്ച് ഇരുന്നു. രാവ് കരിമ്പടം പുതപ്പിച്ച് തന്റെ അരുമക്കിടാവിനെ ഒപ്പം കിടത്തിയുറക്കി.

## അമ്പത്തിമൂന്ന്

**കൈ**യെത്തിയാൽ കിട്ടുന്ന ഉയരത്തിൽ തേനൂറുന്ന പഴങ്ങളുണ്ടായിരുന്നു. താഴത്തെ ശാഖി അടുത്തുവരുന്നവരുടെ മുഖത്തു തലോടുന്നു.

തുന്നാംതുമ്പത്ത് ഒരൊറ്റ പഴം മാത്രം, കണ്ടാൽ നന്ന്. ഉയരത്തിലല്ലെ. മേന്മയും തോന്നിച്ചു.

ഒപ്പമുള്ളവർ ഇഷ്ടപ്പെട്ട പഴങ്ങളും പറിച്ച് ആഹ്ലാദിച്ച് ഓടിനടന്നു.

ഞാനൊന്നും തൊട്ടില്ല. കൊതിയില്ലാഞ്ഞിട്ടല്ല. പേടിച്ചുമല്ല. നല്ലവനാവാൻ കൊതിച്ചതുകൊണ്ടു മാത്രം.

ഞാനാവശ്യപ്പെട്ട പഴം താഴത്തെ കൊമ്പിൽ എളുപ്പത്തിൽ കിട്ടുമായിരുന്നിട്ടും പ്രഭോ, അവിടുന്ന് ആ തുന്നാംതുമ്പത്തെ തുടുപ്പാർന്ന പഴം എനിക്കു തന്നു. ആശിച്ചതു ലഭിച്ചില്ലെങ്കിലും ആർത്തിയോടെ ഞാനതു ചുണ്ടോളമുയർത്തി. ഒന്നു രണ്ടു പുഴുക്കുത്തുകൾ. സാരമില്ല. ഒന്നു കടിച്ചു. കഷ്ടം! പ്രഭോ, അവിടുന്ന് എനിക്കെന്തിനീ പഴം തന്നു? ഇന്നും മനസ്സറിഞ്ഞു രുചിക്കാനാവാതെ ഞാനാ പഴം സൂക്ഷിച്ചു നടക്കുന്നു. ലോകം കാണുമല്ലൊ. പിന്നെ അവിടുത്തെ പ്രസാദവുമല്ലെ.

പ്രഭോ!

ഒന്നര പതിറ്റാണ്ടിനപ്പുറം കുറിച്ചിട്ട വരികളാണിത്. ഇപ്പോൾ, പഴയ ഒരു കടലാസ് തെരഞ്ഞുനോക്കിയപ്പോൾ കുഞ്ഞുകുട്ടനിതു കിട്ടി. സ്വന്തം ബാലചാപല്യം കണ്ട് ദുഃഖം തോന്നി. എനിയിപ്പോൾ ഈ കുറിപ്പ് ഭംഗിയാക്കാനാവില്ല. അതിന്റെ ആവശ്യവുമില്ല. മാത്രമല്ല, ഇരുപതിന്റെ തുടക്കത്തിലെ മോഹഭംഗം നാല്പതിൽ വെറും വിഡ്ഢിത്തമാവും.

കുട്ടിത്തം.

എന്നാലും പോയ വരികൾ പുനർജനിക്കാൻ ഈ വരികൾ നന്ന്.

എന്നിട്ടോ?

നല്ലവനാവാൻ കൊതിച്ചു കൊതിച്ച് ചീത്തയായി. അഥവാ, നന്മതിന്മകളുടെ അതിർത്തി അസിധാരയേക്കാൾ നേർത്തതാവാം. ഒരു സങ്കല്പം. അതിർത്തിയുണ്ടെന്ന്. നോക്കിയാൽ കാണില്ല. അതിക്രമിച്ചാൽ മുറിപ്പെടും. അപ്പോഴറിയാം നിശിതമായ വായ്ത്തല. അതിരു കടക്കുന്നവരെ വരഞ്ഞു മുറിക്കും. നിത്യമായ വടു അവശേഷിപ്പിക്കും. ചിലപ്പോൾ ഏറെ രക്തം വാർന്നു എന്നും വരാം. അപ്പോഴറിയാം. കാണില്ല. എന്നാലും അനുഭവിക്കാം, വിധിപോലെ. ഒരാൾക്കും അറിയാനാവാത്തതാണ്. ഏവർക്കും അനുഭവിക്കാവുന്നതും.

എന്നിട്ടും—

പ്രഭോ!

ഞാൻ മാഷെ കാണാനാ വന്നത്.

ആര്യക്കുട്ടി പത്തായപ്പുരയിലെത്തി. കോണികയറി കുഞ്ഞുകുട്ടന്റെ ഗ്രന്ഥപ്പുരയിൽ വന്നു. പുരാതനമായ ചാരുകസേരയിൽ അതിലും പുരാതനമായ ഓർമകളെ തൊട്ടുണർത്തുന്ന കുഞ്ഞുകുട്ടന്റെ മുമ്പിലവതരിച്ചു.

സാവിത്രിയെ കണ്ടില്ലേ്യ?

ഞാൻ മാഷെ കാണാനാ വന്നേ.

നന്നായി.

എനിയെന്തു പറയേണ്ടു എന്ന് കുഞ്ഞുകുട്ടൻ വിഷമിച്ചു. വർത്തമാനകാലത്തിൽ ജീവിതമില്ലാത്തതിനാൽ ഔപചാരികതയുടെ വാക്കന്വേഷിച്ചു. സദാ ഭൂതഭാവികളിൽ മാത്രം ജീവിച്ചുവന്നതിനാൽ ആതിഥ്യമര്യാദയ്ക്കായി യത്നിച്ചു. അറിയാതെ ലജ്ജിച്ചു.

ഞാൻ—

ഞങ്ങളെന്താ ചെയ്യാ?

ബീഡിക്കമ്പനി പൂട്ടി. കൂലിപ്പണിക്കാച്ചാ ഞങ്ങളെ വിളിക്ക്ണൂല്യ.

ഒന്നും പറയണ്ട. ഇത് നിങ്ങളുടെ മാത്രം കാര്യമല്ല. ഈ ഇന്ത്യാരാജ്യത്തിന്റെ മുഴുവൻ കഥയാണ്. ഭൂമീദേവിക്ക് ഭാരം സഹിക്കാനാവാതായി. പാപം മുഴുത്തു. നിറഞ്ഞു. സ്വസന്തതി പരമ്പരകളായാലും ഭാരം സഹിക്ക വയ്യാതായി. എനി താങ്ങാനാവില്ല. അപ്പോൾ—

ഒന്നു കുടയും. ശരീരമൊന്നിളക്കും. അമ്മയുടെ മടിത്തട്ടിളകുമ്പോൾ മഹാപ്രളയത്തിൽ.

എന്താ മിണ്ടാത്തെ?

എന്താ പറയാ?

പത്തുപതിനേഴെണ്ണത്തിനെ കൊല്ലാൻ പറ്റ്വോ?

ഇരിക്കൂ. ദാ ഇങ്ങനെ നിക്കണ്ട. ആ കസേരയിൽ ഇരിക്കൂ. ചായ?

വേണ്ട. ഞാൻ അകത്തുപോയി കുടിച്ചോളാം.

കുഞ്ഞുകുട്ടൻ പിന്നേം വാക്കിനായി തപ്പി. വാക്കുത്ഭവിക്കുംമുമ്പ് വിചാരത്തിനായി യത്നിച്ചു. എന്തെങ്കിലും ഒന്നു പറയണ്ടെ. ആ എന്തെങ്കിലും അന്വേഷിച്ചു. ഒന്നിരിക്കാൻ പറയാം. ചായ കുടിച്ചോ എന്നന്വേഷിക്കാം.

എനി,

പ്രത്യയശാസ്ത്രങ്ങൾ ഉരുക്കഴിക്കാം.

ഇതൊക്കെ എന്നോടു ചോയ്ച്ചാൽ—

യ്ക്കറിയാം. അല്ലെങ്കിലും മാഷക്ക് ഞങ്ങളോട് ഇഷ്ടം ല്യ. ഏട്ടൻ മാഷെ അത്ര ദ്രോഹിച്ചണ്ട്.

ആര്യക്കുട്ടിയുടെ കണ്ണ് ഈറനായി.

അതൊന്നും—

ണ്ട്. യ്ക്കറിയാം. അല്ലെങ്കി മാഷ് വിചാരിച്ചാ എന്തെങ്കിലും കിട്ടാണ്ടിരിക്കില്യ. പക്ഷേ, ഞാമ്പറേണില്യ. ഇഷ്ടംണ്ടെങ്കി ചെയ്യൂ.

അമ്മേ!

ഒരിഷ്ടക്കേടൂല്യ. ഉണ്ണി—

ഏട്ടൻ ദ്രോഹിച്ചണ്ടാവും.

അതോണ്ടല്ല.

എന്താ പറയാ. എന്തു പറഞ്ഞാലും മനസ്സിലാക്കാൻ കൂട്ടാക്കാത്ത സന്ദർഭം. ഒന്നും കേൾക്കാനാവില്ല. ആദ്യമേ ഉത്തരമായി. എനി ചോദ്യം. ചോദ്യമെന്തായാലും സാരമില്ല. സമാധാനം എനി മാറില്ല.

വല്ല നാടകക്കമ്പനീലൊ പ്രസ്സിലോ എന്തിലെങ്കിലും ഒരു ജോലി തരൂ. അല്ലെങ്കിൽ ഇബടെ നിക്കാം. ചോറുവെക്കാം. ദേഹണ്ണത്തിന്.

ഇബട്യോ? ശിവ ശിവ! ഇബടെ ഇപ്പൊത്തന്നെ അകത്താളധികാ. പിന്നെ ദേഹണ്ണത്തിനു നിറുത്താനൊന്നും—

ല്ലെങ്കി ത്തിരി വെഷം മേടിച്ചു തരൂ. ഒക്കേറ്റനും ഒരുമിച്ച് ചാവാം.

ഇക്കണ്ട ദാരിദ്ര്യം മുഴുവൻ താനൊറ്റയ്ക്ക് വിളിച്ചുവരുത്തിയതാണ് എന്ന നാട്യത്തിൽ ആര്യക്കുട്ടി ശുണ്ഠിയെടുത്തു. നിയന്ത്രിക്കാനാവാത്ത ദുഃഖം. ആത്മനിന്ദ. അപകർഷതാബോധം. ഒക്കെച്ചേർന്ന് ഇത്തിരി സ്വാതന്ത്ര്യം തോന്നിയിടത്ത് ശുണ്ഠിയായി. പരിഭവമായി. ഒടുക്കം കരച്ചിലായി.

മാഷ് ഞങ്ങടെ കഥയെഴുതൂ. ലോകം അറ്യേട്ടേ.

ആര്യക്കുട്ടിയുടെ അശനും പറഞ്ഞു.

താൻ കണ്ണിക്കണ്ട പൊളിക്കഥയൊന്നും എഴുതണ്ട. എന്റെ കഥയെഴുതൂ. ഇല്ലത്തെ കഥ.

അതും മാഷക്ക് വയ്യ. നല്ല നല്ല ഭംഗീള്ള കഥ എഴുതാനേ പറ്റൂ. അല്യെ. വല്യെ വല്യെ പഠിപ്പുള്ളവരുടെ. കോളേജിലെ മാഷ്. വല്യേ ഡോക്ടർമാര്. സിനിമാക്കാര്. മന്ത്രി—

സാവിത്രീ—

കുഞ്ഞുകുട്ടൻ വിളിച്ചു. അകത്ത് അടുക്കളയിലെവിടെയെങ്കിലും ഒടിഞ്ഞുവളഞ്ഞു നടക്കുന്ന ഭാര്യയെ ഒരു സഹായത്തിനന്വേഷിച്ചു. ഈ നിമിഷമൊന്നു കടക്കാൻ.

സാവി—

എന്തിനാ?

കുട്ടി ഇപ്പൊ പൊക്കോളൂ. ഞാനാലോചിച്ച്—

ഞാനിപ്പൊ പോണില്യ. ഇബട്യാ താമസം.

ഈശ്വരാ!

എന്നെ വിളിച്ചോ?

ങാ. ഈ കുട്ട്യേ കൊണ്ടുപോയി ചായ കൊടുക്കൂ. ത്തിരി നിക്കും—

സാവിത്രിയേടത്തി എന്നെ കൊണ്ടുപോവോന്നും വേണ്ട. ഞാൻ വന്നോളാം.

സാവിത്രിക്ക് ഒന്നും മനസ്സിലായില്ല. എങ്കിലും ആര്യക്കുട്ടിയുടെ കരഞ്ഞു വീർത്ത കണ്ണും ചീർത്ത മുഖവും കണ്ടു. എന്തോ ഗൗരവമായി ധരിച്ചു.

ഇല്ലത്ത് അച്ഛനൊന്നും—

ചത്ത്ട്ടില്യ. അച്ഛനല്ല. ഒരെറ്റ എണ്ണോം ചാവ്ണില്യ.

സാവിത്രി ചോദിച്ചതേ അബദ്ധമായി എന്നായി.

വരൂ.

സാവിത്രി നടന്നു. വിദ്വേഷത്തോടെ, ലോകമാകെ ഭസ്മമാക്കാൻ പോന്ന വൈരാഗ്യത്തോടെ ആര്യക്കുട്ടി പിന്നാലെ ചെന്നു.

## അമ്പത്തിനാല്

**നീ**യെവട്യാർന്നേ ഇത്രനേരം? തെണ്ടി സർക്കീട്ട് ഇത്തിരി കൂട്ണ്ട്. പറഞ്ഞേക്കാം.

ഇറയത്തേക്കു കയറുമ്പോൾ ആര്യക്കുട്ടിയെ ഉണ്ണിനമ്പൂതിരി തടഞ്ഞു. ഏട്ടന്റെ അധികാരത്തോടെ. തറവാട്ടുകാർന്നോരുടെ ഗർവോടെ.

ഇറയത്ത് പ്ലാസ്റ്റിക് കസേരയിലിരുന്നു കാല് തിണ്ണയിലേക്കു കയറ്റി വെച്ചു മനോരാജ്യം കാണുകയായിരുന്നു ഉണ്ണിനമ്പൂതിരി. അപ്പോഴാണ് അനീത്തിയുടെ വരവ്.

മനോരാജ്യത്തിൽകൂടി ഗുണം കാണാനാവാഞ്ഞ് ആ ഏട്ടൻ അനീത്തിയുടെ മേക്കിട്ടുകേറി.

ചോയ്ച്ചതു കേട്ടില്യെ. എവടാർന്നൂന്ന്?

ഞാൻ മാഷടെ അവടെവരെ പോയി.

വായനിറഞ്ഞ തെളിനീരുതുപ്പി ഛർദിയാക്കി ആര്യക്കുട്ടി പറഞ്ഞു. അധികനേരം ഏട്ടനെ കാണാതിരിക്കാൻ പെട്ടെന്നു കനലാട്ടക്കാരന്റെ വേഗതയിൽ ഇറയം ചാടി പുറത്തളത്തിലെത്തി.

നിക്കബടെ. ഇപ്പൊ പോയിപ്പോയി അബടയ്ക്കായോ? അയാളെ ഞാൻ... ഉം.... നെണക്കെന്താ അവടെ?

ചെറ്റത്തരം ഏറി ആർത്തികേറി ദുരയുടെ അവതാരമായിത്തീർന്ന ഏട്ടനെ ആര്യക്കുട്ടി സൂക്ഷിച്ചുനോക്കി. ഒരുത്തരവും പറയാൻ ഭാവമില്ലെന്ന നാട്യത്തിൽ. അനാവശ്യ ചോദ്യങ്ങൾ ഒഴിവാക്കുകയാണു ഭേദം എന്ന ഭാവത്തിൽ.

നെന്നോടോ ചോദിച്ചേ.

ഏട്ടനെന്തിന്റെ കേടാ. ന്ന് എങ്കടും പോയില്ല്യേ. ഇബടെന്നേ ഇരിക്കാമെക്കട്ടുകേറാൻ. നന്നായി.

ആ തെണ്ടീടടുത്ത് നെണക്കെന്താ കാര്യം ന്നാ ചോയ്ച്ചേ?

ഒരു ജോലിക്ക്.

ജോല്യേ. ആ പീറ വിചാരിച്ചാൽ എന്തു ജോല്യാ തരാൻ പറ്റാ?

അവനാന് ഒരു ജോലീണ്ടാക്കാൻ പറ്റാത്ത ആളാ. ന്ന്ട്ടല്ല്യേ മറ്റുള്ളോർക്ക്. ത്ഥൂ.

ഏട്ടന് മാഷെ ഇഷ്ടം ല്യാച്ച്ട്ട്?

നെണക്ക് ഇഷ്ടാച്ചാ കൊണ്ട് നടന്നോ. ഠെണ്ടി. നി അയാളെ കണ്ടൂന്ന് കേട്ടാ—

ആര്യക്കുട്ടി മൗനം ഗുണമെന്നറിഞ്ഞു. മിണ്ടിയാൽ മിണ്ടിയതു കുറ്റമാവും. ഏട്ടൻ തലയിൽ കേറും. എന്നിട്ടും ക്ഷമകെട്ടു പറഞ്ഞു:

ന്നാ ഏട്ടൻ ഒരു ജോലി മേടിച്ചുതരൂ.

നെണക്കെന്തിനാപ്പോ ജോലി?

വേണ്ടേ. ബടെ രണ്ടുനേരം വെച്ചുവെളമ്പണതെങ്ങന്യാ. ഏട്ടൻ സമ്പാദിച്ചിട്ടാ?

ഉണ്ണിനമ്പൂതിരി തത്ക്കാലം ഒന്നു നിറുത്തി. മർമത്തിൽ കുത്തിയാൽ ആരായാലും ഒന്നു പിടയും. ന്നാലും ഒഴിഞ്ഞുമാറി.

പിന്നെ നീയ് ഠെണ്ടിച്ചതാ. പത്തൂസം പത്തുറുപ്യ കൊണ്ടന്നു. അതിന്റെ വീമ്പാ.

അതന്യ. ഏട്ടന്റെപോലെ വിറ്റ് മുടിക്കല്ല്.

ഞാൻ വിക്കണത് എന്റെ മൊതലാ. നെന്റെപോലെ—

തേവരേ!

പുറത്തളത്തിൽ കിടന്ന ഇച്ചാതപ്പൻ കാതടച്ചുപിടിച്ചു. മതി. എനി കേക്കരുത്. കേക്കാനരുതാത്തതു പറയുമ്പോൾ ചെവി അടയ്ക്കുന്നതാണുത്തമം.

ചെറുമക്കൂടീലെ മാതിരി.

ചീത്തത്തം വിളിച്ചു പറഞ്ഞ് ഒക്കെ ചെറുമക്കുടിയാവും. പത്തൂസം പട്ടിണികെടന്നാൽ സംസ്കൃതവാക്കുകൾ മറക്കും. ബഹുമാനം ഓടിയകലും. ചീത്തത്തം മാത്രം ബാക്കിയാവും.

തേവരേ!

ഇടിവെട്ടെങ്കിലും കൊള്ളണേ!

കുട്ടീ, നീയങ്കട് അകത്തേക്കു പോവരുതേ?

പക്ഷേ, ഇച്ചാതനമ്പൂതിരിയുടെ ഒച്ച പൊങ്ങിയില്ല. ഇറയത്തുണ്ണിയുണ്ട്. നി അയാളുടെ ശകാരം കേക്കണ്ടലൊ.

നീയെവടയ്ക്കാ. പറഞ്ഞതു കേട്ടില്ല്യേ. ഇപ്പത്തന്നെ വന്നു കേറ്യേള്ളു. അപ്പത്തന്നെ എനീം.

ആര്യക്കുട്ടി കൈയിലുള്ള ചാക്കുസഞ്ചി ചുരുട്ടിക്കൂട്ടി കക്ഷത്തിൽ

ഇറുക്കി. പ്ലാസ്റ്റിക്കൊട്ട കൈത്തണ്ടയിൽ തൂക്കിയിട്ടു. ശീലക്കുട നിവർത്തി മിറ്റത്തേക്കിറങ്ങി. ഇറങ്ങുമ്പോൾ ഏട്ടനെ നോക്കി.

ഏട്ടന് ഉണ്ണണ്ടെ?

ഉണ്ണിനമ്പൂതിരി വാശിപിടിച്ചില്ല. വാശിപിടിച്ചാൽ ഉച്ചയ്ക്ക് ഉണ്ണാനായി ല്ലെന്നുവരും. ഇത് എങ്ങനെങ്കിലും ത്തിരി അരിമേടിച്ചോണ്ടു വരാതിരിക്കില്ല.

ദേവീ!

ആര്യക്കുട്ടി വരുംമുമ്പ് ആ ഉറുളികൂടി കൊണ്ടുപോണം. ഉറുളി അങ്ങനെ ഏറ്റാൻ വെഷമം. തല്ലിപ്പൊട്ടിച്ചാലോ? അബടെ ആ മഴൂണ്ടോ?

ഉണ്ണി എണീറ്റു. ഇറയത്ത് വടക്കെ മൂലയ്ക്കൽ കമിഴ്ത്തിയിട്ട നാലിട ങ്ങഴിയുറുളി പൊക്കി മിറ്റത്തേക്കിട്ടു.

നാശം. പൊട്ട്ണൂല്യ.

ദേവീ! ആ മഴു ഇങ്കട് എടുത്തോളു. എബട്യാ ശിങ്കിടി വാലന്മാർ. ഒരൊറ്റ എണ്ണത്തിനെ ആവശ്യത്തിനു കാണില്യ.

മക്കളേം മരുമക്കളേം കാണാത്തതിൽ ഉണ്ണിനമ്പൂതിരി സന്തോഷിച്ചു. പക്ഷേ, സന്തോഷം പുറത്തുകാട്ടാതെ പിരാകി. ഉറക്കെ. പിന്നെ പതുക്കെ. തുടർന്നു നാലുപുറവും നോക്കി. ദേവി കൊണ്ടുവന്ന മഴു എടുത്തു.

ദെന്തിനാ?

നോക്കിക്കോ.

ഉണ്ണിനമ്പൂതിരി ഭാര്യയെ രൂക്ഷമായി നോക്കി. മിറ്റത്തേക്കിറങ്ങി. മഴു വാങ്ങി. കമഴ്ത്തിയിട്ട ഉരുളിയുടെ നടുമണ്ടയിൽ ആഞ്ഞുവെട്ടി.

ശ്ലേം.

ഓടുപൊട്ടിയ ചിലമ്പിച്ച ശബ്ദം പുറത്തളത്തിലെത്തി. പറയാനാവാത്ത മഹാ പൈതൃകങ്ങളുടെ പുണ്യപാരമ്പര്യമാകെ ഉടഞ്ഞുതകർന്ന ആർത്ത നാദം ജാതവേദൻനമ്പൂതിരിയുടെ കാതിൽ അലയടിച്ചുനിന്നു. ആത്മപുരു ഷന്റെ അസ്തിത്വംകൂടി കൂടമെടുത്തുടയ്ക്കുന്ന പ്രിയപുത്രന്റെ കർമ്മം ഏതാണ്ടൂഹിച്ചറിഞ്ഞ് ഇച്ചാതപ്പൻ കിതച്ചുകിതച്ചെണീറ്റു. ചുമരുചാരിയി രുന്നു.

എന്താദ്?

എന്താ ആ ശബ്ദംന്ന്? എന്തെങ്കിലും പൊട്ട്യോ. ഓട് ഒടഞ്ഞപോലെ—

ഒടഞ്ഞതല്ല, ഒടച്ചതാ.

ഉണ്ണീ!

ആ ഉറുളി അങ്ങനെ എടുത്തുകൊണ്ടുപോവാൻ വെഷമം. തലയിലെടു ത്തുവെക്കണം. ഒതുക്കോംല്യ. അപ്പൊ ഞാനതുടച്ചു.

മഴുവോങ്ങിവരുന്ന മഹന്റെ വാക്കുകേട്ട് അച്ഛന്റെ ഹൃദയം തിളച്ചു പൊങ്ങി. ചാരിയ ചുമര് പിളരുന്നതായി തോന്നി.

ഉണ്ണീ—നീ—യ്....

ഉം? എന്താ. നി പ്പൊ അതിനു കരേണ്ട. ഇരുന്ന് പ്രാവേം വേണ്ട. എനീംണ്ട് ഉറുളി. എന്തിനാ. ഇബടെ സദ്യ്യാന്നും ഇല്യലോ.

നെണക്ക് ആ മഴ്യൊണ്ട് ന്റെ മണ്ടയ്ക്ക് ഒന്നു തരാർന്നില്യെ?

ആവാം. വയ്യാഞ്ഞിട്ടല്യ. പാപം നിരീച്ചിട്ടല്യ. പിന്നെ നൂറുകൂട്ടം വെഷമം. കോടതി. പോലീസ്. അതിനൊക്കെ പൊറമേ വെട്ടിക്കൂട്ടേം വേണ്ടേ. ഭയങ്കര ചെലവ്. ഇങ്ങനെ ഇബടെ കിടത്താച്ചാ വല്യെ ചെലവില്യ. ഇടയ്ക്ക് തൊള്ളതൊറക്കാഞ്ഞാ മതി.

മകന്റെ സ്നേഹശുശ്രൂഷ അച്ഛനെ തളർത്തി.

തേവരേ!

എന്തിനാ ങ്ങനെ അലറണേ?

ഉണ്ണിനമ്പൂരി അച്ഛന്റെ അടുത്തേക്കു നീങ്ങി. തണുത്തു മരവിച്ച മുഖം നന്നെ അടുത്തേക്കു നീട്ടി. മൂക്കു തൊട്ടു തൊട്ടില്ല എന്ന നിലയ്ക്കെത്തിയ മകന്റെ മുഖം കണ്ട് ഇച്ചാതപ്പൻ യമരാജനെ അറിഞ്ഞു. കയ്യിൽ മഴു.

എനി ഇതന്നെ പറഞ്ഞു ബഹളം കൂട്ടണ്ട. മനസ്സിലായോ? ബഹളം വെച്ചാൽ— ഉണ്ണി ചിരിച്ചു. ഇരയെ പിച്ചിച്ചീന്തും മുമ്പു ഭംഗിയാസ്വദിക്കുന്ന ഹിംസ്രമൃഗഹാസംപോലെ ശബ്ദമുണ്ടാക്കാതെ ചിരിച്ചു. പിന്നെ അണ പ്പല്ലുകൂട്ടിക്കടിച്ചു. പതുക്കെ മുഖം ഒന്നുകൂടി അടുപ്പിച്ചു. അച്ഛന്റെ കുഴിഞ്ഞ നെറ്റിയിലമർത്തി. ചുമരിനോടു ചേർത്തു പതുക്കെ ഹൃദ്യമായി, ബഹുമാന ത്തോടെ തെല്ലമർത്തി.

ഇച്ചാതപ്പൻ അവസാനംകാത്തു കണ്ണടച്ചു.

ഉണ്ണീ!

അതു പോയോ. ഒന്നുകൂടി ഞെക്കായിരുന്നില്യെ. ന്നാ മോക്ഷം കിട്ട്യേനെ.

തേവരേ!

മറ്റൊന്നും വിളിക്കാനില്ലാത്തതിനാൽ ഇച്ചാതപ്പൻ അങ്ങനെ വിളിച്ചു.

നിമിഷാർദ്ധം. പിന്നെ ഭാവം മാറി. പൊടുന്നനെ കണ്ണുരുണ്ടു. ചുണ്ടു വിറച്ചു. സർവശക്തിയുമുപയോഗിച്ചു മാറത്ത് ഇരുണ്ടിഴഞ്ഞ പൂണൂല് പൊട്ടിച്ചു. ചുരുട്ടിക്കൂട്ടി കൈവെള്ളയിൽ ഉരുട്ടി ഉണ്ടയാക്കി. വീണ്ടും വീണ്ടും തുറിച്ചുനോക്കി.

ത്ഫൂ!

കഫക്കട്ട കാർക്കിച്ചുതുപ്പി. പൂണൂലിൽ പറ്റിപ്പിടിച്ചൊലിക്കുന്ന കഫക്കട്ട കണ്ടു. ചെറുചിരി വിരിഞ്ഞു. സംതൃപ്തിയോടെ ഊക്കിൽ പുണൂല് വലി ച്ചെറിഞ്ഞു.

ആത്മാവുനിറഞ്ഞ വെറുപ്പ് ആവുംവിധം പ്രകടമാക്കിയപ്പോൾ ഇച്ചാത പ്പന് തെല്ല് ആശ്വാസം തോന്നി. ആരോടൊക്കെയോ ഉള്ള വിദ്വേഷം, സ്വജന്മംതന്നെ എതിരായ ശുണ്ഠി, താനൊന്നിനും ആളല്ലല്ലോ എന്നറിഞ്ഞ പ്പോളുണ്ടായ നിസ്സഹായത— എല്ലാം ആ ഒരൊറ്റ കർമത്തിലൂടെ അദ്ദേഹം പുറംതള്ളി. ചേട്ടയെ കളയുംപോലെ അകത്തെ ദുഷ്ട് മുഴുവനും കളഞ്ഞ് ഇച്ചാതപ്പൻ ദീനപ്പായിൽ കുന്തിച്ചിരുന്നു. വിരലഞ്ചും പരത്തി മാറത്തു തപ്പി. ഒരു ജാള്യത. എന്തോ പൂർണമാവാത്തപോലെ. ആ അപൂർണതയും ജാള്യ തയും രക്തസമ്മർദ്ദം വീണ്ടും വർദ്ധിപ്പിച്ചു.

ഇപ്പൊ കണ്ടാ ചെറമനാ തോന്നും.

സ്വന്തം നഗ്നദേഹം സൂക്ഷിച്ചു പരിശോധിച്ച ഇച്ചാതപ്പൻ ആത്മഗതം ചെയ്തു.

ചെറുമൻ!

ഒരൊറ്റ നൂലിന്റെ അന്തരം. അഴുക്കുനിറഞ്ഞു രോഗോം ദാരിദ്ര്യോം കട്ട പിടിച്ച്, നാറിയ മൂന്നിഴനൂലിന്റെ അഭാവം.

ഒക്കെ ഒന്നന്നെ.

ഇച്ചാതപ്പൻ ദീർഘമായി ശ്വാസംവിട്ടു. ശരീരം നിറഞ്ഞ അവസാനത്തെ ആശകൂടി പുറംതള്ളി. കണ്ണുതുറിച്ചു ലക്ഷ്യമില്ലാതെ പകച്ചുനോക്കി.

മഴു.

ഉണ്ണി അവടെവെച്ചു പോയതാണ്. ഇത്തിരികൂടി അടുത്തുവെച്ചുപോയിരുന്നു എങ്കിൽ. എങ്ങനെയെങ്കിലും എടുത്തു തലയ്ക്കുമീതെ ഉയർത്തി നിറുകമർമ്മത്തിൽ ഇടാമായിരുന്നു.

പ്ലീം.

നാലിടങ്ങഴിയുരുളി പൊട്ടിക്കുന്ന വിഷമം ണ്ടാവില്യ. ഒരു കൂവളക്കായ പൊട്ടിക്കണപോലെ. തലചതഞ്ഞു ചോറ് നാലുപുറം തെറിച്ച്. പ്ലീം.

ഹായ്!

അതിന് എത്തണ്ടേ.

പുറത്തളപ്പടിയിറങ്ങി നാലിറയത്തേക്കു കടക്കുന്ന കട്ടിളയുടെ വടക്കേ മുക്കിൽ— എത്ര അകല്യാന്നൊ.

തേവരേ! ദോന്ന് അടുത്തേക്ക് എത്തണേ.

## അമ്പത്തിയഞ്ച്

**ആ** മഴു അവിടെത്തന്നേണ്ട്.

നല്ലേടത്ത് ജാതവേദൻ നമ്പൂതിരിപ്പാടിനു നോട്ടം പിൻവലിക്കാനായില്ല. നോക്കേണ്ട എന്നു കരുതിയിട്ടും ഒടുവിൽ നോട്ടം അതിന്മേൽതന്നെ ചെന്നു തറച്ചു. ഉടനെ പിൻവലിച്ചു. അങ്ങിങ്ങു നോക്കി. സ്വന്തം കൈവിരലു നോക്കി. ചെളിനിറഞ്ഞ നഖം നോക്കി. പക്ഷേ, ഉറയ്ക്കാത്ത ദൃഷ്ടി ഒടുവിൽ മഴുവിൽ എത്തി.

അതൊന്നു കിട്ട്യാൽ—

കുട്ട്യോളാരെങ്കിലും ണ്ടോ അവടെ? ഒന്ന് ത്രത്തോളം വന്നാ നന്നാർന്നു.

പതുക്കെ. ആരും കേക്കണം എന്നില്ലാതെ എന്നാലും പറയുക എന്ന സ്വകർമ്മം അനുഷ്ഠിക്കാൻവേണ്ടിമാത്രം അദ്ദേഹം പറഞ്ഞു.

ആരൂണ്ടാവില്യ.

തൃപ്തിയായി. ആരെങ്കിലും വിളികേട്ടാലാവും വിഷമം. ആരും വിളി കേട്ടില്ലെങ്കിൽ, ആരും വന്നില്ലെങ്കിൽ വീണ്ടും വീണ്ടും ആവലാതി പറയാമല്ലോ. പറഞ്ഞു പറഞ്ഞ് ആ ലഹരിയിൽ ഒന്നു മയങ്ങാം. ഇപ്പോൾ സ്വയം വേദനിക്കുന്നു എന്നു നടിക്കുന്നതുകൂടി ഇച്ചാതപ്പന് ആത്മസുഖം നൽകി. വേദനിക്കാനായി ഒരു ജന്മം.

അതാവാം.

ആരൂണ്ടാവില്ല. യ്ക്കറിയാം. ഒരൊറ്റയെണ്ണത്തിനെ കാണില്യ. വിളിച്ചാ വിളികേക്കില്ല്യ. ഈ അന്തീടെ മൂട്ടീല് എവടാ ഒക്കേം കെട്ടിത്തിര്യേണേ ആവോ. ചെലപ്പൊ ഒക്കേം അടുക്കളേല് ണ്ടാവും. ഓരോരോ തീറ്റപ്പണ്ടങ്ങള്. ഒന്നിരിക്കണ കണ്ടിലെ്യ. അതിനു പിന്നെ മണ്ണോ കുമ്മായോ ണ്ടായാലും മതി.

നാലിറയത്തു പുറത്തളത്തിലേക്കുള്ള കട്ടിളപ്പടിക്കടുത്ത് ഇച്ചാതപ്പന് നോക്ക്യാൽ കാണാൻ പാകത്തിൽ അകത്ത്ന്ന് കാലും നീട്ടിയിരുന്നു. പതിവുചടങ്ങ്. മുറ തെറ്റാതെ. രാവിലെ എണീറ്റാൽ അവിടെ വന്നിരിക്കും. കാപ്പികൊണ്ടു വന്നുവെച്ചാൽ കഴിക്കും. ഉണ്ണാൻ വിളിച്ചാൽ ചെല്ലും. ബാക്കി നേരത്തൊക്കെ അവിടെ ഇരിക്കും. ചുമരടർത്തി അടുത്തുവെച്ചു കഷണം കഷണമായി വായിലിടും.

അശ്രീകരം.

ഇച്ചാതപ്പന് കലികയറി. ഇതിനെ കുടിവെച്ചപ്പൊ കഴിഞ്ഞു. അല്ലാ എങ്ങനാ നേര്യാവാ. ചേട്ടേ വലിച്ചു കേറ്റ്യാ ശ്രീപോതി അവടെ ഇരിക്ക്യോ?

തേതി അന്തർജനം ഇതൊന്നും കേട്ടില്ല. അഥവാ കേട്ടാലും കേട്ടതായി നടിച്ചില്ല. വികാരവിചാരങ്ങളൊക്കെ എന്നോ വിടപറഞ്ഞു. കഷ്ടിച്ചു ചേതന യുണ്ട്. പിത്തം നിറഞ്ഞു നീരുമുറ്റിയ വയറ് ഈർക്കിലത്തുടയിലേക്ക് ഇറക്കിവെച്ചു ഞാഞ്ഞൂൾ കൈയ് സദാ മടിയിൽ തിരുപ്പിടിച്ചു മണ്ണു തിന്ന്—

ആരൂല്യെ അബടെ?

എനി പ്പൊ എന്തെങ്കിലും തിന്നാറാവുമ്പഴേ കാണൂ. അതേവരെ ഒന്നിനേം കാണില്യ.

ആരാ അവടെ?

ആവശ്യമില്ലെങ്കിലും സദാ ഇച്ചാതപ്പൻ ആ പല്ലവി ആവർത്തിച്ചു. ഇന്നെന്തെങ്കിലും ണ്ടോ ആവോ. ത്തിരി ചോറും ത്തിരി കൊള്ളീം. അതോ മൈത്ത്യോ. ഏതായാലും ആര്യക്കുട്ടി അതെത്തിക്കും. തേവരേ! അതിനെ രക്ഷിക്കണേ.

എങ്ങന്യാ. ഈ നരകത്തില് വന്ന് ജനിച്ചാ പിന്നെന്ത് രക്ഷ്യാ. ഒന്നൂല്യ. ആത്തേമ്മാരോളടെ കഥ എന്താ ആവോ... കുറെ നാളായി അതോർക്കാറില്ല. ചത്തിട്ടില്ല എന്നറിയാം. ചത്താ അറ്യേണ്ടതാർന്നു. അത് ണ്ടാവില്യ. അവടെ കോണിച്ചോട്ടില് ചുരുണ്ടുകൂടീണ്ടാവും.

ഓരോരോ ദുരിതങ്ങള്.

അച്ഛൻ വിളിച്ചോ?

ങാ. ആരാ? ഗൗര്യാ? ആരായാലും ഒന്നുണ്ടായിട്ടല്ല.

മഹളേര് ആരെങ്കിലും ആവും. അല്ലെങ്കിൽ മഹന്റെ അകത്ത്ന്ന്. മഹളന്നെ. ദേവി. അതാവും. അതോ—

ഞാനാ. ദേവി—

അത്യോ? ങാ. അതേ ഒരു നൂല് ണ്ടോ കിട്ടാൻ? ന്റെ പൂണൂല് പൊട്ടി. അപ്പൊ ഞാനതു വലിച്ചുകളഞ്ഞു. ഒരു നൂല്. മൂന്നെഴ. പിരിക്കൊന്നും വേണ്ട. നി പ്പൊ സന്ധ്യാവന്ദനോല്യ ഒന്നൂല്യ. ന്നാലും ഒരു നൂലങ്ങനെ കെടന്നോട്ടെ.

ദേവി മുഴുവൻ കേട്ടില്ല. അതിനുമുമ്പ് അകത്തേക്കു നടന്നു. ഇന്നെന്താവോ. അച്ഛനധികം സംസാരിക്ക്ണ്ട്.

പിച്ചും പേയും തുടങ്ങീന്നാ തോന്നണേ, പൂണൂല് പൊട്ടിച്ചു കളഞ്ഞേക്ക്ണൂ. ഇപ്പൊ പായേല് എണീറ്റിരിക്ക്യാ. കെടക്ക്ണില്യാത്രെ.

തെക്കിനിപ്പടിയിൽ മഹളേര് ഒത്തുകൂടി.

എന്താച്ചാ ആയ്ക്കോട്ടെ. ഒരു നൂല് കെട്ടിക്കൊടുത്തേക്ക്.

വല്യേടത്തി പിന്നൊന്നും പറഞ്ഞില്ല.

ആര്യ വന്നോ? വന്നൂച്ചാ തീർച്ച്യാക്കണംച്ച്ട്ടാ. ആ കല്ലൊരക്കമ്പനീല് ജോലി കിട്ടുംത്രെ. അഞ്ഞൂറ് ക. വീതം കൊടുത്താ മതീത്രെ. നമക്കത് നോക്ക്യാലോ.

അതിന് കാശെവട്യാ?

കാശിനെന്താ വെഷമം. എനീം ണ്ട് ബടെ ഉറുളീം ചെമ്പും. വിക്കന്നെ.

നീയെന്താ പറേണേ?

ഏട്ടന് മാത്രേ വിക്കാവൂന്ന് ണ്ടോ. ഇത് പ്പൊ ഒരാവശ്യത്തിനല്ലേ. നമ്മക്കും വിക്കാം.

ഒരു വിരോധോം ഇല്യ.

ഇച്ചാതപ്പൻ പുറത്തളത്തിലിരുന്നു വിചാരിച്ചു. ഒക്കെ വിറ്റോട്ടെ. ഒരു വിരോധോം ല്യ. ത്തിരി സന്തോഷം ണ്ടേനും.

കുട്ടീ!

വെറുതെ വിളിക്കാവുംന്നേ. അച്ഛന് പ്പൊ സദാ സമയോം ആരേങ്കിലും വിളിക്കണം. ആവശ്യം ഒന്നും ണ്ടാവില്യ. ന്നാലും വിളിക്കും.

ഉം. എന്താ?

ഉണ്ണി! ഒന്നൂല്യ. ഒന്നും വേണ്ട. ഇയാള് എപ്പഴാ വന്നേ? തേവരേ! ഒക്കെ സഹിക്കാം. ഈ മുഖം മാത്രം കാണാതെ കഴിക്കണേ.

ഇച്ചാതപ്പൻ കണ്ണടച്ചു. സീമന്തപുത്രനെ കാണാൻ മടിച്ച് ഒളികണ്ണിട്ടു നോക്കി.

ഉം?

മഴു.

മഴ്വൊ? ഞാ ഞാനത് എവട്യാ വെച്ചത്. നിശ്ശം ല്യാണ്ടെ തെരയാർന്നു. അഃ ബട്യാണ്, അല്ലേ. അതെന്തിനാപ്പോ? വെറക് വെട്ടാൻ പോണ്ടോ? മാവിന്റെ പശ തട്ടാറായി. ന്ന്ട്ടാ ഇപ്പൊ മഴു.

ഒന്ന്ങ്കട് തരൂ.

ഇപ്പഴും കൈയിനു ബലം ക്ഷയിച്ചിട്ടില്ല. ആവുന്നത്ര പൊക്കി സർവ ശക്തിയും സംഭരിച്ച് നിറുംതലയ്ക്ക് ഒരൊറ്റ മേട്ടം.

ഒന്ന്ങ്കട്–

എന്ത് പ്പോ. ദ് നല്ല കൂത്തായി. അച്ഛന് ഇപ്പൊ മഴു വേണംത്രെ. എന്തിനാ. തല വെട്ടിപ്പൊളിക്കാനാച്ചാ പറ്റില്യ. ഒന്നാമത് തന്നത്താൻ തല വെട്ടിപ്പൊളിക്കാച്ചാ ഒരു സുഖോംണ്ടാവില്ല. വേണ്ടതുപോലെ ആവാനും വിഷമം. വേറാള് ചെയ്ത് തരുംച്ചാ നന്നായി. അതിനിപ്പോ. യ്ക്കാച്ചാ വയ്യ. പത്തു കൊല്ലം മുമ്പാച്ചാ തല്ലിക്കൊന്നാ ഒപകാരാർന്നു. ഇപ്പൊ എനി തന്ത ചത്താ എന്താ ചത്തില്ലെങ്കി എന്താ.

ഉണ്ണീ നീയൊന്നു പോവോ. അല്ലെങ്കി ആ മഴ്വൊണ്ട് എന്റെ മണ്ട വെട്ടി പ്പൊളിച്ചാലും മതി.

അതല്യേ പറഞ്ഞേ. പറ്റില്യാന്ന്. ഇപ്പൊ കൊന്നാ നഷ്ടാ. അതന്നെ ഈ മഴക്കാലത്ത്.

ഈശ്വരാ. കാത് പൊട്ടണേ. കണ്ണും പൊട്ടണേ. ന്നാ കാണേം കേക്കേം ചെയ്യാണ്ടിരിക്കാലോ. ഇന്ദ്രിയങ്ങളൊക്കെ ചത്തു ചീയണേ.

എന്താ കഥ. ഓരോരുത്ത്ര് ഓരോന്ന് പെട്ടന്നാ കായണേ. ഹാർട്ട് അറ്റാക്ക്. സെറിബറൽ ഹാമറേജ്. അങ്ങനേല്യ. ഇബടെ നാലെണ്ണം ഒരു പോലെ. ഒണക്കി സൂക്ഷിക്കാറായി. ന്ന്ട്ടും–

ജാതവേദൻ നമ്പൂതിരിപ്പാട് ചൂണ്ടാണിവിരൽ ചെവിയിൽത്തിരുകി. കണ്ണിറുക്കിയടച്ചു. അതുകണ്ട് ഉണ്ണിക്ക് വൈരാഗ്യമേറി. അയാൾ അടു ത്തേക്കു ചെന്നു. അച്ഛന്റെ കൈ രണ്ടും പിടിച്ചുമാറ്റി ചെവിയിൽ ചുണ്ടടു പ്പിച്ചു. ആവുന്നത്ര ഉച്ചത്തിൽ കുട്ടിക്രൂന്ന് വിളിച്ചു. നരകനാറ്റമപ്പിടി ചേർന്നു

തുപ്പലും കട്ടിയൊച്ചയും ചേർന്ന് ഇച്ചാതപ്പന്റെ ചെവിക്കല്ല് വിണ്ടുപൊട്ടി. മകന്റെ കുട്ടിക്കുസൃതിയിൽ പ്രപിതാമഹപിതാക്കന്മാർകൂടി നടുങ്ങി.

എന്തിനാ അച്ഛനെങ്ങനെ ഓടിക്കണേ?

നീയോ ഒരു വല്യേ ദയാവതി. ന്നാ നീയ് അച്ഛനേടുത്ത് മടീല് വെച്ചോ. ന്ന്ട്ട് താരാട്ടുപാടി ഒറക്കിക്കോ. ഒരുപദേശം കേട്ടില്ലെ. പോ അവ്ട്ന്ന്.

ദേവി ഞെട്ടിപ്പിടഞ്ഞു. സ്വഭർത്താവിന്റെ മുഖം കണ്ണിൽനിന്നു മായാൻ കണ്ണടച്ച് ഈശ്വരധ്യാനം ചെയ്തു. ഈ മനുഷ്യന്റെ ഒപ്പം രാവൊക്കെ കിടന്നുറങ്ങേണ്ടതോർത്ത് ഭയന്നു കോച്ചി.

തന്തപ്പിടിക്ക് കേക്കണ്ടാത്രെ.

ഉണ്ണിയുടെ അമർഷം വറ്റിയില്ല. ഞാൻ പറേണ്ത് കേക്കാന്റിരിക്കാനാ ചെവീല് വെരല് കുത്തിക്കയറ്റണേ. മൂന്നു നേരം തിന്നട്ടാ. വറ്റ് വെലങ്ങനെ കെടന്ന കൊഴപ്പാ.

ഏട്ടന് അച്ഛനെ ങ്ങനെ വേദനിപ്പിക്കണോ.

ങ് ങാ. അപ്പഴയ്ക്കും എത്തി. എനി ആരൂല്യേ ഉപദേശിക്കാൻ?

എന്തിനാ ബ്റ്റൊക്കെ ഇബടെ തിന്നു മുടിക്കണെ–ഒക്കെ പൊക്കൂടെ?

ഏട്ടനന്ന്യാ പോണ്ടെ.

ആര്യക്കുട്ടി സഞ്ചി തെക്കിനിപ്പടിയിൽ ഇട്ടു. ക്ഷമ നശിച്ച് ഏട്ടനെ നേരിട്ടു. ഏട്ടനല്ലേ ഭാഗം മേടിച്ച് പോയെ? ഇത് ഞങ്ങൾക്ക് അച്ഛൻ തന്നതാ. പിന്നെ ഞങ്ങളെവടക്കാ പോണെ?

നീയ്– നീയിന്ന് മേടിക്കും.

ഉണ്ണി വിക്കി വിക്കി നിന്നു.

നീയ് ങട് പോരെ. വല്യേടത്തി കരഞ്ഞു.

ഒന്നൂല്യ. ദിവസോംണ്ട് ഏട്ടന്റെ ശകാരം. അതും പോരാ. കണ്ണു തെറ്റ്യാ കണ്ടതെടുത്ത് വിക്കേം ചെയ്യും. ഇന്നത്തെ ആ നാലിടങ്ങഴി ഉറുളി തട്ടിപ്പൊട്ടിച്ചു വിറ്റു. ഞാൻ ബടേണ്ടാർന്നില്യ.

ണ്ടായാ എന്താ?

തൊടില്ല. അതന്നെ. അത് ഞങ്ങടെ മൊതലാ. ഏട്ടനെന്താ അവകാശം?

ആര്യേ!

ഉണ്ണി ഉറക്കെ വിളിച്ചു.

എന്താ!

ആര്യക്കുട്ടി മൃദുവായി തണുത്തു. നനുത്ത സ്വരത്തിൽ വിളികേട്ടു. ആ സ്വരവും ഭാവവും ഉണ്ണിനമ്പൂതിരിയെ ഭയപ്പെടുത്തി.

ജാതവേദൻ നമ്പൂതിരിയുടെ കരിഞ്ഞ മുഖത്തും പുഞ്ചിരി തെളിഞ്ഞു. നന്നായി. ഒരാളെങ്കിലും അതിനോട് തട്ടിക്കേറീലൊ. നന്നായി.

നെന്റെ തോന്ന്യാസം കൊറെ ഏറ്ണ്ട്. നീയെവടക്കാ തെണ്ടി സർക്കീട്ടിന് പോണേ. അതും ഈ അന്തിക്ക്?

വിഷയം മാറ്റുകയാണു നല്ലതെന്ന് ഉണ്ണിക്കു തോന്നി. മർമത്തിൽ കുത്തണം. എന്നാലേ തളരൂ.

യ്ക്ക് തോന്ന്യോടത്തേയ്ക്ക്.

പ്ഫ അസത്തെ. തർക്കുത്തരം പറഞ്ഞാ ണ്ടലൊ.

നിമിഷനേരം ഉണ്ണിനമ്പൂതിരിയും ഏട്ടനായി. രക്തബന്ധത്തിന്റെ ചൂടും കാർന്നോസ്ഥാനത്തിന്റെ അധികാരവും വേവലാതിയും ചേർന്ന ആത്മാർത്ഥത ആര്യക്കുട്ടിയുമനുഭവിച്ചു.

അരി മേടിക്കാൻ.

ഉം. കൊറെ ഏറെണ്ട്. പറഞ്ഞേക്കാം. നാട്ടാര് ഇപ്പൊത്തന്നെ ഓരോന്ന് പറയാൻ തൊടങ്ങീണ്ട്.

ഒന്നൂല്യ. ഒക്കെ ഏട്ടൻതന്നെ പറഞ്ഞുപരത്താവും. അല്ലെങ്കി ഏട്ടന്റെ ശിങ്കിടികള്. ഏട്ടന്റെ ചെറ്റത്തം മുഴുവനും സഹിച്ച് പങ്കുപറ്റുന്ന പെരുക്കാലൻ അട്ടകള്. ത്ഫൂ.

ആര്യക്കുട്ടി നടുമുറ്റത്തേക്ക് ആഞ്ഞുതുപ്പി. പറയണമെന്നു വിചാരിച്ചതത്രയും പറഞ്ഞുതീർക്കാൻ പറ്റാത്തതു കാർക്കിച്ചുതുപ്പിക്കളഞ്ഞു. ഉള്ളു ശുദ്ധമാക്കി.

ഏട്ടനന്ന്യാ—

ങേ...ങേ ദ്നൊക്കെ—

ഉണ്ണിനമ്പൂതിരി തിരിഞ്ഞു ചുമരു ചാരിവെച്ച മഴു എടുത്തു.

ആ മഴു. എനി അതും വിക്കാനാ.

ഉണ്ണിനമ്പൂതിരി പെട്ടെന്നു തിരിഞ്ഞു. മഴു നടുമുറ്റത്തേക്കു വലിച്ചെറിഞ്ഞു.

ദാ കെടക്കണു. അതില്ലാണ്ടെ വേണ്ട. ഞാൻ വന്നപ്പൊ അച്ഛൻ അത് കിട്ടാൻ ള്ള ബദ്ധപ്പാടാ. ഈ വയസ്സുകാലത്ത് എന്തിനാവോ മഴു? ആരടെ തലവെട്ടിപ്പൊളിക്കാനാ ആവോ. ഞാൻ വന്നകാരണം കിട്ടീല്യ. അതിന്റെ ദേഷ്യാ തന്തപ്പിടിക്ക്. ഇരിക്കണെ കണ്ടില്ലേ. കുട്ടിസ്രാങ്ക്.

ഇച്ചാതപ്പൻ രസിച്ചു ചിരിച്ചു. ബഹുരസം ഉണ്ണിക്ക് ആകെപ്പാടെ ത്തിരി കൊട്ട് കിട്ട്യേക്ക്ണു. നന്നായി. വല്യേ ഊറ്റം ഒന്നു കുറയ്ക്കണം.

ദാ എടുത്ത് കൊടത്തോ. മഴ്വാ, വെട്ടൊത്ത്യോ എന്താച്ചാ എടുത്തു കൊടുത്തോ. നിങ്ങടെ പുന്നാരതന്തേല്യേ. ഒടുക്കം കൊലക്കുറ്റത്തിന് പോലീസ് കേസാവാന്റെ സൂക്ഷിച്ചോ. ന്നാ നന്ന്. ഞാൻ പറഞ്ഞില്ലാന്ന് വേണ്ട. തനി ദുഷ്ടാ. ഈ കൂനിക്കൂടി ഇരിക്കണതൊന്നും നോക്കണ്ട. തനി വെഷം. കടിച്ചാ എറങ്ങില്ല. ഒരിക്കെ ഒക്കേറ്റ്നേംകൂടി കൊല്ലാൻ നോക്കീതാ. പിന്നൊരിക്കെ കെണറ്റിച്ചാടാൻ നോക്കി. ഇപ്പോ മഴു വേണംത്രെ....ഹഹഹ.

ഇച്ചാതപ്പൻ കൈകൊട്ടി ആർത്തു ചിരിച്ചു. ഉറക്കെ. അതിലും ഉറക്കെ. ആ ചിരി കേട്ട് ആര്യക്കുട്ടി അന്ധാളിച്ചു. ഏടത്തിമാര് ഓടിക്കൂടി. ഉണ്ണി ദേഷ്യം സഹിക്കവെയ്യാതെ പല്ലിറുമ്മി.

ഖണ്ടോ. തന്തപ്പിടീടെ ഉള്ളിരുപ്പു കണ്ടോ. ഇപ്പൊ കൈ കൊട്ടിച്ചിരിക്ക്യാ, ദ്നെ ഞാൻ–

ഉണ്ണി പുറത്തളപ്പടിയിലേക്കു കയറി. കണ്ണു തുറിച്ച് അച്ഛന്റെ അടുത്തേക്ക് അടുത്തു. കൈ പരത്തി തല കൂട്ടിപ്പിടിച്ചു.

ഏട്ടാ––ആര്യക്കുട്ടി നിലവിളിച്ചു.

എഠഃ

ഉണ്ണി തിരിഞ്ഞുനോക്കി. രക്തസമ്മർദ്ദം ഇത്തിരി കുറഞ്ഞു. രണ്ടു കൈകൊണ്ടും അച്ഛന്റെ തല ഊക്കിൽ ചുമരിലേക്കു തള്ളി, ആ ഊക്കിൽ പടിയിറങ്ങുമ്പോൾ കട്ടിളപ്പടിക്കടുത്ത് അമ്മയെ കണ്ടു.

അശ്രീകരം. അതൂണ്ട് പോയി ചത്തൂടെ.

മകന്റെ ഉപദേശം കേൾക്കാതെ അമ്മ ചുമരടർത്തി ഇത്തിരി കുമ്മായക്കട്ട വായിലിട്ടു. തല ചുമരിലിടിച്ചു തരിച്ചു ബോധം പാതി മറഞ്ഞ ഇച്ചാതപ്പൻ ചുമരു പറ്റി ഊർന്നുവീണു. മക്കളുടെ ശുശ്രൂഷയിൽ ബാക്കി ബോധവും നശിച്ചു.

# അമ്പത്തിയാറ്

മഴ മാറി. എങ്കിലും ഓരോ തുള്ളി വീഴുന്നുണ്ട്. മാനം മൂടിക്കെട്ടിയിട്ടുമുണ്ട്. എനിയും പെയ്യാനുള്ള വട്ടംകൂട്ടലാവും. ചെലപ്പൊ അതികലശലായി വട്ടം കൂട്ടും. ന്നിട്ട് പെയ്തില്ലാന്നും വരും. അല്ലെങ്കിൽ പുണ്യാഹം തളിക്കണ പോലെ. ചെലപ്പൊഴൊ, ഒരു വട്ടംകൂട്ടലും ല്യ. വെരലുവെച്ചാ മുറ്യെണ മഴ.

ആണുങ്ങളെ കല്യാക്കണ ഏർപ്പാടാ.

ശിങ്കിടി നല്ലേടത്ത് മനപ്പറമ്പിൽ കുളക്കടവിനടുത്തുനിന്നു. പുതുപുത്തൻ ഡബിൾ മടക്കിക്കുത്താതെ കോന്തല പിടിച്ച് കക്ഷത്തിലിറുക്കി. കല്പടവുകളിൽ ഉണ്ണിനമ്പൂരി വിസ്തരിച്ചിരുന്നു.

ആ ശ്രീധരൻ എന്താ വരാത്തെ?

വരും. തമ്പ്രാൻ പേടിക്കണ്ട. ഒന്നുംകൂടി കരിപ്പാവട്ടെ. ഒരല് വിഴുങ്ങാച്ചാലും ഒരു മറ വേണ്ടേ. ഒന്നിരുട്ടട്ടെ.

നീയാ കൂപ്പിമ്മേ കേറിനിന്നു നോക്കിക്കോ. ഉണ്ണിത്തമ്പുരാന് തിടുക്കമായി.

തമ്പ്രാൻ ഒന്നു ധൃതിപ്പെടാതിരിക്ക്. ഒന്നു കരിപ്പാവട്ടെ. സാധനം അപ്പഴയ്ക്കും എത്തും. പിന്നെ താമസം ല്യ. ദാന്ന് പറേമ്പഴയ്ക്കും ഠെഡി. ആരെങ്കിലും കാണ്വോന്നാ.

ശിങ്കിടിവേലു കുളപ്പടവിൽ ഒപ്പം ഇരുന്നു. തെല്ലു ശങ്കിച്ചു. മെല്ലെ നിരങ്ങി. കൂപ്പിന്റെ മുകളിലെ ഇളകിയ മൂന്നു കല്ലെടുത്തു. അടുപ്പു കൂട്ടി. വെറകു സംഭരിച്ചു. തീപിടിപ്പിച്ചു.

പാത്രം വല്ലതും വേണോ?

വേണ്ട. ഒക്കെ അബൻ കൊണ്ട്വരും. ബടെ ആവുമ്പൊ ഒരാളും സംശയിക്കില്യ. വല്യമനയ്ക്കല് ചാരായം കാച്ചേ. നൊണ. തനിനൊണ. ഷാൾട്ട് വരില്ല.

അതൊക്കെ ശരി. പറഞ്ഞുവെച്ചത് തരണം. നീയാ ആള്.

ദാ വര്ണു.

ശിങ്കിടി പോളിക്കഴുത്തു പൊക്കി.

ദാ വന്നു.

ശ്രീധരനും കെട്ട്യോളും എത്തി. കുട്ടിച്ചാക്ക് എറക്കി. കലം, കൊഴല്, വാഷ്, കുപ്പികൾ.

കെട്ട്യോള് അടുപ്പു ശര്യാക്കി. കലം കേറ്റി. ഒരുക്കൊപ്പിച്ചു. തെല്ലകന്നു സമയം കാത്തു.

ദെന്താ?

തമ്പ്രാട്ടി!

ആര്യക്കുട്ടി കുളക്കടവിൽ ആളനക്കവും തീയും കണ്ടെത്തി.

നീയങ്കട് പൊക്കോ.

ഉണ്ണിനമ്പൂരി മുഖം തിരിച്ചു.

ദെന്താ?

അതോ? ശിങ്കിടി വളിച്ചു. കൊഞ്ഞിക്കൊഞ്ഞി പറഞ്ഞു: അതിത്തിരി സാതനം ണ്ടാക്കാ. ഉണ്ണിത്തമ്പ്രാൻ സമ്മതിച്ചിട്ടാ. ഇബട്യാച്ചാ ഷാൾട്ട് എത്തില്യ. പത്തൂസം കൂടുമ്പൊ ഇത്തിരി നേരം.

നീയെന്തിനാ പ്പൊ ങ്കട് പോന്നേ. പോയി ഊണു കഴിച്ച് കെടക്കരുതേ... നേരം.... അച്ഛന്റെ കഴിഞ്ഞോ്വാ?

ഏട്ടന്റെ ലോഹ്യം ആര്യക്കുട്ടി ശ്രദ്ധിച്ചു. നക്കാപ്പിച്ച നന്നെ മോശാവില്ല. അതാണ് ഇത്ര മയം. പിന്നെ നല്ല സാധനം ഫ്രീണ്ടാവും. മത്യാവോളം.

ദ് ആരക്കാ, ചാരായല്ലേ?

അത്....അത്....ങ്ങക്കാ. ദോണ്ടാ ഇപ്പൊ കുടുമ്മം കഴ്യേണേ തമ്പ്രാട്ട്യേ. പക്ഷേല് എടയ്ക്കൊക്ക് ഷാൾട്ട് വരും. പിടിച്ചാ അടീം ഇടീം. പിന്നെ കേസ്. അതിന് കാശ്. ന്നാലും കുടുമ്മം കഴ്യണ്ടെ.

ഉം. ഇത് ണ്ടാക്കൻ ഇത്ര വെഷമം ല്യ. ഇല്ലത്ത് വേണ്ടത്ര സ്ഥലം ണ്ട്. അവടേണ്ടാക്കാം. ആരും അറീല്യ. വട്ക്ക്നിയിൽ ഇരുട്ടിൽ ഇല്ലത്തേക്കു നോക്കി ആര്യക്കുട്ടി ചിരിച്ചു.

ഔവ്വാസനക്കുണ്ഡം ഇപ്പഴും ണ്ട്. അത് മൂടാൻ ള്ള മൂടീം. ബഹുപാകം. ദിവസം പത്തോ ഇരുപതോ കുപ്പീണ്ടാക്കി കൊടുക്കാം. എളുപ്പം.

ദ്ന് ത്ത്റ ചിലവുണ്ടോ?

ആര്യക്കുട്ടി വീണ്ടും കുളക്കടവിലേക്കു തിരിഞ്ഞു. ആദ്യത്തെ വാറ്റ് വീണു തുടങ്ങിയിരിക്കുന്നു. നല്ല ഭംഗീണ്ട്. ശരിക്കും ഫാക്ടറീന്നെ. ബഹുരസം.

സൂര്യപ്രകാശത്താൽ വെള്ളം ആവിയായി ഉയർന്ന് മേഘമായി ഘനീഭവിച്ചു. വീണ്ടും തണുത്തു മഴയായി പതിച്ച്—

അമോണിയ ഇട്ട് വാഷ് പുളിപ്പിച്ച് തീയിട്ടു കത്തിച്ച് വാഷ് ആവിയാക്കി ആവി കുഴലുവഴി പുറത്തേക്കാനയിച്ചു ചാരായമാക്കി കുപ്പി നിറച്ച്—

ണ്ടോന്നോ. എത്രേണ്ട്ച്ചാലും ചെലവാ. ദെവസം നൂറ് കുപ്പീണ്ടായാലും.

ന്നാ ഞാ ണ്ടാക്കിത്തരാം.

ങേ!

കുളത്തിലെ വെള്ളം തിളച്ചുപൊങ്ങി. കൽപ്പടവുകളെ മുക്കി. സർവം വെന്തുമലച്ചു.

ങേ. നീയ് നീയ്.

ഏട്ടന് കുടിക്കാം. ഇബടേര്ന്ന് ചാരായം ണ്ടാക്കിക്കാം. അതിനു കാശൂം മേടിക്കാം. ന്നാപ്പിന്നെ ഞാൻതന്നെ ണ്ടാക്കിത്തരല്ലേ ഭേദം?

തമ്പ്രാട്ടീ!

ഉംം. തമ്പ്രാട്ടിക്ക് ചാരായം ണ്ടാക്കാൻ പറ്റില്ല്യേ?

ഞാ പ്പൊ വരാം.

ഉണ്ണിന്നമ്പൂരി എണീറ്റു. സാധനം ചൂടോടെ കുപ്പി നിറയാറായി. ഹായ്, വായില് വെള്ളമൂറുന്നു.

അതിന് ഈ അസത്തൊന്നു മാറണ്ടേ. അത്ന്ന് ഇബടെത്തന്നെ നിക്കാനാ ഭാവം ന്ന്ണ്ടോ?

കുട്ടീ! ബടേ വാ.

കടവിൽനിന്നു കേറിയ ഏട്ടന്റെ ശബ്ദം ആര്യക്കുട്ടി ശ്രദ്ധിച്ചു.

പാവം. ഏട്ടന് തന്നെ അകറ്റണം. ആയിക്കോട്ടെ. തന്റെ മുമ്പിൽവെച്ചു ചാരായം കുടിക്കാൻ ഏട്ടന് മടിയുണ്ടാവും. ഒരുപക്ഷേ, ഒരൊറ്റത്തവണ. പിന്നെ അതും ല്യാണ്ടാവും ഇപ്പൊ.

ന്ന്ട്ട് പറഞ്ഞില്യ. ഞാ ണ്ടാക്കിത്തരാം. എന്താ തരാ.

ശ്രീധരൻ ഇപ്പോൾ ആദ്യമായി ആര്യക്കുട്ടിയുടെ മുഖം കണ്ടു. ദൃഢതയുള്ള, കൃത്യമായി പണിത മുഖം. ഒരേറ്റക്കുറവുമില്ലാതെ. കൃകൃത്യം.

കണിശമായ കണക്ക്. വിചാരിച്ചാൽ വിചാരിച്ചതു നടത്തുന്ന ഭാവം. പോലീസല്ല, ഷാൾട്ട് വന്നാലും കൂസാത്ത ദാർഢ്യം.

തമ്പ് രാട്ടീ, തമ്പ്രാൻ വിളിക്ക്ണൂ.

ശ്രീധരൻ എന്തെങ്കിലും പറയണമല്ലോ എന്നു വിചാരിച്ചു പറഞ്ഞു.

ആ തമ്പ്രാട്ടീ പോയോ?

ശിങ്കിടിവേലു അപ്പോൾ മാത്രം മുഖമുയർത്തി.

ഹൗ! എന്തൊരു ഊറ്റാ അതിന്? നമ്മുടെ തമ്പ്രാന്റെ മാതിര്യല്യ.

അ: പോയി.

ഡാ വേലൂ, കാര്യം കളിതമാശല്ലാന്നാ തോന്നണേ. അത് സാധനം ണ്ടാക്കിത്തരും. പക്ഷേല് പറഞ്ഞ് പറ്റിക്കാൻ പറ്റില്യ. കൃത്യം കണക്കും കാശൂം കൊടുക്കേണ്ടിവരും.

നോക്കണോ?

മ്മടെ തമ്പ്രാനെ പറഞ്ഞുനിർത്താം. വളച്ചോർത്ത് ഒടിക്കാം. ഇത്—

ശ്രീധരൻ പിന്നൊന്നും പറഞ്ഞില്ല. കൈ വേഗതയോടെ സ്വകർമാനുഷ്ഠാന ത്തിൽ മുഴുകി. കർക്കിടകത്തിലെ ഭഗവൽസേവ പോലെ. നിഷ്ഠയോടെ, നിറഞ്ഞ മോഹങ്ങളോടെ. കീഴാണ്ടത്തെ സമസ്ത ചീത്തത്തങ്ങളും അസ്തമിച്ച് തന്നാണ്ട് ഐശ്വര്യപൂർണമാവാൻ തൊഴുകൈയോടെ കെട്ട്യോള് ശ്രീധരന്റെ അടുത്തിരുന്നു.

എങ്ങനേണ്ട്? തമ്പ്രാൻ നോക്ക്ണില്ല്യേ?

ആര്യക്കുട്ടിയെ അകറ്റി ആർത്തിയോടെ തിരിച്ചെത്തിയ ഉണ്ണിനമ്പൂതിരി ആ ക്ഷണം കാതോർത്തിരിക്കുകയായിരുന്നു. കേട്ടപാതി കേക്കാത്ത പാതി ഉണ്ണിത്തമ്പുരാൻ ചുടുകുപ്പി എടുത്തു. ഒരു തട്ടിപ്പറിയുടെ ഭാവത്തിൽ. എന്നിട്ട് സംതൃപ്തിയോടെ അവിടെത്തന്നെ ചമ്രം പടിഞ്ഞിരുന്നു. അടപ്പില്ലാത്ത കുപ്പിയിൽനിന്ന് ഒരിറക്ക് നേരിട്ടകത്താക്കി.

ശ് ശ്.....

നോക്കിക്കോ. ഏ വൺ. ആത്മാവ് കരീം.

പിന്നെ അത്യാനന്ദത്തോടെ ഗ്ലാസ് നിറച്ചു. ഒറ്റ വലിക്ക് അകത്താക്കി. കണ്ണും മൂക്കും നിറഞ്ഞു കൽപ്പടവിറങ്ങി. കുളത്തിലെ വെള്ളം ഒരു കുടന്ന കുടിച്ചു. മുഖം കഴുകി. നീയ് നോക്ക്യോ?

ശിങ്കിടിവേലു കുപ്പിയെടുത്തു. ആർഭാടത്തോടെ ഇരിക്കാൻ ശ്രമിച്ചു. പുതിയ ഡബിൾ ചെളിയാവുമെന്നറിഞ്ഞ് രണ്ട് താളില പൊട്ടിച്ചു. വൃത്തിയായി വിരിച്ചു. സുഖമായി ഇരുന്നു. ഒരു ഗ്ലാസ് കേറ്റി.

ഞാനൊന്നു പോയിവരാം. സാതനം ത്തിരീംകൂടി എത്തിക്കാണ്ട്. ഏതായാലും തൊടങ്ങ്യേ സ്ഥിതിക്കു മുഴ്വനാക്കാലോ. ഡാ വേലൂ നീയൊന്നു വര്വോ? ത്തിരി വാഷും കൂടീണ്ട്.

വരാം. യ്ക്കെന്താ. വെളിച്ചാവുന്നോരെ ഒരു പണീം ല്യ. വെളിച്ചായാലൂല്യ. നടന്നോ. എബടയ്ക്കാച്ചാ നടന്നോ.

നീയാ ക്ലാസില് ഇത്തിരി ഒ്ട് എടുത്തോ. എങ്ങനേണ്ട് നോക്കട്ടെ.

ശ്രീധരൻ കെട്ട്യോള് കൊടുത്ത രണ്ട് ഔൺസ് രണ്ടിറക്കായി കഴിച്ചു. ഒന്നിറക്കി. സ്വാദറിഞ്ഞ്. മുഖം വിടർത്തി. ചന്തം നടിച്ച്.

കടുപ്പം കൂടുതലാ. രണ്ടിന് അഞ്ചു കൂട്ടിക്കോ. ന്നാലും ഓടും. ദേ. ത്ര കടുപ്പത്തില് കൊടുത്താ മൊതലാവില്യ. ആട്ടെ. നീയത് മുഴ്വോൻ എടുത്തോ. അപ്പഴയ്ക്കും ഞാനെത്താം. തമ്പ്രാന് വേണംച്ചാൽ കൊടുത്തോ.

ശ്രീധരൻ പോയി. കൈയിലൊതുങ്ങിയ നാലു കുപ്പി എടുത്തു. ഒഴിഞ്ഞ പാത്രങ്ങളും ലൊട്ടുലൊടുക്കും കൈയിൽ കരുതി. ശിങ്കിടി ഒപ്പം നടന്നു. ഡബിൾ കക്ഷത്തിലേക്കു കയറ്റി മടക്കിക്കുത്തി. ഊശിച്ചന്തി മുഴുവനും കാറ്റു കൊള്ളിച്ചു.

തമ്പ്രാന് ഒറക്കം വര്ണ്ടോ?

ശ്രീധരന്റെ കെട്ട്യോള് കുശലം ചോദിച്ചു. കള്ളിമുണ്ടിന്റെ തല ഒരച്ചുകേറ്റി കാൽമുട്ടുകൾക്കിടയിൽ തിരുകി. പെരുംചന്തി തുളുമ്പിച്ച് കുന്തിച്ചിരുന്നു.

മഴേണ്ടായിട്ടെന്താ. എന്തൊരു ഗ്രീഷ്മാ. വീണ്ടും അടുപ്പിനടുത്തേക്കു നീങ്ങി ചപ്പിലകൂട്ടാൻ തുനിഞ്ഞു. അതിലിടയ്ക്ക് ആരോടെന്നില്ലാതെ പറഞ്ഞു.

ഉണ്ണിനമ്പൂതിരി കുശലം കേട്ടില്ല. ഇരുട്ടിൽ അങ്ങിങ്ങ് തീപ്പൊരിപോലെ മിന്നാമിനുങ്ങുകളെ നിരീക്ഷിച്ചു. നിറഞ്ഞു കവിയുന്ന ചാരായക്കുപ്പികൾ സൂക്ഷിച്ചു. അവ തൊട്ടുതലോടി രസിച്ചു.

തമ്പ്രാന് ത്തിരി ഒഴിക്കട്ടെ.

മറുപടി കാക്കാതെ രണ്ടൗൺസ് ഒഴിച്ചുനീട്ടി. തമ്പ്രാൻ കാലിയാക്കിയ ഗ്ലാസ് മേടിച്ചു. പാതി നിറച്ചു. ഉയർത്തി. ചുണ്ടിച്ചലാക്കാതെ പെരുംതൊള്ള യിലേ ക്കെറിഞ്ഞു. ഗ്ലൂം, നേരെ ആമാശയത്തിലെത്തിയ ചാരായം പൊരിഞ്ഞുകത്തി.

തമ്പ്രാനെ, ഇങ്കടൊന്നു വന്നേ.

ഉണ്ണിത്തമ്പുരാൻ എണീറ്റു. ശ്രീധരന്റെ ധർമപത്നി ഒപ്പം നിന്നു. പതുക്കെ മന്ത്രിച്ചു:

തമ്പ് രാട്ട്യോളൊക്കെ ഒറങ്ങീണ്ടാവോ?

ഉം.

അങ്ങോര് വരാൻ മ്മ്ണി താമസിക്കും. ആ കുന്നിന്റെ ചോട്ടില് ചെന്ന് വാഷ് മാന്തീട്ടു വേണം. അപ്പഴയ്ക്കും നേരം മ്മ്ണി ആവും. അതേവരെ ത്തിരി നടുചായ്ക്കട്ടെ.

ഉം. ഉണ്ണിത്തമ്പുരാൻ അവളുടെ അടുത്തു നിന്നു. ചാരായോം വിയർപ്പും ഒത്തുചേർന്ന പെൺനാറ്റം ലഹരി പിടിപ്പിക്കുന്നതറിഞ്ഞു.

തമ്പ്രാനും വാ. യ്ക്ക് പേട്യാവും.

ഉണ്ണിനമ്പൂതിരി നടന്നു. ഇല്ലത്തിന്റെ വടക്കോർത്ത് സിമന്റിട്ട ഇറയത്ത് ചാക്കുവിരിച്ചു. മുണ്ട് കുടഞ്ഞുടുത്തു. തലമുടി ഒതുക്കിക്കെട്ടി. ശ്രീധര പത്നി ശയ്യയൊരുക്കി. പകച്ചുനില്ക്കുന്ന ഉണ്ണിത്തമ്പുരാനെ വലിച്ചടുപ്പിച്ചു.

തെല്ലകലെ വടക്കെ വാതിലു തുറന്ന് ഉമ്മറപ്പടിയിലിരുന്ന് കുളക്കടവി ലേക്കു നോക്കിയിരുന്ന ആര്യക്കുട്ടി എണീറ്റു.

ഈ തമ്പ്രാനൊരു ഉശിരൂല്യ.

ഇരുട്ടിൽ അടുത്തുയർന്ന സ്ത്രീശബ്ദം കേട്ട് ആര്യക്കുട്ടി ഞെട്ടി. വാതി ലടച്ച് പോകാനും വയ്യ. അടയ്ക്കാഞ്ഞാലും വയ്യ. അങ്ങനെ അടിമുടി കോച്ചി വിറങ്ങലിച്ചു നിന്നു. ഇരുട്ടിലാണെങ്കിലും തൊട്ടടുത്തുനടക്കുന്ന ആൺ പെൺകൂടിയാട്ടം അറിഞ്ഞ് അതിനു സാക്ഷിയാവേണ്ടിവന്ന ജാള്യതയോടെ അകത്തേക്കു തിരിഞ്ഞു. ശബ്ദമുണ്ടാക്കാതെ നാലിറയത്തേക്കു നടന്നു.

ഇങ്ങനെ ചാരായം കുടിച്ചിട്ടാ ഒരു ഉശിരില്ലാത്തെ.

ഇരുട്ടിൽ. കേൾക്കേണ്ടെന്നു കരുതിയിട്ടും ആര്യക്കുട്ടി അതു കേട്ടു. ഒപ്പം കൊടലുമറിഞ്ഞു. ഛർദ്ദിച്ചു.

# അമ്പത്തിയേഴ്

**ഓ**രിക്കുന്ന് കുന്നല്ല. ഒരു കുന്തിമണ്ണ്. കുന്നിന്റെ കുട്ടി. ഇത്തിരി ഉയർന്ന ഇടം.

കൊട്ട കമഴ്ത്തിയപോലെ. പക്ഷേ, കൃത്യമായിട്ടല്ല. കൃത്യമായി കൊട്ട കമിഴ്ത്തിയ ഒരു കുന്നുണ്ട്. അതിനു കൊട്ടകമ്ഴ്ത്തിക്കുന്ന് എന്നു പേരുമുണ്ട്. എന്നാൽ ഓരിക്കുന്നിനെ പാലക്കുന്ന് എന്നും പറഞ്ഞുവന്നു. ഇപ്പോൾ കാണുന്ന പാലയ്ക്കുതന്നെ മൂന്നു തലമുറ പഴക്കമുണ്ട്. അതിനു മുമ്പും അവിടെ ഒരു പാലയുണ്ടായിരുന്നു. ഒരുപക്ഷേ, അതിനും മുമ്പും. അങ്ങനെ കാലാകാലമായി ഒരു പാല കുന്നിൻനിറുകയിൽ വളർന്നുവന്നു. അതാവാം പാലക്കുന്ന് എന്ന പേരിന്റെ ഉൽപ്പത്തിക്കു കാരണം.

നേരം വെളുക്കുംമുമ്പ് ആര്യക്കുട്ടി ഓരിക്കുന്നിലേക്ക് ഓടിക്കയറി. ഇരുപുറം നോക്കാതെ നോക്കിയതുതന്നെ കാണാതെ ഓടിക്കയറി. അവിടെ കുഞ്ഞുകുട്ടൻ മാഷ് ണ്ടാവും. ഉടനെ കാണണം. കുന്നിൻനിറുകയിൽ മറ്റ് ആരും എത്തുംമുമ്പ് എത്തണം.

എട്ടുനാഴികപ്പൊട്ടനുദിച്ചുപൊങ്ങിയ വെളിച്ചവും കറുകനാമ്പുകളുടെ ചുംബനവും ആര്യക്കുട്ടിയെ നഖശിഖാന്തം തണുപ്പിച്ചു. തലേദിവസത്തെ ഉറക്കക്ഷീണം മുഴുവൻ വിട്ടു. നവജീവരസം നുരയിട്ടു. പതഞ്ഞുപൊങ്ങുന്ന ജീവിതകാമന പുരുഷാന്വേഷണമായി മാറി.

വടക്കോറത്തെ ഇരുട്ടിൽ രാവിന്റെ മാറിൽ ചാരായത്തിന്റെ പശ്ചാത്തലത്തിൽ ഏട്ടൻ കെട്ടിമറിയുന്നത് ഇക്കണ്ടനേരമത്രയും കഴിഞ്ഞിട്ടും ആര്യക്കുട്ടി കണ്ടു. അരുതാത്തതാണ് കണ്ടത്. അരുതാത്തത് പാപം. പാപം ദർശിച്ചാലും പാപിയാകുന്നു. പാപം കണ്ടു. അത്രയ്ക്കു പാപം ചെയ്തു.

മാഷ് ണ്ടാവില്ലെ?

ഇന്ന് ഈ വെളിപാടിന്റെ അനർഘനിമിഷത്തിൽ ഊഷ്മളമായ സൃഷ്ടി രഹസ്യം തുറന്നനുഭവിക്കുവാൻ. മുഹൂർത്തനേരം പത്മനാഭന്റെ നാഭീപത്മത്തിലിരുന്ന് നാന്മുഖന്റെ കർമങ്ങളനുഭവിക്കുവാൻ.

മാഷേ.

പാലച്ചുവട്ടിൽ തെല്ലു തെക്കോട്ടു നീങ്ങി ആളുയർന്ന ഒറ്റക്കല്ലിനു ചുവട്ടിൽ മാഷ് മണ്ണുമാന്തുന്നു. വൃത്തമൊപ്പിച്ച്. പത്തുപറക്കൊട്ടയുടെ വായവട്ടത്തിൽ.

ഇത്—

ഇത് ആണവയുദ്ധം വരുമ്പോൾ രക്ഷ നേടാൻ. നോഹയുടെ പെട്ടകം പോലെ. പക്ഷേ, ഓരോ ജോടിയല്ല. ഈ ഗ്രാമം മുഴുവൻ താമസിക്കാവുന്ന ഒരു നിലവറ പണിയണം. രണ്ടോ മൂന്നോ വർഷത്തേക്കുള്ള ഭക്ഷണ പദാർത്ഥങ്ങൾ സംഭരിക്കണം. അപകടം ഉറപ്പായാൽ ഗ്രാമം മുഴുവൻ ഇതിൽ പ്രവേശിക്കണം.

ആര്യക്കുട്ടി നോക്കിക്കണ്ടു.

തലേ രാവു മുഴുവൻ ഉറക്കമിളച്ച് ഗുഹാമുഖം മാന്തി ക്ഷീണിച്ച് മേലാകെ മണ്ണു നിറഞ്ഞ് കുഞ്ഞുകുട്ടൻമാഷ് അവിടെത്തന്നെയിരുന്നു.

ഇതൊക്കെ തന്നെ—

എന്തുചെയ്യാം. എല്ലാം എല്ലാവരും ചേർന്നു പറ്റില്ല. അഥവാ സംഘടന എന്നതു തന്നെ സൃഷ്ടിക്കെതിരാണ്.

കുഞ്ഞുകുട്ടൻ നിറുത്തി.

സംഘടന, മനുഷ്യാവകാശങ്ങൾ, വ്യക്തിസമൂഹം ഇതൊന്നും ഇപ്പോൾ ആര്യക്കുട്ടിയോടു പറയുവാനുള്ളതല്ല. പറഞ്ഞിട്ടും—

എന്തു ചെയ്യാം. ശത്രുക്കളെമാത്രം തിരഞ്ഞെടുത്ത് നശിപ്പിക്കാവുന്ന ഒരായുധവും കണ്ടെത്തിയിട്ടില്ല. ഇവിടെ ശത്രു ആരാണെന്നും അറിയില്ല. ആരായാലും ശത്രുവും മിത്രവും മനുഷ്യരാകുന്നു. ഹാവ്സും ഹാവ് നോട്ട്സും തമ്മിലുള്ള സമരമാണോ? അതേ, ആരായാലും യുദ്ധം ഇല്ലാത്തവരുണ്ട്. ഒരു പങ്കുമില്ലാത്തവർ.

അതുണ്ടാവില്ല. ഒന്നുകിൽ പുരോഗമനച്ചേരി. അല്ലേ പിന്തിരിപ്പൻ. രണ്ടുമല്ലെന്നു പറയുന്നത് വഞ്ചനയാണ്.

അല്ല. മനുഷ്യനെ മനുഷ്യനായി കാണുവാൻ ശീലിച്ചവർക്ക് വിഷമമുണ്ടാവില്ല. മനുഷ്യനെ തരംതിരിച്ച്.

എന്തിനാ യുദ്ധം?

ആര്യക്കുട്ടിക്കു മനസ്സിലായില്ല.

എനിക്കും അറിയില്ല. പക്ഷേ, ഒരു യുദ്ധം അനിവാര്യമെന്നു പറയുന്നു. എനിക്കും തോന്നുന്നു. അപ്പോൾ ചുരുങ്ങിയത് എന്റെ ഗ്രാമമെങ്കിലും രക്ഷപ്പെടാൻ.

യുദ്ധം ണ്ടാവോ?

ണ്ടാവും.

ഈശ്വരാ. വേഗം ണ്ടാവണേ. ആര്യക്കുട്ടി ആത്മാർത്ഥമായി പ്രാർത്ഥിച്ചു. ഒരു യുദ്ധം ണ്ടായാൽ മരിക്കൂലോ. ബോംബിടോ?

ഉവ്വ്.

ഇബടേം?

അതറിയില്യ. ഈ ചെറുഗ്രാമത്തിൽ ഓരിക്കുന്നിന്റെ നിറമണ്ടയ്ക്ക്, അതുണ്ടാവോ?

വേണം. ഇബടേം ബോംബിടണം. എന്റെ ഇല്ലത്ത് നടുമിറ്റത്ത് ഒരെണ്ണം.

കുഞ്ഞുകുട്ടൻ ആര്യക്കുട്ടിയെ സൂക്ഷിച്ചു. ആ മുഖം വിടരുന്നതറിഞ്ഞു. ശരീരം വിജൃംഭിക്കുന്നതു കണ്ടു.

യുദ്ധം മോക്ഷമാകുന്നു.

ത്രിവിധ ദുഃഖങ്ങളനുഭവിക്കുന്നവർക്കൊക്കെയും യുദ്ധം മോക്ഷമാകുന്നു.

ഈ നെലോറ പണിയണ്ട. യുദ്ധം വരുമ്പോ ഇതിലേക്ക് എല്ലാവരേം ക്ഷണിക്കേം വേണ്ട. അല്ലങ്കിലും ഞങ്ങളില്ല. ഇനി ഈ ഗ്രാമം മുഴുവൻ ഞെങ്ങി ഞെരുങ്ങി.

വേണ്ട.

എന്തിനാ ത്ര വെഷമിച്ചു മനുഷ്യരെ രക്ഷിക്കണെ? മാഷെ. അത്ര മോഹം ണ്ടെങ്കിൽ ആദ്യം എന്റെ ഇല്ലക്കാരെ രക്ഷിക്കൂ. അതാണു വേണ്ടത്. അല്ലാതെ, എനിയെങ്ങാനും വരുമെന്ന് ആരോ പറഞ്ഞ ഒരു യുദ്ധത്തിൽ നിന്ന് ഗ്രാമം രക്ഷിക്കാൻ ഇപ്പഴേ ഗുഹകൾ പണിതുണ്ടാക്കുകയല്ല! മാഷ്ക്ക് പറ്റുംച്ചാൽ ഞങ്ങടെ കാര്യം നോക്കൂ.

കുഞ്ഞുകുട്ടൻ ഒന്നും പറഞ്ഞില്ല. വാക്കുകൾ അനാവശ്യമാകുന്നു. ഒരർത്ഥവുമില്ലാത്ത ഒരു ശബ്ദമായിത്തീരുന്നു. അങ്ങനെ അപശബ്ദം മാലിന്യം സൃഷ്ടിക്കുന്നു. അർത്ഥശൂന്യശബ്ദങ്ങളും കുത്സിതാർത്ഥ ശബ്ദങ്ങളും അന്തരീക്ഷം അശുദ്ധമാക്കുന്നു. ആയിരങ്ങൾ സദാ ജല്പിച്ച്

ജല്പിച്ച് അന്തരീക്ഷം വിഷമയമാക്കിയിരിക്കുന്നു. എനി താനായി ഇത്തിരി വിഷംകൂടി ചേർത്ത്—

അരുത്.

ഈ ശുദ്ധമായ പ്രകൃതിയെ നശിപ്പിക്കരുത്. ചീത്ത വിചാരിച്ചും ചീത്ത പ്രവർത്തിച്ചും ചുറ്റുവട്ടം ഇപ്പോഴേ ചളി നിറഞ്ഞു. ആത്മാവ് കരി പിടിച്ചു. എനിയും അരുത്. അതിനാൽ മൗനം ഉത്തമം.

ഈ കുഴി തട്ടിമൂടാം.

ആര്യക്കുട്ടി കുഴിയിലിറങ്ങിനിന്നു. തിണ്ടത്തിരിക്കുന്ന കുഞ്ഞുകുട്ടന്റെ നേരെ മുമ്പിൽ, മുഖത്തുറ്റു നോക്കി. വളരെ പ്രയത്നിച്ച് വളരെ മോഹിച്ചു തീർത്ത ഈ രക്ഷാകേന്ദ്രം തട്ടിമൂടിയാൽ—

പക്ഷേ, ആ കണ്ണിൽ നിരാശ കണ്ടില്ല. ആശയും കണ്ടില്ല. ദുഃഖത്തിന്റെ നിഴലും ആനന്ദത്തിന്റെ തെളിച്ചവും ഇല്ലാതെ അഗാധമായ ഏതോ അസ്വാസ്ഥ്യം മാത്രം നിറഞ്ഞുനിന്നു.

ഇതു മൂടൂ. എന്നേം ഇതിലിട്ട് തട്ടി മൂടിക്കോളൂ. ഞാനിബടെ ഇരിക്കാം. ഇതാ.

ക്ഷണം ആര്യക്കുട്ടി ആ കുണ്ടിൽ ഇരുന്നു. ചമ്രം പടിഞ്ഞ്. നട്ടെല്ല് നിവർത്തി.

മണ്ണിടൂ.

അവർ കണ്ണടച്ചു.

കുഞ്ഞുകുട്ടൻ എണീറ്റു. കൈയിലും കാലിലും നിറഞ്ഞ മണ്ണ് തട്ടിക്കളഞ്ഞു. പാലച്ചുവട്ടിൽ ചുരുട്ടിവെച്ച കുപ്പായം കുടഞ്ഞ് തോളിലിട്ടു.

ഞാനൂണ്ട്. ഇല്ലത്ത് ഇപ്പൊ ചാരായംവാറ്റും തുടങ്ങി. രാത്രി. ആ ശ്രീധരൻ, പിന്നെ ഏട്ടൻ കാവല്. എനി—

എനി പറയാനുള്ളത് കേൾക്കാതിരിക്കാൻ കുഞ്ഞുകുട്ടൻ വേഗം നടന്നു. പന്തലിച്ച പ്രാന്തൻമാവിന്റെ ചുവട്ടിൽ നിലം മുട്ടിയ മരക്കൊമ്പിൽ ഇരുന്നു.

തനിക്കൊരു പണീംല്യ, ത്തിരി തോന്ന്യാസം എഴുതും. ത്തിരി നക്കാപ്പിച്ച കിട്ടും. ബാക്കി നേരൊക്കെ ഇങ്ങനെ നടക്കും. കഷ്ടം.

പ്രാന്തൻമാവ് കുഞ്ഞുകുട്ടനെ കുറ്റപ്പെടുത്തി, ഈ കുഴി കുത്തണ നേരം—

ആര്യക്കുട്ടീ, ഈ പ്രാന്തൻമാവാണ് ഗുരു. ഏട്ടൻ കാട്ടുന്നത് ശര്യാണ്, ജീവിക്കണം. അതിന്,

ജീവിതാണോ ഏറ്റവും മീതെ?

അതെ. അതിനുമുമ്പിലൊക്കെ നിസ്സാരം?

വ്യഭിചാരം കൂടി?

പറയരുതാത്തതെന്തോ പറഞ്ഞ പാപത്തിൽ ആര്യക്കുട്ടി തളർന്നു. കണ്ണു കലങ്ങി: പാട കെട്ടി. ചെവി മൂളി. കണ്ഠനാളം കഫം തടഞ്ഞു.

ധർമാധർമങ്ങൾ മനുഷ്യനിർമ്മിതമാണ്. ജീവൻ പ്രകൃതി തന്നതാണ്. വിധിനിഷേധം ധർമാധർമനിയമങ്ങളിൽ മാത്രം. ജീവിതം അപ്പോൾ—

ഇതിലധികം എന്തു പറയണം എന്നറിയില്ല. ഇതുതന്നെ തെറ്റു ചെയ്യാനുള്ള സമ്മതിയായാൽ.

ഞാനെന്താ ചെയ്യാ?

വരൂ.

കുഞ്ഞുകുട്ടൻ എണീറ്റു.

വരൂ. നമുക്ക് ഈ ഭൂഗർഭവസതി മുഴുവനാക്കാം. അല്ലെങ്കിൽ ആരംഭിക്കാം. ആരെങ്കിലും എന്തെങ്കിലും ഇവിടെ അന്വേഷിച്ചെത്തിയേക്കാം. സ്വജീവിതലക്ഷ്യം അറിയാനാഗ്രഹിക്കുന്നവർക്ക് വിശ്രമിക്കാം. അല്ലെങ്കിൽ തൽക്കാല കാമസുഖത്തിന് ഇവിടം തെരഞ്ഞെടുത്തു എന്നു വരാം. അപ്പോഴും ഈ പ്രയത്നം സഫലമാകുന്നു. നമുക്കിപ്പോൾ ഇവിടെ—

ഞാൻ വരാം.

വൃഥാ, പകലു മുപ്പതു നാഴികയും ഇല്ലായ്മയെപ്പറ്റി മാത്രം ചിന്തിച്ചിരുന്നിട്ടെന്താവാൻ. ഒരുപക്ഷേ, ഇല്ലായ്മ ഏറി എന്നു വരാം. ഇല്ല്യ ഇല്ല്യ എന്നു പറഞ്ഞു പറഞ്ഞ് ഇല്ലാതാവുന്നപോലെ. അതിനാൽ എന്തെങ്കിലും കർമം ചെയ്യാം. ഒന്നുമില്ലെങ്കിൽ കഠിനപ്രവൃത്തിയെടുക്കുമ്പോൾ കഠിനദുഃഖം കുറഞ്ഞേക്കാം. മറക്കാനും കഴിയും.

ഈ ഭൂഗർഭവാസസ്ഥലം ലോകത്തിനൊക്കെ അഭയസ്ഥാനമാവട്ടെ. വരുംനാളുകളിലെ മഹായുദ്ധങ്ങളിൽനിന്ന് മാനവജനതയെ രക്ഷിക്കുവാൻ ഈ പ്രയത്നത്തിനു സാധിക്കട്ടെ.

വരൂ.

ഈ ഉദിച്ചുയരുന്ന സൂര്യനെ സാക്ഷിയായി നമുക്ക് പ്രതിജ്ഞ ചെയ്യാം. മറ്റെന്തൊക്കെ മഹാദുഃഖങ്ങളുണ്ടായാലും വ്യക്തിഗതമായ അതൊക്കെ ഈ ആശ്രമത്തിൽ നടതള്ളി ഇന്നു മുതൽ നമുക്ക് മാനവസമുദായത്തിനുവേണ്ടി പ്രയത്നിക്കാം.

വരൂ.

കുഞ്ഞുകുട്ടൻ ആര്യക്കുട്ടിയുടെ കൈ പിടിച്ചു. സൂര്യാഭിമുഖമായി നിന്നു.

ഓം ഭൂർഭൂവസ്സുവഃ

എന്ന് യാജുഷമായി ചൊല്ലി.

(കുഞ്ഞുകുട്ടൻ യജൂർവേദിയാകുന്നു എന്ന് ആദ്യം പറഞ്ഞുവല്ലോ-- വ്യാഖ്യാത.)

## അമ്പത്തിയെട്ട്

**തോ**ന്ന്യാസം കാണിക്കണേനും ഒരു കണക്കൊക്കേണ്ട്. എന്തും കാട്ടാന്നോ?

ചോയ്ക്കാനും പറ്യാനും ആളില്യാന്നാ നാട്യം. ഇതിനൊക്കെ എന്താ വേണ്ടേന്ന്ണ്ട്. ഞാൻ—

ഉണ്ണിനമ്പൂതിരി കലിതുള്ളി. അടങ്ങാതെ തള്ളിത്തള്ളി വന്ന ശകാരം അടർന്നു വീണു. കണ്ണും മുഖവും തുടുത്തു. ചെവി നീറി. മൂക്കു വിയർത്തു.

അടിച്ചു കാലൊടിക്കാ വേണ്ടേ. ദാ ബടേന്നേണ്ടല്ലോ രണ്ടും. തന്തേം തള്ളേം. കേട്ട നാട്യം ണ്ടോ. പരബ്രഹ്മം മാതിരി. സദാ പിത്തം കേറി മണ്ണു തിന്ന്.

നാലിറയത്തിരുന്ന തേതിഅന്തർജനം മഹന്റെ മന്ത്രാഭിഷേകം സ്വീകരിച്ചു. മനുഷ്യർക്ക് വെട്ടോഴീക്കൂടെ നടക്കണ്ടെ. എന്തൊക്ക്യാ ആളോര് പറേണേ. ഹായ്. തറവാട് നാറ്റിക്കും.

ആര്യക്കുട്ടി ചിരിച്ചു. വേണം ന്ന് കരുതിയല്ല. ഏട്ടന്റെ വാക്കു കേട്ടപ്പോൾ ചിരി വന്നു. തറവാടിന്റെ സൽപ്പേര് നിലനിർത്തുന്ന ഏട്ടൻ. അക്കിരാമൻ എന്ന ഉണ്ണിനമ്പൂതിരിപ്പാട്.

ത്ഥൂ!

നീയെന്താ നിരീച്ചേക്കണേ?

ഏടത്തിമാർ മുഴുവനും ധരിക്കാതെ അനീത്തിയെ നോക്കി, നാലിറയത്ത് വെളിച്ചപ്പെടുന്ന ഒടപ്രന്നോനെ നോക്കി.

രണ്ടാലൊന്നറിയണം. ഇപ്പൊത്തന്നെ. ഒന്നുകിൽ ഈ തോന്ന്യാസം മാറ്റണം അല്ലെങ്കി–

ഇത്രൊക്കെ പറയാൻ പ്പൊ എന്തണ്ടായേ?

അതോ. അതിനോട് ചോയ്ച്ചു നോക്കൂ. അസത്ത്. ഇരിക്കണെ കണ്ടില്ലേ. മിണ്ടാട്ടം ണ്ടോ. നനഞ്ഞ പൂച്ചേപ്പോലെ. രാപ്പകല് ആ കുന്നിന്റെ മണ്ടേലാ തോന്ന്യാസം. ന്ന്ട്ട്.

അതാ പ്പോ.

പ് ഫഃ അസത്തെ. അത്യാപ്പോ. പിന്നെന്താ... എന്നാ പേറേന്ന് ചോയ്ച്ചോ.

സ്വന്തം വാക്കിന്റെ ഊക്കിൽ ഉണ്ണിനമ്പൂതിരി കിതച്ചു. വിയർത്തു. സന്ധികൾ തളർന്ന് തെക്കിനിപ്പടിയിൽ ഇരുന്നു. നല്ലേടത്തുമന അസ്തിവാരം ഇടിഞ്ഞ് ഇരിക്കക്കുത്താലെ വീണു. പൂർവപുണ്യപരമ്പരയാകെ നരകസാന്നിദ്ധ്യം അനുഭവിച്ചു. പടിഞ്ഞാറ്റിച്ചുമരു ചാരിയിരുന്നു പച്ചമണ്ണ ടർത്തിത്തിന്നുന്ന അമ്മ സ്തംഭിച്ചു. അന്തരാത്മാവ് സ്തോഭിച്ച് നവദ്വാരത്തിലും ചെന്നുമുട്ടി.

ങേ. ങേ.

ഉം. ഹാ. ങാ.

തെക്കിനിയിൽ അപശബ്ദങ്ങൾ പുറപ്പെട്ടു. പുറത്തളത്തിൽ ഉയർന്ന സംഭ്രമം അകത്തേക്കു കടക്കാൻ ഭയന്നു.

ഉണ്ണിനമ്പൂതിരി പറഞ്ഞത് അധികമായി എന്ന് ആദ്യമായി ശങ്കിച്ചു. ഇത്ര കടത്തി പറയരുതായിരുന്നു. ഒക്കത്തെടുത്ത് ലാളിച്ച് വിരലുപിടിച്ചു നടത്തി കൊട്ടത്ത് ലാമ്പെ കളിപ്പിച്ച്–

എന്തിഷ്ടായിരുന്നു–

ഒക്കേറ്റ്നും ഉണ്ണ്യേട്ടൻ വേണം.

ഉണ്ണിനമ്പൂതിരിയുടെ തലതാന്നു. നിശ്ശബ്ദത കുത്തിനോവിക്കുന്നതായി തോന്നി. ഒരു ശബ്ദത്തിനായി മോഹിച്ചു. എന്തു ശബ്ദമായാലും ഈ അനങ്ങാത്ത നിമിഷത്തെ ഒന്നു ചലിപ്പിക്കുവാൻ. അപശബ്ദമെങ്കിലും. അതുമില്ലാതെ നല്ലേടത്തുമന മൃത്യസാരം ഭുജിച്ച് വെറുങ്ങലിച്ചു.

ഇങ്ങനെ ഓടിക്കരുത് ട്ടോ. എത്ര നേരമായി പറേണു. വെശന്ന് വയ്യാന്റായി. യ്ക്ക് രാവിലെ ഒന്നും കഴിക്കാഞ്ഞാ വയ്യാഞ്ഞിട്ടാ. ആരൂല്ല്യേ അബടെ?

വടക്കേ മച്ചിൽനിന്ന് വല്യേമ്മ ഇഴഞ്ഞെത്തി. മുഷിഞ്ഞ് മേലാകെ നാറി നാറ്റം പരത്തി.

ഹാവൂ.

യ്ക്ക് വയ്യാഞ്ഞിട്ടാ. ഇങ്ങനെ പഷ്ണിക്കിടര്ത്. മഹാപാപം ണ്ടാവും.

ഓരോരോ ദുശ്ശകുനങ്ങള്. ഒക്കെ എത്തി. ബ്റ്റ്ക്കൊന്നും ചാക്കൂംല്ല്യേ.

ഉണ്ണി എണീറ്റു. ഒരു സന്ദർഭം. ഈ പഴുതിൽ രക്ഷപ്പെടാം. സ്വന്തം ക്രൂരത മുറിപ്പെടുത്തിയവരുടെ മദ്ധ്യത്തിൽനിന്നു പുറത്തുകടക്കാം. അരുതാത്ത വാക്കുകളുണ്ടാക്കിയ മഹാവേദനകളിൽനിന്നു മാറിനിൽക്കാം. ഇതും നഷ്ടപ്പെട്ടാൽ.

ദാ. ദാ. കണ്ടിില്ലെ. എനി ഒന്നുംകൂടീല്യേ അബടെ? അതും എത്ത്യാ ഒക്കെ ആയി.

സ്വതസ്സിദ്ധമായ ശകാരപദങ്ങൾ തിരിച്ചു ലഭിച്ചിരിക്കുന്നു. സ്ഥായിയായ വിദ്വേഷം തലപൊക്കി. എനി സാരമില്ല. ഇത്തിരിനേരം. അറ്റുപോവാത്ത രക്തബന്ധത്തിന്റെ അല്പം അടുപ്പം മനസ്സു വേദനിപ്പിച്ചു. ഒരു ഓർമ ത്തെറ്റ്. എനി കുറച്ചേള്ളൂ. രക്തത്തിന്റെ കട്ടി കുറഞ്ഞിരിക്കുന്നു. ചാരായം കലർത്തിക്കലർത്തി നേർത്തിരിക്കുന്നു. അമ്മപെങ്ങന്മാരുടെ അടുപ്പം അറി യാതായി രിക്കുന്നു.

ഉണ്ണി പുറത്തേക്കു കടന്നു. പോകുന്ന പോക്കിൽ പുറത്തളത്തിൽ ഒന്നു നിന്നു. കൊടുങ്കൈയും കുത്തി ദുരിതമൂർത്തിയായി പ്രതിഷ്ഠകൊണ്ട അച്ഛനെ നോക്കി.

ബ്റ്റ്യോക്കെ കാലൻ മറന്നൂന്നാ തോന്നണേ. തെല്ലുറക്കെ പറഞ്ഞു. വേഗം പുറത്തേക്കിറങ്ങി.

ഏട്ടന് ബടെ ചാരായം ണ്ടാക്കാം. രാത്രി മുഴ്വൻ ചാരായം വാറ്റാണ് പണി. അതിന്റെടേല് ആ പെണ്ണിന്റൊപ്പം തോന്നീതു കാട്ടേം ചെയ്യാം. അതി നൊന്നും മോശംല്യ. ഞാൻ ആ കുന്നിമ്മെ ഒന്നു പോയാ—

നീയെന്തിനാ പോയേ?

തോന്നീട്ട്.

വല്ല്യേടത്തിയുടെ അന്വേഷണം ആര്യക്കുട്ടിക്ക് അത്ര പിടിച്ചില്ല. ദുഃഖം, വേദന, ആത്മരോഷം, വൈരാഗ്യം എല്ലാം ചേർന്നു പൊട്ടിത്തെറിച്ചു.

നീയെന്തിനാ എന്നോട് ശുണ്ഠീട്ക്കണേ?

പിന്നാരോടാ?

ഒരാളു വേണ്ടേ. ഏട്ടന് ഒന്നും മനസ്സിലാവില്ല. ചാരായം കുടിക്കണം. അതിനെ ന്താച്ചാ വിക്കും. ഒരു മടീം ല്യ. അതന്നെ. അച്ഛനാച്ചാ കെടപ്പാ. അമ്മ—

ആര്യക്കുട്ടി വാക്യം മുഴുവനാക്കിയില്ല. എണീറ്റു. അകത്തു പോയി. സഞ്ചിയെടുത്തുവന്നു. വരുമ്പോൾ പൂജാമണിയും ധൂപക്കുറ്റിയും എടുത്തു.

ദെന്തിനാ?

ഏട്ടന് മാത്രമല്ല വിക്കാവൂ. നമുക്കും ആവാം.

കണ്ടിില്ലെ.

കറുത്തു കീറിയ ഉടുത്തതഴിഞ്ഞ് ചെളിക്കെട്ടിയ മുതുവളഞ്ഞ് പാപ ഭാണ്ഡമായി വലിയമ്മ നാലിറയത്ത് കാലുനീട്ടിയിരുന്നു. എന്തോ അരുതാ ത്തത് കേട്ട്, കാണരുതാത്തതെന്തോ കണ്ടാലെന്നപോലെ അന്തംവിട്ട് എല്ലാവരേയും നോക്കി. അപരിചിതത്വം അനുഭവിച്ച് വിസ്മയിച്ചു.

എന്താ ആരും ഒന്നും മിണ്ടാത്തെ. യ്ക്കാച്ചാ വയ്യാഞ്ഞിട്ടാ

ഏടത്തി കണ്ടിില്ലെ. ത്തിരി അരി കിട്ട്വോ നോക്കട്ടെ. ഞാൻ പ്പൊ വരാം.

ആര്യക്കുട്ടി ആരോടെന്നില്ലാതെ പറഞ്ഞു. പറഞ്ഞു തിരിഞ്ഞപ്പോൾ അമ്മ തുറിച്ചുനോക്കുന്നതറിഞ്ഞു. അടിവയറ്റിലേക്ക്, അടിവയറ് കനക്കു ന്നുണ്ടോ? മുണ്ടിനടിയിൽ ഒളിപ്പിക്കാൻ.

ആര്യക്കുട്ടി ആ നോട്ടം നേരിടാനാവാതെ അവിടെത്തന്നെ ഇരുന്നു.

ഞാൻ പോണില്ല.

ആര്യക്കുട്ടി എണീക്കാനും ഇരിക്കാനും വയ്യാതെ കുഴങ്ങി. എണീറ്റാൽ അമ്മയുടെ നോട്ടം. ഇരുന്നാലും അമ്മയുടെ നോട്ടം. അടിവയറ് തുളച്ച്. ഗർഭ പാത്രം തൊട്ടുഴിഞ്ഞ്--വയ്യ.

പരിക്ഷീണയായി ആര്യക്കുട്ടി അടിവയറ്റിൽ കൈവച്ചു. തണുത്തു മരവിച്ച വിരലുകൾ ഉർവരതയുടെ ഊഷ്മളതയനുഭവിക്കാൻ അപര്യാപ്തമായി. തരിപ്പ് വിരലുകളിലൂടെ വളർന്ന് കൈത്തണ്ടയിലൂടെ കേറി നെഞ്ഞത്ത് കട്ടപിടിച്ചു. തലച്ചോറിലേക്കു കടന്നു. ചുടുചോരയുടെ പ്രവാഹം മുടക്കി. ശിരസ്സ് സ്തംഭിച്ചു വീണു.

എഠഃ.

തേതിഅന്തർജനം എണീറ്റു. മകളുടെ അടുത്തുവന്നു. മുഖത്തും മാറത്തും സൂക്ഷിച്ചു. മുഖം വികൃതമായി കണ്ണുതള്ളി. തീ പാറി. മൂർച്ചയേറിയ നോട്ടം മകളുടെ ഉദരം കീറിമുറിച്ചു. വീണ്ടും വീണ്ടും. ഒടുവിൽ ഒന്നും കാണാഞ്ഞ് ആശ്വാസത്തോടെ നെടുവീർത്തു.

അമ്മേ!

വല്യേടത്തി അനീത്തിയെ നോക്കി. അമ്മയെ നോക്കി. വികാരലേശമില്ലാതെ അപ്പോഴും കീറിയ തുണി തുന്നി ഗൗരി അടുത്തു വന്നു.

ത്തിരി വെഷം തര്വോ?

അമ്മേ!

തേതി അന്തർജനം വായ പൂട്ടി. വീണ്ടും പടിഞ്ഞാറ്റിച്ചുമര് ചാരിയിരുന്നു. പുറത്തളത്തിലേക്കു നോക്കി. അവിടെ വായ തുറന്ന് കണ്ണു തൂങ്ങി ഇച്ചാതപ്പൻ ഇരുന്നു കിതയ്ക്കുന്നതു കണ്ടു. സ്വന്തം നമ്പൂതിരിയുടെ തൂങ്ങിവീണ നോട്ടത്തിന്റെ അർത്ഥം ഗ്രഹിച്ചു. അവരുടെ കണ്ണും ബലം നശിച്ച് അടർന്നുതൂങ്ങി. കരയാനുംകൂടി വയ്യാതെ കീഴുനോക്കി. പിന്നെ ചുമരടർത്തിയിട്ട കുമ്മായം തിന്നു. ഒരു ചടങ്ങുപോലെ. ആർത്തിയില്ലാതെ. തിന്നുന്നു എന്നുകൂടി അറിയാതെ തിന്നു.

എത്ര നേരായി ഞാൻ ബടെ ഇരിക്ക്ണു. ആരൂല്യെ ബടെ? കുട്ട്യോളാരും. ന്നെന്താ. യ്ക്കാച്ചാ വെശന്നട്ട് വയ്യാന്റായിലോ. ഏടത്ത്യാച്ചാ എണീക്കാനും വയ്യാണ്ടെ അബടെന്നെ കെടക്കാ. നാരായണ....നാരായണ. ഇങ്ങനെ പഷ്ണീട്ട് കൊല്ലരുത് ട്ടോ.

നല്ലേടത്തുമനയാകെ അനാഥശബ്ദം അലയടിച്ചു. ചെന്നു മുട്ടിയിടത്തു നിന്നൊക്കെ തിരിച്ചുവന്നു. വെറുകൈയോടെ. ഒരു പ്രതികരണവുമില്ലാതെ.

ഞാൻ വരാം.

ആര്യക്കുട്ടി കണ്ണു തുറന്നു. വയ്യാച്ചാലും ഞാൻതന്നെ പോവാം. അല്ലാണ്ടാരാ. എല്ലാവർക്കും ഗുണദോഷിക്കാനറിയാം. സർവേറ്റിനും. നാഴി അരി വേണംച്ചാ—

ഇഴഞ്ഞ്, കാലുറയ്ക്കാതെ ഇരുവശവും ആടിത്തളർന്ന് ആര്യക്കുട്ടി നടന്നു.

ഞാനും വരാം.

വല്യേടത്തി ഒപ്പം ചെന്നു. നീയിങ്ങനെ വെയിലു കൊള്ളണ്ട.

യ്ക്ക് വയറ്റിലില്ല. വയറ്റിലില്യാഞ്ഞിട്ടാ തല തിരിഞ്ഞേ. മനസ്സിലായോ. രണ്ടൂസായി പച്ചവെള്ളാ മൂന്നുനേരം.

ആര്യക്കുട്ടിയുടെ മുഖം ചുവന്നു. ആത്മാഭിമാനം വിജൃംഭിച്ചു.

ഞാൻ നിന്നെ നോവിക്കണംച്ച് പറഞ്ഞതല്ല.

വല്യേടത്തിക്ക് ആശ്വാസമായി.

പറഞ്ഞാലും ഒന്നൂല്യ. ഇപ്പൊ ഇല്യാന്നേള്ളൂ. ഞാൻ വേണ്ടാച്ചിട്ടില്ല. ഈ ഏട്ടന്റെ മുമ്പിലന്നെ ഒന്നിനെ പെറണംന്നുണ്ട്.

ആര്യക്കുട്ടി സഞ്ചി ഇറയത്തു വെച്ചു. കഴുത്തിലെ ചരട് രണ്ടു കൈയും കൂട്ടി വലിച്ചു പൊട്ടിച്ചു.

ഓ ഇതു മതി. രണ്ടൂസത്തേക്ക്ണ്ട്.

ങേ! നീ എന്താ ഈ കാട്ട്യേ?

വല്യേടത്തി രക്തോട്ടം നിലച്ചുനിന്നു.

ഇതോണ്ട് എന്തെങ്കിലും ഒരു ഒപകാരം വേണ്ടേ. കഴുത്തില് ഒരു ചരടു പോലെ.

നിസ്തോഭയായി ആര്യക്കുട്ടി പൂണൂൽച്ചരടിൽനിന്ന് താലിയും മണിയും ഊരിയെടുത്തു. ചരട് ചുരുട്ടിക്കൂട്ടി വലിച്ചെറിഞ്ഞു.

ഇങ്ങനെ വെറുംകഴുത്തായി കണ്ടാൽ—

എന്താ വേട്ടാള് ചത്തൂന്ന് നിരീക്കും. അത്രല്ലേള്ളു. നിരീച്ചോട്ടെ. ചത്ത പോല്യന്നാ എനിക്ക്. പിന്നെന്തിനാദ്, ഒരസ്ഖിത മാത്രായിട്ട്. മാറത്ത് കുത്തിക്കൊള്ളാൻ?

വല്യേടത്തിയുടെ മുഖംനോക്കാതെ ആര്യക്കുട്ടി നിന്നു.

ആ മണീം ധൂപക്കുറ്റീം എടുത്തോളൂ. ഇബടേട്ടാ ഏട്ടന് കള്ളുകുടിക്കാൻ ഒരു ഒപകാരാവും. അത് വേണ്ട. നമ്മക്കും ത്തിരി കഞ്ഞ്യേങ്കിലും കഴിക്കാലൊ.

വെയിലിന്റെ ഏറുന്ന സാന്ദ്രതയിലേക്ക് ആര്യക്കുട്ടി ഇറങ്ങി. വല്യേടത്തി ഒപ്പം കൂടി.

## അമ്പത്തിയൊമ്പത്

**ന**ല്ലേടത്ത് വടക്കേ കുളത്തിൽ തേതിആത്തേമ്മാരുടെ ശവം പൊന്തിക്കിടന്നു. വടക്കോർത്ത് ആത്തേമ്മാരുടെ കടവിലേക്കു തിരിയുന്നിടത്ത് അയിത്തം* കടവിൽ വലിയ കൽപ്പടയിൽ മുഷിഞ്ഞ തോർത്ത്. ഒരു മുടി കയറ്. ഇത്തിരി വയറവള്ളി.

കാലു കൂട്ടിക്കെട്ടീണ്ട്. വെള്ളം നറച്ച്ണ്ടലോ. കൂപ്പ്ംന്ന് ചാടീതാവും.

പുരുഷാരം സംഭവം വിവരിച്ചു. സൂചിപ്പഴുതടച്ച്. കൃകൃത്യം. മുടിനാരിഴയ്ക്ക് വ്യത്യാസംവരാതെ.

ആദ്യം കാല് കെട്ടീണ്ടാവും. അതിനാവും കയറു കൊണ്ടുവന്നത്. പിന്നെ, തോർത്തോണ്ടു കെട്ടി. ഒരൊറ്റ ചാട്ടം.

വന്നവർ വിഷയം വിസ്തരിച്ചു. കുളപ്പടവു പരിശോധിച്ചു. ചുറ്റുവട്ടം ശ്രദ്ധിച്ചു. അകത്ത്, ഇരുട്ടിൽ പതുങ്ങിയ കുട്ടികളുടെ അനക്കത്തിനു ബുദ്ധി നൽകി. പുറത്ത് ഉണ്ണിനമ്പൂതിരിയെ ഉപദേശിച്ചു.

പ്രസിഡണ്ടിനെ വിളിച്ചോളൂ. അതാ എളുപ്പം. ന്ന്ട്ട് പോലീസ് സ്റ്റേഷനിൽ പോവാ. സംഗതി ആത്മഹത്യയാണ്.

സംശംല്യ.

അപകടമല്ല. ആത്മഹത്യ. കരുതിക്കൂട്ടിയുള്ള മരണം. ക്രിമിനൽ കുറ്റം. ശിക്ഷയുണ്ട്.

കഠിനതടവ്. നന്നായി.

ചത്തോ?

ഒരു നിമിഷം ഇച്ചാതപ്പൻ വെറുങ്ങലിച്ചിരുന്നു. കേട്ടത് വിശ്വസിക്കുവാൻ മടിച്ചു. ഉള്ളിലെ തോന്നലാവും എന്നു നിരീച്ചു.

---

* *അയിത്തം - ഒരു പിടി തൂപ്പിൽ ഒരു കല്ല് വെക്കുന്നു. കുളവഴിയിൽ ഒരടയാളം. കുളം അശുദ്ധമാണ് എന്നർത്ഥം - വ്യാഖ്യാതാ.*

എത്ര തവണ ഹൃദയംനൊന്തു പ്രാർത്ഥിച്ചു.

ചാവണേ.

ചത്തോ.

നന്നായി.

പിന്നെ തലതിരിഞ്ഞ് പിന്നോക്കം മലച്ചു. നടു നീരാത്തതിനാൽ ചെരിഞ്ഞ് നടുവൊടിഞ്ഞ് കോടിയ വായിൽ കൊഴുകൊഴുത്ത വഴുപ്പൊഴുക്കി.

തേവരേ!

എങ്ങനേങ്കിലും എന്നേംകൂടി ഒന്നു വലിച്ചെഴയ്ക്കാർന്നില്ലേ. കയറിട്ട് വലിച്ചാലും മത്യാർന്നു. മേലൊക്കെ ത്തിരി തോലുപോയാലും ഒരസ്സൂല്യ. അതൊന്നും അത്ര സാരാക്കാൻ ല്യ. ആ കൊളത്തിന്റെ വക്കത്ത് എത്തിക്കാർന്നില്ലേ. വലിച്ചെഴച്ച്, ന്നാ ഒപ്പം ആവാർന്നു. അതിനൂല്യ ഭാഗ്യം.

ന്നാലും അതെങ്കിലും ചത്തൂലോ. നി പ്പോ പോസ്റ്റുമോർട്ടം. പോലീസ് കേസ്. തൊലഞ്ഞു. സർവം തൊലഞ്ഞു. ഇബടാച്ചാ കാക്കാശില്ല.

ഉണ്ണിനമ്പൂതിരി ഉറക്കെ ആരോടെന്നില്ലാതെ ശുണ്ഠിയെടുത്തു. നാലു പുറം നോക്കി. ഇല്ലവളപ്പ് നിറഞ്ഞ ഗ്രാമം അടച്ചു കണ്ടു.

ചെറുതാലീണ്ടാവും.

മേഘജ്യോത്സ്നയുടെ ക്ഷണികതയിൽ ബുദ്ധി മിന്നി. ശുണ്ഠിമൂത്ത് കണ്ണു തുറിച്ചു മുറുക്കിയ മുഖത്തും ധനാശ പ്രകാശം കൊണ്ടു.

എങ്ങന്യായാലും ത്തിരി കാശു തടേം.

ചിറ്റ്—

ഉണ്ണി ഗാഢമായി ചിന്തിച്ചു.

ആവാവുന്നതൊക്കെ ഊരിമേടിച്ച്ണ്ട്. വലിയമ്മമാരുടെ ചിറ്റ്. ഇത് പ്പൊ. ഹായ്. തീരെ ഓർമേല്യ. അമ്മേടെ കാതിൽ—

വെറും കാതായിരുന്നില്ല.

ചാരായം ദ്രുമിപ്പിച്ച അല്പബുദ്ധി നെറ്റി ചുളിച്ചു. ഓർമയില്ല.

ഉണ്ണി കുളക്കടവിലേക്കിറങ്ങി. വെള്ളത്തിനടുത്തുവന്നു സൂക്ഷിച്ചു. കാത് കാണാൻ വയ്യ.

തമ്പ്രാന്റെ മൊഖം കണ്ടോ. പ്പൊ വീഴും. ഇങ്കട് മാറി നിക്കാ ഭേദം. ഈ നേരത്ത്. പാവം. സ്വന്തം തള്ള്യാണ്. എത്രായാലും സഹിക്കാൻ പറ്റോ. അതും ഇങ്ങനെ പ്രാണൻ ഒതുക്കീതാവുമ്പൊ.

ചിറ്റ് കാണാൻ ല്യ. തല താന്നിട്ടാ കെടക്കണേ.

ഉണ്ണിത്തമ്പുരാൻ കൽപ്പടവുകൾ കയറി.

തമ്പ്രാൻ അകത്ത് പോയി ത്തിരി കെടന്നോ. ദൊക്കെ ബടെ ആള്ണ്ട്. ഒന്നും വെഷമിക്കണ്ട.

ഞാൻ—

എനി പോലീസ് വരണം. പോസ്റ്റ് മോർട്ടം. ദ് നൊക്കെ.

ഒന്നും പേടിക്കണ്ട. കാര്യം നടക്കട്ടെ. കാശു പിന്നേണ്ടാക്കാം. കാശും പണോം ഒന്വല്ല വലുത്.

നല്ലത്.

എനീണ്ട് മൂന്നെണ്ണം. വഴിക്കു വഴീങ്കട് ചത്താൽ കുടുങ്ങി. ഇങ്ങനെ രിക്ക്യാ ച്ചാൽ വല്യെ ചെലവില്യ. എന്തെങ്കിലും ത്തിരി വല്ലതും രണ്ടുനേരം കൊടുത്താൽ മതി. അതന്നെ അകത്ത് കഴീം.

ഏട്ടൻ ങ്കട് ഒന്നു വര്വോ?

അടുക്കളയുടെ വടക്കെ വാതിൽ തുറന്ന് ഗൗരി എത്തി. നിർവികാര യായി നിഴലായി നിന്നു. എന്നിട്ടും അമ്മ മരിച്ച പുണ്യാഹശുദ്ധത്തിന്റെ അയിത്തം ആ മുഖം വാട്ടി. നല്ലേടത്തു മനയാകെ പുലയായി നിറം മങ്ങി. കെട്ടണഞ്ഞ വിളക്കിന്റെ മങ്ങിയ ക്ലാവ് നിറഞ്ഞു.

അച്ഛനൊന്നു ചോയ്ക്കണ്ടെ. നി പ്പൊ, ഇങ്ങനെ അപകടമരണാവുമ്പോ.

അമ്മയുടെ അഭാവത്തിൽ ഗൗരി തന്റേടം കൈക്കൊണ്ടു. മേല്പോട്ടു ചിന്തിച്ചു.

ഒക്കെ പിന്നെ. ഇപ്പൊ കത്തിക്ക്യാ. അതാ ആദ്യം. പിന്നെ ന്താച്ചാ ചോയ്ക്കാം.

അതല്ല. മുമ്പെന്നെ ചോയ്ച്ചാ—

യ്ക്ക് വയ്യ. ഇബടെ പ്പൊ പോലീസും കേസും കൂടാണ്ടെ കഴ്യാൻ എന്താ വേണ്ടേന്നാ. അതിന്റെടയ്ക്ക് ഒരു സംശം. പോയന്വേഷിക്ക്. ഓയ്ക്ക നോടോ വേണംച്ചാൽ വൈദികനോടോ. ആര്യാച്ചാൽ കണ്ടോ. ഓരോ ന്നിന്റെ ജലപ്പിശാച്.

ഗൗരി തെക്കിനിയിൽ ചെന്നു. ഏടത്തിയുടെയും അനീത്തിയുടെയും ഒപ്പം ചൂളിപ്പിടിച്ചിരുന്നു.

അമ്മമാരെ എന്താ ചെയ്യാ?

എങ്ങനേങ്കിലും പിടിച്ച് മുക്കാ. ശുദ്ധാവണ്ടെ. പിന്നെ. ഇല്ലെങ്കിൽ അവർക്കും സുഖാവില്യ.

അച്ഛൻ എണീറ്റിരിക്കാ. ദാ നെരങ്ങി നെരങ്ങി കൊറേ എത്തി.

കുട്ടീ!

ഇച്ചാതപ്പൻ സർവശക്തിയും സംഭരിച്ചു. പറ്റുംച്ചാൽ നിക്കും ശുദ്ധാ വണം ന്ന്ണ്ട്. ഇന്നല്ല. പിണ്ഡം കഴിഞ്ഞ്. പിണ്ഡം.

പിണ്ഡം.

ഇച്ചാതപ്പൻ തന്നത്താൻ പറഞ്ഞു.

എന്താഹേ വേണ്ടേ. നാരായണബലീന്ന്യാവേരിക്കും. ന്നാലും.

ഇദങ്കട് കഴ്യട്ടെ. രണ്ടൂസം കഴിഞ്ഞ് സ്വസ്ഥായി ആലോചിക്കാംന്ന് ഏട്ടൻ പറഞ്ഞ്ണ്ട്.

മതി.

ഇച്ചാതപ്പന് സന്തോഷമായി. ആ സന്തോഷം മക്കളറിഞ്ഞു. ഏട്ടൻ ഒന്നും പറഞ്ഞില്ലെങ്കിലും ഏട്ടൻ പറഞ്ഞൂന്ന് പറഞ്ഞപ്പോൾത്തന്നെ അച്ഛന് സന്തോഷമായി. എനി, എങ്ങനേങ്കിലും ഏട്ടനോട് അച്ഛന്റെ ഇഷ്ടം എന്താന്ന് ചോയ്ച്ചറിയാൻ പറേണം.

കുട്ട്യോളൊക്കെ?

അടീരീടെ ഇല്ലത്തേക്ക് പോയേക്കാ. അവിട്ന്ന് ആളുവന്നു കൊണ്ടു പോയി. എന്തെങ്കിലും കൊടുത്ത് പിന്നേങ്ക്ട് പറഞ്ഞയയ്ക്കാംന്ന് പറഞ്ഞ യച്ചു.

തേവരേ, വരാണ്ടിരിക്കില്യ. അറിഞ്ഞാ വരും.... കുട്ട്യോളക്കൊക്കെ പുണ്യാഹശുദ്ധം ണ്ടോ ആവോ, അപകടാവുമ്പോ തേവരേ, യ്ക്ക് ഒന്നും തോന്ന്ണില്യ.

ഇച്ചാതപ്പൻ അവിടെത്തന്നെ ചുരുണ്ടു. വെറും നിലത്ത്. മുട്ടുമുറുക്കി. കൈ മടക്കി. ചുള്ളിക്കമ്പ് കൂട്ടിയപോലെ വീണു.

കഴീംച്ചാ കീറിമുറിക്കാണ്ടെ നോക്ക്യാ നന്നെന്ന് പറഞ്ഞേക്ക്ണ്ടു.

ആശുപത്രിയിൽ പോയി, കീറിമുറിച്ച്, തളപ്പായിൽ ചുരുട്ടിക്കെട്ടി, പണ്ടാരശ്ശവം പോലെ—

തേതീ!

ന്നെ വിളിച്ചോ?

ഇല്ല്യ...ഞാൻ...എപ്പഴേ ആവോ. പാതിരായീണ്ടാവും. ഒന്നു മയങ്ങീന്നാ തോന്നണേ, ആരോ കാലിൽ തൊട്ടൂന്ന് തോന്നി.

ചെലപ്പൊ പതിവ്ണ്ട്. ഒറങ്ങ്യോന്നോക്കാൻ വന്നതാവും.

തൊട്ടു നിറുകയിൽവെച്ചു യാത്ര ചോദിച്ചതാവും.

സ്വസ്തി.

ഒരു പാപോം ല്യ. ദുർമരണായാ ഗതി കിട്ടില്ലാന്നാ പറയാ. ഒന്നൂല്യ. ഒക്കെ കിട്ടും. ഞാനും വരാം. ദാ.

ഇച്ചാതപ്പൻ ഉണർന്നു. രക്തധമനി ചൂടായി. മാംസപേശികൾ ബലം വെച്ചു. തളർന്ന നടു നീരാൻ ശ്രമിച്ചു.

ഇതങ്കട് കഴ്യേട്ടെ. ഒപ്പം ണ്ട്.

ദാ. നടന്നോളൂ. ആ പട്യങ്കട് കടക്കുമ്പഴയ്ക്കും ഞാൻ വരാം.

അച്ഛൻ എന്താ പറേണേ?

ആ കൊട ഇങ്കട് എടുക്കൂ. നിങ്ങടെ അമ്മ അങ്കട് നടന്നു. ഞാനൊപ്പം എത്താംന്ന് പറയാം. ഉണ്ണിക്കൊരു തുലാഭാരം.

ഈശ്വരാ!

അച്ഛനെന്താ?

ദാ വര്ണു.

നാലു പതിറ്റാണ്ടു കാലം പിൻചവിട്ടി, ഇച്ചാതപ്പൻ സുഖസമൃദ്ധിയിൽ സഞ്ചരിച്ചു.

പുല്യാമോതറാം നൂലും കെട്ടിച്ചില്ല്യേ.

അച്ഛനെന്താ പറേണേ?

ങേ. ആരാത്. ഉണ്ണ്യെ എടുത്ത്വോ?

പുല്യാമോതറാം.

ഇച്ചാതപ്പൻ ഇടതടവില്ലാതെ പറഞ്ഞു. മഹളേരു മുമ്പിൽ നിന്നു. അച്ഛന്റെ അപരിചിതമായ നോട്ടം ഏറ്റുവാങ്ങി. പരിചയപ്പെടുത്താൻ പരാജയപ്പെട്ടു. വർത്തമാനദുഃഖങ്ങളുടെ ബന്ധമറ്റുപോയ പതിറ്റാണ്ടുകൾക്കപ്പുറം മേയുന്ന സ്വപിതാവിന്റെ സന്തോഷത്തിൽ അസൂയപ്പെട്ടു.

അച്ഛനു തത്ക്കാലം സുഖായി.

ആര്യക്കുട്ടി തുറന്നുപറഞ്ഞു.

എനി ബോധം വരാഞ്ഞാ മത്യാർന്നു. ക്രൂരമെങ്കിലും സത്യം ഏടത്തിമാർ ഏറ്റുപറഞ്ഞു.

## അറുപത്

**കു**ട്ടികൾ എട്ടുംകൂടി.

അവരത്രയും തെക്കെപറമ്പിന്റെ തെക്കേതലയ്ക്കൽ പരിഭ്രമിച്ചു നിന്നു.

ഇല്ലം നിറച്ച് ആള്. പറമ്പുകവിഞ്ഞ ബഹളം. പോലീസ്. വല്ല്യവല്ല്യ ആൾക്കാര്.

മുത്തശ്ശ്യമ്മ വേണംച്ച്ട്ട് ചാവേ.

സുഷമക്കുട്ടി പറഞ്ഞു. ഏട്ടന്മാർ അതു കേട്ടു. അതിന്റെ അർത്ഥം അവരെ ഭയപ്പെടുത്തി.

അരുതാത്തതാണ്. വല്ല്യ കുറ്റാ. വേണംച്ച് മരിച്ചാൽ പോലീസുവരും. കേസ്ണ്ടാവും. ജയിലിലും പോണ്ടേരും.

എന്തോ ഒരൂട്ടം ധാരണകൾ അവർക്കുമുണ്ടായി.

ഇരിക്കാൻ ഇഷ്ടം ല്യാണ്ടെ മരിച്ചതാവും. വഴക്കായിട്ട്. ആരോടാ വഴക്ക്.... ചെലപ്പൊ എല്ലാവരോടൂണ്ടാവും.

എനി വെറകുകൂട്ടി കത്തിക്കും.

കുഞ്ഞുണ്ണി വിശദീകരിച്ചു.

നിക്കറിയാം. അതിനാ മാവുവെട്ടണേ. അവർക്കും തെക്കുമാറി വാസ്തുവിന്റെ അതിരിൽ വളർന്ന പുളിമാവു കുറ്റി മുറിഞ്ഞു വീഴുന്ന ശബ്ദം അവർ കേട്ടു. തടിപൊളിഞ്ഞ് മൂക്കാത്ത വെള്ളകീറി കൊമ്പുമുറിച്ച് ഇത്തിരി തലവാരം മാത്രമായി.

വേദനിക്ക്യോ. തീയ് കത്തിക്കുമ്പൊ മുത്തശ്ശ്യമ്മയ്ക്ക് പൊള്ള്ല്യേ?

യ്ക്ക് പേട്യാവ്ണു.

സുഷമക്കുട്ടി പേടിച്ചു ചെറുതായി. സർവാംഗം ഉൾവലിഞ്ഞു.

വേദനിക്ക്യേരിക്കും.

ഇല്ല്യ. ചത്താ വേദനേണ്ടാവില്ല്യ.

സർവവിജ്ഞാനം പ്രഖ്യാപിച്ച് കുഞ്ഞനിയൻ നിവർന്നുനിന്നു. ഈർക്കിലിക്കാലുകാട്ടി. തൂശിച്ചന്തി മൂടുന്ന മുണ്ടു മടക്കിക്കുത്തി. ഗൃഹണി മുറ്റിയ മഹോദരം തലോടി.

നി മുത്തശ്ശനും ചാവും.

നമ്മളൊക്കെ ചാവും.

സുഷമക്കുട്ടി പറഞ്ഞു.

എല്ലാവരും മരിക്കും. ന്നോട് ഇച്ചമ്മ പറഞ്ഞ്ണ്ട്. ന്നാള് കഥ പറേമ്പൊ. ജനിച്ചാ മരിക്കും.

ന്നാ ന്തിനാ ജനിക്കണേ?

കുഞ്ഞനിയനതു മനസ്സിലായില്ല. വെറുതെ മരിക്കാൻ മാത്രായിട്ടു ജനിക്ക്യേ. ആ വിടരാത്ത മനസ്സിലും ഒരനൗചിത്യം തോണ്ടിച്ചോദിച്ചു. വെറുതേങ്ങനെ.....

ആരോടാ ചോയ്ക്കാ.

നമ്മക്കു പിണ്ഡം വെക്കണം.

ന്താ പിണ്ഡം?

ചാത്തം മാതിരി.

പിന്നെ ചാത്തോട്ടണോ?

ഉം. മുത്തശ്ശൻ മരിച്ചാലും വേണം.

ഞങ്ങക്കും വേണോ?

കുഞ്ഞനിയനു വീണ്ടും സംശയമായി.

ഞങ്ങതെ അമ്മാത്താ. അമ്മാത്തെ മുത്തശ്ശനായാലും വേനോ?

മുത്തശ്ശ്യമ്മോട്.....അല്ലല്ല--ല്ല--ഇച്ചമ്മോട് ചോയ്ക്കാം.

സുഷമക്കുട്ടി നാക്കു കടിച്ചു. അറിയാതെ പതിവുപോലെ പറഞ്ഞു. എന്തുണ്ടായാലും മുശ്ശ്യമ്മ പറഞ്ഞുതരും. മറ്റുള്ളോരൊക്കെ ശുണ്ഠീടുക്കും. അമ്മ സദാ അടുക്കളേല്ണ്ടാവും. എന്താത്ര പണീന്ന് ആർക്കും അറീല്യ. ഇച്ചമ്മമാര് ചെലപ്പൊ പറഞ്ഞുതരും. ചെലപ്പൊ ശുണ്ഠീടുക്കും. മുശ്ശ്യമ്മ ഒരിക്കലും ശുണ്ഠീടുക്കില്യ. ചെലപ്പൊ മിണ്ടില്യ. ഇങ്ങനേരിക്കും. വെറുതെ. കണ്ണു മിഴിച്ച്.

ഇങ്ങനെ ഇരുന്നിരുന്ന് മരിച്ചു: വെറുതെ.

നമ്മക്ക് കുഴീണ്ടാക്കാം.

കുഞ്ഞനിയൻ വെട്ടുകത്തി കൊണ്ടുവന്നു. ചെപ്പിത്തോണ്ടിപോലത്തെ ഒരു കൈയ്ക്കോട്ട് സുഷമ വലിച്ചെഴച്ച് എത്തിച്ചു.

ഇബടെ.

വെടുപ്പാക്കണ്ടെ.

ഇബടേന്യാ.

സുഷമക്കുട്ടി പറമ്പിൽ ചമ്രം പടിഞ്ഞിരുന്നു. ഇരിക്കുമ്പോൾ ഉടുപ്പു പൊക്കി; ചെളിയാവാതിരിക്കാൻ. തെരുത്തു കേറ്റി. കൈയെത്താവുന്നിടം പുല്ലുപറിച്ചു.

ഈ കല്ലും കളേണം.

അവർ ചരല് പെറുക്കിക്കൂട്ടി. പനമ്പിട വട്ടത്തിൽ എട്ടുപേരും നിരങ്ങി. തൊട്ടാവാടി പാഴ്പ്പുല്ലുകൾ പറിച്ചു. പറ്റാത്തത് വെട്ടുകത്തികൊണ്ടു മുറിച്ചു. തോണ്ടി. വേരെത്തുംവരെ കുഴിച്ചെടുത്തു.

ഇദെവടയ്ക്കാ ഇടാ?

മുത്തശ്ശ്യമ്മെ ഇബട്യാ കെടത്താ.

ആരും ഉത്തരം പറഞ്ഞില്ല. ആവേരിക്കും.

ദേശം ചേർന്ന ബദ്ധപ്പാടിൽ ഒരാളും അവരെ അന്വേഷിച്ചില്ല. കൺമുമ്പി ലെത്തി പ്പെട്ടിട്ടും കണ്ടില്ല.

ആ പൊട്ടന്മാര് കൂട്ടുപിടിച്ചു നിക്കണ കണ്ടില്ലേ.

സുഷമക്കുട്ടിമാത്രം വേണ്ടെന്നുവെച്ചിട്ടും പരിഹാസം കേട്ടു.

അഞ്ചെട്ടെണ്ണം ണ്ട്. ഒക്കെ നൂറ്റ്ക്ക് ഇരുപത്തഞ്ചാ.

വായ തുറന്ന് തെക്കുവടക്കുപാളിയ കണ്ണുതുറിച്ച് മൂക്കള ഒലിപ്പിച്ചു. വയറൊരു ശിവലോകമായി ഏട്ടന്മാരുടെ കൂട്ടത്തിൽ സുഷമക്കുട്ടി ഒറ്റയ്ക്കു ദേശത്തിന്റെ മഹാനസ്യം ആത്മാവു നിറച്ചനുഭവിച്ച് ശൈശവത്തിന്റെ മാർദ്ദവം നിമിഷംപ്രതി നശിക്കുന്നതറിയാതെ നിന്നു. അടിമുടി പൊരിഞ്ഞു കത്തുന്ന വിദ്വേഷം ദുഃഖമായി കണ്ണു തള്ളിനിറഞ്ഞു.

അബറ്റ എന്താ അബടെ കാട്ടണേ?

പൊട്ടമ്മാര് മണ്ണ് മാന്താ.

ഒന്നും രണ്ടല്യ. കണ്ടില്യേ. മന നറച്ച്ണ്ട്. മൊളനാഴി മുറിച്ചപോലെ. കുറ്റല്യ തമ്പ്രാട്ടി മുങ്ങിച്ചത്തേ. ഈ ഓംപ്പാത്രൊക്കെ നറയ്ക്കണ്ടെ. കർത്താവേ!

വെള്ളം തളിക്കണോ?

കുഴി കുഴിക്കുംമുമ്പ് വെള്ളം തളിച്ചാ എളുപ്പം ണ്ടാവും. ഇച്ചമ്മ അങ്ങന്യാ ചെയ്യാറ്. ഇപ്പൊ—

വെള്ളം വീത്തണ്ട. തീയ്ടാൻ ള്ളതല്ലേ. ഇങ്ങനെ വിഡ്ഢിത്തം പറഞ്ഞിട്ടാ ആളോള് പൊട്ടൻ ന്ന് പറേണെ.

കുഞ്ഞനിയൻ വായ കൂട്ടി.

അനീത്ത്യാച്ചാലും അതിന് വിവരം ണ്ട്.

ഞാൻ പറേണത് ചെയ്താ മതി.

സുഷമക്കുട്ടി സ്വയം കാർന്നോരായി.

നിഷ്ക്കർഷയോടെ, മുത്തശ്ശ്യമ്മേടെ കെടക്ക തട്ടിക്കുടഞ്ഞു വിരിക്കുന്ന പോലെ തെക്കേപ്പുറമ്പ് പനമ്പിട വൃത്തിയാക്കി. കല്ല് കരടു കളഞ്ഞു. പുല്ലു മാന്തി. കൈ പരത്തി മെഴുകി.

ഇപ്പോ നന്നായി.

ഇബ്ടെ കുഴീണ്ടാക്കണ്ടെ?

ന്താ അബടെ? ഒക്കെ പോവിൻ അബ്ട്ന്ന്. കുട്ട്യോള് കളിക്കാൻ കണ്ട ഒരു സ്ഥലം. അതും ഈ നേരത്ത്. ഉം, പോവിൻ.

തോർത്തു വട്ടംകെട്ടി തല ഉയർത്തി ഉറക്കെ കല്പിച്ച് ശ്രമം നടത്തി. ചരടുംതാഴെ ചുറ്റിയ മുണ്ട് ഒന്നുകൂടി ഉറപ്പിച്ചു. കോന്തല പൊക്കി. കാല് തടയാതെ അകത്തിവെച്ചു.

എന്തൂട്ടാ അബ്റ്റ അബടെ കാട്ട്യേ. എന്തായാലും കാട് കളഞ്ഞ്ണ്ട്. ബടേന്നെ മതി. ദാ ഒക്കെ ങ്കട് എടുത്തോളിൻ. ആദ്യം വാഴപ്പിണ്ടി. വെറക്. അതിനു മുമ്പ്, ആരാ അവടെ? ഇവടെ തെക്ക് വടക്ക് ഒരു കുഴിതോണ്ടാ. ങേ. ങാ.

മുണ്ടു മടക്കിക്കുത്തി തലേക്കെട്ടു മുറുക്കി ചെറുപ്പക്കാർ ബഹളം വെച്ചു. കാർന്നോന്മാർ വയംപറഞ്ഞു. കുട പിടിച്ച് മുണ്ടിൻതല കക്ഷത്തി ലിറുക്കി ഇളകിവീണ വേഷ്ടി സ്ഥാനത്താക്കി പ്രമാണിമാർ ഒതുങ്ങിനിന്നു. ശ്രമം നടിച്ചു.

ബടെ ത്തിരി മുറുക്കാനും ബീഡീം എത്തിക്ക്യാ. ഈ ശ്രമക്കാർക്ക്.

ശ്രമം കയ്ക്കോട്ടുചാൽ കീറി. ഇരുപുറം വാഴപ്പിണ്ടി കിടത്തി. മൂന്നു വെലങ്ങൻ വെച്ചു. മീതെ നീളൻ ഒതുക്കി.

കാറ്റ് കടക്കരുത്. പഴുതടച്ച് ഒതുക്കണം.

ഒക്കെ റെഡി. നീ ആളെ കിട്ടേ വേണ്ടൂ ഇബടെ റെഡി.

അകലെ വേലിയരുകിൽ സുഷമക്കുട്ടി ഇരുന്നു. ഇടംവലം നിരയായി ഏട്ടന്മാ രൊക്കെ ഇരുന്നു.

നമ്മള് നേര്യാക്ക്യോർത്തന്ന്യാ.

സുഷമക്കുട്ടിക്കു സമാധാനമായി. അതറിഞ്ഞ് ഏട്ടന്മാരും തൃപ്തിപ്പെട്ടു. അവരുടെ മൂർദ്ധാവു തൊട്ടനുഗ്രഹിച്ച് വാത്സല്യത്തോടെ ആശ്വസിപ്പിക്കു വാൻ മുത്തശ്ശിയമ്മ അന്തരീക്ഷം നിറഞ്ഞു.

ഇപ്പൊ കൊണ്ട്രും.

കൊണ്ടുവന്നാ നമസ്കരിക്കണം. ഇച്ചമ്മ പറഞ്ഞ്ണ്ട്. ആത്മാവ് നിറയെ അനീത്തിയെ ബഹുമാനിച്ച് ആ ഉപദേശമനുസരിക്കുവാൻ അവരൊക്കെ തൊഴുകൈയുമായി നിന്നു. പുറത്തുള്ള വാതിൽ തുറന്ന് പിന്നോക്കം നട ക്കുന്ന അച്ഛനെ സുഷമക്കുട്ടി കണ്ടു. മുളംകോണി താങ്ങി ഞെരുങ്ങി ഒറ്റ യടി പിൻവെച്ച്.

ദാ.

അവരൊക്കെ വെട്ടിയിട്ടപോലെ കമിഴ്ന്നു വീണു. കൈ നീട്ടി തൊഴുത് കരഞ്ഞു.

# അറുപത്തിയൊന്ന്

**ഒ**രു ചിത.

പിന്നെ ഒന്ന്.

അത് കെട്ടടങ്ങുംമുമ്പ്.

പിന്നൊന്ന്.

പിന്നേം.

നാല്.

നെരത്തി.

നാശം. ചാവാച്ചാ ഒക്കെ ഒരുമിച്ച് ചത്താ മതി. നി പ്പൊ മൂന്നെണ്ണം കൂടിണ്ട്. എന്നയ്ക്കാവോ.

ഉണ്ണിനമ്പൂതിരി കുളക്കടവിൽ ഇരുന്നു തെക്കേ പറമ്പിൽ നിന്നുയർന്ന നനുത്ത പുക സൂക്ഷിച്ചു.

കെട്ടിട്ടില്യ.

നാലഞ്ചു ദിവസം ഇങ്ങനെ കിടക്കും. നീറി നീറി. പച്ച മാവല്ലേ. ഈടർണ്ട്.

എനീം സ്ഥലം ണ്ട്. വഴിവക്കിൽ. ആ ആശുപത്രിയിൽ കട്ടിലിടണ പോലെ. ബഹുരസം.

ഒന്നു കൊളുത്തി,

അടുത്തതു കത്തിച്ച്,

ഓടിച്ചെന്നു പിന്നത്തേത്—

തീയിട്ട്,

നാലാമത്,

പടക്കം കത്തിക്കണമാതിരി ഓടിയോടി കത്തിക്കാം. ഒന്നല്ല. നാല് ചിത. അമ്മ, അച്ഛൻ, വലിയമ്മ രണ്ട്, ആകെ നാല്, ഇരുണ്ട പുക ചുരുണ്ടുയർന്ന് മജ്ജയുരുകിവീണ് എല്ലാം എല്ലു നുറുങ്ങിപ്പൊടിഞ്ഞ് മാംസം കരിഞ്ഞു കത്തി മാനംമുഴുക്കെ ഇരുളടച്ച്—

ഉണ്ണിനമ്പൂതിരി മൂക്കു വിടർത്തി.

നാറ്റം.

നാറ്റം നശിച്ചിട്ടില്ല.

മനുഷ്യശരീരം കത്തിയെരിഞ്ഞ മണം. നെഞ്ചു വിരിച്ച് ശ്വാസം വലിച്ച് ഉണ്ണി അതു മുഴുവനുൾക്കൊണ്ടു. വയറും മാറും വലുതാക്കി വീർപ്പിച്ചു. മൃത്യുഗന്ധം ലഹരി പിടിപ്പിക്കുന്നതനുസരിച്ചു ലയിച്ചു. തല കനത്തു. കണ്ണു ചെങ്ങി മങ്ങി. ചെന്നി തുടിച്ചു. പുഴുപോൽ പിടഞ്ഞു. ആത്മാവ് നിറഞ്ഞു തേട്ടി—

ഒക്കെ ചത്തുനാറും. ഇത്തിരി പുളി വെണ്ണീറാവും. ഒരു കാര്യോം ഇല്യ. എന്ത് ണ്ടായിട്ടും. ആഭിജാത്യം.

ത്ഥൂ.

ഉണ്ണിനമ്പൂതിരി ആദ്യമായി ജീവിതം വെറുത്തു. ചാരായവും പെണ്ണും നാറുന്ന തായി തോന്നി.

എന്ത്ണ്ടായിട്ടെന്താ?

ഇല്യാഞ്ഞാലെന്താ!

ഒക്കെ ഒന്നന്നെ. ഒരു കഥ.

ത്ഫൂ!

തൊള്ള നിറഞ്ഞ കഫം വീണ്ടും വീണ്ടും കാർക്കിച്ചു തുപ്പി. തുപ്പല് വീഴുന്നതു കാത്തു പിടയുന്ന ചെറുമത്സ്യങ്ങളുടെ ആർത്തി കണ്ടു. അവയെ പിടിക്കാൻ കാത്തിരിക്കുന്ന കൊറ്റിലുകാരുടെ ദുര ഓർത്തു. ചൂണ്ടക്കാരുടെ ക്ഷമയറിഞ്ഞു. ഈ കഫക്കട്ട തിന്ന് ആയിരങ്ങളുടെ ആസനം കഴുകിയ വെള്ളം കുടിച്ച് എന്നിട്ട് അവയെ ഭക്ഷിച്ച് ഊറ്റംകൊണ്ട് കാലം ചെന്നപ്പോൾ ചത്തുവീണ് കത്തിനശിച്ച് വെണ്ണീറായി.

ഹായ്!

വിസർജനങ്ങളുടെ അവസാനിക്കാത്ത ആവർത്തനം. പിന്നേം പിന്നേം പുറപ്പെട്ടിടത്ത് എത്തുന്ന പ്രയാണം.

ഒക്കെ ചാവട്ടെ.

സന്ധ്യമയങ്ങുമ്പോൾ തെക്കേത്തൊടിയിലെ കനലു മൂടിയ ചിതയുടെ മീതെ നല്ലേടത്തുമനയ്ക്കലെ പൂർവപിതാക്കൾ ഒത്തുകൂടി. ഭൂമി വിട്ട് സ്വലോകത്തേക്കു തിരിച്ചെത്തിയ ഇള്ളക്കുട്ടിയുടെ ഈറ്റില്ലമായി ശ്മശാന ഭാഗം വീക്ഷിച്ചു. ജീർണശരീരം വിട്ട് നവദ്വാരങ്ങളും തുറന്നിട്ടു രക്ഷപ്പെട്ട ഓമനക്കുഞ്ഞിനെ അവർ വാത്സല്യത്തോടെ മടിയിലിരുത്തി ലാളിച്ചു.

ദാ, കരയണ്ട. ഇപ്പോ വരും. എല്ലാവരും. ഇച്ഛാതേം ഏടത്തിമാരും എല്ലാവരും ഇങ്ങെത്താറായി. അവർ പുറപ്പെട്ടു. കാണിനേരം.

പിതൃപിതാമഹപരമ്പര മുഴവനും അമ്മയെ എതിരേറ്റു.

അമ്മ.

കാലം എത്രയോ കഴിഞ്ഞു. അമ്മയെന്നു വിളിച്ചില്ല. വിചാരിച്ചതു പോലും ഏതോ വിദൂരപൂർവകാലത്താണ്. ബാല്യത്തിന്റെ കൈവിട്ട അനുഭവങ്ങളിലെവിടെയോ അമ്മയെന്ന വികാരമുണ്ടായിരുന്നു. അക്ഷരമുണ്ടായിരുന്നു. ഇപ്പോൾ–

ഇത്തിരി ദുഃഖംപോലുമില്ല.

ആശ്വാസവുമില്ല.

അമ്മ മരിച്ചു. മരിച്ചാലും മരിച്ചില്ലെങ്കിലും അസ്തു. മരിച്ചതു സത്യം. അതുകൊണ്ടു കത്തിച്ചു. സംസ്കരിച്ചു. അത്രതന്നെ. ഒരു വസ്തുസ്ഥിതി മാത്രം.

ഇന്ത്യാരാജ്യത്തിന്റെ തലസ്ഥാനം ദൽഹിയാകുന്നു,

അമ്മ മരിച്ചത് ഇന്നലെയാകുന്നു.

മരണമല്ല.

ആത്മഹത്യയായിരുന്നു.

മരണവും ആത്മഹത്യയും ഒന്നുതന്നെ. വ്യവഹാരഭാഷയുടെ വ്യത്യാസം. മരിച്ചാലും ആത്മഹത്യ ചെയ്താലും ഒരു വ്യത്യാസവുമില്ല.

പോലീസും കേസും ഒഴിവാക്കാം.

അപ്പോൾ മരിക്കുന്നതാണ് സുഖം. മരിക്കുന്ന ആൾക്കല്ല. ഇരിക്കുന്നവർക്ക്. മരിക്കുന്നവർക്കു സുഖം ആത്മഹത്യയാവാം. തന്നിഷ്ടപ്പടി മരിക്കാം. അലക്കിയതുടുത്ത്, ക്ലീൻ ഷേവ് ചെയ്ത്, സുന്ദരനായി, മലർന്ന് കിടന്ന്, എങ്ങനെ വേണം, അങ്ങനെ. നല്ല മുഹൂർത്തം നോക്കി.

ആത്മഹത്യ അനുഗ്രഹമാകുന്നു. ഈശ്വരനോടുള്ള വെല്ലുവിളി. ഈശ്വരൻ തന്ന ആയുസ്സുണ്ടല്ലോ, തൃണം. എനിക്കു വേണ്ട. ഇതാ തന്റെ പ്രാണൻ. മടക്കി മേടിച്ചോളൂ. ദാ, ഞാൻ ബടെ ഇട്ടുപോകും. വേണമെങ്കിൽ എടുക്കാം.

തന്റെ വരദാനമായ പ്രാണൻ തിരിച്ചു വലിച്ചെറിയുന്ന മഹാന്മാരെ ദൈവത്തിനു ഭയമാണ്. അസൂയയും. ചിലപ്പോഴൊക്കെ ദൈവംകൂടി മരിക്കാൻ മോഹിക്കുന്നുണ്ടാവും. അതിനു കഴിയാതെ, കാലമെത്തിയാൽ മരിക്കുന്ന മർത്യനെ അസൂയയോടെ നോക്കുന്നുണ്ടാവും. കാലമെത്തുംമുമ്പു മരിക്കാൻ ഒരു നൂറ് ഉപായമറിയാവുന്ന മനുഷ്യനെ നോക്കി നെടുവീർക്കുന്നുണ്ടാവും.

ദൈവത്തിന്റെ യോഗം!

ഉണ്ണിനമ്പൂതിരി കണ്ണു ചീമ്പിയടച്ചു. തുറന്നു. മൂന്നുനാലു വട്ടം. ഒപ്പം ഇമ വെട്ടിച്ചു. വേഗം വേഗം.

അതേവരെ ഓർക്കാത്തത് ഒക്കെ ഓർക്കുന്നു. അന്യമായ പുതുപുത്തൻ ചിന്തകൾ. ചിന്തകളില്ലായിരുന്നു. വാക്കുകൾ മാത്രമാണുണ്ടായിരുന്നത്. ഒന്നിനു പുറകെ ഒന്നായി വാക്കു പ്രവഹിച്ചിരുന്നു. യുക്തി ചേർന്ന്, ഭംഗിയായി. ആരെയും പറഞ്ഞു മുട്ടിക്കാവുന്ന വാക്കുകൾ.

ഇപ്പോൾ, ഇതെന്താ ങ്ങനെ?

അമ്മ മരിച്ചതോണ്ടാവും.

ന്നാലും.

ആർക്കറിയാം. ഇതിനുമുമ്പ് അമ്മ മരിച്ചിട്ടില്യ. ഇപ്പോൾ മരിച്ചു. ദുഃഖമില്യ. ദേഷ്യംണ്ടേനും.

നേരെ ചൊവ്വേ മരിച്ചാ മത്യാർന്നു. ഒന്നൂല്യങ്കിലും ത്തിരി പണം ലാഭിക്കാർന്നു.

ആ താലീം മണീം.

അതവിടെ. മേപ്പടിയിമ്മേൽ പൊതിഞ്ഞു വെച്ച്ട്ടുണ്ട്. എടുക്കണം. ഇപ്പോൾ ഓർമിച്ചതു നന്നായി. വല്ല എലീം ഇടുത്തോണ്ടു പോയാൽ.

ഉണ്ണിനമ്പൂതിരിക്കു വിഷമമായി. മനസ്സു വേവലാതിപ്പെട്ടു. വഴിപ്പെടാത്ത മനോരാജ്യങ്ങൾ ഒഴിഞ്ഞു. ദുരമാത്രം ബാക്കിയായി.

നി പിണ്ഡം വേണം. ഓയ്ക്കൻ. ക്രിയയ്ക്കു നമ്പൂരാർ. അതും പോരാഞ്ഞ് അപകടാവുമ്പൊ—

ദുർമരണം. നാരായണബലി വേണം. ന്നാ തൊലഞ്ഞു.

അതൊന്നൂല്യ. ഒപായത്തില് ഒരു പിണ്ഡം വെക്കാം. അതന്നെ. അതിനന്നെ കൂട്ട്യാ കൂടില്യ. ന്ന്ട്ടല്യേ. നി പ്പാ നാരായണബലീം ഒന്നും വേണ്ട.

അച്ഛനു മോഹം ണ്ടെങ്കി അങ്ങനെ ആയ്ക്കോട്ടെ. ഏട്ടൻ എതിർക്കണ്ട.

അച്ഛനൊരു മോഹോംല്യ. മോഹാത്രെ. ഇതൊക്കെ എന്തു മോഹാ. പറ്റണതേ മോഹിക്കാവൂ.

നി വേണ്ടലൊ. ഏട്ടൻ ബുദ്ധിമുട്ടണ്ട. പണം ഞങ്ങള് ണ്ടാക്കാം.

അവറ്റേടെ കൈയില് ത്തിരി സ്വർണം ണ്ട്. അതങ്കട് പൊങ്ങട്ടെ. അതിനെന്താ വഴീന്ന് ആലോചിച്ചിരുന്ന ഉണ്ണി സന്തോഷം അടക്കി.

ഞങ്ങടെ ചെയിൻ തരാം. പണേം വെച്ചോളൂ.

ഉം.

വരട്ടെ. എനീണ്ട്. എനീം ചാവാണ്ട്.

ദൊക്കെ വിഡ്ഢിത്തം. ചാവണവരെ തോന്ന്യോണം കഴീണം. അതാമിടുക്ക്. ചിറ്റായാലും ചെറുതാലിയായാലും വിറ്റു തിന്നണം. അതാ കഴിവ്.

ഉണ്ണിനമ്പൂരിക്കു സ്വന്തം തത്ത്വചിന്തയിൽ അഭിമാനം തോന്നി. എന്നല്ല തന്റെ തോന്നിവാസത്തിന് ഒരു തത്ത്വചിന്തയുടെ രൂപം നൽകാൻ സാധിച്ച തിൽ സ്വയം ശ്ലാഘിച്ചു.

ഇതേവരെ തോന്നാത്തത്. ഇത് ഇപ്പൊ അമ്മ ചത്തേപ്പോ തോന്നീതാണ്. അത്രയ്ക്ക് ഒപകാരം. എനി അച്ഛൻ ചത്താൽ–

അപ്പഴും എന്തെങ്കിലും തോന്നും. ഇങ്ങനെ തോന്നണതൊക്കെ എഴുതി വെച്ചാൽ സാഹിത്യായി. അതാ സൂത്രം. ഉണ്ണിനമ്പൂതിരിയുടെ മുഖം വിടർന്നു. മരണമാണ് സാഹിത്യത്തിന്റെ ഗുരു. ലക്ഷ്യവും അതാകുന്നു. വഴികാട്ടിയും വഴിയും ആകുന്നു. ഈ സൂത്രം ഇപ്പോൾത്തന്നെ എഴുതിവെക്കണം.

ഉത്സാഹത്തള്ളിച്ചയാൽ ഉണ്ണിനമ്പൂതിരി എണീറ്റു.

ഇരുട്ടത്ത് ബടെ രിക്ക്യാ. ഞാനബടൊക്കെ തെരഞ്ഞു.

ശിങ്കിടി എത്തി.

ഉം.

ആ ശ്രീധരൻ സാതനം കൊടുത്തയച്ച്ണ്ട്. തമ്പ്രാന് വെഷമം ണ്ടാവും. തള്ളേല്ലേ മരിച്ചേ. ആരായാലും സഹിക്ക്യോ. ദാ. ദ് ത്തിരി കേറ്റി കെടന്നാ മതീന്ന് പറഞ്ഞ് തന്നതാ.

ശിങ്കിടി കുപ്പി കൽപ്പടവിൽ വെച്ചു. മുണ്ടു പൊക്കി ട്രൗസറിന്റെ പോക്ക റ്റിൽ നിന്ന് ഗ്ലാസെടുത്തു. നിറച്ചു. ഒന്ന്.

പിന്നൊന്ന്. പിന്നൊന്നുംകൂടി.

മൂന്നു ഗ്ലാസ് ഒന്നിച്ചു വിഴുങ്ങി.

ബാക്കി ബടെ വെക്കാം. ദാ. ആ മൊന്തേല്.

നി പ്പൊ പത്തൂസം കഴിഞ്ഞട്ടെ ഇബടെ പറ്റൂന്ന് പറഞ്ഞേക്ക്.

അതല്ല, നിപ്പൊ പത്തൂസം ആരും സംശയിക്കില്യ. സംഗതി ഫുള്ള പൂശാം. തമ്പ്രാൻ അതൊന്നും അറീണ്ട. അതൊക്കെ ഇങ്ങള് ഏറ്റു. സീസണാ. നല്ല കോള്. കള്ളേണ്ട. തമ്പ്രാൻ മിണ്ടാണ്ടിരുന്നാ മതി. അതൊക്കെ ശ്രീധരേട്ടൻ നോക്കിക്കോളും.

ഉണ്ണി കേട്ടു. ഒന്നും മനസ്സിലായില്ല. കേൾക്കുന്നതൊന്നും ഉള്ളിലെ ത്താതെ തട്ടിത്തിരിഞ്ഞ് ചിന്ത മരണത്തിലെത്തുന്നു. തല നിറച്ച് മരണം മാത്രം. അതും അമ്മയുടെ. അച്ഛന്റെ. വലിയമ്മമാരുടെ, ഭാര്യയുടെ.

സുഖം. സർവ മരണം. ഒന്നൊന്നായി.

സർവം. ലോകം മുഴുവൻ.

ഒരു സുഖംല്യ.

ന്താ പ്പോങ്. തല വേദനിക്ക്ണ്ടോ? സാതനം ഒശത്ത്യാ.

അതല്ല. എന്താന്നറീല്ല. ഒരുശിരില്ല. എപ്പഴും അമ്മേടെ മരണാ ചിന്ത. ഈ കൊളത്തില് മുഖം ചീർത്ത്. കമിഴ്ന്ന്. പുറംപൊങ്ങി. ഇപ്പഴും അതന്യാ കാണണേ തോന്നും. മരച്ചീല്യാന്നും തോന്നും.

അതൊക്കെ മാറുംന്നേ. ഒരു ക്ലാസുംകൂടി കേറ്റ്യാ.

പറേമ്പോ, ഞാൻ തന്ന്യാ കത്തിച്ചേ. ന്ന്ട്ടും ഒരു സ്വപ്നം പോലെ. വിശ്വസിക്കാൻ വയ്യ. ഇപ്പഴും അമ്മ മരിച്ചില്യാന്നാ തോന്നണേ, എടയ്ക്ക്.

ദൊക്കെ മനസ്സിന്റെ ഒരു കള്ള്യാ.

ദ്ലൊന്നും വല്യ അർത്ഥം ല്യ. ഒരു തോന്നല്. അല്യാണ്ടെന്താ. പിന്നെന്താ. മ്മള് ചെയ്യണ്ടത് ചെയ്യാ.

ശിങ്കിടി തിരിഞ്ഞുനോക്കി. കെടാത്ത പുക നൂലുനൂലായി പരലോകങ്ങളിലേക്ക് ഉയരുന്നത് ഇരുട്ടിലും വ്യക്തമായി. ഇളകുന്ന ഇരുട്ടുപോലെ. ഒരുപക്ഷേ, ഇരുട്ടിനും ജീവൻ ണ്ടാവാം. ആളുകള് ചത്താലും ഇരുട്ട് ചാവണില്യ. ഈ പൊകയ്ക്കും ജീവൻണ്ടാവും.

അവടെ.

അങ്കട് നോക്കണ്ട. അത് ങ്ങനെ കാണുമ്പോ ഓരോന്നു തോന്നും. തമ്പ്രാൻ ഇപ്പൊ അതൊന്നും നോക്കണ്ട. നേരെ പോയി ഭാര്യേടെ അടുത്തു കിടന്നാൽ മതി. ന്നാ ഒരാളായി. ഇങ്ങനേള്ള ദിവസം തന്നേന്നെ കെടക്കര്ത്.

മരിച്ചാലും പത്തൂസം ആത്മാവ് ബടെ ഇങ്ങനെ ചുറ്റിപ്പറ്റും. അപ്പോ നേരല്ലാ നേരത്ത് അവന്റാളെ കണ്ടാ ഒപ്പം കൂടും. ശക്തില്ല്യാത്തോരാച്ചാ പനിക്കും. പേടിച്ചാ റെഡ്യാ. പിന്നെ പറേണ്ടാ.

ശിങ്കിടിക്ക് നേരിയ ഭയം തോന്നി. വർദ്ധിക്കുന്നതായും തോന്നി. പറഞ്ഞു പറഞ്ഞ് ഏറും. നിരീച്ച് നിരീച്ച് കൂടും. വെറുതെ ഓരോന്ന്ങ്ങനെ.

ചെലപ്പോ വെറുതെയാവില്യ. കാർന്നോമ്മാര് പറേണതും ശര്യാവും. നമ്മള് പ്പൊ അത് പരൂക്ഷിക്കൊന്നും വേണ്ട.

ശിങ്കിടി എണീറ്റു.

തമ്പ്രാൻ പോണീല്യേ. തന്നേന്നേ. അതും ഈ കൊളത്തിന്റവിടെ.

യ്ക്ക് പേടീല്യ. ജീവിച്ചിരിക്കുമ്പോത്തന്നെ ഇല്യ. ന്നട്ടല്ലേ, ഇപ്പൊ ചത്തപ്പൊ. അമ്മയ്ക്ക് എന്ന്യാ പേടി.

ഒരു ഫലിതത്തിന്റെ ഭാവത്തിൽ പറഞ്ഞു എങ്കിലും ഉണ്ണിനമ്പൂതിരിയുടെ ഉള്ളു പിടഞ്ഞു. ഒരു ശങ്ക. മരിച്ചാ ആത്മാവ് ണ്ടാവോ. മ്മള് പറേണതൊക്കെ കേക്ക്വോ. ന്നാലും വിരോധം ല്യ. കേട്ടോട്ടെ. ഇബടെ ആവ്മ്പഴും തന്റെ നസ്യം കേക്കണതല്ലേ.

അത് മക്കള്ടെ സ്വഭാവാണ്. അവകാശവുമാണ്. അമ്മമാരെ ശകാരിക്കാത്ത മക്കളുണ്ടാവുമോ. മനസ്സുകൊണ്ടെങ്കിലും കാർന്നോമ്മാരൊക്കെ ചത്തുപോണംന്ന് നിരീക്കാത്തവരുണ്ടാവോ. അഥവാ, ചത്തുകെട്ടുപോയില്ലെങ്കിൽ അവരൊക്കെ വേറെ എവട്യേങ്കിലും പോവേങ്കിലും വേണം. വാനപ്രസ്ഥം, എന്തായാലും തന്തേം തള്ളേം മക്കളും ഒന്നും ഒരുമിച്ച് ജീവിക്കാൻ ള്ളോരല്ല. അത് പാടില്യ.

വീണ്ടും വീണ്ടും തന്റെ തത്ത്വചിന്തകൾ നീളുന്നത് ഉണ്ണിനമ്പൂതിരിയെ ഹരം പിടിപ്പിച്ചു. ഇത് ഇപ്പൊത്തന്നെ എഴുതണം. ഇല്ലെങ്കി മറക്കും.

ഉണ്ണി എണീറ്റു. ഒന്നുംകൂടി തെക്കോട്ടു നോക്കി.

അവിടെ അന്തരീക്ഷം ഇളകുന്നുണ്ടോ? തന്നെ നോക്കി മുഖം തിരിക്കുന്നുണ്ടോ?

ഉണ്ണി നോട്ടം പിൻവലിച്ചു. നേരെ ഇല്ലത്തേക്കു നടന്നു. അതുകണ്ട് ശിങ്കിടി നടക്കാൻ ഭയന്ന് ഓടി.

## അറുപത്തിരണ്ട്

**ന**ല്ലേടത്ത് ഇല്ലം കുഞ്ഞുകുട്ടന്റെ ഇല്ലത്തുനിന്ന് കുറച്ചകലെയാണ്. അരനാഴിക നടക്കണം. അതേള്ളു. വടക്കു കിഴക്ക്. ഒരു പാടം. കുണ്ടൻ ഇടവഴി. റോഡ്. കശുമാപ്പറമ്പ്. കല്ലുവെട്ടുമട. സമസ്തം കടക്കണം. അപ്പോൾ നല്ലേടത്തു മനപ്പറമ്പ് കാണാം. കിഴക്കോട്ടു പടി. പ്രധാന പടിയല്ല. എങ്കിലും

ഇപ്പോൾ പ്രധാനമായിത്തുടങ്ങി. പണ്ട് വടക്കോട്ടായിരുന്നു മുഖ്യം. പടിപ്പുര. തൊട്ടു നീളുന്ന കുറച്ചു മതില്. നീട്ടിമൂളിയപോലെ. പടിപ്പുരയുടെ ഇരുഭാഗത്തേക്കും ഒന്നു നീട്ടിയത്. പിന്നെ വലിയ വരമ്പ്. ഒക്കെ പോയി. ഇപ്പോൾ പ്രധാനം കിഴക്കെ പടിതന്നെ.

നല്ലേടത്തുമനയ്ക്കൽനിന്നു സാധാരണ ഗന്ധമൊന്നും കുഞ്ഞുകുട്ടന്റെ ഇല്ലത്ത് എത്താറില്ല. എന്നാൽ, മനുഷ്യമാംസം കത്തിക്കരിഞ്ഞ മണം നേരെ കുഞ്ഞുകുട്ടനെ തിരഞ്ഞെത്തി. മനസ്സു മറിച്ചു.

ഇല്ലത്ത് പത്തായപ്പുരയിൽ പതിവുകസേരയിൽ കുഞ്ഞുകുട്ടൻ മനോരാജ്യം കണ്ടു. കാല് നീട്ടി കയറ്റിവെച്ച് ജനാലയിൽക്കൂടി ബഹുദൂരം കടന്നു കണ്ട് എങ്ങും ദൃഷ്ടിയുറയ്ക്കാതെ പിന്നേം പിന്നേം തുളച്ചുകേറുന്ന നോട്ടം മുമ്പോട്ടു തന്നെ പായിച്ചു വരുംനാളുകൾ തെളിഞ്ഞുകാണുവാൻ ശ്രമിച്ച് ഇക്കണ്ടകാലമത്രയും താൻ തിരഞ്ഞന്വേഷിക്കുന്നത് ഇല്ലെന്നു വരുമോ? വെറും വിഡ്ഢിത്തമായി നൊസ്സായിത്തീരുമോ? എങ്കിൽ–

ഒരു ജീവിതം മുഴുവനേകിയന്വേഷിക്കുന്നതാണ്. ശരീരവും ആത്മാവും അതിന്റെ സമസ്തൈശ്വര്യവും ഒന്നുചേർന്നന്വേഷിക്കുന്ന ഉണ്മ വെറും മിഥ്യയാണെങ്കിൽ–അപ്പോൾ കത്തിക്കരിഞ്ഞ മനുഷ്യശരീരത്തിന്റെ ഗന്ധം കുഞ്ഞുകുട്ടന്റെ മനം പുരട്ടി, ചെന്നിക്കുത്തു തുടർന്നു.

പൂർണജീവിതം സമ്പൂർണ ദാരിദ്ര്യത്തിലെത്തി കരുതിക്കൂട്ടി ജീവനൊടുക്കിയ നല്ലേടത്ത് ആത്തേമ്മാർക്ക് എന്തോ പറയാനുണ്ടാവും. ജീവിച്ചിരുന്നപ്പോൾ പറഞ്ഞറിയിക്കാനാവാത്തത്. ഒരുപക്ഷേ, അന്നു മനസ്സിലാക്കാനാവാഞ്ഞത്. പ്രാണൻ വേർപെട്ട് ആ ദേഹമെരിഞ്ഞ ധൂപജാലം അറിഞ്ഞതത്രയും പറഞ്ഞുതരുവാൻ ഓടിയെത്തിയതാവും. പറഞ്ഞു ധരിപ്പിക്കുവാൻ പറ്റിയ സന്ദർഭം. എല്ലതും എല്ലാ നേരത്തും അറിയിക്കാനാവില്ലല്ലോ. അറിഞ്ഞാലും അന്യരെ ധരിപ്പി ക്കുവാനുമാവില്ലല്ലോ. ഒക്കെ ഓരോരോ മുഹൂർത്തമാവാം. ആ മുഹൂർത്തത്തിൽ മാത്രം ബോധമുദിക്കുന്നു. മരണവും അത്തരം മുഹൂർത്തമാവാം. അതിനു മുമ്പ് അർത്ഥം അറിയാനാവാത്ത മഹാപരിണാമമുഹൂർത്തം. തരണം ചെയ്തപ്പോൾ അറിഞ്ഞതറിയിക്കുവാനായി മാംസഗന്ധമായി പാഞ്ഞെത്തി.

കുഞ്ഞുകുട്ടൻ എഴുന്നേറ്റു. ശബ്ദമുണ്ടാക്കാതെ കോണിയിറങ്ങി. വടക്കു നോക്കിനിന്നു. വീണുകിടന്ന ബോധത്തിനായി കാത്തു.

നേർത്ത് ധൂപജാലം നന്നെ നനുത്തു മാഞ്ഞു മറഞ്ഞ് ഒരു ഗന്ധം മാത്രമായി ബോധമെത്തുന്നു. പറഞ്ഞറിയിക്കുവാനാവാത്തത് അനുഭവിപ്പിച്ചറിയിക്കുകയാവാം.

ഈശ്വരാ!

ഇക്കണ്ട കാലമത്രയും പാഴ്ച്ചിലവായിരുന്നു എന്നോ?

കുടുംബം മറന്ന്, പ്രാരാബ്ധങ്ങൾ ഒഴിഞ്ഞ്, സ്വകർത്തവ്യങ്ങൾ വേണ്ടെന്നുവെച്ച്.

ഇക്കണ്ട കാലമത്രയും.

ഓർമവെച്ച നാൾ തുടങ്ങി ഇന്നോളം അന്വേഷിച്ചലഞ്ഞതു വെറുതെയായെന്നോ. ഇല്ലായ്മയിൽ മറ്റൊരില്ലായ്മ തിരയുന്ന ഇല്ലായ്മ. ശൂന്യതയിൽ ശൂന്യത തിരയുന്ന ശൂന്യത. എങ്കിൽ—

പഞ്ചഭൂതങ്ങളും വേർപെട്ടഴിഞ്ഞ് അഞ്ചായി തിരിഞ്ഞു പ്രകൃതിയിൽ ചേർന്നു ലയിച്ചൊന്നായി ഒരു വെറും കഥയായി മാറുന്ന ജീവിതം അർത്ഥ ശൂന്യമായി കുഞ്ഞുകുട്ടനു തോന്നി.

ലക്ഷ്യമില്ലാതെ, അർത്ഥമില്ലാതെ തുടരുന്ന മഹാപ്രയാണം. തീരാത്ത ഊക്ക്. അവസാനിക്കാത്ത അനുധാവനം. ഒരാവശ്യവുമില്ലാതെ പ്രകൃതി യുടെ വെറും തെറ്റു മാത്രമായി.

അഥവാ പ്രകൃതിയുടെ മലമായി.

അതാവും ശരി. വെറും വിസർജനം. കരട്. കളങ്കം. ഇത്തിരി ചെളി. അമലപ്രകൃതിയുടെ മലം.

എന്നിട്ടു സ്വന്തം അർത്ഥരാഹിത്യത്തിൽ ഭ്രമിച്ച് അനേകം അർത്ഥം നൽകുന്ന മായ. മോക്ഷം. നിർവാണം. ഈശ്വരസാക്ഷാത്കാരം—കറന്റു പോയി.

നന്നായി.

ഇരുട്ട് ഒട്ടും മോശമല്ല. രാവിന്റെ സ്വഭാവംമാത്രമാണത്. പ്രകൃതി. അതിനെ വിളക്കു കൊളുത്തി വികൃതപ്പെടുത്തുന്നതാണ് അപകടം. പ്രകൃ തിയെ അനുസരി ക്കുക. ഓരോ നിമിഷവും. അതാണു ധന്യത. അതാവും മോക്ഷം. ഈശ്വരസായൂജ്യവും അതുതന്നെയാവണം.

അല്ലാതെ, ജനിച്ചു മരിക്കുന്ന മർത്യജീവിതത്തിനർത്ഥം ആരോപിക്കു ന്നതൊക്കെ നിരർത്ഥകമാകുന്നു. ഇത് അർത്ഥമില്ലാത്ത പ്രകൃതിയത്രെ. ഉദയാസ്തമയങ്ങൾക്കെന്തർത്ഥമാണ്? ഭൂഭ്രമണത്തിനെന്തർത്ഥം? അതു പ്രകൃതിയെന്നേ പറയാവൂ. അനന്തമായ അന്തരീക്ഷത്തിലെ എണ്ണമറ്റ അത്ഭുതങ്ങൾ. അതൊക്കെ അർത്ഥരഹിതമാണ്. അഥവാ ഈ പ്രകൃതി തന്നെയാണർത്ഥം. അതിലപ്പുറം നിഘണ്ടു നിർമിതമായ അർത്ഥം ആരാ യുന്നത് അഹന്തതന്നെ.

ഒരു മരണം ഇത്രയ്ക്കുലയ്ക്കുന്നു. അപ്പോൾ, സ്വന്തം മരണം.

എന്നായാലും സംഭവിച്ചേ തീരൂ.

നൂറ്റാണ്ടു നീണ്ടേക്കാം.

എന്നാലും.........

മൃത്യുചിന്ത ഒഴിയാബാധയായി കുഞ്ഞുകുട്ടനറിഞ്ഞു.

ഭയമല്ല. ജിജ്ഞാസമാത്രം. എന്താവാം? സ്വന്തം ജനനം കൂടി അറി യാത്ത മനുഷ്യനെങ്ങനെ മരണമറിയാനാണ്? ഇരുന്നൂറ്റിയെഴുപതു ദിവസം മാതൃഗർഭത്തിൽ കിടന്നു. ജീവനോടെ. അപ്പോഴൊന്നും ചിന്തിച്ചില്ലെന്നോ. അക്കണ്ട കാല മത്രയും തലച്ചോറ് ഉറങ്ങിക്കിടന്നു എന്നോ. ഭൂസ്പർശ ത്താൽമാത്രം ഉണർന്നു ചിന്തിച്ചുവെന്നോ. എങ്കിൽ—

അതും ഓർമയില്ല. പെറ്റുവീണപ്പോൾ വേദനിച്ചുവോ? നിത്യമായി വേർപെട്ട മാതൃഗർഭത്തെച്ചൊല്ലി ദുഃഖിച്ചുവോ? എങ്കിൽ അതിനും മുമ്പ് ഒരു പാതി പിതാവിന്റെ ബീജമായും മറുപാതി മാതൃഭ്രൂണമായും കഴിഞ്ഞ നാളുകൾ. അവയുടെ സംയോഗത്താൽ ഉരുത്തിരിഞ്ഞ സത്വം.

അതിലേതാണു ജീവൻ? രണ്ടും ജീവനുള്ളതെന്നു കാണുന്നു. അപ്പോൾ ആത്മാവിന്റെ അസ്തിത്വം.

വേണ്ട.

വെറും വിഡ്ഢിത്തത്തിൽ മാത്രം പടുത്തുയർത്തിയ തത്ത്വചിന്തകൾ കടപുഴങ്ങുന്നതു കാണുവാൻ വയ്യ.

മനുഷ്യനെത്താവുന്ന പരമപദമായി ഈശ്വരധ്യാനമാവാം. ആ സങ്കല്പ മാധുര്യമനുഭവിക്കാം. അതു മതി.

അറിവാകുന്നു ദുഃഖം. ശാശ്വതവും അതുതന്നെ. അറിയാത്തവൻ ഭാഗ്യ വാനാകുന്നു. അശാശ്വതമെങ്കിലും.

ഒരുപക്ഷേ,

പഞ്ചേന്ദ്രിയങ്ങളേയും ഒരുമിച്ചു മോഹാലസ്യപ്പെടുത്തുന്ന മരണഗന്ധമ ന്വേഷിച്ച് കുഞ്ഞുകുട്ടൻ ഇരുട്ടിലേക്കിറങ്ങി. വഴി കാട്ടുന്ന ഗന്ധമാർഗം പിന്തുടർന്നു.

മരണം ശാശ്വതം. അതാവാം സത്യം. ഈ അറിവാകുന്നു ദുഃഖം. മറ്റൊക്കെ അലങ്കാരങ്ങൾ മാത്രം.

ഒന്നുമില്ലാത്ത മരണാനന്തരജീവിതവും ഒന്നുമാവാത്ത മരണം കാത്തുള്ള ജീവിതവും എല്ലാം വ്യർത്ഥം. ഉറപ്പായ മരണം അടുത്തുണ്ട് എന്നറിയുന്നവനെന്താണു സമാധാനം? താനന്നോളം മോഹിച്ചതും സാധി ച്ചതും മൃത്യുവിന് അന്നമാകുമ്പോൾ?

പ്രകൃതിയും ഒരീശ്വരസൃഷ്ടിക്ക് ഒരുങ്ങുകയാവാം. നശിക്കാത്ത, ഇക്കണ്ട പ്രകൃതിക്കു മുഴുവൻ അധീശനായ ഒരു സർവേശ്വരസൃഷ്ടി ക്കുള്ള യത്നമാവാം. കാലന്തോറും പുതുക്കി പണിതു പണിത് ഒരീശ്വര സങ്കല്പം സാധിക്കുന്ന മനുഷ്യ സൃഷ്ടിയിലെത്തി. എനി ആ സങ്ക ല്പത്തെ സാധൂകരിക്കുവാനുള്ള യത്നമാവാം. ഈശ്വരസങ്കല്പമുണ്ടായി. എനി ഈശ്വരനുണ്ടാവണം. നിത്യനിരന്തരപ്രയത്നങ്ങളിലൂടെ ഈശ്വരസ ങ്കല്പം നടത്തിയ സമസ്തജീവവർഗത്തിന്റെയും ചിന്തകളൊന്നുചേർന്ന സങ്കല്പം ഉരുത്തിരിഞ്ഞു മൂർത്തികൊണ്ട് ഒരുനാൾ സംഭവിച്ചേക്കാം. അന്നാവാം മോക്ഷം. അതേവരെ മനനം ചെയ്യുന്ന മാനവരാശിയുടെ മുഴു വൻ ആഗ്രഹങ്ങളും ഈശ്വരകേന്ദ്രത്തിൽ സാന്ദ്രീകരിക്കപ്പെടട്ടെ. അപ്പോൾ, ഈ തന്റെ ചെറുചിന്തയും അവിടെ അതിന്റെ പങ്കു വഹിക്കുന്നുണ്ടാവും.

ഇതാവാം.

അതും ഇതുമാവാം. ഏതുമാവാം.

സ്വജീവിതത്തിന് അർത്ഥം അറിയാനാവാതെ ഇക്കണ്ട കാലമത്രയും കഴിഞ്ഞതോർത്ത് കുഞ്ഞുകുട്ടൻ ഖിന്നനായി. മറ്റെന്തൊക്കെ നേടിയാ ലെന്താണ്. അടിസ്ഥാനമില്ലാത്ത ചിന്തകളാണവ. ആദ്യം സ്വാസ്തിത്വചിന്ത വ്യക്തമാവട്ടെ. ഉണ്മയെന്താണ്? ഉണ്മയില്ലായ്മയെന്താണ്?

ഉയർന്ന പുക താഴ്ന്നുവരുന്നത് കുഞ്ഞുകുട്ടനറിഞ്ഞു. നൂലിട്ടപോലെ. നല്ലേടത്തു മനയ്ക്കൽനിന്ന് നേരിട്ടുയർന്ന് നേരെ ചലിച്ച് നേരെ തന്റെ ആത്മാവിലേക്ക്. ഒരൊറ്റ മാർഗം.

ചിത കത്തുന്നതും എല്ലു പൊട്ടുന്നതും അടുത്തുനിന്നു കണ്ടതാണ്. വികാരലേശമില്ലാതെ. അടുപ്പു കത്തുന്നതു കാണുംപോലെ. വിറകെരി യുന്നതു മാത്രം കണ്ടു. മനസ്സ് അന്നേരം ശൂന്യമായിരുന്നു. ചിന്തകളി ല്ലാതെ. ശുദ്ധ ശുഭ്രം. ഒന്നുമില്ലായ്മയുടെ ഉണ്മ മാത്രം. മരണത്തെക്കുറിച്ച് ചിന്തിച്ചില്ല. നല്ലേടത്ത് അമ്മയെക്കുറിച്ച് ഓർത്തില്ല. വെറുതെ നോക്കി നിന്നു. മജ്ജയുരുകി നെയ്യു വീഴുമ്പോൾ തീയാളുന്നതു കണ്ടു. ഹോമാഗ്നി യിൽ ഹവിസ്സു വീഴുന്നപോലെ.

ഒടുക്കത്തെ ഹോമമായിരിക്കും.
അഗ്നയെ ഇദം ന മമ.
ഈ ശരീരം അഗ്നിക്കുള്ളതാകുന്നു. എനിക്കല്ല.
സ്വയം ആഹുതിയർപ്പിച്ച്, ഹോമദ്രവ്യമായി.
വൗഷട്.

(വൗഷട് = ദേവന്മാരെ ഉദ്ദേശിച്ചുള്ള ഹോമാദികൾ ചെയ്യുമ്പോൾ ഉപയോഗിക്കുന്ന ഒരു പദം എന്ന് സംസ്കൃത മലയാള നിഘണ്ടുകാരനായ കാണിപ്പയ്യൂർ പണ്ഡിതരാജൻ. അതിലധികം എനിക്കും അറിയില്ല. പിന്നെന്തേ കുഞ്ഞുകുട്ടൻ വിചാരിച്ചത് എന്നു ചോദിച്ചാൽ നല്ല രൂപമില്ല. അയാൾക്കങ്ങനെ ചില വിദ്യകളുണ്ട്.--വ്യാഖ്യാതാ)

കുഞ്ഞുകുട്ടൻ നടന്നു നടന്ന് നല്ലേടത്ത് എത്തി. ഇല്ലപ്പറമ്പിന്റെ തെക്കേത്തലയ്ക്കലെ വെട്ടുവഴിയിൽ വേലിയരുകിൽ നിന്നു. അവിടെ വേലിയോടു ചേർന്ന് അമർന്നു താന്ന ചിത. ഏറെ കരിഞ്ഞ മുട്ടി. വെന്ത വാഴപ്പിണ്ടി. നെടുനെടുങ്കൻ കനൽകട്ടകൾ വെണ്ണീറുമൂടി ചെറുകാറ്റിൽ ചിരിച്ച് അമിതാഹാരത്താൽ അഗ്നിമാന്ദ്യം സംഭവിച്ച്.

സർവംഭക്ഷകനായ അഗ്നിക്ക് ഇന്ന് നല്ലേടത്ത് തേതി അന്തർജനത്തെ ഭക്ഷിക്കാറായി.

നീണ്ട ദാരിദ്ര്യത്താൽ പിത്തം നിറഞ്ഞ് മനസ്സിടിഞ്ഞ് സർവദുരിത മൂർത്തിയായി മലീമസയായി—

കുഞ്ഞുകുട്ടൻ വേലിക്കുറ്റിയിൽ പിടിച്ച് പറമ്പിലേക്ക് എത്തി നോക്കി. തൊട്ട് ദണ്ണകലെ ചിത കണ്ടു. സ്വന്തം ചിതയാളുന്നതു കാണാനാവില്ലെന്ന വിചാരത്തോടെ സസൂക്ഷ്മം ശ്രദ്ധിച്ചു.

ഒരൊറ്റ അടയാളമെങ്കിലും അവശേഷിച്ചിട്ടില്ല.

സഞ്ചയനത്തിന് എല്ലു പെറുക്കുമ്പോൾ ചില ചെറുകഷണങ്ങൾ കിട്ടിയേക്കാം. അടയാളലേശമില്ലാതെ, ദാഹകൻ ദഹിപ്പിച്ചിരിക്കുന്നു.

ഇതാവും മായ. ഇതേവരെ ജീവനോടെയിരുന്നതാണ്. പെറ്റു പെരുകിയതാണ്. ഭൗതികാസ്തിത്വം തെളിയിക്കാവുന്നതൊക്കെ തെളിയിച്ചതാണ്. എന്നിട്ടും,

ഇന്നലെവരെ സത്യമായിരുന്നു.
ഇന്ന് അസത്യമായി.
ഒരു നാമരൂപം മാത്രമായി.
പേരു പറയാം.
പണ്ടു പണ്ടൊരു രാജകുമാരി ഉണ്ടായിരുന്നു.
പണ്ടു പണ്ടൊരു ആത്തേമ്മാരുണ്ടായിരുന്നു.
എനി,
ഒരു നാൾ ഈ മനയും നശിക്കും. ഈ ഗ്രാമവും ഈ ഭൂമിയും നശിക്കും.

ഭൂമി എന്ന ഒരു ഗ്രഹമുണ്ടായിരുന്നു. അന്തരീക്ഷത്തിൽ സൗരയൂഥത്തിൽ ഒരു കൊച്ചുകുഞ്ഞ്. കനിഷ്ടപുത്രി. പ്രിയാമുഖി. പ്രിയദർശന. പെറ്റു പെരുകി. താങ്ങാനാവുന്നതിലധികം സന്തതികളെ പ്രസവിച്ചു. ഊട്ടി വളർത്തി. ഒടുവിൽ സന്തതി പെരുത്ത് അമ്മയെത്തന്നെ കൊന്നുതിന്ന് അവരും ചത്തൊടുങ്ങി.

ഒരടയാളവും ശേഷിക്കാതെ.
ഇതാ ഈ ഭ്രമണപഥത്തിൽകൂടിയായിരുന്നു ഭൂമി ഭ്രമിച്ചിരുന്നത്.

ഇതാ ഈ ഇടവഴിയിൽകൂടിയായിരുന്നു നല്ലേടത്ത് തേതിഅന്തർജ്ജനം നടന്നിരുന്നത്.

അതാവും സത്യം.

സത്യവുമില്ല കാലവുമില്ല. ഒരു കിനാവുമാത്രം. ഒരോർമത്തെറ്റായി. ഒരു മറവിയായി ഒരു ജീവിതം.

മുള്ളുവേലി ചൂടുപിടിച്ച് കരിഞ്ഞിട്ടുണ്ട്. കത്തിയില്ല. ചിതാഗ്നിയിൽ ചൂടുപിടിച്ചു എന്നുമാത്രം.

കറന്റുവന്നു.

തെല്ലു കിഴക്കുമാറി തെരുവുവിളക്കുകൾ പെട്ടെന്നു മിന്നിയത് കുഞ്ഞു കുട്ടനറിഞ്ഞു.

വിളക്കുവന്നു.

വേലിക്കുറ്റി വിട്ട് കുഞ്ഞുകുട്ടൻ പിൻവാങ്ങി. വഴിയുടെ മറ്റേ അരുകിൽ വടക്കു നോക്കിയിരുന്നു. ചുട്ടുകരിഞ്ഞ വാരിപ്പഴുതിലൂടെ അപ്പോഴും കെടാത്ത ശ്മശാ നാഗ്നി കണ്ടു. മതിവരാത്ത സർവംഭക്ഷയായ കാല ത്തിന്റെ ചുട്ടുപഴുത്ത ചിരിപോലെ.

എന്നാവോ ഇങ്ങോട്ടെഴുന്നള്ളുന്നത്?

എന്നായാലും ഒരു നാൾ വേണ്ടിവരും—

അത് നൂറ്റാണ്ടു കഴിഞ്ഞിട്ടായാലും അതിനുമുമ്പ് ചെയ്യേണ്ടത് ചെയ്തില്ല എന്ന് ദുഃഖിച്ചേക്കാം. ആ ദുഃഖമെങ്കിലും ഒഴിവാക്കാൻ, ആഗ്രഹ ങ്ങൾ സഫലമാക്കാൻ, ഈ നിമിഷങ്ങൾ പൂർണമായും ജീവിക്കുവാൻ കുഞ്ഞുകുട്ടനുറച്ചു. ജീവിതം ജീവിക്കുക എന്നതാണു കാര്യം. എങ്ങനെ യെന്ന് അപ്രസക്തം. പൂർണമായും സമസ്തരൂപത്തിലും ഒരൊറ്റ നിമിഷ മെങ്കിലും പാഴാക്കാതെ.

പാഴാവുന്നതെങ്ങനെ?

ഈ ചിന്ത കൂടി ജീവിതമാകുന്നു. അപ്പോൾ-

ഇന്നേവരെ അലഞ്ഞന്വേഷിച്ചതിന്റെ അടിസ്ഥാനമെന്ത്? കാലമെത്തു മ്പോൾ ഒരു പാഴ്ചെലവായി വേദനിക്കാനിടവരുത്താത്ത ജീവിതമാർഗ മേതാവാം.

മൃത്യുചിന്ത അരുതാത്തതാണ്. മനുഷ്യകർമത്തെ നിരാകരിക്കുന്ന താണ്. അതിനാൽ സൃഷ്ടിചിന്ത മാത്രമാകട്ടെ. പക്ഷേ, തൊട്ടുമുമ്പിൽ മരണത്തിന്റെ ഓർമ. അടയാളം. മൃത്യുരൂപം. ചൂഴെ അന്തരീക്ഷം നിറഞ്ഞു. കാലത്തിന്റെ സ്ഥായിയായ സമയചിന്തയായി മരണം മാത്രം.

മരണം മാത്രം കാണുന്നതെന്താവാം?

മൃത്യുദേവ! ഏതെങ്കിലും ദേവന്മാരുണ്ടെങ്കിൽ അവരിൽ മുമ്പൻ അവി ടുന്നു തന്നെ. അവിടുത്തെ രഹസ്യമെന്താണ്—കുഞ്ഞുകുട്ടൻ എഴുന്നേറ്റു കൈകൂപ്പി നിന്നു. മൂർദ്ധാവിൻമീതെ ഉയർത്തി തൊഴുതു. സാഷ്ടാംഗം നമ സ്കരിച്ചു.

മൃത്യുവിന്റെ അർത്ഥം ജീവിതമാകുന്നു.

ചിത നമസ്കരിക്കുന്ന കുഞ്ഞുകുട്ടന്റെ കാതിൽ മരണദേവതയുടെ സ്വരം വ്യക്തമായി പതിഞ്ഞു.

ഈ ജീവിതം പൂർണമാകുമ്പോൾ മരണത്തിന്റെ സാരവും പൂർണ മാകുന്നു. അതിനാൽ, പ്രിയപുത്രാ നൂറ്റാണ്ടു ജീവിക്കുക.

മൃത്യദേവത മൂർദ്ധാവ് തൊട്ടനുഗ്രഹിച്ച് നൂറ്റാണ്ട് നീണ്ട ജീവിതവും സ്വച്ഛന്ദമൃത്യുവും വരം തന്നതറിഞ്ഞ് അമൃതത്വം അനുഭവിച്ചവനായി കുഞ്ഞുകുട്ടൻ മടങ്ങി.

## അറുപത്തിമൂന്ന്

നല്ലേടത്ത് പുലയടിയന്തിരം കഴിഞ്ഞു. ശുദ്ധമായി. പിണ്ഡമല്ല. നാരായണ ബലിയായിരുന്നു. ദുർമരണമായാൽ പിണ്ഡം പതിവില്ല. നാരായണബലി. എന്നിട്ട് വിഷ്ണുവിങ്കൽ സമർപ്പിക്കും. കൊല്ലാകൊല്ലം ചാത്തം ഊട്ടണ്ട. കുറേശ്ശെ ചിലര് പതിവുണ്ട്. അത്രതന്നെ. അത്ഭുതശാന്തിക്ക് മറ്റ് പ്രായശ്ചിത്തവിധികളും വേണം. (അത്ഭുതം എന്നാൽ മുമ്പുണ്ടാവാത്തത് എന്നർത്ഥം. ഇത് ടിപ്പണിയിൽ കൊടുക്കേണ്ടതാണ്. സന്ദർഭവശാൽ ഇവിടെത്തന്നെ എഴുതിച്ചേർത്തു. മുമ്പുണ്ടാവാത്തത്, ഭൂതത്തിൽ സംഭവിക്കാത്തത് എന്നതിനാൽ ആശ്ചര്യകാരണമായി.  അങ്ങനെ ആശ്ചര്യപദത്തിനു പകരവും അത്ഭുതം എന്ന പദം ഉപയോഗിച്ചുതുടങ്ങി. ഇങ്ങനെയാണ്  ചില പദങ്ങളുടെ അർത്ഥം മാറുന്നത്. ഇവിടെ അത്ഭുത പദത്തിന്റെ പദാർത്ഥം തന്നെയാണ് സ്വീകരിച്ചിട്ടുള്ളത്--മാടമ്പ്) ഏട്ടൻ ശാഠ്യം പിടിച്ചില്ല. ഒക്കെ അനുസരിച്ചു. അച്ഛന് നന്നെ സന്തോഷായി.

മഹളേര് വടക്കോർത്ത് ഒത്തുകൂടി.

അത്യാവശ്യം ആൾക്കാരെ ക്ഷണിക്കേം ചെയ്തു. അത്രൊക്കെ മതി. പറ്റണതല്ലേ വയ്ക്കൂ.

വല്യേടത്തി പ്രായത്തിലുമധികം പക്വത നേടി. അമ്മ മരിച്ചപ്പോൾ മാത്ര നേരം കൊണ്ട് അമ്മയായി. ആ മാറ്റം മറ്റുള്ളവർക്കൊക്കെ ദൃശ്യമായി. പുല കഴിയുമ്പോഴേക്കും ഛായ ഏറെ ഒത്തു. ഇത്രവേഗം

ആ ശബ്ദോം നടത്തോം. ഒക്കെ അമ്മേടെന്നെ.

തേത്യേ കണ്ടാ ഇപ്പോ അമ്മേന്യാ തോന്നേ.

വന്നവരൊക്കെ പറഞ്ഞു.

വല്യേ തമ്പ്രാട്ടിടെ തനി ഛായ.

വളരെ വേഗം അമ്മയുടെ ശരീരചലനംകൂടി ആവേശിച്ചു. അല്ലെങ്കിൽ, അമ്മ യുടെ സാന്നിദ്ധ്യത്തിൽ ആരും അത്ര ശ്രദ്ധിച്ചില്ല എന്നതാവാം പരമാർത്ഥം. അമ്മ കഴിഞ്ഞപ്പോൾ അല്പസാദൃശ്യമുണ്ടായിരുന്നിടത്ത് പൂർണ സാദൃശ്യം കാണുവാൻ തുടങ്ങി. കാണുന്നവരുടെ കാഴ്ചയിൽ വന്ന വ്യത്യാസമാവാം. ദർശനസാരം മാറി. അതാവും. അഥവാ, പത്തു ദിവസം കൊണ്ടെങ്ങനെ ആ രൂപഭാവങ്ങൾക്ക് ഇരിപ്പിടമില്ലാതായപ്പൾ ആവേശിച്ചതാവും. അങ്ങനെയാവാം. അമ്മേന്നെ.

ആര്യക്കുട്ടി വല്യേടത്തിയെ സൂക്ഷിച്ചുനോക്കി. സ്വതേ മിണ്ടാട്ടം കുറവ്. ഇപ്പോൾ ഉള്ളതും നിലച്ചിരിക്കുന്നു. മുഖത്ത് വിളർപ്പ് പരന്നു. വയറുരുണ്ടു. പച്ച ഞരമ്പോടി. എനി പുറത്തളവാതിലിന്റെ വടക്കെ പുറത്തിരുന്ന് കുമ്മായക്കട്ട അടർത്തിത്തിന്നാൽ—

അമ്മേ!

എന്താ നീയ് വിളിച്ചോ?

ഇല്യ. ഞാൻ—

ആര്യക്കുട്ടിയുടെ മിഴി നനഞ്ഞു. അമ്മയുടെ സാന്നിദ്ധ്യം അനുഭവിച്ചു. ഏടത്തിയുടെ ശബ്ദത്തിൽ, സാമീപ്യത്തിൽ, ആ ശൂന്യമായ മിഴികളിൽ.

കുട്ടീ!

വല്യേടത്തിയുടെ മുഖത്തു നോക്കാനാവാതെ ആര്യക്കുട്ടി എണീറ്റു. അമ്മയുടെ നോട്ടവും അവസാനം ഇങ്ങനെ അവിശ്വസനീയമായി. ഇപ്പോൾ കാണിനേരം ആ ഛായ ഏടത്തിയുടെ നോട്ടത്തിനും കൈവന്നു.

സഹിക്കവയ്യാതെ മരിച്ചതാവും.

നമ്മക്കെന്താ ചെയ്യാൻ പറ്റാ. നമ്മളൊക്കെ ഇങ്ങനെ ദുഃഖിക്കാൻ ജനിച്ചോരാ. വല്യെ ഒരില്ലത്ത് ജനിച്ചു. നല്ലോരില്ലത്തേക്കു കൊണ്ടുവന്നു. മൂന്നു നാലു പെറ്റു. മഹളേരുടെ പെൺകൊട കഴിഞ്ഞു. മഹൻ വേട്ടു. നെടു മംഗല്യത്തിനും ദോഷൊ ന്നൂല്യ.

പക്ഷേ,

മഹളേരൊക്കെ മടങ്ങിവന്നു.

കണ്ടില്ല്യേ. ഞാൻ കുട്ട്യോളടെ കൈയും പിടിച്ചുവന്നു. ന്റെ നമ്പൂരി ഇപ്പഴൂണ്ട്. ഗൗരീടേം ആര്യക്കുട്ടീടേം നമ്പൂരിമാരും ഇപ്പഴൂണ്ട്. ന്ന്ട്ടോ.

തേവരേ! ഒരമ്മയ്ക്കും ഇതിലധികം സഹിക്കാൻ പറ്റില്ല. ആറ്റുനോറ്റുണ്ടായ മഹനാച്ചാ.

എല്ലാവരും മുഖം തിരിച്ചു. സ്വകുടുംബചരിത്രമാണെങ്കിലും കേക്കാൻ വയ്യ. ഒരൊറ്റ് വാക്ക് അധികമില്ലാതെ ഗുളികരൂപത്തിൽ ഏടത്തി ഉരുട്ടിത്തന്നു.

ഇതിലധികം വയ്യ.

മൂന്നുനേരം സമൃദ്ധമായ പട്ടിണി.

നമ്പൂരിക്കു വാതം.

രണ്ട് ഏടത്തിമാര് ദെണ്ണം പിടിച്ച് നെരങ്ങി എൺപതു കഴിഞ്ഞ്.

ഈശ്വരാ എനി ആരാ ആവോ.

വല്യേടത്തിയുടെ ആത്മഗതം കേട്ട് മറ്റു രണ്ടുപേരും ഞെട്ടി. സ്വവാക്‌രൂക്ഷതയിൽ എരിഞ്ഞു.

ഏടത്തീ!

ആര്യക്കുട്ടി വിളിച്ചു.

ഞാങ്കാരണാ അമ്മ മരിച്ചേ.

നെണക്കെന്താ! നീയെന്താ കാട്ട്യേ? ഒന്നൂല്യ.

നിയ്ക്ക്—

ആര്യക്കുട്ടി കുഴങ്ങി. പറയാൻ. സ്വന്തം നാവുകൊണ്ടത് ഏട്ത്ത്യോടു പറയാൻ നാവുണരാതായി. പുളഞ്ഞുപിടയുന്ന രസനാഗ്രം തളർന്നുവീണു.

യ്ക്ക് വയറ്റില്.

ഇച്ഛാശക്തികളൊക്കെ സംഭരിച്ച് അത്രയും പറഞ്ഞു.

നെണക്കു വല്ല വിഡ്ഢിത്തോം ണ്ടോ?

അമ്മ അങ്ങനെ നിരീച്ച്ണ്ടാവാം.

ഇന്നതേ വയ്ക്കൂന്നില്ല. ദാരിദ്ര്യത്തിന്റെ പൂർണോത്സവം ആറാട്ട ഭിഷേകം നടത്തുമ്പോൾ ദുരിതങ്ങളൊക്കെ അകമ്പടിനിൽക്കും. പാപങ്ങളൊക്കെ കൂടെവരും. ചീത്തത്തങ്ങൾ ആത്മഭാവങ്ങളാവും.

ന്നാലും.

ആര്യക്കുട്ടിക്ക് അടക്കാനാവാതായി.

അമ്മ നിരീച്ച്ണ്ടാവും ഏട്ടന്റെ പുലഭ്യം കേട്ടപ്പോൾ. ഏട്ടൻ....

ത്ഥൂ!

അറപ്പും വിദ്വേഷവും ഒന്നുചേർന്നുരുട്ടിയെടുത്ത കഫക്കട്ട വടക്കെ കുപ്പയിൽ പൊള്ളംവെച്ചു. നോക്കുന്നവരുടെ മനം മറിച്ചു.

ഏട്ടന്റെ മുമ്പിലൊന്നു പെറാ വേണ്ടേ, ഈ വാശിക്ക്. ദുഃഖം വാശിക്കു വഴിമാറി. ആത്മനിന്ദ സർവരോഷമായി. കാലങ്ങളായനുഭവിക്കുന്ന വേദന പരപീഡനൗത്സുക്യമായി. പീഡനം വിദ്വേഷമായി. കണ്ടാലറിയാതെ അകം പുറംമാറി.

നീ അച്ഛൻകൂടീണ്ട്.

അച്ഛനൊന്നും അറിയില്യ. അറിഞ്ഞാലും അറിഞ്ഞൂ നടിക്കില്യ.

ഒക്കെ അറീണ്ട്. ബുദ്ധിക്ക് ഒരു കോട്ടോം ഇല്യ. ഇപ്പൊ ഇങ്ങനെ ഒരു ഭാവാന്നേ ള്ളൂ.

അമ്മ മരിച്ചേപ്പിന്നെ രണ്ടുമൂന്നു ദിവസം ഒരു ഭാവപ്പകർച്ച കണ്ടു. ഇത്തിരി യെന്തോ മാറി മാറിപ്പറഞ്ഞു. പിന്നെ ഒന്നൂല്യ. നാരായണബലിക്കു കൂടി. എല്ലാവരുംകൂടി കുളിപ്പിച്ചു ശുദ്ധാക്കി. വെടുപ്പായി ക്രിയചെയ്തു. പിന്നെ ഒരു ഭാവോം ല്യ. ഭക്ഷണം കൊടുത്താൽ കഴിക്കും. ഒന്നും ചോയ്ക്കില്ല. ആവലാതിയില്യ. ഭാവമാറ്റംകൂടീല്യ.

കുട്ട്യോളോട് കൂടീല്യ ഒരു മിണ്ടാട്ടം. എന്താ ആവോ.

സൂക്ഷിക്കണം.

അച്ഛന്റെ ഭാവമാറ്റം വല്യേടത്തി കണ്ടറിഞ്ഞു.

രാത്രി എങ്കടേങ്കിലും നെരങ്ങി നെരങ്ങി ഏത്വോന്നാ പേടി.

നി അതും ചത്താ വെട്ടിക്കൂട്ടേം ണ്ടാവില്യ. പിന്നെല്യെ പിണ്ഡോം നാരായണ ബലീം. കെടന്നു ചീഞ്ഞോട്ടെ നിരീക്കും അത്രേന്നെ.

ഉണ്ണിനമ്പൂതിരിയുടെ ശകാരം ആദ്യം എത്തി. പിന്നാലെ ഉണ്ണിനമ്പൂരിയും.

ഏട്ടൻ ത്തിരി പതുക്കെ പറയൂ. അച്ഛൻ കേക്കും.

കേക്കാനാ പറേണേ. രണ്ടു പ്രാവശ്യം ചാവാൻ നോക്കീതാ സാധനം. ഇപ്പൊ ഇതിനന്നെ എന്തു ചെലവായീന്നറിയോ.

ഏട്ടനെന്താ?

ചെലവിന്റെ കാര്യം പറഞ്ഞു എങ്കിലും ഉണ്ണിനമ്പൂതിരി പെട്ടെന്നു നിറുത്തി. ആകപ്പാടെ തനിക്ക് ഇത്തിരി ലാഭമാകും. അമ്മ കുളത്തിൽ ചാടി ചത്തവഹ ലാഭം പത്തഞ്ഞൂറ് ക. ഉണ്ടാവും. രണ്ടാളുടെ പണ്ടംതന്നു. രണ്ടും വിറ്റു. സർവചെലവും കഴിഞ്ഞിട്ടും ലാഭം. എനി അത് കുത്തി പ്പൊക്ക്യാൽ— പോലീസും കേസും. ഞാനാവോണ്ടാ ഇങ്ങനെ കഴിഞ്ഞേ. പി. പിയും ഞാനും തമ്മിലുള്ള Friendship അല്ലാച്ചാൽ——

എനി ഇതുംകൂടി ചത്താൽ.

എനീം ലാഭം അല്ലാണ്ടെന്താ?

ഏട്ടനെന്തും ലാഭായിട്ടേ വരൂ. ആരു ചത്താലും ആര് ജനിച്ചാലും ഏട്ടന് ലാഭം.

അതിനും വേണം ഒരു യോഗം.

യോഗം. യ്ക്ക് കേക്കണ്ട.

ഏട്ടന്റെ യോഗേ!

ആര്യക്കുട്ടി പിന്നൊന്നും കേട്ടില്ല. പക്ഷേ, അടുത്ത്, നന്നെയടുത്ത്, വരാനിരിക്കുന്ന മറ്റൊരു ദുരന്തം മുൻകൂട്ടിയനുഭവിച്ചു. പറഞ്ഞറിയിക്കാനാവാത്ത യുക്തിയില്ലാതെ എന്നിട്ടും അനുഭവമാകുന്ന മഹാദുഃഖം. വ്യക്തമാക്കാൻ വയ്യ. കിണറ്റിലോ കയറിന്റെ തുമ്പത്തോ ആവാം. ഒരു മരണം കൂടി. പിന്നെ—

പിന്നെ, ഒരു പക്ഷേ മൃത്യു അവിടെനിന്നു മാറിയേക്കാം. മൃത്യുവല്ല. മൃത്യു സാധാരണം. പ്രകൃതിയാണ്. ദേവതയാണ്.

ഇത് ജീവഹത്യയാണ്. വികൃതി. ദുർദ്ദേവതയാകുന്നു.

നല്ലേടത്തുമനയ്ക്കൽ താവളമടിച്ചു കാത്തിരിക്കുന്ന ദുർദ്ദേവതയുടെ ദുസ്സഹഗന്ധം ആര്യക്കുട്ടി ശ്വാസകോശം നിറയെ ഉൾക്കൊണ്ടു. പുറത്തള മുക്കിലും നാലിറയത്തും വടക്കേ മച്ചിലും സദാ നിറഞ്ഞുനിൽക്കുന്ന ദുർമ്മരണത്തിന്റെ ബീഭത്സരൂപം നല്ലേടത്തുമനയാകെ വിഴുങ്ങുന്നതായി തോന്നി. ഒന്നൊന്നായി പതിനേഴു ദേഹം ചീഞ്ഞളിഞ്ഞിട്ടും മതിവരാതെ വരുംജന്മപരമ്പരകളുടെ മീതെ മൂടിക്കിടന്ന് അവരുടെ ഭാവി കരിപിടിപ്പിച്ചു.

എനി ആരാവോ!

ആര്യക്കുട്ടിയുടെ ഭയം വല്യേടത്തിയേയും ബാധിച്ചു. ഒരക്ഷരം മിണ്ടിയില്ലെങ്കിലും ഗൗരിയേടത്തിയും നടുങ്ങി. അവരൊക്കെ ഒരിക്കലെങ്കിലും അമ്മയുടെ വഴി ആലോചിച്ചവരാണെന്ന് അപ്പോഴോർത്തു. അമ്മ അതു ചെയ്തു.

നമ്മളത് മുമ്പന്നെ ചെയ്യേണ്ടതായിരുന്നു. ആര്യക്കുട്ടിയുടെ വാക്കുകൾ വജ്രനുറുങ്ങുകൾപോലെ പൊട്ടിച്ചിതറി. ഏടത്തിമാരുടെ ആത്മാവിൽ തുളച്ചുകയറി.

രൂക്ഷമായ സത്യം. അറിയാമെങ്കിലും പറഞ്ഞുകേട്ടപ്പോൾ നടുങ്ങിത്തെറിച്ചു. നുറുങ്ങിയ പ്രാണൻ ചോരയും ചലവുമൊലിപ്പിച്ചു പിടഞ്ഞു.

എനീം.

പതുക്കെ ആരും കേൾക്കാതെ ആര്യക്കുട്ടി പറഞ്ഞു. എന്നിട്ടും ആ ആത്മഗതം മറ്റുള്ളവരുടെകൂടി ആത്മപ്രകടനമായി അവരറിഞ്ഞു.

ധൈര്യം ഇല്ലാഞ്ഞിട്ടാ.

ഇത്രയൊക്കെ ദുരിതങ്ങളുണ്ടായിട്ടും ഇതിനു മുമ്പെ ആത്മഹത്യ ചെയ്യാഞ്ഞത് ധൈര്യക്കുറവു മാത്രം. അതോ ജീവിക്കുവാനുള്ള മോഹമോ! അതാവാം. നാളെ. അല്ലെങ്കിൽ മറ്റെന്നാൾ മഹാത്ഭുതങ്ങൾ സംഭവിക്കും. ഈ ദാരിദ്ര്യമൊക്കെ മാറും. സ്വന്തം ഭർത്താക്കന്മാർ തിരിച്ചുവരും. കുട്ടികളുടെ ബുദ്ധിമാന്ദ്യം തെളിയും. നാലാളെപ്പോലെ അന്തസ്സിൽ നാട്ടിൽ കഴിയാറാവും.

അത്യാർത്തി തന്നെ. ധൈര്യക്കുറവല്ല. ആർത്തി. ജീവിക്കുവാനുള്ള അത്യാർത്തി. അതും ഇല്ലാതാകുമ്പോൾ.

ഒരൂസം വരും.

കുട്ടികളോ?

ഒരു നിമിഷം ആര്യക്കുട്ടി പകച്ചു. സദാ ഏത്തയ ഒലിപ്പിച്ചു വട്ടക്കണ്ണുരുട്ടി ഇടംവലം പകച്ചുനോക്കി കഠക്കകുമ്പ തുറിച്ചു ലോകത്തിന്റെ മുഴുവൻ പുച്ഛവും സഹിച്ചു നൊമ്പരപ്പെട്ടു നൊന്തുകരഞ്ഞ്.

അവറ്റേങ്കിലും—

അതും ഒപ്പം ചാവട്ടെ. ഒക്കേറ്റിന്റേം കൈയും കാലും കെട്ടി കുളത്തിൽ ഇടണം. ന്നാലെങ്കിലും—

അച്ഛൻ വിഷം നൽകിയതിന്റെ അർത്ഥവും ഭാവവും ആര്യക്കുട്ടിക്ക് ഇപ്പോൾ വ്യക്തമായി. ആ മനസ്സലിവോർത്ത് ആത്മനാ അഭിവാദ്യം ചെയ്തു.

കൊല്ലുന്നത് കാരുണ്യമാണ്. ദയാമസൃണമായ ഒരു ഹൃദയത്തിനേ കൊലപാതകം എന്തെന്നറിയൂ. ഈശ്വരൻ പരമകാരുണികനായത്

അവിടുത്തെ സംഹാരലീലകൊണ്ടത്രെ. സൃഷ്ടിയാണ് ക്രൂരത. സ്ഥിതി അതിലേറെ ക്രൂരം. കാരുണ്യം സംഹാരം മാത്രമാകുന്നു.

ആര്യക്കുട്ടിയുടെ മനസ്സുതെളിഞ്ഞു. ജന്മാർദ്രമായ ആ ഹൃദയം അധിക മധികം ദയാർദ്രമായി. വിശ്വസംഹാരം മുഴുവൻ സാധിക്കുമാറു കരുണാ പൂർണമായി.

## അറുപത്തിനാല്

**അ**ച്ഛനമ്മമാർക്ക് മക്കളുടെ സ്വാതന്ത്ര്യത്തിൽ എത്രത്തോളം കൈ കടത്താം? നിയന്ത്രണം എത്രയാവാം? അഥവാ നിയന്ത്രണാധികാരങ്ങൾ തന്നെ യുണ്ടോ? ഇതിനൊക്കെ പുറമേ മക്കളും മാതാപിതാക്കളും തമ്മിലുള്ള ധാർമികബന്ധമെന്ത്?

ശാരീരികബന്ധമെന്തെന്ന് ആര്യക്കുട്ടിക്കു മനസ്സിലായി. സ്വന്തം പുത്രനായ കുഞ്ഞുണ്ണിയുടെ ജന്മരഹസ്യം ആര്യക്കുട്ടിക്കറിയാം. മനസ്സിനു സ്ഥിരതയില്ലാത്ത ഭർത്താവ്. എന്നിട്ടും രാവിന്റെ പുതപ്പിൽ ഒന്നിച്ചുകിടന്നു. രക്തസംക്രമണം വർദ്ധിച്ച് വിജൃംഭിച്ച പുരുഷത്വം ശാന്തിയന്വേഷിച്ചു. ശരീരകർമം. താൻ കാര്യമായി. കാര്യകാരണങ്ങൾ ഒന്നിച്ചു. കർമ്മമു ണ്ടായി. ഫലമായി. കുഞ്ഞുണ്ണിയായി.

അന്യലോകങ്ങളിലെവിടെയോ അന്യരൂപങ്ങളിൽ കഴിഞ്ഞിരുന്ന കുഞ്ഞുണ്ണി ഈ ക്ഷണം മോഹിച്ചില്ല. ഈ പുത്തൻ പ്രകാശം ആശിച്ചില്ല. അറിഞ്ഞാവശ്യപ്പെട്ടുമില്ല. എന്നിട്ടും ഒരു തെറ്റുമാത്രമായി കുഞ്ഞുണ്ണി ജനിച്ചു.

അച്ഛൻ മോഹിച്ചില്ല. അമ്മ ആഗ്രഹിച്ചില്ല. എന്നിട്ടും ആര്യക്കുട്ടി ജനിച്ചു. ജനിച്ചു എന്ന ഒരൊറ്റ കാരണംകൊണ്ട് സ്വസ്വാധികാരങ്ങൾ നടപ്പിലാക്കു കയും ചെയ്തു. തിന്നാൻ കൊടുത്തു. ശിക്ഷിച്ചു. വളർത്തി എന്നവകാശ പ്പെട്ടുകൊണ്ടു വളരുന്നതറിഞ്ഞു ഭയപ്പെട്ടു. ഒടുക്കം ഒരുത്തന് പിടിച്ചുകൊ ടുത്തു. അതൊക്കെ സ്വകർത്തവ്യമെന്നു നടിച്ചു. കർത്തവ്യനിർവ്വഹണ ത്തിന്റെ സായൂജ്യസംതൃപ്തികൾ അന്യോന്യം പങ്കുവെച്ചു.

അച്ഛനെന്തധികാരം? അച്ഛൻ അച്ഛനായി എന്ന ഒരൊറ്റ തോന്നിവാസ ത്തിനു വീണ്ടും വീണ്ടും മക്കളെ ശിക്ഷിക്കുന്നതെന്തിന്? ഇടം നോക്കരുത്. വലം തിരിയരുത്. കീഴ്മേല് ചിന്തിക്കരുത്.

താൻ വരച്ച വരയിൽ നടക്കണം.

അഭ്യാസം. അച്ഛൻ വരച്ച വര. അതിൽ മകൻ അഭ്യാസം കാണി ക്കണം. അതാണനുസരണം.

ഒരൊറ്റ നിമിഷം മുമ്പു ജനിച്ചു എന്ന ആകസ്മികതയുടെ അധികാരം ഉടപ്പിറപ്പുകളും കൊണ്ടുനടക്കുന്നു.

വാ.

പോ.

തിന്ന്.

കിടക്ക്.

സദാ ആജ്ഞ മാത്രം. വന്നില്ലെങ്കിൽ അനുസരണക്കേട്.

പോയില്ലെങ്കിൽ തോന്നിവാസം. തിന്നില്ലെങ്കിൽ അഹമ്മതി. കിടന്നില്ലെങ്കിൽ കുരുത്തക്കേട്.

ഉടുത്തതഴിക്ക്.

ചിലപ്പോൾ വാക്കുകൂടിയില്ല. കണ്ടറിഞ്ഞു ചെയ്യണം. ബുദ്ധിമാന്ദ്യമുണ്ടായാലും ശൂന്യതയായാലും ഭർത്താവ് ദൈവം. രക്തധമനികൾ വികസിക്കുമ്പോൾ ആ പാപം ഏറ്റുവാങ്ങുവാൻ തുണിത്തുമ്പഴിച്ച് തയ്യാറാവണം.

ഇല്ലെങ്കിൽ,

കുരുത്തക്കേട്.

അഹങ്കാരി. താന്തോന്നി. തേവിടിശ്ശി.

തേവിടിശ്ശിത്തരം ചെയ്യാത്തതാണ് തേവിടിശ്ശിയെന്നാക്ഷേപത്തിനു കാരണം. ആണിന്റെ ചോട്ടിലാണ് പെണ്ണിന്റെ സായൂജ്യം. ഭർത്താവായാലും സഹോദരനായാലും തന്തയായാലും.

തന്ത.

നിരർത്ഥവും അതിലേറെ നിരുപയോഗപ്രദവുമായ വസ്തു. തള്ളയാണെങ്കിൽ കുറഞ്ഞൊരു വേദനയെങ്കിലുമനുഭവിക്കുന്നു. പിന്നീട് എണ്ണിയെണ്ണിപ്പറഞ്ഞ് പലിശക്കു പലിശ കൂട്ടുപലിശ സഹിതം അവസാനിക്കാതെ തരമാക്കുന്നു.

തന്ത.

പുറത്തളത്തിൽ മലമൂത്രം കട്ടപിടിച്ച് കുഴമ്പും കഷായവും ചേർത്തു നാറ്റം ഇരട്ടിച്ച് തൊലിയളിഞ്ഞ വ്രണങ്ങളിൽ നൊയമ്പാർത്ത് കാതുമുഴുക്കെ തുറന്നു ദുരിതാവതാരമായി ചാവാതെ കിടന്നു.

ഇത്രനാളും വിളിച്ചു ബഹുമാനിച്ചതപ്പടി അനാവശ്യമാണെന്ന് ആര്യക്കുട്ടിക്കു തോന്നി. തോന്നലല്ല. അനുഭവം. പഞ്ചേന്ദ്രിയങ്ങളും മനസ്സും ആത്മാവും അറിഞ്ഞ നുഭവിച്ചത്.

കാട്ടുപുല്ലും കമ്യൂണിസ്റ്റുപച്ചയും കയ്യേറിയ പത്തായപ്പുരയിൽ ബുദ്ധിമാന്ദ്യം ഭവിച്ച് സർവാംഗവിലക്ഷണം പിടിച്ച കൂടെപ്പിറപ്പുകളുടെ കൂടെ മൂർദ്ധാവുമുതൽ പെരുവിരൽത്തുമ്പുവരെ പൊട്ടത്തം നിറഞ്ഞ് ഈ ലോകത്തെത്തിയ തെറ്റിനു പ്രായശ്ചിത്തമായി പ്രിയപുത്രി ചാവാതെ ജീവിച്ചു.

മകൻ.

തന്ത.

രണ്ടനാവശ്യം.

എന്നിട്ടും, ജന്മജന്മാന്തരങ്ങളിലൂടെ അടുപ്പമുള്ളതെന്നു പറഞ്ഞു ധരിപ്പിച്ചുവന്ന പൂർണവ്യാജം. നിറഞ്ഞ് തെറ്റ്. കവിഞ്ഞ നുണ.

മർത്ത്യജീവിതത്തിന് ഒരൊറ്റ അർത്ഥം ഭക്ഷണമാകുന്നു. മറ്റൊക്കെ വ്യാജപ്രസ്താവനകളാകുന്നു.

ആര്യക്കുട്ടി നാലിറയത്തിരുന്നു. അമ്മ മാന്തിത്തിന്ന പടിഞ്ഞാറ്റിച്ചുമരിലെ പൊത്തും പോടും ശ്രദ്ധിച്ചു. കുറേക്കൂടി മുമ്പെ അമ്മ ചാവാഞ്ഞതോർത്തു ദേഷ്യംവന്നു. ഇപ്പോഴും ചാവാത്ത തന്തപ്പടിയെ കൊല്ലാനുമാവില്ലല്ലോ എന്നു ദുഃഖിച്ചു.

കൊന്നാൽ കുറ്റം.

ഭരണഘടന അതാകുന്നു.

ജനിപ്പിച്ചാൽ––

ഇപ്പോഴതും കുറ്റമാകുന്നു. രണ്ടിലധികമായാൽ അതും രാജ്യദ്രോഹം. തൂക്കി ക്കൊല്ലാം.

മരണംവരെ തൂക്കിലേറ്റാൻ വിധിക്കാം. രണ്ടിലധികമായാൽ കൊല്ലാനും സമ്മതം.

രണ്ടുവരെ കൊന്നാൽ പാപം.

പിന്നെ കൊന്നില്ലെങ്കിൽ പാപം.

ഗർഭപാത്രത്തിൽവെച്ച് എന്നും കൊല്ലാം. നിയമമതനുവദിക്കുന്നു. പത്തുമാസം തികഞ്ഞ് ഭൂസ്പർശത്തിനു മുമ്പ് എന്നു വധിച്ചാലും വധം സാധുവാകുന്നു. വൈദ്യസമ്മതമാകുന്നു. ധർമ്മമാകുന്നു. രാജ്യസ്നേഹ മാകുന്നു.

ഭൂസ്പർശം ചെയ്താൽ ശിശുഹത്യയായി. ക്രൂരതയായി. ശിക്ഷയായി. തൂക്കിലേറ്റലായി. അധർമ്മമായി. രാജ്യദ്രോഹമായി.

സ്ഥലവും സമയവും കൊലപാതകത്തെക്കൂടി ധർമ്മമാക്കുന്നു. നീതിയാ ക്കുന്നു. യുദ്ധത്തിലെന്നപോലെ. ഏറെ കൊന്നവൻ ഏറെ സംപൂജ്യനാ കുന്നു. ഏകനെ വധിച്ചാൽ കൊലയാളി. കോടികളെ കൊല്ലാനായാൽ നേതാവായി. ലോകജേതാവായി. മനുഷ്യസ്നേഹിയുമായി.

പരിചിതപദങ്ങളുടെ അർത്ഥചിന്ത ആര്യക്കുട്ടിക്ക് ദുസ്സഹമായി. മനുഷ്യ സ്നേഹമെന്ന പദംകൂടി കഠിനമായി. അച്ഛന് മക്കളെ സ്നേഹമുണ്ടെന്നു പറയുന്നതും മക്കൾ അച്ഛനെ സ്നേഹമുണ്ടെന്നവകാശപ്പെടുന്നതും ശുദ്ധ ധൂർത്തായറിഞ്ഞു. തന്നിഷ്ടത്തിന് പുഷ്ടി കൂട്ടുവാനുള്ള ഉപായങ്ങൾ. പുരുഷന്റെ മേൽക്കോയ്മ പിതാവിന്റെ അധികാരമായി. സ്ത്രീയുടെ കീഴാളത്തരം മാതാവിന്റെ വാത്സല്യമായി.

രാത്രി നടക്കരുത്.

കള്ളുകുടിക്കരുത്.

പറയരുത്.

കേക്കരുത്.

കാണരുത്.

വിലക്കുകളുടെ പിതൃശാസനകൾ.

രാത്രി നടന്നാൽ പാമ്പുകടിക്കും. കള്ളുകുടിച്ചാൽ ദേഹം ചീത്തയാവും. പറഞ്ഞാൽ, കേട്ടാൽ, കണ്ടാൽ മകനെ കണ്ണുപറ്റും.

അധികാരത്തിൻരെ മാതൃവാത്സല്യം.

പിതൃമാതൃലക്ഷണങ്ങളുടെ ഈ പുരുഷസ്ത്രീഭാവങ്ങൾ ആര്യ ക്കുട്ടിയെ നടുക്കി. എത്ര കളവുകളിലാണ് കുടുംബം കെട്ടിപ്പൊക്കുന്നത്. എന്നറിഞ്ഞു ഹൃദയം നുറുങ്ങി. ആദ്യവസാനം ജനനംതൊട്ടു മരണ ത്തോളം മുമ്പും പിമ്പും നീളുന്ന വഞ്ചനയും ചൂഷണവും.

അച്ഛനെയനുസരിക്കൂ.

അനുസരണം പുണ്യമാകുന്നു.

അനുസരിക്കുന്നവനല്ല പുണ്യം. അനുസരിപ്പിക്കുന്നവനാണ് പുണ്യം. അതാണ് ഭാഗ്യം. മകനനുസരിച്ചാൽ അച്ഛനു സ്വർഗം. മകനു നരകം. അനു സരണ മത്രയും നരകമാകുന്നു. വിഡ്ഢിത്തമാകുന്നു. ദൗർബല്യമാകുന്നു. അതിനെ മൂടിപ്പൊതിഞ്ഞ് സ്വർഗവും വിജയവും ശക്തിയുമായി മാറ്റിപ്പറ യുന്നു.

മതി. ഇക്കണ്ട കാലമത്രയും അനുസരിച്ചു ജീവിച്ചതു മതി. എനി ആജ്ഞാപിച്ചു ജീവിക്കട്ടെ. ആരായാലും. അച്ഛനായാലും അമ്മ....

അമ്മേ ചത്തു.

മരിച്ചു എന്നുകൂടി പറയാൻ വയ്യ. പുഴുത്തു ചത്തു. ഒടുക്കം തോറ്റ് കുളത്തിൽ ചാടി. അപ്പോൾ മാത്രം ഇത്തിരി ധൈര്യം കാട്ടി. അതിത്തിരി കാലം മുമ്പു കാണിച്ചു എങ്കിൽ നശിച്ചു നാറാതെ കഴിഞ്ഞേനേ. അപ്പോൾ മക്കൾ—

മക്കൾ മക്കളുടെ കാര്യം നോക്കും. ഇല്ലെങ്കിൽ ചങ്ങലക്കുറികളെവിടെയവസാനിക്കും? മകൻ. മകന്റെ മകൻ. അവന്റെ മകൻ.

മനുഷ്യാവസാനം വരെ. അതസാദ്ധ്യം. അപ്പോൾ ഏഴു തലമുറ മതിയെന്നായി. പിന്നെ ബന്ധമില്ലെന്നുറപ്പിച്ചു. സ്വസൗകര്യങ്ങൾ മാത്രം നീതിശാസ്ത്രത്തിനാത്മാവായി. ഒരു തലമുറ മോളും ഒന്നു ചോടും അനുസരണാജ്ഞകൾക്കു കൂടിയേ തീരൂ.

ആര്യക്കുട്ടി സ്വതന്ത്രചിന്തയുടെ സുഖം അനുഭവിച്ചു. അന്നാദ്യമായി. കുടുംബ ബന്ധങ്ങളുടെ നൂറായിരും നീരാളിപ്പിടുത്തങ്ങൾ മുറിച്ചുകളഞ്ഞു സത്യം മനസ്സിലാക്കി. മായയെന്തെന്നറിഞ്ഞു. മായ മാറിയ ആത്മസുഖവുമറിഞ്ഞു. സംസാരദുഃഖവും ദുഃഖശാന്തിയും കണ്ടു. ഇല്ലായ്മയെ ഉണ്ടാക്കുന്നതാണ് ദുഃഖം. ഇല്ലാത്ത ബന്ധങ്ങൾ കരുതിക്കൂട്ടിയുണ്ടാക്കുന്നു. കാലങ്ങൾ സ്വയം ബന്ധിച്ച് ബന്ധനമുക്തനാവാൻ കഴിയാതെ നട്ടം തിരിയുന്നു.

അപ്പോൾ അച്ഛനമ്മമാർക്ക് മക്കളുടെ സ്വാതന്ത്ര്യത്തിൽ അധികാരമില്ല.

താൻ തുടങ്ങിയ ചിന്തയുടെ മുള ആര്യക്കുട്ടി നുള്ളിക്കളഞ്ഞു. ആ ചിന്തതന്നെ അനാവശ്യം. ഒരൊറ്റ ചിന്ത മാത്രം. ആവശ്യപ്പെടാതെ ശാപമായി വന്നുഭവിച്ച ജീവിതം ഒടുങ്ങും വരെ തോന്നിയതു ചെയ്യുക.

തോന്നുന്നത്എന്താണെന്നു മനസ്സിലാക്കുക. അതാണു കാര്യം.

ഒന്നും തോന്നുന്നില്ല എന്നതാണു പ്രശ്നം. മനുഷ്യരായ മനുഷ്യരൊക്കെ തോന്നുന്നതല്ല ചെയ്യുന്നത്. തോന്നാത്തതാണ്. പാരമ്പര്യവഴി പിന്തുടരുകയാണ്. സ്വയം ചിന്തിച്ചുറച്ചതല്ല പണ്ടേക്കു പണ്ടേ നടന്നുവന്നത്.

അമ്മേ!

ങേ. അമ്മ. അല്ല...

ആര്യക്കുട്ടി കുഞ്ഞുണ്ണിയെ തുറിച്ചുനോക്കി.

ഈ ബാലരൂപത്തെ പണ്ടു താൻ പ്രസവിച്ചതുതന്നെ. അതിലപ്പുറം എന്തു ബന്ധം?

അമ്മേ!

വെറുതെ ഒരു നാമരൂപം മാത്രമായി ആ സംബോധന ആര്യക്കുട്ടി ഉൾക്കൊണ്ടു, അറിയാനുള്ള ഒരു നാമം.

പണ്ടെന്നോ സംഭവിച്ച ഒരു ഗാത്രധർമ്മം. വയറ് നിറഞ്ഞ് പചനം നടന്നപ്പോൾ വിസർജിച്ചു. ഭോഗാനന്തരം ഗർഭം ധരിച്ചപ്പോൾ കാലമെത്തി പ്രസവിച്ചു. പ്രകൃതി ദേഹസ്വഭാവം. അഗ്നി സ്വപ്രകൃതിയായ ചൂടിനെ വാത്സല്യത്തോടെ പ്രകീർത്തിക്കാറുണ്ടോ? ചൂട് തീയിന്റെ സ്വഭാവമാണ്. ഇതിലഭിമാനിക്കാനും അഹങ്കരിക്കാനുമൊന്നുമില്ല.

പെണ്ണിന്റെ പണിയാണ് പേറ്. അതുകൊണ്ട് പെറ്റു.

അതിലെന്തുണ്ട് ഇത്രയേറെ പറയാൻ?

നിന്നെ ഞാൻ പെറ്റതാണ്.

വേണമെങ്കിൽ ആ ഒരൊറ്റ കാരണം മതി. മകന് അമ്മയെ നിത്യമായി വെറുക്കാം. മറ്റേതോ തരംഗദൈർഘ്യത്തിൽ അന്യലോകങ്ങളിലെ വിടെയോ സ്വസ്ഥമായിരുന്ന പ്രാണഭാവത്തെ തന്നിലേക്കാവാഹിച്ചടുപ്പിച്ച് കടഞ്ഞുരുത്തിരിച്ച് പോറ്റിവളർത്തി—

അലസിപ്പിക്കാമായിരുന്നു.

ഭോഗസുഖത്തിനുശേഷം ഈ മഹാപാപം ചെയ്യേണ്ടിയിരുന്നില്ല. നിരന്തരാവഹേളനത്തിനു പാത്രമാകാൻ സ്വാഭിപ്രായങ്ങൾ പൂഴ്ത്തിവെച്ച് അന്യാഭിപ്രായങ്ങളനുഷ്ഠിക്കുവാൻ ഇടവരുത്തരുതായിരുന്നു.

അച്ഛാ!

ആര്യക്കുട്ടി വിളിച്ചു. ശീലിച്ചതുകൊണ്ടു മാത്രം.

അച്ഛാ! അച്ഛനെന്തിനീ മഹാപാപം ചെയ്തു? വാസനവശാൽ ഞാനും അതാവർത്തിച്ചുവല്ലോ. എന്നിട്ട് സ്വന്തം തെറ്റിന്റെ മൂർത്തരൂപമായ പുത്രനെ ശകാരിക്കുകയും ചെയ്യുന്നു. തെറ്റു ചെയ്തത് സ്വയം. ചെയ്യുന്നതും താൻ. കുറ്റവും ശകാരവും അന്യനും.

അച്ഛാ! അനുസരണക്കേടാണെന്ന് അച്ഛനു തോന്നിയാൽ പൊറുത്താലും. അന്യർക്കായി ജീവിച്ചു മടുത്തു. എനി എനിക്കായി ഞാൻ ജീവിക്കട്ടെ. ജീവിതം ദുഃഖമാണെങ്കിലും തോന്നിയാൽ മരിക്കാമല്ലോ എന്ന ഒരൊറ്റ ആശ്വാസത്താൽ ജീവിക്കട്ടെ.

സ്വയം മരിക്കാനും കഴിവില്ലാത്ത അച്ഛനെ മനസ്സാ പഴിപറഞ്ഞ തെറ്റിന് പ്രായശ്ചിത്തമായി ആര്യക്കുട്ടി സ്വപുത്രന്റെ ശകാരം ഏറ്റുവാങ്ങാൻ കാത്തിരുന്നു.

## അറുപത്തിയഞ്ച്

**സ**ൽപ്പേരുകളും ദുഷ്പ്പേരുകളും നാമവിശേഷണം മാത്രമാകുന്നു. പേരിനെ വിശേഷിപ്പിക്കുന്നു. വിശേഷണം + ആവാം — ആവാം. ഏതായാലും നാമത്തിന് ഒരു ഭാരം മാത്രം. അതും മരണശേഷമാകുമ്പോൾ പിൻതലമുറയ്ക്കുള്ള കനം മാത്രം. അധികചിഹ്നവും ഊനചിഹ്നവും ഭാരമായിത്തീരുന്നു. (അധിക ചിഹ്നം + എന്നും ഊനചിഹ്നം - എന്നും സങ്കല്പിച്ചാണ് ഈ വരികൾ എഴുതുന്നത്. പണ്ട് മാ. കു. ഗണിതം പഠിക്കുവാൻ ശ്രമിച്ചിട്ടുണ്ട്. അതാണ് ഈ ഗണിതചിഹ്നങ്ങൾ ഇപ്പോൾ കടന്നുവന്നത്. ഏതെങ്കിലും ഒരു വിദ്യ പഠിക്കുകയാണെങ്കിൽ ശുദ്ധഗണിതം പഠിക്കണം. അക്കങ്ങളുടെ ദർശനം പഠിക്കണം, ഗണിതത്തിന്റെ തത്ത്വശാസ്ത്രം അറിയണം എന്നൊക്കെ അന്ന് വീമ്പിളക്കിയിരുന്നു — വ്യാഖ്യാതാ.) + ഉം -ഉം ഭാരമാവുന്നതാണ്, അതായത് ഒന്നാവുന്നതാണ് തത്ത്വം. അതിന്റെ ശാസ്ത്രമാണ് ഫിലോസഫി. എങ്കിലും ജീവിച്ചിരിക്കുമ്പോൾ നല്ലതു സൽപ്പേരുതന്നെ. അഥവാ, നാം സൽപ്പേര് എന്നു വിചാരിക്കുന്ന പേരുകൾ. ഉദാഹരണത്തിന് മാടമ്പ് കുഞ്ഞുകുട്ടൻ കള്ളുകുടിക്കില്ല എന്ന നിഷേധവാക്യം ഒരു സൽപ്പേരായി മാറുന്നു. നിഷേധിച്ചു നിഷേധിച്ച് ഒടുവിൽ ജീവിക്കില്ല എന്നുവരെയാവാം. ഒരു യന്ത്രമാവാം.

ആര്യക്കുട്ടിക്ക് ഒന്നും മനസ്സിലായില്ല. ഈയിടെയായി മാഷക്ക് നല്ല ചൂടാണ്. ചിലപ്പോൾ—

ചോദിക്കേണ്ടിയിരുന്നില്ല.

ഇതൊക്കെ യാഥാസ്ഥിതിക സങ്കല്പങ്ങളുമാണ്.

മാഷെന്താ പറേണെ.

ഞാൻ പറയുകയായിരുന്നു. അതായത്—

മാഷ് സാഹിത്യോന്നും പറേണ്ട. യ്ക്കത് മനസ്സിലാവില്യ. കാര്യം പറയൂ. ആൾക്കാരെക്കൊണ്ടു നല്ലത്ന്ന് പറയിച്ചിട്ടെന്താ കാര്യം? ഇപ്പൊ പ്രശ്നം ഭക്ഷണമാണ്. വയറ്റുപ്പിഴപ്പ്. അതിന്റെ എടേല് നല്ലപേരും ചീത്ത പ്പേരും ഒന്നും വേണ്ട. ചോറു കിട്ട്യാ മതി.

അതിനു പണി വ്യഭിചാരമാണോ?

കുഞ്ഞുകുട്ടനു ശുണ്ഠിവന്നു.

അല്ലെങ്കിൽ പറഞ്ഞുതരൂ. എനിക്ക് ഇന്ത്യൻ പ്രസിഡൻറാവണംന്ന്ണ്ട്. പറ്റ്വോ?

ഇന്ത്യൻ പ്രസിഡന്റിന്റെ പണി ഒരുപക്ഷേ, ഇത്ര ദുർഘടമാവില്ല. ഇപ്പോൾ പതിനാറു വയറു നിറയണം. ഒന്നു ചത്തു. എനീംണ്ട് പതിനാ റെണ്ണം. അതിന്—

കുഞ്ഞുകുട്ടന്റെ രക്തസമ്മർദ്ദം കുറഞ്ഞു. സാധാരണയായി ഏറിയ ശുണ്ഠി ഇറങ്ങി.

വല്യെ വല്യെ വാചകങ്ങള് പറയാണ്ടെ ള്ള കാര്യം പറഞ്ഞാമതി.

എളുപ്പല്ല.

സന്ധ്യയെ സന്ധ്യ എന്നു പറയാനാണു വിഷമം. നൂറു നൂറ് അലങ്കാര ങ്ങൾ ചേർക്കാം. വർണിക്കാം. എന്നാലും സന്ധ്യ എന്നു പറയില്ല.

പറയാൻ പറ്റാതാവാം.

അമ്മ ചത്തു. വെള്ളം കുടിച്ച്. കൊളത്തില് ചാടീട്ടായതോണ്ടു വയറു നെറച്ചു വെള്ളം കിട്ടീണ്ടാവും. അതന്നെ ഭാഗ്യം. വയറു നെറഞ്ഞൂലോ. എന്തായാലും. ചാവാനാച്ചാലും. വയറുനിറഞ്ഞിട്ടല്യേ ചത്തേ. അതന്നെ ഭാഗ്യം. എനീം ണ്ട് ഈ ഭാഗ്യം ഇല്യാത്തോര്. അവരടെ സ്ഥിത്യോ? കൊള ത്തില് മുക്കിക്കൊല്ലാൻ പറ്റ്വോ?

നി പ്പൊ ചത്തേപ്പോ പറയാം. നല്ലേടത്തെ അമ്മ നല്ല ക്ഷ ആയിരുന്ന്യേ. ന്ന്ട്ടോ.

ആര്യക്കുട്ടിയുടെ മുഖം മുറുകി. ദൈന്നളക്കത്തിനു വരവേറ്റു. കടവാ യിൽ പതഞ്ഞ തുപ്പൽ കുഞ്ഞുകുട്ടനെ ഭയപ്പെടുത്തി.

ഒരു പന്തീരാണ്ടാ നരകിച്ചേ. ഒരാളുണ്ടായില്ല. ഭംഗി പറയാനും കൂടി. ഇപ്പൊ ചത്തേപ്പൊ നല്ല ക്ഷയായിട്ടെന്താ കാര്യം?

കുഞ്ഞുകുട്ടൻ മിണ്ടാട്ടം മറന്നു. നേരെമുമ്പിൽ ആര്യക്കുട്ടിയെ കാണാ നാവാതെ കണ്ണടച്ചു. ഗാഢചിന്ത നടിച്ചു. സ്വന്തം തലവരയോർത്ത് നൊന്തു.

ഈ നാട്ടിൽ എത്ര പേരുണ്ട്? ആര്യക്കുട്ടിയുടെ സമപ്രായക്കാർതന്നെ വളരെ. ചാർച്ചക്കാർ. അഭ്യുദയം കാംക്ഷിക്കുന്നവർ. എന്നിട്ടും എന്തിനാ ഈ ദുരിതകഥക ളൊക്കെ തന്റെ മുമ്പിൽ കെട്ടഴിക്കുന്നത്. സ്വന്തം ദുരിതങ്ങൾ മതി ഈ ജന്മത്തേക്ക്. ജന്മായത്തവും കർമായത്തവും. എനി അന്യ ദുരിതവും ഏറ്റെടുക്കണോ?

എനി ഞാൻ ചത്താ ഞാനും നല്ല ക്ഷാന്ന് പറേരിക്കും. അതിന് ഇപ്പൊ ഇത്ര നരകിക്കണോ?

അറിഞ്ഞനുഭവിക്കാനനുവദിച്ച ഒരു ജീവിതം മുഴുവൻ നരകിച്ച് ആഗ്രഹങ്ങളൊക്കെ അസ്തമിച്ച്–

വേണ്ട. അങ്ങനെയൊരു സൽപ്പേരു വേണ്ട.

ശരീരസുഖങ്ങളില്ല. ശരീരാവശ്യങ്ങളെങ്കിലും സാധിക്കാഞ്ഞാൽ–

കുഞ്ഞുകുട്ടൻ ആത്മചിന്തയിൽ ആണ്ടു. രുചിയേറിയ വിഭവങ്ങൾ സുഖമാവാം. എന്നാൽ, വയറുനിറയുന്നത് ആവശ്യം മാത്രമാകുന്നു. എഴുന്നേറ്റു നടക്കാൻ. കൈകാലുകൾ ചലിപ്പിക്കുവാൻ ഭക്ഷണം കൂടിയേ കഴിയൂ. അത് ആർഭാടമല്ല. ചൂടും വെയിലും ഒന്നു മറയ്ക്കുവാൻ, നഗ്നത മറഞ്ഞില്ലെങ്കിലും ഒരു ഗുഹയെങ്കിലും വേണം.

പിന്നെ–

ഇന്ദ്രിയാവശ്യങ്ങൾ.

ഇതൊന്നും സാധിക്കാതെ ഒരു സൽപ്പേര് എന്തിനാവും?

മരിച്ചുപോകുംവരെ മരണത്തേക്കാൾ മോശമായി ജീവിക്കുവാനോ? ജീവിച്ചു എന്ന തോന്നലില്ലാതെ, സദാ ദാരിദ്ര്യദുഃഖം മാത്രമായി.

എനിക്കു വേണ്ട ആ മഹാഭാഗ്യം.

ആര്യക്കുട്ടി അസന്നദ്ധയായി പറഞ്ഞു.

എന്റെ മരണശേഷം എന്നെച്ചൊല്ലി ഒരു ഗുണവിശേഷണം. അത് എനിക്കെന്തിനാ? ഒരുരുള ചോറിനുതകാത്ത ലോകനീതി. നാട്ടുനടപ്പാത്രെ.

മര്യാദയ്ക്കു ജീവിക്കണം.

എന്താ മര്യാദ?

മുണ്ടുമുറുക്കി വിശപ്പു ബന്ധിക്കുകയോ? വരണ്ട ചുണ്ട് തുപ്പലുകൂട്ടി നനച്ചു സംതൃപ്തിനടിക്കുകയോ? എന്താണു മര്യാദ? കുലീനത. തറവാടിത്തം.

ത്ഥൂ!

തുപ്പൽ വർഷാബിന്ദുവായി പനീർതളിച്ചു. അടുത്തിരുന്ന കുഞ്ഞുകുട്ടന്റെ മ്ലാനമുഖത്തെ ആർദ്രമാക്കി.

ഞാ....ൻ.... ഞാ.......

കുഞ്ഞുകുട്ടൻ മുഖം തുടച്ചു. ദയനീയനായി ആര്യക്കുട്ടിയെ വീക്ഷിച്ചു. ഒരക്ഷരം പറയാനാവാതെ.

ഞാനതു ചെയ്യും.

കുറ്യേടത്തു താത്ര്യ്യാക്കെ തോറ്റ് തുന്നംപാടും. അറുപത്തിനാലല്ല. അറുപതിനായിരം. ഒരാളല്ല. ഞങ്ങൾ മൂന്നു പേര്.

ങേ!

ഞാൻ പറഞ്ഞില്ല്യേ. ന്നാള്!

ഭ്രഷ്ട് എഴുതി തഴമ്പിച്ച മാടമ്പ് എനി അതിലുംവല്യ ഭ്രഷ്ട് എഴുതേണ്ടിവരും. നല്ലേടത്ത് മഹളേര് എന്നോ നല്ലേടത്ത് യക്ഷികളെന്നോ ഒരു പുസ്തകമെഴുതാം. മാടമ്പിനു കാശും കിട്ടും. പേരും കിട്ടും. യോഗ്യനാവേം ചെയ്യാം.

അമ്മേ!

ആത്മാവിൽ കോരിയിട്ട കടുംവാക്കുകൾ കനൽക്കട്ടകളായി കെട്ടടങ്ങാതെ കുഞ്ഞുകുട്ടന്റെ പ്രാണങ്ങളഞ്ചും പൊള്ളിച്ചു.

ഇതിനൊക്കെ ഞാനെന്തു പാപം ചെയ്തു?

ഇല്ല്യേ? മാഷൊരു പാപോം ചെയ്തില്ല്യേ? മാഷ്? ചെയ്തു. മാഷെപ്പോലുള്ളോരൊക്കെ ചെയ്തു. ആണുങ്ങളൊക്കെ. അതിന്റെ ഫലം അനുഭവിക്കണം.

മിണ്ടാതിരിക്കുന്നതും പാപമാണ്. കഠിനമായ ധർമച്യുതികണ്ട് മൗനം പൂണ്ടു. ഒടുവിൽ അതെഴുതി യോഗ്യനായി. ഇത്തിരി പണവും പറ്റി. അതി ലധികം എന്തു ചെയ്തു? വാല്മീകി—

വാല്മീകിയും വ്യാസനുമല്ല. കുഞ്ഞുകുട്ടനെന്തു ചെയ്തു?

കുഞ്ഞുകുട്ടനെഴുന്നേറ്റു.

മാഷ്!

ഈ വഴിവക്കിൽ—

മാഷക്ക് പേടീണ്ട് അല്ലേ. മാന്യത. വല്യേ എഴുത്തുകാരനാത്രെ. ആ കുന്നിന്റെ മോളിലാച്ചാ ആരും കണ്ടില്ല്യെങ്കിൽ ഞാനോ ആ മാപ്ലച്ചിപ്പെണ്ണോ ആരായാലും പേടീല്യ. കഷ്ടം. ഒക്കെ ഒന്നന്നെ. ഈ ആണുങ്ങളൊക്കെ ഒന്നന്നെ. പേടിത്തൊണ്ടമ്മാര്.

ആര്യക്കുട്ടി എണീറ്റു.

വെടിവെച്ചു കൊല്ലണം. എന്നിട്ടു വേണംച്ചാ ഒരു നാട്ടിലക്ക് ഒന്നിനെ നിർത്താം. വിത്തുകാളേപ്പോലെ. കൂറ്റൻ. തിന്നാൻ കൊടുത്ത്, കുളിപ്പിച്ച്, ചെനപിടിപ്പിക്കാൻ. ഒരുക്കിനിർത്താം. പറ്റാണ്ടായാൽ അറക്കാൻ കൊടുക്കാം.

അ.... അ... മ്മേ....

കുഞ്ഞുകുട്ടനു ശബ്ദം പൊങ്ങിയില്ല. കണ്ണുരുട്ടി ആര്യക്കുട്ടിയെ നോക്കി. പകച്ചും അഭൂതപൂർവമായ അമർഷം അറിഞ്ഞ് ചൂളി. പച്ചോല തീയത്തു കരിയും പോലെ കരിഞ്ഞു.

മാഷ് പേടിക്കേണ്ട. ഈ നാട്ടിലേക്ക് ഒരു കൂറ്റൻ വേണം. മാഷെ നിർത്താം. ബാക്കിയൊക്കെ അറത്ത് തൂക്കും.

നാട്ടിലെ സമസ്തപുരുഷവർഗവും തോലുരിച്ചു കെട്ടിത്തൂക്കപ്പെട്ട് അവ യുടെ നടുവിൽ മരിക്കാനും ഭാഗ്യമില്ലാതെ ചവിട്ടുകൂറ്റനായി നില്ക്കേണ്ട ഗതികേട് ഓർത്ത് കുഞ്ഞുകുട്ടൻ നടുറോഡിൽ കുഴഞ്ഞിരുന്നു.

## അറുപത്തിയാറ്

**ഇ**പ്പൊ ഒരു തോന്നലാ. ചാവേ ള്ളൂന്ന്. ഒറക്കം ഇല്യ. വെളിച്ചാവും വരെ തിരിഞ്ഞും മറിഞ്ഞും കെടക്കും. കാക്കില് കാണാറായാൽ എണീറ്റു നടക്കും. ഒരു പോള കണ്ണടേല്യ.

കാളലോന ചൂരൽകൊട്ടയിൽ കഷ്ടിച്ചിരുന്നു. ചാരുകസേരയിൽ കുഞ്ഞുകുട്ടൻ കിടന്നു. മുഖാമുഖം.

ദിവസം പതിനെട്ടു മണിക്കൂറും കസേരയിൽ കിടന്നു കിടന്നു കുഞ്ഞു കുട്ടന്റെ നട്ടെല്ല് തളർന്നു. ശരീരഭാരം താങ്ങാൻ കെൽപ്പറ്റു. സുഷ്മന ഊർദ്ധ്വഗമനം തടഞ്ഞു വളഞ്ഞു. അഗ്രം അടഞ്ഞു.

അതാ തമ്പ്രാനെ കാണണം നിരീച്ചേ. രണ്ടുമൂന്നു വട്ടം വന്നു. അപ്പ ഴൊന്നും തമ്പ്രാൻ ബടേല്യ.

ഉം.

പത്തായപ്പുരമുകളിൽ മുറിനിറഞ്ഞ പുസ്തകങ്ങളുടെ ഇടയിൽ കവിഞ്ഞ കസേരകൾ ഒഴിഞ്ഞുകണ്ടു. നന്നെ വിഷമിച്ച് അർദ്ധാസനം ഊന്നി ഊന്നിയില്ലെന്നപോലെ ലോന പരിഭ്രമിച്ചുകൂടി.

കുഞ്ഞുകുട്ടന്റെ ഇല്ലത്ത് മിറ്റത്തു പടിപ്പുര വരെ ലോന വന്ന്ണ്ട്. പല തവണ. കഷ്ടിച്ചു മിറ്റത്ത് എത്തും. പത്തായപ്പുര മുകളിൽ നമസ്തേന്ന്. അതും കുഞ്ഞുകുട്ടന്റെ ഒപ്പം. മുഖാമുഖം കസേരകളിൽ.

ചായ.

കോണി കയറി സാവിത്രി വന്നു.

ലോന ആസനംവിട്ടുയർന്നു. ആനേള്ള വല്യമനയ്ക്കലെ തമ്പ്രാന്റെ മഹന്റെ തമ്പ്രാട്ടിതന്നെ ചായ കൊണ്ടുവരുന്നതു കണ്ട് ലോന സ്തംഭിച്ചു. നീട്ടിയ ഗ്ലാസ് വാങ്ങാനാവാതെ പിൻവലിച്ചു.

അടിയൻ— അബടെ വെച്ചാമതി.

കുഞ്ഞുകുട്ടൻ ഭാവവ്യത്യാസമില്ലാതെ തട്ടു നോക്കി. സാവിത്രി ദയാർദ്രയായി. ചായ നിലത്തു വെച്ച് ഒന്നുകൂടി ചിരിച്ചു.

മേരീടെ അച്ഛനാ.

കുഞ്ഞുകുട്ടൻ പരിചയപ്പെടുത്തി.

ഒന്നുകൂടെ ചിരിച്ച് സാവിത്രി പോയി.

അവർ കോണിയിറങ്ങിയപ്പോൾ ലോന ഇരുന്നു. ആ വരണ്ട കണ്ണു നനയു ന്നത് കുഞ്ഞുകുട്ടൻ കണ്ടില്ലെന്നു നടിച്ചു.

ആ തമ്പ്രാട്ടി— ഇപ്പൊ ചായ ഒന്നും വേണ്ടീർന്നില്ല.

സ്വജാതിക്കാരുടെ ഒപ്പെതന്നെ ഇരിക്കാൻ വയ്യ. അറവും കുഴിവെട്ടും താണ പണി. നീചം. എന്നിട്ട് ഇപ്പൊ—

കർത്താവേ!

ലോന എന്താ പറഞ്ഞേ?

ഒറക്കം ല്യ. പിന്നെ പേടി. പേടി ചാവാനല്ല. ചത്താ അവളുടെ ഗതി എന്താന്നാ. ആരൂല്യ. മൊതല്ണ്ടേനും. അവള് ചെറുപ്പാണ്. ഒന്നു കെട്ടി ക്കാണാൻ യ്ക്ക് ഭാഗ്യംണ്ടാവില്യ. ന്നാള് നെഞ്ഞു പൊരിഞ്ഞുവീണു.

ലോന നെഞ്ചമർത്തി തിരുമ്മി നന്നെ വിഷമിച്ചു ചായ പൊക്കിക്കുടിച്ചു.

ത്തിരി വെള്ളം കിട്ട്യാ-

അവടെ വെച്ചേക്കൂ.

നി പ്പൊ എന്താ ചെയ്യേണ്ടെന്ന് ചോയ്ക്കാൻ വന്നതാ. പിന്നാരോടും ചോയ്ക്കാൻ ല്യ.

ലോന പേടിക്കണ്ട. ഇപ്പൊ ഒന്നും വരില്ല. ഒരു ഡോക്ടറെ കണ്ടു നോക്കൂ. വേണംങ്കി ഞാനും വരാം.

അതൊന്നും വേണ്ട.

ലോന കുഞ്ഞുകുട്ടനെ സൂക്ഷിച്ചു നോക്കി. പിന്നെ എണീറ്റു. മുറി നിറഞ്ഞ ഷെൽഫുകൾ തൊട്ടു. കുറ്റൻ പുസ്തകങ്ങൾ ചിലതു പൊക്കി. ചിലതു തൊട്ടു. ഒട്ടുനേരം മുറി മുഴുവൻ തിരിഞ്ഞും മറിഞ്ഞും വീക്ഷിച്ചു. ചുമരിലെ ചിത്രപ്പണികളും കരകൗശലവും നോക്കി. ഒടുക്കം കസേര മാറ്റി നിലത്തിരുന്നു.

ദൊക്കെ തമ്പ്രാൻ വായിക്കണതാ?

കുഞ്ഞുകുട്ടൻ പതുക്കെ പുഞ്ചിരിക്കാൻ ശ്രമിച്ചു.

ഞാൻ നോക്കിക്കോളാം.

അന്തംവിട്ടിരിക്കുന്ന ലോന അതു കേട്ടു. കേട്ടതു വിശ്വാസമാകാതെ കുഞ്ഞുകുട്ടനെ നോക്കി. വളരെനേരം. അറിയാതെ അടർന്ന കണ്ണീർ ത്തുള്ളികൾ തുടയ്ക്കാനും കുടിയാവാതെ ഇരുന്നു. കുറെ കഴിഞ്ഞ് എണീറ്റു. വിറയ്ക്കുന്ന കൈയ് കൂട്ടിത്തൊഴുതു. വിക്കിവിക്കി പറഞ്ഞു.

മതി. യ്ക്ക് സമാധാനായി.

പക്ഷേ, കുഞ്ഞുകുട്ടന്റെ സമാധാനം നശിച്ചു.

നോക്കിക്കോളാം എന്ന് ഏറ്റു.

നോക്കാൻ മുതലുണ്ട്. ധനം. ഭൂസ്വത്ത്. അതൊക്കെ സാധാരണം. സാദ്ധ്യം.

പിന്നെ യുവത്വമുണ്ട്. സ്ത്രീസമ്പത്ത്. അതും സാധാരണം. പക്ഷേ, അസാദ്ധ്യം.

സ്ത്രീസമ്പത്തു സൂക്ഷിക്കേണ്ടേ.

സൂക്ഷിക്കാമെന്നേറ്റ താൻതന്നെ ആദ്യത്തെ അപഹർത്താവാകുന്നു. അളവറ്റ ആ സമ്പത്ത് താൻ ആദ്യം അപഹരിച്ചു. ഇപ്പോഴും തരം ലഭിച്ചാൽ കട്ടുഭുജിക്കുവാൻ മോഹിക്കുന്നു. എന്നിട്ടും സൂക്ഷിക്കാമെന്ന് ഏറ്റു. ഇത്തിരി യിത്തിരി സ്വാദുനോക്കിനോക്കിയങ്ങനെ അവസാനിപ്പിക്കും. അന്യലോക ങ്ങളിൽ കാളലോന അതറിയുന്നുണ്ടാവും. അറവുകത്തി മൂർച്ചകൂട്ടി വെക്കു ന്നുണ്ടാവും. ഒരു നാൾ–

അമ്മേ!

കുഞ്ഞുകുട്ടന്റെ പരിക്ഷീണശബ്ദം ലോന അറിഞ്ഞു. ശബ്ദം മാത്രം. അർത്ഥവും വ്യംഗ്യവുമറിയാതെ വീണ്ടും ആ മുഖത്ത് അവശനായി നോക്കി.

തമ്പ്രാന് കോടി പുണ്യം കിട്ടും. എനി മരിക്കാനും പേടീല്യ. മരിച്ചാലും തമ്പ്രാൻ ണ്ടലോ. ഈ നാട്ടില് ഇതിലും നന്നായിട്ട് ആരൂല്യ.

കുഞ്ഞുകുട്ടന്റെ ദേഹം പൊള്ളി. ആത്മാവ് പിടഞ്ഞു. ലോനയുടെ ആത്മാർത്ഥതയുടെ ഊഷ്മാവ് അസഹ്യമായി.

താനൊട്ടും നല്ലവനല്ല. ഈ പുറംപൂച്ചു കണ്ടു തെറ്റിദ്ധരിച്ചതാണ്. ചെവി ഇച്ചിലാക്കുന്ന ചിരിയും എല്ലില്ലാത്ത നാക്കും. ഉള്ളു മുഴുവൻ ദുഷ്ടത യാണ്. ഇന്നും മനസ്സിൽ പെൺകിടാങ്ങളെ വിവസ്ത്രയാക്കുന്നു. തരം കിട്ടി യാൽ ഭോഗി ക്കുന്നു. (ഇതു സത്യമാകുന്നു. -വ്യാഖ്യാതാ.)

ഞാനാലോചിക്കട്ടെ നമുക്കു നല്ല ഒരു നസ്രാണിച്ചെക്കനെ കണ്ടെ ത്താൻ നോക്കാം. ന്നാപ്പിന്നെ–

അതിനി പറ്റില്യ തമ്പ്രാനെ. അവള് സമ്മതിക്കില്യ. ന്റെ മൊതലു കണ്ട് ഇപ്പൊ ഒന്നുരണ്ടാലോചന വന്നതാ. അറവാച്ചാലും വീട്ടില് മൊത ല്ണ്ട്. ഇപ്പഴാച്ചാ എറച്ചിക്കടേല്യേനും. അപ്പൊ ഒന്നുരണ്ടാലോചന വന്നു. പക്ഷേ, അവള് സമ്മതിച്ചില്യ. അവളക്കത് പറ്റീല്യ. നി പ്പൊ ഒന്നും പറ്റുംന്ന് തോന്ന്ണില്യ. അവള് ഇങ്ങനെ കഴ്യാന്നാ പറേണേ. ഒറ്റയ്ക്ക് പെണ്ണൊ രുത്തി. അതും ചെറുപ്പം. കർത്താവേ!

നമുക്ക് പറഞ്ഞുനോക്കാം.

തമ്പ്രാൻ പറഞ്ഞാൽ–

കേക്കും. കേൾക്കാതിരിക്കില്യ. പക്ഷേ, പറയുന്നതെങ്ങനെ? താൻ വേൾക്കാമെന്നു പറഞ്ഞു. ഇപ്പോൾ വേറൊരുത്തനെ–

എന്താ പറയാ!

ഒന്നു പറഞ്ഞുനോക്ക്യാൽ–

ലോന പൊക്കോളൂ. ഞാൻ പറയാം. ഒന്ന്ങ്കട് വരാൻ പറഞ്ഞാ മതി. എന്തിനാ ന്നാന്നും പറേണ്ടാ. ബ്ട്ത്തോളം ഒന്നു വരട്ടെ. പിന്നെ–

അതുമതി. അവള് ഇബടക്ക് പൊറപ്പെട്ടതാ. അപ്പൊ ഞാൻ പറഞ്ഞു വേണ്ടാന്ന്. കാലം മാറീച്ചാലും നീയ് നസ്രാണിപ്പെണ്ണന്യാ. അബടെ അക ത്തക്ക് കേറാൻ പറ്റില്യ. കുഞ്ഞുകുട്ടൻ തിരുമേന്യേ കാണാനും പറ്റില്യ.

ചെലപ്പൊ. ലോന കുഞ്ഞുകുട്ടന്റെ ഭാവമാറ്റം ശ്രദ്ധിച്ചു. ശാന്തം കണ്ണടച്ച് ഒരു പ്രാർത്ഥന കേൾക്കുന്ന ഭാവം.

തിരുമേനി- തമ്പ്രാൻ.

തിരുമേനി എന്നോ തമ്പ്രാൻ എന്നോ ഉറപ്പിക്കേണ്ടത് എന്ന് ലോന വിഷമിച്ചു. അധികം തമ്പ്രാൻ എന്നു വിളിച്ചു. മേരിയോടു പറയുമ്പോൾ തിരുമേനി എന്നു പറഞ്ഞു. മുഖാമുഖം നോക്കി എന്തു പറയണമെന്നു ശങ്കയായി.

ന്നാ അടിയൻ. ഞാൻ-

ലോന വീണ്ടും വിക്കി. അടിയൻ എന്ന് ആചാരം വന്നു. ഈ വലിയ ഇല്ലവും വലിയ പത്തായപ്പുരയും വലിയ പുസ്തകങ്ങളും കാണുമ്പോൾ അടിയൻ എന്നു പറയണമെന്നു തോന്നി. അവിടെ വീട്ടിൽ വരുമ്പോൾ, ഒപ്പം ഉണ്ണുമ്പോൾ കുഞ്ഞുകുട്ടൻ എന്നായാലും മതിയാവുമെന്നറിഞ്ഞു. നേർക്കുനേരെ കസേരയിൽ ഒപ്പം ഇരിക്കുമ്പോൾ തിരുമേനിയെന്നും ഭംഗിയാവുന്നു.

ന്നാ-ഞാനെറങ്ങട്ടെ.

ഉം. ഞാൻ പറഞ്ഞുനോക്കാം. എന്തായാലും ലോന ബുദ്ധിമുട്ടണ്ട. ഇത് വിചാരിച്ച് മനസ്സു വിഷമിക്കണ്ട എന്നർത്ഥം.

വേറെന്തു വിചാരിക്കാൻ. ഒന്നൂല്യ. ഇപ്പൊ സന്ധ്യയായാൽ പൊറത്തെറങ്ങാൻ വയ്യ. അന്തിക്ക്, താൻ കൊന്നിട്ട കന്നുകാലികളൊക്കെ കണ്ണുതുറിച്ച് നാക്കു നീട്ടി ആകാശദേശത്ത് പ്രത്യക്ഷപ്പെടുന്നു. കഴുത്തറുത്ത കരിമ്പോത്തിന്റെ കണ്ഠച്ഛേദംപോലെ പടിഞ്ഞാറ് പിടയുന്നു. ചോര ചുറ്റും ചീറ്റുന്നു. പതുക്കെ കടുംചുമപ്പ് കറുപ്പാകുന്നു. ഉരിച്ചെടുത്ത പോത്തിന്റെ തോലുപുതച്ച് ഇരുട്ടെത്തുന്നു.

വേറെന്തു വിചാരിക്കാനാണ്.

കർത്താവേ!

പിന്നെ പ്രകാശവുംവരെ തലച്ചോറു തല്ലിച്ചിതറിച്ചത്ത കന്നിന്റെ കരച്ചിലായി. പാതിയറുത്ത കാളക്കുട്ടന്റെ ശ്വാസംമുറിഞ്ഞ മോങ്ങലായി. പളങ്കുഗോലി തുറിച്ച ആട്ടുകൊറ്റന്റെ ബ്ബെ വിളിയായി.

അതിനിടയ്ക്കൊന്നു കണ്ണടയ്ക്കാൻ-

ഇല്യ. എനി വളരെയുണ്ടാവില്യ.

മനസ്സിന് വെഷമേള്ളൂ.

ബടക്കറിയോ.

ലോന കോണിപ്പടിയുടെ വക്കത്തിരുന്നു.

ഇത്ര കാശൂം പണോം ണ്ടാക്കണ്ടേർന്നില്യ. ഇക്കണ്ട ജന്തുക്കളെ ഒക്കെ അറത്ത്.

ലോനെ, അതൊന്നും ആലോചിച്ചു വെഷമിക്കണ്ട. അത് പാപല്ല, കർമമാണ്. കർമത്തിന് പാപംല്യ. അവറ്റേ കൊല്ലണം ന്ന് ലോനക്കില്ല. കുടുംബപാരമ്പര്യവശാൽ അറവുകാരനായി. ആരാച്ചാരില്ലേ. മനുഷ്യനെ തൂക്കിക്കൊല്ലുന്ന വൻ. കാലാകാലമായി അവകാശികൾ. തുച്ഛമായ പണത്തിന്. പണം മോഹിച്ചല്ല. അതാണു കർമം. അതിനെന്തു പതിത്വം? ഒന്നുമില്യ. ജഡ്ജി വിധിക്കുന്നു. ആരാച്ചാർ വിധി നടപ്പിലാക്കുന്നു. രണ്ടാളും തുല്യർ. രണ്ടു കൊലയാളികൾ. അല്ലെങ്കിൽ രണ്ടും നിയമപാലകർ. അത്രമാത്രം. രാഷ്ട്രനീതി നടപ്പിലാക്കുന്നവരാണു രണ്ടുപേരും. എന്നിട്ടും ആരാച്ചാർ പതിതനായി. ജഡ്ജി മാന്യനായി. അപ്പോൾ- അപ്പോൾ- വേണ്ട.

ലോനയോട് അത്ര വിസ്തരിക്കണ്ട. ഉള്ള സ്വാസ്ഥ്യം നശിപ്പിക്കേണ്ടതില്ല.

സാരം ല്യ. പ്പൊ പൊക്കോളൂ.

ലോന ഒരു പടിയിറങ്ങി. അവിടെ ഇരിപ്പുറപ്പിച്ചു. ബഞ്ചിൽ ഇരിക്കുന്ന പോലെ. പിന്നെ നിരങ്ങി. ഒരു പടിയിറങ്ങി. തെല്ലിരുന്നു. അങ്ങനെ ഏഴു പടികളും ഇറങ്ങി. ഇറയത്ത് കോണിച്ചോട്ടിൽ നിന്നു.

കുഞ്ഞുകുട്ടൻ ആ ക്ഷീണം മുഴുവൻ ഏറ്റെടുത്തു. പരിക്ഷീണനായി ചാരുകസേരയിൽ തളർന്നുകിടന്നു.

## അറുപത്തിയേഴ്

**കു**ഞ്ഞുകുട്ടൻ അതായത് മാടമ്പ് കുഞ്ഞുകുട്ടൻ, ഇല്ലത്തു പത്തായപ്പുരയിൽ ചിരകാലാസനമായ ചാരുകസേരയിൽ മലർന്നുകിടന്നു. കാല് പിണച്ചുവെച്ചു. കൈയ് ശിരസ്സിൽ കോർത്തു. അതൊക്കെ ചിരകാല ശീലമാകുന്നു. ആലോചനയാണ് എന്നു തോന്നാം. വാസ്തവത്തിൽ ശൂന്യതയാണ്. ഒന്നും ആലോചിക്കുന്നില്ല. ആലോചിക്കുന്നില്ലല്ലോ എന്ന ആലോചനകൂടിയില്ല. ശുദ്ധം. ശൂന്യം. നേരേ മുമ്പിൽ ജനാല. ജനലഴിയിൽക്കൂടി കിഴക്കിന്റെ കാഴ്ച. നാലുകെട്ടിന്റെ മേപ്പുര വടക്കെ മാളിക. വീണ്ടും കിഴക്ക് കവുങ്ങിൻ തലപ്പുകൾ. വീണ്ടും അവയ്ക്കിടയിൽ ആകാശം.

ലോന വന്നു. പോയി.

അതിനിടയ്ക്ക് ഏറെ പറഞ്ഞു. അതൊക്കെ മറന്നു. ഒന്നുമാത്രം മറക്കാതെ ആത്മാവിൽ ചെന്നുപറ്റി.

മേരിയുടെ വിവാഹം.

വിവാഹം ഒരവസ്ഥയാകുന്നു. ഇപ്പോൾ കുഞ്ഞുകുട്ടൻ ചിന്തിച്ചു. വിവാഹം ഒരവസ്ഥയാകുന്നു. മാനസികാവസ്ഥ. ആ അവസ്ഥയെത്തിയാൽ മൂർത്തമായ ഒരു വ്യക്തി വേണമെന്നില്ല. ഒരു സങ്കല്പം. ഒരു സാധനമായാലും മതി. ഒരു താലിച്ചരട്. ഒരു പാണിഗ്രഹണം. ഒരുമുറി പുടവ. മോതിരം. ഇതേതായാലും മതി. അഥവാ ഒരു വാഗ്ദാനം. ഒരു വരി പ്രതിജ്ഞ. ഒരു കരാറ്. അതാണ് വിവാഹം. മറ്റു ബന്ധങ്ങൾ വെറും ശാരീരികബന്ധം മാത്രമാകുന്നു.

വിവാഹത്തിന് ശരീരബന്ധം വേണമെന്നില്ല. സ്വർഗസ്ഥനായ ദൈവപുത്രന്റെ മണവാട്ടിയാവാം. ഭഗവാൻ കൃഷ്ണന്റെ രാധയാവാം.

പ്രാന്തൻമാവിന്റെ ഭാര്യയാവാം.

പ്രാന്തൻമാവ് ആണാകുന്നു. പുരുഷൻ. അതുറപ്പാണ്. ആണുങ്ങളുടെ പ്രാന്താണ് അതിന്റെ പ്രാന്ത്. വേണമെങ്കിൽ ആ പ്രാന്തൻമാവിന്റെ ഭാര്യയാവാം.

പ്രാന്ത് സാരമില്ല.

സാരം മാവാണ് എന്നതാകുന്നു. സ്ഥാവരമാണ് സാധനം. ഒരിടത്തുനിന്ന് ഇളകുന്നില്ല എന്നതു മാത്രമാണു പ്രധാനം. ഒപ്പം കൊണ്ടുനടക്കാനാവില്ല.

അല്ലെങ്കിൽ ഇളകുന്നു എന്ന തേന്നലിനെന്തർത്ഥം? അതും ഒരവസ്ഥ തന്നെ. മാനസികാവസ്ഥ. ഈ കസേരയിൽ നിന്നെഴുന്നേറ്റ് ആ കസേരയിൽ ചെന്നിരിക്കു മ്പോൾ ചലനം എന്നു തോന്നുന്നു. ഈ പൃഥ്വിയാകമാനം സൂര്യദേവനെ ചുറ്റിയിട്ടും അചലം എന്നു പേരു വീണു.

ഒക്കെ ഓരോരോ അവസ്ഥ.

അതിനാൽ മേരിക്കുട്ടിയുടെ വിവാഹം ആ പ്രാന്തൻമാവുമായി ആലോചിക്കാം. ഒരു വിരോധവുമില്ല.

ഒന്നു ചോദിച്ചുനോക്കാം.

കുഞ്ഞുകുട്ടനുത്സാഹമായി.

പിന്നെ താമസിച്ചില്ല. വേളിയാലോചനയ്ക്കു ജാതകപ്പൊരുത്തം നോക്കുന്ന ഗൗരവത്തോടെ കുഞ്ഞുകുട്ടൻ രാശിചക്രം നോക്കി. പഞ്ചാംഗം ഗണിച്ചു. പത്തിൽ പത്തു പൊരുത്തവും ഒത്തുകണ്ടു.

എനി ചോദിക്കണം.

ഉം?

തന്നെ കാണാൻതന്നെ.

ഓരിക്കുന്നിന്റെ നിറുകയിൽ കുഞ്ഞുകുട്ടനെത്തി.

ഡോ. തനിക്കൊരു വേളിയൊക്കെ വേണ്ടേ?

ഹ ഹ ഹ. നന്നായി. ഡോ. പ്രാന്തൻ മാടമ്പേ. തനിക്കിപ്പൊ ഇതാ പണി. കല്യാണപ്പൊരുത്ത്. നന്നായി. ഏതാ കുട്ടി?

മേരിക്കുട്ടി.

നമ്മടെ മേരിക്കുട്ട്യോ? നന്നായി. അവള് യ്ക്ക് ചേരും. വിരോധം ല്യ. പക്ഷേ, അവള് തന്റെ സ്വന്തല്ലേ?

ന്റെ സ്വന്തൊന്ന്വല്ല.

അല്ല. യ്ക്ക് വിരോധം ഇല്യ. എന്നല്ല ഞങ്ങൾക്ക് അതൊരു വിരോധല്ല. പക്ഷേ, നിങ്ങളൊക്കെ മനുഷ്യരല്ലേ?

കുഞ്ഞുകുട്ടൻ അന്ധാളിച്ചു. താൻ മനുഷ്യനാണ്. പ്രാന്തൻമാവ് വൃക്ഷമാണ്. അപ്പോൾ–അപ്പോൾ അന്തരം വലുതാണ്.

മേരിക്കുട്ടിയും മനുഷ്യനാണ്.

മനുഷ്യനും വൃക്ഷവും തമ്മിൽ വിവാഹമോ?

ഇതേവരെ ചിന്തിക്കാത്ത ഈ വിഷയം കുഞ്ഞുകുട്ടനെ വീർപ്പുമുട്ടിച്ചു. പ്രാന്തൻമാവ് തന്റെ സ്നേഹിതനാണ്. അത്രയേ ചിന്തിച്ചുള്ളൂ. അന്യോന്യം മനസ്സറിയുന്ന കൂട്ടുകാരൻ. പക്ഷേ, അതു വൃക്ഷവർഗത്തിൽപ്പെടുന്നു എന്നു ചിന്തിച്ചില്ല. താൻ മനുഷ്യവർഗത്തിലും പെടുന്നു. ഈ രണ്ടു വർഗങ്ങൾ ഒന്നുചേരാൻ വയ്യാത്തതാണെന്നും അറിഞ്ഞില്ല.

ഇപ്പോൾ–

ഇപ്പോഴും വിരോധമില്ല. പ്രാന്തൻമാവിന് ഒരു വിരോധവുമില്ല. ആരും അരുതെന്നു പറയാനുമില്ല. ഉവ്വോ?

ഇല്യ.

ഒറ്റപ്പാല പറഞ്ഞു!

ഇത്തരം കാര്യങ്ങൾ ഞങ്ങൾക്കു പ്രകൃതിയാണ്. വിവാഹം, ഗർഭം, പ്രസവം. അതൊക്കെ സാധാരണം. പ്രകൃതി. അതിന് ഒരാളുടെയും സമ്മതം വേണ്ട. കാലമെത്തിയാൽ പൂക്കും. കായ്ക്കും. പുനരുത്പാദനം നടക്കും. അതിത്ര ഘോഷിക്കുന്നതെന്തിനെന്നും മനസ്സിലാവുന്നില്ല. പക്ഷേ, നിങ്ങൾ–

ഞങ്ങൾ, മനുഷ്യർ അങ്ങനെയല്ല. പ്രകൃതിയെ നിയന്ത്രിക്കും. അതാണ് മനുഷ്യ മേന്മ.

എന്നുവെച്ചാൽ–

ഒറ്റപ്പാലയ്ക്ക് മനസ്സിലായില്ല.

പ്രാണവായുവില്ലാതെ ജീവിക്കുന്നുവെന്നോ? അതോ വളർച്ച തടയുന്നുവെന്നോ? അതല്ല പുനരുത്പാദനം ഇല്ലാതാക്കിയെന്നോ? എന്താണു

നിയന്ത്രണം. പ്രകൃതിയെ നിയന്ത്രിക്കുക എന്നുപറഞ്ഞാൽ ഷർട്ടിട്ടു നടക്കാൻ പഠിച്ചു; അല്ലേ?

അത്.......അതു ഞാൻ പറയാം. അതായത്--അത്.....

കുഞ്ഞുകുട്ടൻ വിക്കി. പദങ്ങൾ മറന്നു. ഭാഷ സ്മരണയായി.

അത്, അതായത്, ഞാൻ, ഇങ്ങനെ ചുരുക്കം പദങ്ങളിൽ കുഞ്ഞുകുട്ടൻ എത്തിപ്പിടിച്ചു. എന്തെങ്കിലും പറയുവാൻ ശ്രമിച്ചു. അജ്ഞതയുടെ ദയനീയ രോദനമായി കലാശിച്ചു.

ക്ഷൗരം ചെയ്യാൻ പഠിച്ചു. അല്ലേ! പ്രകൃതി തന്നരുളിയ രക്ഷാകവചം അഴിച്ചു വെക്കുവാൻ ശീലിച്ചു. കുപ്പായവും മുണ്ടും ധരിച്ചു. എന്നിട്ട്, വലിയ വലിയ കാര്യങ്ങൾ സംസാരിച്ചു. നിങ്ങളെന്താണു നിയന്ത്രിച്ചത്? പണ്ടും ഇന്നും നിങ്ങൾ കാലത്തിനടിമതന്നെ. ഇന്നലെകളും നാളേയുമില്ലാത്തവർ. ഇന്നിന്റെ വായ്ത്തലയിൽമാത്രം മുറിഞ്ഞു മുറിഞ്ഞു ജീവിക്കുന്നവർ. കാട്ടുതീകൂടാതെ തീ കത്തിച്ചപ്പോൾ ഗുഹാതലങ്ങളല്ലാതെ കുട്ടിപ്പുരകൾ വെച്ചപ്പോൾ പ്രകൃതി ആകെപ്പാടെ നിയന്ത്രിച്ചു എന്നു ധരിച്ചുവെച്ച പൊണ്ണന്മാർ. നോക്കൂ. പണ്ടും മനുഷ്യനും വൃക്ഷവും വിവാഹിതരാവാറുണ്ട്. അതത്ര അരുതാത്തതോ നടക്കാത്തതോ അല്ല.

പക്ഷേ.... പക്ഷേ.... കുട്ടികൾ.

കുട്ടികളുണ്ടാവും. അതു ജീവപ്രകൃതി. നിങ്ങളുടെ പെൺപിറപ്പുകളുടെ സ്വഭാവം. അതിനു മനുഷ്യസഹവാസം വേണ്ട. വൃക്ഷങ്ങൾ മതി. ഈ പ്രാന്തൻ മാവിന് അച്ഛനാവാം. ഈ എനിക്കച്ഛനാവാം. സ്ത്രീശരീരത്തിൽ ഉത്പാദിപ്പിക്കപ്പെടുന്ന അണ്ഡത്തെ സ്വയം സ്ഫോടനത്തിനു സഹായിക്കുകമാത്രമാണ് പുരുഷ ബീജത്തിന്റെ ധർമം. അതിന് മനുഷ്യബീജം തന്നെ വേണമെന്നില്ല. ഈ ഞങ്ങളുടെ പരാഗരേണുക്കളായാലും മതി.

പക്ഷേ, ഞങ്ങൾക്കച്ഛൻ വേണം.

കുഞ്ഞുകുട്ടൻ ഉറപ്പിച്ചു.

എന്തിനാ? പള്ളിക്കൂടത്തിൽ ചേർക്കുമ്പോൾ കോളം പൂരിപ്പിക്കുവാനോ? അതോ നിങ്ങളുടെ കുടുംബസ്ഥാപനത്തിന്റെ കാവലിനോ? എന്തിനാണത്? വിഡ്ഢി. ഇതൊക്കെ വെറും ന്യായങ്ങൾ. ശാരീരികബലം ഏറെ സിദ്ധിച്ച ആൺ വർഗത്തിന്റെ സൂത്രം. സഹസ്രാബ്ദങ്ങളിലൂടെ സ്വരൂപിച്ചെടുത്തത്. പെൺവർഗത്തിനെ അടിച്ചേല്പിച്ചത്. സമുദായത്തിൽ നേതൃത്വം ലഭിക്കുവാനുള്ള വഴി.

ഒന്നുമല്ല. സത്യമതാണ്. ഞങ്ങളുടെ സ്ത്രീകൾ പുരുഷസംയോഗമില്ലാതെ ഗർഭംധരിക്കില്ല. വെറും അണ്ഡസ്ഫോടനം കൊണ്ടാരും ഗർഭവതികളായി എന്നു കേട്ടിട്ടില്ല.

കുഞ്ഞുകുട്ടന് ശുണ്ഠിവന്നു. ഈ ഒറ്റപ്പാലയുടെ ചിന്ത അധാർമികമാകുന്നു എന്നുപോലും തോന്നി. ഇതു തോന്നിവാസമാണ്. അധാർമികമാണ്. ഈ താന്തോന്നിത്തങ്ങൾ ഞങ്ങൾ സമ്മതിക്കില്ല.

വേണ്ട. നിങ്ങൾ സമ്മതിച്ചല്ല പ്രകൃതിയുടെ പരിണാമം സംഭവിക്കുന്നത്. എനിയും പരിണമിക്കാനിരിക്കുന്ന ഒരു വർഗത്തിന്റെ പ്രാകൃതരൂപമായ മനുഷ്യന്റെ അഹങ്കാരം. ഇത്ര അഹങ്കാരം നല്ലതിനല്ല.

പ്രാകൃതരൂപമോ? ഈ ഞങ്ങളോ? ആറ്റംബോംബും ഹൈഡ്രജൻ ബോംബും കണ്ടുപിടിച്ചുവരാണു ഞങ്ങൾ. ചക്രങ്ങളും റോക്കറ്റുകളും ഞങ്ങളുടെ നേട്ടങ്ങളാണ്. എന്നിട്ടും പ്രാകൃതരൂപമെന്നോ.

മതിമതി. ഒരു ശാസ്ത്രസത്യംതന്നെ മനസ്സിലാക്കാൻ കെല്പില്ലാത്തവർ ഡോ, ഡോ, ഡോ.

പ്രാന്തൻമാവ് തിരക്കുകൂട്ടി.

താനെന്താ ആ വിദ്വാനോട് ഇത്രവലിയ ഡയലോഗ്? അയാളൊരു ഥിയറിറ്റേഷ്യനാ എന്നാ നാട്യം. അതുകളും എന്നിട്ട് എന്റെ വേളിക്കാര്യം പറയൂ. അവളെപ്പഴാ വരാ? എന്നാ, ഞാൻ തയ്യാർ.

ഞാൻ പറയാം.

വേഗം വേണം. പത്തുനാൾ കഴിഞ്ഞാൽ പിന്നെ വയ്യ. പിന്നെ കുറെനാൾ ബ്രഹ്മചര്യം ദീക്ഷിക്കാൻ പോകുന്നു. ഇപ്പോൾ ഇണചേരാനുള്ള ആവേശമുള്ള കലവുമാണ്. അവൾക്കും അതിനു കാലമായി. ഇല്ലെ? ഉവ്വ്. എനിക്കറിയാം. ആ സ്ഥിതിക്ക് എനി താമസിക്കരുത്. ഇപ്പോൾതന്നെയാവട്ടെ. ഞാനൊരു കാര്യം ചെയ്യാം. ഇതാ, ഉടനെ അവളെ വിളിക്കാം.

പ്രാന്തൻമാവ് ചലനം ഒതുക്കി. ഏകാഗ്രചിത്തനായി. തീവ്രമായ ഇച്ഛാശക്തി സ്വരൂപിച്ച് കാളമേരിയെ വിളിച്ചു.

ആ ഇച്ഛാശക്തിയുടെ തീവ്രാകർഷണം അങ്ങ് അകലെ വീട്ടിൽ അടുക്കളപ്പണിചെയ്യുന്ന മേരിക്കുട്ടിയെ കയറിട്ടുവലിച്ചു.

ഇതാ.

പ്രാന്തൻമാവ് പരിസരം ശ്രദ്ധിച്ചു. പുഞ്ചിരിച്ചു.

മാഷ് ഇവിടെ?

മേരിക്കുട്ടിക്കത്ഭുതമായി.

വെറുതെ അടുക്കളപ്പണി ചെയ്യുമ്പോൾ ഇറങ്ങി നടന്നതാണ്. എന്തിനെന്നറിയാതെ. ഒരാവശ്യവുമില്ലാതിരുന്നിട്ടും എന്തോ ആവശ്യമുള്ളപോലെ. ആരോ അത്യാവശ്യമായി വിളിക്കുന്നതറിഞ്ഞു.

മാഷാ വിളിച്ചേ?

ഞാനല്ല. ഈ പ്രാന്ത-അല്ല, ഈ മാവ്. ഒരുപക്ഷേ, ഞാൻ പറഞ്ഞിട്ടു തന്നെ.

മേരിക്കുട്ടി സൗഹൃദത്തോടെ ചെറുചില്ലകൾ തലോടി. അടുപ്പിച്ച് ഉമ്മ വെച്ചു.

വളരെ ഗൗരവമുള്ള ഒരു വിഷയം പറയാനാണു വിളിച്ചത്.

കുഞ്ഞുകുട്ടൻ മേരിക്കുട്ടിയെ നോക്കി. പ്രാന്തൻമാവിനെ കെട്ടിപ്പിടിച്ചു.

ഇപ്പോൾ ഈ ശുഭമൂഹൂർത്തത്തിൽ നിന്റെ വിവാഹം കഴിക്കാം. ഇതാ, ഈ നിൽക്കുന്ന ഈ മാവാണ് മാപ്ല. നമ്മുടെ ഒറ്റപ്പാല പുരോഹിതൻ. ഞാൻ ബ്രഹ്മനായി സാക്ഷി നില്ക്കാം. സമ്മതമാണോ?

കുഞ്ഞുകുട്ടന്റെ ഗൗരവവാണി മേരിക്കുട്ടി ഉൾക്കൊണ്ടു. മന്ത്രഭാവം മനസ്സിലാക്കി. ഓരിക്കുന്നാകെ നിറഞ്ഞ ആദ്ധ്യാത്മികതയിൽ ആറാടി.

എങ്കിൽ, പ്രിയപ്പെട്ട കുട്ടീ, ഈ വിവാഹം നിനക്കു സമ്മതമെങ്കിൽ വരൂ.

വരഗിരാധാരയുടെ അനുഗ്രഹം സിദ്ധിച്ച കുഞ്ഞുകുട്ടൻ പറഞ്ഞു. അതത്രയും ആത്മാവറിയെ അനുഭവിച്ച മേരിക്കുട്ടി കുഞ്ഞുകുട്ടന്റെ ഒപ്പം നിന്നു.

പ്രാന്തൻമാവ് എന്ന പ്രിയസുഹൃത്തിന്റെ വലത്ത് മേരിക്കുട്ടി പ്രേമമുഗ്ധയായി തുടർന്നിരുന്നു. താഴ്ന്നുവന്ന ഒരിളം ചില്ല അവളുടെ പാണി ഗ്രഹിച്ചു സവിതാവിനെ പ്രദക്ഷിണം വെച്ചു.

കുഞ്ഞുകുട്ടൻ ബ്രഹ്മനായി. ഒറ്റപ്പാല കൈനീട്ടി ദേശം വാങ്ങിച്ചു. അനുഗ്രഹിച്ചു. നിത്യസുമംഗലീഭവഃ

# അറുപത്തിയെട്ട്

**നീ** നിത്യസുമംഗലിയായിരിക്കട്ടെ.

ഇപ്പോൾ ലോനയോടു പറഞ്ഞ വാക്ക് നിറവേറ്റിയതായി കുഞ്ഞുകുട്ടന് അനുഭവമായി. നല്ല ഒരു നസ്രാണിച്ചെക്കനെ കണ്ടുപിടിക്കാമെന്ന് ഏറ്റതാണ്.

അതിന് ഈ പ്രാന്തൻ നസ്രാണിയാണോ? അതറിയാനെന്താ വഴി.

നസ്രത്തും ദൈവപുത്രനും മുമ്പുള്ള വർഗം. മനുഷ്യവർഗം ഉരുത്തിരിയും മുമ്പ് ഉരുത്തിരിഞ്ഞു വളർന്നത്. ഈ ഇന്ത്യാരാജ്യത്തേക്കു കുടിയേറിപ്പാർത്തത്. പറങ്കികളുടെ ഒപ്പം വന്ന് സാമൂതിരിയുടെ അതിഥിയായി.

അപ്പോൾ–

അവൻ പറങ്കിയാവാം.

ഏതായാലും ഹിന്ദുവല്ല. ഹിന്ദുസ്ഥാനത്തിൽ ഉത്ഭവം തേടാനാവില്ല. വരത്ത നാണ്.

അത്രയേ അറിയൂ.

മാർഗംകൂടിയതുമല്ല.

ശുദ്ധ വിദേശി. ഇന്നും എല്ലാ വ്യക്തിത്വവും വച്ചുപുലർത്തുന്നവൻ. ഇന്ത്യൻ മണ്ണിലാണ് വളരുന്നതെങ്കിലും തനിവിദേശി പറങ്കിമാവ്.

എന്നാലും മനുഷ്യരേക്കാൾ ഭേദം.

നിത്യം അന്തികറുത്താൽ മൂക്കറ്റം കള്ളടിച്ച് മെക്കട്ടു കേറില്ലല്ലോ. ആഢ്യത്തോം തറവാടിത്തോം പറഞ്ഞ് പണം പിടുങ്ങാനും വരില്ല. സ്ത്രീധനം മുഴുവനും തന്നില്ലെന്നു പറഞ്ഞ് ഇല്ലത്തു കൊണ്ടാക്കില്ല.

എന്നേം വിളിക്കായിരുന്നില്ലേ്യ.

ആര്യക്കുട്ടി അന്വേഷിച്ചെത്തി

ഞാനും വന്നേനെ. മേരിക്കുട്ടീടെ കല്യാണം കഴിഞ്ഞൂന്ന് കേട്ടു. നന്നായി. മാടമ്പ് നോക്കാമെന്നും ഏറ്റു. അപ്പോ ഞങ്ങളോ?

ഞങ്ങളെ ആരും നോക്കും? ഞങ്ങളെവിടെ താമസിക്കും?

മാടമ്പിന്റെ ആദ്യാവാസത്തിൽ മേരിക്കുട്ട്യേ ആ പ്രാന്തൻമാവിനു കൊടുത്തു. പക്ഷേ, അതിനു പ്രാന്തില്ല. പ്രാന്തനെന്നു വിളിക്ക്ണൂന്നേള്ളു. എന്റെ, എന്റെ നമ്പൂരിക്ക് മുഴുത്ത പ്രാന്താ. ആരും അങ്ങനെ പറഞ്ഞില്യ. നമ്പൂതിരിപ്പാട് ന്ന് പറഞ്ഞു. ബഹുകേമൻ.

ആര്യക്കുട്ടിയുടെ വാക്കുകൾ നനഞ്ഞു. കരഞ്ഞുവീർത്ത അക്ഷരങ്ങൾ തൊണ്ടയിൽ തടഞ്ഞു.

ഞാൻ–ഞാ–ന്റെ നമ്പൂര്യേക്കാളും ഭേദം ആ പ്രാന്തൻ മാവാ. ഒന്നൂല്യങ്കിലും ഉപദ്രവം ഇല്യലൊ.

ആര്യക്കുട്ടി മുഖം പൊത്തി. ഉത്ക്കടമായ വേദന മുറുക്കിക്കെട്ടിയ മുഖം മറച്ചു.

കുഞ്ഞുകുട്ടൻ അതറിഞ്ഞ് അന്യദിശകളിൽ ദൃഷ്ടി പായിച്ചു. അരുതാത്തത് കാണരുത്. പ്രത്യേകിച്ചും കാണരുത് എന്നു വിചാരിക്കുന്നത് കാണരുത്. ആര്യക്കുട്ടി തന്റെ മുഖം കുഞ്ഞുകുട്ടൻ കാണരുതെന്നു മോഹിച്ചു. പിന്നെ കാണുന്നത് കുഞ്ഞുകുട്ടന്റെ തോന്നിവാസമാകുന്നു. തോന്നിവാസം മാത്രമല്ല. ഷണ്ഡത്വം. ആണും പെണ്ണും കെട്ട സ്വഭാവം.

ഞങ്ങളെവടെ താമസിക്കും?

ഇല്ലമുണ്ട്. ഭർത്താവിന്റെ ഇല്ലമുണ്ട്. വേണ്ടപ്പെട്ടവരെല്ലാമുണ്ട്. എന്നിട്ടും അനാഥരായി.

ഏട്ടൻ പടിഞ്ഞാറ്റി പൊളിച്ചു.

അച്ഛനോടു പറഞ്ഞില്ല. പറഞ്ഞാലും ഇപ്പൊ അച്ഛനറീല്യ. ഏട്ടനതു വിറ്റൂത്രെ. എനീം തെക്ക്നീം കെഴക്ക്നീം ഒക്കേം ണ്ട്. ഞങ്ങൾക്കൊക്കെ കെടന്നൊറങ്ങാൻ എനീം സ്ഥലം ണ്ട് ന്നാലും–

ഉണ്ണി.

കുഞ്ഞുകുട്ടൻ നിറുത്തി. ആര്യക്കുട്ടിയുടെ മുഖം കുടിലമാകുന്നത് കുഞ്ഞുകുട്ടൻ കണ്ടു.

മാഷക്ക് വേറൊന്നും പറയാൻ ല്യേ?

ഏട്ടൻ! ഏട്ടനെന്താ ബഹുസുഖം. രാപ്പകല് ചാരായം. ഇല്ലത്തന്നെ ണ്ടാക്ക്ണ്ട്. ആ ശിങ്കീടിം ണ്ടാവും. കൊളക്കടവിലാ ണ്ടാക്കണേ. പിന്നെ, എടയ്ക്കൊക്കെ ആ പെണ്ണൂണ്ടാവും.

നനുത്ത ദ്വേഷ്യം മാത്രം. നിർവികാരമായ വാക്കുകളിൽ നീറിപ്പിടിക്കുന്ന ഒരു തരി തീപ്പൊരി. ചൂടുണ്ട്. അത്ര മാത്രം. കെട്ടടങ്ങീട്ടില്ല എന്നു കാണിക്കാൻ.

മൂന്നു നേരം തിന്നാൻ വരും...ത്ഥൂ.

എവ്ട്ന്നാ തിന്നണേന്നറീല്യ. അതൊന്നും ഏട്ടന്റെ പണിയല്ല. തിന്നണം. ഇപ്പൊ കണ്ണിക്കണ്ടത് വിക്കലില്ല. പടിഞ്ഞാറ്റി പൊളിച്ച വഹ കഴിഞ്ഞ് ണ്ടാവില്യ.

മാഷെന്താ മനോരാജ്യം കാണണേ?

അല്ലാതെന്താ ചെയ്യാ...ഞാൻ....ഞാൻ.....

മാടമ്പ് കുഞ്ഞുകുട്ടന്റെ സമസ്തധാർഷ്ട്യവും ഒതുങ്ങി. ആകെ പരിചയപ്പെട്ട മൂന്നുപേർ. അവരുടെ മുന്നൂറു കോടി ദുഃഖം. ഇത് ലോകദുഃഖമാകുന്നു.

അറിയേണ്ടിയിരുന്നില്ല. മനോരാജ്യം കണ്ടിരുന്നാൽ മതിയായിരുന്നു. മഹാവാക്യങ്ങൾ ഉരുവിട്ടുറപ്പിക്കാം. വ്യാഖ്യാനിച്ചു രസിക്കാം.

മാഷ് പറയൂ.

ഒന്നും പറയാനില്ല. പറയാനുള്ളതെല്ലാം പലരും പറഞ്ഞുകഴിഞ്ഞു. തലമുറകൾക്കുള്ളതുകൂടി പറഞ്ഞുകഴിഞ്ഞു. എനി പ്രവൃത്തി. ഇറങ്ങി വേല ചെയ്യാറായി.

അച്ഛനുംകൂടി ചത്താൽ–

പിന്നെ താമസം ല്യ. നാലുകെട്ടും വിക്കും. ഇരിക്കണ പറമ്പ് തുണ്ടം തുണ്ടമായി അന്യാധീനമാവും. അതിനുപകരം കോഴീം കള്ളും ചെലുത്തി ഏട്ടന് അജീർണം പിടിക്കും. ചോരവറ്റി വിറച്ചുവീഴും. ഇപ്പൊത്തന്നെ–

ഞങ്ങളും മാഷടെ ഒപ്പം താമസിക്കാം. അല്ലെങ്കിൽ ഞങ്ങളേം ആർക്കെങ്കിലും കൊടുക്കൂ. ആ പാലയ്ക്ക് അല്ലെങ്കിൽ കുസൃതി വെള്ളാരങ്കല്ലിന്. എന്താ രണ്ടാം വേളിയാണ് ന്ന്ണ്ടോ?

വിഡ്ഢിത്തം.

ഒന്നുപെറ്റു എന്നോ രണ്ടുപെറ്റു എന്നോ ഞങ്ങൾ നോക്കാറില്ല. കഴിഞ്ഞ തവണ പൂത്ത മാവാണ്. തെക്കൻ കാറ്റടിച്ചു. അതിനാൽ ഇത്തവണ ആ കാറ്റുതന്നെ വരട്ടെ. എന്നിട്ട് തലോടിത്തലോടി ഉള്ളുവിടർത്തട്ടെ. കഴിഞ്ഞാണ്ടിൽ പൂമ്പൊടി നൽകിയ പൂങ്കുലതന്നെ ഈയാണ്ടിലും നൽകട്ടെ. ഞങ്ങൾക്കാ വാശിയില്ല.

ഒരിക്കൽ പെറ്റു. ആരോ വിവാഹം ചെയ്തു. എനി-

ഒന്നുമില്ല.

ഈ വെള്ളാരങ്കല്ലിനുമില്ല ആ ചിന്ത. ആര്യക്കുട്ടിക്ക് പത്നീപദം ആവാമെങ്കിൽ വരൂ. ഞാനിതാ പതിയായിരിക്കാം.

വെള്ളാരങ്കല്ല് പറഞ്ഞു.

ഗൗര്യേടത്തീം വല്യേടത്തീം വന്നോട്ടെ. നമുക്കൊരു പുതിയ സമൂഹം നിർമിക്കാം. യാഥാസ്ഥിതികത്വത്തിന്റെ കടുംപിടുത്തമില്ലാതെ.

സർട്ടിഫിക്കറ്റിൽ വേണമെങ്കിലെഴുതാം.

അച്ഛൻ - വെള്ളാരങ്കല്ല്

ജോലി - ഈ പ്രപഞ്ചനിയമങ്ങളിൽ പങ്കുചേരുക.

വരുമാനം-ശാന്തിയും സമാധാനവും.

ജാതി-പുരുഷൻ.

മതം-

ഉപജാതി.

അതൊക്കെ എഴുതിച്ചേർക്കാം. നമ്മുടെ ആളുകൾക്കു തൃപ്തിയാവട്ടെ. അധൈര്യം അങ്ങനെ ഒളിച്ചുവെക്കട്ടെ.

ഞാൻ, ആര്യക്കുട്ടിയുടെ മകൻ, അത്രയേ അറിയൂ. അച്ഛൻ ആരാണെന്ന് എന്നോടു പറഞ്ഞിട്ടില്ല. ഒരു പക്ഷേ, അമ്മയെ വിധിയാംവണ്ണം വേട്ട ആ പ്രാന്തൻ നമ്പൂതിരിയാവാം. അല്ലെങ്കിൽ-

ഈ വെള്ളാരങ്കല്ലാവാം.

അങ്ങനെ പറയട്ടെ. സത്യം തുറന്നുപറഞ്ഞാലെന്താണ്? സത്യത്തിന് ഒരു കൂട്ടെന്തിനാണ്?

സമൂർത്തമായി ഞാനെന്ന സത്യം കൺമുമ്പിലുണ്ടാവുമ്പോൾ അമൂർത്തമായ അച്ഛനെന്ന ആശയമെന്തിനാണ്.

സർട്ടിഫിക്കറ്റിൽ ചേർക്കാനാവും.

ഫീസിളവു ചെയ്യാനാവും.

എനിക്കറിയില്ല.

മാടമ്പ് വരൂ.

ഞങ്ങൾ മൂന്നാളും വരാം. മേരിക്കുട്ടിയെ വിവാഹം ചെയ്ത ഈ ഓരിക്കുന്നിലെ അന്യപ്രജകൾ ഞങ്ങളുടെ സ്ത്രീത്വം ധന്യമാക്കട്ടെ. അതിനു മാടമ്പ് കാരണമായിത്തീരട്ടെ.

ആവാം.

അടിമുടി അഴിച്ചുപണിതേ തീരൂ. സമുദായത്തിന്റെ നാരായവേരിൽത്തന്നെ കത്തിവെക്കണം. മനുഷ്യനെ മനുഷ്യനായിക്കാണാവുന്ന സമൂഹം ഉണ്ടാവട്ടെ. പെണ്ണിനെ ചൂഷണം ചെയ്യുന്ന ആണുങ്ങളൊക്കെ നശിക്കട്ടെ.

നശിക്കട്ടെ.

ഇബറ്റോക്കെ ശൂലത്തിമ്മേ കയറ്റണം. പത്തുമാസം ഗർഭം ഭേസാനും പെറാനും ഞങ്ങള്. ഒടുക്കം അതിന്റെയൊക്കെ യോഗ്യതേം അവകാശോം ആണിന്. ശൂലത്തിമ്മേ കയറ്റിയാലേ നേരെയാവൂ.

ആര്യക്കുട്ടി അടിമുടി വിറച്ചു. ചുണ്ടു കടിച്ചു പൊട്ടിച്ചു. പല്ല് കടിച്ചു കോർത്ത് ക്രൗര്യം വിഴുങ്ങി.

ആണായി ജനിച്ചു എന്ന ഒരൊറ്റ കാരണം മതി. യജമാനഭാവമായി.

ത്ഥൂ!

ആട്ടിന്റെ ശക്തി കുഞ്ഞുകുട്ടനനുഭവിച്ചു. മാടമ്പും അതെ. ഇത്ര ഞെളിഞ്ഞ് ഇരിക്കൊന്നും വേണ്ട. ആദ്യം മാടമ്പിനെ കേറ്റും ശൂലത്തിമ്മേ -ന്ന്ട്ട്-ന്ന്ട്ട്-

ആര്യക്കുട്ടി തപ്പിത്തടഞ്ഞു.

മുമ്പൊരിക്കൽ ഒരൊറ്റ ചവിട്ടുകൂറ്റനായി തന്നെ തിന്നു വളരുവാന നുവദിച്ച ആ മഹാവിദ്വേഷാഗ്നിയുടെ ഈ ആളിപ്പടർച്ചയിൽ കുഞ്ഞുകുട്ടൻ സർവാംഗം ചുട്ടുപൊള്ളി. ആസനത്തിൽ തറച്ചുകയറ്റിയ ഊക്കൻ ശൂല ത്തിൽ പിടഞ്ഞു പിടഞ്ഞു കാക്കയും കഴുകനും കൊത്തിവലിക്കുന്ന സ്വശരീരഭാഗങ്ങളടരുന്ന വേദന സഹിച്ചു.

ന്ന്ട്ട്, നാടൊക്കെ ഇമ്പറ്റേ തറച്ചുനിർത്തും. അല്ലെങ്കിൽ തല മൊട്ടയടിച്ച് കോലുവിളക്കു തറച്ചുവെക്കും. എണ്ണേം തിരീം ട്ട് കത്തിക്കും.

വഴികാണാട്ടെ.

അപ്പൊ നേര്യാവും.

നാടൊട്ടുക്ക് ആണുങ്ങളെ തൊലിയുരിച്ച് തല മൊട്ടയടിച്ചു കോലു വിളക്കു തറച്ചു തിരി കത്തിച്ച് വഴിവഴി നിർത്തണം.

ഹായ്!

കൊടുംക്രൂരതയുടെ മൂർധന്യത്തിൽ ആര്യക്കുട്ടി മൂർച്ഛിച്ചു. വയ്യെങ്കിലും, ശക്തി നശിച്ച കൈയിൽ കുഞ്ഞുകുട്ടൻ അവരെ കോരിയെടുത്തു. കുന്നിൻ മണ്ടയിൽ കിടത്തി. പൊടീനിത്തലപ്പ് പൊട്ടിച്ചു വീശി. അഗ്നിസ്ഫുലിംഗ മായി ഇടയ്ക്കിടെ കണ്ണുതുറക്കുന്ന സ്വന്തം നാടിന്റെ കൊടുംവിദ്വേഷഭാവം എങ്ങനെ ഊതിക്കത്തിക്കാമെന്നറിയാതെ കുഞ്ഞുകുട്ടൻ ആര്യക്കുട്ടിയെ മാത്രം നോക്കിയിരുന്നു. അവരുടെ തളർന്ന മിഴി മെല്ലെ ഉറയ്ക്കുന്നതറിഞ്ഞു.

ഞാൻ പോട്ടെ.

കുഞ്ഞുകുട്ടൻ മിണ്ടിയില്ല.

ആരെങ്കിലും ചത്തോ നോക്കട്ടെ. അച്ഛനോ, വല്യമ്മമാരോ. ഏതെ ങ്കിലും ചത്തോ നോക്കട്ടെ. ന്നാൽ ഒരു കിണ്ണം കൊറഞ്ഞൂലോ.

ചാവുന്ന കാര്യം മാത്രം മോഹിച്ചുകൊണ്ട് ആര്യക്കുട്ടി എഴുന്നേറ്റിരുന്നു.

ജീവിക്കാൻ.

എന്തിനാ?

എല്ലാവർക്കും ഓദ്രായിട്ട് ഇങ്ങനെ ജീവിക്ക്യേ. എന്തിനാ അത്, അവനാനും നാട്ടാർക്കും ആർക്കൂല്യ ഒരു സുഖം. ഓദ്രം മാത്രം. നിത്യദു രിതം മാത്രം. ന്ന്ട്ടും ജീവിക്കണംന്നാ മാഷ് പറേണേ.

കുട്ടീ ജീവിതമാണ് സത്യം. അതാണ് സൗന്ദര്യവും സുഖവും.

അങ്ങനെ എന്തൊക്കെയോ പറയണമെന്ന് കുഞ്ഞുകുട്ടൻ മോഹിച്ചു. പിന്നെ, അർത്ഥച്യുതിവന്ന അത്തരം വാക്കുകളും വാക്യങ്ങളും വൃഥാ ഉരു വിടുന്നതെന്തി നെന്ന് ഓർത്തു ദുഃഖിച്ചു.

ഒരു ദിവസം

ഒരു ദിവസം വരും എന്നാലും മാഷ് പറേണത്. അല്ലേ, മാഷേ? അതിനു മുമ്പ്-

അതിനു മുമ്പ് അതിനായി യത്നിക്കണം.

പറയാൻ ഒരു കാര്യം കിട്ടിയതായി കുഞ്ഞുകുട്ടൻ ആശ്വസിച്ചു.

ഒരാദർശത്തിന്.

ത്ഫൂ! ആദർശം!

ആര്യക്കുട്ടി എണീറ്റു. കുന്നിറങ്ങി.

ഒരൊറ്റ ആദർശം മാത്രം. മരിക്കുംവരെ ജീവിക്കുക. അതുമാത്രം അതിനുതകാത്തതൊക്കെ–

ത്ഫൂ!

കഫക്കട്ടകൾ ഓരിക്കുന്നിൽ വറ്റി. പാട ഈച്ചയാർത്തു.

## അറുപത്തിയൊമ്പത്

**കാ**ശും പണവും തരിക.

സ്നേഹവും സുഖവും വാങ്ങുക.

കാശും പണവും ഒന്നുമല്ല കാര്യം. സ്നേഹാണ് കാര്യം. കാശും പണോം ണ്ടാക്ക്യാൽ ണ്ടാവും. പക്ഷേ, ആളും അടുപ്പോം ണ്ടാവില്ല. അതിന് ഭാഗ്യം വേണം. അതാ കാര്യം.

അങ്ങനെ പറയുന്നവരെത്രയോ ഉണ്ട്. അവരൊക്കെ ഇവിടെ വരട്ടെ. കാശും പണവും മാത്രം തരട്ടെ.

ഇതൊരു നോട്ടീസായിട്ട് എഴുതണോ, അതോ ബോർഡായിട്ട് വേണോ?

ആര്യക്കുട്ടി ഏടത്തിമാരോടന്വേഷിച്ചു.

നെണക്കു ഭ്രാന്താ

വല്ല്യേടത്തി ഒഴിഞ്ഞു.

ഏടത്തിക്ക് അറിയാഞ്ഞിട്ടാ. നമ്മക്ക് ഇപ്പൊ എന്താ വേണ്ടേ. പണം. അല്ലേ? പിന്നൊന്നും വേണ്ട, സ്നേഹം ണ്ട്. സമയം ണ്ട്. സമയം.

ആര്യക്കുട്ടി ആവർത്തിച്ചു. സമയം.

അതും ഒരു നോട്ടീസാക്കാം. സമയമില്ലാത്തവർക്ക് സമയവും കൊടുക്കാം. ഒന്നിനും സമയമില്ലാത്തവരുണ്ട്. സദാ തിരക്ക്. അല ക്കൊഴിഞ്ഞ് കാശിക്കു പോകാൻ പറ്റാത്ത മട്ട്. അവരൊക്കെ പണം തരട്ടെ. സമയം പകരം നൽകാം.

ആര്യക്കുട്ടി പകല് മുപ്പതു നാഴികേം മനോരാജ്യം കാണുന്നു. ഏടത്തി മാരും. പിന്നെ രാത്രി. മൂന്നാളുടേം സമയം മുഴുവനും വിക്കാം. ഉണ്ണ്യേട്ടന്റെ ഏടത്തി മാത്രം ഇബടെണ്ടായാൽ മതി. ത്തിരി വെച്ചുവിളമ്പാൻ. അതു കഴി ഞ്ഞാൽ ദേവ്യേടത്തിക്കും പണീല്യ. അവരുടെ സമയവും പാഴാകുന്നു.

ഒരു ബോർഡ് കൂടി വേണം.

പണം മാത്രം തരിക. സമയം പകരം തരാം. പണമുണ്ടായാൽ മതി. അതിദുർലഭങ്ങളായ വസ്തുക്കൾ വിൽക്കപ്പെടും. സുഖം. സന്തോഷം. സമയം. ഈ ലോകത്തിന് ഇതിലധികം എന്തു വേണം?

ഒരു പലക കിട്ടാനുണ്ടോ?

ആര്യക്കുട്ടി ആരോടെന്നില്ലാതെ ചോദിച്ചു.

കുഞ്ചൂ, കുഞ്ഞുണ്ണീ ആരൂല്യേ ഇബടെ?

ഇച്ചമ്മ വിളിച്ചോ?

കുട്ടികൾ വട്ടംകൂടി.

ആ പടിക്കല് രണ്ടു കുഴി കുത്തണം. ഒരു നാഴി വട്ടം. ചെരട്ടേടെ അത്ര ശ്ശി കുണ്ടും വേണം. ഒരു സാധനം കുഴിച്ചിടാനാ.

(നാഴി എന്നു പറഞ്ഞാൽ കുട്ടികൾക്ക് അത്ര പരിചയമുണ്ടാവില്ല. നാഴിയും ഇടങ്ങഴിയും പറയും അവർക്കറിയില്ല. ആവശ്യമില്ല. സാധനങ്ങൾ പാണ്ട്യാലക്കാരൻ അളന്നുതരുന്നു. പിന്നെ അളക്കേണ്ട ആവശ്യമില്ല. ചിരട്ട യാണെങ്കിൽ അറിയും. ധാരാളം. അപ്പോൾ അതിന്റെ രൂപമുണ്ട്. വലിപ്പ ത്തെപ്പറ്റി ധാരണയും ഉണ്ട്. അതുകൊണ്ട് ചിരട്ടയുടെ അത്ര എന്നാക്കി- വ്യാഖ്യാതാ).

ന്താ-

കൊടി.

ങേ. കൊടീണ്ടാവോ. ന്നാ യ്ക്കും വേണം.

കുട്ടികൾക്കുത്സാഹമായി.

ഒക്കെ തരാം. പോയി കുഴീണ്ടാക്ക്.

ന്തോണ്ടാ-

ഒരു ചെരട്ടോണ്ട് മാന്തിക്കോ.

ഒരു പണിയുടെ രസത്തിൽ കുട്ടികൾ ഓടി. ഒന്നും ചെയ്യാനില്ലാതെ മുരടിക്കുന്ന ഉത്സാഹത്തിന് ഒരു കൂമ്പുണ്ടായതറിഞ്ഞു. വറ്റുന്ന ഊർജ ത്തിന് ഒരു ചാലെങ്കിലും തുറന്നു. അനാവശ്യമാവാം. ലക്ഷ്യഹീനമാവാം. ന്നാലും ഒരു വഴിയുണ്ട്. പാഴാകുന്ന മാനവശക്തിക്ക് ഒരു മാർഗം. ലക്ഷ്യം വന്നെത്തും.

കുട്ടികൾ എട്ടും പടിക്കലെത്തി. മുളങ്കുറ്റി, ചിരട്ട, പിച്ചാത്തി, ചട്ടുകവാലു കൾ സംഭരിച്ചു.

എവടാ?

അവരത്രയും പടിക്കാലിനടുത്ത് സൂക്ഷ്മപരിശോധനയ്ക്കൊരുങ്ങി. മണ്ണു തൊട്ടു. ഘ്രാണിച്ചു. നാത്തുമ്പ് തൊട്ട് തുപ്പി.

ഇബടെ, അല്ല, ബടെ.

ഒരു സ്ഥലം പൂർവ്വപുണ്യങ്ങളൊത്ത ഒരിടം അവരന്വേഷിച്ചു.

ഞാൻ വരാം.

ആര്യക്കുട്ടി ഒപ്പംകൂടി.

ഒരു ബോർഡു വേണം. പലക. അതിനെന്താ വഴി?

ഇച്ചമ്മയുടെ ആവശ്യം അവരറിഞ്ഞു. മനസ്സിൽ ഒരു പലകക്കഷണം തപ്പി. എവിടെയോ കണ്ട്ണ്ട്. ഇല്ലത്ത് തന്നെ. അതോ റോട്ടിലോ. ഒരു തകര ക്കഷണം. നാലുപുറം പട്ടിക തറച്ച്. അതെവിടെയോ കണ്ടതായി അവ രോർമിച്ചു.

എവട്യാ-

റോട്ടിലാവോ!

അതോ-

അടുത്തോ?

വായനശാലേലാവോ?

അവരൊക്കെ നെറ്റിചുളിച്ചു? പരസ്പരം നോക്കി. എവിടെയോ ഒരോർമ യായി തങ്ങിയ പലകക്കഷണം തപ്പിയെടുക്കാനാവതെ കുഴങ്ങി. ഇടംവലം പിരിഞ്ഞ കൃഷ്ണമണികളുരുട്ടി. നാസികാഗ്രം വീക്ഷിച്ചുറപ്പിച്ചു.

ശ്രദ്ധ ഒന്നായി.

എന്നിട്ടും-

ഞാങ്കണ്ട്ണ്ട്.
ഞാനൂണ്ട്.
ഞാനും.
എടം കണ്ട്ണ്ട്.
സ്ലേറ്റു മത്യോ?
സുഷമക്കുട്ടിക്ക് സംശായി.
മതി.

ഇച്ചമ്മ പറഞ്ഞു. പക്ഷേ, ചെറുതാവും. അക്ഷരംതന്നെ ചെറുതായാൽ വഴിപോക്കർക്ക് വായിക്കാനാവില്യ. അതും പോരാ. സ്ലേറ്റു പെൻസിലോ ണ്ടെഴുത്യാൽ തെളിച്ചോംണ്ടാ വില്യ.

ഒരു കാര്യം ചെയ്യാം.

അബടെ ഒരു മൊറം ഇല്ല്യേ?

ഇച്ചമ്മയുടെ സംശയം കേട്ട് കുട്ടികൾ കാതു വട്ടംപിടിച്ചു. എവിടെ, ഏതു മുറം?

ണ്ട്. ഒരു വട്ടോറം.

ആര്യക്കുട്ടി പറഞ്ഞു.

അബടെ, ആ വടക്കോറത്ത്, മേപ്പടീടെ അടുത്ത്. കഴുക്കോലിമ്മെ തിരുകീണ്ട്. കുട്ടികൾ ഓർത്തു. വടക്കോറം ധ്യാനിച്ചു. മേപ്പടി കണ്ടു. കഴുക്കോലു കണ്ടു. പക്ഷേ, ഇതൊക്കെ ഒരുമിച്ചു കാണാനാവാതെ ഞെരുങ്ങി.

അതെടുത്തോണ്ടുവാ. ന്നിട്ട് ത്തിരി ചാണം തേച്ച് കറപ്പിക്കണം. ചാണോം കരീംകൂടി അരച്ചാ മതി.

ഞാൻ കരി പറക്കാം.

വേണ്ട. ഇബ്ട്ന്ന് വേണ്ട.

അമ്മയുടെ ചിതയിൽ വാടിവീണ വാഴയ്ക്കു ചുറ്റും വലിയ വലിയ കരിക്കട്ടകളുണ്ട്. കുട്ടികൾ അതു കണ്ടു. ഓർമിച്ചു. ആര്യക്കുട്ടി തടഞ്ഞു.

അത് മുത്തശ്ശ്യമ്മേടെ കര്യാ അല്ലേ?

സുഷമക്കുട്ടിക്കു മനസ്സിലായി.

ങാ. അതന്നെ.

ഉണ്ണികൾ ഓർത്തു.

മുത്തശ്ശ്യമ്മേ കത്തിച്ചപ്പോ.....

ഞാങ്കണ്ട......

അകത്ത്ന്ന് എടുത്തോ.

ഉണ്ണികൾ കരിക്കട്ട പറക്കാൻ പോയി.

എനി, ത്തിരി ചുണ്ണാമ്പു വേണം. ചാണോം കരീം കൂട്ടി മൊറം കറപ്പിക്കണം. ന്നിട്ട് ചുണ്ണാമ്പോണ്ട് എഴുതണം.

ചിത്രം ണ്ടാവോ?

സുഷമയ്ക്ക് ശങ്കയായി. എവിടേയോ ചിത്രം കണ്ട മറവിയായി. വഴിവക്കിൽ ശങ്കരൻനായരുടെ പെര പണീമ്പഴാവും. അല്ലെങ്കിൽ അന്തോണി മാഷടെ പെര പണീമ്പഴാവും. രണ്ടും ഓടല്ല. സിമന്റ്. വാർപ്പ്. കണ്ടാൽ കൊത്യാവും. അപ്പൊ അവടെ എഴുതിവെച്ചു.

എന്തടാ കരിങ്കണ്ണാ നോക്കണേ.

അപ്പൊ ചിത്രംണ്ട്. പിന്നേം ചിത്രം കണ്ട്ണ്ട്.

ഇപ്പൊ ഇച്ചമ്മേം ചിത്രം വരക്ക്ണ്ടാവും. അതോ എഴുത്തു മാത്രോ?

അപ്പൊ കൊടീല്യ്യേ?

ണ്ട്. ഒരു പാവാടക്കഷണം കെട്ടാം. ഒരു കോണകം കെട്ടാം. അല്ലെങ്കിൽ എന്തെങ്കിലും കെട്ടാം.

ബടെ വെച്ചോ.

ഞാൻ കണ്ടു. യ്ക്കറിയാം. ആ പത്തായത്തിന്റെ പലകേണ്ട്. ഉണ്ണികൾ ആർത്തു. അവരുടെ മനസ്സിൽ ഒരു പലകക്കഷണമായിരുന്നു. ഇടനാഴിയിൽ പൂട്ടു തറച്ച ഒരു നിരപ്പലക. പത്തായത്തിന്റ്യാത്രെ. അമ്മ പറഞ്ഞ്ണ്ട്. അത്മ്മെ പൂട്ട്ണ്ട്. ഇരുമ്പല്ല. പിച്ചള.

കൊണ്ട്വാ.

അതും വരട്ടെ.

ഒരു കുഴീംകൂടി വേണം. ഒരു മൊളേം.

കാല് വേണ്ടേ?

ബടേണ്ട് കൊളത്തിന്റെ വക്കത്ത്.

ആര്യക്കുട്ടി അതു കേട്ടില്ല. കരിക്കട്ട എടുത്തു.

ചാണകത്തിനായി തപ്പി.

ചാണകം.

റോട്ടില്ണ്ടാവും.

പടിക്കല് ധാരാളം പശുക്കളെ കാണാറ്ണ്ട്. ആരടാവോ. ഏതെങ്കിലും പയ്യ് ചാണകം ഇട്ട്ണ്ടാവും.

കരി മാത്രം മതി.

ദ് അരയ്ക്കണം.

അവരൊക്കെ കുളക്കടവിൽ ഒത്തു. കരിക്കട്ട കഴുകി. വക്കടർന്ന് അലകു ചിതറിയ വട്ടമുറം കഴുകി വെള്ളം വാരാൻ ചെരിച്ചുവെച്ചു. ഉണങ്ങാൻ കാത്തു.

എനി നോട്ടീസുംകൂടി ആയാൽ ഒക്കെയായി. സമസ്തം.

വർണക്കടലാസിൽ നല്ല നല്ല വാക്യങ്ങളിൽ എഴുതണം.

രണ്ടു നോട്ടീസുവേണം. വായിച്ചാൽ കുടുങ്ങണം. അണ്ണക്കണീല് പെട്ടപോല്യാവണം കുതറിമാറാൻ വയ്യ. കുതറും തോറും പല്ല് മുറുകുന്നു. കുറേശ്ശക്കുറേശ്ശ. തൊലി കീറി മാംസം മുറിച്ച് അസ്ഥി തുളച്ച് മജ്ജ തുരന്ന് ആത്മാവ് പിളർന്ന്–

ഹായ്!

മാടമ്പിനെ ഏല്പിക്കാം.

വരുവിൻ! കാണുവിൻ! രസിപ്പിൻ!

അതു പോരാ.

വരുവിൻ! തരുവിൻ! രസിപ്പിൻ!

തരുവിൻ എന്ന് വലുതാക്കി എഴുതണം. കാശ് തരുവിൻ പണം തരുവിൻ എന്നു ധരിക്കണം. വേണമെങ്കിൽ (പണം) എന്ന് ഇങ്ങനെ ബ്രാക്കറ്റിൽ എഴുതാം. ബ്രാക്കറ്റിലാക്കിയാൽ പെരുക്കണം എന്നർത്ഥം.

സുന്ദരയ്യര് പഠിപ്പിച്ച്ണ്ട്.

നുള്ളി പിച്ചിമാന്തി ഉറപ്പിച്ച്ണ്ട്.

അപ്പൊ പണം തരുവിൻ എന്നു വെച്ചാൽ പണം തരുവിൻ എന്നർത്ഥ മാകും. പെരുപ്പമാകുന്നു. ചുരുക്കത്തിൽ ധാരാളം പണം തരുവിൻ എന്നു കൂടി അർത്ഥ മാകുന്നു.

ഇതൊണങ്ങി.

മുറം കാവലിരുന്ന സുഷമക്കുട്ടി വിളിച്ചുപറഞ്ഞു. ഒന്നുകൂടി തൊട്ട് ഉറപ്പുവരുത്തി.

ഉവ്വ്, ഒടണങ്ങ്യേക്ക്ണു.

കരി അരച്ചോ?

ഉം ം ം ം ം

ആര്യക്കുട്ടി കരിക്കുഴമ്പ് എടുത്തു. അകം പുറം മുറം മൂന്നുവട്ടം തേച്ചു. ആനക്കരിയാക്കി. ഭംഗി മതിയായില്ലെന്നു തോന്നി. വീണ്ടും കരികൂട്ടി. പിന്നെ പത്തായപ്പലക തേച്ചുമിനുക്കി.

ഈ പൂട്ടിന്റെ കുന്തം വലിച്ചു കളേണം. പിച്ചളയാണ്. എന്തെങ്കിലും കിട്ടും. പാട്ടമിച്ചവാരം ഒഴിയാത്ത കാലത്തെ ബാക്കി. ചിത്രപ്പണികൾ നിറഞ്ഞ് കനം തിങ്ങിയ പിച്ചളപ്പൂട്ട്.

വരുവിൻ (പണം) തരുവിൻ!

കാശും പണവും തരിക. സ്നേഹവും സുഖവും വാങ്ങുക.

സമയമില്ലാത്തവർക്ക് സമയം.

സുഖമില്ലാത്തവർക്ക് സുഖം.

സ്ഥലം നന്നെ പരുങ്ങല്. ഇതൊക്കെ വലുതാക്കി എഴുതാൻ ഇത്ര സ്ഥലം പോര.

നോട്ടീസു വേണം.

വരുവിൻ.

കുട്ടികൾ കൂട്ടം കൂടി. ആർപ്പും വിളിയും കൂട്ടി. കരിതേച്ച് മൂന്നുരു നിറം കേറ്റിയ പത്തായപ്പലകയും മുറവും തലയിലേറ്റി. ശീവേലിക്ക് തിടമ്പെഴുന്ന ള്ളിച്ച കീശാന്തിയെപ്പോലെ പടിക്കലേക്കെഴുന്നള്ളി. തന്ത്രിയായി ആര്യ ക്കുട്ടി മന്ത്രങ്ങളുരുവിട്ട് ഒപ്പം നടന്നു.

## എഴുപത്

**ഒ**ക്കെ നാറ്റിച്ചു. സർവത്ര നാറ്റിച്ചു. അഹമ്മതി. ഇങ്ങനേം ണ്ടോ ഒരു തോന്നിവാസം. നാട്ടാരക്ക് പറഞ്ഞു ചിരിക്കാറായി. പ്രാന്ത്! ഥല്ലി ഖാല് ഓടിക്കണം അതാ വേണ്ടെ.

ഉണ്ണിനമ്പൂതിരി നടന്നു തുള്ളി വിയർത്തു കിതച്ച് നാലു പുറം തുപ്പി നിറച്ചു. പിന്നേം പിന്നേം അഴിഞ്ഞ മുണ്ട് ഉരച്ചു കേറ്റി. തേഞ്ഞ ചന്തി മാന്തി പ്പൊളിച്ചു. ഉണല് പൊന്തിയ കൈത്തണ്ട ചൊറിഞ്ഞു. നടുംപുറം എത്തി യിടത്തുറച്ചു. ആര്യക്കുട്ടി എഴുതി സ്ഥാപിച്ച പരസ്യക്കാലുകൾ പിടിച്ചു കുലുക്കി. തൊടുംമുമ്പ് കടപുഴങ്ങിവീണ മുളങ്കുറ്റി വലിച്ചെറിഞ്ഞു. കരി തേമ്പിയ മുറം വലിച്ചെടുത്തു. പലക അഴിച്ചു. കൈ തടഞ്ഞ പിച്ചളപ്പൂട്ടിൽ കണ്ണു തടഞ്ഞു. ബുദ്ധി തറഞ്ഞു. പിച്ചളയാണ് സാധനം. നന്നെ മോശമല്ല. പത്തിരുപതു ക. കിട്ടും.

ഏതവസ്ഥയിലും പണം കിട്ടുന്ന പഴുതിലോടുന്ന ബുദ്ധി ഉടൻ തിരിഞ്ഞു. സമ്പാദ്യസാധനമായിക്കണ്ട പിച്ചളപ്പൂട്ട് ഓർമയിൽ സൂക്ഷിച്ചു. വീണ്ടും രക്തസമ്മർദം വർദ്ധിച്ചു. ബുദ്ധി കോപിച്ചു വിറച്ചു. ശകാരമാരംഭിച്ചു.

കൊശവമ്മാര്. ഒന്നൂല്യേ അബടെ. മുളനാഴി മുറിച്ചപോലെ കൊറേണ്ടലോ. ചതുക്കും പുതുക്കും. ഇപ്പൊ ഒന്നൂല്യേ. ബ്റ്റ എവിടെപ്പോയി. ഒക്കെ ചത്ത്വോ.

ഉണ്ണിനമ്പൂതിരി പത്തായപ്പലകയെടുത്തു. വീണ്ടും വീണ്ടും സൂക്ഷിച്ച് വലിച്ചെറിഞ്ഞു.

വെട്ടിപ്പൊളിക്കണം.

ബടെ വാ. മൊശകോടമ്മാര്. ആ മൊറം കുത്തിപ്പൊളിച്ച് തീയിട്. ഓരോന്നിന്റെ തോന്ന്യാസേ! അടിച്ച് കണ്ണുതെറിപ്പിക്കാഞ്ഞിട്ടാ.

ഉണ്ണിനമ്പൂതിരി ദേഷ്യം സഹിക്കവയ്യാതെ പുറംകാലുവീശി. അടുത്തെത്തിയ മരുമക്കൾ അമ്മാമന്റെ തല്ല് ഏറ്റുവാങ്ങി. സമ്പന്നരായി.

ദെന്താ കഥ?

കനാൽപ്പാലത്തിന്മേൽ ശിങ്കിടിയും ശിങ്കിടിയുടെ ഭൂതങ്ങളും ചിരിച്ചു ചിരിച്ചു ചത്തു.

തമ്പ്രാനെ, ദെന്താ ബോർഡ്?

ങേ!

ഉണ്ണിനമ്പൂതിരിക്കു വിഷയം തിരിഞ്ഞില്ല. ബോർഡോ?

എന്തു ബോർഡ്?

ഇല്ലത്തെ പടിക്കലെ ബോർഡു കണ്ടില്ലേ?

ഒന്നും കണ്ടില്ല. ആര്യക്കുട്ടീം ചിടങ്ങുപിടുങ്ങോളുംകൂടി അവടെ എന്തോ ആദ്യവസാനം കണ്ടു. എന്താന്നറിഞ്ഞില്ല.

ദിലും ഭേദം വ്യഭിചാരശാല എന്നെഴുതിവെയ്ക്കായിരുന്നു.

ഉണ്ണിനമ്പൂതിരി ഞെട്ടൽ വിഴുങ്ങി. സിൽബന്തികളെ നോക്കി. പടിക്കൽ നാട്ടിയ പരസ്യപ്പലക കണ്ടു.

എവട്യാ അത്? ആ അശ്രീകരം എവട്യാ? എംഃ എട്ത്ത് കളേയ്. അശ്രീകരം. ന്നത് കാട്ടാന്നില്യ.

ഒച്ചേം ബഹളോം കുട്ടികളെ ഭയപ്പെടുത്തി. അവർ ചൂഴെനിന്നു. തെല്ലകന്നു. കൈയും കാലും എത്താത്തിടത്ത്.

വെട്ടിപ്പൊളിക്കാ.

ഉണ്ണിനമ്പൂതിരി വട്ടമുറം കുട്ടികളുടെ മണ്ടയ്ക്കടിച്ചു. കൂട്ടം കൂടിനിന്ന അവറ്റ ചിതറി. കാര്യം മനസ്സിലാവാതെ ഏത്തായ ഒലിപ്പിച്ചു. മാനം നോക്കി.

ഉണ്ണിനമ്പൂതിരി വട്ടമുറത്തിൽ ചവിട്ടി. പലതവണ. പിന്നെ പത്തായപ്പലകകൊണ്ടു തല്ലിക്കീറി. ഇഴ പൊട്ടിച്ചു ചിക്കിപ്പരത്തി. പലകയെടുത്തു നാലുകെട്ടിലേക്കു കടന്നു.

ദെന്താദ്?

എഴുത്തു തെളിഞ്ഞ നിരപ്പലക നടുമുറ്റത്ത് എറിഞ്ഞു. തിരക്കുകേട്ട് ദേവി എത്തിനോക്കി.

ഇതെന്താന്നാ ചോദിച്ചേ. എവട്യാ ആ സാധനം? ദെന്തിന്റെ പൊറപ്പാടാ ഇത്. മാനംമര്യാദായിട്ട് പൊറത്തെറങ്ങി നടക്കാൻ പറ്റില്യാച്ചാ. ഇബടേണ്ട്

ഒന്ന്. ശുത്ത പ്രാന്ത്. സാരംല്യാച്ചാ തലേക്കേറും. പാപം ല്യെച്ച് അടിച്ചെറക്കാണ്ടിരിക്കണതാ. അപ്പൊ.

ദേവി അന്ധാളിച്ചു. നടുമുറ്റത്തിട്ട പത്തായപ്പലകയിൽ നോക്കി. ഒന്നും മനസ്സി ലായില്ല. എന്തോ ചുണ്ണാമ്പുകൊണ്ടെഴുതിയിരിക്കുന്നു. അതോ ചോക്കോ. ദെന്താവോ ത്ര കലി തുള്ളാൻ?

എവട്യാ അത്?

ആര്യാ അന്വേഷിക്കണേ.

ആ സാധനം ല്യേ. ആര്യക്കുട്ടി.

ഞാൻ ബടേണ്ട്.

ബഹളം കേട്ടു. എന്നിട്ടും നിസ്തോഭയായി ആര്യക്കുട്ടി എത്തി. മേലടുക്കളയുടെ കട്ടിളപ്പടി കടന്നു കുപ്പത്തിണ്ണയിൽ ഇരുന്നു. ആ അക്ഷോഭ്യത ഉണ്ണിനമ്പൂതിരിയെ മത്തുപിടിപ്പിച്ചു.

കണ്ടില്ലേ ഒരു.....ഒരു.....ഒരു......ദ്

ഒരു......രു ദ്ണ്ടോ അതിന്?

വാക്കുകൾ തോന്നാഞ്ഞ് അകംനിറഞ്ഞ ദേഷ്യം അമർത്താനാവാതെ ചില ചില്ലറ പദങ്ങൾ തുപ്പി. അക്ഷരങ്ങൾ ഓക്കാനിച്ചു. തുപ്പലും നാറ്റവും വർഷിച്ചു. ഇതൊക്കെ കണ്ടിട്ടും ആര്യക്കുട്ടി ഇതൊന്നും തന്നോടല്ല എന്ന ഭാവത്തിൽ ഇരുന്നു.

മനുഷ്യമ്മാരുടെ മുമ്പിൽ തല നീർത്താൻ പറ്റാണ്ടായില്ലേ. എന്താ അവടെ എഴുതിവെച്ചേക്കണേ?

എന്താ?

ആര്യക്കുട്ടി ശാന്തയായി ചോദിച്ചു. തണുത്തു നിർവികാരമായ ശബ്ദം നാലിറയത്തു തൂണുകളെ തലോടി.

എന്താ.......എന്താദ്. ഒന്നൂല്യേ?

വേണ്ടാത്തത് ഒന്നൂല്യ. ഒരു പരസ്യം മാത്രം. ഇബടെ കൊടുക്കാനുള്ളത് എന്താണെന്ന് എഴുതിവെച്ചു. മുഴുവനായില്യ. വെല എഴുതിവെക്കാൻ മറന്നു.

എറ്ഃ നിറുത്തിക്കോ. ശവി! ഒരു.....രു......ദേ തോന്ന്യാസൊക്കെ എഴുതിവെച്ചു. ന്ന്ട്ട് ഇരുന്ന് ന്യായം പറേം. ഹടിച്ച് ഖണ്ണിന്റെ സിൽവറ് തെറിപ്പിക്കാഞ്ഞിട്ടാ–

അടിക്കരുതേ? എന്തിനാ വേണ്ടാന്നു വെക്കണേ?

ഉണ്ണിനമ്പൂതിരി വെറുങ്ങലിച്ചു. അനീത്തിയുടെ അതിരുകടന്ന ധാർഷ്ട്യം സഹിക്കാനാവാതെ നിന്നു. വേഗം വേഗം ശ്വാസം വലിച്ചു. ഒരടി മുമ്പോട്ടോ പിന്നോട്ടോ വെക്കുവാനാവാതെ നിന്നനിലയ്ക്ക് ആടിയുലഞ്ഞു.

നെന്ന്യാക്കെ എന്താ വേണ്ടെന്ന്ണ്ട്. ഈ എഴുത്തും അതിന്റെ–

എന്തൊക്കെയായാലും വ്യഭിചാരം എന്നു പറയുവാൻ ഉണ്ണിനമ്പൂതിരി മടിച്ചു. പൈതൃകമായ സംസ്കാരവിശേഷം അണുപ്രായത്തിൽ ബാക്കി നിന്നതുകൊണ്ടാവാം അനീത്തിയെ വേശ്യയെന്നു സംബോധന ചെയ്യുവാനും നാവു ചേർന്നില്ല. കനാൽപ്പാലത്തിൽ സ്വന്തം കൂട്ടാളിക്കൂട്ടം കളിയാക്കി ചിരിച്ചിട്ടും ആ വാക്കു പറയുവാൻ മനസ്സു വന്നില്ല.

തോന്ന്യാസം എഴുതീട്ടില്ലാത്രെ. എന്താ ഈ എഴുത്തിനർത്ഥം? ഒരു ബോർഡേ. ലോകത്തില് ഇങ്ങനേണ്ടോ ഒരു താന്തോന്നിത്തം. അല്ലെങ്കി

ത്തന്നെ എങ്ങന്യാ നാട്ടില് നടക്കാന്നറിയില്ല. ഒന്നാച്ചാ വെള്ളത്തിൽ ചാടി ചത്തു. അതിനു മുമ്പെ വെഷംവെച്ചു. ഇപ്പൊ......ഇപ്പൊ ദും.

എന്താ എട്ടൻ പറേണേ?

ന്നെക്കൊണ്ടു പറ്യേക്കണ്ട.

ഏട്ടന് മടീണ്ടങ്കിൽ ഞാൻ പറയാം. ഞാൻ വേശ്യാപ്പണി ചെയ്യാന്നല്ലേ.

ആര്യക്കുട്ടിയുടെ വാക്കു കേട്ട് ഉണ്ണിനമ്പൂതിരി ഞെട്ടി. മേനി കുഴഞ്ഞു തൂണു ചാരി.

നീയ് ങ്കട് പോര്ണ്ണ്ടോ?

വല്ല്യേടത്തി അനീത്തിയെ വിളിച്ചു.

വെറുതെ ഏട്ടനെ ശുണ്഻ഠീട്പ്പിക്കണോ?

ഈ ഏടത്തിക്കെന്താ. ഞാനാരേം ശുണ്ഠീട്പ്പിക്ക്ണില്യ. ചോയ്ച്ചെപ്പൊ പറഞ്ഞു. ഏട്ടനാ ശുണ്ഠീട്ക്കണേ.

ഞാൻ......ഞാൻ............

ഏട്ടന് കാശല്ലേ വേണ്ടൂ.

ആര്യക്കുട്ടി സ്തോഭമാറ്റമില്ലാതെ ചോദിച്ചു.

ഞാൻ......ഞാൻ നാട്ടിലിറങ്ങി നടക്കാൻ പറ്റാണ്ടായി.

ഏട്ടനെന്താ പറേണേ. സദാ ചാരായം. എടെണ്ടാവുമ്പൊ ആ പെണ്ണും. ഇതു രണ്ടും സ്വന്തം ഇല്ലത്ത്വെച്ച്.

കുട്ടീ!

വല്ല്യേടത്തി ആര്യക്കുട്ടിയുടെ കൈപിടിച്ചു വലിച്ചു.

ഞാൻ പറയാൻ ള്ളത് പറയും. ഏട്ടനാണ്. സമ്മതിച്ചു. ഉള്ളത് വിറ്റു കുടിക്കല്ലാതെ ഏട്ടനെന്താ പണി? ഇബടെ ഒരു നേരത്തെ അരി മേടിച്ച് തന്ന്ണ്ടോ. വേണ്ട. ഒരു നേരെങ്കിലും വെക്കാൻ ണ്ടോന്ന് അന്വേഷിച്ച്ണ്ടോ. ന്ന്ട്ട് പ്പൊ ഒരു യോഗ്യത. അതും സ്വന്തം ഇല്ലത്ത് ചാരായം ണ്ടാക്കി വിക്കാൻ സമ്മതിക്കണ ഒരാളും.......ന്ന്ട്ട് പ്പൊ-ഏട്ടന് പണം മാത്രേ വേണ്ടൂ. അതു കൊടുക്കാം. പിന്നെന്താ?

വികാരലേശം തോന്നിക്കാതെയാണ് ആര്യക്കുട്ടി പറഞ്ഞത്. എങ്കിലും ആ സാധാരണ ശാന്തതയറിഞ്ഞ് വല്ല്യേടത്തി പകച്ചു. ഇത് എന്താ ഒറ ച്ചേക്കണേ ആവോ. അകം നൊന്തുപഴുത്ത് ചൂടു പുറത്തേക്ക് ആവിയായി പടരുന്നത് വല്ല്യേടത്തിയറിഞ്ഞു. ആ ആവി പൊക കൊടുത്ത് നല്ലേട ത്തില്ലം ആകെ പഴുത്തു പാകം വന്നതറിഞ്ഞു.

നീയ് ങ്കട് വാ.

ഞാൻ വരാം.

അങ്ങനെ പറഞ്ഞുവെങ്കിലും ആര്യക്കുട്ടി വല്ല്യേടത്തിയുടെ പിടുത്തം വിടുവിച്ചു. അപ്പോൾ ആ വിരലുകളുടെ ചൂട് വല്ല്യേടത്തിയെ പൊള്ളിച്ചു.

ഉണ്ണിനമ്പൂതിരി രക്ഷപ്പെടാൻ പഴുതില്ലാതെ നാലിറയത്തെ തൂണു ചാരി കുന്തിച്ചിരുന്നു. ഉണലുപൊന്തിയ പുറം തൂണിലുരച്ചു. കാൽവണ്ണ മാന്തി ക്കീറി. നടുമുറ്റം തുപ്പിനിറച്ചു.

ഓരോന്നു വന്നുകൂടും. ഒക്കേറ്റ്നേം മര്യാദയ്ക്കു പിടിച്ചു കൊടുത്തതാ. ന്നാലും തിരിച്ചെത്തി. ന്ന്ട്ടോ താന്തോന്നിത്തോം. ക്ഷമയ്ക്കുണ്ട് ഒരതിര്.

ഏട്ടന്പ്പൊ എന്താ വേണ്ടേ. പണം വേണോ? പടിഞ്ഞാറ്റീടെ പണം മുഴ്വനായ്യോ. ന്നാ ഈ പറമ്പ് മുറിച്ച് വിറ്റോളൂ. പിന്നെ.....പിന്നെ.....

ഏതായാലും വിറ്റ് കുടിക്കല്ലേ. ഞങ്ങളേം വിറ്റോളൂ. അതിനെന്തിനാത്ര ക്ഷോഭം? ഞങ്ങള് മൂന്നാള്ണ്ട്.

പ്ഫ!

സഹികെട്ട് ഉണ്ണിനമ്പൂതിരി ആട്ടി. എന്തൊക്കെയോ പറയാനോങ്ങി. ഒന്നും പറയാനാവാതെ എണീറ്റോടി. പുറത്തെവിടെയോ ഇട്ടിരുന്ന മടാള് എടുത്തു. തുള്ളിവിറച്ചെത്തി.

അറക്കും ഞാൻ. ഒക്കേറ്റനേം അറക്കും.

ആര്യക്കുട്ടി അക്ഷോഭ്യയായിരുന്നു. ഏടത്തിമാർ ഓടിയെത്തി പിടിച്ചെണീപ്പിച്ചു. അകത്തേക്കു വലിച്ചിഴച്ചു.

ഏട്ടനതും പറ്റില്ല. ത്ഫൂ.

ആര്യക്കുട്ടി കഫക്കട്ട തുപ്പി. നടുമുറ്റത്തു വീണ തുപ്പൽ മുഖത്തായ പോലെ ഉണ്ണിനമ്പൂതിരി ഞെട്ടിത്തിരിഞ്ഞു. മുഖം തുടച്ചു. അലറിവിളിച്ചു.

നിന്നെ–ഞാൻ.

വെട്ടുകത്തി നാലിറയത്തെ തൂണിൽ കൊണ്ടു. ഒരു ലക്ഷ്യം സിദ്ധിച്ച പഴുതിൽ ഉണ്ണിനമ്പൂതിരി രോഷമൊക്കെ ആ തൂണിൽതീർത്തു. വീണ്ടും വീണ്ടും ആഞ്ഞുവെട്ടി. വായിൽ തോന്നിയതൊക്കെ വിളിച്ചുപറഞ്ഞു.

ആ തൂണ് മുറിക്കണ്ട. വെറുതെ തൂണു കേടുവരും. അദ്ധ്വാനിച്ച് ക്ഷീണിക്കേം ചെയ്യും.

പ്ഫ എരപ്പേ!

ഉണ്ണിനമ്പൂതിരി ശബ്ദം ലക്ഷ്യമാക്കി മടാളെറിഞ്ഞു. വട്ക്ക്നിയുടെ അഴിയിൽതട്ടി മടാള് തെറിച്ചു. കൈയെത്താവുന്നിടത്തു വീണു. എന്നിട്ടും അതു കാണാതെ പുറത്തേക്ക് ഓടി.

നി പ്പൊ അതും തുടങ്ങും. തുടങ്ങട്ടെ. നിക്കെന്താ. നിങ്ങളായി നിങ്ങടെ പാടായി ഞാൻ–

ഉണ്ണിനമ്പൂതിരിയുടെ ക്രോധം ക്ഷീണമായി. ക്ഷീണം വേദനയായി. ദുഃഖമായി. കണ്ണീരായി അടർന്നുവീണു.

ഞാൻ.......ഞാൻ.......നിങ്ങളൊക്കെ—

വികാരാധിക്യത്താൽ ഉണ്ണിനമ്പൂരിക്ക് പറയാനായില്ല. ആത്മഗതമായി പുറപ്പെട്ട വാക്കുകൾ കീഴമർന്നു. അക്ഷരം പൊള്ളകളായി ഉടഞ്ഞു തകർന്നു.

ഇടിമിന്നലായി തെളിഞ്ഞ രക്തബന്ധങ്ങൾ ഉണ്ണിനമ്പൂതിരിയെ പരിക്ഷീണനാക്കി. അച്ഛനും അമ്മയും ഉടപ്പിറപ്പുകളും ഭാര്യാസന്താനങ്ങളും ആ ക്ഷണികപ്രഭയിൽ വെട്ടിത്തിളങ്ങി. ഒരു മിന്നലാട്ടം മാത്രമെങ്കിലും ആ ശക്തിയേറിയ പ്രകാശത്തിൽ ഉണ്ണിനമ്പൂതിരി അന്ധനായി. വിക്കിവിക്കി നിന്നു.

ഞാൻ......ഞാ

വട്ക്ക്നിയിൽ ആര്യക്കുട്ടി ഏട്ടന്റെ സ്തോഭവ്യത്യാസ മറിഞ്ഞു. കരയുന്ന ഏട്ടനെ ആദ്യമായി കണ്ട് തേങ്ങി. ആര്യക്കുട്ടിയുടെ ആത്മാവ് ഏട്ടനെ ആശ്വസിപ്പിക്കുവാൻ വെമ്പി. പോയ കാലങ്ങളിലൊരിക്കലെങ്കിലും തോന്നാത്ത മമതയാൽ ആർദ്രയായി.

ഏ.......ഏ.......

ഏട്ടനെന്നു പറയാനാവാതെ, വിളിക്കാനും വയ്യാതെ, താൻ പറഞ്ഞതധികമായെന്നറിഞ്ഞ് ആര്യക്കുട്ടി നൊന്തു. സദാ ചാരായം കുടിച്ചും

കൈയിൽ കിട്ടിയതു പെറുക്കി വിറ്റും തിണ്ണനിരങ്ങുന്ന ഏട്ടനെ തീവ്രദുഃഖത്തിൽ അടുത്തുകണ്ട് പരിക്ഷീണയായി. ക്ഷണം. പിന്നെ, അതും ഏട്ടന്റെ ഒരടവാവുമെന്നു തോന്നി. വെറുപ്പേറി. അറപ്പുകൂടിച്ചേർന്നു. നാലിറയത്തേക്ക് നോക്കാനാവാതെ ചുരുണ്ടു. ഏട്ടൻ നടന്ന വഴികൂടി കാണാൻ അറച്ച് കണ്ടാൽ ഓക്കാനിച്ചു ഛർദിക്കു മെന്നു ഭയന്നു പിത്തരസം ഇറക്കി. മനംപുരട്ടൽ ഒതുക്കി. ഒരു വിധം വടക്കേ മച്ചിൽ എത്തി. കിടക്കയിൽ വീണു.

## എഴുപത്തിയൊന്ന്

**ഞാ**ൻ പറഞ്ഞാ ആർക്കും വെലേല്യ. കേക്കാൻതന്നെ ഭാവം ല്യ. ന്നട്ടല്ലെ അനുസരിക്കാ. അത്ല്യ. പോട്ടെ. പറഞ്ഞാൽ വെറുതെ കേക്കാൻ തന്നെ വയ്യ. ഒക്കേന്റേം ഒരു ഊറ്റേ! സഹിക്കില്യ. അഹമ്മതി! ഞാനാച്ചാ–

ഉണ്ണിനമ്പൂതിരി ദുഃഖിച്ചു.

ഇപ്പൊ എന്നെ ആർക്കും വേണ്ടാന്റായി. ഞാനൊക്കെ നശിപ്പിച്ചൂന്നാ നാട്യം. ഞാനെന്തേ നശിപ്പിച്ചേ. നി അഥവാ നശിപ്പിച്ചൂച്ചാത്തന്നെ ആരടെ മൊതലാ. ബ്രൊക്കെ പെൺകൊട കഴിഞ്ഞ് പോയോരല്യേ. അവരടെ എന്താ ഞാൻ നശിപ്പിച്ചേ. മാത്രല്ല ഒക്കേം രണ്ടും മൂന്നും കിടാങ്ങളായി ബടെന്നെ വലിഞ്ഞെത്ത്യപ്പൊ ആവണപോലെ തിന്നാനും കൊടുത്തു. ന്ന്ട്ടും–

ഉണ്ണിനമ്പൂതിരി നിറുത്തി.

നാലിറയത്താരുമില്ല. കേക്കാൻ ആളില്ലെങ്കിൽ എന്തു കാര്യം. കാണി നേരം ഒന്നു മിന്നിമറഞ്ഞ ദുഃഖം ഒഴിഞ്ഞു. പകരം സാമർത്ഥ്യം തല പൊക്കി. (സാമർത്ഥ്യം എന്നു പറഞ്ഞാൽ ശരിയല്ല. പ്രകൃതംകൊണ്ട് ദുസ്സാമർത്ഥ്യം എന്നു പറയേണ്ടതാണ്. ഇത്, മാടമ്പ് കുഞ്ഞുകുട്ടന്റെ അശ്രദ്ധയെ കാണിക്കുന്നു. അതാകട്ടെ, ആർക്കും ഏതെഴുത്തുകാർക്കും ദോഷമേ ചെയ്യൂ. ഒരുപക്ഷേ, പദങ്ങൾക്ക് അർത്ഥം വേണമെന്ന് മോഹിക്കുന്നവരെ സംബന്ധിച്ചു മാത്രം എന്നു കൂടി ചേർക്കാം. മറ്റുള്ളവർ എന്തും എഴുതട്ടെ–വ്യാഖ്യാതാ.)

സാമർത്ഥ്യം ദുഃഖത്തെ ആട്ടിയോടിച്ചു. രക്തബന്ധത്തിന്റെ മുറുകിയ കെട്ടുകൾ അത്യാർത്തി അഴിച്ചുകളഞ്ഞു.

ഒരൊറ്റ എണ്ണത്തിനൂല്യ ആ നന്ദി. പട്ടികൾക്ക് തിന്നാൻ കൊടുത്താൽ വാലാട്ടീന്നുവരും. വരുംന്നല്ല. വാലാട്ടും. എടയ്ക്കൊന്ന് കൊരക്കേം ചെയ്യും. ആ കൊടിച്ചികളുടെ നന്ദിയെങ്കിലും വേണ്ടേ. അതൂല്യ.

ഈ കൊടിച്ചി പ്രയോഗം നന്നായി എന്ന് ഉണ്ണിനമ്പൂതിരി സ്വയം അഭിനന്ദിച്ചു. എന്നിട്ട് അഴിക്കിടയിലൂടെ വട്ക്ക്നിയിലേക്കു നോക്കി. ആൾപ്പെരുമാറ്റം അറിഞ്ഞു.

ബീഡിതെറുക്കാൻപോയി. കൂലിപ്പണിക്കുപോയി. ആ കുന്നിന്റെ മോളില് ചെന്നു നിരങ്ങി. ഞാൻ മിണ്ടീല്യ. ആയ്ക്കോട്ടെ. അദ്ധ്വാനിച്ച് കാശുണ്ടാക്കാച്ചാ ആയ്ക്കോട്ടെ. കാലംമാറി. അത് കാണണ്ടെ. സാരംല്യാന്ന് പറഞ്ഞു. ഇബടെ അച്ഛനും അമ്മേം പെരമലത്തിവെക്ക്യാർന്നു. ഞാനേ സഹായത്തിന്ണ്ടായ്ള്ളൂ. ന്ന്ട്ട്, ഇപ്പൊ എന്റെ നേര്യാ.

അവരൊക്കെ ഒന്ന്. തള്ള ചത്തു. എന്തേ, ഇബറ്റേടെ തോന്ന്യാസം കണ്ട് സഹിക്കവയ്യാന്റെ കൊളത്തില് ചാടി ചത്തു. ന്ന്ട്ടും ണ്ടോ ഒരു ഭാവഭേദം. ന്നല്ല, ഇപ്പൊ എന്നെ ആർക്കും വെലേല്യാണ്ടായി. അച്ഛനും- (അച്ഛൻ പുറത്തളത്തിൽ കാതോർക്കുന്നുണ്ടാവും. ഒന്നൂല്യങ്കിൽ ഞാനൊരു ആർട്ടിസ്റ്റല്ലേ. കലാകാരൻ! അതോർക്കണ്ടെ.) ഒടുക്കം ഒക്കെക്കൂടി ഒരു കുറ്റം ഞാൻ ത്തിരി ലഹരി കഴിച്ചൂന്നാണ്. ലോകത്തില് ഏത് ആർട്ടിസ്റ്റാ ഇത്തിരി സ്മാൾ അടിക്കാത്തത്. ബിഥോവൻ മുതൽ. ആരും ല്യ.

ഉണ്ണിനമ്പൂതിരി കുന്തിച്ചിരുന്ന് കാല് നീട്ടി. ഉണലുകൾ ഓരോന്നായി പൊട്ടിച്ചു. അതിനകത്തുള്ള തൂശിത്തുമ്പ് വെള്ളം തെറിക്കുന്ന സുഖം അറിഞ്ഞു. ഒടുവിൽ, പൊട്ടിക്കാൻ ഉണലുകളില്ലാഞ്ഞ് വേദനിച്ചു. മനസ്സിടിഞ്ഞു.

ഒരാർട്ടിസ്റ്റ് എന്നു പറഞ്ഞാൽ എന്താന്ന് ആർക്കാ അറിയാ. അതിനു പ്രതിഭ വേണം.

ഉണ്ണിനമ്പൂതിരി നാലുപുറം നോക്കി. വട്ക്ക്നിയിലെ കാൽപ്പെരുമാറ്റംകൂടി അകന്നുമാറിയിരിക്കുന്നു. ഒന്നൂല്യ അബടെ. ന്നാലും.

ഞാനാച്ചാ ഈ കുടുമ്മം നന്നാവണംന്ന് മാത്രേ നിരീച്ചുള്ളു. അതിന് ആവണത് ചെയ്തു. പിന്നെന്താ. ഞാനൊരു ജീനിയസ്സായി ജനിച്ചു.

ഉണ്ണിനമ്പൂതിരി തെല്ലിട നിറുത്തി. സാവധാനം തുടർന്നു.

ഒരു ജീനിയസ്സിനേം സമകാലികന്മാര് മനസ്സിലാക്കീട്ടില്ല. അതാ സത്യം. ജീനിയസ്സിന്റെ വിധി അതാണ്. അതാതുകാലത്ത് അവഹേളിക്കപ്പെടും. നമ്മടെ ഷട്ക്കാല ഗോവിന്ദമാരാരടെതന്നെ കഥയെന്താ.

ഉണ്ണിനമ്പൂതിരി എണീറ്റു. തൊണ്ട വരളുന്നുണ്ട്. വല്ലതും-

കുളവരമ്പിൽ തെങ്ങിൻതൈയിന്റെ കൊരലിൽ ഒന്നു സൂക്ഷിച്ച്ണ്ട്. ഒന്നു തികച്ചും ഇല്യ. മുക്കാല്ണ്ടാവും. അതു നോക്കാം.

ജീനിയസ്സായി എന്നതാണ് എന്റെ ദുഃഖം. ജീനിയസ്സിനെപ്പറ്റി പറഞ്ഞാൽ മനസ്സിലാവാത്ത ഒരു തറവാട്ടിൽ ജനിക്കേം ചെയ്തു. ജീനിയസ്ന്ന് പറഞ്ഞാൽ കഥ എഴുതുകയല്ല. പാട്ട് പാടണം എന്നുമില്ല. ജീനിയസ്സായി ജീവിക്കുകയാണ്. ആ ജീനിയസ്സിനെ ഉപദ്രവിക്കുക എന്നു പറഞ്ഞാൽ ഭാവിയെ ഉപദ്രവിക്കുക എന്നർത്ഥമാണ്. അല്ലെങ്കിൽ, ചരിത്രത്തിന് ദുർമുഖം കാണിക്കലാണത്. ഇതൊന്നും മനസ്സിലാവാതെ-

അടുക്കളയിൽ നിന്ന് എന്തോ വാസന വരുന്നുണ്ട്. നന്നെ മോശല്ല, ഒരുപക്ഷേ, കൊള്ളി ഉപ്പേരിയാവും. ചിലപ്പോ ഉണ്ണിപ്പിണ്ടിയും പതിവുണ്ട്. ഇത് കൊള്ളിയാവും. ഒരു പിടി കിട്ടിയാൽ. ഇപ്പൊ ഒരിലപ്പൊതി തരായാൽ -ആരാവോ അടുക്കളയില്- ദേവി മാത്രേള്ളൂച്ചാൽ സാരംല്യ. ചെലപ്പൊ ആ അസത്തുണ്ടാവും. ന്നാൽ-

ആര്യക്കുട്ടി എന്നു വിചാരിച്ചപ്പോഴേക്കും ഉണ്ണിനമ്പൂതിരിയുടെ ശരീരം കോച്ചിവലിച്ചു. സാമർത്ഥ്യത്തിന്റെ സ്നിഗ്ദ്ധത നശിച്ചു. വിദ്വേഷത്തിന്റെ കാഠിന്യം ഉദിച്ചു.

ന്നാലും ചെയ്യണ്ടേന് ഒരതിരില്ലേ. എന്താ അവിടെ എഴുതിവെച്ചേക്കണേ. പബ്ലിക്കായിട്ട്. ഹായ്. അത്.....അത്......ഹതിന്റെ ഥല്ലി ഹെല്ലൊടിക്കാഞ്ഞിട്ടാ.

വേലിയേറ്റം മാതിരി ഉയർന്ന ദേഷ്യം കോള്വെട്ടി.

ലോകത്തിലെവട്യാ ള്ളേ ഇങ്ങനൊരു പരസ്യം. ബോംബേലുകൂടില്യ. റെഡ് സ്ട്രീറ്റിലും കൂടില്യ-ന്ന്ട്ട് പ്പൊ- ഇബടെ.

ചൊല്ലണം.

പ്രാന്താവും.

പ്രാന്തില്യാത്തോര് ആരെങ്കിലും ഇങ്ങനെ ഒരു ബോർഡെഴുതി വെക്ക്യോ. ശുദ്ധനൊസ്സ്. നൊസ്സായാൽ പൂട്ടീട്ണം. അറേല് ഇട്ട് അടക്കണം. അല്ലാണ്ടെ ഇങ്ങനെ ദ്രോഹായാൽ–

പെട്ടെന്ന് ഉണ്ണിനമ്പൂതിരിയുടെ കാത് ഏതോ ശബ്ദം തപ്പിയെടുത്തു. തിരക്കിനിടയിൽ ഒരൊറ്റ ശബ്ദം. വാതിലടയുന്നത്. അടുക്കളയുടെ വാതിലടയുന്നത്. കര കര. അതിന്റെ അർത്ഥം അടുക്കളയിൽ ആരുമില്ല എന്നാകുന്നു. ഇപ്പോൾ ചെന്നാൽ മതി. ഇതാണ് താപ്പ്. ഒരാളും അറീല്യ.

ഉണ്ണിനമ്പൂതിരി എണീറ്റു. നാലുഭാഗവും ശ്രദ്ധിച്ചു. ആളനക്കമില്ലെന്നറിഞ്ഞു. ഉളിപായുംപോലെ മേലടുക്കളയിലൂടെ അടുക്കളയിലെത്തി.

ഉപ്പേരി വാങ്ങിവെച്ച്ണ്ട്. താളിന്റെ തണ്ട്. മതി. അതായാലും അസ്തു. എന്തായാലും പുഴുങ്ങി ഉപ്പിട്ടതല്ലേ. അതാണ് ഉപ്പേരി. അതേ വേണ്ടൂ. പാതിമ്പറത്താണെങ്കിൽ ചിരട്ടയും ഉണ്ട്. പാകം. ഒരു ചെരട്ടേല് എടുക്കാം.

ചെരട്ട നിറച്ച ആവിപറക്കണ ഉപ്പേരി എടുത്ത് ഉണ്ണിനമ്പൂതിരി തിരിഞ്ഞു. തൊട്ടുപിന്നിൽ ദേവിയെ കണ്ടു.

മൂശേട്ടകള്. ഒരൊറ്റ എണ്ണം ല്യ അടുക്കളേല്. ഞാൻ കണ്ടില്ലെങ്കിൽ പട്ടി കേറ്യേനെ. എവടക്കാ ഒക്കെക്കൂടി സല്ലാപത്തിന് എറങ്ങ്യേക്കണേ. ശവി! മിഴിച്ചുനിക്കണ കണ്ടില്യേ.

ശകാരത്തിന്റെ ചിലവിൽ ഉണ്ണിനമ്പൂതിരി വടക്കോറത്തേക്കു കടന്നു. ദേവി വേട്ട നമ്പൂതിരിയുടെ ചെറ്റത്തം കണ്ടില്ലെന്നു നടിച്ചു. നാറത്തം മറയ്ക്കാൻ ചൊരിഞ്ഞ ശകാരങ്ങൾ സ്വീകരിച്ചു. അങ്ങനെയെങ്കിലും അദ്ദേഹത്തിന് സമാധാന മാവട്ടെ എന്നു കരുതി.

സത്യത്തിൽ ഞാൻ ജീനിയസ്സുതന്നെയാണ്.

താളുപ്പേരി ഒരുപിടിയിറങ്ങിയപ്പോൾ മഹാതീർത്ഥം ഒന്നടങ്ങി. ഒരിറക്കുകൂടി. പിന്നെ നിറുത്താതെ ഗുളു ഗുളു അന്നനാളം നിറഞ്ഞുതാണു. അതൊപ്പം ആത്മാവുണർന്നു. ജീനിയസ്സുതന്നെ!

വെറുതെ പറയുകയല്ല. വെറുതെ തോന്നുന്നതുമല്ല. താൻ ജീനിയസ്സാകുന്നു. ഈ കൊച്ചു കേരളത്തിന്റെ സംഗീതം ലോകാന്തരങ്ങളിലെത്തിക്കുവാൻ കാലം കല്പിച്ചവതരിച്ച മഹാ ജീനിയസ്സ്!

ഉണ്ണിനമ്പൂതിരി സ്വയം നോക്കിക്കണ്ടു. കൈവിരലുകൾ നേർത്ത്. നഖം നീണ്ട്. കൈത്തണ്ട നനുത്ത്, മാന്തിപ്പൊളിച്ച അഞ്ചാറു വടുവുണ്ടെങ്കിലും സുന്ദരമായി. ശരിയാണ് ലക്ഷണം ഒത്ത്ണ്ട്. പിന്നെ, പോഷകാഹാരത്തിന്റെ അല്പം കുറവുണ്ടാവാം. സാരംല്യ. അല്ലെങ്കിലും ജീനിയസ്സിന്റെ ശരീരം കോമളമാവില്ല. ലക്ഷണയുക്തമാവും മൂക്കു നീണ്ട്. നെറ്റി ഉയർന്ന്.

വളരെ ശരി.

എനി, ഈ രേഖകൂടി തെളിയാനുണ്ട്.

ഉണ്ണിനമ്പൂതിരി വലംകൈ നീട്ടി തിരിച്ചും മറിച്ചും നോക്കി. ഭാഗ്യരേഖയിൽ ദൃഷ്ടിയൂന്നി. ഒരു മുറിവുണ്ട്.

ഭാഗ്യരേഖ ഒന്നു മുറിഞ്ഞ്ണ്ട്.

സാരംല്യ. കണക്കു നോക്കുമ്പൊ അത് നാൽപതിലാണ്. ഇപ്പൊ നാൽപ്പതു കഴിഞ്ഞു. എനി കേറ്റംതന്നെ.

ഒരു കണ്ണാടി കിട്ടിയാൽ......

വേണ്ട. വെള്ളത്തിൽ നോക്കാം. ന്നാലും കാണും.

ഉണ്ണിനമ്പൂതിരി സൂക്ഷിച്ചു പടവിറങ്ങി. വെള്ളത്തിന് തൊട്ടുമീതെ പടവിലിരുന്നു.

ശര്യാണ്. ലക്ഷണം ഒത്തിരിക്കുന്നു.

കുപ്പി കാലിയാക്കി കുളത്തിലേക്കെറിഞ്ഞു. ചെരട്ടയിൽ കൈയിട്ടു മാന്തി വിരല് നക്കി വെടുപ്പാക്കി.

ഭാവിയിൽ ഇവിടെ ലോകം തീർത്ഥാടനത്തിനെത്തും. അതുല്യപ്രതിഭാസമ്പന്നനായ നല്ലേടത്ത് അക്കിരാമനെന്ന ഉണ്ണിനമ്പൂതിരിപ്പാടിന്റെ പാദസ്പർശമേറ്റ ഇവിടം പുണ്യമെന്ന് പ്രസിദ്ധമാവും. സായ്പ്പന്മാർ ഗവേഷണം നടത്തും. അക്കിരാമന്റെ ഒരു ദിവസം എന്നോമറ്റോ ഗവേഷണവിഷയങ്ങൾ ഉരുത്തിരിയും. യൂനിവേഴ്സിറ്റികളിൽ പിഎച്ച്.ഡിക്ക് നൂറു നൂറു പ്രബന്ധങ്ങളവതരിപ്പിക്കപ്പെടും. അന്ന് ഈ അക്കിരാമൻ ആരെന്നു ലോകം അറിയും.

ഉണ്ണിനമ്പൂതിരി വരുംനാളുകൾ വന്നണഞ്ഞതായറിഞ്ഞു. സന്തോഷിച്ചു.

അക്കിരാമന്റെ ഒരു ദിവസം എന്ന ടൈറ്റിൽ പോരാ. പ്രൗഢിയില്ല. ഒന്നാമത് അന്ന് ആരും അക്കിരാമൻ എന്നു പറയില്ല; ഗുരുദേവൻ എന്നു പറയും. അല്ലെങ്കിൽ ആചാര്യൻ എന്നാവും– അതിനാൽ ഗുരുദേവന്റെ അഥവാ ആചാര്യന്റെ ഹോബി കൾ എന്നാവട്ടെ. ങേ! ങാ. യൂനിവേഴ്സിറ്റിയെ ഇപ്പോൾതന്നെ ഉപദേശിക്കണം.

വർത്തമാനത്തിൽ അനുഭവിക്കുന്ന ഭാവിയുടെ അത്യുദാരതയിൽ ജീവിച്ചുകൊണ്ട് ലോകാചാര്യനായി ഉണ്ണിനമ്പൂതിരിപ്പാട് കുളപ്പടവ് കേറി, കേറി കേറാനൊന്നുമില്ലാതെ അന്തംവിട്ടുനിന്നു.

## എഴുപത്തിരണ്ട്

**ഇ**ച്ചാതപ്പൻ എല്ലാ ശബ്ദങ്ങളും കേട്ടു. അറിഞ്ഞു. ഉണ്ണി വരുന്നതും പോകുന്നതും കണ്ടു. മക്കളുടെ മക്കളെട്ടും പൊട്ടന്മാരായി വളരുന്നതു മനസ്സിലാക്കി. അവയ്ക്കിടയിൽ എട്ടിൽ ഒന്നായി സുഷമക്കുട്ടി കൂമ്പുമുളയ്ക്കുന്നതനുഭവിച്ചു. എന്നിട്ടും പുറത്തളത്തിൽ തളപ്പായിൽ ചുള്ളിക്കമ്പൊടിച്ചിട്ട പോലെ കിടന്നു. മിണ്ടാട്ടം മറന്നു. കൊടുത്തതു കഴിച്ചു. മലമൂത്രവിസർജനത്തിനുമാത്രം നിരങ്ങി നീങ്ങി. കുത്തുപാള നിറഞ്ഞപ്പോൾ ശൂന്യതയിൽ പകച്ചുനോക്കി. നാലിറയത്തേക്കു സൂക്ഷിച്ചു.

അച്ഛനെന്താ വേണ്ടേ?

എന്താ, വേണ്ടത് മരിക്ക്യാണ്. അതിന് കുട്ട്യോളെന്താ ചെയ്യാ. ആവണകാലത്ത് സ്വയം ചെയ്തു. ഫലിച്ചില്ല. അതിനും ഭാഗ്യം ല്യ. ഒക്കേറ്റിനും വേണം ഭാഗ്യം. പ്രത്യേകിച്ചും മരിക്കേണ്ട കാലത്ത് മരിക്കാൻ. അതിനാ അധികം യോഗം വേണ്ടത്. ഇരിക്കണ്ടാ തോന്ന്യാ അപ്പൊ കഴ്യേണം. എനി ഇരുന്നാൽ നന്നല്ലാന്ന് തോന്ന്യാ പിന്നെ ഇരിക്കരുത്. അതാ ഭാഗ്യം. അത്ണ്ടായില്യ.

അച്ഛന് ഇപ്പൊ ചെവീം കേക്കില്യാന്നാ തോന്നണേ.

കേക്കും, നന്നായി കേക്കും. കുട്ടീ, കുട്ടി പറേണതും പറയാത്തതുംകൂടി അച്ഛനു മനസ്സിലാവും. അതാ ദുരിതം.

അമ്മ മരിച്ചേപ്പിന്നെ ദാ ഇങ്ങനെ ഒരിരുപ്പാ. എന്തോ ആവോ. എപ്പഴും ഇങ്ങനെ പകച്ചുനോക്കും. ഒരു പരിഭ്രമിച്ച മട്ടാണ്. ഒന്നും മിണ്ടില്യ. ചോയ്ച്ചാലും മിണ്ടില്യ. എന്തെങ്കിലും കൊടുത്താ കഴിക്കും. കൊടുത്തില്യാച്ചാ വേണംന്ന് പറേല്യ. മത്യായാലും അറീല്യ. പിന്നെന്താച്ചാ ഒരു കണക്കുവെച്ച് കൊടുക്കാന്നല്ലാണ്ടെ എന്താ ചെയ്യാ.

വല്യേടത്തി വിസ്തരിച്ചു.

എടയ്ക്ക്, നന്നെ അപൂർവം ആരെങ്കിലും എത്തും. ശ്ശി, ഓയ്ക്കില്ലത്ത്ന്നാവും. വിവരങ്ങളന്വേഷിക്കാൻ. അവരോടാവും വിസ്താരം. ബുദ്ധിക്കന്നെ ഒരു പന്ത്യല്ലായണ്ട്ന്ന് തോന്ന്ണ്ട്.

തേവരേ! ആർക്കും ഇങ്ങനെ ഒരു യോഗം ണ്ടാവര്തേ!

ഒന്നും പറയാൻ വയ്യ. ആർക്കാ, എപ്പഴാ, എന്താ വര്ാന്ന്. ദാ, ന്നാള് ആ ഇട്ടിപ്പാപ്തി പറ്യേ. അവടെ നമ്പൂരി കെടപ്പായീന്ന്. വാതാത്രെ, വല്യ പടിപ്പ്. പണം. ഊറ്റം. ഒക്കെണ്ട്. ന്ന്ട്ട് എന്താ ഇപ്പൊ അവനാന്റേടത്തിന് പര സഹായം വേണംന്നായി.

ഇച്ചാതപ്പൻ ശ്രദ്ധിച്ചു. വേണം എന്നുവെച്ചല്ല. ഒരു ശീലം. അകത്ത്ന്ന് വരുന്ന ഏതു ശബ്ദവും ശ്രദ്ധിച്ച് സ്വീകരിക്കുവാൻ കാത് സദാ സന്നദ്ധമായിരിക്കുന്നു. അതുകൊണ്ട് ശ്രദ്ധിച്ചു.

അച്ഛന് പ്പൊ ബുദ്ധ്യന്നെ–

ഒരു പന്തീല്യായെം ല്യ. ഒക്കെ ഓർമേണ്ട്. കഴിഞ്ഞതും കഴ്യേണ്ടതും–

സദാ ഇങ്ങനെ തുറിച്ചുനോക്കും. ചെലപ്പൊ കണ്ടാ ഭയാവും.

ഇച്ചാതപ്പന്റെ കഷായമുദ്രിതമുഖത്ത് മേമ്പൊടിപോലെ ചെറുചിരി മധുരിച്ചു.

എനി എന്താ വഴീന്നാ ആലോചിക്കണേ. അത് ബ്ര്ക്ക് മനസ്സിലാവ്ണില്യലൊ. ഭാഗ്യം. എണീക്കാൻ വയ്യ. അതോണ്ട് കെട്ടിത്തൂങ്ങാൻ പറ്റില്യ. കൊളംവരെ എത്താനും വയ്യ. നെരങ്ങ്യാലും പ്രയാസാവും. എത്തില്യ. അപ്പൊ കൊളത്തില് ചാടാനും ആവില്യ. എനി, എനിയെന്താ?

വെഷം കഴിക്കാന്ന്വെച്ചാൽ ആരാ കൊണ്ട്ന്ന് തരാ. അതിനും ആളില്യ.

ഉണ്ണീടെ ആ വെഷവെള്ളം കഴിച്ചാ ചാവോ? ശ്ശി അങ്കട് കുടിക്കാംച്ചാൽ. എടങ്ങഴ്യോ. എത്രാച്ചാൽ അത്ര. അതിനും–

ആരാ അതും തരാൻ? ഒരു മാർഗോം ഇല്യ. ഒരു വഴീണ്ട്. കുപ്പിച്ചില്ല് പൊടിച്ചു തിന്നാം. ഒരു കുപ്പി കിട്ട്യാൽ തല്ലിപ്പൊട്ടിച്ച് പൊടിക്കാം. ന്ന്ട്ട് വിഴുങ്ങാം. എന്നാൽ, ഒരു പക്ഷേ–

ചെലപ്പൊ കൊടല് മുറിഞ്ഞ് ചോര വിസർജിച്ച് മരണം കൈയൊഴിച്ച് ഒട്ടുനാൾ കിടക്കേണ്ടിവരും. ഇതിലും വെഷമം–

ഉമ്മത്തിൻകായ തിന്നാലോ–

കുട്ടികളോട് കൊണ്ടുവരാൻ പറയാം. അതും അരച്ചുകലക്കി കുടിക്കണം.

മരിക്കാൻ നൂറ് വഴീണ്ട്ന്ന് പറയാറ്ണ്ട്. ഇപ്പൊ, നൂറ് പോയിട്ട് ഒരു വഴീംല്യ.

ശ്വാസംമുട്ടി മരിക്കാം.

ഇച്ചാതപ്പൻ മൂക്കും വായും സ്വയം ബന്ധിച്ചു. ശ്വാസം വലിച്ചില്ല. വിട്ടില്ല. ബന്ധനം മുറുക്കി അടയ്ക്കട്ടെ. വേണമെങ്കിൽ മൂക്ക് പൊത്താം. വേണ്ട. ഇങ്ങനെ കണ്ണടച്ചിരിക്കാം. ന്നട്ട് ശ്വാസം മുട്ടട്ടെ. അങ്ങനെ ചാവാം.

ഒന്ന്, രണ്ട്, മൂന്ന്-
മുപ്പത്, നാല്പത്, അമ്പത്-
നൂറ്-
നൂറ്റൊന്ന്.
ഭും......ഭു-

ചുണ്ടു വിറച്ച് ഒരു ഗോഷ്ടിയായി ശബ്ദമായി സംഭരിച്ച വായു പോയി. ഒപ്പം വേഗം വേഗം പ്രാണവായു വലിച്ചു.

ഇതു പറ്റില്ല.

ഇങ്ങനെ ചാവാൻ പറ്റില്ല.

ദാ, എടയ്ക്ക് ഇങ്ങനെ ഒരു ശബ്ദം ഉണ്ടാക്കും. വല്ല ശ്വാസതടസ്സോം ണ്ടോ ആവോ.

തെക്കിനിയിൽ ലോഗ്യം പൊടിപൊടിച്ചു. ദെണ്ണവിസ്താരം വർദ്ധിച്ചു. കടുകിട പിഴയ്ക്കാതെ, ഒരിറ്റു ചോരാതെ, സർവാംഗം വ്യക്തമായി. ആയില്ലാ തോന്നീതു പിന്നേം പിന്നേം പറഞ്ഞു മിഴിപ്പിച്ചു.

തോർത്ത് കഴുത്തിൽ ചുറ്റി മുറുക്ക്യാലോ?

ആവാം. കൈയിനു ബലമുണ്ട്.

ഇച്ചാതപ്പൻ തോർത്തു കഴുത്തിലിട്ടു. കെട്ടി ഇരുതല പിടിച്ചുവലിച്ചു. ശ്വാസം ഇറുക്കി. കണ്ണുനിറഞ്ഞു. ചെവിയടച്ചു. അത്രതന്നെ. പിന്നെ മുറുക്കാൻ കൈ കൂട്ടാക്കാതായി. വലിച്ചൂന്ന് നാട്യം മാത്രമായി. ആയായീ! ഇതു പറ്റില്യ! ഇങ്ങനെ കൊറേശ്ശെക്കൊറേശ്ശെ മുറുക്കിവലിക്കാൻ പറ്റില്യ. മുറുകില്യ. ഒരറ്റം വരെ മുറുകും. ശ്വാസം ഒരു നൂലിഴയായി പൊങ്ങിത്താഴാൻ പഴതു കിടക്കും. അത് അടയ്ക്കാനാവില്ല. അതിനു പെട്ടെന്നു കഴ്യേണം. ടും. ഒരൊറ്റ ചാട്ടം. ഒരൊറ്റ വലി. അതിനെന്താ വഴി? വഴീണ്ട്. മൂർച്ചേള്ള ഒരു കത്തി കിട്ട്യാ മതി. ക്ഷൗരക്കത്ത്യായാൽ ഉത്തമം. കഴുത്തില് വെക്കാ. എടത്തേ കരണഞരമ്പിലമർത്താ. ചെവീടെ ചോട്ടില്. വലത്തേ കൈയോണ്ട്. വലത്തോട്ട് ഒരൊറ്റ വലി. ഒപ്പം കഴുത്ത് എടത്തോട്ട് ഒരൊറ്റ വെട്ടിക്കലും. കഴിഞ്ഞു.

അതിനു കത്തി വേണം.

ബടേണ്ടായിരുന്നു. ഒരു ക്ഷൗരക്കത്തി ബടെ എവട്യോ ഒരിക്ക്ല്ണ്ട്. ഇപ്പൊ തോന്ന്ണില്യന്നേള്ളൂ. സാധനം ണ്ട്. ല്യെങ്കി ബ്ലെയിഡു മതി.

അതാ എളുപ്പം. ഉണ്ണീടെ കൈയില്ണ്ടാവും. മൂർച്ചേംണ്ടാവും. ഈ നഖം മുറിക്കാനാന്നു പറഞ്ഞ് മേടിക്കാം. ആർക്കും സംശാവില്യ. നഖം കണ്ടില്യേ.

ഇച്ചാതപ്പൻ കൈ പൊക്കി. വിരലു വിടർത്തി. നീണ്ടു വളഞ്ഞേക്ക്ണു. ഒരു കൊട്ട ചളീം ണ്ട്. പക്ഷേ, നഖം നിറഞ്ഞ ചെളി കണ്ടിട്ടും ഇച്ചാതപ്പന് ഒന്നും തോന്നിയില്ല. ഈ കൈകൊണ്ടാണല്ലൊ ചോറുണ്ണുന്നത് എന്നാലോചിക്കുവാനാരംഭിച്ചു. അഥവാ, അത്തരത്തിലൊരാലോചനയുടെ ഒരു കഷണം മസ്തിഷ്കത്തിലെവിടെയോ വീണുടഞ്ഞു. അത്രതന്നെ. പിന്നെ അതും കാണാതായി. ആ വക ചിന്തയില്ലാതെ നഖം സൂക്ഷിച്ചു.

അതാ വഴി.

ഒരു ബ്ളേഡു ചോദിക്കാം. ന്ന്ട്ട് കഴുത്തിൽ-

അല്ലെങ്കിൽ ലിംഗം മുറിക്കാം.

വൃഷണവും കൂട്ടിപ്പിടിച്ച് ഒരൊറ്റ ചെത്ത്. അതാ എളുപ്പം. രണ്ടു കൈകൊണ്ട് കർമോം ചെയ്യാം. കാണേം ചെയ്യാം. സ്വന്തം കഴുത്താവുമ്പൊ കാണില്യ. ഇത്ര എളുപ്പോം ഇല്യ. ഇതാവുമ്പൊ സുഖം. സൂക്ഷിച്ച് ഇടത്തെ കൈയോണ്ട് കൂട്ടിപ്പിടിക്കാം. വലത്തേ കൈയോണ്ട് ഒരൊറ്റ ചെത്ത്. ശ്ശ് ശ് ശ് ശീ–കഴിഞ്ഞു.

പക്ഷേ, അതിന് ബ്ളെയ്ഡല്ല സുഖം. കത്ത്യാണ്. ഒരു പിടീണ്ട്ച്ചാൽ എളുപ്പായി. ഒന്നു പിടിക്കാൻ. ഒരു ബലത്തിന്. ന്നാലല്ലെ മുറിക്കാൻ പറ്റൂ. വെടുപ്പായി. ഒരൊറ്റ മുറി.

ഒട്ടോടായാൽ കഷ്ടാവും. ചാവൂല്യ. വേദന അനുഭവിക്കേം വേണം. അതു സഹിക്കാം. പിന്നെ ഉണ്ണീടെ ശകാരോം. ഉമി നീറണപോലെ. ഇന്നാള ത്തേന്റെ ഇപ്പഴും കഴിഞ്ഞിട്ടില്യ. നി പ്പൊ.

എന്തെങ്കിലും മോഹം ണ്ടോ ആവോ. മധരത്തിനോ. വല്ല പലഹാര ത്തിനോ. ഒന്നും രൂപം ല്യ. ചോയ്ച്ചാൽ പറേല്യ. ങ്ങനെ പകച്ചുനോക്കും. ഒരപരിചിതത്വം. അറിയാത്തപോലെ. ന്നാലും എടയ്ക്കെന്തെങ്കിലും ണ്ടാക്കിക്കൊടുക്കും. മനുഷ്യാ വസ്ഥേല്യേ. ഒന്നും പറയാൻ വയ്യ.

അതെതെ.

മുമ്പൊക്കെ അച്ഛന് മധുരം നന്നെ ഇഷ്ടാ. ഓണക്കാലത്ത് പഴനുറു ക്കാച്ചാ ധാരാളാവാം. ഇപ്പൊ. ഒക്കെ വിചാരിച്ചപോലെ നടക്കണ്ടെ... ഓണാച്ചാ ആയി–

ഓണക്കാലായി.

ഒന്നും അറീണ്ല്യ.

നാലിറയത്തുനിന്നെത്തിയ വൃത്താന്തങ്ങൾ ഇച്ചാതപ്പൻ തപ്പിയെടുത്തു. ഈ ഓണക്കാലത്തന്ന്യാവാം.

തൃക്കാക്കരപ്പനെങ്കിലും വെക്കണ്ടെ.

നന്നായി. അതിന് ഒരു ചെലവൂല്യ. ത്തിരി മണ്ണു കൊഴച്ചാ മതി. തട്ടി ഉരുട്ടി ഒന്ന് പടച്ച് വെക്കാം.

ഈ ഓണക്കാലത്തന്നെ ആവട്ടെ. എങ്ങനേങ്കിലും ആ ക്ഷൗരക്കത്തി കണ്ടെത്യാ മതി. ന്നാ ജയിച്ചു. അതിനെന്താവഴി?

ഇച്ചാതപ്പൻ ഓർമയിൽ തപ്പി.

എടക്കാലത്ത് നിത്യക്ഷൗരം തൊടങ്ങി. വെളക്കത്തല ശങ്കുണ്ണിക്ക്യാച്ചാ നിത്യം വരാൻതന്നെ മടി. അവനപ്പഴക്കും ത്തിരി പച്ചപിടിക്കേം ചെയ്തേർന്നു. അപ്പൊ ഒരു കത്തി വാങ്ങാംന്ന് വെച്ചു.

അയാൾക്കൊക്കെ സായിപ്പിന്റെ മട്ടാ.

കത്തീം സായിപ്പിന്റെന്നാർന്നു.

അത് ബടെണ്ടാവും. ഉണ്ണി വിറ്റ്ണ്ടാവില്യ. വിറ്റാൽ വഹയൊന്നും കിട്ടില്ല. അപ്പൊ ഉണ്ണിക്കതിമ്മേ കമ്പം ണ്ടാവാൻ വഴില്യ. ഇബടെ എവിടേങ്കിലും കാണും. എവിടാന്ന് ഓർമിക്കേ വേണ്ടൂ. പിന്നെ എളുപ്പായി. ബടെന്നെ, എല്ലാ വരും ഒറങ്ങുമ്പോ–

ഇച്ചാതപ്പൻ പായയിൽ കാലുനീട്ടിയിരുന്നു. തലകുനിച്ചു നോക്കി. ഇരുണ്ട കോണകം മുമ്പിൽ അഴിച്ചു. സ്വനഗ്നത കണ്ട് ഓക്കാനിച്ചു.

ഇങ്ങനെ കാണണംച്ച് നോക്കീട്ടില്യ.

നഗ്നതയിൽ തൊടാനറച്ചു. ഒരുവിധം ഇടംകൈയിൽ തപ്പിനോക്കി.

ഇങ്ങനേരുന്നാൽ ഒപ്പിക്കാം

കോണകം ശരിയാക്കി. കൈ വെളിച്ചത്തിൽ നോക്കി. അയിത്തായീന്ന് തോന്നി. നിലത്തുരച്ചു. ശുദ്ധാക്കീന്ന് നടിച്ചു. കൈയെത്താവുന്ന ദൂരത്തിൽ വെച്ച പാളയെടുത്തു. കാർക്കിച്ചു തുപ്പി. എനി കാർക്കിച്ചാൽ ഛർദ്ദിക്കു മെന്നുതോന്നി. ചുണ്ടുകടിച്ചു. അറയ്ക്കുന്ന പുരുഷത്വം മൂടിവെച്ചു. മൃത്യു പാസന തുടർന്നു.

എളുപ്പം ദ്‌ന്ന്യാവും.

ഇത്തിരി അറക്കേരിക്കും. ന്നാലും. മരണത്തിന്റെ ക്രൂരത വർദ്ധിപ്പിക്കേം ചെയ്യാം. ക്രൗര്യം മാത്രല്ല, ബീഭത്സത. അറപ്പ്. എല്ലാം കൂട്ടാം. കൊളത്തില് വീണു ചത്താൽ കാര്യം ഇല്യ. ദെണ്ണംപിടിച്ച് ചാവണേക്കാൾ ത്തിരി ശക്തി കൂടേരിക്കും. തൂങ്ങിച്ചത്താലും ശ്ശി ഭേദാ. അതിലൊക്കെ ഊക്കുകൂടും ലിംഗം മുറിച്ച് ചത്താൽ. മരണത്തിലൂണ്ട് ആഢ്യത്തം. ഒരൂക്ക്.

അതിലും ചെറ്റത്തം കാണിക്കണംച്ചാലോ–

ഇച്ചാതപ്പന്റെ ലോകവിദ്വേഷം വർദ്ധിച്ചു കണ്ണു കത്തിയെരിഞ്ഞു. കാണുന്നതെന്തും ചാമ്പലാക്കാൻ കൊതിയായി. കൊതി രസമായി. മഹാ വിദ്വേഷം രതിമൂർച്ഛ മാതിരി സർവാംഗം തരിപ്പിച്ചു. ആത്മാവുണർത്തി.

നാലഞ്ചെണ്ണത്തിനെ കൊല്ലാൻ തരായീച്ചാ അധികം നന്നായേനേ. പറ്റുംച്ചാൽ ഒക്കേറ്റിനേം ഒരുമിച്ച് കാച്ചാവേണ്ടേ. അതിന് ഇപ്പൊ പറ്റും തോന്ന്ണില്യ, ഒന്നുരണ്ടെണ്ണത്തിനെ പറ്റീന്ന് വരും. കുട്ടികളെ വിളിച്ചുവ രുത്തണം. ഓരോന്നായിട്ട്. ന്ന്ട്ട് ഒരു സൂത്രം കാണിച്ചതരാംന്ന് പറഞ്ഞ് കഴു ത്തിലെ മുണ്ടിട്ടു മുറുക്കണം, കൈയിന് ബലം ണ്ട്. ഇപ്പഴും ബഹുശക്തി. കഴുത്തു മുറുക്കി ശരിയാക്കാം. കഴിഞ്ഞാ മാറ്റിക്കിടത്താം. പിന്നത്തേനെ വിളിക്കാം. അതിനേം. ചെലേനെ മൂന്നും കൂട്ടിപ്പിടിച്ച് ഒരൊറ്റ മുറി. അങ്ങനേം ആവാം. പക്ഷേ, കരേം, അതാ വെഷമം. അല്ലാച്ചാ സുഖം. പെൻസില് ചെത്തണപോലെ. ചേനേടെ മൂക്ക് ചെത്തണപോലെ. ശ്. കഴിഞ്ഞു. അപ്പൊ കരേം. വേണ്ട. കഴുത്തില് മുണ്ടു മുറുക്കാം.

അതാ നല്ലത്.

എട്ടിനേം പറ്റിച്ചാലോ?

ഒന്നാന്തരായി!

പിന്നെ സ്വയം എടത്തേ കൈയോണ്ട് ലിംഗോം വൃഷണോം കൂട്ടിപ്പിടിച്ച് കടനോക്കി ഒരൊറ്റ ചെത്ത്. പ്ലീം.

ഹായ്.

അത്യാനന്ദലഹരിയുടെ തുന്നാംതുമ്പത്തെത്തിയ ഇച്ചാതപ്പൻ പുളഞ്ഞു. അമൃതമഥനത്തിന് സംഭാരമൊരുക്കുവാൻ മോഹിച്ചു. ഓർമ യുടെ കള്ളറകളിൽ മറന്നിട്ട ക്ഷൗരക്കത്തി കണ്ടെത്താൻ ഇല്ലം മുഴുവൻ ചിക്കിപ്പരത്തി. പിന്നേം പിന്നേം.

## എഴുപത്തിമൂന്ന്

**ഓ**ണവില്ലിന്റെ ശബ്ദം എങ്ങും കേൾക്കാനില്ല. മനസ്സിൽനിന്നു മാഞ്ഞു. ഗ്രാമം പൂവിളി മറന്നു. ഓണവില്ല് പഴംകഥകളായി. തൃക്കാക്കരപ്പൻ വൃത്തി കെട്ട മണ്ണുരുളയായി. മൊസായിക്കും ഡിസ്റ്റമ്പറും സംസ്കരിച്ച മനസ്സ് മണ്ണ്

മോശമായി കണ്ടു. ചെളി. മണ്ണു തൊട്ടാൽ കൈയും കാലും കഴുകണം. കുളിക്കണം. ഡർട്ടി മഡ്.

ഈ കരിമ്പനപ്പാത്തി ചെത്തിയുഴിഞ്ഞാൽ നല്ല വില്ലുണ്ടാക്കാം. മൂത്ത കഴുങ്ങിൻ പാളിയായാലും മതി. ചെലപ്പൊ പഴെ വില്ല് എവിടെയെങ്കിലും ഉണ്ടാവും.

കുഞ്ഞുകുട്ടൻ തോട്ടറ കത്തിയെടുത്ത് പത്തായപ്പുര മുഴുവൻ നടന്നു.

ഇന്നു തൃക്കേട്ട്യോ മൂലോ?

അതും മറന്നു. ഇരുപത്തിയേഴു നാളും മറന്നു. പക്കമറിയില്ല. വർഷം ഇതേതാമാണ്ട്? അമ്പത്തിയേഴോ അമ്പത്തിയെട്ടോ?

ആയിരത്തിത്തൊള്ളായിരത്തി എൺപത്തിരണ്ട് ആഗസ്റ്റ് മുപ്പതാം തീയതിയാണ്. അതറിയാം.

അപ്പോൾ ആയിരത്തി ഒരുനൂറ്റി അമ്പത്തിയേഴ് ചിങ്ങം പതിനാലാം തീയതി. മൂലം. അതോ പൂരാടം ആയോ?

ആയിണ്ടാവും.

മറ്റന്നാൾ തിരുവോണം.

അപ്പോൾ നാളെ—

ഉത്രാടം.

ഇന്ന് പൂരാടമാവും.

നല്ല രൂപം ല്യ.

സാവിത്രീ, ഇന്നു മൂലോ പൂരാടോ?

എന്താ?

കസേരയിൽ കിടന്നു പത്രം വായിക്കുന്ന കുഞ്ഞുകുട്ടന്റെ അച്ഛനന്വേഷിച്ചു.

ഒന്നൂല്യ. ഇന്നെന്താള്ന്ന് കമലായി.

കുഞ്ഞുകുട്ടൻ രക്ഷപ്പെടാൻ ശ്രമിച്ചു. ഒരു കമലേം ല്യ, രൂപം ല്യ. അതാ കാര്യം ഇംഗ്ലീഷ് ഡേറ്ററിയാം മാസമറിയാം. അത്രമാത്രം.

ഓണവില്ല്.

വില്ലുണ്ടാക്കീട്ടെന്തിനാ? ഒരു അപശബ്ദമെന്നോണം കൊട്ടാം. നാളേറെയായി മറന്ന നാടിന്റെ കാതിൽ ആ അപശബ്ദവും ചോർത്താം. ഓർമയിൽ ഉന്മാദമായി ഗ്രാമവീഥികളിൽ പകച്ചുനടക്കാം. കാഴ്ചവസ്തുവാകാം.

എന്നാലും—

ഈ മുറ്റത്തൊരു പൂക്കളമിടണം

ഇവടയല്ല. ടൗൺഹാളിൽ. അവിടെ പൂക്കളമത്സരമുണ്ട്. മിറ്റത്ത് അതൊന്നും വേണ്ട. ഒരു ഡിസൈൻ വരച്ചുതര്വോ. എന്നാൽ സ്കൂളിൽ പൂക്കളമിടാം. കൈകൊട്ടിക്കളിക്കാം. മുണ്ടും നേരിയതുമായി കൈരളീ ക്ലബ്ബിൽ സദ്യയുണ്ണാം.

സന്തോഷംകൂടി പ്രദർശനമായി.

സൗന്ദര്യം പണ്ടേ പ്രദർശനവസ്തുവായി. ഇപ്പോൾ സന്തോഷംകൂടി അരങ്ങത്ത് അവതരിപ്പിക്കാനായി.

വീട്ടിലല്ല.

ഓണാഘോഷം അരങ്ങത്താണ്. ഓണസദ്യ സ്റ്റേജിലാണ്. പൂവിളിയും വായ്ക്കുരവയും മത്സരമാണ്.

താനിങ്ങനെ നഷ്ടസ്വർഗത്തെ ഓർത്തു ദുഃഖിക്കുന്നതെന്തിനാണെന്ന് കുഞ്ഞുകുട്ടൻ ഭയന്നു. പോയ നാളുകൾ സുന്ദരമാവാം. പക്ഷേ, വന്ന നാളുകൾ സുന്ദരതരമാകുന്നു. വരാനുള്ള നാളുകൾ ഉദാത്തസുന്ദരങ്ങളുമാണ്. നിത്യമായ ഓണക്കാലം. അവസാനിക്കാത്ത ആതിരകൾ. നിരന്തരമായ വിഷുക്കണി. എന്നും പഴനുറുക്കും പപ്പടവും.

ഒരു വില്ലെങ്കിലും.

എന്നിട്ടു കുമ്മാട്ടി കെട്ടണം.

വീടുതോറും ചെന്നു കളിക്കണം.

കളികൾ സ്റ്റേജിലല്ല.

വീട്ടിലാണ്.

കളിപ്പെട്ടി ഏറ്റിനടക്കണം. അന്തിതോറും ചെന്നിടത്തിറക്കാം. തേച്ചുകുളിച്ചു പകലുണ്ട് രാവുതോറും കളി.

നളചരിതം.

അവനവൻ കടമ്പ.

സ്വർഗദൂതൻ

ഖസാക്ക്.

തോറ്റങ്ങൾ.

ഏതായാലും വേണ്ടില്ല. അരങ്ങത്തവതരിപ്പിക്കാനല്ല. വീടുതോറും കയറിയിറങ്ങി കൊട്ടിപ്പാടി സേവ നടത്താം. കഥ പറയാം. കളിക്കാം.

തുയിലുണർത്താം.

എന്നാലിനി നിഷാദന്മാരുടെ കഥയെ ചൊല്ലുവാനായി വാണിമാതാവും ഗുരുക്കന്മാരും തുണയ്ക്കെനിക്ക്.

വീടുതോറും കയറിയിറങ്ങി തുയിലുണർത്തി ഓരോരോ കഥ പറയണം. നിലവിളക്കു വെച്ച് അഷ്ടമംഗല്യം നിറച്ച് ദക്ഷിണയേകി ഗൃഹസ്ഥൻ തൊഴുതുനിൽക്കും. കുടുംബം പിന്നിലണിനിരക്കും. ഗണപതിക്കയ്യ് കഴിഞ്ഞ് കുഞ്ഞുകുട്ടൻ കഥ പറയും.

അവിഘ്നമസ്തു.

അഥവാ ഒരു കഥ.

ശുകപുരം ഗ്രാമക്കാരനും. കൗഷീതകബ്രാഹ്മണനുമായ നല്ലേടത്ത് ജാതവേദൻ നമ്പൂതിരിയുടെ കഥ കഥയായി പദ്യത്തിൽ പറഞ്ഞതപ്പിടിയൊന്നൊന്നായി

അറിഞ്ഞു സന്തോഷിച്ച് പട്ടും വളയും തരുമ്പോൾ.

ഹായ്!

ശ്.

ചോര!

ചൂണ്ടാണിവിരൽ മുറിഞ്ഞ് ചോരയിറ്റു വീണു.

ഈ തോട്ടറ കത്തിക്ക് മൂർച്ചകൂടും. ആശാരി മാധവൻ ഉളിതേക്കുന്ന മരത്തിൽ വെള്ളാരങ്കല്ലിൽ പൊടിച്ചേർത്ത് തേച്ചു മൂർച്ചകൂട്ടിയതാണ്. പളപളാന്ന്. മുഖം വടിക്കാം.

കുഞ്ഞുകുട്ടൻ വില്ലിന്റെ പാത്തി നിലത്തുവെച്ചു. കഴുക്കോൽത്താടി തിരഞ്ഞു. വെള്ള മാറോല മുറിചേർത്തു പൊതിഞ്ഞു. ചൂണ്ടാണിവിരല് ഉയർത്തിപ്പിടിച്ചു വിശ്രമം നൽകി.

പിന്നേം പണി തുടങ്ങി. ചീകിച്ചീകി മിനുസാക്കണം. നടു ഇത്തിരി വളയ്ക്കണം. മുളഞ്ഞാൺ മിനുസം ചേർക്കണം. നെല്ലിട തെറ്റാതെ. സാദം കൃത്യമാവാൻ നീളം യോജിക്കണം. വലിവു ശുദ്ധാവണം. ണാം വെടുവെടുപ്പായ നാദം. തുളുമ്പണം.

തത്തകിട ധികത

ധക്കിട കിട ധികത

കിട ധികുത. കുതിക്കുധക്കുതേ

ധക്കിട കിട ധികത.

തക്കിട തരികടാക്ഷരങ്ങളുടെ ഇരട്ടിപ്പുകൾ കുഞ്ഞുകുട്ടൻ കൊട്ടി നോക്കി. കത്തി പിടിപിടിച്ച്. അലകുകൊണ്ട്.

മോശംല്യ.

ഒരു വില്ലിന്മെ തായമ്പൊാക പൂശണം.

ചെല്ലത്തിന്മേൽ.

അടപ്പൻ

നൂറ്റുചട്ടുകം.

മടക്കുകത്തി.

അതുകൊണ്ടൊരു തായമ്പൊക.

എന്തായാലും വിരോധം ല്യ.

ശബ്ദം കേക്കണം.

തമ്പ്റാന്റെ ഇടംകൈയ് കേട്ടാൽ അത്ഭുതാവും. ശുദ്ധീം വെടുപ്പം. പക്ഷേ, താളം ല്യ.

ജന്മനാ താളം ല്യ.

അഭ്യാസം ഇല്യ.

തൊട്ടു കുളിക്കാൻ ഇല്യ.

ന്നാലും.

താളം ണ്ടാവോ നോക്കണ്ടെ.

അതും നോക്കീല്യ.

ഒന്നും നോക്കീല്യ.

ഒക്കെ ദുഃഖമായി മനസ്സിൽ അടിഞ്ഞുകൂടി. എന്തെങ്കിലും ഒന്നു പഠിച്ചാൽ മത്യാർന്നു.

ഓത്ത്.

സംസ്കൃതം.

മാദംഗലീല

ചെപ്പടിവിദ്യ.

ഒന്നും പഠിച്ചില്യ. വെറുതെ ഗ്രന്ഥം നോക്കി. ഗ്രന്ഥം നോക്കി ഒന്നും സ്വാധീന മാവുന്നില്ല. നിയമങ്ങളും സൂത്രങ്ങളും ഹൃദിസ്ഥമാക്കാം. ശങ്കരാഭരണത്തിന്റെ ആരോഹണാവരോഹണം.

തായമ്പകയുടെ വായ്ത്താരി.

പക്ഷേ, പാടാനാവില്ല.

കൊട്ടാനാവില്ല.

ഓണവില്ല് ചെത്തിയുഴിയാൻകൂടി അറിയാതെ കുഞ്ഞുകുട്ടൻ പത്തായപ്പുര മുഴുവൻ നടന്നു. കൈവിരൽ മുറിച്ചു. മനസ്സാകെ ദുഃഖത്തിൽ വരഞ്ഞു. ചോര കിനിഞ്ഞു.

ഒരാണ്ടുവിശേഷമെങ്കിലും ആഘോഷിക്കാനാവാത്തതെന്തേ. വിഷു. തിരുവാതിര ഈ ഓണപ്പുലരി.

മനുഷ്യരെല്ലാം ഒന്നായ ഒരു പ്രമിറ്റീവ് കമ്യൂണിസത്തിന്റെ പോയ നാളുകൾ ഓർമിക്കുന്ന ഈ ദിവസമെങ്കിലും.

ആര്യനൈസേഷന്റെ തിക്തഫലം. മലയാണ്മയുടെ സമ്പത്സമൃദ്ധിയിലും സമത്വത്തിലും അസൂയാലുവായ വരത്തന്റെ സൂത്രപ്പണി. അവന്റെ വെളുത്ത നിറവും വളഞ്ഞ ബുദ്ധിയും മഹാബലിയെ കറുമ്പനാക്കി അസുരനാക്കി ചവുട്ടി ത്താഴ്ത്തി.

അതൊന്നും വേണ്ട. ആര്യനും ദ്രാവിഡനും. എല്ലാം കഥകൾ. പൂവറുക്കാനും പൂക്കളും ഇടാനും ആർപ്പു വിളിക്കാനും ആട്ടക്കളം കളിക്കാനും ഈ ചരിത്രപരിജ്ഞാനമൊന്നും വേണ്ട. അർദ്ധസത്യങ്ങളെ പൂർണസത്യങ്ങളാക്കേണ്ടതില്ല.

ഇപ്പൊ എവടേം ല്യ ആട്ടക്കളോം പൂവിളീം.

ഇപ്പൊ സ്മോൾ സ്മോൾ കേറ്റുന്നു. പിന്നെ ഫ്ളാഷ്.

വെട്ടിമലത്ത്.

ഒൺഡ്രൈ.

എനിക്ക് ഐസ് വേണം,

മോശം.

തമ്പ്രാനേ ങ്കടാ ഈ വില്ലും കൈയിൽപ്പിടിച്ച്?

മനോരാജ്യത്തിൽ, പാടത്തെത്തിയത് കുഞ്ഞുകുട്ടനറിഞ്ഞില്ല.

ആശാരീടെ അടുത്തേക്ക്.

ഇന്നെന്ത് ആശാര്യാ. ഇപ്പൊ അവനൊന്നും കാണില്യ. ഇന്നെന്താ ദിവസം?

ങേ?

തമ്പ്രാൻ മറന്നോ. മറ്റന്നാൾ ഓണായി. ങാ. അപ്പൊ എനി ഉളി തൊടില്യ. ആ ചായ്പ്പില്ണ്ടാവും. അഞ്ചങ്ങാടീല്. വെട്ടിമലത്ത്. ഇന്ന് ആയിരം വീഴും. ന്നെന്താ ദിവസം. ചെലപ്പൊ ഭാഗ്യം ണ്ടെങ്കി.

കുഞ്ഞുകുട്ടൻ തിരിഞ്ഞു നടന്നു. കുറെ കുമ്മാട്ടിപ്പുല്ലു പറിച്ചു കൊണ്ടുവന്നു മേലാകെ വെച്ചുകെട്ടി ചാടിക്കളിക്കാൻ മോഹം തോന്നി. ആ മോഹസാദ്ധ്യത്തിനായി കുറുമാക്കുന്നിന്റെ നിറുകേലേക്കു നടന്നു. രണ്ടടിനടന്ന് കുന്നു കാണാതെ കമ്പിവേലി പിടിച്ചുനിന്നു.

കുന്നൊക്കെ ബെറും കൈതയുമാണ്.

പ്ലാന്റേഷൻ. എസ്റ്റേറ്റ്. റബ്ബർ-പൈനാപ്പിൾ.

കുമ്മാട്ടിപ്പുല്ല് കണികാണാനേയില്ല.

കമ്യൂണിസ്റ്റ് പച്ച മതിയൊ?

മിച്ചഭൂമിയുടെ തരിശിൽ ആളുയരത്തിൽ കമ്യൂണിസ്റ്റുപച്ചമാത്രം. അവയ്ക്കുള്ളിൽ ആട്ടക്കളം വട്ടത്തിൽവാറ്റ്. തെല്ലകന്ന് നേരമ്പോക്ക്.

കുഞ്ഞുകുട്ടൻ തിരിഞ്ഞുനടന്നു. തന്റെ അന്വേഷണം വൃഥാവിലാണെന്നറിഞ്ഞു. കോടിയുടുത്തു മുക്കുറ്റിപ്പൂ ചൂടുന്ന ഗ്രാമം മറഞ്ഞു. പകരം നഗരം മൂവന്തിക്ക് ഒൺ ടൂ പെഗ് അടിച്ചു കോടിയുടുത്തു. ഒന്നുരണ്ടു ലാർജടിച്ചു മുക്കുറ്റിചൂടി. പണ്ടാരവക ലാവണം വായ്ക്കുരവയിട്ടു. ഫെസ്റ്റിവൽ അലവൻസ് തൃക്കാക്കരപ്പനെവെച്ചു. പ്ലാസ്റ്റിക് പൂക്കളമിട്ടു. അതിനുചുറ്റും വി.ഐ.പി.മാർ അന്യഭാര്യാസമേതം കൈയടിച്ചു രസിച്ചു

നടന്നു. അവരുടെ ഉത്സാഹത്തിനു നഗരാധിപതിമാരുടെ ഭാര്യമാർ സമ്മാനമേകി. നാലുപുറം തൂങ്ങിത്തടിച്ച സ്വർഗജാതപത്നിമാർ സർവവിജ്ഞാനകോശമായി. അറുപത്തിനാലു കലകൾക്കും ഇരിപ്പിടമായി.

ഓണാഘോഷം പത്രത്തിൽ വായിക്കാം.

റേഡിയോവിൽ കേൾക്കാം.

കുഞ്ഞുകുട്ടനു സമാധാനമായി.

അതുമതി.

അങ്ങനെ തന്നാണ്ടത്തെ ഓണാഘോഷം പത്രവാർത്ത വരുന്നതു വായിച്ചറിയുവാൻ മോഹിച്ചു കൈയിലുള്ള വില്ലിൻപാത്തി കുഞ്ഞുകുട്ടൻ വലിച്ചെറിഞ്ഞു. ഉണങ്ങിയതാണ്. നടു മുറിച്ചു നാലായി ചീന്തിയാൽ അടുപ്പിൽകൂട്ടാം. വേഗം തീ പിടിക്കും.

ആ........റ...........പ്പൂ...........യ്!

മിറ്റത്തിറങ്ങിനിന്ന് കുഞ്ഞുകുട്ടൻ നിറുകയിൽ കൈവെച്ചു നീട്ടിവിളിച്ചു.

പൂയ്.......

## എഴുപത്തിനാല്

**വി**ശ്രമമന്ദിരം, വിശ്രമഭവനം, പുണ്യാശ്രമം എന്നിങ്ങനെ പേരുകൾ പലവിധമുണ്ട്. എനി, ഇതിലും ഭംഗിയുള്ള പേരുകൾ വേണമെങ്കിൽ അതുമുണ്ട്. പേരുകൾ മാത്രമായിട്ട് ഒരു പുസ്തകവുമുണ്ട്. ഒന്ന് ആൺകുട്ടികളുടെ പേരുകൾ. ഒരു പുസ്തകം. രണ്ട് (വോല്യം രണ്ട്) പെൺകുട്ടികളുടെ പേരുകൾ. മൂന്ന്. വീടിന്റെ പേരുകൾ. ഇങ്ങനെ ഏതായാലും പേരുകൾക്കു ക്ഷാമമില്ല. അഥവാ, ആരോടെങ്കിലും ചോദിക്കാം. ഉദാഹരണത്തിന് മാടമ്പ് കുഞ്ഞുകുട്ടനോടു ചോദിക്കാം. എന്തെങ്കിലും പറയും. അതുറപ്പ്.

(നല്ല പേരുകൾ അയാൾക്കറിയില്ല എന്നത് ഒരു വസ്തുസ്ഥിതി മാത്രമാകുന്നു. അറിയാമായിരുന്നു എങ്കിൽ ഈ പുസ്തകത്തിന് ഇത്രയും നീണ്ട ഒരു പേർ നൽകുമായിരുന്നില്ല. അതിനും പുറമെ, കഥ എഴുത്തുതുടങ്ങിയപ്പോഴെങ്കിലും കുഞ്ഞുകുട്ടൻ എന്ന പഴഞ്ചൻ പേരുമാറ്റി ഒരു ആധുനിക നാമധേയം സ്വീകരിച്ചേനെ-വ്യാഖ്യാതാ.)

ഇതൊന്നുമല്ലെങ്കിൽ വെറും ആശ്രമം എന്നുമതി. ആവശ്യക്കാരുടെ വീട്, വയസ്സന്മാരുടെ സ്ഥലം എന്നൊക്കെ പേരിടാം.

എന്തായാലും തീരുമാനിച്ചു. ന്റെ വീട് ഒരു ആശ്രമമാക്കും. വയസ്സന്മാർക്കുള്ള ആശ്രമം. ആരൂല്യാത്തോർക്ക് ഇബടെവന്നു താമസിക്കാം. ഇബടെ കെടന്ന് ചാവാം. നാനാജാതിക്കും നായാടിക്കും ഒരുപോലെ. ഇപ്പൊ മനസ്സിലായോ? വേണംച്ചാൽ മനയ്ക്കലെ തള്ളാരെ കൊണ്ടന്ന് താമസിപ്പിക്കാം. തൊടക്കം അതാവട്ടെ. രണ്ടു തള്ളാരും. പിന്നെ വല്യെ തിരുമേനീംല്യേ. മൂന്നാളായി. ന്റെ അപ്പനൂണ്ട്. നാല്. മതി. തൊടങ്ങാം.

മേരിക്കുട്ടി ഒന്നു നിർത്തി. നാണിച്ചു തുടർന്നു.

ന്നെ കെട്ട്യേത് നിങ്ങളാ. അതാ ഇതൊക്കെ നിങ്ങളോടു പറേണെ. മനസ്സിലാവ്ണ്ണ്ടോ മാപ്ലേ?

പ്രാന്തൻമാവു ചാരിനിന്ന് മേരിക്കുട്ടി കുടുകുടെ ചിരിച്ചു. മാവിന്റെ പരുത്ത തൊലി മുഖത്തുരഞ്ഞ് ഇക്കിളികൊണ്ടു. കനത്തതടിയുടെ ഘന

സാന്ദ്രത ഏറ്റുവാങ്ങി. വീർപ്പുമുട്ടി. ആർദ്രയായി. രതിക്രീഡയായി മാവിൻ ചില്ലകൾ ചേർത്തമർത്തി. കെട്ടിപ്പിടിച്ചു. ചാമ്പിമയങ്ങി.

ന്താ മിണ്ടാത്തെ?

ഇപ്പോഴൊ? ഇതു മിണ്ടാനുള്ള നേരമല്ല. നിശ്ശബ്ദതയുടെ സമയമാകുന്നു. നീയിത്തിരികൂടി ഇറുകെ പുണരൂ. ഓമനേ.

പ്രാന്തൻ കാമമുണർന്നു. സംഭോഗം തുടർന്നു. പ്രിയതമയുടെ പുറം തലോടി. നിറുകയിൽ നഖമാഴ്ത്തി. സർവാംഗം സഞ്ചരിച്ചു. ഞാനെന്താ വേണ്ടെ?

നിനക്കിഷ്ടമുള്ളതാവാം. ആശ്രമമുണ്ടാക്കാം. അനാഥമന്ദിരം പണിയാം. അഭയാർത്ഥികളെ സ്വീകരിക്കാം. ഇതൊക്കെ നിങ്ങളുടെ വിദ്യകളാണ്. മനുഷ്യനിർമിതികൾ. അതിന്റെ ദുഃഖം. അവനവനരുതാത്തതിലേർപ്പെട്ട തെറ്റ്. ആദ്യം അനാഥരെയുണ്ടാക്കും. പിന്നെ അനാഥമന്ദിരം.

ഈ നസ്യം തന്റെ അർദ്ധാംഗി അർഹിക്കുന്നില്ലെന്നറിഞ്ഞു പ്രാന്തൻ മാവു കരുണയോടെ മൊഴിഞ്ഞു:

മറക്കൂ പ്രിയേ.

മേരിക്കുട്ടി പ്രയതമന്റെ പുരുഷശബ്ദം ശരീരമാകെയുൾക്കൊണ്ടു. സൃഷ്ടിയജ്ഞത്തിലെ യജമാനപത്നിയായി.

നിനക്കു നിരാശയുണ്ടോ?

ഇല്ല. തീരെയില്ല. ഇതിലും മുന്തിയ ഒരു ഇണയെ ഞാൻ കാമിച്ചില്ല. സ്വപ്നത്തിലും ദർശിച്ചില്ല. ഒരു ഭർത്താവ് ഭാര്യയുടെ ആവശ്യമാണ്. ഞാൻ ഭാര്യയായി. അതാണു കാര്യം. സ്ത്രീക്കു ഭർത്താവു വേണ്ട. അതിനു പുരുഷൻ മതി. പെണ്ണിന് ആണ്. അതാവട്ടെ ഈ ലോകത്തിൽ ധാരാളം. സദാ സന്നദ്ധരായി പുരുഷന്മാരൊക്കെ സ്ത്രീസുഖത്തിനു കാംക്ഷിക്കുന്നു.

എന്താ ഇത്ര വല്ല്യെ ശൃംഗാരം. ഞാനങ്ങട് വരട്ടെ.

വരൂ വരൂ.

മേരിക്കുട്ടി ആര്യക്കുട്ടിയെ വരവേറ്റു.

ഇരിയ്ക്കൂ.

വേണ്ട. നിന്റെ ഭർത്താവിന്റെ കരവലയത്തിൽ ഞാൻ വരുന്നില്ല. നമുക്കാ പാലച്ചുവട്ടിൽ ഇരിക്കാം.

ആര്യക്കുട്ടിയുടെ വാക്കുകളിൽ പരിഹാസമില്ലായിരുന്നു. സ്നേഹസൗഹൃദത്തിന്റെ മൃദുനഖക്ഷതംമാത്രം. അതറിഞ്ഞ മേരിക്കുട്ടി അടിമുടി പുളകപ്പോളയണിഞ്ഞു.

ഞാനൊരു ആശ്രമം ണ്ടാക്കാംന്ന് വിചാരിച്ചു. നിയ്ക്കാച്ചാ കാശും പണോംണ്ട്. അതന്നേള്ളു. അപ്പൊ ഒരു പണി വേണ്ടേ. വയസ്സായോർക്ക് ഒരു വിശ്രമമന്ദിരം.

ഞാനും വരാം. ഇല്ലത്ത് കാശും പണോം മാത്രേ ഇല്ല്യാത്തതുള്ളു. സമയംണ്ട്. വയസ്സായോര്ണ്ട്. പൊട്ടമ്മാര്ണ്ട്. അപ്പൊ നമക്ക് രണ്ടാൾക്കും ചേരാം. ഒന്നുകൂടി വേണം. അവടെ സുഖമായി മരിക്കാനുള്ള ഏർപ്പാടും വേണം. ന്നാ മതി.

സുഖായി മരിക്കേ?

അതന്നെ. എല്ലാവർക്കും മരിക്കണംന്ന്ണ്ട്. പുറത്തു പറയാൻ ധൈര്യം ഇല്ല്യാഞ്ഞിട്ടാ. മരിക്കാനും ധൈര്യം ഇല്ല്യ. ന്നാലോ. ഒക്കേറ്റിനും മരിക്കണംന്ന്ണ്ട്. അതിന് ഒരു വഴീണ്ടാക്കി കൊടുക്കണം. ഞാനതാ ആലോചിക്കണേ.

ചാവാനുള്ള സൂത്രം. വേദനേല്യാണ്ടേ. ഇപ്പൊ ഇല്ലത്തന്നെ നോക്കൂ. എല്ലാവർക്കും ചാവണം ന്ന്ണ്ട്. അമ്മ മാത്രം ചത്തു. അച്ഛനു ചാവാനും പറ്റീല്യ. കൊല്ലാനും പറ്റീല്യ. അങ്ങനേള്ളോരെ സഹായിക്കണം. അതിന് ഒരു വഴി കണ്ടെത്തണം.

മരിക്കാൻ എന്താത്ര മോഹം?

മരിക്കാനല്ല. കൊല്ലാനാ മോഹം. അതു മനസ്സിലായോ?

ആര്യക്കുട്ടി അതും പറഞ്ഞ് എണീറ്റു.

പ്രാന്തൻമാവിനെ സൂക്ഷിച്ചു. ഒറ്റപ്പാല തൊട്ടുവന്ദിച്ചു.

അത്രമേൽ സ്നേഹിച്ചാൽ—

അതാണ് വാസ്തവം. ഞാനവരെ അത്രമേൽ സ്നേഹിച്ചു. അച്ഛനെ. അമ്മയെ. കുട്ടികളെ. അതാണു വാസ്തവം. അത്രമേൽ സ്നേഹിക്കരുതായിരുന്നു. ഉത്ക്കടമായ സ്നേഹമാണ് ക്രൂരതയായി രൂപം മാറിയത്.

സ്നേഹിക്കരുത്.

സ്നേഹമാണ് ക്രൂരതയ്ക്കു കാരണം. എന്തിനെ സ്നേഹിച്ചാലും ആ സ്നേഹം പിന്നെ രൂപമാറ്റം സംഭവിച്ച് ക്രൂരതയായി മാറുന്നു.

അതുകൊണ്ട് എനിക്കവരെ കൊല്ലണം. അല്ലെങ്കിൽ സ്നേഹം ഉപേക്ഷിക്കണം.

നമുക്ക് ഒരു കമ്പനി തുടങ്ങാം. എന്നിട്ട് കൊല്ലേണ്ടവരെ കൊല്ലാം. മരിക്കേണ്ട വർക്ക് അതിനു സഹായം നൽകാം.

ചടപട ധീം!

ഒറ്റപ്പാലയുടെ ഉണക്കക്കമ്പ് ഒടിഞ്ഞു പൊടിഞ്ഞ് ആര്യക്കുട്ടിയുടെ നിറുമണ്ടയ്ക്കു വീണു. ചെറിയ ചുള്ളിക്കമ്പ്. തോന്നിവാസം പറഞ്ഞാൽ ശിക്ഷിക്കുന്ന കാർന്നവന്മാരുടെ ചെറുചൂരൽപ്രയോഗംപോലെ.

അരുത്. നീ തോന്നിവാസമാണ് പറയുന്നത്. അരുതാത്തതാണ്. അതിനാൽ ബുദ്ധി നേരെയാവാൻ നൂറ്റെട്ട് ഏത്തമിട്. കാല് പിണച്ചു ചെവി പിടിച്ച് കൈമുട്ടു നിലംതൊട്ട്. ഉം.

ഒന്ന്.

ആര്യക്കുട്ടി കാല് പിണച്ച് വെച്ചു. കൈയ് പിണച്ച് ചെവിത്തട്ട പിടിച്ചു. കൈമുട്ടു നിലത്തു മുട്ടിച്ചു.

രണ്ട്.

എനി പറയില്ല.

മൂന്ന്.

ആര്യക്കുട്ടിയുടെ കൈമുട്ടു പൊട്ടി ചോര വന്നു.

എനി ഞാനാവാം.

മേരിക്കുട്ടി എഴുന്നേറ്റു. ആര്യക്കുട്ടിയുടെ ശിക്ഷ പകുത്തുമേടിച്ചു.

ഒന്ന്.

കാല് പിണച്ച്, കാതു തൊട്ട്, നിലം മുട്ടി–നല്ല ബുദ്ധി തോന്നിക്കണേ!

ഞാനും കൂടാം.

പ്രാന്തൻമാവ് ഒപ്പംകൂടി.

ഞാനും നിരീച്ചില്ല. ദുഷ്ടചിന്ത വരുംമുമ്പെ വേരറുക്കേണ്ടതായിരുന്നു. ഞാനലസനായി. എന്റെ അലസതയ്ക്ക് എനിക്കും ശിക്ഷ വേണം.

ബുദ്ധി നേരെയാവണേ!

ഞാനും. ശിക്ഷ വിധിച്ചെങ്കിലും ആ വിധികൂടി പ്രായശ്ചിത്തം അർഹിക്കുന്നു.

ഒറ്റപ്പാല ഏത്തമിട്ടു.

അങ്ങനെ ഓരിക്കുന്നു മുഴുവൻ മാനവകുലത്തിന്റെ സംഹാരചിന്ത മാറിക്കിട്ടുവാൻ ബുദ്ധി നേരെയാവട്ടെ എന്നു പ്രാർത്ഥിച്ചുകൊണ്ട് കാല് പിണച്ചുവെച്ച് ഏത്തമിട്ടു.

## എഴുപത്തിയഞ്ച്

**കു**ഞ്ഞുകുട്ടൻ ഇഷ്ടമന്ത്രം ജപിച്ചു. അണിമാദി അഷ്ടസിദ്ധി വരിച്ചു. തന്നിച്ഛയാലേ കീരിയായി രൂപംമാറി.

ഇച്ഛാമാത്രേണ

ഞാൻ വിചാരിച്ചു.

കീരിയായി

പൊൻകീരിയായി പോത്തൻകീരിയുടെ പുറത്തേറി സവാരിക്കിറങ്ങി. നേരെ മേരിക്കുട്ടിയുടെ വീട്ടിലെത്തി. വേലികടന്നു. നാലുപുറം ഓടി. വീടിനു മുമ്പിലെത്തി. മണം പിടിച്ചു. മണ്ണു മാന്തി. മോന്ത ഉയർത്തി. വാഹനമായ പോത്തൻകീരിയെ ഉപേക്ഷിച്ചു.

മേരിക്കുട്ടീ!

പക്ഷേ, പൊൻകീരിയുടെ ഭാഷ മേരിക്കുട്ടിക്കു മനസ്സിലായില്ല. എങ്കിലും മുറ്റത്ത് ആരോ വന്നപോലെ തോന്നി. കൈയ് കഴുകി മുഖം തുടച്ച് ഉമ്മറത്തെത്തി.

ഹായ്!

എന്തു ഭംഗ്യാ കാണാൻ. സ്വർണം. തനിത്തങ്കം. ഇതിനെ ഞാൻ വളർത്തും.

പൊൻകീരി വായ പൊളിച്ചു. സൂചിപ്പല്ല് ഒക്കെ കാട്ടി ചിരിച്ചു.

അത് ചിരിക്ക്ണു. ഞാൻ പറേന്നത് അതിനു മനസ്സിലാവ്ണ്ണ്ടാവും.

ഉവ്വ്, നീയ് പറേണതു മാത്രമല്ല. വിചാരിക്കുന്നതും. പക്ഷേ, നിനക്ക് എന്നെ മനസ്സിലായില്ല. കണ്ടിട്ടും. സൂക്ഷിച്ചുനോക്ക്.

കീരി കലപില ചിലച്ചപ്പോൾ മേരിക്കുട്ടിയുടെ അകം ആർദ്രമായി. പറയാനാവാത്ത ഒരവസ്ഥ. ഒരനുഭവം. പഞ്ചസാര അലിയുന്നപോലെ. പാലിൽ പഞ്ചസാര അലിയുന്ന ലയം.

ഞാ ത്തിരി പാല് കൊണ്ട്രാം. അതേവരെ അവടെ നിക്ക് ട്ടോ.

ഉം.

കീരി തലയാട്ടി.

മേരിക്കുട്ടി അടുക്കളയിലേക്കു കടന്നു. സ്റ്റീൽകിണ്ണത്തിൽ പാലൊഴിച്ചു പഞ്ചസാരയിട്ടു. ഇളക്കി. നാലുവറ്റ് ചോറും ഇട്ടു. പായസായിക്കോട്ടെ.

മാഷടെ പത്ഥ്യാഹാരമാണ് പാൽക്കഞ്ഞി.

കൂട്ടാനും ഉപ്പേരീം ഒന്നും വേണ്ട. അതല്ലേ സുഖം. പാൽക്കഞ്ഞ്യായാൽ. ആഢ്യത്തം ണ്ടേനും.

മടിപിടിച്ച ദിവസങ്ങളിൽ മേരിക്കുട്ടിയും അതു ശീലിച്ചു. അത്താഴം പാൽക്കഞ്ഞി.

ന്നാ.

സ്റ്റീൽക്കിണ്ണം മുറ്റത്തുവെച്ച് മേരിക്കുട്ടി ഒതുങ്ങിനിന്നു.

അതിനൊരു പേടീംല്യ. എണങ്ങീതാന്നാ തോന്നണേ.

മേരിക്കുട്ടി കീരിയെ സൂക്ഷിച്ചു. കീരി രണ്ടു കൈയുകൊണ്ടും കിണ്ണം പൊക്കാനുള്ള ശ്രമത്തിലാണ്. പാവം. അതിനു പൊങ്ങ്ണില്യ.

പെട്ടെന്ന് മേരിക്കുട്ടിയുടെ ഉള്ളു വിടർന്നു. കുഞ്ഞുകുട്ടൻ മാഷെപ്പോലെ പാൽക്കഞ്ഞി കുടിക്കണ കണ്ടാൽ എന്തൊരു ചായാന്നോ. ശ്രദ്ധിച്ച്. രണ്ടു കൈ യോണ്ടും കിണ്ണം പിടിച്ച്.

ങേ. അതെന്താ അങ്ങനെ?

ഇത്ന് മാഷടെ ഛായ.

കീരിക്ക് മാഷടെ ഛായ എങ്ങന്യാ ഇണ്ടാവാ. ന്നാലും ണ്ടേനും. നന്നായി തോന്ന്ണ്ട്.

ഞാൻതന്യാണ്.

പൊൻകീരി തല ഉയർത്തി. സംതൃപ്തിയോടെ പുഞ്ചിരിച്ചു. പിന്നെ വലംതിരിഞ്ഞ് മാറിനിന്നു.

ദെന്താ ങ്ങനെ? വല്ലോരും വളർത്തണത് ചാടിപ്പോന്നതാവോ. സാരം ല്യ. എനി എങ്കടും പോവണ്ട ട്ടോ. ഇബടെ താമസിച്ചോ. നിക്കൊരു കൂട്ടായി. ബടെ അപ്പനും ഞാനും മാത്രേള്ളു.

കീരിയായ കുഞ്ഞുകുട്ടന് ഉടനെ സ്വരൂപം കൈക്കൊള്ളണമെന്നു തോന്നി. ഇപ്പോൾ, ഇവിടെ നിമിഷാർദ്ധംകൊണ്ട് കുഞ്ഞുകുട്ടനായി പ്രത്യക്ഷപ്പെടുക.

വേണ്ട, ആളുകളെ അത്ഭുതപ്പെടുത്തരുത്. സിദ്ധികൾ ഇന്ദ്രജാലം കളിക്കാനല്ല.

കീരിക്കുട്ടൻ പിൻകാലിൽ അമർന്നു. കൈ നീട്ടി. മുഖം തുടച്ചു. രണ്ടുമൂന്നു തവണ നാക്കുനീട്ടി. പല്ലിളിച്ചു. ശരീരം കുടഞ്ഞു. മേരിക്കുട്ടിക്കു ചുറ്റും മൂന്നുരു നടന്നു. പെട്ടെന്ന് ചവിട്ടുകല്ലിൽ കേറി ശങ്കിച്ചുനിന്നു.

അമ്പട! അതിന് വഴി അറിയാം.

മേരിക്കുട്ടിക്ക് അത്ഭുതമായി.

എടുത്താലോ?

മേരിക്കുട്ടി കൈ നീട്ടി. ഉടനെ പിൻവലിച്ചു.

കടിക്ക്വോ. ഇപ്പൊ കണ്ടേള്ളൂ. പാൽക്കഞ്ഞി കുടിച്ചു. ന്നാലും സൂക്ഷിക്കണം.

കടിച്ചാൽ—

കടിക്കില്ല.

പക്ഷേ, കീരിക്കുട്ടന്റെ ഭാഷ മേരിക്കുട്ടിക്കു തിരിഞ്ഞില്ല.

എന്താ അവടെ നിക്കണെ? നടന്നോ.

ങാ. എവടക്കാ. നിശ്ചം ണ്ടാവില്യ. അതാ. ഞാൻ മുമ്പെ നടക്കാം.

പറഞ്ഞുതീരുംമുമ്പ് കീരി ഇറയത്തേക്കു കേറി. ശങ്കിക്കാതെ അകത്തേക്കു കടന്നു. മേരിക്കുട്ടിയുടെ കിടപ്പറയിൽ ചെന്നു. തെക്കുവടക്ക് ഒന്നു ലാത്തി. മുറിയുടെ മൂലകൾ മണത്തു. ജനലിൽ കേറി കട്ടിലിൽ ചാടി ഇരുന്നു. അടിമുടി ഉരുണ്ടു. തലയണച്ചുവട്ടിൽ ചുരുണ്ടു.

അമ്പട മിടുക്കാ നെനക്കെന്റെ കെടക്കേല് കെടക്കണോ?

കെടന്നോ. പക്ഷേ, മാന്തിപ്പൊളിക്കരുത്.

ഒന്നുനിറുത്തി മേരിക്കുട്ടി തുടർന്നു.

അപ്പൊ ഞാനെവട്യാ കെടക്കാ. നെന്റെ അടുത്തോ? യ്ക്ക് പേട്യാ നെന്റെ അടുത്ത് കെടക്കാൻ. നാണാവേം ചെയ്യും.

ച്ലിം.

കീരിക്കുട്ടൻ കണ്ണടച്ചു. അഞ്ചാറുവട്ടം.

അതിനൊക്കെ മനസ്സിലാവ്ണ്ട്. ഞാൻ പറേണതൊക്കെ അതു ശ്രദ്ധിച്ചു കേക്ക്ണ്ട്. ഇങ്കട് പറയാൻ പറ്റ്ണ് ണ്ടാവില്യ. പാവം. അതിന് പറ്റാഞ്ഞിട്ടല്യേ. പറ്റുംച്ചാൽ—

പറ്റുംച്ചാൽ എത്ര രസമായിരുന്നു. നിയ് ബടെ താമസിച്ചോ ട്ടോ....അല്ല. നീയ് ആണോ പെണ്ണോ?

ആണാവും. അതിന്റെ സ്വഭാവം കണ്ടിട്ല്യേ? ആ കുഞ്ഞുകുട്ടൻ മാഷടെ മാതിരി. ചപലം. എളകിയാട്ടം. അതന്നെ. ഒരിരുപ്പ്. ഒറക്കണില്യ.

കുഞ്ഞുകുട്ടൻ മാഷന്നെ, മാതിരിയല്ല. എനീം നിനക്കെന്നെ മനസ്സിലായില്ലേ? കഷ്ടം. നീ രൂപത്തിൽ ശ്രദ്ധിച്ചു. അതാണു തെറ്റുപറ്റിയത്. ആത്മാവു കാണൂ. അപ്പോഴറിയാം ഈ കീരിയുടെ രൂപത്തിൽ മാടമ്പ് കുഞ്ഞുകുട്ടന്റെ ആത്മാവാകുന്നു. അതു കാണൂ. ഈ രൂപം മറക്കൂ. ഇത് ആ ആത്മാവിരിക്കുന്നിടം. നാളെ ഒരേഴിലപ്പാലയായി ആ കുന്നിൻമുകളിൽ ഞാൻ നിൽക്കാം. അപ്പോഴും അന്തർദർശനം സാധിക്കൂ. എങ്കിൽ എളുപ്പമായി. മിഥ്യാദർശനങ്ങളാണ് രൂപമാറ്റമെന്നു തോന്നിക്കുന്നത്. അതുകൊണ്ട്.

ഭാഷയില്ലെങ്കിലും കീരിക്കുട്ടന്റെ വിചാരതരംഗങ്ങൾ മേരിക്കുട്ടി പിടിച്ചെടുത്തു. ശുദ്ധമായ വിചാരം ഭാഷയുടെ തടസ്സമില്ലാതെ ഒഴുകി.

ഭാഷയാണ് അർത്ഥഗ്രഹണത്തിനു തടസ്സം. അർത്ഥശങ്കയ്ക്കു കാരണവും അതുതന്നെ. അനർത്ഥമൂലവും അതാകുന്നു. വിചാരത്തിനു ഭാഷയുടെ സഹായം വേണമെന്നില്ല, അരുത്. നോക്കൂ. ഈ എനിക്കു സന്തോഷമായി. ആ സന്തോഷം നിന്നിലേക്കു പകരുവാനെന്തിനു ഭാഷ? യഥാർത്ഥത്തിൽ ഞാൻ സന്തോഷിച്ചാൽ നീയറിയുന്നു. അതു നീയെന്നെ ഇഷ്ടപ്പെട്ടു. ആ ഇഷ്ടം ഞാനറിഞ്ഞു. അതാണു കാര്യം. അതുമാത്രം. അപ്പോൾ ഞാനിവിടെവന്നു. എല്ലാം അതാകുന്നു. കാര്യകാരണങ്ങൾ വേറെയില്ല. പക്ഷേ, നാം ഇഷ്ടപ്പെടാതെ ഇഷ്ടമായി എന്നു പറയുന്നു. അതിനു ഭാഷ വേണം. സ്നേഹിക്കാതെ സ്നേഹിക്കുന്നു എന്നു പറയുന്നു. അപ്പോഴും ഭാഷവേണം. ചുരുക്കത്തിൽ ഭാഷയുടെ ആവശ്യം നുണ പറയാനാണ്. സത്യസന്ധവിചാരവികാരങ്ങൾക്ക് ഭാഷാസഹായം അനാവശ്യമാകുന്നു.

മനസ്സിലായി.

അതൊക്കെ മേരിക്കുട്ടിക്ക് അനുഭവമായി. പ്രാന്തൻമാവിന്റെ ഇഷ്ടപ്രാണേശ്വരിയായി കരസ്പർശമേറ്റ് നിർവൃതി കൊള്ളുമ്പോഴും കുസൃതിത്തുമ്പ ചെറുവികൃതി കാട്ടുമ്പോഴും മേരിക്കുട്ടി അതനുഭവിച്ചു. ഇപ്പോൾ ഈ പൊൻകീരിക്കുട്ടന്റെ മനസ്സും അറിയുന്നു. ലളിതം. ഋജു. സത്യം.

നേരെ വാ. നേരെ പോ.

പൊൻകുട്ടാ, കീരിക്കുട്ടാ, നീയെവിടെ പോയി? വരൂ.

പക്ഷേ, പൊൻകീരി അപ്രത്യക്ഷനായി, മേരിക്കുട്ടിയുടെ ഹൃദയം വീണ്ടും ശൂന്യമായി. വീടൊഴിഞ്ഞു.

ഒരു നിമിഷം തിരിച്ചുവരൂ. തെല്ലിട എന്റെ ഈ ചെറുഭവനം നിന്റെ ഉല്ലാസംകൊണ്ട് സ്വർഗമാക്കിയ പ്രിയ പൊൻകീരീ.—

ഞാൻ.—

പടികടന്നുവരുന്ന കുഞ്ഞുകുട്ടനെ മേരിക്കുട്ടി കണ്ടു

ഞാൻ ഇതേവരെ ഇവിടെയുണ്ടായിരുന്നു. നീയെന്നെ അറിഞ്ഞില്ല. ഇപ്പോൾ ഈ പഴയ രൂപം നിനക്കു പരിചിതമാണല്ലോ. ഈ രൂപത്തിൽ നീയെന്നെ അറിഞ്ഞു.

ആ കീരി—

ഞാൻതന്നെ.

എനിക്കും കീരിയാവണം.

വരൂ. എന്നെ തൊട്ട് കണ്ണടച്ചു ധ്യാനിക്കൂ.

കുഞ്ഞുകുട്ടൻ കണ്ണടച്ചു തൊഴുതുനിന്നു. പുറംതൊട്ട് മേരിക്കുട്ടിയും മിഴിയടച്ചു ധ്യാനിച്ചു. ക്ഷണനേരംകൊണ്ട് അവർ പൊൻകീരികളായി. കറുകപ്പുല്ലുനിറഞ്ഞ വീട്ടുവളപ്പിൽ തുള്ളിച്ചാടി. ചുറ്റും പ്രകൃതി സർവ സമ്പത്തും സുഖസൗകര്യങ്ങളായി പകർന്നു. അന്നപൂർണേശ്വരിയുടെ അവസാനിക്കാത്ത വരദാനമേറ്റുവാങ്ങാൻ പല പല വേഷങ്ങളിൽ അവർ ക്രീഡയാടി.

## എഴുപത്തിയാറ്

**ഒ**രന്തോം ല്യ. ഒരന്തോം ല്യാച്ചാ ഒരന്തോം ല്യ. ഒരു മറേം ല്യ. ചെറുവിരലിന്റെ മറേംകൂടി. ഒരലു വിഴുങ്ങാച്ചാലും ചെറുവെരലോണ്ടു മറയ്ക്കണം, ഒരു മറവേണം. ഗോപ്യം. എന്നുവെച്ചാൽ രഹസ്യം. അതാണ് മാന്യത. മാന്യതാന്നു പറഞ്ഞാൽ എന്താന്നറിയണ്ടേ? വിക്ടോറിയൻ പീരിയഡിന്റെ പ്യൂരിട്ടനിസം. കുലീനത. ഇതൊക്ക അറീണം. എന്നുവെച്ചാത്തന്നെ മാന്യതവേണം. വിദ്യാഭ്യാസം വേണം. വെറും വിദ്യാഭ്യാസല്ല. കലാസംസ്കാരം. ഒരു സിവിലൈസേഷൻ.

ഇപ്പൊ എന്തിനേപ്പറ്റ്യാ ഞാൻ പറഞ്ഞേ?

ഉണ്ണിനമ്പൂതിരി മറന്നു. പറഞ്ഞുവന്ന വിഷയം പോയി. ബ്ലാക്ക് ഔട്ട്. സമ്പൂർണ ശൂന്യത. ഇരുട്ട്. നടുനിശ.

ഇപ്പൊ ഞാൻ പറഞ്ഞുവന്നത്.....

ഒരു .......രു സിവില്.

ശിങ്കിടിക്ക് മനസ്സിലായില്ല. എങ്കിലും ഗംഭീരഭാവത്തിൽ വീണുപോയ കണ്ണി പെറുക്കിയെടുത്തു.

സിവിലല്ല. സിംഫണിയാവും. സിവിൽ എന്നു ഞാൻ പറയില്ല. പറയേണ്ട ആവശ്യവുമില്ല. സിംഫണി എന്നാവും. അതായത് ഞാൻ പറഞ്ഞുവരുന്നത്—

അത് ഉണ്ണിനമ്പൂതിരി മറന്നു. ഈയിടെ അങ്ങനെയാണ്. ഒന്നും തുടരാനാവുന്നില്ല. അതായത് ഒരു ആബ്സന്റ് മൈന്റ്. ഇന്റലക്ച്വൽ പെർവർഷൻ എന്നു പറയാം.

നമുക്ക് നടക്കാം. ആ പറമ്പില്——

അതൊന്നും വേണ്ട. സാധനം കൈയിലില്യേ. ഇബടേന്നെ ഇരിക്കാം.

അതോണ്ടെന്താ. നമുക്കാരേം ഒളിക്കാൻ ല്യ. രഹസ്യമില്യ. സൂര്യനു താഴെ സ്വന്തം മൂക്കിനു താഴെ.

ഉണ്ണിത്തിരുമേനി കുപ്പി മേടിച്ചു. ഉയർത്തിക്കാട്ടി. പരിസരത്ത് ആരുമില്ലെന്നറിഞ്ഞ് ഏറെ ധൈര്യവാനായി.

ഈ നടുറോട്ടിൽ ഇരുന്നു കഴിക്കാം. ഇത് ഗവർമ്മെന്റ് അംഗീകരിച്ചതാണ്. കുടിക്കാം. ഇവിടെ മദ്യനിരോധനമില്ല.

വിറയ്ക്കുന്ന വിരല് കൂട്ടിപ്പിടിച്ച് കുപ്പി വായിലേക്കു ചെരിച്ചു. ദാഹിച്ചു വലഞ്ഞവൻ പച്ചവെള്ളം കുടുകുടാ ഇറക്കുംപോലെ കുപ്പി മുക്കാലും ഒരുമിച്ചിറങ്ങി. ഒന്നു ശ്വാസം വിട്ടു. രണ്ടുമൂന്നു കുറി കാർക്കിച്ചു തുപ്പി. ബാക്കി മുഴുവനാക്കി.

നെണക്കു വേണങ്കി വേറേല്യേ?

ണ്ട്.

ശിങ്കിടി വേലിപ്പഴുതിൽ കൈയിട്ടു. പുതിയതെടുത്തു. പങ്ക് കുടിച്ചു തീർത്തു.

നി പ്പോ—

നി പ്പോ എന്താ, തമ്പ്രാൻ ഒന്നു ശ്രദ്ധിക്കണം. അങ്ങാടിപ്പാട്ടായീക്ക്ണു. ബടെ തമ്പ്രാന്റെ കുടീരിപ്പ്ലാ ചാരായം വാറ്റ്ന്ന്, വല്ല പോലീസും—

പോലീസല്ല എക്സൈസ്.

എന്തൂട്ടാച്ചാ അത്. ആ കാക്കികള് വന്നാ എല്ല് നുരുമ്പിക്കും.

പോവാൻ പറ. കാക്ക്യാത്രെ. വെറും പീറ സിപ്പായിമാര്. ബീഥോവനും—

തമ്പ്രാന് തലയ്ക്കു പിടിച്ചൂന്നാ തോന്നണേ.

മിണ്ടാണ്ടിരിക്കടാ. നമക്ക് ആ സാഹിത്യത്തിനെ ഒരു ചത ചതയ്ക്കണം. ഇപ്പൊ കുന്നിന്റെ മോളില് ഒരു മറേം ല്യാന്റല്ലേ--ഒരു- ഒരു രു—

ശിങ്കിടി മിണ്ടിയില്ല. കാര്യം ഗ്രഹിച്ചു. എങ്കിലും മൗനം വരിച്ചു.

അബടെ—

തമ്പ്രാനതു കള! പല്ലിന്റെ എടകുത്തി നാറ്റിക്കരുത്. ഏത്. മലന്നു കെടന്നു തുപ്യാ മാറത്താ. ഏത്. തമ്പ്രാന് പ്പൊ ഗുട്ടൻസ് പിടികിട്ടില്യെ. അത്മതി. മിണ്ടരുത്. മിണ്ട്യാ നാറും. നാറി നാറി നാടു മുഴുവൻ നാറ്റിക്കും. അതോണ്ട് മിണ്ടരുത്. ഷട്ടപ്പ്.

ഉണ്ണിനമ്പൂതിരിയുടെ മുഖം മുറുകി. ചുവന്നു. ചോരവാർന്ന് വെളുത്തു മലച്ച മോന്ത പൂത്ത പപ്പടംപോലെയായി. ഉള്ളു വിണ്ടു. ഒരായിരം ചിന്തകൾ തലങ്ങും വിലങ്ങും ചിതറി.

അതിന്റൊരു—

അരുത്. സ്വന്തം പെങ്ങടെ തോന്ന്യാസം വിളിച്ചു പറഞ്ഞാൽ—

തമ്പ്രാൻ അടങ്ങ്. മ്മക്ക് വഴീണ്ടാക്കാം. ശബ്ദം ണ്ടാക്യാ നാറും. അതോണ്ട് മിണ്ടര്ത്. താപ്പ്ന് വന്നാ പൂട്ടാം. വഴീണ്ട്.

ഒരു വഴീല്യ. ഇരുട്ടത്തടിച്ച് കണ്ണു തെറിപ്പിക്കന്നെ.

ഉണ്ണിനമ്പൂതിരി തല മാന്തിപ്പൊളിച്ചു. കരിങ്കൽ ചില്ല് തപ്പിയെടുത്ത് ചൊറി മാന്തി. ചോര പൊടിയുംവരെ.

അതൊക്കെ നാലാളറീം.

ശിങ്കിടി പഴുതന്വേഷിച്ചു.

മ്മക്ക് നയാ വേണ്ട. പുത്തി. അതാ വഴി. നീതിസാരം പറേണപോലെ.

ആ മറ്റേ പെണ്ണില്ലേ്യ. അവളെ താപ്പില് കൈയിലാക്കണം. എന്നിട്ട് ഒരൊറ്റ കുരുക്ക്. ഒരു സത്യാഗ്രഹം... അതിന് ആ ചെറ്റ സമ്മതിക്കണ്ടെ?

ആര് മേര്യോ, അവള് വരില്യ.

തമ്പ്രാൻ പേടിക്കണ്ട. ഒരുത്തീണ്ട്. ആ ഷാപ്പിലെ ചേടത്ത്യാറുടെ മോള്. ചാക്ക്ടാം. ന്ന്ട്ട് ഒരൊറ്റ കുത്തിരിപ്പ്. ഒരായിരം അവൾക്ക്. ടും കണീം. പിടിച്ചുനിർത്തി മാല ഇടീക്കണം.

ഉണ്ണിനമ്പൂതിരി മുഖം ചുളിച്ചു. കഠിനമായ ആലോചനയിൽ കണ്ണു ചെറുതായി. തല കുടഞ്ഞു. പറഞ്ഞുവന്നതു മറന്നു. ശുദ്ധശൂന്യതയാൽ വീണ്ടും വീണ്ടും തല കുടഞ്ഞു. കണ്ണു തിരുമ്മി.

ഒന്നുംകൂടി പിടിപ്പിച്ചാലോ?

യ്ക്കെന്താ വിരോധം. പക്ഷേ, തമ്പ്രാൻ കുടുമ്മത്ത് മൊളേല്യ. ഈ വെട്ടോഴീല് കെടന്നാലും മോശം. ആ കുന്നിന്റെ മോളിലാച്ചാ വെഷമാ ല്യ. ദ് പ്പൊ നടുറോട്ടി ലാവുമ്പൊഴാ. നാലാള് കണ്ടാ—

കണ്ടാലെന്താ. ന്റെ പണം. ന്റെ ഇഷ്ടം. തൂങ്ങിച്ചാവാൻ പറേടോ.

നെടുനാളത്തെ അഖണ്ഡപാനത്താൽ ഉണ്ണിനമ്പൂതിരി സകലം മറന്നു. കളഞ്ഞുകുളിച്ചു. ലഹരിപൂത്ത മസ്തിഷ്കം കുടുംബമഹിമകൾ ചവിട്ടിയരച്ചു. സമുദായനിയമങ്ങളെ കൊഞ്ഞനം കുത്തി. ധാർമിക—

വരട്ടെ.

ചാരായം കലക്കിയ മസ്തിഷ്കത്തിലെവിടെയോ ഒരണു പിടഞ്ഞു.

വരട്ടെ. ഈ വഴിവക്കീന്ന് ത്തിരി മാറീരിക്കാം.

അതാ നല്ലത്. പിന്നെ, ഞാനിപ്പൊ നടക്കും. ഒരു പണീം ണ്ട്. നീ ഒരാളെ ക്കണ്ട്.—

ശിങ്കിടിക്ക് സ്ഥലംവിടാൻ തിടുക്കായി. എനി കേറ്റ്യാൽ തമ്പ്രാൻ കെടക്കും. ഈയിടെ ശക്തീല്യ. വാശി പിടിച്ച് കേറ്റും. അത്ന് ഒരു കൈയും കണക്കൂല്യ. പിന്നെ തളർന്നു. എത്ത്യേടത്ത് വീഴും. അപ്പൊ തടി പാസാക്കാ ഭേദം. ഇല്ലെങ്കിൽ—

ഒന്നൂണ്ടായിട്ടല്ല. ന്നാലും.

നീയ് പൊക്കോ. ഞാനും പത്തു മിനിട്ടിരുന്ന് പോവായി. ഇത്തിരി പണീണ്ട്.

ശിങ്കിടിക്ക് ചിരി വന്നു. ആത്മാവുണർന്ന ചിരി. ഇതിലും വല്യേ ഫലിതം കേട്ടിട്ടില്ലെന്നു തോന്നി. നമ്മുടെ ഉണ്ണിത്തമ്പുരാന് പണീണ്ട്ന്ന്.

ഒന്നാന്തരം !

ന്നാ ഞാൻ നടക്കട്ടെ.

എനി നിന്നാൽ നേരെയാവില്ല. തമ്പ്രാൻ വെട്ടില് വീണേക്ക്ണു. എനി വല്ലവരോടിച്ചാലോ.

ഞാനെവടെ വേണംച്ചാലും കെടക്കും. ഒരു ഇൻഹിബിഷനു ല്യാന്നർത്ഥം.

ന്നാ തമ്പ് രാന്റെ പെങ്ങമ്മാരും കെടക്കും!

ങേ!

ഒന്നൂല്യ. പൂവാറായിന്ന് പറയേ.

നീയ് പൊക്കോ. വൈകുന്നേരം ഇല്ലത്തു വരണം. ത്തിരി കാര്യം ണ്ട്. ഞാൻ—

ഉണ്ണിത്തമ്പുരാൻ എണീക്കാൻ നോക്കി. പറ്റാഞ്ഞ് വേലിയരുകിലേക്ക് നീങ്ങി നിരങ്ങി എതയിൽ ചാരി.

വെയ്ല്ണ്ട്.

നാശം. ആരെങ്കിലും വരും.

ക്ഷണശകലം ബോധമുദിച്ചു. ചോര മുഴുവൻ വറ്റാത്ത ധമനികൾ ഒന്നു പിടഞ്ഞു. ത്തിരി മനുഷ്യത്വം കാണിച്ചു. ഒപ്പം ശുദ്ധാശുദ്ധ രക്തചംക്രണം വ്യൂഹ മാകെ നിറഞ്ഞ ചാരായം പതഞ്ഞു.

കണ്ടോട്ടെ. ഏത് ചെറ്റ്യാ ന്നോട് ചോയ്ക്കാൻ, ന്റെ സൗകര്യത്തിന് ഞാൻ കുടിക്കും.

ഉറക്കം കണ്ണടഞ്ഞു വരുന്നത് തലകുടഞ്ഞ് തെറിപ്പിച്ചു.

ഞാ പ്പൊ എവട്യാ?

ഉണ്ണിനമ്പൂതിരി പരിസരബോധത്തിന് യത്നിച്ചു. കണ്ടതുകണ്ടത് ഒപ്പി യെടുത്ത് സ്മരണയിലിട്ട് തെളിച്ചെടുത്തു. എന്നിട്ടും പരിചയം ആവാഞ്ഞ് ശൂന്യമായി നോക്കി.

ഇത് പ്പൊ–

കട്ടിലിമ്മെ കെടക്കാവും. ഇല്ലത്ത്. അതോ കുളക്കടവിലോ? കൊളക്കട വാവും. അപ്പൊ സാരംല്യ. നേരം എത്ര്യായി?

രാത്ര്യായ്ണ്ടാവും. അതോ–

എപ്പഴാ കുടിച്ചെ?

ഏയ്!

ഇന്നു കുടിച്ചില്ല. പിന്നെ—

ഒരു പക്ഷേ,

സ്വപ്നാവും.

മൂത്രമൊഴിക്കണം.

ദ് കുളക്കടവല്ലേ.

ഉണ്ണിനമ്പൂതിരി മുണ്ടഴിക്കാൻ ശ്രമിച്ചു. വരയൻനിക്കറിന്റെ ഉള്ളിൽ കൈയിട്ടു. മൂത്രമൊഴിച്ചു. അനവധി നേരം. പിന്നെ, വയറൊഴിഞ്ഞ സുഖ ത്തിൽ മൂത്രത്തിൽ അങ്ങനെ ചുരുണ്ടു. നുരയും പതയും തുപ്പി സമ്പൂർണ്ണാ ന്ധകാരശൂന്യതയിലേക്ക് ഊളയിട്ടു.

## എഴുപത്തിയേഴ്

**ഞാ**ൻ ക്ഷീണിച്ചിരുന്നു. ഭയങ്കര ക്ഷീണം. ഇളവെയിലു കൊണ്ടപ്പോ തല തിരിഞ്ഞു. വൈറ്റമിൻ ഡെഫിഷ്യൻസിതന്നെ. അയേൺ കമ്മി. ഇല്യ. ജന റൽ അമീബിയ. അപ്പോ എന്തേ പറഞ്ഞേച്ചാൽ പത്തു മിനിറ്റ് വിശ്രമിച്ചു. ആ തണലത്ത്. ക്ഷീണം കാരണം കണ്ണടച്ചു. അതിനിത്ര്രാക്കെ ബഹളം കൂട്ടാൻ ണ്ടോ.....നശൂലങ്ങള്.

ഉണ്ണിനമ്പൂതിരി കിടക്കയിൽ എണീറ്റിരുന്നു. ശുശ്രൂഷിക്കാനെടുത്ത ദേവിയെ ശകാരിച്ചു കണ്ണു പൊട്ടിച്ചു.

കഷ്ടം!

പ്ഫ. ശവി. മിണ്ടാണ്ടിരിക്ക്. ഞാനൊക്കെ അറിഞ്ഞു. പിന്നെന്താച്ചാ ഒന്നേറ്റട്ടേ ന്നു കരുതി. എന്റെ കഫം തിന്നണോറ്റല്ലേ. ഇത്തിരി തടി അനങ്ങട്ടെ.

വേട്ട നമ്പൂതിരിയുടെ അതിസൂത്രം ദേവിക്ക് ഓക്കാനം വരുത്തി. വയറ് ഉഴിഞ്ഞു ചുണ്ടു കൂട്ടിപ്പിടിച്ച് അവർ തല തിരിച്ചു. നമ്പൂതിരി കാണാതെ മുടിത്തുമ്പ് നാറ്റിച്ചു. മനം പുരട്ടൽ നിയന്ത്രിച്ചു.

അവരൊന്ന് എടുക്കട്ടേന്ന് നിരീച്ചു. ഞാനൊക്കെ അറിഞ്ഞു. ന്നാലും മിണ്ടാണ്ടെ കണ്ണടച്ചു. മനസ്സിലായോ? അപ്പോ അതാ യുക്തി. ഏത്. അതാ. ഉം. നീയ് പ്പൊ എന്താ ബടേന്നെ നിക്കണേ? പൊക്കോ. പോയി ത്തിരി ചൂടു വെള്ളം കൊണ്ടാ.

നേരം എത്ര്യായി ആവോ. പകലാണ്. തീർച്ച. ആരെബടെ കൊണ്ടു വന്നു കെടത്ത്യേ? ശിങ്കിട്യാവില്യ. പിന്നെ ആരാവോ. ആരെങ്കിലുമാവട്ടെ. പൊറത്തെറങ്ങ്യാലാ വെഷമം. സാരംല്യ,. ഇത്തിരി നേരേള്ളു. അതിന് സ്മാളടിച്ചു പോയാ മതി. പിന്നെ, അറീല്യ–

ഉണ്ണിനമ്പൂതിരി പരിസരബോധത്തിനു യത്നിച്ചു. ഒപ്പം, വരുംനിമിഷങ്ങ ളോർത്തു. വായനശാലയിൽ, പാലത്തിന്മേൽ, പറയേണ്ട പൊളി ചേർത്തു വെച്ചു. യുക്തിയുക്തം. കള്ളി പൊളിയരുത്. ഇതൊക്കെ, ഒരു രു ദാദണോ. താനൊരു ജീനിയസ്സായതുകൊണ്ട്. അതെ. അതിന്മേൽ പിടിക്കാം. ജീനിയസ്സ്. അതാണു പോയന്റ്.

ന്നാലും ഈ എറേത്തക്ക് എങ്ങന്യേ എത്ത്യേ. എപ്പഴേ, ഇബടെ എങ്ങനെ കെടക്ക വന്നേ.

ചെലപ്പോ വഴീന്ന് പിള്ളേര് ഇവടെ എത്തിച്ചതാവും. ഇബടെ എത്ത്യേപ്പോ മോളിലിക്ക് വലിച്ചുകേറ്റാൻ മടിച്ച് കെടക്ക എറേത്ത് ഇട്ട്ണ്ടാവും. അതെപ്പഴേ–

വെയിലാറിയിട്ടില്ല.

സന്ധ്യ ആയിട്ടില്ല. ഉച്ച തിരിഞ്ഞിരിക്ക്ണു. മണി നാലായിണ്ടാവും. ത്തിരി തണുത്ത വെള്ളം.

ചുണ്ടു വരണ്ടു. മേലാകെ ചുവന്നു തടിച്ചു.

ഒരു തമല വെള്ളം മുഴുവൻ ഉണ്ണിനമ്പൂതിരി ഒരു വീർപ്പിനു കുടിച്ചു.

ഹാവൂ!

ഇപ്പൊ ത്തിരി സുഖം ണ്ട്. പക്ഷേ, കൈ കോച്ചിവലിക്കുന്നു. ആരാബടെ.

എവട്യാ അവറ്റ?

ഇത്തിരി നേരംകൂടി കെടക്കാം. ഒന്നു മയങ്ങ്യാൽ സുഖായി.

ചോറുണ്ണണ്ടെ?

ഉം. ഞാനങ്കടു വരാം.

ഉണ്ണിനമ്പൂതിരിക്ക് നാണം തോന്നി. ഇക്കണ്ട നാളായിട്ട്. ഇന്നാദ്യം ഈ എറേത്തേക്ക് ചോറ് കൊണ്ട് വരേ? വേണ്ട. അതും അല്പം അകത്താ ക്കീച്ച്ട്ട്. ദെന്താ. ള്ളക്കുട്ട്യ്യോറ്റാ.

ക്ഷീണം ണ്ട്. നടക്കാൻ മടീണ്ട്. മടിച്ചാൽ ക്ഷീണം തന്നെ. ഒക്കെ വിറ്റാ മിൻ–

എപ്പഴും വിചാരിക്കും ഇത്തിരി വിറ്റാമിൻ ഗുളിക കഴിക്കണംന്ന്. പിന്നെ മറക്കും എനി പറ്റില്ല.

അല്ലെങ്കിൽ വേണ്ട. ഒരു കിണ്ണത്തില് ഇങ്കട് എടുത്തോ. ആരാ അവിടെ?

എല്ലാവരുണ്ട്.

ങ്ങേ! അതിന്റെ മുമ്പില് ചെന്നു പെട്ടാലോ. ആ അശ്രീകരം. മേലൊക്കെ നാവാ അതിന്. വേണ്ട- അത്, ഇതന്നെ ഒരു ലാക്കാ നിരീക്കും. പിന്നെ പിന്നെ പറഞ്ഞു തോല്പിക്കാൻ.

ഞാനങ്കടന്നെ വരാം.

ഉണ്ണിനമ്പൂതിരി എണീറ്റു.

വേണ്ട.

ആര്യക്കുട്ടി!

ഞാൻ.....ഞാൻ.......

ഏട്ടനവിടെ കെടന്നോളൂ. ചോറ് ഇങ്കട് എത്തിക്കാം. എനി അതും വയ്യാച്ചാൽ ഏതു വെട്ടോഴീലാ വീണേക്കണേന്നറിഞ്ഞാൽ അങ്കട് വരാം. വെറുതെ എന്തിനാ ബുദ്ധിമുട്ടണേ.

ത്ഥൂ!

ഈ എറേത്തൊക്കെ തുപ്പിനറച്ചാൽ പറ്റില്യ. പറഞ്ഞേക്കാം. ഇതു റോഡല്ല.

ഉണ്ണിനമ്പൂതിരി കണ്ണടച്ചു. ആ കൊളംവരെ പൂവാൻ പറ്റ്യാൽ, ന്നാ, ജയിച്ചു. അവടെ തെച്ചിക്കാട്ടില് രണ്ടെണ്ണം ണ്ട്. എമർജൻസി. ന്നാ ജയിച്ചു. പിന്നെ ബ്റ്റൊക്കെ തൃണം.

വെറും തൃണം.

ഗ്രാസ്!!

പുല്ല്!!!

അല്ലെങ്കിലും പുല്ലാണ്. ഇബറ്റ്യൊക്കെ എന്തു തോന്ന്യാസം കാട്ടണതും കാണണം. അതിന് ഒക്കേം ഒരു കെട്ടാ. താൻ വല്ലപ്പോഴും ഇത്തിരിയൊന്നു ലഹരിയടിച്ചാൽ അപ്പഴയ്ക്കും മോന്ത വീർപ്പിക്ക്യായി. അലോഗ്യായി. എന്താ ചെയ്യാ. ഒരു ജീനിയസ്സിനെ മനസ്സിലാക്കാൻ സാധിക്കുന്നില്ല എന്ന താണ് അവരുടെ കുറ്റം.

ഉണ്ണിനമ്പൂതിരി ആത്മാർത്ഥമായി സഹതപിച്ചു. കഷ്ടം. സ്വസഹോദരി മാരാണ്. എന്നിട്ടെന്താ. തന്റെ പ്രതിഭ ഇവർക്കു മനസ്സിലാവില്ല. കുറ്റം പറ ഞ്ഞിട്ടു കാര്യമില്ല. വേദകാലംമുതൽക്കുള്ള ചരിത്രപാരമ്പര്യമാണു സംഗീതത്തിന്. ആ പാരമ്പര്യത്തെയാണു താൻ ചോദ്യംചെയ്യാൻ ശ്രമി ച്ചത്. എന്നിട്ട്-

ഉണ്ണിനമ്പൂതിരിക്ക് സ്വപ്നവും യാഥാർത്ഥ്യവും വിവേചിച്ചറിയാനാവാ തെയായി. താൻ മഹാപ്രതിഭാധനനായ സംഗീതജ്ഞനാണെന്ന് ആത്മാർത്ഥമായി വിശ്വസിച്ചു. വളരെക്കാലം സംഗീതം അഭ്യസിച്ചു. ഗുരു കുലവാസം. നിരവധി സദസ്സുകളിൽ പാടി. അതൊക്കെ ജനങ്ങൾ മറന്ന താവും അനാദരവിനു കാരണം.

കഷ്ടം!

ജനങ്ങൾക്കിത്ര വകതിരിവില്ലല്ലോ.

അവരുടെ നാട്ടിൽ ലോകാതിശയങ്ങളെ അതിശയിക്കുന്ന ഒരു മഹാ പ്രതിഭ വന്നുപിറന്നു.

എന്നിട്ടും—

മതി. ഈ പാത്രം കൊണ്ടുപൊക്കോ.

ചോറു ചെന്നപ്പോൾ ഉണ്ണിനമ്പൂതിരിക്കുത്സാഹമായി. എങ്കിലും കൈയും മുഖവും കഴുകാൻതന്നെ മടിയായി. ചേട്ടാ ഭഗവതി ശരീരം

തലോടുന്ന സുഖത്തിൽ ലയിച്ച് അവിടെത്തന്നെ കിടന്നു. ഒളികണ്ണിട്ടു നോക്കി. പാത്രം എടുക്കാൻ വരുന്നത് ആരാ ആവോ. ആര്യക്കുട്ടിയാണെങ്കിൽ—

വെള്ളം വേണ്ടേ?

ആര്യക്കുട്ടി!

ഇപ്പൊ തിന്നാ കൈ കഴുകേം വേണ്ടേ?

അവടെ വെച്ചേക്ക്.

വേറെ ആരൂല്യെ അബടെ. അഞ്ചുപത്തെണ്ണം ണ്ട്. ദിനെ കൂടാതെ. അതിലേ തെങ്കിലും ഒന്നിനെ ങ്കട് കെട്ടി എഴുന്നള്ളിക്കരുതേ. ഇതിനെന്നേ കിട്ടീള്ളൂ.

പുറം തരിക്കുന്നു. പുറം മാത്രമല്ല. തരിപ്പ് കൈയിന്റെ കപ്പലവഴി ഇറങ്ങിവന്നു. വിരലുകൾ വെറുങ്ങലിച്ചു.

ഉണ്ണിനമ്പൂതിരി എണീറ്റു.

നടക്കാം. ഒരു ക്ഷീണോം ഇല്യ. എനീ പ്പോ കുളക്കടവിലേക്ക് ഓടാം. തെച്ചിക്കാടിന്റെ പിന്നിൽ—

ഭാഗ്യം!

എമർജൻസികുപ്പികൾ രണ്ടും അവിടെത്തന്നെയുണ്ട്.

പാതി കുപ്പി കയറ്റിയപ്പോൾ ഉണ്ണിമ്പൂതിരിയുടെ ക്ഷീണം അകന്നു. രക്തചംക്രമണം അനായാസമായി. കോച്ചിവലിഞ്ഞ നാഡിഞരമ്പുകൾ നിവർന്നു സ്വസ്ഥമായി--ഒരു ജീനിയസ്സായാലത്തെ വിഷമം!

അതു മറ്റുള്ളോരെ പറഞ്ഞു മനസ്സിലാക്കാൻ അതിലേറെ വിഷമം. ജീനിയസ്സ് എന്നു പറഞ്ഞാൽ ഒരു ജീവിതരീതിയാണ്. എന്തുചെയ്തു എന്നല്ല. എങ്ങനെ ജീവിച്ചു എന്നതാണ്. പ്രത്യേകിച്ചും സംഗീതലോകത്തിൽ. സംഗീതത്തിനുവേണ്ടി ജീവിക്കുക. സംഗീതമാകുക. അതാണു മുഖ്യം.

ജീവിതം സംഗീതമാവണം.

അല്ലാതെ, കുറെ പാട്ടുപാടി എന്നതല്ല. അതൊക്കെ നിസ്സാരം. ക്ഷണികം. ശാശ്വതമായത് ജീവിതമാണ്. സംഗീതമാണ് ജീവിതം.

ഉണ്ണിത്തമ്പുരാന് സന്തോഷമായി.

ഇത് ലോകം അറിയണം. നാളെത്തന്നെ ഒരു പ്രസ്കോൺഫറൻസ് വിളിക്കാം. എന്നിട്ടു പറയാം. പറയണം. കുട്ടികളേ, എഴുതിയെടുക്കൂ.

Now write down.

ജീവിതം സംഗീതമാകണം.

ലോകം അത്ഭുതംകൊണ്ടു വാപൊളിക്കും. ആചാര്യദേവനായ അക്കിരാമനെ ത്രിസന്ധ്യകളിലും പൂജിക്കും.

പൂജിക്കട്ടെ.

നാം അനുഗ്രഹിക്കുന്നു.

കുളക്കടവിൽ വലിയ കല്പടവിൽ ഉണ്ണിനമ്പൂതിരി ഇരുന്നു, ജ്ഞാനാസനത്തിലെന്നപോലെ. കുപ്പി ഉയർത്തി, തൃപ്തിയായി, അരയുണ്ട്. അതും അണ്ണാക്കിൽ കമിഴ്ത്തി.

അപ്പൊ എന്തേ പറഞ്ഞേ.

പ്രജ്ഞ പോയി.

ഇതാ ഇപ്പൊ കൊഴപ്പം

ചിന്തയുടെ ചരടു പൊട്ടുന്നു.
പിന്നെ സമ്പൂർണ ശൂന്യത.
ബ്ലാക്ക് ഔട്ട്.
അപ്പൊ എന്തേ പറഞ്ഞേച്ചാൽ—
നേരം അന്തി കറുത്തു.
ഒന്നു നടക്കാം.

ഇപ്പൊ പൊളിപ്പാലത്തിമ്മേ ജനം നിറഞ്ഞിട്ടുണ്ടാവും. അവരെ കാണാം.

(പൊളിപ്പാലം കനാൽപ്പാലമാകുന്നു. നാട്ടിലെ തൊഴിലില്ലാവർഗം സദാ അവിടെ നിരങ്ങി. ആവാവുന്ന നുണകളൊക്കെ പറഞ്ഞുപരത്തി. അങ്ങനെ ആ പാലം നുണപ്പാലമായി. നുണ=പൊളി-വ്യാഖ്യാതാ.)

തമ്പ്രാൻ ഇന്നലെ എവട്യാർന്നു?

ഇന്നലെ. അപ്പോൾ ഒരു ദിവസം മുഴുവൻ ബ്ലാക്ക് ഔട്ട്. അതാവില്ല.

നീയ് കാണാഞ്ഞിട്ടാ. ഞാൻ ബടെ ണ്ടാർന്നു.

ഇന്നല്യോ. തമാശ കള തമ്പ്രാനെ, ഇന്നലെ ഉച്ചയ്ക്കുമുമ്പ് ഞങ്ങളല്ലേ ഇല്ലത്തെത്തിച്ചേ. പിന്നെ ഇപ്പഴാ കാണണേ.

ശര്യാവും. ഇവരോടു തർക്കിച്ചിട്ടു കാര്യംല്യ.

ഇന്നലെ ഉച്ചയ്ക്കുമുമ്പാവും വഴിയിൽ കിടന്നിരിക്കുക. അതോ ഇന്നോ. അതല്ല, ഇന്നലേം ഇന്നും ണ്ടായോ. ഇപ്പൊ— ഇപ്പൊ—

ഇപ്പൊ തമ്പ്രാനെവ്ട്ന്നാ?

ഉണ്ണിത്തമ്പുരാൻ വേലിപ്പടർപ്പുകളിൽ നോക്കി. ഈ വേലിപ്പടർപ്പു പിടിച്ചു നടക്കാം. വീഴാൻ പോകുമ്പോ വാരിക്കോലു പിടിക്കാം. പക്ഷേ, ഇവരൊക്കെ വാരിമുള്ളാണുപയോഗിക്കുന്നത്.

തെറ്റ്!
വേലിക്കു മുള്ളുപയോഗിക്കുന്നതു തെറ്റ്.
വാരിമുള്ളാകുന്നത് അതിലും തെറ്റ്.
ഊക്കൻ കുറ്റം.
തമ്പ്രാനെന്താ മിഴിച്ചിരിക്കണേ?

എന്താ.... എന്താ. ഒരു തുമ്പു കിട്ടണ്ടേ. എന്നാൽ, പിന്നെ തുടരാം. ഒരു തുമ്പും കിട്ടാതെ തുടങ്ങാനാവില്ലല്ലോ. പണ്ടിങ്ങനെയായിരുന്നില്ല. ഇപ്പോൾ—

തമ്പ്രാന് നാണക്കേടാവും. വെട്ടോഴീല് കെടന്നേന്റെ. അതൊന്നും സാരംല്യ. ഇന്നു ഞാൻ നാളെ നീ. അതാ പ്രമാണം.

ആരാത്. വെട്ടോഴീ കെടന്നതോ. അതു ക്ഷീണം. വെറും ക്ഷീണം. ഈയിടെ യായി ഒരു തുമ്പു കിട്ടി. എനി തുടരാം. പൊയ്പ്പോയ ഉന്മേഷം തിരിച്ചുവന്നു. ഒളിച്ചു കളിച്ച വാക് ജാലം പ്രത്യക്ഷമായി.

അതു ക്ഷീണം. വിറ്റമിൻ ഡെഫിഷ്യൻസി. ബിയുടെ കുറവ്. ബി ട്വൽവ് എന്നു പറയാം.

പിന്നെ ജനറൽ അനീമിയ. അതൊക്കെ ഉണ്ടാവും. ചരിത്രം അതാണു പഠിപ്പിക്കുന്നത്. ലോകത്തിൽ ഇന്നേവരെ അരോഗദൃഢഗാത്രരായ ഒരൊറ്റ ജീനിയസ്സും ഉണ്ടായിട്ടില്ല. ജീനിയസ്സാണോ രോഗമുണ്ടാകും. ഇത്തിരി ലിക്കറും കുടിക്കും.

ന്നാ മ്മടെ നാട്ടിലെ ഏറ്റവും വല്യെ ജീനിയസ്സ് കള്ള് നമ്പ്യാര്യാണ്. ഒരൊറ്റ ദിവസമെങ്കിലും റോട്ടില് കെടക്കാതില്യ. സ്ഥിരം വരോട്ടിച്ചാലിൽ. ബോധം വന്നാ ഷാപ്പിൽ. ഒറിജിനൽ ജീനിയസ്സ്.

കളിയാക്കണ്ട. അതു വേറെ. അത് സ്ഥിരം അഡിക്റ്റ്. ഇത് അതല്ല. മ്യൂസിക്കിന്റെ അനന്തമായ—

ഇപ്പൊ എന്തേ പറഞ്ഞേ?

ഉണ്ണിത്തമ്പുരാന്റെ വാക്ധോരണി മുറിഞ്ഞു. പദങ്ങൾ കറുത്തു. മസ്തിഷ്കം ഒഴിഞ്ഞു. തുരുമ്പിച്ച സിരാപടലം വേരറ്റു.

ഇപ്പൊ-

മ്യൂസിക്—

ആരാ. ങാ. നീയ് വന്ന്വോ. നന്നായി.

ശിങ്കിടി വന്നതറിഞ്ഞ് ഉണ്ണിനമ്പൂതിരി സന്തോഷിച്ചു. അതു നന്നായി. അവൻ വന്നു. എനി സാരമില്ല. ഒരു അരകൂടി കേറ്റ്യാൽ ഓർമ തെളിയും. കുളക്കടവിലുണ്ട്. സാധനം ണ്ട്. എടുത്തില്ല. ശിങ്കിടിയോടു പറയാം. വേറെ കൊണ്ടുവരാം.

ഞാനവടേരിക്കാം. നീയൊന്നു പോയിവാ.

ഉണ്ണിനമ്പൂതിരി എണീറ്റു. നിക്കറിന്റെ പോക്കറ്റുതപ്പി മുഷിയാത്ത നോട്ട് നീട്ടി.

ആ റോഡ്സൈഡില് ഒരു പത്തു സെന്റിന് ആള്ണ്ട്.

ശിങ്കിടി സ്വകാര്യം പറഞ്ഞു.

നാളെ. ഇപ്പൊ നീയിതു കൊണ്ടുവാ. നാല് പച്ചമൊട്ടേം. കൊറെ ദിവസായി വിചാരിക്ക്ണു. എനി ത്തിരീശെ തടി നോക്കണം, വേഗം വാ. ഞാനവിടേണ്ടാവും.

ഉണ്ണിനമ്പൂതിരി വേലിയരുക് പറ്റി നടന്നു.

ഇബടേ ഞാൻ കെടന്നേ.

ആവും. ഇബടേന്നെ. കൊറശെ ഓർമേണ്ട്.

ചാഞ്ഞ പുല്ല് തൊട്ടുതലോടി ഉണ്ണിത്തമ്പ്രാൻ ഇരുന്നു. ചെരിപ്പഴിച്ചു വെച്ചു. ഒരു കഷണം മാറോട് തപ്പി. എല്ലു തെളിഞ്ഞ കണങ്കാലിൽ ചൊറിഞ്ഞു. ചൊറിഞ്ഞു പൊടിഞ്ഞ പാദം വീണ്ടും വീണ്ടും മാന്തി പ്പൊട്ടിച്ചു. എത്ര മാന്തിയിട്ടും ഇത്തിരി നനവ് മാത്രം കിനിഞ്ഞു. ചോരയ്ക്ക് ചോപ്പില്ല.

എന്തെങ്കിലും ഇത്തിരി കഴിക്കണം. രക്തം ഇല്യാഞ്ഞിട്ടാ.

ഇന്നല്യാണോ ഇബടെ കെടന്നേ?

പിള്ളേര് മൂപ്പിച്ചതാവും.

സാരംല്യ. മൂപ്പിക്കട്ടെ. ഇവരൊക്കെ ഈ കാൽക്കൽ മുട്ടുകുത്തുന്ന ദിവസം വരും.

ഇബടെ ത്തിരി കെടക്കട്ടെ.

തമ്പ്രാനെന്താ കെടക്കണേ?

അ, നീയ് വന്ന്വോ.

കെടക്കണ്ട. കേടക്കാച്ചാ സാധനം കേറ്റണ്ട. ദാ, ഈ മൊട്ട കേറ്റിക്കോളൂ.

ഒന്ന് രണ്ട് മൂന്നു മുട്ടകൾ ഉണ്ണിമ്പൂതിരി പച്ച കഴിച്ചു. ഓക്കാനം വന്നു. വായ പെരുത്തു. എന്നിട്ടും വാശി പിടിച്ച് മിഴുങ്ങി.

അത് നീയ് പൂശിക്കോ.

നമ്മക്ക് ഇബടെ വേണ്ട. ഒന്നൂലോ തമ്പ്രാന്റെ കൊളക്കടവ്, അല്ലെങ്കി—

നമ്മക്ക് കൊളക്കടവ് മതി.

വീണ്ടും വേലിത്തുമ്പു പിടിച്ച് ഉണ്ണിനമ്പൂതിരി നടന്നു.

ഡാ, നമക്ക് ഈ വേലി മാറ്റണം. ഇതൊന്നു പിടിച്ച് നടക്കാറാക്കണം. അതിനെന്താ വഴി?

ഈ ലോകത്തില് പലതും മാറ്റണം. വേല്യല്യ—

ശിങ്കിടിയുടെ ശബ്ദം ഉണ്ണിനമ്പൂതിരിക്കന്യമായി.

നീയെന്താ പറേണേ?

ഒന്നു പിടിപ്പിക്കണോ?

ആവാം.

ഒന്നുവീതം പിടിപ്പിച്ച് ശിങ്കിടിയും ഗുരുവും നടന്നു.

ദ് ബടെ വെക്കാം.

ഉം!

ഉംം.

ഗുരുശിഷ്യന്മാർ മൂളികകളായി. അവരവരുടെ ശൂന്യതയിൽ മുങ്ങി.

ഞാനെന്നാ ഇബടെ കെടന്നേ?

തമ്പ്റാൻ കെടന്ന്വോ?

അപ്പോ അതാ ശരി. കെടന്നീല്യ. പിന്നെ കെടന്നൂന്ന് പറഞ്ഞതാരാ. ആരാവും?

അസൂയാലുക്കള്.

ഒരു മനുഷ്യൻ നന്നാവണത് കാണാൻ വയ്യ. ഇബറ്റയ്ക്ക് അസൂയാ. ഒരു ജീനിയസ്സിനെ കാണാൻ വയ്യ. ന്നട്ടല്യെ അംഗീകാരം. അംഗീകാരത്തിന് മരിക്കണം.

ഡാ, നീയൊരു കാര്യം ചെയ്യ്വോ?

ഉം?

ഒരു സ്മാരകം ണ്ടാക്കണം.

അതിന് മരിക്കണ്ടെ?

വേണ്ട. അതാ കളി. ജീവിച്ചിരിക്കുമ്പൊത്തന്നെ. ഞാൻ കാശ് ചെലവ് ചെയ്യാം. ഒരാളെ വിളിച്ച് ഒരു ശില്പം ണ്ടാക്കണം. ആരാ കേമൻ. ആരാച്ചാ ആയിക്കോട്ടെ. കോൺക്രീറ്റ്. പത്തടി ഉയരം. ന്റെ പ്രതിമ.

ന്തിനാ, കാക്കയ്ക്ക് തൂറാനാ.

നെണക്കും വിവരംല്യ. അത് ബടെ സ്ഥാപിക്കണം, അതിനെന്താ ചെലവ്ച്ചാൽ അതും ഞാൻ ചെയ്യാം. പത്തുസെന്റിന് ആള്ണ്ട്ന്നല്ലേ പറഞ്ഞേ. ആ റോട്ടില് ഒരു സെന്റ് വെറുതേം ഇടാം. ചുറ്റും മതില്. നടുക്ക് ഒരൊറ്റ പ്രതിമ. അതിന്റെ ഫൗണ്ടേഷൻ വെണ്ണക്കല്ല്. അതിമ്മേൽ ഒരു സെന്റൻസ്. ഇവിടെ ഒരു മഹാപ്രതിഭാശാലി ജനിച്ചു. നല്ലേടത്ത് ജാതവേദൻ നമ്പൂതിരിപ്പാട് മകൻ അക്കിരാമൻ എന്ന സംഗീതാചാര്യദേവൻ. ജനനം—

അപ്പൊ മരണോ?

അതുവേണ്ട. അനശ്വരം. നിത്യം. ചിരംജീവി.

തന്റെ ആഗ്രഹങ്ങളുടെ ലഹരിയിൽ ഉണ്ണിനമ്പൂതിരി ഉന്മത്തനായി. ജീവിച്ചിരിക്കെ ജനത്തെ പറ്റിക്കാനാവില്ല. എന്നാൽ മരിച്ചാലെങ്കിലും—

രണ്ടു മൂന്നു കരിങ്കല്ലിൽ ഇങ്ങനെ ഓരോന്ന് എഴുതി കുഴിച്ചിടണം. നിരവധി നൂറ്റാണ്ടു കഴിഞ്ഞ് ജനം അതു കണ്ടെത്തും. അപ്പോൾ — അതുല്യ പ്രതിഭാശാലിയായിരുന്ന അക്കിരാമനെപ്പറ്റി ചരിത്രം എഴുതപ്പെടും. ഗവേഷണം നടത്തും. നിനക്കു മനസ്സിലായോ?

ഉം. തട്ടിപ്പല്ലേ, നടക്കട്ടെ, ഒന്നിലന്റെ പേരും വേണം.

ആവാം.

ഗുരുവും ശിഷ്യനും.

ന്നാൽ ഒറച്ചില്യേ. നീയത് ഏർപ്പാടാക്ക്. ഒരൊറ്റ ആള് അറിയര്ത്. ശിലാ ഫലകങ്ങൾ എഴുതി കുഴിച്ചിട്ടാമതി. ജനം അറിയരുത്. ഒന്ന് ആ പാലച്ചു വട്ടിൽ. പ്രതിമമാത്രം ഇവടെ സ്ഥാപിക്കാം.

ആളോള് കളിയാക്കും.

പുത്തീല്യ!

കളിയാക്കേ? എന്ന്? ഈ പിള്ളരല്ലേ. പിന്നത്തെ ജനറേഷനോ? അതും കഴിഞ്ഞ് വരുന്ന ജനറേഷനോ. അവര് ആരാധിക്കും. സ്റ്റാമ്പ് എറക്കും. നാഷണൽ ഹോളിഡേ നൽകും. ജന്മശതാബ്ദി. ഡാ, മനസ്സിലായോ? അതാണ് ജീനിയസ്സ്. ഇപ്പൊ മനസ്സിലായോ ജീനിയസ്സ് എന്നുവെച്ചാ എന്താന്ന്. അതാണ്.

അതാണ്—

ശുദ്ധശൂന്യത.

നിമിഷാർദ്ധം സർവം ഇരുണ്ടു. അഗാധഗർത്തത്തിൽ ആണ്ടു. പൂർണാന്ധ്യം.

ഒന്നും കാണാൻ ല്യ. ഒന്നും തോന്ന്ണില്യ.

തമ്പ്രാൻ എന്താ പറുങ്ങണേ?

ആരാ?

ഒരു ശബ്ദം . ഒരോർമ. രണ്ടും കൂട്ടിഘടിപ്പിക്കാനാവാത്ത ഒരു പഴുത്. പഴുത് നിറഞ്ഞ ഇരുട്ട്.

ആരാദ്?

ദാ.

നിത്യപരിചയം നിമിത്തം കൈ നീണ്ടു, കുപ്പിയറിഞ്ഞു, തൊണ്ടയിൽ ചെരിച്ചു. നീരുറവ ആമാശയത്തിലെത്തി, ചാലെത്തിയതറിഞ്ഞ് കുപ്പി ഒഴിച്ചെടുത്തു.

നീയാ?

തമ്പ്രാനെന്താ ഒരു.....രു ദ്?

അതെ, എന്താ, ഒന്നൂല്യ. ഇപ്പൊ എന്തേ ണ്ടായേ. നമ്മളെന്താ പറഞ്ഞു വന്നേ എങ്ങനേ ഇബ്ടെ എത്ത്യേ. എന്തിനേ.

തമ്പ്രാന് ക്ഷീണം ണ്ട്.

അതെതെ. ക്ഷീണംണ്ട്. ക്ഷീണംണ്ടാവും. ണ്ടാവണം. അതോണ്ടെന്താ. എങ്ങന്യാ ഇബടെ എത്ത്യേ. ദ് പ്പൊ ഇല്ലത്തെ പടിയല്ലെ. എന്താ ഈ പടിക്കലന്നെ നിന്നു പറുങ്ങണെ?

ദ് പ്പൊ എവട്യാ?

ആ കുഞ്ഞുകുട്ടൻ തമ്പ്രാന്റെ പടി്യാ.

ങേ. അയാളുടെ പട്യോ. യ്ക്ക് മനസ്സിലായില്ല. ഞാൻ ന്റെ പട്യാന്നു വിചാരിച്ചു.

ഉണ്ണിനമ്പൂതിരി കണ്ണിറുക്കിയടച്ചു. തല കുടഞ്ഞു. നെറ്റിയും ചെന്നിയും തിരുമ്മി ചൂടാക്കി.

ഒരു മാന്ദ്യം.

അപ്പൊ നമ്മളെന്താ പറഞ്ഞേച്ചാ--തമ്പ്രാന് എടയ്ക്ക് ഫ്യൂസ് പൂവും. ദെന്താ—

ശിങ്കിടിക്ക് കാര്യം മനസ്സിലായില്ല. തമ്പ്രാനും മനസ്സിലായില്ല. ദെന്താ ഇങ്ങനെ എടയ്ക്കൊരു നഷ്ടം. ചതിക്കുഴി. പ്ധീം. ഒരൊറ്റ വീഴ്ച. പിന്നെ പിടിച്ചു കേറും. ക്ലിയർ. പിന്നേം കൊറേച്ചെന്നാ പിധീം. ദെന്താ, ദെന്താ ഇങ്ങനൊരു സൂത്രം?

ഒക്കെ ജീനിയസ്സിന്റെ സ്വഭാവായിരിക്കും. ജീനിയസ്സായാലത്തെ ദുഃഖം.

ഉണ്ണിക്ക് സമാധാനമായി. ഇതൊക്കെ ജീനിയസ്സിന്റെ പ്രകൃതിയാണെന്നറിഞ്ഞ് ആഹ്ലാദിച്ചു. ദുഃഖംകൂടി സുഖമായി.

ഓരോരോ വീക്ക്നസ്സ്.

അപ്പൊ പ്രതിമ.

പ്രതിമോ. എന്താദ്?

ദ് നല്ല കൂത്തായി. പ്രതിമേന്നെ. തമ്പ്രാന്റെ ഒരു പ്രതിമ.

ങേ!

നടാടെ കേക്കുന്ന ഒരത്ഭുതവാർത്തയുടെ നടുക്കത്തിൽ ഉണ്ണി പരുങ്ങി.

ശിങ്കിടി വിസ്തരിച്ചു. തെല്ലു മുമ്പ് ഉണ്ണിത്തമ്പുരാൻ പറഞ്ഞതത്രയും മുക്കിമൂളി ശിങ്കിടിയുടെ മോഹങ്ങൾ കൂട്ടിച്ചേർത്ത് പതുക്കെ പതുക്കെ പറഞ്ഞു. പറഞ്ഞുകേൾക്കുന്തോറും ഉണ്ണിനമ്പൂതിരിയുടെ മുഖം വിടർന്നു.

ഗ്രേറ്റ്!

ഒന്നാന്തരം ഐഡിയ.

ഞാനതെങ്ങനാ മറന്നേ?

ഡയറി എഴുതണം. വല്യെ വല്യെ ആൾക്കാരക്ക് മറവീണ്ടാവും. ആബ്സന്റ് മൈന്റാവും. ബിഥോവൻ. പിന്നെ, പിന്നെ താൻ.

ഇതൊക്കെ ഡയറീലെഴുതണം.

ഡാ, നീയ് നാളെ ഒരു ഡയറി മേടിച്ചോണ്ടുവാ. ന്ന്ട്ട് ദിവസോം എന്നെ ഓർമിപ്പിക്ക്.

ഞാനും മറന്നാലോ?

ഇല്യ. നീയ് മറക്കില്ല. നീയ് ജീനിയസ്സല്ല. ജീനിയസ്സിന്റെ സിക്രട്ടറിയാണ്. സിക്രട്ടറി മറക്കരുത്. അതാണ്.

അതാണ്—

അപ്പൊ എന്തേ പറഞ്ഞേച്ചാൽ—

ഒരു കാര്യം ചെയ്യാം. നമുക്കിപ്പൊ ഒരു കാര്യം ചെയ്യാം. വേണ്ട. നമുക്കിപ്പൊ ഒരു കാര്യം—

എന്താ കാര്യം?

ഒരു കാര്യം ചെയ്യാം. ങേ. നമുക്കിപ്പൊ മൂത്രമൊഴിക്കാം.

ഉണ്ണിനമ്പൂരി വഴിവക്കിൽ ഇരുന്നു. അകംപുറം നിറഞ്ഞ അന്ധകാരത്തിൽ ഒഴുകി. ഒപ്പം ശിങ്കിടി തൊഴയറ്റ് കറങ്ങി.

## എഴുപത്തിയെട്ട്

**കീ**രികൾക്ക് സ്വാതന്ത്ര്യമുണ്ട്. പശുക്കൾക്ക് സ്വാതന്ത്ര്യമുണ്ട്. പക്ഷികൾക്കുമുണ്ട്. മനുഷ്യർക്കുമാത്രം സ്വാതന്ത്ര്യമില്ല. ഒരു സ്ത്രീക്കു പുരുഷനെ വേണമെന്നു തോന്നിയാൽ വ്യഭിചാരമായി. ഒരു പൂർണ്ണായുസ്സിൽ ഏറിയാൽ

മുപ്പതോ മുപ്പത്തിയഞ്ചോ വർഷമാണ് പെണ്ണിന് ആണിന്റെയാവശ്യം. അതിനു വേണ്ടി നിത്യബന്ധനം. പത്തുപതിനേഴാവുമ്പോഴേക്ക് ഒരുത്തന്റെ കൈയിലേല്പിക്കും. പിന്നെ അയാളുടെ പരാക്രമം മുഴുവൻ സഹിക്കണം. ഇതെന്തു നിയമം. ഇങ്ങനെ ഒരു നിയമം ണ്ടോ. അതും പ്രകൃതിയിൽ സ്ത്രീയേക്കാൾ താഴ്ന്ന പടിയിലുള്ള പുരുഷൻ ഉണ്ടാക്കിയ നിയമം. എനിക്കു വയ്യ ഇതനുസരിക്കുവാൻ. ഇക്കണ്ട കാലം അനുസരിച്ചില്ലേ. അതുമതി. പെണ്ണ് പെറും. അതാ പേടി അല്ലേ. ന്നാലെ, പെണ്ണിന് പെറാൻ പറ്റും. അതാ ഞങ്ങടെ ഊക്ക്. മനസ്സിലായോ?

ഇക്കണ്ട പുരുഷമേധാവിത്വത്തിനപ്പടി കാരണം കുഞ്ഞുകുട്ടനാണ് എന്ന മട്ടിൽ ആര്യക്കുട്ടി തട്ടിക്കേറ്റം തുടർന്നു. ആണിന്റെ അവയവങ്ങളോടെ ജനിച്ചു എന്ന ഒരൊറ്റ കുറ്റം മാത്രം ചെയ്തിട്ടും കുഞ്ഞുകുട്ടൻ ലോകത്തിന്റെ മുഴുവൻ ആൺമേൽക്കോയ്മയും സ്വസൃഷ്ടിയായി ഏറ്റെടുത്തു. എന്നിട്ട്, നാൽക്കാലിൽ നടന്ന് ഇരുകാലിൽ നിവർന്ന നട്ടെല്ലികളിൽ പെൺപിറപ്പിനു സംഭവിച്ച അധമസ്ഥിതിയുടെ ശരീരശാസ്ത്രസംബന്ധിയായ കാരണങ്ങൾ യുക്തിയുക്തം ചേർത്തു പന്യസിക്കുവാൻ തയ്യാറായി. ജീവവർഗത്തിൽ മനുഷ്യവർഗ്ഗത്തിന്റെ സംഭോഗസമ്പ്രദായവും മറ്റ് സസ്തനവർഗങ്ങളുടെ സംഭോഗ—

ഈ സയൻസും നിങ്ങളുണ്ടാക്കിയതാണ്. നിങ്ങളുടെ സൗകര്യത്തിന്. അതായത്, ഒരു ആൺവർഗശാസ്ത്രമാണത്. എങ്ങും ആണിനു പ്രാധാന്യം. ഈ പ്രകൃതിയിൽ സന്തത്യുല്പാദനത്തിന് ഇത്രയേറെ പുരുഷൻ വേണമെന്നില്ല. സർട്ടിഫിക്കറ്റിൽ ഫാദർ എന്ന കോളം പൂരിപ്പിക്കുവാൻ വേണ്ടി.

മാഷെങ്കടാ പോണേ. ഇത് കേൾക്കൂ.

സ്വാതന്ത്ര്യം മനസ്സിന്റെ നിലയാണ്. മാനസികമായി നീയടിമയാണ്. പിന്നെങ്ങനെ—

അല്ല, അല്ല, അല്ല.

അതെ. ഇത് തർക്കവിഷയമല്ല. ഒരു വസ്തുസ്ഥിതികഥനമാകുന്നു. ക്ഷോഭിച്ചിട്ടു കാര്യമില്ല. നീ സർവതന്ത്രസ്വതന്ത്രയാണെങ്കിൽ, എന്നു വെച്ചാൽ സമസ്തവും സ്വാധീനമെങ്കിൽ.

കീരിയാവാം അല്ലേ. നിക്കറിയാം. മാഷ് കീരിയായി. പാമ്പായി. എനി പറവയാകും. ഞങ്ങളോ?

ഇതൊക്കെ ആർക്കും ആകാം. നിനക്കുമാകാം.

ഉടനെ ആര്യക്കുട്ടി നാലുകാലിൽ നിന്നു. പട്ടിയായി. നാക്കു നീട്ടി. വാല് തുടയിടുക്കിൽ ഒളിപ്പിച്ച് നട്ടുറോട്ടിലിറങ്ങി.

പൂയ്.

പു പു പൂയ്.

നടുറോഡിൽ ഗ്രാമം തടിച്ചുകൂടി. ചെറുപിള്ളേർ തുള്ളിക്കളിച്ചു. വയസ്സ് ഏറിയവർ ദുഃഖം നടിച്ചു. കൂളപ്പിള്ളർ അടിമുടി തരിച്ചു.

അവർക്കു നടുവിൽ നാലുകാലിൽ ആര്യക്കുട്ടി ലോകമറിയാതെ നടന്നു. വിശ്വമഹാശ്വാക്കൾ വാലാട്ടി പിന്നിൽ വരുന്നതായറിഞ്ഞു. പുളകം കൊണ്ടു.

പാവം!

അതിന്റെ യോഗം!

ഇങ്ങനെ പൊറത്തുവിട്ടാ എങ്ങന്യാ?

ഗ്രാമം ഉപദേശിച്ചു. ദുഃഖം അഭിനയിച്ചു. കാഴ്ച രസിച്ചു.

ആര്യക്കുട്ടി ഇതൊന്നും അറിഞ്ഞില്ല. രൂപപരിണാമം സംഭവിച്ചു സംതൃപ്തയായി നടന്നു.

ന്റെ കുട്ട്യേ.

വല്യേടത്തി ഓടിയെത്തി. ഗൗരിയെ കൂട്ടി ഒരുവിധം അനീത്തിയെ ഇല്ല ത്തെത്തിച്ചു.

ഏടത്തിക്കെന്നെ മനസ്സിലായോ? ഞാൻ ത്തിരിനേരം പട്ടിയായി രൂപം മാറി. ഞാനേടത്യേ അറിഞ്ഞു.

ഈശ്വരാ!

വല്ല ഉമ്മത്തുംകായേം തിന്ന്വോ ആവോ.

എന്തായാലും മാറീലോ.

(ഇപ്പോൾ ന്യായമായും ഒരു സംശയത്തിനു വഴിയുണ്ട്. കുഞ്ഞുകുട്ടൻ കീരിയായി. പക്ഷേ, ആര്യക്കുട്ടി പട്ടിയായപ്പോൾ ഭ്രാന്തിയായി. പട്ടിയായില്ല. ഭ്രാന്തിയായി. എന്തെ ഇങ്ങനെ വരുവാൻ എന്നാണെങ്കിൽ കുഞ്ഞുകുട്ടന് അണിമാദി അഷ്ടസിദ്ധികളുണ്ട്. എന്തും സാദ്ധ്യം. ആര്യക്കുട്ടിക്ക് അതില്ല. പിന്നെ, ആര്യക്കുട്ടി സകാമയായിരുന്നു. ഇതത്രെ വ്യത്യാസം. — വ്യാഖ്യാതാ.)

ഏടത്തി എന്തിനാ പേടിക്കണേ. യ്ക്ക് ഒന്നൂല്യ. ഞാനിത്തിരിനേരം ഒരു പട്ടിയായി രൂപംമാറി. ഒരൊറ്റ ആൾക്കും മനസ്സിലായില്യ. ഇപ്പൊ ഇബടെ വന്നപ്പൊ വീണ്ടും പഴേമാതിരിയായി.

നീയിത്തിരി കെടക്ക്. ഒന്നൊറങ്ങ്യാ ശര്യാവും.

മാഷ് കീരിയായി. ഞാൻ കണ്ടു. നിയ്ക്ക് മനസ്സിലായി. നല്ല ഒന്നാന്തരം പൊൻകീരി. ചെങ്കീരി, കറുത്ത കീരിടെ ചുമലില് ഏറീട്ടാ നടക്കാ. എന്തൊരു പ്രൗഢ്യാന്നോ. കാണന്നെ വേണം. ഇബടെ വന്നു. നിങ്ങൾക്കാർക്കും മനസ്സിലായില്യ ഉവ്വോ? അതു മാടമ്പാ മാഷ്. ഞാൻ കണ്ടേപ്പോ അറിഞ്ഞു. ഒരൊറ്റ നോട്ടം. യ്ക്ക് ആളെ മനസ്സിലായി. അപ്പഴാ തോന്ന്യേ യ്ക്കും അങ്ങന്യാവണം.

വല്യേടത്തി ശാന്തയായി. ക്ഷോഭം ഒതുങ്ങി. അനീത്തിയുടെ കഥാകഥനം ആർദ്രതയോടെ ശ്രദ്ധിച്ചു. ഒപ്പം മനസ്സ് ആയിരം വഴിപാടു നേർന്നു, കിരാലൂരുതേവർക്ക്. എടക്കളത്തൂരു ഭഗോതിക്ക്. ആറാട്ടുപുഴ ശാസ്താവിന്. അങ്ങനെ. സ്വപരദേവതമാർക്ക്. ഗ്രാമത്തപ്പന്. ദേശത്തെ തേവർക്ക്. കേട്ടുകേൾപ്പിച്ച ദേവിമാർക്ക്.

ആയിരം കരം ആടാം.

കിരാതവേഷധരനായ പരമശിവന്റെ മൂർധാവിൽ സഹസ്രാഭിഷേകം. തീർത്ഥക്കിണറ്റിലെ നറും കാതൽജലം.

തല തണുക്കട്ടെ.

അപ്പൊ ഞാനൊരു പട്ട്യായി. എനി പക്ഷിയായി പറക്കും. ആ കാണുന്ന കുട്ട്യാലിന്റെ നിറുകയിൽ വന്നിരിക്കും. നാടുമുഴുവൻ ആകാശദേശത്തു നിന്നു നോക്കിവശാക്കും. അവരുടെ കൊള്ളരുതായ്മകൾ കാണും. പാടി നടക്കും.

ആര്യക്കുട്ടി കണ്ണുതുറിച്ചു. വിടർന്നു മുഴുത്ത് ഇപ്പൊ പുറത്തു ചാടും എന്നു ഭയന്നു.

വല്യേടത്തീ.

തീവ്രമായ ശ്വാസോച്ഛ്വാസം ക്രമമാവാൻ തുടങ്ങി.

നീയിത്തിരി കെടന്നോ.

കെടക്കേ. ഇപ്പഴോ. ഏടത്തിക്കെന്താ. ഇയ്ക്കൊന്നൂല്യ. ഇത്തിരിനേരം പട്ട്യായി. അപ്പഴക്കും നാട്ടാരൊക്കെ പരിഭ്രമിച്ചു. ഏടത്തി അന്തംവിട്ടു. എനീപ്പോ പക്ഷ്യാവും പാമ്പാവും. അതിനൊക്കെ വിദ്യേണ്ട്. മന്ത്രോണ്ട്. പക്ഷേ, എനിക്കതൊന്നും വേണ്ട. ഞാൻ വിചാരിച്ചാൽ മതി. പക്ഷ്യാവട്ടെ. പട്ടിയാവട്ടെ.

ഉടൻ പട്ടിയായി.

നാലു കാലുകുത്തി നാലിറയത്ത് ഒരു ചാല് ഓടിനടന്നു. നാക്കുനീട്ടി കിതച്ചു.

ഹെന്റെ തേവരേ!

നി എന്തൊക്കെ കാണണം ആവോ. അധികം വലയ്ക്കരുതേ.

അകത്തിട്ട് അടയ്ക്കേണ്ടിവര്വോ.

ഗൗരി വല്യേടത്തിയോട് അടക്കം പറഞ്ഞു. ദേവി കട്ടളപ്പടിവരെ വന്നു. രംഗം കണ്ടു. ഒരു വികാരവുമില്ലാതെ അടുക്കളയിൽ ഒളിച്ചു. കുട്ടികളെട്ടും പാത്തും പതുങ്ങിയും വന്നു. പിന്നെ തെളിഞ്ഞുനിന്നു.

കണ്ട്വോ. ഇപ്പൊ ഞാൻ ഇത്തിരിനേരം പട്ടിയായി. അതൊരു നിയോഗാ വെളിപാട്. നീ പട്ടിയാവ് എന്നു കേൾക്കും. അപ്പൊ പട്ടിയാവും. അല്ലെങ്കിൽ ഞാൻ വിചാരിക്കും. അപ്പൊ കേൾക്കും. നീ വിചാരിച്ചതു നടക്കട്ടെ. ചെലപ്പൊ വേണ്ട എന്നു വിലക്കും. ഇതൊക്കെ എന്തിനാന്നോ. എനിക്കൊരു ജോലീണ്ട്. ധർമം. ദൈവനിയോഗാണത്. അതു ചെയ്യണം. ചെയ്തേ പറ്റൂ. ഇല്ലെങ്കിൽ ശിക്ഷയുണ്ട്. കഠിനമായ ശിക്ഷ. നോക്കൂ. ഞാനൊരിക്കെ അനുസരിച്ചില്യ. അതിന്റെ ഫലം. ഈ തൊടകണ്ട്വോ. തീവെച്ചു പൊള്ളിച്ചു.

ആര്യക്കുട്ടി മുണ്ട് മാടിക്കയറ്റി. തുടകാണിച്ചു. ഭസ്മം കുറിയിട്ട മൂന്നു വര; കമ്പിപഴുപ്പിച്ച് വരച്ചപോലെ.

ഭഗവാനെ!

പേടിക്കണ്ട. നിങ്ങളാരേം ഒപദ്രവിക്കില്യ. ഇതൊരു നിയോഗാന്നു പറഞ്ഞില്യേ.

വെളിപാട്. കല്പന വന്നാൽ–

ക്ഷണാർദ്ധം ആര്യക്കുട്ടി ദുഃഖിതയായി. സ്വസ്ഥയായി. കലങ്ങിയ ചിന്തകൾ തെളിഞ്ഞു ബുദ്ധി നിർമലമായി.

എന്താവോ. നിയ്ക്ക് വയ്യ. ഏടത്തീ, തലേലൊരു പൊക. നീരാവി പോണപോലെ, തൊട്ടുനോക്കൂ.

വല്യേടത്തി തൊട്ടു. ചുട്ടുപഴുത്ത അണ്ഡാവുപോലെ. പുഴുങ്ങിയ പഴുക്കച്ചക്ക. അകം നിറഞ്ഞ ആവി.

തേവരേ!

ആയിരം കൊടം ആടാം.

ആര്യക്കുട്ടി തെക്കിനിപ്പടിയിൽ വീണു. മയങ്ങിക്കിടന്നു. മയക്കത്തിലും നാക്കുനീണ്ടു. തുള്ളിക്കളിച്ചു. ഏത്തായ ഏറ്റുവീണു.

# എഴുപത്തിയൊമ്പത്

**ഈ** ഭൂമി സ്വയം തിരിയുമ്പോൾ ശബ്ദമുണ്ട്. സൂര്യനെ വലം വെക്കുമ്പോൾ ശബ്ദമുണ്ട്. ഘോരഭ്രമണാട്ടഹാസം. ഭീകരഹുങ്കാരം. ഇതിനൊക്കെ പുറമെ പ്രപഞ്ചമാകെ ശബ്ദമയമാണ്. നിറഞ്ഞ ഘനസാന്ദ്രനാദം. എന്നിട്ടും നാമ തൊന്നും കേൾക്കുന്നില്ല. കാരണം, നമ്മുടെ ശ്രവണേന്ദ്രിയത്തിന്റെ അപ ര്യാപ്തി. ചുരുങ്ങിയ അളവേ അതിനുൾക്കൊള്ളാനാവൂ. ഇതത്രെ ചക്ഷു രാദിന്ദ്രിയങ്ങളുടെ കഥയും. ചുരുക്കത്തിൽ, മനുഷ്യേന്ദ്രിയങ്ങൾ പരിമിത മാണ്. അല്പവിഭവങ്ങളാണ്. എന്നിട്ട്, നമ്മുടെ ഇന്ദ്രിയാതീതാനുഭവങ്ങളെ നാം തിരസ്ക്കരിക്കുന്നു. നിഷേധിക്കുന്നു. അതാണു കഥ.

കഥ പിന്നെയും തുടരുന്നു.

ഒരു വെളിപാടുണ്ടായാൽ ഭ്രാന്തനെന്നു മുദ്രകുത്തുന്നു. രൂപമാറ്റം അസംഭവ്യം എന്നാർക്കുന്നു. $H_2O$ = Water എന്നു രസതന്ത്രസൂത്രമുണ്ട്. ഹൈഡ്രജനും ഓക്സിജനും 2:1 എന്നു ചേരുമ്പോൾ ജലമാകുന്നു. ആർക്കും അപ്രിയമല്ലാത്ത സത്യം. എന്നാൽ, മാടമ്പ് കുഞ്ഞുകുട്ടൻ മനോ ശരീരതന്മാത്രകൾ തെല്ലൊന്നു മാറ്റി രൂപമാറ്റം വരിക്കുമ്പോൾ പൊളിക്കഥ യാവുന്നു. അല്ലേ.

ഇതാണു കഥ.

നിങ്ങൾക്കറിയാത്തത് നിഷേധിക്കുന്നു. ലളിതം. എളുപ്പം. അണിമാദ്യ ഷ്ടസിദ്ധികൾ തർക്കിക്കാനല്ല.

വാ ഭോ നാവലംബ്യഃ

(ഭഗവൻ നാരദമുനി രചിച്ച ഭക്തിസൂത്രത്തിലെ 74-ാമത് സൂത്രമാണിത്. ഭക്തി ഒരു ശാസ്ത്രമാണല്ലോ. ഈ പൂർണശാസ്ത്രത്തിൽ സഞ്ചരിച്ചുവ രുന്ന ഒരാളാണ് കുഞ്ഞുകുട്ടൻ. അതാണ് വാദപ്രതിവാദങ്ങളിൽ താല്പര്യ മില്ല. അതാത് എന്നു പറയുന്നത്. അതത്ര സാരമില്ല– വ്യാഖ്യാതാ.

ഒന്നുകൂടി.

എഴുത്തുകാരന്റെ മാനസികാവസ്ഥയുടെ രൂപഭാവമാറ്റങ്ങൾ എഴു ത്തിനെ എങ്ങനെ സ്വാധീനിക്കുന്നു എന്നതിന് ഒരു തെളിവാണിത്. വിദ്യാർത്ഥികൾ ശ്രദ്ധിക്കുന്നതു നന്ന്– വ്യാഖ്യാതാ).

ഇതൊന്നും തർക്കിച്ച് സ്ഥാപിക്കുവാനുള്ളതല്ല.

എനി, ഇക്കാര്യത്തിൽ ഒന്നും പറയാൻ എനിക്കു വയ്യ.

കുഞ്ഞുകുട്ടൻ ചുണ്ടുകൾ കൂട്ടിത്തുന്നി. ശബ്ദം വിഴുങ്ങി.

താനാണ് ആര്യക്കുട്ട്യേ പ്രാന്തുപിടിപ്പിച്ചേ. മനസ്സിലായോ? ന്ന്ട്ട് ഇപ്പോ മാന്യനായി. ശാസ്ത്രോം യുക്തീം അടിച്ച് കൊഴതിരിക്കണം. അതാ വേണ്ടേ.

ഇരുളടഞ്ഞ സന്ധ്യനേരത്ത് ഇടവഴിയിൽ ഉണ്ണിനമ്പൂതിരി കുഞ്ഞു കുട്ടനെ തടഞ്ഞുവെച്ചു. ശിങ്കിടിയും ശിങ്കിടിഭൂതങ്ങളും സാക്ഷിനിന്നു. നീണ്ടുരുണ്ടു പുളിമുട്ടിയായ കുഞ്ഞുകുട്ടന്റെ കൈയ് എത്താവുന്നിടം അളന്നു. അകന്നു.

ഡോ ഡോ.

തന്ന്യാക്കെ–

ഉണ്ണിനമ്പൂതിരി വിക്കിവിക്കിനിന്നു. എന്തു പറയണം എന്നറിയാതെ. എന്തെങ്കിലും പറഞ്ഞേ തീരൂ എന്ന അവസ്ഥയിൽ പതുങ്ങി. കല്പിച്ചു

ണ്ടാക്കിയ ദ്വേഷ്യം മറന്നു. ശുണ്ഠി എന്തിനാണെന്ന് ഓർമയില്ലാതായി. എങ്കിലും സ്ഥായിയായ അസൂയ വിദ്വേഷമായി. അപകർഷത ഉത്ക്കർഷതയായി.

താനതിനെ പ്രാന്തുപിടിപ്പിച്ചു. എനി കൊന്നേ അടങ്ങൂ.

കുഞ്ഞുകുട്ടനു മനസ്താപമായി. ആര്യക്കുട്ടിക്കെന്താ?

എന്താ, എന്താണ്? ഒരന്വേഷണം. അപ്പൊ ഇതേവരെ പറഞ്ഞതൊന്നും തിരിഞ്ഞില്യേ. ശപ്പൻ!

മുണ്ടഴിഞ്ഞതു കേറ്റിക്കുത്താൻ ഉണ്ണിനമ്പൂതിരി ഒന്നു നിറുത്തി. നിറുത്തിയ നേരത്ത് വാക്ധാര മുറിഞ്ഞു. ശൂന്യാന്ധകാരഗർത്തത്തിൽ പതിച്ചു. കാണാതായി. ശുദ്ധതമസ്സായി.

താൻ.... താൻ.... എന്റെ അനീത്ത്യാണ്. അറിയോ? ആരാന്റെ അമ്മയ്ക്ക് പ്രാന്തുപിടിച്ചാ കാണാൻ സുഖം. അല്ലേ. താൻ കീരിയായി. പിന്നെ വേറെന്തോ ആയി. കൂടുവിട്ടു, കൂടുമാറി എന്നൊക്കെ പറഞ്ഞു ധരിപ്പിച്ചു. വഷളൻ. എന്നിട്ട്—

അതൊരു സത്യം.

എന്താ സത്യം.

കാണൂ.

കുഞ്ഞുകുട്ടൻ നിന്നനില്പിൽമറഞ്ഞു. തിരസ്കരിണി. ഉണ്ണിത്തമ്പുരാൻ വിയർത്തു. ശിങ്കിടി ആവിയായി. ശിങ്കിടിഭൂതങ്ങൾ പൊടിഞ്ഞു തകർന്നു. ഇരുട്ടിൽ അന്തരീക്ഷത്തിൽ ലയിച്ച കുഞ്ഞുകുട്ടന്റെ സാന്നിദ്ധ്യമില്ലായ്മ അവരുടെ ആത്മാവു നടുക്കി.

കേൾക്കൂ.

ഇതൊരു സത്യം.ഒരു വസ്തുത. ഒരു സ്ഥിതി. ഇപ്പോൾ നിങ്ങൾക്കെന്നെ കാണാനില്ല. എനിക്കു കാണാം. ഇത് എങ്ങനെ വഞ്ചനയാവും?

ഞാൻ ––

ശിങ്കിടി നിലംപൊത്തി.

ആ തമ്പ്രാന് കരുസേവേണ്ട്. അതാ വിദ്യ.

ക്ഷമിക്കണേ! സമസ്താപരാധം ക്ഷമിച്ചു മാപ്പാക്കണേ.

ശിങ്കിടിഭൂതങ്ങൾ തൊള്ള കാറിക്കരഞ്ഞു. ഷണ്ഡമായ അവറ്റയുടെ സാമീപ്യ ത്തിൽ കുഞ്ഞുകുട്ടൻ ലജ്ജിച്ചു.

അപ്പോൾ, ഞാൻ പൊളി പറഞ്ഞതല്ല. മനസ്സിലായോ? പക്ഷേ, ആര്യക്കുട്ടിക്കെന്തുപറ്റി?

അശരീരിയായി കുഞ്ഞുകുട്ടന്റെ ശബ്ദം ഉണ്ണിയുടെ കാതിൽ മുഴങ്ങി.

കാണൂ.

ക്ഷണാർദ്ധത്തിൽ കുഞ്ഞുകുട്ടൻ സമൂർത്തനായി. പ്രത്യക്ഷനായി.

മനസ്സിലായോ. ഞാൻ ഇവിടെയുണ്ടായിരുന്നു. പക്ഷേ, നിങ്ങൾക്കു മറയുണ്ടായി. മനസ്സിലായിരുന്നു മറ. അതിനാൽ ഞാൻ അപ്രത്യക്ഷനായി എന്നു തോന്നി. സത്യത്തിൽ നിങ്ങളുടെ ദൃഷ്ടി മറഞ്ഞു. ഇതൊരത്ഭുതമല്ല. പണ്ടും പതിവുള്ളതാണ്. ഇന്ന് നിങ്ങൾക്കതറിയാത്തിതിനാൽ അതിശയമായി. അന്ധാളിച്ചു. ഇവരൊക്കെ പേടിച്ചു. ചാത്തൻസേവയാണെന്നു ധരിച്ചു. ചാത്തൻ ഉണ്ടാവാം. ഉണ്ട്. മറ്റു ഭൂതങ്ങളുമുണ്ട്.

കണ്ട്വോ. ചാത്തൻ ണ്ട്. തമ്പ്രാന് സേവേണ്ട്. ഇല്ലാതിങ്ങനെ പറ്റില്യ.

പൈ. പൈയ്––

ഇരുട്ടിന്റെ ഒരു കഷണമായി കറുത്ത പട്ടി എത്തി. ഒരു പൊട്ട് തമസ്സ്. നിശയുടെ ഒരംശം. ഒരു നുള്ള്. അതു വാലാട്ടി. കുഞ്ഞുകുട്ടന്റെ കാൽവണ്ണ നാറ്റിച്ചു.

അശ്രീക—

തന്റെ നേരം തിരിഞ്ഞ കറുത്ത പട്ടിയെ നോക്കി കുഞ്ഞുകുട്ടനലറി. അതിനുമുമ്പേ പട്ടി കുഞ്ഞുകുട്ടന്റെ പിന്നിൽ ഒളിച്ചു. ഉണ്ണി വായ തുറന്ന അബദ്ധത്തിൽ ഒളിച്ചു. ഒരുപക്ഷേ, ഈ കൊടിച്ചി ആര്യയാവാം.

ഉണ്ണി ശങ്കിക്കണ്ട. ഇത് ആര്യയല്ല. പക്ഷേ, ആര്യയാണുതാനും.

ഉണ്ണിനമ്പൂതിരി അണ്ണാക്കണിയിൽപ്പെട്ടു.

അതിനുതന്നെ പേടിയാണ്. തന്റെ ശിങ്കിടികളെ ഭയമാണ്. ആര്യക്കുട്ടിക്കുമതെ. അല്ലേ. പക്ഷേ, താനെന്തിനാ ഇവരെ പേടിപ്പെടുത്തുന്നത്. ഇത് ആരാ എന്നറിയോ. താനെങ്ങനാ അറിയാ. അല്ലേ. ഇതു തന്റെ മുത്തച്ഛനാണ്. എന്നെ തൊട്ടുനോക്കൂ. അപ്പോഴറിയാം.

സകല സ്ഥാവരജംഗമമുഖഹൃദയം ആകർഷിച്ചെടുത്ത കുഞ്ഞുകുട്ടനെ ഉണ്ണി തൊട്ടു. മന്ത്രമുഗ്ദനായി നിന്നു. അപ്പോൾ, ഉണ്ണിയുടെ പിന്നിൽ ഒതുങ്ങി മനുഷ്യവഞ്ചനകളും ദ്രോഹങ്ങളും സഹിച്ച് സഹികെട്ട് വേദന കടിച്ചമർത്തി മൗനംപൂണ്ട മുത്തശ്ശനെ കണ്ടു. പട്ടിയുടെ രൂപം മാറി.

ശ്രദ്ധിച്ചുനോക്കൂ.

കുടുമ കെട്ടിവെച്ച മുത്തശ്ശന്റെ ബ്രാഹ്മണരൂപം പാൽക്കടലിൽ പള്ളികൊള്ളുന്ന മഹാവിഷ്ണുവായി.

ഒന്നുകൂടി സൂക്ഷിച്ചുനോക്കൂ.

ക്രമേണ ആര്യക്കുട്ടി ആ സ്ഥാനത്തെത്തി. പിന്നെ അതും മങ്ങി കറുത്ത പട്ടിയായി.

ഇപ്പോൾ മനസ്സിലായോ?

കുഞ്ഞുകുട്ടൻ കരുണാർദ്രനായി ചോദിച്ചു.

സർവാംഗം വിയർത്ത് ഒലിച്ചു തളർന്നവശനായി ഉണ്ണിനമ്പൂതിരി അവിടെത്തന്നെ കുഴഞ്ഞിരുന്നു.

അതാ പറഞ്ഞേ.

കള്ളൻ! ദ്രോഹി!

അകലെ ഇരുട്ടിൽ മറഞ്ഞ കുഞ്ഞുകുട്ടനെ നോക്കി ഉണ്ണി പറഞ്ഞു.

തമ്പ്രാൻ ഒന്ന് —

ശിങ്കിടി തൊട്ടിരുന്നു. എളിയിൽ തിരുകിയ കുപ്പി ഉണ്ണിത്തമ്പ്രാന് നീട്ടി. ഇരുട്ടിൽ അത്യാർത്തിയോടെ ഉണ്ണി അതപ്പിടി വിഴുങ്ങി. ധൈര്യം സംഭരിച്ചു.

ഥല്ലി ഖൊല്ലാ വേണ്ടേ.

ഞാൻ ബടേണ്ട്.

നേരെ മുകളിൽ, നിറുകതൊട്ട് കുഞ്ഞുകുട്ടൻ ആകാശത്തിൽ എത്തി. ഉണ്ണിത്തമ്പുരാൻ മണ്ണുകപ്പി വീണു. മീതെ ശിങ്കിടി ലോകം മറന്ന് കമിഴ്ന്നു കിടന്നു. ഉണ്ണിത്തമ്പുരാനെ ഇറുകെ കെട്ടിപ്പിടിച്ചു. ഭയമകറ്റാൻ ഒരരകൂടി കിട്ടാനെന്തുവേണ്ടൂ എന്നു ചിന്തിച്ചു. ഒളികണ്ണിട്ടു മുകളിലേക്കു നോക്കി. ഒന്നും കാണാഞ്ഞ് തല ഉയർത്തി. പിന്നെ എഴുന്നേറ്റിരുന്നു. സാവധാനം ഉണ്ണിത്തമ്പുരാനെ തൊട്ടു. കുലുക്കിയുണർത്തി. സ്ഥലകാലവിഭ്രാന്തിയില കപ്പെട്ട് അന്തംവിട്ട നമ്പൂതിരി വായ പൊളിച്ചിരുന്നു.

ആരാ?

ശിങ്കിടി അതിശയിച്ചു. നുള്ളിനോക്കി. കാതിൽ പേരു പറഞ്ഞു. ചെവിട്ടത്തു തിരുമ്മി.

എന്താ?

ഒരുവിധം ഉണ്ണിനമ്പൂതിരിയെ ഉന്തിത്തള്ളി വഴിനടുവിലേക്കെത്തിച്ചു. അവിടെ ത്തന്നെ നിന്നു മൂത്രമൊഴിച്ചു. ഒരിറ്റു മൂത്രം ചൂണ്ടാണിവിരലിൽ എടുത്ത് ഉണ്ണിനമ്പൂതിരിയുടെ കണ്ണെഴുതി.

ങാ, നീയാ. ഞാൻ —

പൊട്ടിപ്പുല്ല് ചവിട്ടീതാവും. തമ്പ്രാനൊന്നു മൂത്രംമുള്ളി കണ്ണുതുടച്ചാൽ മതി.

മറുമരുന്നറിഞ്ഞ ഉണ്ണിനമ്പൂതിരി അവിടെത്തന്നെ നിന്നു മുണ്ട് മാടി യൊതുക്കി. അനവധി നേരം. എന്നിട്ടും ഒരു തുള്ളി മൂത്രം ഒഴിക്കാനാ വാഞ്ഞ് കുണ്ഠിതപ്പെട്ടു. ഒടുവിൽ നിരാശനായി പരിശ്രമം ഉപേക്ഷിച്ചു.

സാരംല്യ. കെട്ട് അഴിഞ്ഞു. ഞാൻ മുള്ളി. കണ്ണു തൊടച്ചു. തമ്പുരാന്റെ കണ്ണും എഴുതി. മതി.

മറുമരുന്നു ചെയ്തതിൽ നന്ദിതോന്നിയെങ്കിലും ശിങ്കിടിയുടെ മൂത്രം തന്റെ കണ്ണിലായല്ലോ എന്നോർത്ത് ഉണ്ണിയുടെ ശരീരം ചുളിഞ്ഞു. അറച്ച റച്ച് മുണ്ടിന്റെ കോന്തലകൊണ്ട് മുഖമമർത്തിത്തുടച്ചു. കണ്ണുതിരുമ്മി വൃത്തിവരുത്തി.

## എൺപത്

**പ**കല് മുപ്പതു നാഴികയും രാവത്രയും ഭക്ഷണം മാത്രം ചിന്തിച്ചു ജീവി ക്കുക.

ഭക്ഷണമല്ല. ഭക്ഷണത്തിനുള്ള മാർഗം. ഉണരുന്നതു പേടിസ്വപ്നം കണ്ടുകൊണ്ട്. പ്രാതലിനെന്താ വഴി? പ്രാതലു വേണ്ടെന്നുവെക്കാം. ഉച്ചയ്ക്കോ രാത്രിയോ. ഒന്നും രണ്ടുമല്ല പത്തു പതിനാറു വയറു കഴ്യേണം. സദാ അതു മാത്രം. ഇക്കണ്ട നേരം നാമം ജപിച്ചാൽ ഈശ്വരൻ പ്രത്യക്ഷ മായേനെ.

അത്ഭുതം!

എന്നിട്ടും പട്ടിണികിടന്ന് ഒന്നും ചത്തില്ല.

ഇന്നുച്ചയ്ക്ക്.

ഇന്നലെ ഉച്ചയ്ക്കോ?

അങ്ങനെ കഴിഞ്ഞു. എങ്ങന്യാന്ന് രൂപം ല്യ. ഇങ്ങനെ കഴീണു. കഴിഞ്ഞു വരുന്നു. എനീം–

ആര്യക്കുട്ടി എവ്ട്ന്നെങ്കിലും രണ്ടെടങ്ങഴി അരി ഒപ്പിക്കും. കൊള്ളി. കോതമ്പ്, താള്, തകര, എന്തായാലും രണ്ടുനേരം കിണ്ണം നിറയ്ക്കും.

ഇപ്പോൾ–

ആര്യക്കുട്ടി–

തേവരേ!

വലയ്ക്കരുതേ!

വല്യേടത്തി മനംനൊന്തു പ്രാർത്ഥിച്ചു.

ഇത്തിരി ഉമ്മത്തിൻകായ അരച്ചുകലക്കി കുടിച്ചാലോ-

ഒരുപക്ഷേ, പട്ടിയാവാം. പശുവാകാം. വേണ്ട. ഒരീച്ചയായാൽ മതി. പശൂന് വല്യെ വയറാണ്. ചെറിയ വയറ് കഴിയാൻ പറ്റാത്തോര് പെരുവയറികളായാൽ. ഈശ്വരാ! ഈച്ചയാകാം. ഉറുമ്പാകാം. വയറില്ലാത്ത എന്തെങ്കിലും ആവാം. അതാ നല്ലത്.

കല്ലിനു വയറില്ല.

കല്ലായിരിക്കാം.

ഇരുമ്പിനു വയറില്ല. സ്വർണത്തിനുംകൂടി വയറില്ല. അതൊന്നും പട്ടിണികെടന്നു നശിച്ചൂന്ന് കേട്ടിട്ടില്ല. മനുഷ്യൻ മാത്രം.

മനുഷ്യനല്ല.

വയറൻ.

വയറാണ് കാര്യം.

വല്യേടത്തി എണീറ്റു. വെറുതെ അടുക്കളയിൽ തപ്പിനടന്നു പാതിയമ്പുറത്ത് കറിക്കത്തി കണ്ടു. പെട്ടെന്ന് വെളിപാടുണ്ടായി.

വയറുകീറാം.

കീറി മുറിച്ചുകളയാം.

എന്നാൽ പിന്നെ വിശപ്പില്ല. വിശപ്പില്ലെങ്കിൽ ചോറുണ്ടാക്കുന്ന പ്രശ്നമില്ല. സ്വസ്ഥം സൈ്വരം.

അപ്പൊ-

മറ്റുള്ളോരോ?

വടക്കേ മച്ചിൽ വാർദ്ധക്യോം പട്ടിണീം കൂടിക്കുഴഞ്ഞു നാറി. ആവലാതി പെരുത്തു. ശകാരം മുഴുത്തു. ആർത്തി ചെറ്റത്തരമായി. ചണ്ടിത്തരമായി. അറയ്ക്കുന്ന അശ്രീകരത്തമായി വല്യമ്മമാർ സദാ മടങ്ങിക്കിടന്നു.

ചാണക്കല്ലിൽ കത്തി മൂർച്ചകൂട്ടിനോക്കി. ബഹുരസം. ചന്ദനം അരയ്ക്കുന്നതിലും സുഖം കത്തി മൂർച്ച ചേർക്കുന്നതാണ്. ബ്ളേഡുപോലെ. ഒരൊറ്റവര. കൊടല് ചോരണം. മുഴുവൻ. പിന്നെ വെശന്നു പൊരിയരുത്.

പതിനാറ് കുടം മേടിച്ച് കഴുത്തിൽ കെട്ടി കുളത്തിൽ ചാടാം. ഉപ്പിലിടാം. കൈയും കാലും കെട്ടി കുടം താലി ചാർത്തി.

ഒന്നൊന്നായി.

വല്യമ്മമാർ-രണ്ട്.

അച്ഛനൊന്നും കൂടി മൂന്ന്.

ദേവി നാല്.

എട്ടു പൊട്ട് ചേർന്നു പന്ത്രണ്ട്.

മൂന്നു ഞങ്ങളും.

അപ്പൊ പതിനഞ്ച്.

പതിനഞ്ചു മതി.

ഏട്ടൻ സുഖമായിരിക്കട്ടെ.

ഒരു പത്തു സെന്റുകൂടി കൊടുത്താൽ പതിനായിരം. ആറുമാസം പരമസുഖം. പിന്നെ പത്തു സെന്റ്. അടുത്ത ആറു മാസം. മതി. കൊടം കെട്ടിത്താഴ്ത്തണ്ട. ദ്രവിച്ചു പൊടിഞ്ഞുകൊള്ളും. ഇപ്പോൾത്തന്നെ ഉണങ്ങി ചൊറികുത്തി വാടി നിഴലായി-

ഭാഗ്യം. ഏട്ടന് അങ്ങനെ വഴീണ്ട്. ഒന്നും അറിയണ്ട. സുഖമായി മരിക്കാം. അതിനുള്ള പറമ്പും ബാക്കീണ്ട്.

ഇബറ്റ്യോ?

കമ്യൂണിസ്റ്റുപച്ച കാടുകേറിയ പത്തായപ്പുരത്തറയിൽ കളിക്കാനും മറന്ന് തളർന്നു നിരങ്ങുന്ന എട്ടെണ്ണത്തെ വല്യേടത്തി നോക്കി. കണ്ണു തുറിച്ചു.

ഇബറ്റേ പെറ്റുകുട്ടീലോ. അസത്ത്!

ഒരു വിവരക്കേടിൽ, രാത്രിയുടെ നുറുങ്ങിയ നിമിഷങ്ങളിൽപ്പെട്ട തെറ്റുകൾ.

ഒക്കേറ്റ്നേം—

പാട്ടുപാടി നടക്കാം.

ഒരു വഴി തിരിഞ്ഞ വല്യേടത്തി സന്തോഷിച്ചു.

നാലുനാഴിക നടന്നാൽ റെയിൽവേസ്റ്റേഷനായി. ഒക്കേറ്റ്നേം രാവിലെ സ്റ്റേഷനിലെത്തിക്കാം. തല വരണ്ടി. ശൂലം തറച്ച്. അങ്ങനെ രണ്ടുരണ്ടായി പാടി നടക്കട്ടെ. വരുന്ന വണ്ടിയിലൊക്കെ. ന്നാലും കിട്ടും തിന്നാ ള്ള വഹ.

ചെലപ്പൊ തിന്നാനും കിട്ടും

നിങ്ങള് തീവണ്ടി കണ്ട്ണ്ടോ?

വല്യേടത്തി കുട്ടികളെ വിളിച്ചു.

ഉം. ഞാൻ കണ്ടു.

ന്നാള്– ഞാനും.

എന്ത് ഭംഗ്യാ. പേട്യാവും.

യ്ക്ക് പേടീല്യ.

ഒക്കെ വന്നു. നാലുപുറം തിക്കിക്കൂടി.

തീവണ്ടീല് പോണോ?

ഉം.

ഞാൻ ല്യ.

സുഷമക്കുട്ടി മാത്രം എന്തോ ശങ്കിച്ചു. ഉത്സാഹം നശിച്ചു.

ഞാങ്കൊണ്ടോവാം.

വിക്കാനാവോ.

ഞാൻ പറേണപോലെ കേക്കണം. ന്നാൽ പോവാം. ദിവസോം രാവിലെ പോണം.

ന്തിനോ?

പാട്ടു പാടാൻ.

ധർമം ചോദിക്കാനോ?

ങത്......ങ.... ഒരു--രു.

ഞാൻ ല്യ!

പിന്നെ! നീയൊരു നേത്യാരമ്മേല്യേ. ബട് മൂന്നു നേരം സദ്യയുണ്ട്. ആട്ടുകട്ടല്മ്മെ കെടന്നോ.

ഇച്ചമ്മയുടെ ശകാരം സുഷമക്കുട്ടി സ്വീകരിച്ചു. പക്ഷേ, എന്തിനെന്നറിയാതെ നൊന്തു. അറിയാത്ത ദുഃഖം. ശകാരിച്ചോട്ടെ. എന്തിനാവോ.

യ്ക്ക് സദ്യേം ചോറും വേണ്ട. ഞാൻ ബടെ ഇരുന്നോളാം.

ന്നാ– കെട്ടിത്തൂങ്ങാനാ?

സുഷമക്കുട്ടി പിടഞ്ഞു. ഇളംമനസ്സിൽ മരണക്കുരിക്കു വീണു. മുള പൊട്ടിയ ജീവന്റെ കഴുത്തൊടിഞ്ഞു.

ഞാൻ—

ഞാൻ വെറുതെ പറഞ്ഞതല്ലേ. അത്ന് നീയ് ങ്ങനെ പിളുത്തണോ? ആയായീ–

വല്ല്യേടത്തി സുഷമക്കുട്ടിയെ അടുപ്പിച്ചുനിറുത്തി. കാലുകൾക്കിടയിൽ ചേർത്ത് നിറുകയിൽ തലോടി. കടത്തിപ്പറഞ്ഞതോർത്ത് ദുഃഖിച്ചു.

ന്നാലും–

എട്ടെണ്ണം ണ്ടായാൽ എണ്ണഞ്ച് നാൽപ്പത്. അതായത് നാൽപ്പതു ക.

സുഖമായി കഴിയാം. ബ്റ്റ ദിവസോം ഇങ്കട് വരണം ന്നണ്ലെ്യ. ദിവസോംന്നല്ല. വരന്നെ വേണ്ട. ഒരാള് സ്റ്റേഷനില് പോയാ മതി. രാവിലെ ചോറ് കൊണ്ട് പോവാം. ഓരോ പൊതി. ഉച്ചയ്ക്ക് എബടേങ്കിലും ഇരുന്ന് തിന്നോട്ടെ. രാത്രി എവടെ്യാച്ചാ കെടന്നോട്ടെ. ഒരു കണക്കു വെക്കണം.

രണ്ടെണ്ണം കോഴിക്കോട്ടേക്ക് വടക്കോട്ട് ന്നർത്ഥം.

രണ്ടെണ്ണം കിഴക്കോട്ട് – കോയമ്പത്തൂര് വഴി.

ബാക്കീള്ളത് തിരോന്തരം ഭാഗത്തേക്കും.

ഇതിന് പോവാൻ മടീണ്ടങ്കി പോണ്ട. പക്ഷേ, പെണ്ണുങ്ങള് തെണ്ട്യാ കാശും കൂടും. അതിന് പ്രായം ത്തിരിംകൂട്യാവണം.

നിർവികാരയായി വല്ല്യേടത്തി സുഷമക്കുട്ടിയെ നിരീക്ഷിച്ചു. തരക്കേടില്ല.

ചോരേം നീരും വെച്ചാ പെണ്ണ് നന്നാവും. പിന്നെ ഒന്നുരുളാണ്ട്. തെരണ്ടുതീണ്ടാരി തൊടങ്ങ്യാ അതും ആവും.

തേവരേ!

തനിക്കെങ്ങനെ ഇത്രയേറെ നിർവികാരയാവാനായി? സ്വന്തം കുട്ടി. ഏട്ടന്റെ കുട്ട്യാച്ചാലും. പെറ്റില്ല്യാന്നേ ള്ളു. അതിനെപ്പറ്റി ഇങ്ങനെ ചിന്തിക്കാൻ. കൂട്ടിക്കൊടക്കണ ആശാത്തീടെ മനസ്സാക്ഷിക്കുത്തുപോലുമില്ലാതെ.

തല മുട്ടയടിച്ച് ശൂലം തറച്ച് തെണ്ടാനയച്ച് –

തേവരേ!

വയറ് കാളി. സർവംദഹയായ വിശപ്പിന്റെ നാളങ്ങൾ ആത്മാവിനെ നക്കിത്തുടങ്ങി.

രണ്ടൂസം പരിശീലിപ്പിക്കണം.

അതിന്–

തെക്കിനിച്ചുമരിൽ ഉറപ്പിച്ച വട്ടക്കണ്ണാടിയിൽ വല്ല്യേടത്തി മുഖം കണ്ടു.

മോശംല്ല്യ–

പണ്ട് പഞ്ചസാരേം ചുണ്ണാമ്പും കൂട്ടിഒട്ടിച്ചതാണ്. ഒന്നാന്തരം ബൽജിയം മിറർ. അച്ഛന് ആരോ സമ്മാനിച്ചതാണ്. ഇത് പറിച്ചെടുത്താൽ വിൽക്കാൻ പറ്റ്വോ. പറ്റുംച്ചാൽ–

എണ്ണതേച്ചു കളിച്ച് കുങ്കമംതൊട്ട് നിറുകവകഞ്ഞ് തുമ്പുകെട്ടി.

നന്നെ മോശാവില്ല.

പക്ഷേ, തീവണ്ടീല് പറ്റില്ല.

സ്റ്റേഷനിലിരിക്കാം.

ഒക്കെ തന്നെത്താൻ ശീലിക്കട്ടെ. അതിനിടയ്ക്ക് ഒന്നു രണ്ടെണ്ണം മടങ്ങി വന്നില്ലെങ്കിൽ–

അഞ്ചു ക. കുറഞ്ഞു.

ഒരെണ്ണം അഞ്ചു ക. യെങ്കിലും എത്തിക്കണം. ഇല്ലെങ്കിൽ കണ്ണ് കുത്തിപ്പൊട്ടിക്കണം.

നാരായണ നാരായണ!

നീണ്ട ദാരിദ്ര്യംകൊണ്ടും വറ്റാത്ത മാതൃത്വം ചുരത്തി. കണ്ണ് ഒഴുകി.

പൊന്നേലസ്സും പുലിയാമോതിരവും ചാർത്തി നെയ്യുകൂട്ടി ഉരുളയുരുട്ടി ശർക്കര ഉപ്പേരി പതിച്ച്–

എന്തെങ്കിലും തരണേ!

അച്ചടിച്ച നോട്ടീസുണ്ടാക്കാം.

അതാ നല്ലത്

ബ്റ്റക്ക് വേണ്ടപോലെ തെണ്ടാനും പറ്റില്യ. അശ്രീകരങ്ങള്. ഏതു നേരത്താ ഇബ്റ്റേടെ തല കണ്ടേ– കറിക്കത്തീടെ മൂർച്ച നോക്ക്യാലോ.

വല്യേടത്തി ചൂണ്ടാണിവിരൽ വായ്ത്തലയിലോടിച്ചു. മൂർച്ച പരിശോധിച്ചു. മതി. ഇത് മതി. വേണങ്കിൽ വെള്ളാരംകല്ല് പൊടിച്ച് തേച്ച് മൂർച്ചയേറ്റാം. പളപളാന്ന്.

പതിനഞ്ചെണ്ണം. ഒക്കേം വയറുകീറി, കൊടലു മുറിച്ച് പുറത്തിട്ട്.

എപ്പഴാ തീവണ്ടി കാണിച്ചു തരാ?

ഏത്തയൊലിപ്പിച്ച പൊട്ടക്കൂട്ടം പിന്നേം മനോരാജ്യമാണ്ടു. അവറ്റയുടെ കുഴഞ്ഞ തലയ്ക്കകത്ത് കൂനു മുളച്ച ചെളിക്കൂമ്പാരത്തിൽ ചെറു കീടങ്ങളിഴഞ്ഞു കളിച്ചു.

നാശം!

ഇബറ്റൊക്കെ–

ത്തിരി വല്ലതും വെക്കണ്ടെ. അതിനെന്താ വഴി?

ഇതിലൊന്നിനെ കൊത്തിനുറുക്ക്യാലോ?

കുട്ടികൾ പേടിച്ചു വിറങ്ങലിച്ചു. വല്യ ഇച്ചമ്മേടെ കൈയില് കത്തീണ്ട്. ഗൗരിച്ചമ്മ പാത്രം കൊണ്ടന്നേക്ക്ണു. ചെലപ്പോ–ചെലപ്പോ–

പോ അവ്ട്ന്ന്. ഓരോന്ന് നിന്ന് ചിണങ്ങണ കണ്ടില്ലേ.

വല്യച്ചമ്മ കത്തി വിറപ്പിച്ചു. കണ്ണുരുട്ടി. ദാരിദ്ര്യപിശാച് പെറ്റുകൂട്ടിയ ദുരിതശിശുക്കളൊക്കെ നാലുപാടും ചിതറി.

ഏട്ടത്തിക്കൊരു സൂത്രം വേണോ?

ആര്യക്കുട്ടി ഒരു കുപ്പി പൊക്കിക്കാണിച്ചു.

ഏട്ടന്റെ സ്റ്റോക്കാ. ഞാ ത്തിരി കഴിച്ചു. കഴിക്കാൻത്തിരി വെഷമം ണ്ട്ന്നേള്ളു. ബഹുസുഖം. വെശപ്പൂല്യ.

വെശപ്പ് മാറ്വോ?

വല്യേടത്തി കുപ്പി ചാടിപ്പിടിച്ചു. കിണ്ടിയിൽ ഒഴിച്ചു. ഉയർത്തിക്കുടിച്ചു.

ബ്ളും........ബ്ളും...........

അണ്ണാക്കിൽ വീണ് താഴുംമുമ്പെ അമൃതാമ്ലം പുറത്തു ചീറ്റി. മൂക്കും വായും പൊത്തി വല്യേടത്തി എണീറ്റു. നടുമിറ്റത്തു പാറ്റിത്തുപ്പി.

കള്ളേണ്ട.

ആര്യക്കുട്ടി കിണ്ടി എടുത്തു. ശ്രദ്ധിച്ച് ഓരോ ഇറക്കായി കുടിച്ചു. പെട്ടെന്ന് കിണ്ടിയങ്ങനെ കിണ്ണത്തിൽ കമിഴ്ത്തി. നാലുകാലിൽ നിന്നു. നക്കിക്കുടിച്ചു. കിണ്ണം ഒഴിഞ്ഞപ്പോൾ നാലുപുറം നക്കി കിണ്ടി നാറ്റിച്ചു. നാക്കു നീട്ടിക്കിതച്ചു.

നല്ല പട്ടി!

പട്ട്യായാ അമേദ്ധ്യോം തിന്നാലോ.

വല്യേടത്തിക്ക് അസൂയയായി.

# എൺപത്തിയൊന്ന്

**ന**ല്ലേടത്തെ മൂത്ത മഹൾ തേതി എന്ന വല്യേടത്തി വടക്കോറത്ത് മുറ്റത്തിറങ്ങിയിരുന്നു. ഒരു കല്ല് ആസനമാക്കി. താളില പൊതിഞ്ഞു. മുമ്പിൽ വരി വരിയായി കുട്ടികൾ കുന്തിച്ചിരുന്നു. സുഷമമാത്രം മാറി ഇറയത്തിരുന്നു. ഒന്നു കുറയെ എട്ടു പൊട്ടന്മാർ. കുഞ്ചുകുഞ്ഞുണ്ണി കുഞ്ഞനിയനപ്പു വാസു കുട്ടനും ചേർന്നേഴും നിരങ്ങി.

ബടെ വാ. അറയ്ക്കും ഓരോന്നിന്റെ തല കണ്ടാൽ. പേൻ പുഴുത്തു. നേരാംപോണം കുളിച്ച് തോർത്തില്യ. ഒക്കേം വെട്ടിത്തരാം.

വെളക്കത്തലന്ന് എരവൽ വാങ്ങിയ കത്തിര കുഞ്ഞുണ്ണിയുടെ നിറുകയിൽ പറ്റെ ചേർന്നു നിരങ്ങി. ചാമയരിഞ്ഞപോലെ ഒരുവഹ ആദ്യം നുറുക്കി. വീണ്ടും താത്തിവെട്ടി.

വടിക്ക്യാ വേണ്ടേ, അതിനു സാധനം ല്യ. ണ്ടെങ്കിലും യ്ക്ക് അറീല്യ. ദ്പ്പൊ പറ്റെ വെട്ടാം.

ചീപ്പ് വെച്ചു വെട്ട്യാ മതി.

ഗൗരി തഞ്ചം പറഞ്ഞു. നെരപ്പ് ഒപ്പമാവാൻ ചീപ്പ് വെക്കണം. എന്നിട്ട് ചീപ്പിനു മുകളിൽ വെട്ടുക. അപ്പോൾ നെരപ്പായി കൃകൃത്യമാവും.

അതാ വിദ്യ.

കുട്ടിക്കാലത്തു കണ്ട ഓർമ പുതുക്കി. ഒരാവശ്യമായി.

നീയും രണ്ടുമൂന്നെണ്ണം ശര്യാക്ക്. യ്ക്ക് വയ്യ ദൊക്കെ ചെത്തി നെരപ്പാക്കാൻ. കൈയ് കടഞ്ഞു.

മരോട്ടിത്തലയാക്കിയ കുഞ്ഞനിയനെ മാറ്റിനിറുത്തി വല്യേടത്തി ഗൗരിയെ വിളിച്ചു.

കാറ്റു കൊള്ള്മ്പൊ സുഖം ല്യെ.

ഉവ്വ്.

കുഞ്ഞനിയൻ സമ്മതിച്ചു. ന്നാലും മുടി നീട്ടി വകഞ്ഞ് ഇടാ ഭംഗി. മരോട്ടിത്തലയ്ക്ക് ഒരു സുഖം ല്യ. എന്താച്ചാ, ഒന്നൂല്യ. അതു പറയാനും മടി. എന്നാലും എന്തോ ഒരു ദുഃഖം. സ്വന്തമായ മുടികൂടി മുറിച്ചുപോയ വേദന. ഒന്നും പറയാനറിയാതെ. എന്തോ പറയണമെന്നും പ്രതിഷേധിക്കണമെന്നും തോന്നി. വീണ്ടും വീണ്ടും ഏത്ത ഒലിപ്പിച്ചു നിന്നു. എങ്കിലും താഴാദികളും ഒടപ്പിറപ്പുകളും ഒക്കെ തലകുറുക്കൻനിരങ്ങികളാവുമല്ലോ എന്നു സമാധാനിച്ചു.

ഒറ്റ്യാവില്ലല്ലോ. കൂട്ട്ണ്ട്.

യ്ക്ക് വെട്ടണ്ട.

മുടി വെട്ടി ചെരയ്ക്കരുത് എന്നു കുട്ടനു തോന്നി. പറയാൻ നാക്കെടുത്തു.

യ്ക്ക്—

മോങ്ങാണ്ടിരിക്കവിടെ.

ഇറയത്തുനിന്ന് സുഷമക്കുട്ടി കാഴ്ച കണ്ടു. കണ്ണു നിറഞ്ഞു. മൊട്ടയടിച്ച ഏട്ടമ്മാരുടെ കത്തിരപ്പാട് നിറഞ്ഞ തല തിരിച്ചറിയാനാവാത്ത വേദനയായി. അസ്വാസ്ഥ്യമേകി.

എത്ര എണ്ണാന്നോ. ബ്റ്റേടെ ഒക്കെ തല വെട്ടണംച്ചാ കാശെത്ര വേണം. ഷാപ്പില് ഒരു തലയ്ക്കു രണ്ടര രൂപ. കുട്ടിക്രോപ്പിന് കൊറേരിക്കും.

ന്നാലും രണ്ട്ണ്ടാവും. അപ്പൊ ഏഴ്രണ്ട് പതിനാല്.

പതിനാല് രൂപ ലാഭം.

ഏഴു മണ്ട സ്ലിപ്പടിച്ച വഹയിൽ പതിനാലുരൂപ ലാബം

എനീം തല വരട്ടേ.

തലേണ്ടോ?

ന്റെ തല. പറ്റുംച്ചാൽ എന്റെ തല മുറിച്ചു തരൂ. തലമുടി മാത്രം പോരാ. തല.

പതിന്നാലല്ല. പതിനായിരം ലാഭം. വരുംകാലത്തെ ചോറ് അപ്പടി ലാഭം. ഭക്ഷണം. വസ്ത്രം. പാർപ്പിടം. ഇവയാകുന്നു പ്രാഥമികാവശ്യങ്ങൾ.

അപ്രാഥമിക—

വസ്ത്രോം പാർപ്പിടോം വേണമെന്നില്ല. അന്നം മാത്രം മതി.

ഇരിക്കടാ മൊച്ചേ.

തുള്ളിക്കളിക്കുന്ന കുഞ്ചൂന്റെ തലമണ്ടയ്ക്ക് ഒരൊറ്റ മേട്ടം കൊടുത്തു. സുഖം. എന്തു സുഖാന്നോ. മൂത്ത്വോ നോക്കട്ടെ.

വല്ല്യേടത്തി കുഞ്ഞനിയനെ വിളിച്ചു.

ഒന്നു മേടി.

ഒക്കേറ്റ്നേം കിഴ്ക്കണം

നല്ല രസം!

നെന്റെ മണ്ടയ്ക്ക് കിഴ്ക്കാൻ എന്തു സുഖാന്നോ. ന്നാ.

കുഞ്ഞനിയന്റെ കണ്ണ് ആവിയായി. ഇച്ചമ്മേടെ രസം. ആ രസത്തിന് കുഞ്ഞനിയന്റെ മണ്ട കലങ്ങി.

ഏഴിനേം നെരത്തി ഇരുത്തി കിഴുക്കിനോക്കാം. ഒക്കെ ഒന്നുപോലെ.

ഇതിലേതാ വാസു?

കടിഞ്ഞൂൽ ഫൊട്ടൻ.

ഏതാ?

വാ‌ാാ സൂ....

ങേ.

ങാ. അതാ വല്ല്യേടത്തി സ്വന്തം കടിഞ്ഞൂൽപൊട്ടനെ സൂക്ഷിച്ചു.

ദാ.

വളരെ കാലമായി മകനെ തിരിച്ചറിഞ്ഞിട്ട്. ക്കൈ ഒന്നുപോലെ, എല്ലാം ഇച്ചമ്മ എന്നു വിളിച്ചു. എല്ലാവരേം. വല്യച്ചമ്മ. ചെറ്യച്ചമ്മ. ഗൗരിച്ചമ്മ. ഒക്കെ ഇച്ചമ്മ. അമ്മയില്ലാതായി. അഥവാ, അമ്മയല്ലാതായി.

പെറ്റൂന്നു മാത്രം.

പെറാൻ ത്ര മിടുക്കൊന്നും വേണ്ട.

പെറ്റു.

ഒന്നല്ല.

മൂന്നു പെറ്റൂ.

ആരാ നിന്റെ അമ്മ.

വല്ല്യേടത്തിക്കു കുസൃതി തോന്നി. വാസൂനെ പിടിച്ചു മുമ്പിൽ നിറുത്തി. ചെരച്ച തലയിൽ ഇരുഭാഗത്തും ഓരോന്നു കൊടുത്തു. നല്ല ശബ്ദം.

ആരാ നിന്റെ അമ്മ?

വാസു അന്ധാളിച്ചു. കണ്ണുരുണ്ടു. കിഴുക്കി കുലുക്കിയ മണ്ട മുഴങ്ങി.

അമ്മയ്ക്കെന്താ.

അ......

ചിണുങ്ങാന്റെ പറ്യേ. കൊശവൻ

ഏടത്തിക്കെന്താ?

വേദനിപ്പിക്കുന്ന സുഖത്തിൽ ലയിച്ച വല്യേടത്തിയുടെ മുഖം ഇരുണ്ടു. രതിമൂർച്ഛയായ രസം മുറിഞ്ഞ് ഈർഷ്യയായി. വാസൂനെ ഊക്കിൽ തള്ളി. മുറ്റത്തുരുണ്ടു വീണ പ്രിയപുത്രനെ വീക്ഷിച്ചു. മെല്ലെ മുഖം അയഞ്ഞു. കണ്ണു തണുത്തു.

ന്റെ—

യ്ക്ക് വയ്യലോ ന്റെ തേവരേ.

പണിതീരാത്ത വല വിട്ട് ഗൗരി നോക്കി. ഒന്നും അറിയാഞ്ഞു പണി തുടർന്നു.

Next.

ഒരു ഫലിതം പറഞ്ഞുനോക്കി. അതിന്റെ അനാവശ്യകതയിൽ വളിച്ചു.

എനി ഒക്കേറ്റ്നേം ഭസ്മം പൂശി നോക്കണം.

വരട്ടെ. തലചെരച്ചപോലാവണം. അവടേം ഇബടേം വരമ്ബ്ണ്ടായാ പറ്റില്യ.

അമ്മമാരുടെ പണിക്ക് അർത്ഥം അറിയാതെ മക്കൾ കുഴങ്ങി. കാട്ടുന്നത് അനുസരിച്ചു. ഏതായാലും അമ്മമാരുടെ ഇഷ്ടമാണല്ലോ.

ഒന്നിനെ മേലൊക്കെ ഭസ്മം പൂശിനോക്കൂ.

ഒരു പേക്കോലം കെട്ടിയുണ്ടാക്കുന്ന ഭാവത്തിൽ വല്യേടത്തി പറഞ്ഞു.

ഒന്നിനെ വേണംച്ചാൽ പടിക്കല് നിർത്താം

എന്തടാ കരിങ്കണ്ണാ നോക്കണേ?

ഒരു ബോർഡും മാറത്ത് കെട്ടിത്തൂക്കാം.

എന്തടാ കരിങ്കണ്ണാ നോക്കണേ.

ദെന്തിനാ.

തീവണ്ടീല്.

ധർമം ചോയ്ക്കാൻ.

ഇറയത്തിരുന്ന് സുഷമക്കുട്ടി പിളുത്തി.

നീയവടെരിക്ക്. ഇത്രയ്ക്കു പിളുത്താനെന്തെണ്ടായൊ? നിന്നെ ആരെങ്കിലും നോവിച്ചോ?

എവട്യാ വെണ്ണീറ്?

അടുപ്പുവെണ്ണീറ് കിണ്ണം നിറച്ചു. വല്യേടത്തിതന്നെ കുഞ്ഞനിയന്റെ മേലൊക്കെ പുരട്ടി.

ഒക്കേം ഇങ്ങനെ പെരട്ട്.

ആജ്ഞ കൈക്കൊണ്ടു. കുട്ടികളൊക്കെ വെണ്ണീറു പൂശി.

വെള്ളംകൂട്ടി നനച്ചു കുറീടണം. ന്നാലെ നിക്കൂ. ഉം. തലേലും മൊഹത്തും.

കണ്ണിലാവും.

കണ്ണടച്ചാ പോരെ മരമണ്ടൂസേ—

അവറ്റ കണ്ണടച്ചു. വെള്ളം ചേർത്ത വെണ്ണീറ് മേലാകെ പൂശി. മുഖത്തും പൂശി.

ആണ്ടവാ.

വല്യേടത്തിയുടെ സുഖം ഗൗരിക്കും പകർന്നു.

നെരന്നിരിക്കിൻ

സുബ്രഹ്മണ്യാ. മുരുഹാ. പളനിആണ്ടവാ. മരമണ്ടൂസേ.

ഉറക്കെയുറക്കെ ഗൗരി വിളിച്ചു. ഓരോ വിളിക്കും ഓരോ മണ്ട തലോടി.

നി ഓരോ ശൂലം തറയ്ക്കണം.

അയ്യോ.

നീയെന്തിനാ കരേണേ. ചെളുക്കേ. മിണ്ടാണ്ടിരിക്ക് ണ്ടോ. ഇല്യെ നെന്റെ മണ്ടേം വരണ്ടി വെണ്ണീറു പൂശും.

സുഷമക്കുട്ടി ചുണ്ടു കടിച്ചുകോർത്തു. ചുരുണ്ടുകൂടി ദുഃഖം വിഴുങ്ങി. ശ്വാസം മുട്ടി.

ഒന്നിനെ മണ്ണു പൂശണോ?

അതാവാം. ഒന്ന് വെണ്ണീറ്. ഒന്ന് കരി. ബഹുരസം.

വല്യേടത്തിക്ക് ഉടുത്തതഴിഞ്ഞു.

ഒന്നിനെ ചാണത്തിലും മുക്കാം.

എനി ചാണകത്തിലും മുക്ക്വോ?

കുട്ടികൾ ചുണ്ടു പിളുത്തി. ഇള്ളക്കുട്ടികളെപ്പോലെ. പിന്നെ കരയാനും. ഭയന്നു ചൂളി. അവറ്റയുടെ വേദനയറിഞ്ഞ് വല്യേടത്തി കോരിത്തരിച്ചു.

ചാണം കലക്ക്യോ?

ഉത്സവാഘോഷത്തിന്റെ തിമർപ്പിൽ ഗൗരിയും പങ്കുകൂടി. വായിലൂറിയ ലാലാരസം ശിരസ്സു പെരുപ്പിച്ചു.

ഇബ്റ്റെ ഇങ്ങനെ നടത്ത്യാൽ നല്ല ഭംഗീണ്ടാവും.

വരട്ടെ.

ശൂലം.

ഹി ഹീ......ഹുംം.

അലറാന്റെ നിന്നോ. നിണക്കെന്താ പ്പോ വേദനിച്ചോ, ത്തിരി ഭസ്മം കുറീട് മ്പഴയ്ക്കും. അതന്നെ ഒന്നു കുളിച്ചാ പോവേം ചെയ്യും.

ഈർക്കില മതി.

മുന കൂർപ്പിച്ച് ഇടത്തേ കവിളിൽക്കൂടി കുത്തിക്കോർത്ത് വലത്തേ കവിളിൽക്കൂടി പുറത്തെടുത്ത്—

നാരങ്ങ വേണം.

നാവിൽ—

നാവ് നീട്ട്.

കരയാനും ഭയന്ന പൊട്ടകൾ നാവുനീട്ടി. വല്യേടത്തി അവറ്റയുടെ നാവു പിടിച്ചു. ഒന്നു വലിച്ചു. തൊണ്ട കാറി കടനാക്കു വലിഞ്ഞ് കൊഞ്ഞനം കുത്തിയ കുട്ടികൾ അവറ്റയുടെ ദുർവിധിയിൽ നൊന്തുപിടഞ്ഞു.

ഓരോ ബബ്ലൂസ്കള്. കണ്ടില്ലേ. നല്ല ഭംഗി.

പൊറത്തു വരയ്ക്കണോ?

വരയ്ക്കണ്ട. എഴുതാം.

വല്ലതും തരണേ.

അതു വേണ്ട.

ഒരു വട്ടം വരയ്ക്കാം. നടുക്ക് പത്തു പൈസ എന്നെഴുതാം.

വയറ്റത്തും വരയ്ക്കാം. അകംപുറം പത്തു പൈസ.

ഈർക്കിലി.

ഹി–ഹി–ഹൂം. ഉം.

ന്നാ–നാ–

സുഷമക്കുട്ടി ഇറയത്ത്ന്ന് ചാടിയിറങ്ങി. വല്യച്ചമ്മയുടെ കൈയിലെ ഈർക്കിലി തട്ടിത്തെറിപ്പിച്ച് വലിച്ചെറിഞ്ഞു. തുറിച്ചുനോക്കി. കുഞ്ഞിക്കണ്ണിലെ അഗ്നിസ്ഫുലിംഗം നേരിടാനാവാതെ വല്യേടത്തി തലതാഴ്ത്തി.

അതൊക്കെ കൊണ്ടുകളഞ്ഞു കുളിച്ചുവാ. ഓടിക്കോ.

ഗൗര്യേടത്തി കത്തിര താഴെവെച്ചു. മുറ്റംനിറഞ്ഞ രോമം അടിച്ചുവാരി.

തല്ക്കാലം രക്ഷപ്പെട്ട മണുക്കൂസുകൾ ചൂലഴിച്ചിട്ടപോലെ ചിതറി. അവരുടെ മരോട്ടിത്തലകൾ മണ്ണുമുട്ടെ താണു. പൊറ്റയടർന്ന തലയിൽ നൊയമ്പാർത്തു.

ഇറയത്ത് വല്യേടത്തേി മുഖംപൊത്തിക്കരഞ്ഞു. ഉറക്കെയുറക്കെ.

## എൺപത്തിരണ്ട്

**ക**ണ്ടു. കേട്ടു. നാറ്റിക്കാവുന്നത് നാറ്റിച്ചു. അടുക്കളയിൽ വറത്തിടുന്ന വാസന, മുളക് കരിക്കുന്ന കാറൽ, ഒക്കെ അറിഞ്ഞു. വെള്ളം കോരുന്ന ശബ്ദം കേട്ടു. പുറത്തളത്തിലൂടെ വന്നുപോകുന്നവരെയൊക്കെ കണ്ടു. ആരൊക്കെ എപ്പഴാ വരണേ, പോണേ, ഒക്കെ അറിഞ്ഞു. രാവു മുപ്പതു നാഴികേം അറിഞ്ഞു. ഓരോ മുഹൂർത്തവും അറിഞ്ഞു.

പക്ഷേ, മിണ്ടിയില്ല.

ആരേം വിളിച്ചില്ല. ഒന്നും അന്വേഷിച്ചില്ല. നാവടച്ച് മുദ്രവെച്ചു. ഈ ജന്മത്തെ കഴിഞ്ഞു. മതി.

ഇച്ചാതപ്പൻ ദീനപ്പായിൽ ഇരുന്നു. നന്നെ അപൂർവം കിടന്നു. കിടന്നതല്ല. ഇരുന്നിരുന്ന് ക്ഷീണിച്ചപ്പോൾ ചെരിഞ്ഞു. അതും വയ്യാതായപ്പോൾ നിരങ്ങാൻ ശ്രമിച്ചു.

ഇപ്പോൾ നിരങ്ങി നീങ്ങാം. കഷ്ടിച്ചു കുളംവരെ എത്താം.

ന്നാ ജയിച്ചു.

മുത്തത്താ.

ങാ. ഏതാ. തേത്യേടോ. അതോ ഗൗരീട്യോ. ഏതുണ്യാ. ഏതായാലും കൊഞ്ഞല്തന്നെ. ഒക്കെ അസ്തു.

മുത്തത്താ തല മൊത്തയതിച്ചു.

മരോട്ടിത്തല കൊഞ്ഞിക്കുലുങ്ങുന്നതു കണ്ടു. കുലുങ്ങുന്നു. ക്ലാവു കേറിയ തലയോട്ടിയിലെ നാറിയ നീരാവും.

ങാ എവ്ട്ന്നേ ഇതൊക്കെ വെട്ടിച്ചെറുതാക്ക്യേ? ഇബടേ കത്തിര്യേണ്ടോ. ന്നാൽ. അതു കിട്ട്യാലും മതി.

വാ.

ഇച്ചാതപ്പൻ ആംഗ്യം കാട്ടി. കുട്ടികൾ ഒന്നുചേർന്നു. നാറ്റപ്പായിൽ മുട്ടുകുത്തി. തല നീട്ടിയിരുന്നു.

നല്ല ഒരം ണ്ട്.

ഇച്ചാതപ്പൻ കൈവെച്ചു നോക്കി. മുമ്പെന്നോ മുദ്രവെച്ച നാക്കിളക്കാൻ ശ്രമിച്ചു. ആ കത്തിര എവട്യാന്ന് ഇബ്ര്ക്ക് അറീണ്ടാവും.

ഇപ്പൊ കത്തിര കിട്ട്യാൽ ഒന്നിന്റെ ചങ്കില് കുത്തിക്കേറ്റാം. ഞാഞ്ഞൂല് പെടേണ പോലെ പെടേം.

ഇച്ചാതപ്പൻ കൈയിൽ കിട്ടിയ മണ്ട തലോടി. തലോടിത്തലോടി കൈ മുഖത്തെത്തി. മൂക്കു തടഞ്ഞു. ഒരന്തപ്രചോദനംമൂലം മൂക്ക് അമർത്തിപ്പിടിച്ചു. ശ്വാസം തടഞ്ഞ് വായ തുറന്ന കുട്ടൻ മുത്തച്ഛനെ തുറിച്ചുനോക്കി.

മൂക്കട്ട വൃത്തിയാക്കാവും.

ഇച്ചാതപ്പൻ മൂക്കിൽതുമ്പ് തിരുമ്പി മേപ്പട്ടുവലിച്ചു. പിടുത്തം വിട്ട് പിന്നോക്കം മലച്ചു.

നീറിച്ചുമന്ന മൂക്കു തിരുമ്മി കുട്ടൻ മുത്തശ്ശനെ വീക്ഷിച്ചു. പിന്നെ പുഴുപ്പല്ലു കാണെ ചുണ്ടുകോട്ടി. ചിരിച്ചതായി സംതൃപ്തികൊണ്ടു.

മുത്തത്തൻ മൂക്ക് തൊതത്തതാവും.

സദാ മൂക്കൊലിപ്പിച്ച് ചാലുവീണ മേച്ചുണ്ട് കയ്പടം നിവർത്തി ഇടം വലം തുടച്ചു.

ചാലിറങ്ങിയ മൂക്കീര് ഇരുകവിളിലും നീണ്ടുപരന്നു. പിന്നേം പിന്നേം. ഒടുവിൽ കൈ ചന്തിയിൽ തുടച്ചു. വൃത്തിയായി. ആകെ സുന്ദരക്കുട്ടപ്പനായി കുട്ടൻ പുറ ത്തളപ്പടി ചാടി.

ങ് ങ ങാ........ഉം.

ഇച്ചാതപ്പൻ പറയാൻ ഭാവിച്ചു. തിരിഞ്ഞുനോക്കിയ പൗത്രാദികളോടു ചൂണ്ടാണി വിരലും പാമ്പുവിരലും പിണച്ചു കത്തിരിമാതിരി ചലിപ്പിച്ചു കാട്ടി. കാര്യം ഗ്രഹിക്കാതെ നിന്ന് അവരെ നോക്കി സ്വന്തം കുടുമ ഇടം കൈകൊണ്ടു പൊക്കി വലംകൈയാലെ വെട്ടുന്നതായി കാണിച്ചു.

മുത്തശ്ശന് കുടുമ വെട്ടണംന്ന്.

സുഷമക്കുട്ടി കാര്യം ഗ്രഹിച്ചു. പക്ഷേ, കുടുമ വെട്ടുകയല്ല, കത്തിരയാണ് ആവശ്യമെന്ന് എങ്ങനെ മനസ്സിലാക്കണം എന്നായി ഇച്ചാതപ്പന്റെ ചിന്ത. വേണ്ട. കുടുമ വെട്ടുമ്പോൾ കത്തിര മേടിക്കാം. അതാ നല്ലത്. ഇപ്പൊ മിണ്ടണ്ട.

ആരാ കത്തിരേംകൊണ്ടുവരാ. ആര്യക്കുട്ട്യാ ആവോ.

ആവോ. അതിനെന്താ ആവോ. നാലിറയത്ത്ന്ന് ശബ്ദം കേക്കണ്ടായി. നല്ല സുഖം ല്യാന്നോ. ഒറക്കം കഷ്ട്യാന്നോ. എന്താ മനസ്സിലായില്ല. അല്ല അത്രൊക്കെ മനസ്സിലായാ മത്യേനും.

നിസ്സംഗമായ മനസ്സിന്റെ മരവിപ്പിനടിയിലും ഒരു നീരുറവ പൊട്ടുന്നതായി ജാതവേദൻ നമ്പൂതിരിപ്പാട് അറിഞ്ഞു. അരുത്. അതബദ്ധമാണ്. ഈ ഉറവ് ഇപ്പഴേ തട്ടിമൂടണം. അല്ലെങ്കിൽ ആപത്താണ്. സ്നേഹത്തിന്റെ നീരോട്ടം മനസ്സ് ആർദ്രമാക്കും. ചിത്തവൃത്തികൾ ആർദ്രമായാൽ ജീവിതത്തോടു മമതയാവും. ബന്ധ മാവും. അപ്പോൾ വേർപാട് വേദനയാവും.

അരുത്.

തലയ്ക്കു മുകളിൽ അന്തർജനം എത്തി. പോരെ. എനി ഇങ്ങട് പോരൂ. എന്തിനാ അവടേരുന്നിങ്ങനെ നരകിക്കണേ. കുട്ട്യോളുടെ ദുരിതം കണ്ട് മത്യായില്യേ?

മത്യായി. പക്ഷേ, അങ്ങട് എത്താൻ ഒരു വഴി വേണ്ടേ.

ആ കുളക്കടവോളം ഒന്നെത്തിയാൽ. ന്നാൽ ജയിച്ചു. ഇപ്പൊ ആ കത്തിര ഒന്നു കിട്ട്യാലും മതി. ഇടത്തെ മുലയുടെ ചുവട്ടിൽ ഒരു വിരൽ. ത്താന്ന്- മതി. ഒരൊറ്റ കുത്ത്.

അച്ഛനെന്നെ മനസ്സിലായോ?

ങേ ങ ങാ ബ.

ഇച്ചാതപ്പൻ ചുണ്ടു കോർത്തു. ശബ്ദം മിഴുങ്ങി. ആര്യക്കുട്ടിയെ തുറിച്ചു നോക്കി.

അച്ഛന് എന്നെ മനസ്സിലായീണ്ടാവില്യ. ത്തിരി മുമ്പെ ഞാൻ ബടെ വന്നു. കൊറച്ചു നേർത്തേ. അപ്പൊ എന്നെ കണ്ടാ മനസ്സിലായീണ്ടാവില്യ. ഞാൻ....... ഞാൻ രൂപം മാറി. ശ്വാവായി. സാരമേയം.

ആര്യക്കുട്ടിയുടെ മുഖം മുറുകി. എഴുപത്തീരായിരം നാഡി ഞരമ്പുകൾ ഊഷരമായി. അന്യോന്യം പിണഞ്ഞു വലിഞ്ഞു. ഗോഷ്ടിയായി.

ഞാൻ.

മൂക്കു വിടർന്നു. നാക്കു നീണ്ടു. കീഴ്ച്ചുണ്ടു മലച്ചു. ഏത്തായി ഒലിച്ചിറങ്ങി. നാൽക്കാലിൽ നിന്നു. ഇച്ചാതപ്പനു ചുറ്റും ഇഴഞ്ഞു. ചക്ലിപ്പായ നാറ്റിച്ചു. നിലം നാറ്റിച്ചു. ഒടുവിൽ കാല്ക്കൽ ചുരുണ്ടു. പാദം വിറപ്പിച്ചു.

മകളുടെ ഗോഷ്ടിയത്രയും ശ്രദ്ധിച്ച് ഇച്ചാതപ്പൻ ഇരുന്നു. ഭാവ വ്യത്യാസമില്ലാതെ കാൽക്കീഴിൽച്ചുരുണ്ട മകളുടെ നിറുക തലോടി. ഒട്ടു നേരം. പുറത്തു തട്ടി. പ്രോത്സാഹിപ്പിച്ചു. അച്ഛന്റെ ഇംഗിതം അറിഞ്ഞ മഹൾ എണീറ്റു. കിതച്ചു. ക്രമേണ മുഖം മ്ലാനമായി. അഴഞ്ഞു. നീർ നിറഞ്ഞ നയനം കവിഞ്ഞൊഴുകി.

യ്ക്കോർമേല്യ.

എന്താവോ. തലേടെ ഉള്ളില് ഒരു തരിപ്പ്. തരിപ്പ് മൂളിത്തുടങ്ങും. പിന്നെ അരിക്കും. അരിച്ചരിച്ച് ഈർച്ചവാളോണ്ട് അറക്കണപോലെ. ഒന്നും കാണാണ്ടാവും. ശബ്ദം കേക്ക്ണില്യ. അപ്പൊ.

ഞാനെന്തെങ്കിലും തോന്ന്യാസം പറേണ്ടോ ആവോ. വല്യേടത്തിക്ക് പേട്യാന്നാ പറഞ്ഞേ. അച്ഛന്—

അച്ഛനോടെന്തു പറഞ്ഞിട്ടെന്താ. കേക്ക്ണ്ടാവും. ന്നാലും - ഒക്കെ മനസ്സിലാവ്ണ്ടേരിക്കും. ന്നാലും—

ഇതേവരെ ബോധംല്യായ ഒന്നും കാട്ടീട്ടില്യ. ചോറ് കൊടുത്താ കഴിക്കും. ശോധന കലശലായാ നെരങ്ങിച്ചെല്ലും. ഒക്കേറ്റ്നും കൃത്യം ണ്ട്. ബുദ്ധിക്ക് ഒരു കേടൂല്യാന്നാ.

അച്ഛാ!

ഉറക്കെ വിളിക്കാൻ ഭാവിച്ചെങ്കിലും ശബ്ദം നന്നെ താന്നു. പ്രാകൃതനായ അച്ഛന്റെ മുഖത്തു സൂക്ഷിച്ചപ്പോൾ ദുഃഖം തോന്നി. നിസ്സഹായനായ ഈ വൃദ്ധനെ യാണല്ലോ വെറുത്തത് എന്നു പശ്ചാത്തപിച്ചു.

വാർദ്ധക്യോം വയ്യായേം ആരുടേം കുറ്റല്ല.

ആര്യക്കുട്ടിയുടെ മുഖം മുറുകി.

പക്ഷേ, തിന്നാൻ കൊടുക്കാൻ ല്യാച്ചാ കുട്ട്യോളെ ണ്ടാക്കണത് കുറ്റം തന്ന്യാണ്. സ്വന്തം തന്ത്യാച്ചാലും.

ആര്യക്കുട്ടിയുടെ നട്ടെല്ല് പിളർന്നു. സുഷമ്നാഗ്രത്തിൽ കൂടി തരിപ്പ് അരിച്ചുകയറാൻ തുടങ്ങി. ഓരോ കശേരുക്കളുടെ ഇടയിലും വ്യാപിച്ചു. അവയ്ക്കിടയിലൂടെ പടർന്നു നാഡികളിൽ പ്രസരിച്ചു. പുറം പടർന്നു. കൈയിലും കാലിലും ഇറങ്ങി. പിരടി തണുത്തു. തണുപ്പു തലച്ചോറിലേക്കു കടന്നു. അടരുകളായി പിളർന്നു. കോശങ്ങളൊക്കെ തുള്ളിവിറച്ചു. പ്രകമ്പനംകൊണ്ട ചുളിവുകൾ അഗാധങ്ങളായി മയങ്ങിവീണു.

കഴിഞ്ഞോ?

ഇമയടച്ചു മിഴിച്ച് ഇച്ചാതപ്പൻ പകച്ചു. ക്ഷണം മനസ്സു വിടർന്നു കഴിഞ്ഞൂച്ചാൽ ഭാഗ്യായി.

അത്രയ്ക്കു ഭാഗ്യം ല്യ. ഒരു തളർച്ചമാത്രം.

ഞാൻ വിളിച്ചു.

അന്തരീക്ഷത്തിൽ അന്തർജനത്തിന്റെ സാന്നിദ്ധ്യമറിഞ്ഞു.

കുട്ട്യോളടെ അമ്മ.

ഞാനിതിനേം വിളിച്ചു. കേട്ടില്യ. ന്നാലും എന്റെ ശബ്ദം അതിന്റെ ശിരസ്സ് തുരന്ന് അകത്തെത്തി. അതിന്റെ അടയാളം.

എന്നെ സഹായിക്കണേ.

ആവാം. ഞാനതിനാ വന്നേ. എത്രകാലായി കാത്തിരിക്ക്ണൂ.

ഇച്ചാതപ്പൻ കണ്ണുരുട്ടി മിഴിച്ചു. ഇളംനീല ഗോളം പുറത്തളം നിറഞ്ഞതായി തോന്നി. സുതാര്യമായ ഒരനുഭവം. ഘനസാന്ദ്രമെങ്കിലും സ്ഥലരാശി വിട്ട പത്നിപിണ്ഡം.

ദേ–

എന്നെ വിളിച്ചോ?

ദേ, നോക്കൂ.

വല്യേടത്തി പുറത്തളത്തിലെത്തി. തളർന്നുവീണ അനീത്തിയെ കണ്ടു. ശങ്കിച്ചു. കുലുക്കി വിളിച്ചു. ശബ്ദം കേട്ട് മൊട്ടകൾ ഏഴും എത്തി. ഏഴിൽ നടുവിൽ എലിവാലായി സുഷമക്കുട്ടിയും വന്നു. എല്ലാംകൂടി ആര്യക്കുട്ടിയെ ഉരുട്ടി. തലോടി. വീശി വെള്ളം തളിച്ചു. ഒരുവിധം കോമ്പെരേല് എത്തിച്ചു.

എന്തെങ്കിലും ചെയ്യണ്ടേരോ?

വല്യേടത്തി ആരോടെന്നില്ലാതെ പറഞ്ഞു.

എത്ര ദിവസാച്ച്ട്ടാ കാക്കാ. ദ് ങ്ങനെ തൊടങ്ങ്യാ.

ദാ.

ദേവി ചെറിയ കടലാസുപൊതി നീട്ടി.

ന്റെ കാതിലത്ത്യാ.

ആശുപത്രീ കൊണ്ടായാ മതി.

ഒന്നെങ്കിലും ഇബ്ട്ന്ന് രക്ഷപ്പെടൂലോ.

വരണവഴിക്ക് അഞ്ചാറ് ശൂലോം മേടിക്കാം. ആറല്ല. അമ്പത്. ചെറുതും വലതും. ഒന്ന് വളരെ വലുത്. അത്മ്മേ ഏഴിനേം ഒന്നിച്ചുകോർക്കാം.

കോർത്താൽ തീയിൽ കാട്ടി ചുട്ടെടുക്കാം.

ഉപ്പുകൂട്ടിത്തിന്നാം.

ഹായ്!

ഉണ്ണികളെ ശൂലത്തിൽ കോർത്ത് കനലിൽ ചുട്ട് ഉപ്പുപുരട്ടി തിന്നുന്നതോർത്ത് വല്യേടത്തി ത്രസിച്ചു. സർവാംഗം വിടർന്നു.

തേവരെ! യ്ക്ക് എന്താ ഇങ്ങനെ തോന്നണേ ആവോ.

സ്വചിന്തയുടെ ബീഭത്സതയിൽ വല്യേടത്തി നടുങ്ങി. ക്ഷുദ്രചിന്തയകറ്റാൻ നാമം ജപിച്ചു.

നാരായണ നാരായണ!

കൂരായണ.

നാരായണ.

കൂരായണ കൂരായണ.

ഇബറ്റൊക്കെ കുപ്പേല് കെടക്കട്ടെ.

ശ്രീലകം തുറന്ന് പീഠം നിറഞ്ഞു വാഴുന്ന പരദേവതയെ എടുത്തു കുപ്പയിൽ ഇട്ടു. ഉപദേവന്മാരെ ഓരോന്നോരോന്നായി എറിഞ്ഞു.

അവടെക്കെട.

കാലാകാലങ്ങളായി രണ്ടുനേരം നിങ്ങക്ക് വെച്ചുനേദിച്ചില്ലേ. ന്ന്ട്ട്—

എനി ഈ കുപ്പക്കുഴീല് കെടക്ക്

പുഴു അരിച്ച്.

അടിക്കാട് നിറഞ്ഞ്.

പട്ടിണികെടന്ന്

അനുഭവിക്കട്ടെ.

ത്ഥൂ!

പ്രാണായസ്വാഹാ.

ത്ഥൂ! ത്ഥൂ!

വല്യേടത്തി ഉറക്കെയുറക്കെ തുപ്പി. തൊണ്ടപൊട്ടി ചോര പൊടിഞ്ഞിട്ടും നിറുത്താതെ. കാർക്കിച്ച്. കഫക്കട്ടകൾ തോണ്ടി നീട്ടിനീട്ടിത്തുപ്പി. കുപ്പക്കുഴിയിലേക്കു നോക്കി കുന്തിച്ചിരുന്നു.

## എൺപത്തിമൂന്ന്

മഴ കൊണ്ടുപിടിച്ചു. നക്ഷത്രങ്ങൾ ആകാശത്തിന്റെ പരിഭവത്തിൽ ഒളിഞ്ഞു. തെളിയാത്ത പ്രകൃതി മുഖം വീർപ്പിച്ചു.

നല്ലേടത്ത് ഇല്ലം ചോർന്നൊലിച്ചു. കോടിക്കഴുക്കോല് പൊടിഞ്ഞ് പിളുങ്ങിയ മൂലകൾ നനഞ്ഞു ദ്രുമിച്ചു. കുരുടികളും പാത്തിയും നിറഞ്ഞു കവിഞ്ഞു. തട്ടു കിനിഞ്ഞ മഴവെള്ളം ഇറ്റിറ്റു നിന്നു. തുലാങ്ങൾ ഈറനായി.

പുറത്തളവാതിൽപ്പഴുതിലൂടെ ജാതദേവൻ നമ്പൂതിരി പാളിനോക്കി. സർവാന്ധകാരം. നേരം പാതിരാവായിക്കാണും. മൂടിക്കെട്ടിയ ആകാശത്ത് സമയ മറിയാനൊന്നുമില്ല. ഉണ്ടായാലും മുറ്റത്തിറങ്ങി സമയം ഗണിക്കാൻ വയ്യ.

ന്നാലും–

ഇച്ചാതപ്പൻ എഴുന്നേറ്റിരുന്നു. പതുക്കെ കാല് നിവർത്തി. ഇടത്തെ കാല് നീർന്നു. ഒന്നുകൂടി ശ്രമിച്ചാൽ വലത്തേതും നിവരും. ഇത്തിരി നീർന്നാൽ മതി. ഇഴയാൻ പാകത്തിൽ. ഊര കുത്തി ചാടിച്ചാടി നീങ്ങാൻ.

ദാ, ഒന്നുംകൂടി നീങ്ങ്യാൽ പടിയുടെ അടുത്തായി. പിന്നെ എറങ്ങി കിട്ട്യാൽ.

പുറത്തളപ്പടിയിലെത്തിയ ഇച്ചാതപ്പൻ പതുക്കെ ഇടത്തെ കാല് തൂക്കിയിട്ടു. എല്ലുന്തി നീരു മുറ്റിയ കണങ്കാല് പെട്ടെന്ന് കിഴുക്കാംതൂക്കു വീണു. സ്വാധീനമില്ലാതെ ആടി. എന്നിട്ടും വേദനയറിയാഞ്ഞ് അന്ധാളിച്ചു. നെലത്ത് മുട്ടീണ്ടാവില്യ.

ണ്ടാവും. എടത്തേ കാല് നിലത്ത് മുട്ട്യേക്ക്ണു. എനി–

വലത്തെ കാലും തൂക്കിയിടാൻ ശ്രമിച്ചു. നേരെ പൊങ്ങാതെ കൈയ് കൊടുത്തു. തുടയുടെ അടിയിൽ പിടിച്ചു. കുറച്ച്. സ്വല്പം. നാല് വെരല്ക്ക് കൂടി നീങ്ങ്യാ മതി— ഇച്ചാതപ്പൻ അദ്ധ്വാനിച്ചു വലഞ്ഞു.

ഒന്നാശ്വസിച്ചു.

വീണ്ടും കാല് പിടിച്ചു തൂക്കിയിട്ടു.

ഹാവൂ!

മതി. ഇപ്പോ ബെഞ്ചിന്മേലിരിക്കണപോലെ. രണ്ടു കാലും കീഴോട്ടു തൂക്കി. ഭാരം തൂങ്ങി.

എത്ര കാലായി കാല് ഇങ്ങനെ തൂക്കിയിട്ടിട്ട്. ഇച്ചാതപ്പൻ കാല് ആട്ടി നോക്കി.

വലത്തേതിന് ഒരനക്കോം ഇല്യ. അത് ശ്ശി മുമ്പെ ചത്തു. ഉണ്ണിത്തണ്ടു പോലെ. ന്നാലും വേദനേണ്ട്. ഉള്ളു മുഴുവൻ ചുളുചുളു കുത്ത്ണു.

എനി,

കീഴ്പ്പെടുത്തിയാൽ മതി.

നെരങ്ങി നെരങ്ങി വക്കത്തെത്തി. കൈയ് കാൽമുട്ടിൽ വെച്ചു. മുമ്പോട്ടു വളഞ്ഞു. ഒന്നുകൂടി കൈയ് പരത്തി. പിന്നേം വളഞ്ഞു. നെലം തൊട ണില്യ. തേവരേ!

നടു മുറിഞ്ഞു. ന്നാലും —

ഒന്നുകൂടി വളഞ്ഞു. കൈപ്പത്തി പരത്തി. ഒന്നുകൂടി മുമ്പിലേക്ക്. ത്തിരി നൂല്ക്ക്. എത്തി. എത്തീല്യ. ദാ എത്തി.

പ്ധീം.

കൊഴച്ചക്ക വീണപോലെ ഇച്ചാതപ്പൻ നിലത്തെത്തി. കഷ്ടിച്ച് ഒന്നര ച്ചാൺ ഉയരത്ത്ന്ന്. കാലു നിലത്തുറപ്പിച്ച് കൈയ് കുത്തി ചന്തി പൊക്കി പതു പുതയഥ-ഥീം.

ഹമ്മേ!

ഈ വാതില്. ഉമ്മറപ്പടി. രണ്ടു കോലിറയം. ചവ്ട്ട്പടി.

പിന്നെ മുറ്റം.

പിന്നെ നെരപ്പ്.

ഒരു വെഷമോം ല്യ.

ഇച്ചാതപ്പൻ കാല് നീട്ടിവച്ചു. കൈയ് രണ്ടും പിന്നിൽ കുത്തി. ഇടത്തെ കാൽമുട്ട് വളച്ചു. ചന്തി പൊക്കി. സർവ ബലോം സമാഹരിച്ച് ഒറ്റശ്വാസ ത്തിന് മുമ്പാക്കം തള്ളി. തുഞ്ച്ക്ക് മുമ്പിലെത്തി. കാല് അത്രയും മുമ്പോട്ടു നീട്ടി. കൈയ് പിന്നിൽ കുത്തി. കാൽമുട്ടു വളച്ചു. ചന്തിപൊക്കി ഒറ്റക്കുതി.

രണ്ടു കുതി കുതിച്ച് കിതച്ചു. വിയർത്തു.

വായ പൊളിച്ച് ആർത്തിയോടെ പ്രാണവായു വിഴുങ്ങി. ഓരോ തവണ പ്രാണൻ വിഴുങ്ങുമ്പോഴും ഇരട്ടിച്ച ആർത്തി വീണ്ടും വായ പൊളിച്ചു. ദേഹ മാസകലം വികസിച്ച് സർവ രോമകൂപങ്ങളുടെ കവാടവും തുറന്നുപിടിച്ചു. എന്നിട്ടും തൃപ്തിയാവാതെ കിതച്ചു.

വാതില് സാക്ഷയിട്ടിട്ടില്ല. പതിവില്ല. ഉണ്ണി എപ്പഴാ വരാന്നറിയില്ല. അയാള് ചെലപ്പോ വന്നില്ലാന്നും വരും. വന്നാലും വാതിലടയ്ക്കില്ല. മറക്കും.

മറക്കാൻ ബോധണ്ടായിട്ടു വേണ്ടേ.

ഭാഗ്യവാൻ.

മഹന്റെ ബോധക്കേട് ഇച്ചാതപ്പന് അസൂയ നൽകി. വല്ല മ്മത്ത് കായേം തിന്ന് ശീലിക്കാർന്നു.

നന്നായിവരും.

നീയ്കാരണം വാതില് തുറന്നു കിടന്നുവല്ലോ. അല്ലെങ്കിൽ, സാക്ഷ തുറക്കാനാവില്ല. ഇര്ന്ന് കൈയെത്തിച്ചാൽ എത്തില്ല.

ഇച്ചാതപ്പൻ കാല് നീട്ടി ഉമ്മറപ്പടിയിന്മേൽ വെച്ചു. ഇടത്തെ കാൽപ്പടം ഉമ്മറപ്പടിയും കടന്നു നിന്നു. പതുക്കെ ചന്തിപൊക്കി.

കൈയിന് ബലമുണ്ട്. ശരീരം കനം കുറഞ്ഞിട്ടുമുണ്ട്. അതും ഭാഗം.

പഞ്ചപ്രാണനനും ഒതുക്കി ഇച്ചാതപ്പൻ കുതിച്ചു. ചന്തി നാലു വിരല് പൊക്കി മ്മറപ്പടിയിൽ ഒറപ്പിച്ചു.

മതി.

നി എറക്കാണ്.

ഉരുണ്ടുവീണാലും നെലത്തെത്തും. ഇറയത്തേക്ക് ഇറക്കം. ഇറയം കഴിഞ്ഞാൽ ചവിട്ടുകല്ല്. അതും ഇറക്കം. പിന്നെ മുറ്റം, നിരപ്പ്, ആയാസമില്ല, കയറ്റം കഴിഞ്ഞു.

മഴ നന്നാവ്ണ്ട്.

കനത്ത ഇരുട്ടിൽ നിറഞ്ഞ മഴ ഇച്ചാതപ്പനുൾക്കൊണ്ടു. പൂർവ്വജന്മസ്മരണയായി മാറാല കെട്ടിക്കിടന്ന അനുഭവങ്ങൾ മുളനീട്ടി. മൂർദ്ധാവിൽ ആദ്യത്തെ മഴത്തുള്ളി വീഴാൻ കൊതിച്ചു. കൊതി തിടുക്കമായി. കൈയ് നീട്ടിനോക്കി. ഇല്ല, ഇറയവും കഴിഞ്ഞു ചവിട്ടുപടിയിൽ എത്തിയാൽ കൈയ് നീട്ടാം. അപ്പോൾ അമൃത ധാരയനുഭവിക്കാം.

വേഗം.

ഗ്രഹപ്പിഴയ്ക്ക് വല്ല ശബ്ദോം കേട്ട് വല്ലോരും ഉണർന്നാൽ—

തേവരേ!

ഇച്ചാതപ്പൻ കിതപ്പാറുംമുമ്പ് വീണ്ടും കാല് നീട്ടി.

ഒരു പടീണ്ട്.

നാശം.

എനി ഒരു പടി. നേരെ ഇറയത്തേക്ക് ചന്തികുത്താംന്ന് നിരീച്ചതാണ്. അപ്പോൾ ഒരു പടി. നാശം.

പിന്നോക്കം നെരങ്ങ്യാലോ. ചെലപ്പോ അതാവും എളുപ്പം.

ഇച്ചാതപ്പൻ കൈയ് കുത്തി. എടങ്കോലിട്ടിരുന്നു. ആദ്യം ചന്തി കുത്തണം. സാരംല്യ. നാലു വെരലുണ്ടാവില്യ പൊക്കം. കൈയ് കുത്തി പിന്നോക്കം മലച്ചാൽ — വേണ്ട. മണ്ടയടിച്ചു വീണാൽ എണീക്കാൻ പറ്റീല്യാന്നുവരും. മുമ്പാക്കംതന്നെ നെരങ്ങാം.

ഇച്ചാതപ്പൻ മുമ്പാക്കം തിരിഞ്ഞു. ഒടലൊന്നു വെട്ടിച്ചു. നേരെ എറയത്തേക്കു നോക്കി. സ്വന്തം കാലന്നെ കാണാൻ ല്യ. ഇരുട്ടു മഴയിൽ കോർത്ത് ഈരെഴ നെയ്ത രാത്രി. ചെറുമിന്നലിന്റെ ചുട്ടിമാത്രം. ഒന്നും കാണാൻ ല്യ.

ഹമ്മേ! ജയിച്ചു.

രക്ഷപ്പെട്ടു! എറയത്തേക്കെത്തി. ശക്തിയായി കുതിച്ചു. ഒരൊറ്റ കുതി കൂടി. ഒരു വേദനേം ഇല്യ. വേഗം വേഗം കുതിക്കാൻ പറ്റ്ണ്ണ്ട്. ക്ഷണം.

അതിശക്തമായ ഒരാകർഷണം മുറ്റത്തേക്ക് മാടിയടുപ്പിക്കുന്നതായി ജാതവേദൻനമ്പൂതിരിക്കനുഭവപ്പെട്ടു. നല്ലേടത്തു മനയ്ക്കലെ സർവ പൂർവ പരമ്പരകളു മൊന്നു ചേർന്നൊരുമിച്ചു വലിച്ചടുപ്പിക്കുന്നു. സ്നേഹത്തോടെ. ശാന്തിയോടെ. നിശ്ശബ്ദരായി.

വേദനയില്ലാതായി. അസ്വാസ്ഥ്യമാകുന്നു. കിതപ്പു മറന്നു. പറഞ്ഞറിയിക്കാനാവാത്ത മധുരോദാരതയുടെ കേന്ദ്രത്തിലേക്കദ്ദേഹം കുതിച്ചു. പിന്നേയും പിന്നേയും.

ഒരു തുള്ളി.

നിശയുടെ നടുവിൽ ഊരകുത്തി മുറ്റത്തിരുന്ന ജാതവേദൻ നമ്പൂതിരിയുടെ മൂർദ്ധാവിൽ ഒരു തുള്ളി മഴ വീണു. കാലങ്ങളായി ഉണങ്ങിവരണ്ട ബ്രഹ്മരന്ധ്രത്തിൽ പതിച്ച ആദ്യാർദ്രത ആവിയായിപ്പോയി.

ഒരു തുള്ളി.

പിന്നൊന്ന്.

ഒന്ന്.

ഒരായിരം.

ഒന്നിനു പിന്നിലൊന്നായി ഒപ്പമായി മഴ മൂർദ്ധാവിൽ പതിച്ചു. പ്രകൃതിയുടെ മന്ത്രധാര ജന്മം നിറഞ്ഞ ദുരിതങ്ങളൊക്കെ ശമിപ്പിച്ചു. ദേഹം സ്നേഹാർദ്രമായി. മടങ്ങാത്ത കാൽമുട്ടയഞ്ഞു. സന്ധിബന്ധങ്ങൾ വഴങ്ങി. പൃഥ്വിയുടെ പ്രേമാശ്ലേഷണത്തിൽ ഊർജസ്വലനായി.

എണീക്കാം.

എണീറ്റ് ഈ മുറ്റത്ത് തലങ്ങും വിലങ്ങും നടക്കാം. ഇപ്പോൾ.

ഇച്ചാതപ്പൻ നാലുകാലിൽ നിന്നു. മുട്ടുകുത്തി വേഗം വേഗം നീങ്ങി. മഴവെള്ളം ചപ്ളി കൂട്ടിയ മുറ്റത്ത് ഒരു ബാല്യംകൂടി വികൃതി കാട്ടി.

പിച്ചാ പിച്ചാ

മുറ്റത്തെ വരമ്പിൽ കൈയൂന്നി ഒന്നു നീർന്നു. കഷ്ടി, പിടിക്കാതെ; തൊടാതെ; നിന്ന് അത്യാനന്ദംകൊണ്ടു. ഹായ്!

പിച്ചാ.

വലതുകാലൊന്നനങ്ങി.

പിച്ചാ.

അനങ്ങിയ കാലിൽ മെയ്യാടി. അന്തരീക്ഷത്തിൽ അവലംബത്തിനായി കൈയ് പരത്തി. ഒന്നും തടയാഞ്ഞ് ഉലഞ്ഞു.

പിധീം.

ഉലഞ്ഞാടിയ ദേഹത്തിൽ കനത്തിലെന്തോ മുട്ടി തട്ടിത്തടഞ്ഞു.

ധേ!

ഉണ്ണി!

ചെളിവെള്ളത്തിൽ മൂക്കടച്ചു മുഖംപൊത്തി വീണു. ഒന്നുരുണ്ടു. അച്ഛന്റെ ഒടിഞ്ഞ ശരീരംതട്ടി ഉണ്ണി കെട്ടിമറിഞ്ഞു. നനഞ്ഞു കുതിർന്ന ഞരമ്പെലിമ്പു കോച്ചി. ചാരായം തണുത്തു.

ഇച്ചാതപ്പൻ സീമന്തപുത്രനെയറിഞ്ഞു. നെഞ്ഞമർത്തി കെട്ടിപ്പിടിച്ചു. കരളുചേർത്തണച്ചു. താരാട്ടുപാടി.

രാരാരോ—

ഗ്ലും—ഗ്ലും—ള്ളേ—

ചോരവായിൽ തേനൊലിച്ചു.

കട്ടപിടിച്ച ഇരുട്ടിൽ ഉണ്ണി അച്ഛന്റെ മാറിൽ അള്ളിപ്പിടിച്ചു.

ചാഞ്ചാടുണ്ണീ—

ചെരിഞ്ഞാടൂ—

ചെളിവെള്ളം തൊണ്ടനിറഞ്ഞു. ഒന്നുരുണ്ടു — കൈ പരത്തിക്കളിച്ചു. അച്ഛനും മകനും അന്യോന്യം കൊഞ്ചിച്ചു. കാല് ചപ്ലികൂട്ടി. വയറുരച്ചു. ഒരു കുതി. ഒരു വീർപ്പ്. വീണ്ടും കൈ കാലടിച്ചു. കാലുപരത്തി. കൈയഴഞ്ഞു. ഒരു വീർപ്പ് —വീ—

ഇച്ചാതപ്പന്റെ തല താന്നു. പെരടി അഴഞ്ഞു. തല പൊക്കാനാവാത്ത ഇള്ളക്കുട്ടിയായി. കരയാൻ ചുണ്ടുപിളർത്തി. സർവശക്തി സംഭരിച്ച് കുടഞ്ഞുവലിച്ചു. ഇടതുപുറം ചെരിഞ്ഞു. തുറന്ന വായ അടഞ്ഞു. ഒരു കുടച്ചിൽ. പിന്നേം കമിഴ്ന്നു മുഖം താഴ്ന്നു. ചെളിവെള്ളം ഒരിറക്കുകേറി. ചെറുനാക്കു തടഞ്ഞു. എടത്തൊണ്ട തുറന്നു.

ഘ്ള് ളും.

ഒരിറക്ക്.

ഒരിറ്റ്.

ഒന്നു പിടഞ്ഞു. സർവാംഗം അഴഞ്ഞു. ആ ശക്തിയിൽ ഉണ്ണി ഊർന്നിഴഞ്ഞു. വായ തുറന്നു. ശരീരം മലർന്നു.

സുഖം, ശാന്തം.

പഞ്ചേന്ദ്രിയബന്ധങ്ങളൊക്കെ സ്വതന്ത്രമായി. പ്രാണങ്ങളഞ്ചും ഒന്നായി. പുറത്തുകടന്ന് അവയ്ക്കു പിന്നിൽ നവദ്വാരങ്ങൾ കൊട്ടിയടച്ചു.

ഭദ്രം.

## എൺപത്തിനാല്

**ഇ**താണ് കഥ.

കഥ അവസാനിച്ചു എന്നു കരുതി നിറുത്തിയതല്ല. ആരുടെ കഥ പറയണം എന്നു കരുതിയോ ആ ജാതവേദൻനമ്പൂതിരി മരിച്ചു. അതോടെ കഥയും അവസാനിച്ചു.

അതും നല്ല പന്തിയായില്ല. ആരും മരിക്കുന്നത് കുഞ്ഞുകുട്ടനിഷ്ടമല്ല. ഇഷ്ടമല്ലെങ്കിലും മരിക്കുന്നു. നാലുകെട്ട് ഇടിഞ്ഞുവീണും മരിക്കാം.

കൊടുങ്കാറ്റിൽ നല്ലേടത്തില്ലം ഇടിഞ്ഞുവീഴാം. അങ്ങനെ സർവം നശിക്കാം.

ഏയ്. ഒരു വാലും മൂടുമില്ലാതെ. ഇതു പറ്റില്യ. എത്ര ആളുകളാ ഒന്നും ആവാതെ. ആ മേരിക്കുട്ടി, ആര്യക്കുട്ടി, വല്യേടത്തി.

പിന്നെ, അനുബന്ധം ഒന്ന്, രണ്ട് —

വയ്യ വയ്യ. നിർത്തി. എനി അതൊന്നും ഇല്യ. എനി ഭഗവൽകഥകൾ മാത്രം. ഗുരുവായൂരപ്പന്റെ ലീലകൾ. എടക്കളത്തൂരുഭഗവതിയുടെ— അഥവാ ഇതും ഭഗവൽക്കഥയാവാം.

ഈ കഥയെങ്കിലും—

—അഭ്യസ്തവിദ്യരായ നമുക്ക് ആഹരത്തിനുവേണ്ടി പ്രയത്നിക്കുന്ന ശീലം നഷ്ടപ്പെട്ടുകഴിഞ്ഞു.

ഇല്യ. ഞാനും അദ്ധ്വാനിക്കുന്നു. അദ്ധ്വാനം ഇന്നതേ ആവാവൂ എന്നുണ്ടോ. ഞാൻ കഥ എഴുതുന്നു. പുസ്തകം വായിക്കുന്നു.

—ബുദ്ധിപരമായ പ്രയത്നത്തിന്റെ വില ഞാൻ താത്തിപ്പറയുകയല്ല. എന്നാൽ, എത്ര വലിയ ബുദ്ധിപരപ്രയത്നവും ശാരീരികപ്രയത്നത്തിന്റെ കുറവു പരിഹരിക്കാൻ പര്യാപ്തമല്ല. സകലരുടേയും നന്മയ്ക്കായി ദേഹാദ്ധ്വാനം ചെയ്യാനാണ് നാം ജനിച്ചിട്ടുള്ളത്. ബുദ്ധിപരമായ പ്രയത്നം ശാരീരികയത്നത്തേക്കാൾ അത്യധികം മഹത്തരമായിരിക്കും. പലപ്പോഴും ആണുതാനും. എന്നാൽ, ഒരിക്കലും അതു മറ്റതിന്റെ ബദലല്ല. ബദലാക്കാൻ സാദ്ധ്യവുമല്ല. ബുദ്ധിപരമായ ആഹാരം നാം കഴിക്കുന്ന ധാന്യങ്ങളേക്കാൾ എത്രയോ മികച്ചതാവാമെങ്കിലും അതൊരിക്കലും ധാന്യങ്ങളുടെ സ്ഥാനം വഹിക്കുകയില്ലല്ലോ. ഭൂമിയിലെ ഉല്പന്നങ്ങളെ കൂടാതെ ബുദ്ധിയുടെ ഉൽപന്നങ്ങൾ അസംഭവ്യമാണ്.

സത്യാന്വേഷണപരീക്ഷണങ്ങളായ ആ മഹാജീവിതം സത്യം ദർശിച്ചു.

എന്നിട്ടും—

ഒരു പേരു വേണം.

അവിഘ്നമസ്തു.

അഥവാ,

ഒരു കഥ.

ബാലബോധിനി

എന്ന വ്യാഖ്യാനത്തോടുകൂടി

മതിമതി.

അവിഘ്നമസ്തു.

അതുമതി.

അപ്പോൾ,

കുഞ്ഞുകുട്ടൻ ഓരിക്കുന്നു നിരങ്ങി പച്ചപ്പുല്ലു സംഭരിച്ചു. കരിമ്പുല്ല്, കറുക, മുത്തങ്ങപ്പുല്ല്, പടരൻ ധാരാളം. കെട്ടൊന്നിന് അമ്പതു പൈസാ. ഉച്ചവരെ പണി.

അതുമതി.

വരൂ വരൂ. ങാ വരൂ.

ചാണകം പെറുക്കാം. പുല്ലരിയാം. ഈ പാഴാവുന്ന ചപ്പിലകൂട്ടി കത്തിച്ചു വെണ്ണീറാക്കാം.

വരൂ. മേരീ.

ആ മനയ്ക്കലെ കുട്ട്യോളേം വിളിക്കാം.

നന്നായി. അവരൊക്കെ വരട്ടെ. ഇതാ പൃഥ്വി ഇരുകൈയുംനീട്ടി സ്വീകരിക്കുന്നു. അക്ഷയനിധികൾ തുറന്നു തരുന്നു.

ന്റെ വീട്ടില് സ്ഥലം ണ്ട്. നമക്ക് കൊറെ ആടിനെ വളർത്താം.

മേരി പറഞ്ഞു.

ആവാം.

കർത്താവേ! എന്തൊരു സുഖാ പ്പോ!

ആട്ടിൻകൊറ്റനേം കാളക്കൂറ്റനേം അറക്കാനെ ഇബടെ കെട്ടാറുള്ളു. ഇപ്പൊ ദൊന്ന് നോക്ക്യേ. ആ മണിക്കുട്ടന്റെ വികൃതി!

കാളലോന പ്ലാവില പറിച്ചു തീറ്റി. മണിക്കുട്ടനെ മടിയിലിരുത്തി കൊഞ്ചിച്ചു. ഒപ്പം കിടത്തി ഒറക്കി.

ഇതാണു കഥ.

ഈ സൽക്കഥ വായിക്കുന്നവരുടെ മഹാപാപങ്ങൾ നശിക്കും. മോക്ഷം ലഭിക്കും. സൽപുത്രരുണ്ടാകും. പക്ഷേ, അക്ഷരം അറിയാത്തവരാണ് എന്റെ നാട്ടിലധികം. അവർക്കുവേണ്ടി ഇതു വായിച്ചു കേൾപ്പിക്കുന്നവർക്ക് അളവറ്റ പുണ്യം ലഭിക്കും. അവരാണു സുകൃതികൾ. ഗ്രാമമദ്ധ്യത്തിൽ ആൽത്തറയിലോ അമ്പലമുറ്റത്തോ ചാണകം മെഴുകി വെടുപ്പുവരുത്തി നെയ്‌വിളക്കു കത്തിച്ചുവെച്ച് ഈ ഗ്രന്ഥം വായിക്കാവുന്നതാണ്. കുളിച്ചു കുറിയിട്ടു സപ്താഹമായി മുഴുവൻ വായിക്കാനാവാത്തവർ ഒരദ്ധ്യായമോ ഒരു ഖണ്ഡികയോ വായിച്ചാലും മതി. എന്തെന്നാൽ, ഇതു മനുഷ്യകഥ യത്രെ. അതിനാൽ മനുഷ്യരാശിയുടെ മോക്ഷത്തിനുതകുമെന്നത്രേ ഗുരു വചനം. ഇവന്റെ മോഹവും അതുതന്നെ.

അവിഘ്നമസ്തു.